अयोध्येचा राजपुत्र

अशोक के. बँकर हे एक सुप्रसिद्ध भारतीय लेखक आहेत. गेली काही वर्षे ते वेदिक काळातील कथा पुन्हा सांगण्याच्या आपल्या बालपणाच्या स्वप्नासाठी संपूर्ण वेळ देत आहेत. रामायणकथेनंतर ते कृष्ण, गणेश आणि जगातील सर्वात मोठे काव्य महाभारत यांच्या नव्या दृष्टीने केलेल्या पुनर्कथनाकडे वळणार आहेत.

अशोक विवाहित असून आपल्या दोन अपत्यांसह ते मुंबईमध्ये राहातात.

अयोध्येचा राजपुत्र

रामायणाचा प्रथम खंड

अशोक के. बँकर

अनुवाद : **भारती पांडे**

MANJUL

मंजुल पब्लिशिंग हाउस

First published in India by

MANJUL

Manjul Publishing House Pvt. Ltd.

• 2nd Floor, Usha Preet Complex,
42 Malviya Nagar, Bhopal 462 003 - India
• 7/32, Ground Floor, Ansari Road, Daryaganj, New Delhi 110 002
Email: manjul@manjulindia.com Website: www.manjulindia.com

Distribution Centres:
Ahmedabad, Bengaluru, Bhopal, Kolkata, Chennai,
Hyderabad, Mumbai, New Delhi, Pune

Marathi translation of *Prince of Ayodhya - Book 1 of the Ramayana*
by *Ashok K. Banker*

This edition first published in India in 2015

ISBN 978-81-8322-549-6

Translation by Bharati Pande
Marathi edition coordination: TranslationPanacea

Cover Art: Kunal Kundu

Printed and bound in India by Thomson Press (India) Ltd.

गणेशा, या शब्दसेनेचं उत्तम नेतृत्व कर

बिकी आणि बिथिका बँकर यांना
मिथुन राशीची जुळी
एकानं माझा जीव वाचवला,
दुसरीनं मला नवे दोन जीव दिले

आयुष योदा बँकर
मित्र, पुत्र, जेडाय तज्ज्ञ,
तू जन्मलास
तेव्हा माझा पुनर्जन्म झाला.

याश्का बँकर
देवी, कन्या, राजकुमारी
तुझ्यामुळे माझा नशिबावर पुन्हा विश्वास बसला.
आणि त्याहून महत्त्वाचं, प्रेमावर.

आभार

लेखक पुढील व्यक्तींचे आभार मानतो.

रवि सिंग आणि पेंग्विन इंडिया मधील इतर सर्व जण–रामाला पुन्हा घरी आणण्यासाठी सागरावर सेतू बांधणारे.

आर श्रीराम, क्रॉसवर्ड बुक स्टोअर्समधील उत्तम कर्मचारी.

हेमु रामय्या आणि लँडमार्क,चेन्नईमधील तिचा उत्तम सहकारी वर्ग.

पल्लवी जोशी, अनुराधा आनंद आणि लुशिन दुबे.

इतक्या थोड्या वेळात ह्या मालिकेतील हे पुस्तक सर्वात लोकप्रिय पदावर जाण्यासाठी असंख्य वाचकांचा आणि टीकाकारांचा हातभार लागला आहे त्या सर्वांना. हे पुस्तक 'हिंदुत्वा'बद्दल आणि राजकारणाच्या धर्माबद्दल नाही, तर हे इंदित्वाबद्दल आहे, भारतीय अभिमानाबद्दल आहे, आणि अशा एका महाकथेबद्दल आहे, जिला भगवा रंग देणं किंवा घासून पुसून स्वच्छ करणं शक्य नाही हे तुम्हाला कळलं.

माझा प्रिय मित्र संजीव शंकर, याच्या नेतृत्वाखाली काम करणारी वानरसेना.

एपिक इंडिया.कॉमचे उत्कृष्ट वाचक ज्यांनी मला रोज रोज उत्तेजन दिलं, स्तुती केली आणि मोलाच्या सूचनाही केल्या.

आणि पुन्हा एकदा आणि नेहमीच – माझी पत्नी बिथिका, माझा पुत्र आयुष, माझी कन्या याश्का. तुम्हा साऱ्यांवर माझं खूप प्रेम आहे.

लेखकाची नोंद

आदि–काव्य – पहिलं कथाकथन

सुमारे तीन हजार वर्षांपूर्वी वाल्मिकी नावाचा एक ऋषी एका अरण्यात आपल्या आश्रमामध्ये राहात होता. आपल्या शिष्यांसमवेत तो कठोर तपश्चर्या करण्यात मग्न होता. एके दिवशी, नारद मुनी त्याच्या आश्रमामध्ये आले. वाल्मिकीनं त्यांना प्रश्न केला, 'तुम्ही सर्वगुणसंपन्न असा माणूस पाहिला आहे का?' नारदानं उत्तर दिलं, 'होय मी असा माणूस पाहिलेला आहे.' आणि मग त्यानं वाल्मिकीला आणि त्याच्या शिष्यांना त्या परिपूर्ण माणसाची कथा सांगितली.

काही दिवसांनंतर, एका पारध्यानं क्रौंच पक्ष्यांच्या जोडीतील एका पक्ष्याची हत्या केलेली वाल्मिकीनं बघितली. जोडीतला उरलेला पक्षी अतिशय दु:खी झाला आणि रडू लागला. पारध्याच्या कृत्यानं वाल्मिकीला भयंकर संताप आला तसंच पक्ष्याच्या दु:खानं दु:खही झालं. त्याला काहीतरी करावंसं वाटलं पण मोठ्या कष्टानं त्यानं स्वत:ला आवरलं.

त्याचा राग आणि दु:ख कमी झाल्यावर तो आपल्या उद्रेकाचा विचार करू लागला. इतक्या वर्षांच्या मनन–चिंतनानंतर, कठोर तपश्चर्येनंतरही तो आपल्या भाव भावनांवर नियंत्रण मिळवू शकला नव्हता. हे असं करणं शक्य तरी आहे का? कुणीही व्यक्ती आपल्या भावनांवर स्वामित्व मिळवू शकेल का? काही काळ तो या विचारांनी निराश झाला पण मग त्याला नारदानं सांगितलेली कथा आठवली. तो त्या कथेच्या सखोल अर्थाचा विचार करू लागला. कथानायकाने जे निर्णय घेतले, आणि ज्या रीतीने त्यानं स्वत:च्या भावनांवर, विचारांवर आणि शब्दांवर विजय मिळवला या सर्वाचा त्यानं नीट विचार केला. त्या कथेच्या स्मरणानं त्याला स्फूर्ती मिळाली, आजवर कधीच न अनुभवलेली एक विलक्षण शांती त्याच्या मनात भरून गेली.

नारदानं सांगितलेल्या त्या परिपूर्ण मानवाच्या कथेचा विचार करत असताना त्याच्या लक्षात आलं की तो या आठवणी एका विशिष्ट लयीमध्ये आणि स्वरामध्ये म्हणतो आहे. त्याच्या हेही लक्षात आलं की ही लय किंवा हे वृत्त त्या क्रौंच पक्ष्याच्या

केविलवाण्या रडण्याशी मिळतं जुळतं आहे. जणू काही तो त्या दु:खामुळे सुचलेल्या या स्मरणाची प्रशंसाच करत होता. ताबडतोब त्यानं निश्चय केला की आपण ही कथा याच नव्या वृत्तामध्ये सांगू. त्यामुळे ही कथा ऐकणाऱ्यांनाही त्याच्याप्रमाणेच स्फूर्ती मिळेल.

पण नारदानं सांगितलेली कथा म्हणजे केवळ काही घटनांचं केलेलं साधं कथन होतं. आज ज्याला आपण कथासूत्र म्हणू तशा प्रकारचं. सामान्य श्रोत्याला ही कथा अधिक आकर्षक आणि संस्मरणीय वाटेल अशी बनवण्यासाठी वाल्मिकीला स्वत:ची कल्पनाशक्ती वापरून आणखी घटना आणि तपशीलांची भरपूर भर घालावी लागणार होती. ती संपूर्ण कथा अधिक नाट्यमय बनवणं आवश्यक होतं तरच कथानायकासमोर उभ्या राहिलेल्या समस्या अधिक प्रभावशाली रीतीनं श्रोत्यासमोर आल्या असत्या.

पण असं करण्याचा त्याला काय अधिकार होता? शेवटी काही म्हटलं तरी ही कथा काही त्याची नव्हती. त्याला सांगण्यात आलेली अशी ही कथा होती. एक खरीखुरी कथा – एका जिवंत माणसाची आणि खऱ्या घटनांची. त्यानं स्वत: या कथेमध्ये आपले विचार घालणं योग्य होतं का?

या वेळेला प्रत्यक्ष ब्रह्मदेव त्याच्या भेटीला आला. विश्वनिर्मात्यानं त्याला सांगितलं की तुझ्या सर्व काळज्या, शंका बाजूला ठेव आणि तुझ्या मनात असलेली कथा लिहायला सुरुवात कर. 'ब्रह्म्यानं काय सल्ला दिला ते वाल्मिकीनं अशा शब्दात सांगितलं आहे,'

> *'रामाची कथा सांग... नारदानं तुला जशी सांगितली तशी... रामानं केलेली आणि सर्वांना माहीत असलेली कृत्यं आणि न केलेलीही कृत्यं सांग... त्याची साहसं, त्याची युद्धं, सीतेचं वर्तन. ज्ञात आणि अज्ञात. जे तुला माहीत नाही ते तुला माहीत होईल. तुझे शब्द कधीही अयोग्य नसतील. रामाची कथा अशी सांग... ज्यामुळे ती पर्वत आणि नद्या आहेत तोपर्यंत जीवित राहील.'*

वाल्मिकीला आणखी उत्तेजनाची जरूर नव्हती. त्यानं त्याचं काव्य रचायला सुरुवात केली. त्यानं या काव्याला नाव दिलं, राम–यान. याचा शब्दश: अर्थ होतो 'रामाचा प्रवास.'

भविष्यकथन

काव्य पूर्ण होताच पहिली गोष्ट वाल्मिकीच्या लक्षात आली ती ही की हे काव्य

अपूर्ण आहे. एखादी कथा ऐकायला कुणी श्रोता नसेल तर त्या कथेचा काय उपयोग? त्याच्या काळातील पद्धतीनुसार कवि आपली रचना स्वत:च लोकांसमोर सादर करीत असे. क्वचित प्रसंगी स्तुतीबरोबरच काही रक्कमही त्याला मिळत असे. बहुतेक वेळा स्तुतीच मिळे. पण वाल्मिकीला ठाऊक होतं की ही त्याची रचना असली तरी ही कथा त्याच्या देशबंधूंच्या मालकीची आहे. ब्रह्म्यानं सांगितलेली गोष्टही त्याच्या लक्षात होती – रामाची कथा पर्वत नद्या अस्तित्वात आहेत तोपर्यंत अस्तित्वात राहायला हवी.

म्हणून त्यानं ही कथा आपल्या शिष्यांनाही शिकवली. या शिष्यांमध्ये दोन युवकही होते. त्यांच्या मातेनं काही वर्षांपूर्वी वाल्मिकीच्या आश्रमामध्ये आश्रय घेतला होता. हे दोन युवक, लव आणि कुश, गावोगाव फिरून त्यांच्या गुरूनं रचलेली ही रामायणाची कथा सांगू लागले. काही काळाने, दैवयोगाने या काव्यामध्ये वर्णन केलेल्या नायकासमोर, खऱ्या रामासमोर ते येऊन पोचले. रामाला ताबडतोब कळून चुकलं की या काव्यामध्ये त्याचंच वर्णन करण्यात आलं आहे. तसंच त्याच्या हेही लक्षात आलं की हे युवक दुसरे तिसरे कुणी नसून त्याचेच पुत्र आहेत. त्याने त्याग केलेल्या त्याच्या पत्नीचे, सीतेचे पुत्र आहेत. या जिज्ञासू राजाने बोलावल्यावरून वाल्मिकी स्वत: राजाकडे आला आणि त्याने सीतेचा स्वीकार करण्याची त्याला विनंती केली.

नंतर, या काव्याला जोडूनच आणखी एका काव्याची रचना करण्याची विनंती रामाने वाल्मिकीला केली. त्यायोगे, स्वत: रामाला भविष्यात काय घडलं हे समजणार होतं.

ही विलक्षण आज्ञा वाल्मिकीने मान्य केली. हे नवीन काव्य त्याच्या मूळ काव्याचं उत्तरकांड बनलं.

वाल्मिकीचं संस्कृत काव्य हे कोणत्याही, प्राचीन किंवा अर्वाचीन मोजपट्टीने मोजलं तरी उत्कृष्टच ठरलं होतं. त्या काव्याचं सौंदर्य, नावीन्य आणि अस्सलपणा यांची बरोबरी कधीच करता येणार नाही. भारतीय साहित्यामधील ही एक उत्कृष्ट कृती आहे. आपल्या महान सांस्कृतिक ठेव्याच्या उगमापाशी हे आदि-काव्य उभं आहे. आज त्याच्या रचनेनंतर हजारो वर्षं उलटल्यानंतरही त्याची बरोबरी कुणी करू शकलेलं नाही.

आणि तरीही, आज आपण जेव्हा रामाची कथा सांगतो तेव्हा आपण वाल्मिकीचे संस्कृत श्लोक म्हणत नाही. आपल्यापैकी फारच थोड्या लोकांनी वाल्मिकीचं अमर काव्य मुळातून वाचलेलं असेल. बहुतेकांनी तर त्याचं सारांशरूपही वाचलेलं नसेल. खरं सांगायचं तर, वाल्मिकीनं लिहिलेलं संपूर्ण रामायण, ज्यामध्ये काहीही बदल केला गेलेला नाही किंवा भर घातली गेलेली नाही असं मूळ रामायण

मिळणंच फार अवघड आहे. प्राचीन संस्कृत साहित्याचा अभ्यास करण्यात आयुष्य घालवलेले अतिशय विद्वान पंडितही ही गोष्ट मान्य करतात की आज अस्तित्वात असलेली वाल्मिकी रामायणाची संहिता ही तपासून शुद्ध केलेली आणि कालांतराने भर घातली गेलेली अशी संहिताच आहे. काही जण असं मानतात की पहिलं व सातवं कांड आणि इतर कांडांमधील काही श्लोक हे नंतरच्या कवींनी लिहिलेले आहेत परंतु त्यांनी अज्ञात राहाणंच पसंत केलं आहे.

कदाचित रामकथेचं पहिलं कथन हे आपल्याला आपल्या त्या कथांच्या महासागरामध्ये–महाभारतामध्ये सापडतं. कृष्ण द्वैपायन व्यास – ज्यांना सर्वसाधारणपणे वेदव्यास असं म्हटलं जातं – त्यांनी जेव्हा आपलं महाभारत हे महाकाव्य रचलं तेव्हा रामकथा एका परिच्छेदामध्ये सांगितली. त्यांचं पुनर्कथन हे लहान लहान पण महत्त्वाच्या तपशिलांमध्ये वेगळं आहे.

काही काळानंतर, बौद्ध साहित्याचा प्रभाव वाढू लागला. हे साहित्य पाली या पोटभाषेमध्ये लिहिलं जात होतं. या साहित्यामध्ये देखील रामकथेतील काही कथांचा अंतर्भाव केला गेला. परंतु त्याचा रोख काहीसा वेगळा होता.

११ व्या शतकात, कंबन नावाच्या तमिळ कवीने रामायण पुन्हा एकदा स्वत:च्या भाषेत्त सांगण्याचं ठरवलं. कंबनने सुरुवात तर वाल्मिकीच्या रामायणाचा अनुवाद करण्यापासून केली असावी परंतु नंतर मात्र तो मूळ रचनेपासून नाट्यमय रीतीने दूर गेलेला दिसतो. कंबन रामायणामध्ये घटनाच्या घटना गाळून टाकलेल्या आहेत. नवीन घातलेल्या आहेत, व्यक्ती आणि स्थानं यांची नावं बदलण्यात आली आहेत किंवा त्यांना नवीच नावं देण्यात आली आहेत. एवढंच नव्हे, तर काही महत्त्वाच्या घटनांचा कालक्रमही बदलण्यात आलेला आहे. सर्वात महत्त्वाची गोष्ट म्हणजे, कंबनचं रामायण हे त्या काळच्या – ११ व्या शतकाच्या तामीळनाडूमध्ये घडतं. त्या काळातील तामिळनाडूचा भूगोल, इतिहास, कपडे, चालीरीती हे सर्व मूळ वाल्मिकी रामायणातील उत्तर भारताच्या या बाबींशी अजिबात न जुळणारं आहे. संपन्न, वैशिष्ट्यपूर्ण भाषेत अधिक भावनाप्रधानतेनं सांगितलेलं असं हे एक सर्वस्वी नवंच रामायण आहे.

काही शतकांनंतर, संत तुलसीदास यांनी या महाकाव्याचं पुनर्कथन करण्याचं मनावर घेतलं. या कथनाला रामायण म्हणण्याऐवजी तुलसीदासांनी त्याचं नाव बदलून ते 'रामचरितमानस' असं ठेवलं. असं केल्यानं ते हे दर्शवत होते की ते या काव्याचं शब्दश: भाषांतर करत नसून स्वत: एक नवीनच रचना सादर करत होते. या दोहोंमधील फरक जाणवण्यासारखे आहेत.

कलेमध्ये, संगीत, शिल्पकलेमध्ये, अगदी नृत्यामध्ये आणि रस्त्यावरील नाटकांमध्येही वाल्मिकीच्या महाकाव्याचं पुनर्कथन वारंवार झालेलं आहे.

त्यामध्ये असंख्य बदल घडून आलेले आहेत. काही बदल सामान्य आहेत तर काही विशेष महत्त्वाचे आहेत. आजच्या आधुनिक काळातही ही पुनर्कथनाची परंपरा तशीच सुरू आहे. त्यामध्ये दूरचित्रवाणीवरील मालिका, चित्रपट, कठपुतळीचे खेळ, बालरंगभूमी, चित्रकथा, कविता, आधुनिक संगीत आणि अर्थात परंपरागत रामलीला हे प्रकार देशभर वापरलेले दिसून येतात.

परंतु प्रश्न असा आहे की यापैकी किती कथनं वाल्मिकीच्या मूळ काव्याशी प्रामाणिक आहेत? यांच्यापैकी कितींनी मूळ काव्याचा संदर्भ बघितला आहे किंवा मूळ काव्य शोधून तरी पाहिलं आहे?

त्यांनी हे करायला हवं का?

किती तरी रामायणं

एखादी आजी आपल्या नातवंडांना संध्याकाळी रामाची गोष्ट सांगत असते ती वाल्मिकीचं रामायण संदर्भाला घेत असते का? जेव्हा ती रावणाचं हसणं किंवा एखाद्या राक्षसाचं किंचाळणं याची नक्कल करते. किंवा सीतेचे अश्रू, रामाचा गंभीरपणा, सांगत असते तेव्हा तिचा हा अभिनय कशावर आधारलेला असतो? दूरचित्रवाणीवरील मालिकेमध्ये एखादा कलाकार रामाची भूमिका करत असतो, रामलीलेमधला नट एखादा प्रसंग रंगवत असतो, एखादा शिल्पकार छिन्नीहातोडी घेऊन रामाची मूर्ती घडवतो, चित्रकार रामाचं चित्र काढतो, तेव्हा हे सारे कशाचा आधार घेत असतात? वाल्मिकी रामायणामध्ये कोणतंही चित्र नाही. राम कसा दिसत होता याचं त्या काळातलं कोणतंही चित्र आज उपलब्ध नाही. त्याच्या आवाजाचं ध्वनिमुद्रण नाही की त्याच्या कृत्यांची चित्रफीतही नाही.

खरोखर आज आपण ज्या घटना मूळ वाल्मिकी रामायणामधल्या आहेत असं मानत आलो आहोत त्या मूळ संस्कृत कृतीमध्ये नाहीतच. नंतरच्या पुनर्कथनाचे ते परिणाम आहेत. कथा सांगणाऱ्याच्या कल्पनाशक्तीचा विलास आहेत. यापैकी एक कथा आहे. सीमारेखेची. लक्ष्मणानं सीतेला कुटीमध्ये सोडून जाताना ही लक्ष्मण रेखा आखली असा आपला समज आहे. या घटनेचा पुसटसाही उल्लेख मूळ वाल्मिकी रामायणामध्ये नाही. अनेक पुनर्कथनांमध्ये कायम राहिलेल्या घटनादेखील सतत अशा बदलत आल्या आहेत.

उदाहरणार्थ, सीता रामाबरोबर वनवासाला जाण्यासाठी त्याला विनवत असते तो प्रसंग. वाल्मिकी रामायणामध्ये, राम सीतेला सांगतो की त्याला वनवासात जावं लागणार आहे आणि ती त्याच्याबरोबर जाण्यासाठी त्याची परवानगी मागते तेव्हा तो ती स्पष्टपणे नाकारतो. सुरुवातीला, ती त्याची विनवणी करते, मनापासून अश्रूही

ढाळते, पण जेव्हा राम अविचल राहातो तेव्हा मात्र ती संतापते आणि कमालीच्या कठोर शब्दांमध्ये त्याला दटावते. ती त्याला, 'पुरुषाच्या वेषातली स्त्री' म्हणते, 'राम सर्वश्रेष्ठ आहे असं म्हणणारं जग चूक आहे.' असं म्हणते, त्याला ती निराश, घाबरलेला म्हणते, 'एक भूमिका करणारा नट' म्हणते, आणि अशीच शेलकी विशेषणं लावते. वाल्मिकी रामायणातला हा एक लांबलचक प्रसंग आहे. जवळ जवळ रामाच्या बालपणाचं वर्णन करणाऱ्या प्रसंगाएवढा.

तमिळ कवी कंबन या प्रसंगाचं वर्णन त्याच्या अधिक संक्षिप्त, स्फोटक आणि संपन्न शैलीमध्ये करताना सीतेचा उद्रेक एकदोन निवडक वाक्यांमध्ये करतो. 'मला अरण्यात न नेण्यामागे आपण अरण्यात मौज करायला स्वतंत्र राहू असा तर रामाचा खरा उद्देश नसेल?'

आपण संत तुलसीदासांच्या कथनाकडे येऊन पोचतो तोपर्यंत सीतेचा उद्रेक हा अश्रू गाळत केलेल्या विनंतीपुरताच शिल्लक राहिलेला असतो.

आपल्या देशामधील स्त्री आणि पुरुषांच्या वर्तनाचे जे आदर्श समाजाने स्वीकारलेले होते त्यांचा परिणाम म्हणून हे बदल झाले असतील का? सहज शक्य आहे. तुलसीदासांच्या रामचरितमानसामध्ये जे जग वर्णन केलं गेलं आहे ते वाल्मिकीच्या किंवा कंबनच्याही जगापेक्षा अगदी वेगळं आहे. खरं तर या तीनही काव्यांमध्ये इतका फरक आहे – भाषेमध्ये, कपड्यांच्या वर्णनामध्ये, सामाजिक आणि सांस्कृतिक संदर्भांमध्ये – की ती तीनही काव्यं स्वतंत्र काव्यं असावीत असं वाटू लागतं.

अलीकडच्या काळातील सर्वात लोकप्रिय कथन हे कंबन रामायणातील निवडक घटनांचं सोपं केलेलं तमिळ पुनर्कथन आहे. सुमारे पन्नास वर्षांपूर्वी हे पुनर्कथन मुलांच्या एका मासिकामध्ये मालिकेच्या स्वरूपात प्रसिद्ध झालं. याचे लेखक आहेत सी राजगोपालाचारी उर्फ राजाजी. मी लहान असताना माझीही ही आवडती मालिका होती. बऱ्याच काळानंतर माझ्या स्वत:च्या सखोल संशोधनानंतर मला हे कळून आलं की या माझ्या आवडत्या, राजाजींनी लिहिलेल्या मालिकेमध्ये मूळ कथेचे मोठमोठे भाग गाळून टाकण्यात आलेले होते. शिवाय इतर भागही खूपच सोपे करण्यात आलेले होते. त्याही नंतर एका फार मोठ्या लेखकाच्या पुनर्कथनानं माझी फार निराशा झाली. आर. के. नारायणन. खूपच संक्षिप्तपणे सांगितलेल्या या कथेमध्ये इतक्या घाईने केलेले संक्षेप आहेत की ही कथा वाल्मिकीने निर्मिलेलं एक संपन्न, पौराणिक महाकाव्य न राहाता फक्त एक उपदेशात्मक कथा झाली आहे.

१९ व्या शतकात विल्यम एस बक या इंग्लिश विद्वानाने एक पुनर्कथन केलं आहे. काही इंग्लिश विद्वानांनी काहीशा साशंकतेनंच त्याला अभिजात साहित्य मानलं आहे. हे कथन वाचलं तर हे लिहिताना लेखक एखाद्या

मादक पदार्थाच्या अंमलाखाली तर नव्हता ना असा प्रश्न सहज पडेल. एकच महत्त्वाचं उदाहरण द्यायचं झालं तर – निषादराज गुह, काहीही कारण नसताना ब्राह्मणांविरुद्ध गरळ ओकतो, एवढंच नव्हे तर शिवाच्या मूर्तीला लाथही मारतो. या गोंधळात भर घालण्यासाठीच की काय, या प्रकरणासोबतच्या चित्रामध्ये गुह ज्या मूर्तीला लाथ मारतो आहे ती मूर्ती बुद्धमूर्तीसारखी दिसते आहे.

तुम्ही जर भारताबाहेर पूर्वेकडे गेलात, तर रामायणाची अनेक कथनं सापडतील. ती कथनं वाल्मिकीच्या कथनापेक्षा इतकी वेगळी आहेत की ही एकच कथा आहे की नाही असा संशय उत्पन्न व्हावा. आशिया खंडामध्ये, निरनिराळ्या संस्कृतींमध्ये सापडणाऱ्या या सर्व कथनांचा अलीकडेच जो अभ्यास केला गेला त्या वेळी एका वृद्ध मुस्लिम स्त्रीला भारतामध्येही भारतीयांचं असं रामायण आहे हे ऐकून फार आश्चर्य वाटलं अशी नोंद संशोधकानं केली आहे. थायलंडच्या राजांचं नाव त्यांच्या घराण्याच्या इतर नावांबरोबरच 'राम' असंही असतं आणि ते स्वत:ला रामचंद्राचे वंशज समजतात. रामाचं सर्वांत मोठं आणि सुंदर मंदिर – आज ते मोडकळीला आलेलं असलं तरीही – भारतामध्ये किंवा अधिकृतपणे एकुलते एक हिंदूराष्ट्र म्हणवून घेणाऱ्या नेपाळमध्ये नसून कंबोडियामध्ये आहे. त्याचं नाव आहे अंकोर वट.

खरं म्हणजे असं म्हणणं योग्य ठरेल की आज जेवढ्या लोकांना रामायणाची कथा माहीत आहे तेवढी वेगवेगळी रामायणं अस्तित्वात आहेत. आणि कोणतीही दोन पुनर्कथनं एकसारखी नाहीत.

माझं रामायण–एक वैयक्तिक प्रवासकथा

आणि तरीही, आपल्याला काय हवं आहे – लोकशाही पद्धतीनं रचल्या गेलेल्या असंख्य रामायणांची भाऊगर्दी – की अर्धवट आठवणारं, विस्मरणात गेलेलं, नाहीसं झालेलं काव्य – जिच्यामधल्या काही गोष्टीच आपल्याला आठवताहेत अशी जवळ जवळ सगळीच विसरली गेलेली पुराणकथा.

वाल्मिकीच 'मूळ' रामायण संस्कृत भाषेमध्ये लिहिलं गेलं. संस्कृत ही त्या काळातली भाषा शिवाय त्याच्या काळामध्ये आधुनिक समजली जावी अशी शब्दयोजना त्यानं केली आहे. ही रचना तिच्या विशिष्ट शैलीमुळे इतकी उच्च प्रतीची आणि आधुनिक समजली जाते की – क्रौंच पक्ष्याच्या दु:खामुळे स्फुरलेलं वृत्त – की या रचनेला 'आदि'काव्य म्हटलं जातं. आज आपल्यापैकी फार थोडे जण ही रचना तिच्या मूळ स्वरूपात वाचू किंवा समजू शकतील.

कंबनची पूर्ण फुललेल्या फुलासारखी अलंकारिक भाषा आणि चित्रमय वर्णनं

ही अतिशय प्रतिभाशाली आणि त्या काळाला योग्य अशी असली तरी आजच्या काळामध्ये ती कालाचा विपर्यास करणारीच ठरतात.

तुलसीदासांचं पुनर्कथन हे पवित्र मानलं गेलं आहे आणि ते योग्यच आहे. परंतु ते स्त्री–पुरुष नात्याबद्दल काहीसं कठोरच आहे. ही रचना म्हणजे त्या कथेचं यथार्थ पुनर्कथन आहे असं म्हणण्याऐवजी श्रीरामाच्या देवत्त्वाला वाहिलेली एक धार्मिक आदरांजली आहे असं म्हणावं लागेल.

वेद व्यासाच्या पुनर्कथनामध्ये, रामाच्या दुर्दैवाची कारणं दुष्ट हेतू मनात बाळगणारी मंथरा, वाट चुकलेली कैकेयी किंवा दुष्ट रावण या व्यक्ती नाहीतच. खरं म्हणजे असुर हेही त्याचं खरं कारण नाहीच. रामाच्या दुःखाचं मुख्य कारण प्रत्यक्ष ब्रह्मा हा आहे. रावण आणि त्याच्या असुरांनी मर्त्य जगामध्ये जो हाहाकार माजवला आहे तो नष्ट करण्यासाठी आणि सत आणि असत यांचा समतोल राखण्यासाठी त्यानं विष्णूचा मर्त्य अवतार जो राम त्याचा वापर केला.

रामकथा पुन्हा एकवार सांगण्याचा प्रयत्न करण्याची माझी कारणं अतिशय वैयक्तिक आणि साधी आहेत. अतिशय दुःखी अशा मोडलेल्या कुटुंबामध्ये माझं बालपण गेलं. दोन वेगवेगळ्या संस्कृतीमधल्या आईवडिलांना एकमेकांमधील वेगळेपण स्वीकारण्यात आणि एक समान भूमी शोधण्यात आलेलं अतिशय कटु अपयश (अँग्लो–इंडियन ख्रिश्चन आणि गुजराती हिंदु) अशा कुटुंबातून येऊन मानसिक शांततेसाठी मी साहित्याकडे वळलो. माझं सुरुवातीचं वाचन पुराणकथांचं होतं, हा एक अपघातच होता. त्या प्राचीन कथांच्या साधेपणाच्या ताकदीनं आणि त्यांच्या नायकांच्या शौर्याच्या कथांनी मी इतका प्रभावित झालो की आपणही लेखक व्हायचं आणि अशाच कथा रचून लोकांना सांगायच्या असं मी ठरवून टाकलं. आपल्या कथांनीही लोकांना स्फूर्ती मिळेल अशी माझी कल्पना होती. सर्वसामान्य झगडे, भांडण यांच्या वर्णनांनी माझ्या कथा भिन्न संस्कृतींमधला पूल बनतील आणि अखेरीस मानवी आत्म्याचा विजय होईल अशा कथा लिहिण्याचा माझा प्रयत्न असणार होता.

मी लहान मुलगा होतो त्या वेळी. तीसएक वर्षांच्या आयुष्याच्या लढाईनंतर – अर्थात ती लढाई वाल्मिकीच्या डाकूपणाच्या लढाईएवढी रंगतदार नव्हती – मला पुन्हा एकदा रामायण वाचण्याची जबरदस्त ओढ वाटू लागली. या ओढीचं काहीही स्पष्टीकरण देता येणार नाही. मी वाचलेल्या प्रत्येक रामायणामध्ये काहीतरी कमी आहे असं मला वाटू लागलं. त्या विशिष्ट कथेशी माझं नातंच जुळेना. त्या एका त्रासिक अवस्थेमध्ये, मला स्वतःला पडलेल्या नैतिक कोड्यांशी सामना करत असताना मी त्या घटनांचं माझं स्वतःचं कथन लिहायला सुरुवात केली. माझ्या मनात प्रतिमा, घटना, दोन पात्रांमधील सबंध संभाषणं या साऱ्याचा स्फोट झाला. मी बघत होतो, मी

ऐकत होतो, मला जाणवत होतं... मी लिहीत होतो. प्रत्यक्ष ब्रह्मा मला हे करायला भाग पाडत होता का? माझ्या डोळ्यासमोर कुणीही वाचक नव्हता. – माझ्याखेरीज – आणि सगळेच माझे वाचक होते. हे लिहीत असताना माणूस म्हणून मी बदलत गेलो. मला शांतता लाभली – एक प्रकारची शांतता – रामाची किंवा कृष्णाची भक्ती करताना लोक आपलं सारं आयुष्य कसं वाहून टाकतात हे मला कळून आलं. किंवा – देवीचीही – माझी खास 'मा' – पण त्याचबरोबर मला हेही जाणवलं की ही कथा धर्माच्या पलीकडे जाणारी आहे – धर्माच्या – जातीच्या, वंशाच्या. वर्णाच्या, देशाच्या – साऱ्याच्या पलीकडे जाणारी.

आपल्या अभिजात आदि-काव्यासारखी महान आणि मूल्यवान कथा पुन्हा एकवार सांगायला घेणं ही काही सहज करण्यासारखी बाब नाहीये. मी पहिली गोष्ट केली ती म्हणजे उपलब्ध असलेली सर्व पूर्व कथनं अभ्यासायला सुरुवात केली. आधी कुणी काय केलं आहे ते मला समजून घ्यायचं होतं. आणि असं का केलं आहे तेही जमलं तर समजून घ्यायचं होतं. मी अनेक ओळखीच्या आणि अनोळखी लोकांशीही त्यांच्या याविषयीच्या माहितीविषयी बोललो. इतक्या हजार वर्षांच्या पुनर्कथनामध्ये या कथेकडे बघण्याची दृष्टी कशी बदलत गेली आहे हेही मला तपासायचं होतं. सर्वात धक्कादायक बाब म्हणजे बहुतेक लोकांनी ही कथा मुळातून म्हणजे वाल्मिकी रामायण वाचलेलंच नव्हतं. एवढंच नव्हे तर बहुतेकांचा असा समज होता की तुलसीदासांचं 'रामचरितमानस' हेच खरं रामायण आहे आणि ते मूळ संस्कृत काव्याचं शब्दश: भाषांतर आहे. सत्य फार वेगळं आहे.

उदाहरणार्थ, वाल्मिकी रामायणामध्ये दशरथ राजाला साडेतीनशे उपपत्नी होत्या. शिवाय तीन प्रमुख राण्या होत्या ते वेगळंच. त्या काळातल्या राजांच्या रीतीनुसार प्रौढ राजाचं स्त्रीविषयीचं आकर्षण अतिशय स्पष्टपणे आणि स्त्रियांविषयी कोणत्याही प्रकारचा तिरस्कार न दर्शवता लिहिलेलं आहे. दशरथाच्या ऐहिक सुखाच्या ओढीविषयी वाल्मिकी कोणतीही टिप्पणी करत नाही किंवा टीकाही करत नाही. तो जे आहे ते फक्त सांगतो. वनवासाला जाण्यापूर्वी राम जेव्हा वडिलांचा निरोप घ्यायला जातो तो उपपत्नींच्या राजवाड्यामध्ये. त्या सर्व जणी आपल्या स्वामीच्या पुत्राला वनवासाला जावं लागतं आहे म्हणून खूप रडतात. वाल्मिकी जेव्हा स्त्रियांचं वर्णन करतो तेव्हा तो त्यांच्या शरीराच्या प्रत्येक भागाचं वर्णन करतो त्यामध्ये कोणत्याही प्रकारचा अवघडलेपणा नाही की पुरुषप्रधानतेचा वास नाही. तो फक्त त्यांच्या सौंदर्याचं वर्णन करत असतो. हेच तो पुरुषपात्रांच्या बाबतीतही करतो – राम-हनुमान अगदी रावणही. कंबनच्या रामायणामध्येही स्त्रियांचं वर्णन अगदी स्पष्ट आणि फुलोरेदार शब्दांमध्ये केलेलं दिसतं. असे शब्द की माझ्यासारखा आधुनिक वाचक लाजेनं लाल व्हावा. पण लेखक मात्र या वर्णनांमध्ये कोणत्याही

प्रकारचा अवघडलेपणा किंवा वासनेचा लवलेशही उमटू देत नाही. तो फक्त त्या काळाच्या पद्धतीनुसार त्याला दिसलेली ही पात्रं रंगवत असतो.

आपण तुलसीदास किंवा त्यानंतरच्या पुनर्कथनांमपर्यंत पोचतो तोपर्यंत राम हा मनुष्याचा अवतार घेतलेला देव बनलेला असतो. आणि हे पूर्व ज्ञान ध्यानात ठेवूनच सर्व संबंधित पात्रं रंगवली जातात. मग दशरथाची सुखलालसा मागे टाकली जाते, स्त्रिया पूर्ण कपडे घालून, लाजत येतात आणि त्यांचं सौंदर्य पृथ्वीवरचं राहात नाही तर ते स्वर्गीय बनतं.

मी माझ्या पुनर्कथनाला कुठून सुरुवात करायची? एका बाजूला रामायणाकडे बघण्याची दृष्टी प्राचीन काळात खरोखर घडलेल्या घटनांचं वर्णन करणारं संस्कृत महाकाव्य अशी राहिली नसून विष्णूच्या मानवी अवताराच्या नैतिक कृत्यांची कथा अशी झालेली आहे. तर दुसऱ्या बाजूला प्राचीन भारतातील आयुष्य त्यातल्या सर्व महानतेसह आणण्याची गरज मला भासत आहे. चांगलं विरुद्ध वाईट - पांढरं विरुद्ध काळं असं चित्र रंगवण्याऐवजी मानवी आयुष्यातली नाट्यमयता आणि त्यामागचं देवत्व यांचा शोध घेणं, शब्द, निवड आणि कृती यांच्यामधले बारकावे शोधून त्यांचा शोध घेण्याची निकड भासू लागली. त्याहूनही अधिक महत्त्वाचं म्हणजे मी नवीन आणि तरीही मूळ कथेशी प्रामाणिक असं काय मांडू शकेन हे शोधण्याची मला गरज वाटू लागली. सर्व घटना आणि पात्रं मी आदरपूर्वक आणि तरीही वास्तविक अशी कशी मांडू शकेन?

आधी झालेल्या पुनर्कथनांचीच उजळणी करण्यात काहीच अर्थ नव्हता. ती कथनं तर अस्तित्वात होतीच, ज्या कुणाला त्यांच्यापैकी कोणतंही रामायण वाचण्याची इच्छा असेल त्याला त्यापैकी कोणतंही कथन सहज मिळण्यासारखं होतं.

याआधी जे काही घडलं नव्हत ते असं - आजवर कुणीही 'संपूर्ण' रामायण सांगितलं नव्हतं - ज्यामध्ये आधीची सर्व पुनर्कथनं - अनेकदा परस्परविरोधी कथा सांगणारीही (खरं सांगायचं तर-मला परदेशी पुनर्कथनांमध्ये काहीच रस नव्हता) एकत्रितपणे येतील आणि त्याच वेळी त्यातील पात्रांच्या मनामध्ये हृदयामध्ये वाचकाला प्रवेश मिळेल असा प्रयत्न करणारं असं संपूर्ण रामायण कुणी सांगितलं नव्हतं. एका साध्या कथासूत्रापलीकडे जाऊन ती संपूर्ण कथा-प्राचीन भारताचं सारं विश्व जिवंत करायचं. प्रत्येक कथनकार किंवा प्रत्येक नर्तक जे करण्याचा प्रयत्न करत असतो ते करणं-कथा जिवंत करणं.

हे साध्य करण्यासाठी मी आधुनिक भाषा वापरली. मी जी भाषा वापरतो तीच भाषा-इंग्लिश-हिंदी-उर्दू-संस्कृत या भाषांचं मिश्रण आणि इतर भारतीय भाषांमधील शब्द वापरले. जाणीवपूर्वक कालविपर्यय करणारे 'ॲब्स किंवा

मॉर्फ'सारखे शब्द वापरले. कारण मी अशाच रीतीनं त्या घटनांचा संदर्भ लावत होतो. मी प्रत्येक विभाग, प्रत्येक प्रसंग, प्रत्येक पात्राचं संभाषण आणि कृती ही आधीच्या रामायणांबरहुकूम ठेवली – मग ते वाल्मिकीचं असो, कंबनचं असो की तुलसीदास – व्यासाचं असो. एवढंच नव्हे तर मी अनेक पुराणांचाही आधार घेतला. इथे तुम्ही जे काही वाचाल ते सर्व प्रत्यक्ष संशोधनावर आधारलेलं आहे किंवा आधीच्या एखाद्या पुनर्कथनामधील एखाद्या तपशीलाच्या मी लावलेल्या अर्थावर आधारलेलं आहे. त्याची मांडणी मात्र सर्वस्वी माझी आणि पूर्णपणे अस्सल आहे.

उदाहरणार्थ, सीता तिलाही वनवासात घेऊन जाण्याबद्दल रामाची विनवणी करते आहे हा प्रसंग घ्या. माझ्या कथनामध्ये मी राम आणि सीता यांच्यातल्या, शारीरिक आणि सामाजिक संबंधापलीकडच्या नातेसंबंधाचा धांडोळा घेण्याचा प्रयत्न केला आहे. त्यांच्यामधील प्रेम हे नियतीनंच निश्चित केलेलं होतं आणि त्यांचं नातं हे मानवी नात्यांच्या पलीकडे गेलेलं होतं असा माझा विश्वास आहे. एका पातळीवर ती दोघं विष्णू आणि लक्ष्मी होती हे मी मान्य करतो. आणि तरीही, सध्या ती दोघं ज्या अवतारांमध्ये होती तेव्हा ती राम आणि सीताच होती. – प्रचंड उलथापालथीच्या काळामध्ये सापडलेली दोन तरुण माणसं – ज्यांना अवघड निवड करावी लागली आहे अशी दोन माणसं – त्यांची दैवी पार्श्वभूमी काहीही असली, त्यांचं कर्म काहीही असलं तरी आज आत्ता – त्यांना त्यांची हाडामांसाच्या माणसांची भूमिका क्षणाक्षणानं निभवावीच लागणार होती.

मी एक अतिशय वास्तववादी मार्ग निवडला. निवडलेल्या क्षणाच्या वेळी मी स्वत:ला (आणि वाचकालाही) राम आणि सीतेच्या जागी कल्पिलं. त्यांच्या भावना, विचार यांच्यामध्ये स्वत:ला ठेवलं. मला त्यांच्या दु:खाची तीव्रता जाणवली. प्रचंड दु:ख, मानसिक गोंधळ, त्यांच्या नियंत्रणाबाहेरच्या घटनांविषयीचं त्याना वाटणारं वैफल्य आणि अखेरीस जे योग्य आहे, जे केलंच पाहिजे त्याचा, धर्माचा त्यांनी केलेला स्वीकार हे सारं मला जाणवलं. माझ्या कथनामध्ये, ती दोघं त्यांच्या वयाच्या तरुण जोडप्यासारखी भांडतात. त्यांचा राग, त्यांच्या संमिश्र भावना व्यक्त करतात, पण शेवटी, केवळ कर्तव्य आणि धर्म म्हणूनच ती त्याची विनवणी करत नाही. शेवटी ती त्याची विनवणी करते ती आपल्या पतीच्या प्रेमाची खात्री असलेली एक पत्नी म्हणूनच. त्यांना एकमेकाशी बांधून ठेवणारं बंधन केवळ कर्तव्याचं किंवा सामाजिक रीतीरिवाजांनुसार त्यांचा विवाह झाला आहे तेव्हा सामाजिक रीतीरिवाज पाळले गेले पाहिजेत म्हणून नसून त्यांच्यामधील बंधन हे खऱ्या खुऱ्या प्रेमाचं आहे. खूप अश्रू गाळले गेले आहेत, सर्व पर्यायांचा पूर्ण विचार करून झालेला आहे आणि ते नाकारलेही गेले आहेत अशा वेळी ती फक्त त्याचं

नाव उच्चारते आणि एक पत्नी, एक प्रेमिका आणि त्याची सर्वात जवळची मैत्रीण म्हणून त्याला कळवळून विनंती करते.

'रामा.' ती उद्‌गारते. तिचे हात त्याच्यासमोर उंचावलेले आहेत. ती त्याला विचारते, विनंती नाही करत, 'मग मला तुझ्याबरोबर येऊ दे.'

आणि तो मान्य करतो. देव, देवाचा अवतार किंवा राजकुमार म्हणूनही नाही तर जो तिच्यावर प्रेम करतो, तिच्याविषयी ज्याच्या मनात आदर आहे आणि ज्याला तिची गरज आहे असा माणूस म्हणून.

महानुभावांच्या पावलावर पाऊल ठेवत...

मला हे स्पष्ट करू दे.

ही वाल्मिकीची कथा नाही. कंबनचीही नाही. तुलसीदास, व्यास यांची नाही आणि आर. के. नारायण किंवा राजाजींची गोड, संक्षिप्त बालकथाही नाही.

ही रामाची कथा आहे. रामाची कथा ही आपल्या पैकी प्रत्येकाची कथा आहे. मग तो काळा, तपकिरी, गोरा, पांढरा असो, तरुण असो की म्हातारा असो, स्त्री असो की पुरुष. हिंदू, मुस्लिम, ख्रिश्चन किंवा तुमचा जो कोणता धर्म असेल तो असो. एका पत्रकार परिषदेमध्ये मला बाबरी मस्जिद पाडण्याच्या घटनेसंबंधी आणि माझ्या रामायणाशी त्याचा कसा संबंध आहे याविषयी प्रश्न विचारण्यात आला होता. माझं उत्तर असं होतं – रामायण गेली तीनहजार वर्षं उभं आहे आणि चिरंतन काळपर्यंत ते तसंच राहील. माझं मत असं आहे की अयोध्या ही काही उत्तर प्रदेशातली एक जागा नाही. अयोध्येची जागा आपल्या सर्वांच्या हृदयात आहे. आणि त्या अतिपवित्र जागेमध्ये ती चिरकाल राहाणार आहे. पवित्र करून घेतलेल्या विटांनी बांधलेल्या कोणत्याही देवळापेक्षा अधिक सुंदर आणि लखलखीत.

लव आणि कुश वाल्मिकीनं लिहिलेलं रामायण गाताना रामानं पहिल्यांदा ऐकलं तेव्हा तो देखील, या कथेचा नायकही ऋषीनं घटनांच्या लावलेल्या अर्थानं चकित होऊन गेला. अखेरीस, सीतेचा त्याग केल्यानंतर काय घडलं हे त्यालाही माहीत नव्हतंच. लव आणि कुश यांचं बालपण त्याला माहीत नव्हतं. त्यांच्या आईनं त्यांना सांगितलेल्या घटना इतक्या सुंदर रीतीनं मांडलेल्या त्यानंही तोपर्यंत ऐकल्या नव्हत्या. वाल्मिकीला भविष्यात काय घडेल यासंबधी काव्य रचना करायला सांगून रामानं जणू वाल्मिकी रामायणावर स्वत:च्या स्वीकृतीची मोहरच उठवली. ब्रह्मानं सांगितलं होतं, 'रामाची कथा सांग – ज्यांना माहीत आहे त्यांना आणि ज्यांना माहीत नाही त्यांना सुद्धा.'

अशा रीतीनं रामायणाचं कथन आणि पुनर्कथन करण्याची परंपरा सुरू झाली.

तीच परंपरा कंबन, तुलसीदास, व्यास आणि इतर अनेक जणांनी पुढे चालवली. या कवींनी शतकानुशतके चालवलेल्या या पुनर्कथनांमुळेच ही महान कथा आज आपल्यामध्ये अस्तित्वात राहिली आहे. या कथेचा आकार, बांधणी, शैली आणि अगदी आशयही जरी बदलला गेला तरी त्याचं कारण म्हणजे या कथेचं स्वरूप. या स्वरूपामुळे कथनकाराला त्यामध्ये नवे नवे आशय घालावेसे वाटतात, प्रत्येक नव्या कथनामध्ये कथनकाराची विशिष्ट दृष्टी प्रकट होते आणि प्रत्यक्ष रामाला जाणून घेण्यात आपण एक पाऊल पुढे सरकतो..

म्हणूनच ही कथा पुन्हा पुन्हा सांगितली गेली पाहिजे - कितीही वेळा, असंख्य वेळा. मी सांगितली पाहिजे, तुम्ही सांगितली पाहिजे. आजीनं नातवंडांना सांगितली पाहिजे. सर्व लोकांनी सांगितली पाहिजे - मग ते कुणीही असोत. अगदी प्रथम मी रामकथा ऐकली ती माझ्या आजोबांच्या मांडीवर बसून. ते सतत तंबाखूचं पान खात असत. त्यांच्या श्वासाला तोच वास येत असे. मला सिंह फार आवडायचे म्हणून ते रामकथेमध्ये कितीही सिंह आणायचे. राम सिंहाशी लढायचा. सीता सिंहाशी लढायची, मला तर वाटतं, मंथरेलाही एकदा एका सिंहानं घाबरवलं होतं. माझ्या आजोबांचं नाव होतं रामचंद्र बँकर. त्यांच्या तंबाखू खाण्यामुळे ते घशाच्या कर्करोगानं मरण पावले. पण त्यांचा घसा कामातून जाईपर्यंत त्यांनी मला रामकथेची गोडी लावली होती.

आणि आता मी ती कथा तुमच्याकडे देतो आहे. तुम्हाला वाटलं तर - आणि वाटलं तरच - हे पुस्तक वाचा. तुम्हाला वाचावंसं वाटत असेल तर ही कथाच तुम्हाला साद घालेल याची मला खात्री आहे. असं जर घडलं तर तुम्हाला एक फार मोठी मेजवानीच मिळणार आहे. लक्षात घ्या - या पृष्ठांमध्ये सांगितलेली रामकथा हा या कथेचा एक जिवंत, श्वासोच्छ्वास करणारा नवा अवतार आहे. एका जिवंत लेखकानं एका जिवंत भाषेमध्ये लिहिलेला. आजवर अनेक लेखकांनी त्यांच्या काळामध्ये जे केलं तेच या महान कथेसाठी करण्याचा माझा नम्र प्रयत्न आहे.

पुढील पृष्ठांमध्ये तुम्हाला आवडण्यासारखं काही सापडलं तर ज्यांच्या पूज्य पावलावर पाऊल टाकून माझ्या क्षुद्र पावलांनी चालण्याचा मी प्रयत्न केला आहे त्या पूर्वसूरींचे आभार माना. एखादा भाग तुम्हाला नाही आवडला तर त्याचा दोष माझ्या अपुऱ्या बुद्धीचा आहे, या कथेचा नाही. आधीच्या लेखनातील अनेक अयोग्य गोष्टी आणि लहानसहान चुका, माझ्या उत्तम संपादकांनी आणि मी याआधीच दुरुस्त केल्या आहेत. माझ्या रामायण मालिकेतील हे पहिले पुस्तक ही पहिली भारतीय आवृत्ती पुढच्या कथांची ओळख ठरेल असा आम्हाला विश्वास वाटतो.

मुंबई
जानेवारी २००५

अशोक के. बँकर

ओम भूर्भुवस्वः
तत्सवितुर्वरेण्यं
भर्गो देवस्य धीमही
धियो यो नः प्रचोदयात।

महामंत्र गायत्री
(नवजात बालकांच्या
नामकरण विधीच्या वेळी
हा मंत्र त्यांच्या कानात
सांगितला जातो.)

आरंभ

चंद्रमा एक कठोर स्वामिनी

1

राम.

त्या शिळ्या घाणेरड्या वासाचा त्याच्या तोंडावर आलेला भपकारा–त्याच्या कानात कुजबुजणारा तो खर्जातला आवाज. तो दचकून जागा झाला. घामानं थबथबलेला, अंग तापलेलं आणि तरीही हाडं गोठलेली असा तो त्याच्या रेशमी बिछान्यावरून उडी मारूनच उठला. लाल दगडाच्या थंडगार जमिनीवर त्याची अनवाणी पावलं टेकली – तलवार हवी, *आत्ता* – या क्षणी, तीन हात लांबीचं चमकतं कोसलाचं पोलाद – कधीच त्याच्या हातापासून लांब नसणारं. विजेचा एक लोळच जणू त्याच्या मुठीत. त्याच्या घट्ट पोटाभोवती विणकाम केलेलं रेशमी कटिवस्त्र. उघडावाघडा मांजराचा डौल–घट्ट तरुण स्नायू, लवचिक अवयव, धोक्याच्या किंचितशाही सूचनेनं तत्काळ जागृत होणाऱ्या संवेदना.

हरणाच्या वासानं जाग्या झालेल्या चित्त्याच्या भेदक दृष्टीनं त्यानं चंद्रप्रकाशानं भरलेल्या आपल्या प्रशस्त शय्यागृहावर नजर टाकली. गाढ स्वप्नरहित झोपेतून जागं झाल्यानंतर केवळ तीन सेकंदांमध्ये तो दहाबारा योद्ध्यांशी किंवा त्याहूनही अधिक मोठ्या संकटाशी एकदम युद्ध करायला तयार झालेला होता.

पण शय्यागृह रिकामं होतं. आज पौर्णिमा होती. दालनावर एक चंदेरी जाळं पसरलं होतं. त्या वैभवशाली दालनावरून आपली सराईत नजर फिरवण्यास तेवढा प्रकाश त्याला पुरेसा होता. त्या चंदेरी अंधुकपणामध्ये दालनामधली राजस वस्त्रं आणि रत्नजडित वस्तू चमकत होत्या. तो उभा होता तेथपासून सुमारे पन्नास हातांवरच्या भिंतीवरचा सोन्याच्या चौकटीतला आरसा त्याला त्याचं स्वत:चं एक फिकटसं प्रतिबिंब दाखवत होता. पुरेसा उजेड असता तर त्या आरशाने काय दाखवलं असतं हे त्याला माहीत होतं ते राजकवींनी लिहिलेल्या अनेक काव्यांमधून. सूर्यवंश सभागृहामध्ये लावण्यात आलेल्या त्याच्या अनेक पूर्वजांपैकी एका पूर्वजाच्या भव्य तसबिरींशी स्पष्ट साम्य दाखवणारा चेहरा, अभिजात देखणेपण (असं भाट गात असत.) सूर्यवंशाला सुयोग्य असा वारस. पण प्रतिमेपेक्षा प्रत्यक्षात काहीसं वेगळं होतं, अधिक कठीण, अधिक उग्र, अधिक सडपातळ. अचूक सैनिकी हालचालींनी

दालनभर फिरताना हजार यार्डांवरूनही सारं काही टिपणाऱ्या बहिरी ससाण्यासारख्या त्याच्या भेदक तपकिरी डोळ्यांनी दालनाचा कानाकोपरा टिपला. त्याच्या सर्व हालचाली प्रवाही आणि डौलदार होत्या. शय्यागृह रिकामं - व्यायामशाळा रिकामी - स्नानगृह रिकामं - शत्रू कुठेही नाही. पुन्हा एकवार - शत्रू कुठेच नाही.

फेरी पूर्ण. शय्यागृहाकडे परत.

प्राणायाम करत त्यानं एक युद्धमुद्रा केली. ती मुद्रा म्हणजे एक युद्धाचा पवित्रा होता तसाच तो एक आध्यात्मिक शिस्तीचा प्रकारही होता. तीन अतिशय डौलदार उड्यांमध्ये तो गोलाकार शय्यागृहाच्या एका बाजूला असलेल्या व्हरांड्याकडे पोचला. एखाद्या खुन्याला सहज लपता येईल अशा झिरझिरीत पडद्यांमधून त्याची तलवार फिरली. वळ-वळ, श्वास घे-वार कर, खुपस, पुन्हा पहिल्या स्थितीत ये, पुन्हा पवित्रा घे, गुरू वसिष्ठांनी त्याला फारच उत्तम शिक्षण दिलं होतं. प्रत्येकी दोन शस्त्रं हाती असलेल्या दहा मारेकऱ्यांनाही त्याच्या चपळ शरीरावर एखादा ओरखडा काढणंही कठीण गेलं असतं.

व्हरांडाही रिकामा होता.

त्यानं तीनशे साठ अंशांमधून एक गिरकी घेतली ती अशी की गिरकी संपताना तो त्याच्या मूळ जागेवरच येऊन पोचला. गिरकी घेताना त्यानं कोरीव नक्षीच्या लाल लाकडाच्या कठड्यावरून नजर फिरवली होती. प्रथम वरचा भाग आणि नंतर खालचा भाग तपासला होता. राजमहालाच्या उंच आणि भव्य इमारतीची रचनाच अशी होती की पहारेकऱ्यांना गस्त घालण्यासाठी, नजर ठेवण्यासाठी भरपूर जागा उपलब्ध असाव्यात परंतु राजघराण्यातल्या कुणालाही त्यांचे हे रक्षणकर्ते दिसू नयेत. ते त्यांच्या नजरेच्या टप्प्याच्या बाहेरच राहावेत अशी ती रचना होती. पण त्याची भीतीही तेवढीच खरी आणि भयंकर होती. त्याला खात्री करून घेणं भाग होतं. व्हरांड्याभोवती असलेल्या कठड्यावर त्यानं झेप घेतली. एका हातातली तलवार दुसऱ्या हातात घेऊन त्यानं कठड्याचा नक्षीदार कोपरा पकडला आणि खाली वीस यार्ड असणाऱ्या अंधाऱ्या खाईवर तो ओणवला. पौर्णिमेच्या स्वच्छ चंद्रप्रकाशात त्याला दक्षिणेकडच्या प्रांगणात रात्रपाळीच्या सैनिकांची शिरस्त्राण घातलेली डोकी आणि भाल्यांची चमकती टोकं दिसत होती. ते सैनिक सैन्याच्या ठरलेल्या पद्धतीनं चार आकड्यांच्या मोजणीत पावलं टाकत गस्त घालत होते. जमिनीवर कुणी नाही. वर - अगदी थेट छतापर्यंत - कुणी नाही. बचावाच्या पवित्र्यातला एक भाला-त्याचं चमकणारं पातं - छतावरचे पहारेकरी, सजग आणि तयारीत.

खाली व्हरांड्यात झेप. मागे वळ-स्वत:भोवती तलवारीचं एक वर्तुळ, स्वत:ची सुरक्षा. वर्तुळ साफ.

पवित्रा तसाच – तलवारीचं आडवं पातं उजव्या खांद्यावर – झोपेनं गरम झालेल्या त्वचेवर पात्याचा थंड स्पर्श, श्वास घे, श्वास सोड. खाली वाक, त्या लांबलचक व्हरांड्याच्या दुसऱ्या टोकाशी पोच. राजपुत्राच्या महालाबाहेरचा वीस यार्ड लांबीचा व्हरांडा–चित्त्याच्या चपळाईनं ते अंतर पार कर–या ठिकाणाहून त्याला दूरवरचं पश्चिमेचं प्रांगण, राजमहालाचे दरवाजे आणि रघुवंश मार्गाचा अंधारा विस्तार एवढं सगळं स्पष्ट दिसू शकत होतं. तोही सुनाच होता केवळ रात्रीचे गस्तीचे सैनिक जागरूकपणे रात्रीच्या या प्रहरातही गस्त घालत होते. त्यांची चिलखतं आणि बिनचूकपणे एका तालात पडणाऱ्या पावलांवरची पादत्राणं खणखणत होती तेवढाच आवाज. चार चार सशस्त्र सैनिकांच्या तुकड्या एकमेकांना पार करत सतत ते सारं प्रांगण सांभाळत होत्या. चौकोनाना छेद देणारे आणखी चौकोन आणि त्यांनाही छेदून जाणारे आणखी चौकोन. प्रत्येक दिशेला वाढत जाणाऱ्या या चौकटी. ही चौकट पार सातव्या भिंतीपर्यंत जात होती. आर्य राष्ट्रानं बांधलेल्या सर्वात मोठ्या तटबंदीच्या नगराची सर्वात बाहेरची बचाव करणारी भिंत. अयोध्या – अपराजित. अजिंक्य अयोध्या.

दक्षिणेकडून एक सौम्यशी झुळूक आली. युद्धाचे हत्ती, घोडे, उंट, बैल, डुकरं, हरणं. गाई. कोंबड्या – सर्व प्राण्यांचा एक संमिश्र असा उग्र गंध त्या झुळुकीमध्ये मिसळलेला होता. कारण, राजाचे तबेले आणि गुरांचे गोठे राजमहालाच्या मागेच होते.

दूरवर कुठेतरी, त्या संथ, शांततेमध्ये एक शिकारी कुत्रा अस्वस्थपणे भुंकत होता. जणू काही ज्या काहीतरी चुकतंय अशा भावनेनं रामाला शहारे आले होते तीच त्यालाही जाणवली असावी. एक हत्ती झोपेतच त्याच्या ओरडण्याला प्रतिसाद देत होता. एका कोंबड्यानं चिडचीड करत घसा साफ केला आणि मग शांत झाला. थोड्याच वेळात उगवणाऱ्या पहाटेआधीचे काही क्षण झोपून घेण्यासाठी.

प्राणायामातल्या श्वासाची लय बदलत तो युद्धाच्या अत्यंत सावध अशा पवित्र्यामधून बाहेर आला. योगाची पद्धत वापरून त्यानं आपली शारीरिक लय मंद केली. युद्धाच्या तयारीमधून आता केवळ सावध असणं. कुठेही धोका दिसत नव्हता.

रात्रीची झुळूक त्याच्या घामानं थबथबलेल्या शरीराला शांतवत होती. हवेत नदीवरून आलेलं ओलसर धुकं होतं. तो उभा होता त्या जागेपासून जेमतेम तीस यार्डांवर तर नदी होती. सर्वात थोरला राजकुमार – काही आठवड्यांनीच असला तरी थोरलाच – थोरला राजकुमार म्हणून त्याला महाराजांच्या महालातला कोपऱ्यातले दालन देण्यात आलं होतं. इथून त्याला त्याची प्रिय शरयू सहज दिसायची. त्याच्या

वडिलांच्या महालामागे लाजून लपलेली असली तरी त्याला तिचा गंध यायचाच. हिमसरोवरातील खनिजांचा स्फूर्तीदायक सुगंध – तिच्या तीरावर घालवलेल्या त्याच्या लहानपणच्या अनेक आठवणी जागवणारा. नदीचं शांतसं गुणगुणणं ऐकता ऐकता तो शांत व्हायला लागला. त्याचं शरीर काळजीपूर्वक ठरावीक पद्धतीनं ताण कमी करू लागलं. ताण उतरतो आहे. त्याची तापलेली त्वचा घामानं थंड होते आहे. वाऱ्याची दिशा बदलते तसा राजाच्या तबेल्यांचा वास नाहीसा होतो. आता वारा उत्तरेकडून येतो आहे. दूरवर असलेल्या हिमालयाच्या हिमाच्छादित शिखरांवरून येणारा बोचरा वारा आणि त्यात मिसळलेला महालाच्या बागेमधल्या रातराणीचा सुगंध.

'तुझ्या स्त्रियांवर बलात्कार होतील, तुझी पोरंबाळं गुलाम बनवली जातील, तुझ्या नगराची राखरांगोळी झाली असेल.'

त्याचे डोळे विस्फारले गेले. क्षणार्धात तो दक्ष झाला. वळ, वळ, प्रहार कर, पहिलं वर्तुळ साफ कर, दुसरं, तिसरं, वळ, वळ, प्रहार, खुपस, श्वास घे, सतत श्वास सुरू राहू दे. काही क्षणात त्यानं वैयक्तिक सुरक्षेची सातही वर्तुळं पूर्ण केली होती. हे जर रणांगण असतं तर दहाबारा माणसं इथे मृत होऊन पडली असती. त्या सात वर्तुळांच्या आसनामधून कुणीच वाचू शकत नाही. कुणीही मानव तरी नाहीच वाचू शकत.

परंतु, अजूनही तिथे कुणीच नव्हतं. मानव नाही, पशू नाही किंवा असुरही नाही. हे काय चाललंय तरी काय?

आणि त्याला ते जाणवलं.

एक ओंगळ अस्तित्व. दक्षिण अरण्यातलं एखादं घाणेरडं डुक्कर – मरून पाच दिवस झालेलं – शरीरभर किडे पडलेलं – शरीराच्या सर्व रक्ताळलेल्या द्वातांमधून बाहेर सरपटत येणारे ते किडे – त्या शरीराला येतो तसा नाकपुड्या कोंदून टाकणारा तो दुर्गंध. कुजलेल्या पालापाचोळ्याचा बुरशीचा वास–घनदाट जंगलाचा रानवट घाणेरडा वास.

त्याला स्वतःच्या चेहऱ्यावर एक जिवंत श्वासाची ऊब जाणवली, कानाशी खरखरीत आवाजातली एक कुजबूज ऐकू आली. काचेवर दगडानं चीर ओढावी तसा तो आवाज. नाही, ही माझी कल्पना नाहीये, कुणीतरी–*काहीतरी* – आहे इथे माझ्याजवळ. अदृश्य, शेपटीवर पाय दिलेल्या चवताळलेल्या नागासारखं – दुष्ट.

तुझ्या जन्मदात्या आईवर ओळख पटणार नाही एवढे अत्याचार झालेले तुला बघावे लागतील, तुझ्या जमातीतल्या माताभगिनी माझ्या राक्षसांकडून गर्भवती होतील, तुझा पिता आणि बंधू जिवंत असतानाच त्यांचं मांस खाल्लं जाईल. तुझ्या वंशाचा नायनाट होईल, तुझी गर्वोन्नत नगरं लुटून बेचिराख करण्यात येतील–

'कोण आहे तिथे? असा समोर ये, भेकडा. समोर ये आणि युद्ध कर.'

–आणि जेव्हा तुला वाटेल की आपली सहनशक्ती संपली आहे, जेव्हा हा सर्व भयानक प्रकार थांबेल, प्रत्येक जिवंत मानव गुलाम केला गेला असेल किंवा माझ्यासाठी लढायला लागलेला असेल, तुझ्यासारख्याला जेवढं सहन करणं आणि तरीही जिवंत राहाणं शक्य आहे तेवढं सगळं तुझं सहन करून झालं असेल तेव्हा मी तुला ठार करीन आणि पुन्हा पहिल्यापासून सुरुवात करीन. समयचक्र – तुझं ते पवित्र समयचक्र पुन्हा एकवार अनंत असं जन्म आणि दुःखाचं वर्तुळ फिरवू लागेल. त्या वेळी तुला वाटेल, आपण नरकात असावं. कारण नरकसुद्धा त्या वेळी तुझ्या दुःस्वप्नासारख्या अस्तित्वापेक्षा अधिक सुखावह असेल.

'पाप्या, समोर ये.'

'मुला. तुला समजत नाहीये. तर मग स्वतःच बघ. बघ तुझं भविष्य आणि काप भीतीनं.'

आणि डोळे दिपवणाऱ्या एका लोळासरशी राम उचलला गेला.

2

तो टेहळणी बुरुजावर उभा होता. अयोध्येमधलं सर्वात उंच स्थान. तो दगडी स्तंभ एखाद्या तलवारीसारखा सरळ वर आकाशात घुसला होता. आर्य संस्कृतीला अभिमान वाटावं असं बांधकाम शिवाय एक उत्तम टेहळणी बुरुज. शत्रूच्या आक्रमणाची पूर्वसूचना देण्यासाठी गांधारापासून अयोध्येपर्यंत सर्व आर्य शहरांमध्ये असे बुरुज उभारलेले होते. परंतु आता गेल्या वीस वर्षांमध्ये आर्य राष्ट्रांना युद्धाची कडू चव चाखण्याची वेळच आली नव्हती. अयोध्येला तर तिच्या संपूर्ण अभिमानी इतिहासामध्ये एकदासुद्धा शत्रूच्या वेढ्याला तोंड द्यावं लागलं नव्हतं. म्हणूनच तर तिचं नाव होतं–अयोध्या–अजिंक्य–अपराजित. अगदी ज्या सात सुप्रसिद्ध द्रष्ट्या ऋषींनी आपल्या ब्रह्मशक्तीचा उपयोग करून हे बुरुज उभारले होते त्यांनाही शेकडो वर्षांमध्ये या बुरुजांच्या आतल्या अजिंक्य अशा भागामध्ये पुन्हा एकदा एकत्र येण्याची गरज भासली नव्हती.

बुरुजाच्या सर्वात वरच्या भागातली ही गोलाकार खोली – जिला 'द्रष्ट्याचा डोळा' असं नाव पडलं होतं. तिचा वापर नसल्यानं ती ओलसर आणि कुबट झाली होती. रामाच्या अनवाणी पावलांखालची राखाडी रंगाची जमीन रात्रीच्या दवानं ओली झाली होती. त्यानं सुरक्षेचं पहिलं वर्तुळ पुरं करत स्वत:भोवती फेरी मारली. या मंतरलेल्या इमारतीमध्ये पंचमहाभूते अधिक शक्तिमान होती. जेव्हा युद्ध हा आयुष्याचा एक अविभाज्य भाग होता आणि केवळ अशा जागाच आर्य राष्ट्रांना त्यांच्या भयंकर शत्रूपासून चार हात दूर ठेवत होत्या त्या प्राचीन काळाचा गंध इथे जाणवत होता. तो लक्षपूर्वक ऐकत होता पण प्रथम त्याला केवळ वायूचा श्वासोच्छ्वासच ऐकू आला. बुरुजाच्या उघड्या छिद्रांमधून घोंगावणारा वायू–वाऱ्याची देवता. आणि दूरवरून ऐकू येणारा इंद्राचा–गडगडाटाच्या आणि विजेच्या देवाचं गुरगुरणं–पावसाळा अजून कित्येक महिने दूर असला तरीही एका महाभयंकर वादळाची धमकी देणारं गुरगुरणं.

आणि मग त्याला ते ऐकू आलं.

त्या तिथे. वाऱ्याच्या घोंगावण्याखाली वादळाच्या गुरगुरण्यामागे. त्याच्या

पंधरा वर्षांच्या मानवी आयुष्यामध्ये त्यानं कधीही न ऐकलेला असा एक आवाज. तरीही त्यानं क्षणार्धात तो आवाज ओळखला.

युद्ध.

तो युद्धाचा आवाज होता.

अयोध्येच्या आत.

जाग आल्यापासून प्रथमच त्याला आपल्या हृदयात भीतीची एक सुई खुपसली जात असल्याचं जाणवलं. तो भीतीनं गारठू लागला, प्रतिक्षिप्त क्रियेनं स्नायू घट्ट व्हायला लागले: मग मोठ्या इच्छाशक्तीच्या बळावर त्यानं स्वत:ची श्वासोच्छ्वासाची क्रिया सुरू ठेवली. थोडं पुढे सरकून त्यानं बुरुजाच्या उघड्या छिद्रामधून खाली आ वासलेल्या अंधारात डोकावून पाहिलं. आणि त्याच्या आयुष्यातलं सर्वात भयंकर दृश्य त्याच्या नजरेला पडलं.

अयोध्येवर बलात्कार होत होता.

अयोध्येच्या रस्त्यारस्त्यावर प्रचंड युद्ध सुरू होतं. असुरांचं एक मोठं सैन्य शहराचे सातही दरवाजे फोडून शहरात घुसलं होतं. तटाबाहेरचे तीनही खंदक असुरांच्या अमानवी आणि शहराच्या संरक्षणासाठी लढत असलेल्या मानवी सैनिकांच्या प्रेतांनी खचाखच भरून गेले होते. दाट लालबुंद मानवी रक्त परक्या आक्रमकांच्या अनेक रंगी शारीरद्रावात मिसळून वाहात होतं. पाहावं तिथे या प्रवाहाचे शिंतोडे उडालेले होते. हा प्रवाह पवित्र जीवनदायिनी शरयूच्या पाण्यात मिसळून तिला अपवित्र करत होता. मृत्यूच्या अवशेषांनी नदी काळी, गढूळ बनली होती. तिचं स्फटिक शुद्ध पाणी प्रेतवाहक गटार बनलं होतं.

सर्व रंगांचे आणि आकारउकारांचे असुर अयोध्येच्या नागरिकांची कत्तल करत होते. रामानं आजवर असुरांच्या भयानक वर्तनाच्या अनेक कहाण्या ऐकल्या होत्या, शेवटच्या असुरयुद्धाच्या महाभयंकर कहाण्या आजच्या सारख्या अमावस्येच्या रात्री त्या युद्धाच्या आठवणी वडिलांना अजूनही क्षुब्ध करतात हे त्याला माहीत होतं. आजही अमावस्याच होती – अमावस्येच्या रात्रीच तर दुष्ट शक्ती अधिक बलवान होतात हे त्यानं ऐकलं होतं पण आत्ता त्याला त्याच्या स्वत:च्या शहरात – अजिंक्य अयोध्येमध्ये जे घडताना दिसत होतं तसे अत्याचार त्यानं आजवर ना कधी ऐकले होते ना कधी त्याची कल्पना केली होती. एका नजरेत त्याचं सारं विश्व उलटंपालटं होऊन गेलं. हजारो अशक्य गोष्टी त्याच्या नजरेसमोर घडताना दिसत होत्या– आपल्याला वेड लागेल की काय असं त्याला वाटायला लागलं.

दोन दोन पुरुष उंचीचे राक्षस आपल्या अणकुचीदार शिंगांवर मानवी सैनिकांना झेलत मोठमोठ्यानं आनंदानं किंकाळ्या फोडत नाचत होते, आपल्या टोकदार

वाकड्या पिवळ्या नखांच्या पंजांनी त्यांची पोटं फाडून आतली वाफाळणारी आतडी स्वत:च्या भुकेल्या तोंडांमध्ये कोंबत होते.

राजमहालाच्या पहारेकऱ्यांची एक तुकडी एका राक्षसीभोवती उभी होती. तिच्या लोंबत्या स्तनांनी ती तिच्या दोन केसाळ मुलांना स्तनपान करत होती. त्यांनी तिच्या कमरेला हट्टी चिकटपणानं करकचून विळखे घातलेले होते. पहारेकरी हातातल्या भाल्यांनी टोचत तिला आवरण्याचा आणि राजमहालाच्या दरवाजापासून तिला दूर पिटाळण्याचा प्रयत्न करत होते. त्याला जाणवलं, एका स्त्रीला – त्यातून एका मातेला मारण्याला ते धजावत नव्हते. त्यांची ही नैतिक शक्तीच त्यांचा नाश करणारी ठरली. त्या राक्षसीनं त्यांचे भाले हातात पकडून गुंडाळले, लोकरीचा धागा गुंडाळावा इतक्या सहजपणे ते भाले त्या सैनिकांच्या गळ्यांभोवती गुंडाळले. दोन्ही हातात एकएक सैनिक पकडून तिनं त्यांना उंच हवेत धरलं. तिच्या तान्ह्या बाळांनी आनंदानं किंकाळ्या फोडत त्या सैनिकांची पोटं फाडली. एक बाळ ताजी आतडी खाण्यात गुंतलं तर दुसरं दुसऱ्या दुर्दैवी सैनिकाच्या गळ्यातून उडणाऱ्या रक्ताच्या धारेवर आपली तहान भागवू लागलं. जणू काही ते आईचं दूधच असावं.

जिथे पाहावं तिथे राक्षस अयोध्येच्या नागरिकांना अगदी सहजपणे ठार मारताहेत आणि त्यांचं मांस खाताहेत हेच दृश्य रामाला दिसत होतं. एका जखमी किंवा मृत होऊन कोसळणाऱ्या राक्षसागणिक रामाचे शेकडो देशबंधू भयानक मरण मरत होते.ज्यांना खाल्लं जात होते त्यांच्यापैकी काही तर पुरते मेलेलेही नव्हते. शेकडो सैनिक जिवंतपणीच पोटं फाडलेल्या अवस्थेत केविलवाणेपणानं मरणाची भीक मागत असलेले त्याला दिसत होते. राक्षस सरळ त्यांच्यावर, त्यांच्या जखमी शरीरांवर पाय देत पुढे नव्या बळींच्या शोधात चालत जात होते. हे तर असुर सैन्याच्या आघाडीचे शिलेदार होते. असुर सैन्याला शहरामध्ये घुसायला. मार्ग दाखवत आधी शहरात शिरलेले सैनिक होते.

त्यांच्या मागोमाग पिशाच सैन्य येत होतं.चालताना आपल्या खालच्या जबड्यातल्या दातांचा कडकड आवाज करत होतं. रस्त्यात दिसेल त्याला खात होतं. त्यांच्या बळींवर ते दुहेरी अत्याचार करत होते. प्रथम आपल्या धारदार नखांनी ते बळींची शरीरं फाडत होते आणि मग त्या यातनांनी कळवळलेल्या अयोध्यावासीयांच्या फाडलेल्या शरीरांवर बसून आपली शेकडो हजारो हिरवट काळी स्फटिकासारखी अंडी त्या शरीरांमध्ये घालत होते. त्यानंतर ते स्वत:च्या शरीरातून एक घट्ट द्राव त्या जखमांवर ओतत होते. त्या द्रावामुळे जखम एका क्षणातच बंद होऊन जात होती. एवढं झाल्यावर मगच ते त्यांच्या पुढच्या बळीकडे वळत होते. एकच पिशाच दहाबारा मानवांमध्ये अशा प्रकारे अंडी ठेवू शकत होता. त्या जखमी पोटामध्ये ती अंडी उबायला जेवढा वेळ लागायचा तेवढा वेळ तो बळी जिवंत

राहायचा खरा पण एकदा का ती अंडी उबली की त्यातून निघालेले शेकडो सूक्ष्म कीटकांसारखे जीव आपल्या यजमानाच्या गरम जिवंत रक्तमांसाचा फडशा पाडायला लागायचे आणि खात खातच ते शरीर पुन्हा एकदा फाडून बाहेर पडायचे. असुरांचं युद्ध त्यांच्या बळींना ठार मारून त्यांना खाण्यापुरतं होतं पण आपल्या बळींना मारण्याबरोबरच त्यांचा वापर आपली जमात वाढवण्यासाठीही करणारी पिशाच ही एकच जमात होती.

नाग-नागासारख्या प्रचंड प्राण्यांची एक जमात-मानवी मस्तक आणि शरीर असलेले हे प्राणी - पण लांब लांब लवलवत्या दुभंग जिभा आणि लांबलचक शेपट्यांची सापासारखी वळवळती खालची शरीरं - हे प्राणी शहराच्या लहानमोठ्या रस्त्यांवरून सरपटत जात होते, भिंतींवर चढत होते आणि अधिक शिस्तीनं चाल करून येणाऱ्या सैनिकांना चुकवत इकडेतिकडे पळणाऱ्या लोकांना पकडत होते. रामाला नागांचा एक जमाव एका ब्राह्मण स्त्रीवर चाल करून येताना दिसला. तिच्याबरोबर तिचे दोन लहान मुंज झालेले मुलगे होते. नागांच्या उभारलेल्या फणांमुळे सुदैवानं पुढचं दृश्य रामाला पहावं लागलं नाही. फणा दूर झाल्यावर दिसलं ते असं - ती तीनही ब्राह्मण माणसं रस्त्यावर आडवी पडलेली होती. त्यांची शरीरं अनेक दुहेरी दंशांनी निळी पडायला सुरुवात झालेली होती.

उरग-नागांचेच जातभाई असलेले सरपटणारे प्रचंड प्राणी त्यांच्या जातभाईंबरोबर घट्ट द्रवाच्या प्रवाहासारखे रस्त्यांवर वाहात होते. त्यांची प्रचंड शरीरं मधूनच फुगलेली दिसत होती - त्यांनी जिवंतपणीच गिळलेल्या अयोध्येच्या नागरिकांच्या शरीरांचेच ते फुगवटे आहेत हे स्पष्ट दिसत होतं. त्यांचे फसवे मानवी चेहरे सुंदर बालिकांसारखे होते खरे पण त्यामुळे तर त्यांच्या अत्याचारांच्या अमानवी भयानकपणामध्ये भरच पडत होती.

यक्ष ही बुटक्या वनचरांची जमात. लहानपणापासून राम त्यांच्या जादूच्या कहाण्या ऐकत आला होता पण त्यांचं इतक्या दुष्टबुद्धीनं वागणं तो आज प्रथमच बघत होता. सर्वसाधारणपणे यक्ष खोडकर असत पण त्रास देणारे नसत, आकार बदलण्याचं त्यांचं कौशल्य ते फक्त खोड्या काढण्यासाठीच गंमत म्हणून वापरत असत. माणसांना मारण्यासाठी किंवा त्यांचे हातपाय तोडण्यासाठी वापरत नसत. इथे मात्र, त्यांच्या खोड्या भयानक झाल्या होत्या, त्यांच्या गमती मरणी झाल्या होत्या. यक्षांचा एक गट अचानक रूप पालटून घोड्यांच्या रूपांत गेलेला रामाला दिसला. ते घोडे शेतीची अवजारं आणि स्वयंपाकघरातली हत्यारं हाती घेतलेल्या अयोध्यावासीयांच्या अंगावर धावत जात होता. त्या घोड्यांना पुढे जाऊ देण्यासाठी अयोध्यावासी थांबले मात्र आपली चूक त्यांच्या लक्षात आली. घोडे सरळ त्यांच्यामध्येच घुसले. सौम्य शाकाहारी प्राण्यांच्या रूपातले ते यक्ष भयानक

मांसाहारी प्राण्यांसारखे संहार करत सुटले. त्यांच्या टापांखाली अनेक डोकी पिकलेल्या भोपळ्यांसारखी फुटली, मजबूत घोडेदातांनी हातपाय माना एकेका घासात उपटल्या. अर्ध्या टनाचं वजन असलेले, फक्त युद्धात वापरले जाणारे घोडे मानवांना आपल्या टापांखाली खुशाल चिरडून टाकत होते. इतर ठिकाणी यक्ष आपल्या या शक्तीचा वापर करून कधी हत्ती तर कधी उंट, कधी हरीण, कुत्रे, डुकरं अशी रूपं घेऊन मानवांवर हल्ले करत होते. एके ठिकाणी तर भयानक बैलांच्या रूपातले, रक्तानं बरबटलेल्या शिंगांचे यक्षही दिसत होते.

इतरही काही असुर जमाती होत्या. त्याही असेच भयानक अत्याचार करण्यात गुंग होत्या. पवित्र मूर्ती, देवळं मोडून तोडून टाकत होत्या. कत्तल तर सुरूच होती.

गडगडाटासारख्या आवाजानं रामाचं लक्ष नगराच्या दूरवरच्या सीमेकडे गेलं. राजाचा महामार्ग आणखी आक्रमकांनी भरला होता. पार दक्षिणवनापर्यंत-पुरतं योजनभर असुरांचं सैन्य पसरलं होतं. काहीशा उंचीवर असलेल्या दक्षिणवनापासून ते सैन्य एखाद्या उकळत्या काळ्या दूषित नदीसारखं अयोध्येकडे वाहात होतं. आक्रमक सैन्य बचाव करणाऱ्या सैन्यापेक्षा कितीतरी अधिक आहे हे एका नजरेतच कळत होतं. आणि तरीही हा प्रवाह येतच होता. त्यांच्या त्या अपवित्र सैन्याचा अंतच दिसत नव्हता.

एका भयंकर किंकाळीनं रामाचं लक्ष विचलित झालं. त्यानं वर पाहिलं पहाटेपूर्वीचा प्रकाश झाकोळला होता. आख्यायिकांमध्येच सापडणाऱ्या उडत्या प्राण्यांनी, प्रचंड मानवी आकाराच्या प्राण्यांनी आकाश भरून गेलं होतं. त्याचा त्याच्या डोळ्यांवर विश्वासच बसेना. प्राचीन पुराणकथांमध्ये वर्णन केलेले गरुड, जटायू हे मानवपक्षी आकाशात होते. त्यांची सडपातळ. बारीक लवेसारखी पिसं असलेली शरीरं कमालीची मानवी दिसत होती. फक्त त्यांचे पक्ष्यांसारखे डोळे, चोची आणि त्यांच्या पाठीवरून निघालेले मोठे थोरले पंख त्यांचं खरं रूप दाखवत होते. काहींचा पंखविस्तार तर दहा यार्डांपेक्षाही अधिक होता. ते खाली रस्त्यावरच्या कत्तलखान्यावर झेपावत होते. रामानं निरखून पाहिलं तर त्याला हे उडते प्राणी शेकडो हजारोंच्या संख्येनं येताना दिसले. अयोध्येच्या रस्त्यांवर पसरलेल्या प्रेतांच्या खचाबद्दल ते त्यांच्या मानवसदृश भाषेमध्ये आनंदानं चीत्कारत बोलत होते. ते रस्त्यांवर पोचले आणि एक नवाच भयानक प्रकार सुरू झाला. त्यानं डोळे मिटले आणि तो धडपडतच खिडकीपासून मागे सरला. आता आणखी काही पाहाणं त्याला शक्यच नव्हतं.

आता कळलं तुला-मला आणि माझ्या सैन्याला विरोध करणं किती निरर्थक आहे ते-हे खाली तुझे देशवासी जसे नष्ट केले जाताहेत तसे तुझे सर्व नातलग नष्ट झालेले बघायचेत का तुला? तुझे भाऊ? किंवा तुझी जन्मदाती आई? किंवा –

रामानं जोरात प्रहार केला. या वेळी त्यानं ना पवित्रा घेतला होता ना कोणती शिस्त पाळली होती. शुद्ध संतापापोटी त्याच्या सगळ्या हालचाली होत होत्या. तलवार रिकाम्या अवकाशातून फिरली. क्षणार्धात तो भानावर आला. तो टेहळणी बुरुजाच्या टोकाशी तलवार दोन्ही हातांच्या पकडीत घेऊन उभा होता. त्यानं त्या खोलीच्या कानाकोपऱ्यात पोचेल असं एक गुंतागुंतीचं मंडल तलवारीनं काढलं होतं. इथे कुणीही जिवंत व्यक्ती नव्हती. षंढ संतापानं त्याच्या डोळ्यात पाणी जमलं.

'कोण आहेस तू? मला ही अशी भयानक राक्षसी दृश्यं का दाखवतो आहेस? असा सामोरा ये – दुष्टा –'

पोरा, अजून तू खरी भयानक दृश्यं पाहिलीच नाहीयेस. सर्वात उत्तम भाग तर नंतरचाच आहे. जेव्हा उरल्यासुरल्या जगल्यावाचलेल्या लोकांना लंकेमध्ये नेण्यात येईल – माझे गुलाम आणि माझ्या रांडा म्हणून – तुला दाखवू का ती दृश्यं आता?

'तुला माझ्याकडून हवंय तरी काय राक्षसा?'

साध्या रागापेक्षा अधिक शक्तिवान अशा एका भावनेनं त्याच्या घशातून हे शब्द बाहेर पडले.

त्याच्या समोर हे जे काही अभद्र होतं ते समजून घेण्याच्या इच्छेनं, त्याचा अर्थ लावण्याच्या इच्छेनं केलेला तो एक प्रयत्न होता.

आता – आता शिकायला लागलायस तू. होय, मला हवंय काहीतरी तुझ्याकडून – एकनिष्ठतेची शपथ. आत्ता – या क्षणी गुडघ्यावर बस आणि माझ्याशी स्वामिनिष्ठेची शपथ वाहा. हे तू आत्ता केलंस तर मी कदाचित तुझ्या अयोध्येला सोडून देईन – माझ्या सैन्यानं संपूर्ण आर्यराष्ट्र उद्ध्वस्त केल्यानंतर – टेक गुडघे आणि घे शपथ – पोरा.

त्यानं प्रयत्नानं आपला श्वासोच्छ्वास नियमित केला. शक्य तेवढा आवाजही स्थिर केला. हे काम तलवार फिरवण्यापेक्षाही अधिक ताकदीचं होतं.

'तुझ्यासमोर मी गुडघे टेकेन फक्त एकदाच – जेव्हा तुझ्या सडलेल्या मेंदूमध्ये बाण मारण्यासाठी मी पवित्रा घेईन तेव्हा. असा पुरुषासारखा सामोरा ये आणि स्वत:ला एवढा शक्तिवान समजतोस तसा प्रकट हो. भेकडा.'

टेहळणी बुरुजावर एक वीज कडाडली. काळ्याभोर आकाशाला दुभंगून टाकणारी वीज. मोठा गडगडाट झाला आणि एका क्षणानंतर त्याचा प्रतिध्वनीही ऐकू आला. तो आवाज पुन्हा बोलू लागला तेव्हा त्याचे उच्चार रागानं भले थोरले दात कडकडावेत तसे होते.

पोर आहेस तू – अजून पोरच आहेस. पण शिकशील, मी शिकवीन तुला. यातनेचं आणि भीतीचं गाणं मी शिकवीन. आणि तू गुडघे वाकवशील तुझे तेव्हा

माझ्यासमोर गुडघे टेकण्याचा मान मिळावा म्हणून भीक मागशील, रडशील. तोपर्यंत, झोप पोरा, झोप तुझी पोरपणाची झोप घे. आणि हे लक्षात ठेव. अयोध्या नष्ट होणार आहे.

आणखी एक डोळे दिपवून टाकणारा विजेचा लखलखाट.

तो त्याच्या बिछान्यात जागा झाला. त्याची छाती धडधडत होती, शरीर घामानं चिंब भिजलं होतं. तापलं होतं पण हाडांपर्यंत गारठलंही होतं. उडी मारून तो उठला. संपूर्ण नग्न – थंडगार लाल दगडी जमिनीवर उभा राहिला. रात्र जसजशी गरम व्हायला लागली तसं त्यानं कटिवस्त्र काढून फेकलं होतं. त्यानं तलवारीसाठी हात पुढे केला तेव्हाच त्याला जाणवलं की तलवार होती तिथेच आहे – रात्रभर जिथे त्याच्या बिछान्यावर होती तिथेच.

आणखी एक दु:स्वप्न, त्याच्या मनात आलं. स्वत:ला शांत करण्याच्या प्रयत्नात त्याला स्वप्नातली स्वत:च्या हालचालींमधली परिपूर्णता आठवली. पवित्रे आणि आसनं, पण त्याचबरोबर त्याला त्याच्या सर्व प्रशिक्षणामधली व्यर्थताही जाणवली. अशा रीतीनं त्याचा छळ करणारा हा चेहरा नसलेला प्राणी आहे तरी कोण? या एकाच आठवड्यात हा राक्षस तिसऱ्या वेळी त्याच्या समोर आला होता. आणि अशीच भयानक स्वप्नं दाखवून गेला होता. इतकी भयानक की कुणाशी त्याबद्दल बोलणंही अशक्यच. त्यानं लक्ष्मणालाही हे सांगितलं नव्हतं. खरं तर तो लक्ष्मणाला सगळंच सांगायचा. आणखी एक दु:स्वप्न, इतकंच. सगळीच दु:स्वप्नं अशी अगदी खरीखुरी भासणारीच असतात तसंच हे.

पण या वेळी काहीतरी वेगळं होतं.

ही भविष्यवाणी असावी, असं.

3

प्रवासी चढाच्या वरच्या टोकाला पोचला आणि थांबला.

अयोध्या.

प्रवासी साध्या तापस वेषात होता. जाडंभरडं धोतर कमरेला गुंडाळलेलं होतं, पायात लाकडी खडावा होत्या. त्याच्या जटा त्याच्या खडबडीत चेहऱ्याभोवती भुरभुरत होत्या. लांबलचक विरळ दाढीखाली लाल रुद्राक्षांची माळ होती. तो एका मोठ्या आणि कठीण तपस्येमधून परत आला आहे हे स्पष्ट दिसत होतं. त्याचा काटकुळा चेहरा आणि खोल डोळे वनात राहाणाऱ्या तपस्व्याचं चित्र पूर्ण करत होते.

आणि तरीही काहीतरी असं होतं जे त्याचं इतर साध्यासुध्या तपस्व्यांपासून असलेलं वेगळेपण सिद्ध करत होतं. प्रथम दर्शनी जे काही वाटलं होतं त्यापेक्षा वेगळं काहीतरी जाणवत होतं - सांगता येणार नाही असं काहीतरी. त्याच्या भेदक शिकाऱ्यासारख्या नजरेतला सावधपणा, त्याच्या प्रवाही हालचालींमध्ये जाणवणारी त्याची स्वनियंत्रित शक्ती आणि सर्वात महत्त्वाचं म्हणजे त्याच्या वागण्यामध्ये स्पष्ट जाणवणारा राजेशाही डौल.

एके काळी तो योद्धा होता. राजासुद्धा. उत्तरेकडील एका प्राचीन नामवंत अशा आर्य घराण्याचा प्रमुख. एका महान सिंहासनाचा स्वामी आणि एका धनाढ्य घराण्याचा सर्वेसर्वा. हजारो वर्षांपूर्वी त्यानं या सर्वांचा त्याग केला होता आणि ब्रह्म शोधण्यासाठी स्वत:ला संपूर्णपणे वाहून घेतलं होतं. ब्रह्म-सर्व विश्वाला एकत्र गुंफून ठेवणारी जीवनशक्ती. आता त्यानं तलवारीच्या जागी लाकडी दंड हाती घेतला होता, राजाज्ञांऐवजी त्याच्या मुखातून मंत्र बाहेर पडत होते. आता त्याचं राज्य आत्म आणि ब्रह्म हे होतं, सारतत्त्व आणि शक्ती. त्याचं नाव इतिहासाला ओलांडून पार झालं होतं. आख्यायिकांना त्याचं नाव हे एक मिथक वाटत होतं. गुरूंचा गुरू-इतर द्रष्ट्या ऋषींनी ज्याच्याकडे आदरानं पहावं असा द्रष्टा ऋषी - ब्रह्मर्षी. आणि तरीही त्याची राजस चाल आणि वर्तन पुरतं नाहीसं झालं नव्हतं. आणि या आणीबाणीच्या क्षणी - इतिहास कूस पालटत असताना - इथे या उंच

शिखरावर आकाशाच्या पार्श्वभूमीवर उभा राहून तो शरयू नदीच्या सुपीक संपन्न खोऱ्याकडे पाहात उभा असताना तो पूर्वाश्रमीचा राजा आहे हे अगदी स्पष्ट जाणवत होतं.

मस्तकाच्या उंचीच्या त्या दंडावर हलकेच रेलून तो उभा होता. पहाटेपूर्वीच्या जांभळट प्रकाशात त्याची भव्य आकृती आपली तटबंदी निरखत उभ्या असलेल्या एखाद्या राजापेक्षा कणभरही कमी वाटत नव्हती.हातात भलं मोठं कोरीव धनुष्य घेऊन चकाकतं चिलखत चढवून युद्धभूमीचा अंदाज घेत असलेल्या राजासारखा एखाद्या राजरथावरही तो असाच शोभून दिसला असता.

उत्तरेकडून येणारी, पायातळच्या कुश गवताला हलकेच डोलवणारी सौम्यशी झुळूकही क्षणभर थबकलीशी वाटली. शरयूचं निवळशंख बर्फगार खळाळतं पाणीही क्षणभर थांबलं. सारं जग स्तब्ध झालं. एका गुप्त मंत्राचा उच्चार करत असताना त्या क्षणाचे साक्षीदार बनून सारं जग थांबलं. तो साधा मंत्र नव्हता – महा मंत्र होता, अतिपवित्र–महाशक्तिवान असा गायत्री मंत्र.

तो मंत्र म्हणत असताना नियतीच्या रेषा त्याच्याभोवती फिरत राहिल्या. ब्रह्माचा फिकट निळसर रंग, आध्यात्मिक जागृतीची महान शक्ती त्याच्या शरीराभोवती गरगरत होती. जणू काही शक्तीचं ते एक अदृश्य कवच असावं. आता इथपासून अयोध्येकडे जाणारं त्याचं प्रत्येक पाऊल हे बदल घडवून आणणार होतं, ऐतिहासिक बदल. कारण आज या थंड सकाळी, हिवाळ्याच्या अखेरच्या दिवशी, वसंताच्या पहिल्या दिवशी तो एक राजा बनवायला निघाला होता. कदाचित विश्वातला सर्वश्रेष्ठ असा राजा. आज त्या नदीकाठच्या शहरामध्ये तो जे काही घडवणार होता त्याचे पडसाद मानवी इतिहासात उमटतच राहाणार होते.

हातातला दंड अधिक घट्ट पकडत द्रष्टा ऋषी विश्वामित्र समोरच्या मळलेल्या गाडीवाटेवर परत आला आणि पहिल्या तटबंदीच्या दिशेनं चालायला लागला. शहर अजून पुरं योजनभर दूर होतं आणि त्याला दिवस उजाडण्यापूर्वी तिथे पोचायचं होतं. पण प्रथम त्याला स्वत:चं रूप पालटायचं होतं. स्वत:च्या खऱ्या रूपात तिथे जाणं चालणार नव्हतं. त्याच्यासारखा अतिप्रसिद्ध द्रष्टा ऋषी असं आधी न सांगता तिथे आला तर शहरभर चर्चा सुरू झाली असती. शेकडो ब्राह्मण त्याचे आशीर्वाद घेण्यासाठी जमा झाले असते आणि मग त्याच्या अतिमहत्त्वाच्या आणि घाईनं करायच्या कामाला उशीर झाला असता.

वेग कमी न करताच त्यानं रूप पालटण्याचा मंत्र म्हटला. प्रत्यक्ष निसर्गानं त्याच्या पवित्र मंत्राला प्रतिसाद द्यायला सुरुवात करताच त्याच्याभोवतीची ब्रह्माची झळाळी वाढली, असंख्य निळसर प्रकाशकण त्याच्या शरीराभोवती पसरू लागले. रस्त्याच्या एका कडेला एक मोठा दगड होता. तो रस्त्यावरून बाजूला गुडघ्याइतक्या

वाढलेल्या कुश गवतामध्ये शिरला. दवबिंदू त्याच्या धोतरावर पाऱ्यासारखे चिकटून चमकू लागले. तो लांब लांब पावलं टाकत त्या दगडामागे गेला आणि दिसेनासा झाला. त्याची आकृती धुराच्या पडद्यामागून बघावी तशी अस्पष्ट दिसत होती.

काही सेकंदातच तो जेव्हा बाहेर आला तेव्हा तो द्रष्टा ऋषी विश्वामित्र राहिला नव्हता. त्या मातीच्या रस्त्यावर पाऊल ठेवणारा होता एक शूद्र शिकारी. तरुण, काळ्या वर्णाचा मजबूत बांध्याचा आणि आपल्या परंपरेनुसार कातड्याचं कटिवस्त्र, हाडाच्या तुकड्यांचा हार आणि इतर दागिने अशा रूपातला एक शूद्र शिकारी. त्याच्या खांद्यावर शिकार केलेल्या प्राण्यांनी भरलेली एक झोळी होती आणि दुसऱ्या हातात चमकत्या पात्याचा भाला होता. अजूनही काही निळसर प्रकाशकण त्याच्याभोवती रेंगाळतच होते. पावसात हळूहळू विझत जाणाऱ्या काजव्यांसारखे ते प्रकाशकणही हळूहळू नाहीसे झाले.

शिकारी अयोध्येकडे निघाला.

4

पर्वतावर आणखी उंचावर एक काळी सावली निलगिरी वृक्षांच्या सावलीमधून बाहेर आली. सावधगिरीनं उड्या मारत ती सावली पुढे आली, खालच्या गाडीवाटेवर ओणवलेल्या एका कपारीवर उभं राहून तिनं खाली वाकून बघितलं. सावलीच्या तीक्ष्ण नजरेनं वाटेवरून उत्तरेकडे ठाम पावलं टाकत चालत जाणाऱ्या त्या शूद्र शिकाऱ्याची आकृती सहज टिपली.

त्याच्या बदललेल्या रूपानं ती फसली नाही. इच्छेनुसार स्वतःचं रूप पालटणाऱ्या प्राण्यांची तिला चांगलीच ओळख होती. एवढ्या अंतरावरूनही ऋषीच्या आकृतीभोवती असलेलं, एखाद्या नीलवर्णी देवाभोवती असावं तसं तेजोवलय तिच्या विलक्षण संवेदनक्षमतेनं ताबडतोब ओळखलं. तिचे चमकदार पिवळे डोळे लांब ढांगा टाकत जाणाऱ्या त्या शिकाऱ्याच्या आकृतीवर खिळले होते. मैलभर अंतरावरच्या एका टेकडीमागे तो शिकारी दृष्टीआड झाला. तोंडानं चिरचिर करत तिनं पायाखालच्या शेवाळावर नखं घासली. तिच्या वारभर लांब अशा नखांनी शेवाळाखालच्या कातळावर खोल चरे पडले. शेवाळाच्या चिंध्या चिंध्या झाल्या. कातळ उघडा पडला. आणि त्यामधून त्या घर्षणानं ठिणग्या उडल्या. मग तिने आपलं डोकं वर आकाशाकडे केलं आणि रक्त गोठवून टाकणारी एक आरोळी मारली. ती आरोळी माणसाच्या आरोळीसारखी होती. खालच्या वाटेवरून जाणाऱ्या प्रवाशानं ती ऐकली आणि ती कुठून आली हे त्याच्या लगेच लक्षात आलं. पण आपला वेग कमी न करता तो तसाच चालत राहिला. एखादा सामान्य शूद्र शिकारी त्या आरोळीनं गर्भगळित झाला असता, द्रष्ट्या विश्वामित्रानं त्याकडे साफ दुर्लक्ष केलं.

वैतागून त्या प्राण्यानं पुन्हा चिरचिर केली. तो प्रवासी भयानक नावाच्या त्या अंधाऱ्या अरण्यात होता तेव्हाच त्याच्यावर हल्ला चढवायला हवा होता असं त्याच्या मनात आलं. त्याच्या अस्तिवाचं भान ऋषीला अगदी सुरुवातीपासूनच होतं हे त्या प्राण्याला माहीत होतं म्हणूनच तर त्याच्या नजरेपासून लपून राहाण्याचा त्यानं प्रयत्नही केला नव्हता. पण सर्वसामान्य मानवांप्रमाणे आपल्यासमोर पडलेल्या

त्या प्रचंड सावलीकडे भीतीनं मान वर करून पाहण्याऐवजी ऋषी तसाच पुढे चालत राहिला होता. जणू एखाद्या कावळ्याची किंवा डोमकावळ्याची ती सावली असावी–सर्वांना माहीत असलेल्या जटायूची नसावीच जणू – जटायू – या नावाचा पहिला – सबंध आर्यावर्तात हे नाव ऐकलं की मर्त्य मानवांच्या हृदयात धडकीच भरते असा जटायू. अशा दुर्लक्षामुळे भयंकर संतापलेला. जमिनीवर चालणाऱ्या त्या मानवाच्या संथ चालीमुळे आकाशात घिरट्या मारत राहावं लागल्यानं वैतागलेला जटायू. सर्रकन खाली झेप घ्यावी आणि धोतर नेसलेल्या त्या माणसाचे तुकडे तुकडे करून टाकावे असं कितीतरी वेळा त्याच्या मनात आलं होतं.

पण त्याला दिले गेलेले आदेश अगदी स्पष्ट होते. *'पाठलाग कर आणि निरीक्षण कर.'* याहून अधिक नाही आणि कमी नाही. लंकेच्या काळ्या राजाच्या सूचना अगदी स्पष्ट होत्या.

त्यानं कातळावर शेवटचं खरडलं–एखादी वाळकी काटकी तुटावी तसा आवाज झाला. त्याच्या तीक्ष्ण नख्यांनी कातळावर चांगलीच मोठी भेग पडली होती. स्वत:चं तुळतुळीत डोकं आकाशाकडे वळवत पुढे काय करावं याचा तो विचार करायला लागला. कमीत कमी वेळात खूप दूरचा पल्ला त्याला गाठायचा होता. लंका तर पार एका खंडापलीकडे होती. आणि बातमी महत्त्वाची होती. द्रष्टा ऋषी विश्वामित्र कुठे निघाला आहे हे ऐकून लंकेचा राजा खूष होणार नव्हता हे खरं पण आपल्या गुप्तहेराची तत्परता बघून मात्र नक्कीच खूष झाला असता.

त्यानं आपले पंख पसरले. प्रथम डावा आणि नंतर उजवा – अगदी सावकाश, किंचितसं कण्हत नि:श्वास टाकत – त्या लांबलचक प्रवासानं त्याचे पंख शिणले होते. शिवाय भुकेनं त्याच्या पोटात गुरगुर होत होती ते वेगळंच. उडता उडताच जे काही लहानमोठं भक्ष्य मिळेल ते त्यानं खाल्लं होतं – एखादी पोपटांची जोडी, आपल्या सोबत्यांपासून दूर आलेलं एखादं बदक, एक रसाळ गरोदर वटवाघूळही मिळालं होतं पण त्याच्या महाभुकेला या गोष्टी म्हणजे काहीच नव्हत्या.

थोडंसं थांबायला मिळालं असतं, अयोध्येच्या स्मशानघाटापाशी इकडेतिकडे शोधता आलं असतं तर भरपूर खायला मिळालं असतं. त्याला माहीत होतं हे अयोध्यावासी आपल्या मृत माणसांना जाळून टाकतात. अखेरीस तो अर्धा मानव असला तरी अर्धा गिधाडच होता ना. गिधाडाच्या अर्ध्या भागाला मानवी मांसाची भूक असायची.

पण तो आत्तापर्यंत आला होता त्याच्या तिप्पट अंतरावर लंका होती. मध्ये मध्ये अगदी थोडीशीच विश्रांती घेतली तरी त्या प्रवासाला बराच वेळ लागणार होता. वेळ मोलाचा होता. ऋषी तेवढा काळ अयोध्येमध्ये थांबेल अशी आशा होती. हे ऋषीमुनी जेव्हा असे क्वचित माणसांच्यामध्ये येतात तेव्हा भरपूर वेळ

काढूनच येतात. आणि या विशिष्ट ऋषीनं तर खूपच काळानंतर आपली तपस्या मोडली आहे – अगदी जटायूच्या कालगणनेनुसार पाहिलं तरी हा काल खूपच मोठा आहे. माणसाच्या गणनेनुसार पाहिलं तर दोनशे वर्षांहून अधिक – त्यानं हिशेब केला. याचा अर्थ असा होतो की विश्वामित्र अयोध्येला आला आहे यामागे तसंच महत्त्वाचं कारण असलं पाहिजे. म्हणजे याचा अर्थ असाही आहे की ही बातमी लंकाधिपतीला उशीरा मिळून चालणार नाही. त्याला ते आवडणार नाही.

उद्वेगानं नि:श्वास टाकत जटायूनं आपले भलेमोठे पंख हलवायला सुरुवात केली. स्वत:चं जड शरीर जमिनीपासून वर उचलण्यासाठी पंखांमध्ये पुरेशी हवा भरणं आवश्यक होतं. थोडं वर गेल्यानंतर मग वाऱ्यामध्ये एक प्रवाह शोधून पुढे जाता येईल. त्याच्या पंखांच्या हालचालीमुळे त्याच्याभोवताली अनेक यार्डपर्यंतचं गवत दबलं गेलं. सशांचं एक कुटुंब त्यांच्या बिळातून बाहेर येऊ पाहात होतं तेही जमिनीशी दाबलं गेलं. त्यांचे लांब कान त्यांच्या डोक्यांभोवती जमिनीवर दाबले गेले. सर्व शक्ती एकवटून एक प्रचंड किंकाळी मारत जटायूनं त्या कातळावरून झेप घेतली. हृदय बंद पाडणाऱ्या काही सेकंदांपर्यंत तो एखाद्या जड शिळेसारखा खाली कोसळत राहिला. आणि मग एक लहानशी वायुलहरीला घट्ट पकडून जमिनीपासून थोड्याच अंतरावरून तो वर निघाला. याच वाटेवरून तो ऋषी चालत गेला होता. आणखी एक महाप्रयत्न आणि तो शरयूच्या खोऱ्यावरून जाणाऱ्या त्या वायुलहरीबरोबर उडत निघाला.

एकदाचा आकाशात पोचल्यावर तो थोडा वेळ त्या वायुलहरीबरोबरच जात राहिला. हळूहळू वर वर जात तो आपल्याला हव्या त्या दिशेला नेणारी आणखी ताकदवान अशी वायुलहर शोधत होता. खूप खाली त्याला अयोध्येचे सात दरवाजे दिसले. एखाद्या राणीच्या गळ्याभोवती सतलड असावी तसे ते दरवाजे दिसत होते. हिरव्या गार सुपीक खोऱ्यातून चांदीची लड असावी तशी शरयू नदी वाहात होती. शहराच्या मध्यभागी त्या खळाळत्या नदीच्या दोन्ही बाजूंना प्रचंड राजमहाल होते. नदीवर अनेक वेगवेगळ्या आकारांच्या कमानी होत्या, अनेक पूल होते. वास्तुविज्ञानाचं एक उदाहरणच होतं ते. अतिशय आश्चर्यकारक दृश्य होतं ते, या शहरासारखं गुंतागुंतीची रचना असलेलं दुसरं शहर आपण पाहिलेलं नाही हे नाईलाजानं का होईना पण जटायूला मान्य करावं लागलं. ही होती तर अजिंक्य अयोध्या. नदीला समांतर वाहाणाऱ्या वायुलहरीबरोबर वर वर जाताना मृत माणसांच्या मांसाचा नकोसा वाटणारा गोडसर वास त्याच्या भुकेल्या नाकात घुसला. भुकेची जाणीव होताच शहराबद्दलचं सगळं रसग्रहण पार नाहीसं झालं. जटायूच्या दृष्टीनं अखेरीस हे महान शहर म्हणजे एवढंच होतं–भूक भागवण्याचा मार्ग. लवकरच आपला

स्वामी या अजिंक्य म्हणवणाऱ्या शहराच्या तटबंदीवर झडप घालेल आणि जटायू आणि त्याचे सगेसोबती पोटभर खातील.

त्या प्रचंड मानव गिधाडानं एक कर्णकटू किंकाळी फोडली, तो त्या शहराला, त्यामध्ये राहाणाऱ्या रहिवाशांना आणि अमर्त्य होण्याच्या त्यांच्या पोरकट इच्छेला खिजवत होता. मग मात्र दक्षिणेकडे जाणाऱ्या त्या लहरीवर स्वार होऊन तो आपल्या दूरवरच्या गंतव्यस्थानाकडे निघाला.

त्या मानवपक्ष्याच्या किंकाळीमध्ये एकच शब्द उमटला होता - फक्त त्या शब्दाचे तीन भाग झाले होते.

'रा-व-ण!'

5

शहराच्या तटबंदीवर पहाऱ्याला असलेल्या सैनिकांना त्या पक्षिपशूची ती भयानक किंकाळी ऐकू आली आणि ते दचकलेच.

सातव्या दरवाजावरचा पांढऱ्या केसांच्या जाणत्या पहारेकऱ्यानं वर बघितलं तेव्हा पहाटेपूर्वीच्या अर्धवट उजेडात गडद निळ्या आकाशाच्या पार्श्वभूमीवर एक प्रचंड मोठी सावली दिसली.

'अरे देवा महादेवा, हे आहे तरी काय?' त्याच्यापेक्षा बऱ्याच तरुण असलेल्या त्याच्या सहकाऱ्यानं विचारलं. त्याला अजून मिसरूडंही फुटलं नव्हतं. 'तुम्ही बघितलंत का ते? केवढा आकार होता नाही तो? पंखांची लांबी वीस यार्डपेक्षा जास्त होती नक्कीच.'

वयस्कर सोबत्यानं खांदे उडवत म्हटलं, 'या अर्ध्या प्रकाशाचा खेळ आहे झालं. तुला म्हटलं होतं ना मी – दिवसाच्या या प्रहरी फार विचित्र आणि विलक्षण गोष्टी दिसतात बाबा.'

तरुण सैनिकानं आपल्या सोबत्याकडे रोखून पाहात म्हटलं, 'पण तुम्हालाही ते दिसलं असणारच ना – आपल्या अगदी डोक्यावरच होतं की ते, प्रचंड गिधाडासारखं काहीतरी असावं – गोल डोकं, लांबलचक वाकडी चोच आणि ती कुबड आल्यासारखी पाठ – पण काहीतरी वेगळं होतंच हं त्यात – कोणत्याही पक्ष्यापेक्षा शरीर जास्त रुंद होतं आणि आकारही वेगळाच होता, जणू काही...'

'माणूस असावा असा? भलं मोठं मानवी गिधाड असं म्हणायचंय का तुला, नवशिक्या?' वरिष्ठ आता रागावला होता.

'हो तसंच!' तरुणानं उत्साहानं आपल्या वरिष्ठ सोबत्याकडे बघितलं, 'म्हणजे तुम्हीसुद्धा बघितलंच ते?'

वरिष्ठ खाकरून दगडी भिंतीवरून खाली थुंकला. त्याच्या थुंकीचा गोल गोळा दरवाजाच्या दिव्याच्या प्रकाशात चमकत खालच्या खंदकातल्या पाण्यात तरंगताना तो बघत राहिला आणि मग निरुत्साही स्वरात तो म्हणाला,

'कुठेही प्रचंड मानव-गिधाडं नसतात, पोरा. या युगात नाही. आपल्याला

दिसला तो छायाप्रकाशाचा खेळ होता. पौर्णिमेच्या दिवशी अशा चमत्कारिक गोष्टी दिसतात. चंद्र पूर्ण असतो ना तो आपल्या संवेदनांवर परिणाम करत असतो. चल, कामावर लक्ष दे. दरवाजे उघडायची वेळ झालीच आहे बघ.'

तरी तो तरुण पहारेकरी आपलं म्हणणं सोडायला काही तयार नव्हता.

'पण सोमास्र, तुम्हीही ते पाहिलंत ना – तो गरुडच होता. युद्ध संग्रहालयातल्या भित्तिचित्रांमध्ये दाखवलाय अगदी तसा. असुरयुद्धातला.'

यावर काहीही उत्तर न देता वरिष्ठ कुत्सितपणे हुंकारला. हा विषय आता पुरे असं त्या नवशिक्याला सुचवणारा तो निरोपच होता जणू काही. त्याच्या मनात आलं, आम्हाला दिसलेला तो पक्षी जर खरोखरच मानव-गिधाड असेल तर त्याचं नाव जटायू असायला हवं. गरुड म्हणजे मानव-गरुड देवांचं प्रचंड असं उडणारं वाहन आणि स्वत:ही एक पवित्र व्यक्ती. उलट जटायू हा काही मानवांचा मित्र नव्हे. पण धोक्याच्या सूचनांकडे लक्ष न देणं किंवा लक्ष दिलं तर फार उशिरा देणं हीच तर तरुणांच्या स्वभावातली मोठी त्रुटी असते.

त्या मूक सूचनेकडे दुर्लक्ष करत नवशिक्या आवेशानं उद्‌गारला, 'तुम्हीसुद्धा होता ना तिथे सोमास्रा, गेल्या युद्धात तुम्ही माझ्या वडिलांच्या बरोबरीनं लढलात. तुम्ही असे प्राणी यापूर्वीही पाहिले आहेत, होय ना? मग ते अस्तित्वातच नाहीत असं कसं म्हणू शकता तुम्ही?'

हे मात्र फारच झालं. वरिष्ठ आपल्या सोबत्याकडे वळून रागानं म्हणाला, 'कारण ते नसतातच – म्हणून. आणि तू अखेरच्या युद्धाबद्दल बोलतोयस? शेवटचं असुरयुद्ध संपलं तेव्हा तू तर तुझ्या वडिलांमध्ये बीज म्हणूनही आलेला नव्हतास. गेल्या श्रावणात त्या युद्धाला बावीस वर्षं झाली. तू कोण समजतोस स्वत:ला त्याबद्दल बोलायला?'

तरुण सैनिकाचा चेहरा उदास झाला. जुन्या गोष्टीविषयी किंवा जुन्या प्रथांविषयी सहजपणे बोललेलं या वरिष्ठ लोकांना आवडत नाही हे त्याला माहीत होतं. तो फक्त सात वर्षांचा होता तेव्हा खेळता खेळता राक्षसांबद्दलचं काहीतरी बडबडगीत त्यानं म्हटलं होतं आणि वडिलांचा खरपूस मार खाल्ला होता. त्यानं पुन्हा कधीही असुर किंवा असुरयुद्ध यांचं नावही काढलं नव्हतं. तरीही, त्यानं जे बघितलं होतं ते बघितलं होतंच आणि तो काही साधासुधा सामान्य पक्षी नव्हता हेही तेवढंच खरं.

काही वेळ तणावात गेला. मग पुन्हा बोलायला सुरुवात वरिष्ठानंच केली. आता त्याचा घोगरा झाला होता. 'तुम्हा कालच्या पोरांना काय माहिती आहे रे असुरवगैरेंबद्दल? भली मोठी मानव-गिधाडं? जटायू? जटायू हं – गरुड नव्हेत –

लक्षात घे.' कडवटपणे हसत तो पुढे म्हणाला, 'हो तर, मी लढलोय ना - तुझ्या वडिलांच्या खांद्याला खांदा लावून लढलोय - तो नसता तर आज मी इथे या तटबंदीची राखण करत उभा दिसलो नसतो. चांगला माणूस होता - तुझा वडील - त्याच्या आत्म्याला विष्णूजवळ स्थान मिळो-शंभर जन्म पुरतील एवढे नरकातले पशू बघितले आम्ही दोघांनी-म्हणून तर महाराज दशरथांनी आमच्यासारख्या सैनिकांची ही खास पलटण तयार केली. त्यांनी जवळ जवळ सगळं सैन्यच मोडून टाकलं होतं, इतकं त्यांना ते युद्ध विसरायचं होतं. आम्हाला सर्वांनाच तसं व्हायला हवं होतं. काही काही गोष्टी विसरणंच चांगलं असतं.' भूतकाळात पाहात असल्यासारखा तो थोडा वेळ दूर कुठेतरी पाहात राहिला. मग त्याच्या सर्वांगावर एक शहारा उमटला. त्यानं डोकं हलवलं आणि तो पुन्हा एकदा खालच्या खंदकात थुंकला.

तरुण सैनिक सावधगिरीनं म्हणाला, 'मला तुमचा अनादर करायचा नव्हता, सोमास्त्र. तुम्हा सर्वांमुळेच तर आज आपण शांततेनं जगू शकतोय हे मी जाणतो. आर्यांच्या सातही राष्ट्रांमध्ये ही गोष्ट सर्वांना माहीत आहे.'

वरिष्ठानं त्याची क्षमायाचना स्वीकारत मान डोलावली. 'तुम्ही नशीबवान आहात - खरेखुरे नशीबवान आहात. आर्य राष्ट्रांच्या उदयापासून शांततेचा असा हा पहिलाच कालखंड आहे आणि तुम्ही या कालखंडात जन्माला आला आहात. पण फक्त आमचे आभार मानू नकोस हं. आपल्या प्रिय महाराज दशरथांचे आभार मान. प्रत्येक वेळी आर्य सैन्याच्या आघाडीवर ते स्वत: असायचे. अगदी आमच्या बरोबरीनं लढायचे. ते, महाराज जनक आणि इतर राज्यप्रमुखांच्यामुळेच आम्ही या देशामधून असुरांना हाकलून लावू शकलो. एवढंच काय, दशरथ महाराज या युद्धामुळे इतकी वर्षं दूर राहिले की युद्धं संपली तेव्हा ते पुरते चाळीस वर्षांचे झालेले होते. त्यांच्या संसाराला सुरुवातसुद्धा होऊ शकली नव्हती तोवर. बघ, विचार कर - आम्ही सगळे त्या वयाला आजोबा झालेले असतो - आणि त्यांची राणी, तिचं कल्याण होवो - तोपर्यंत राज्याला एकही वारस देऊ शकली नव्हती. महाराज परत आल्यानंतर तब्बल दहा वर्षं गेली, आणखी दोन राण्या आल्या तेव्हा कुठे त्यांना वारस मिळाला. खरोखरच, आयुष्याची सर्वात उत्तम वर्षं आणि त्यांची उत्तम माणसं त्यांनी याच कार्यासाठी वाहिली बघ. त्यांनी शांतीचा आणि संपन्नतेचा वटवृक्ष लावला आणि आज आपण सारे त्या वृक्षाच्या छायेत राहातो आहोत.'

किंचित खजील होऊन तरुण सैनिकानं मान डोलावली. 'नाही, मला एखादं गिधाडच दिसलं असणार. आणि मग सुटलीच की माझी कल्पनाशक्ती आजकाल वरिष्ठांच्या कट्ट्यावरचा फारच कहाण्या मी ऐकतो असं दिसतंय.'

सोमास्त्र मोठ्यानं हसला आणि त्यानं तरुण सैनिकाच्या पाठीवर एक जोरदार थाप मारली. तरुण त्या थापेनं भिंतीवरून खाली खंदकातच पडायचा खरं तर.

'कहाण्या ऐकायलाच हव्या, पोरा. आपले गुरूही हेच शिकवतात, कथा-गोष्ट सांगण्याची कला म्हणजे बुद्धिमान मनाचं खाद्य असतं. पण आता असुर युद्धाच्या फक्त कहाण्याच बाकी आहेत. विष्णूच्या कृपेनं त्या तशाच राहू देत म्हणजे झालं.'

मग दचकून त्यानं वर पूर्वेच्या आकाशाकडे पाहिलं. 'दरवाजा उघडायची वेळ टळली की रे. चल चल लवकर, पोरट्या आपली पाळी संपली की मग भरपूर वेळ आहे गप्पा गोष्टी करायला...' एक डोळा मिचकावत तो पुढे म्हणाला, 'जटायूबद्दल ऐकायचं काय तुला? मी सांगतो एक कहाणी तुला जटायूंची - रक्त थंडगार पडेल बघ तुझं ती ऐकली की - आज होळीचा उत्सव आहे ना, महाराजांची खास भांग पिऊ एक मटकाभर, मग सांगतो - चल चल कामाला लाग.' त्याचा सुरकुतलेला चेहरा धुरकट उजेडात राखाडी सावलीसारखा दिसत होता.

काही मिनिटांनंतर दरवाजे उघडले गेले. त्या विजोड पहारेकऱ्यांना त्यानंतर महाकाय गिधाडांच्या आख्यायिकांबद्दल बोलायला वेळच मिळाला नाही. तो अतिप्रचंड लाकडी दरवाजा जड अशा रहाटचक्राच्या साह्यानं खाली करण्यात ते गुंतून गेले. हा दरवाजा खंदकावरच्या पुलाचंही काम करत असे. पूर्ण खाली टेकला की खंदकावर पंधरा यार्डांचं अंतर कापणारा पूल तयार व्हायचा. पुलाच्या लोखंडी बैठकीत तो नीट बसताना एखादा राक्षस आपली मूठ आपटत असावा असा आवाज व्हायचा. मग त्यांनी सगळ्या खंदकातलं पाणी उपसून तिच्यात ताजं नदीचं पाणी भरणारी यंत्रं सुरू केली. पाण्यात जगणाऱ्या जंतूंमुळे शहरात रोगराई पसरू नये म्हणून दर आठवड्याला हे काम केलं जायचं.

दरवाजा पूर्ण उघडला गेला तेव्हा त्या बाहेर एक लहानसा जमाव जमलेला होता. त्या दोन पहारेकऱ्यांच्या गप्पांमध्ये दरवाजा उघडायला थोडा उशीरच झाला होता. बाकीचे सहा दरवाजे केव्हाच उघडले होते आणि त्यामधून अयोध्येमध्ये प्रवेश करण्यास उत्सुक असलेले प्रवासी शहरामध्ये आलेही होते.

तो एक सरमिसळ असा जमाव होता. बहुतेक बैलगाड्यांमध्ये भरून आलेली उत्तरेकडच्या शेतांवर काम करणारी कुटुंबंच होती. एक उत्सवाचा दिवस या मोठ्या शहरामध्ये घालवायला मिळाल्याच्या आनंदात बडबड गडबड करणारी मुलं, मुद्दाम या उत्सवासाठी आलेले किंवा नुसतेच शहरामधून पुढे जाणारे काही शस्त्रधारी क्षत्रिय, कोसल देशाच्या पूर्व भागामधल्या अयोध्येच्या जुळ्या शहरामधून - मिथिलेहून आलेला एक दूत, त्याच्या राजकीय कातडी पिशवीवर महाराज जनक यांचा शिक्का होता. काही ब्राह्मण, खेचरांवर किंवा गाढवांवर बसून आले होते. त्यांची भली मोठी पोटं पुढे मिळणार असलेल्या मेजवानीच्या कल्पनेनंच खवळली होती. एक फिरस्ता व्यापारी तीन उंटांवर तऱ्हेतऱ्हेचे रंग लादून ते विकायला घेऊन आला होता. हे रंग आजच्या होळीच्या सणाला लागणार होते. रस्त्यावर खेळ

करून लोकांचं मनोरंजन करणारे काही लोक आपआपलं सामान घेऊन आले होते. दोरीवर चढणारा, गारुडी, दोन जादूगार, एक बासरी वाजवणारा, पाच यार्ड लांबीचा लोखंडी टोकं असलेला चाबूक स्वत:च्या अंगावर मारून घेणारा एक शैव, एक अस्वल आणि माकडाचा खेळ करणारा-हे सगळे लवकर येणारे लोक होते. सूर्य उगवता उगवता अयोध्येमध्ये येणाऱ्या लोकांची सतत रीघ लागणार होती. अलीकडची काही वर्षे कोसल देशातल्या प्रत्येक नागरिकाला देशाच्या राजधानीमध्ये यावं आणि होळीच्या दिवशी राजानं मोफत दिलेल्या जेवणखाण्याचा आस्वाद घ्यावा असं वाटायला लागलं होतं. आर्य वर्षामध्ये होळी आणि दिवाळी हे दोन सर्वात मोठे सण होते. दिवाळी म्हणजे हिवाळा सुरू होण्याआधी उत्सव साजरा करण्याचा शेवटचा अवसर असे तर होळी म्हणजे वसंताचा पहिला दिवस. नव्या वर्षाच्या सुगीचा पहिला दिवस.

सातव्या दरवाजावरचे ते दोन पहारेकरी उघड्या दरवाजातून मोठ्या उत्साहानं शहरात प्रवेश करणाऱ्या त्या गर्दीकडे पहात होते. सोमास्त्राच्या वयस्कर पण अजूनही तीक्ष्ण असलेल्या नजरेनं त्या गर्दीमध्ये ही ती व्यक्ती टिपलीच. एक उंच, पांढरी शुभ्र दाढी असलेला, संन्याशाची भगवी वस्त्रं ल्यालेला आणि हातात एक जंगली लाकडाचा दंड घेतलेला एक ऋषी. सोमास्त्रानं बारीक नजरेनं त्या ऋषीकडे निरखून पाहिलं आणि तो चमकलाच.

गर्दी डाव्याउजव्या बाजूंना वळून ज्यांचं जिथे काम असेल त्या त्या दिशेला पांगली. तटबंदीवरच्या मशालींच्या फडफडत्या प्रकाशात तो ऋषी क्षणभरच पण अगदी स्पष्ट दिसला. निश्चयी पावलं टाकत तो हरिश्चंद्र मार्गावरून पुढे निघून गेला. सोमास्त्र डोळे चोळत बघतच राहिला. त्याचा स्वत:च्या डोळ्यांवर विश्वासच बसत नव्हता.

आता माझी दृष्टी मला धोका द्यायला लागली नसेल तर तो वृद्ध ऋषी - आत्तापर्यंत चांगला दहाबारा यार्ड पुढे गेलासुद्धा आहे तो दुसरा तिसरा कुणी नसून जगप्रसिद्ध असा ब्रह्मर्षी विश्वामित्रच आहे. ते अतिप्रसिद्ध स्वरूप बघतान चूक होणं शक्यच नाहीये. ऋषींच्या चित्रसंग्रहालयामध्ये त्यांचं हुबेहूब चित्र आहे की. पण हे विश्वामित्र असणं कसं शक्य आहे? त्या महान द्रष्ट्या ऋषीला - किती दिवस झाले असतील बरं - किती वर्षं? दोनशे? अडीचशे? इतक्या वर्षांमध्ये कुणी पाहिलेलं सुद्धा नाहीये.

काही मिनिटांनंतर सोमास्त्र अजून स्वत:ची खात्री करून घेत असतानाच अजूनही शूद्र शिकाऱ्याच्या वेषात असलेला खरा विश्वामित्र दरवाजातून आत शिरला. त्याचं रूप धारण करून त्याच्या आधी शहरात शिरलेल्या तोतयाच्या मागेच तो जायला लागला. या वेळी मात्र सोमास्त्राची तीक्ष्ण नजरही त्याला ओळखू शकली नाही.

6

मंथरेला स्वतःची सावलीसुद्धा नकोशी वाटायची. आपण कुबडं असणं ही एक गोष्ट झाली पण आपल्या या वेड्यावाकड्या आकाराची दहापट मोठी सावली त्याचा पुरावा म्हणून समोरच्या भिंतीवर पाहणं ही भलतीच गोष्ट होती. पण मशाल धरणारी तिची दासी तिच्यामागोमाग गाडीतून उतरायला खूपच वेळ लावत होती. आणि ती पुढे असायला हवी तर आता तिच्या मागे चालत होती. मंथरेच्या पाठीमागून येणारा थरथरता उजेड मंथरेची सावली समोर फेकत होता. ती वेडीवाकडी सावली कधी रस्त्याच्या दगडांवर नाचत होती तर कधी वर वर सरकत जाऊन समोरच्या भिंतीवर पोचत होती. तिथेच ही आळी संपत होती. अनेक रात्री चिंतेमुळे झोपेशिवाय गेलेल्या तशीच ही रात्रही गेलेली – आणि ही अशी अंधारी वेळ – मंथरेला ते दृश्य अगदी नकोसंच झालं. ती एकदम मागे वळली. मशाल घेतलेली दासी चमकून तिच्याकडे बघायला लागली तेवढ्यात मंथरेनं तिच्या गालावर एक जोरदार चपराक ठेवून दिली. दासी विव्हळली पण तिनं हातातली मशाल सोडली नाही. त्या थरथरत्या प्रकाशातही तिच्या फिकट तरुण गालावरच्या मंथरेच्या बोटांच्या खुणा स्पष्ट दिसत होत्या. आपलं काय चुकलं ते न कळून ती मोठ्या डोळ्यांनी बघतच राहिली. मंथरेला तिला काही सांगण्याची गरज भासली नाही. ती तर मागे वळून पुढे चालायला लागलीही होती. आळीच्या शेवटच्या दाराशी जाऊन पोचली होती.

रात्रीच्या गस्तीचे आवाज ऐकू येताहेत का ते बघत मंथरा क्षणभर थबकली. पण तिच्या तीक्ष्ण कानांवर शहराचा सातवा दरवाजा उघडला जात असल्याचा, ढग गडगडल्यासारखा अस्पष्ट आवाज सोडून दुसरा कसलाच आवाज पडला नाही. फारच उशीर झाला होता. पहाटेला पहारेकरी बदलतात त्याआधी राजवाड्यात परत जाणं आवश्यकच होतं.

दारावर थाप मारण्यासाठी तिनं हात वर उचलला पण तिचा हात त्या जुन्या पुराण्या दारावर पडणार तेवढ्यात दार उघडलं गेलं. एका बुटक्या आकृतीनं घाईघाईनं तिला आत येण्याची खूण केली. ती आकृती एका काळ्या चादरीमध्ये

लपेटलेली होती. तिनं एका लहानशा खोलीत प्रवेश केला. खोलीत घाण वासाच्या दोन मेणबत्त्या पेटवलेल्या होत्या तेवढाच उजेड होता. फारसं सामानही नव्हतं. नेहमीच्या पद्धतीप्रमाणे हातातली मशाल विझवत दासीही तिच्या मागोमाग आत शिरली. खिडक्या नसलेल्या त्या खोलीच्या भिंती काळ्या रंगानं रंगवलेल्या होत्या. त्या भिंतींवर कसलंही नक्षीकाम नव्हतं पण पूर्वीच्या अनुभवावरून मंथरेला माहीत होतं की हिरवट निळसर रंगाचा प्रकाश पडला की त्या वरकरणी रिकाम्या दिसणाऱ्या भिंतींवर सगळीकडे चमकत्या शाईनं काहीतरी अक्षरं उमटलेली दिसतात. ती तांत्रिक चिन्हं होती. आर्यांच्या केव्हाच विस्मरणात गेलेल्या कोणत्याशा जुन्या आदिवासी जमातीच्या बोली भाषेतली ती चिन्हं होती. वैदिक देवदेवतांच्या मांदियाळीतल्या अनेक देवता ज्या काळात स्वतंत्र देव मानल्या जात होत्या, एकाच सर्वश्रेष्ठ देवाची अनेक रूपं असं मानलं जात नव्हतं त्या काळातली ही चिन्हं होती. या सुधारलेल्या काळामध्ये अनेक देव पुजणं हे अधार्मिक मानलं जात होतं. त्याहूनही वाईट गोष्ट म्हणजे भिंतींवरच्या या खुणा त्या प्राचीन देवदेवतांपैकी सर्वात क्रूर आणि अतिशय निषिद्ध समजल्या जाणाऱ्या देवतांच्या आराधनेच्या होत्या. आजही सुसंस्कृत आर्य ज्या देवांची पूजा करत होते त्या न्यायी आणि दयाळू देवांपैकी हा देव नव्हता. तर असुर–आणि मंथरेसारख्या काही असंतुष्ट आर्य व्यक्ती ज्या देवासमोर नतमस्तक होत होते असा अतिप्राचीन आणि प्रेतात्मा असा कुणीतरी होता. असुर देवाची आपली आराधना गुप्त ठेवण्याइतकी मंथरा खचितच हुशार होती. तिच्या भिंतींवर कोणतीही अधार्मिक चिन्हं रंगवलेली नव्हती. चमकत्या किंवा दुसऱ्या कसल्याही रंगानं नाही. तिचं यज्ञाचं दालनही गुप्तच होतं. अगदी तिची स्वामिनी आणि पाल्य असलेल्या, दुसरी राणी कैकेयीलाही माहीत नव्हतं. स्वतःच्या भिंतींवर ही असली चिन्हं रंगवून हा कुडमुड्या तांत्रिक संकटाला आमंत्रणच देत होता. हे संकट जुन्या प्रामाणिक सैनिकांच्या जांभळ्या आणि काळ्या गणवेशात यायचं. इतर गोष्टींबरोबरच हेही त्यांचं एक काम होतं. राक्षसपूजकांना शोधून काढायचं आणि त्यांना अटक करायची.

त्याच्याकडे वळून तिनं विचारलं, 'मला जे हवं आहे ते तुझ्याकडे आहे का?'

त्यानं काहीच उत्तर दिलं नाही. तो कधीच फारसं बोलायचा नाही. बहुतेक सगळेच तांत्रिक असं वागत असत. त्यांना वाटायचं की आपण असं वागलो की आपण किती ज्ञानी आहोत असा लोकांचा समज करून देता येईल. मंथरेला त्याची काही पर्वा नव्हती. त्याच्याशी बोलण्यासारखं तिच्याकडेही काही नव्हतं. आणि तिला ऐकावसं वाटेल असं त्याच्याकडेही काही नव्हतं.

तो खोलीच्या दुसऱ्या टोकाशी गेला. तिथे असलेलं एक जड वाटणारं पोतं त्यानं खेचत आणून खोलीच्या मध्ये टाकलं. त्या जाड तागाच्या पोत्यामधून एक बारीकसा कण्हण्याचा आवाज उमटला. आणि आतल्या हालचालीनं पोतं जरासं वेडंवाकडं झालं. तांत्रिकानं कपाळाला आठ्या घालत इकडेतिकडे बघितलं आणि कोपऱ्यातली एक काठी घेऊन त्या पोत्याच्या एका गोलसर टोकावर एक सणसणीत फटका मारला. काठीचा फटका हाडावर बसल्याचा ओळखीचा आवाज आला आणि ते कण्हणं आणि ती हालचाल दोन्ही थांबलं. तांत्रिकानं समाधानानं हातातली काठी खाली फेकली आणि हात झटकले.

मंथरेच्या मागेच उभ्या असलेल्या दासीनं आश्चर्यानं श्वास आत ओढला आणि ती पुटपुटत श्री देवीमातेकडे क्षमायाचनेची प्रार्थना करायला लागली. मंथरेनं कितीही कडक बंदी घातली तरी ती सतत देवीमातेची प्रार्थना करतच असायची. तिला पुन्हा एकदा सांगावं लागणार आहे. मंथरेनं कमरेचा वासराच्या कातड्याचा कसा उघडला आणि तिनं तांत्रिकाला देणं असलेली नाणी बाहेर काढली.

काही न बोलता त्यानं नाणी घेण्यासाठी हात पुढे केला. पण तिनं चटकन नाणी सोडली नाहीत. हा उशीर त्याच्या लक्षात आला आणि त्याची नजर तिच्या नजरेला भिडण्यासाठी सावकाश वर झाली. हा माणूस कोणत्या तरी नशेच्या अंमलाखाली आहे हे तिच्या लगेच लक्षात आलं. बहुतेक गांजाच असणार. का कोण जाणे पण तांत्रिक नेहमी गांजाच वापरत असत. किळस येऊन तिनं नाक मुरडलं. तिला ही औषधं आणि नशेचे पदार्थ यांचा भयंकर तिटकारा होता. त्यांच्यामुळे माणसं निष्काळजी होतात आणि अशा महत्त्वाच्या धोकादायक कामांमध्ये निष्काळजी माणूस मरणार हे ठरलेलंच असतं. तिनं पैसे असलेला हात मागे घेतला. असा मूर्ख माणूस तिचं सगळं काम फिसकटवून टाकू शकेल हे तिच्या मनात आलं आणि तिचं तोंड कडू झालं.

तिनं काहीशा रागानं त्याला विचारलं, ‘तुला कुणी बघितलं किंवा तुझ्या हालचालींचा आवाज कुणाला ऐकू गेला?’

तो काही न कळत्या नजरेनं तिच्याकडे बघत राहिला. अंधुक प्रकाशानं होतात त्यापेक्षा कितीतरी मोठी बुबुळं झाली होती त्याची. ती उत्तराची वाट बघत थांबली.

शेवटी एकदाची त्यानं मान हलवली.

पोत्याकडे बोट करत तिनं विचारलं, ‘त्याला शोधायला कुणी येईल?’

पुन्हा खूप वेळ थांबल्यावर त्यानं पुन्हा तशीच मान हलवली.

‘तोसुद्धा इतरांसारखाच अनाथ होता? आधीच्या पाचजणांसारखा एखाद्या अनाथाश्रमामधूनच आणलेला? आईवडील, कुणी नातेवाईक – कुणी नाही त्याला?’

पुन्हा एकदा मान हलली.

'तो जन्मानं ब्राह्मण आहे याची खात्री करून घेतलीयस ना तू, त्याचं बारसं आणि मुंज अगदी रीतीनुसार झालेली आहे ना? तो वयात आल्याचा समारंभही गेल्या आठवड्यात पार पडलेला आहे ना – इतर मुलांसारखा?'

आताचं गप्प बसणं जास्त वेळ टिकलं. मग होकारार्थी मान डुलली.

'आणि आधीच्या मुलं हरवण्याबद्दलही तुला कुणी काही विचारलेलं नाही ना? तू कुणाजवळ याबद्दल काही बोललेला नाहीयेस ना? किंवा माझ्याशी झालेल्या व्यवहाराबद्दल? कुणी प्रामाणिक सैनिक हुंगत आला नव्हता ना इथे? वेडेवाकडे प्रश्न विचारत?'

आता मान होकारार्थी हलवावी की नकारार्थी हा प्रश्न पडल्यासारखा तो गप्पच उभा राहिला. मग त्यानं नुसतंच डोकं हलवलं. त्याची नजर आता तिच्या मुठीतल्या त्या सहा चांदीच्या नाण्यांवर खिळली होती. त्या मुलाच्या वयाएवढी नाणी.

तिचं समाधान झालं नव्हतं. अजिबातच नाही. पण तो जर मूर्खासारखा किंवा निष्काळजीपणानं वागला असता तर ती अशी आत्ता इथे त्याच्याशी थट्टामस्करी करत उभी नसती. प्रामाणिक सैनिक तो दरवाजा मोडून काढत आत घुसले असते आणि एव्हाना त्या दोघांना महाराजांच्या काळकोठडीकडे घेऊन निघालेले असते. आणि आत्तापर्यंत त्यानं सहा ब्राह्मण मुलगे तिला पुरवले होते. अयोध्येसारख्या स्वत:ला फार शहाणं समजणाऱ्या शहरात दर महिन्याला सहा वर्षांचा एक मुलगा पळवणं नक्कीच सोपं नव्हतं. त्या मुलांचं पुढे काय होणार आहे हे कळल्यावर या कामासाठी इतकी वर्षं तिला भेटायला आलेले चोर आणि डाकूसुद्धा गांगरले होते. आणि तिच्या पायाशी तुच्छतेनं थुंकून निघून गेले होते. खुनी आणि चोरदरोडेखोर इतके पापभीरू कसे असू शकतात हे काही तिला कळत नव्हतं. पण तीच तर आर्यांची नैतिकता होती.

खूप प्रयत्नांनंतर आणि बरेच धोके पत्करल्यानंतर तिनं हा तांत्रिक शोधून काढला होता. पण आता तिच्या लक्षात आलं की तिनं त्याला फारच वेळा वापरलंय. तिच्या भानगडींबद्दल त्याला खूपच माहिती झाली आहे. आता तो सर्वात महत्त्वाचा दिवस इतका जवळ आलेला असताना त्याला ही एवढी माहिती असणं तिच्यासाठी धोक्याचं ठरू शकलं असतं. होय, तिनं निर्णय घेतला, त्याला असलेली माहिती त्यानं दुसऱ्या कुणाला सांगू नये याची काळजी घ्यायलाच हवी. एवढा सगळा तिचा प्रवास एका कुडमुड्या तांत्रिकामुळे फुकट जावा – आणि तो तांत्रिकही कसा तर – भिंतीवर चार विचित्र चित्रं रंगवली म्हणजे आपली काळ्या राजावर किती भक्ती आहे हे सिद्ध होईल असं मानणारा वेडा – गांजेकस.

त्याच्या घसा खाकरण्यानं तिचं लक्ष पुन्हा त्याच्याकडे वळलं. आपलं इथलं काम पार पडलंय आणि पैसे अजूनही आपल्या मुठीतच आहेत हे तिला जाणवलं. *चल, मंथरे, लवकरच पहाट होईल. आज खूपच कामं करायचीयेत, या मूर्ख माणसाच्या झोपडीत उभं राहून ती पुरी होणार नाहीयेत.*

'हे घे.' हातातले पैसे पुढे करत ती तुच्छतेनं म्हणाली.

त्यानं ते घेतले नाहीत याचं तिला आश्चर्य वाटलं.

त्याऐवजी त्यानं उद्धटपणानं तिच्याकडे नजर उचलली.

'तू कबूल केलं होतंस.' तो म्हणाला, त्याचा घोगरा आवाज मधूनच चिरत होता. तिला कळून आलं की त्याने गांजाचा हुक्का प्यायलाय, चिलीम नाही.

तिनं कपाळाला आठ्या घातल्या. 'होय, मी सहा चांदीची नाणी कबूल केली होती. ही घे लवकर, मला घाई आहे.'

त्यानं मान हलवली. आपलं म्हणणं नीटपणे कसं सांगावं हे त्याला कळत नव्हतं. कुठल्या तरी, दोघांना कळणाऱ्या बोलीभाषेमध्ये तो म्हणाला, 'मी तुझ्याबरोबर काम - तू कबूल केलं - हा यज्ञ, काळ्या राजाचं स्वागत - अयोध्यामध्ये.' तो जास्त का बोलत नसे हे उघडच होतं.

ती त्याच्याकडे बघतच राहिली. यज्ञ करत असताना ती या मूर्खाला तिला मदत करू देईल असं तिनं त्याला कबूल केलं होतं? हा सर्वात महत्त्वाचा विधी आहे हे याला कसं कळलं? तिचा काळा राजा अयोध्येमध्ये पहिलं पाऊल टाकेल त्या आधीचा हा विधी होता. या गांजेकस तांत्रिकाकडे ती एवढं का बोलली असेल? मग तिला आठवलं. तिनं हे आपणहून त्याला नव्हतंच सांगितलं - त्यानंच हट्टानं तिच्याकडून हे काढून घेतलं होतं. तिनं काही न सांगताच त्याला ते कळलं होतं. इतक्या महिन्यांमध्ये त्यानं दोन आणि दोनाची बेरीज केली होती. तिनं त्याला जे कठीण काम दिलं होतं त्यावरून हे ओळखणं काही कठीण नव्हतं. शिवाय सतत उठत असलेल्या वावड्या आणि दक्षिणेच्या अरण्यातून येणाऱ्या तांत्रिकांनी आणलेल्या बातम्या - काहीतरी विलक्षण घडतं आहे अशा - त्यामुळेच तो या धूर्त पण तर्कशुद्ध निष्कर्षाला येऊन पोचला होता की ही लंकेच्या काळ्या राजाची उपासक असली पाहिजे. प्रत्येक प्रत्यक्ष भेटीच्या वेळी त्याला एक मुंजा मुलगा बळी द्यावा लागतो, गेल्या असुर युद्धामधल्या अपमानास्पद पराभवानंतर आता तो पुन्हा उभा राहाणार आहे आणि विजयाची एक मोठी मोहीम उभारणार आहे अशी भविष्यवाणी करण्यात आलेली आहे.

या मोहिमेची सुरुवात अयोध्येपासून होणार आहे.

होय. त्यांच्या शेवटच्या भेटीच्या वेळी हा मूर्ख किती उत्साहानं त्यानं

लावलेल्या शोधांविषयी आणि मग त्यानं काढलेल्या निष्कर्षाविषयी बडबडत होता हे तिला आता आठवलं. तिनं काहीशा रागानंच त्याला धुडकावूनही लावलं होतं. ती त्याची विनंती मान्य करते आहे असं त्याला वाटतं आहे की काय याचा काहीही विचार तिनं त्या वेळी केला नव्हता. त्या मूर्खासारख्या मागणीला हा मूर्ख चिकटून बसेल आणि ती पुन्हा बोलून दाखवण्याची हिंमत करेल असं तिला वाटलं नव्हतं.

आणि इथे तो तेच करत होता. गांजानं भ्रष्ट झालेल्या बुद्धीनं मोडक्यातोडक्या भाषेत तिला पटवायचा प्रयत्न करत होता की त्याचं आणि तिचं कौशल्य एकत्र आलं तर तो योनि आणि लिंग यांचा संयोग असेल. या संयोगानंच तांत्रिक शक्तीचं वर्तुळ पूर्ण होईल. आपण दोघं मिळून एक नवाच पंथ स्थापन करू – लंका पंथ – लंकेचा काळा राजा इथे येऊन पोचल्यावर मग नव्या धर्माचे प्रमुख उद्गाते म्हणून ती दोघं मान्यता पावतील.

त्याच्या या उर्मटपणावर मोठ्यानं हसण्याची उर्मी दाबत ती विचार करायला लागली. नवा पंथ – त्याचे प्रमुख उद्गाते – हा? माझ्याबरोबर? एका क्षणापुरता जरी काळा राजा याच्यासमोर आला तर हा भीतीनं मरून जाईल. आणि याला काय वाटलं? तिच्या यज्ञासाठी काही मुंजे मुलगे पुरवले – आणि त्याचे भरपूर पैसे मिळाले आहेत बरं याला – म्हणजे याला या वेड्यासारख्या मागण्या करायचा हक्क मिळाला? खरोखर, स्वत:ला कुणीतरी समजण्याची मानवाची क्षमता त्याच्या अज्ञानाच्या क्षमतेच्या तोडीचीच आहे. *मिजासखोर, अडाणी गधडा!*

त्याला वाटलं होतं तेवढा त्याच्या बोलण्याचा तिच्यावर परिणाम होत नाहीये हे बघून तांत्रिक तिच्याकडे बघत तिच्या उत्तराची वाट बघत बडबडायचा थांबला.

ती आपल्याकडे बघून प्रेमानं हसते आहे हे बघून त्याला आश्चर्यच वाटलं. म्हणजे तिच्या विद्रूप, अर्धांग वायूनं उजवी बाजू वाकडी झालेल्या चेहऱ्यावर जेवढं प्रेम उमटू शकेल तेवढ्या प्रेमानं.

‘हो तर,’ ती म्हणाली, ‘तुझ्याजवळ फार मोठी कला आहे. हे ज्ञान आणि ही कला मला माझ्या कर्मकांडांमध्ये खूपच उपयोगी पडणार आहे. काळ्या राजालाही त्याच्या ध्येयात उपयोगी पडू शकतील अशा तुझ्यासारख्या शिष्यांची गरज आहे. त्याचं उद्दिष्ट. इथे आपण सगळे या देवपूजक मर्त्य मानवांच्या गर्दीमध्ये सापडलो आहोत. या भिकारड्या ब्रह्माच्या समुद्रातली छोटी छोटी बेटं – एकमेकांशी काही संबंध नसलेली बेटं झालो आहोत. आपण दोघांनी एकत्र येऊन आपल्या स्वामीच्या विजयाची निश्चिती केली पाहिजे.’

थोडं थांबून तिनं पुन्हा आपल्या कशात हात घालत म्हटलं, ‘आपल्या या नव्या युतीबद्दल आपल्या स्वामीतर्फे मी तुला हा आणखी एक परवाना देते. स्वामीच्या कार्यात मदत करण्यासाठी तुला योग्य वाटतील त्या व्यक्तींना सामील

करून घेण्यासाठी तुला योग्य वाटेल तसा याचा उपयोग कर. अजून पुष्कळ आहे आपल्याकडे. हे मानव सोन्याच्या आमिषाला किती चटकन बळी पडतात हे काळ्या राजाला चांगलंच माहीत आहे. तुझं स्वत:चं बक्षीस म्हणून तुला योग्य वाटेल तेवढी नाणी तू राखून ठेवू शकतोस. तू त्याची उत्तम सेवा केली आहेस आणि तो तुझ्यावर प्रसन्न झाला आहे.'

अयोध्येमधल्या उच्च वस्तीमध्ये एखादं चांगलं आरामशीर घर घ्यायला पुरतील एवढी सोन्याची आणि चांदीची नाणी तिनं हातात घेतली. तिच्या हातातल्या त्या खजिन्याकडे पाहताना त्याचे आधीच मोठे झालेले डोळे आणखी विस्फारले गेले. आवंढा गिळताना त्याचा घसा वरखाली झाला. तिचं म्हणणं मुकाट्यानं मान्य करत तो पुढे सरकला. ती भरपूर बक्षिसी घेण्यासाठी त्यानं आपल्या हातांची ओंजळ पुढे केली. त्याच्या संबंध भिकारी आयुष्यात त्यानं एवढी मोठी रक्कम कधीच पाहिली नसावी.

त्याच्या ओंजळीत नाणी टाकण्यासाठी तिनं हात उपडा केला – पण अडखळल्याचं नाटक करत ती नाणी जमिनीवर फेकली. खणखणाट करत ती सगळीकडे घरंगळत गेली. त्यानं क्षणभर मठ्ठ नजरेनं त्यांच्याकडे बघितलं आणि मग धपकन गुडघ्यावर बसत घाईघाईनं त्यानं ती नाणी गोळा करायला सुरुवात केली.

मंथरेनं क्षणभर त्याच्याकडे बघितलं. मग स्वत:च्या जाड्याभरड्या कपड्यातून तिनं एक खंजीर बाहेर काढला. तिनं तिच्या कपड्यामध्ये एक कातडी खिसा मुद्दाम तयार करून घेतला होता त्यात ती हा खंजीर ठेवायची. आज अर्ध्या तासापूर्वी राजमहालातून बाहेर पडण्याआधी हा खंजीर खिशात ठेवण्याआधी तिनं स्वत: बनवलेल्या एका रसायनाचे चारपाच थेंब त्या खिशात टाकले होते. जेव्हा ती या रात्रीच्या बेकायदा मोहिमांवर निघायची तेव्हा ती हे असंच करायची. खोलीतल्या मिणमिणत्या धुरकट प्रकाशात खंजीराच्या नागमोडी पात्यावरचं पिवळट हिरवट जहाल विष मंदपणे चकाकलं. खंजीराची मूठ दोन्ही हातांमध्ये घट्ट पकडून तिनं खाली बसलेल्या तांत्रिकाच्या मानेवर वार केला. तिच्या कुबड्या विचित्र आकाराच्या शरीराला अशा दोन हातांच्या पकडीनंच जोर मिळत असे.

वार नव्हेच, नुसतं किंचितसं खरचटणं. सुरुवातीला त्याला काहीच जाणवलं नाहीये असं वाटलं. तो अजूनही जमिनीवर पसरलेली नाणी गोळा करण्याच्या नादातच होता. पण एका क्षणानंतर, तो थांबला, स्तब्ध झाला आणि त्यानं मानेवरच्या जखमेला स्पर्श करण्यासाठी सावकाश हात वर उचलला. त्याच्या एका बोटावर एक अगदी चिमुकला रक्तबिंदू उतरला. त्या रक्तबिंदूकडे त्यानं क्षणभर पाहिलं आणि मग आपलं बोट तोंडात घातलं. त्याच्या हडकुळ्या चेहऱ्यावर हळूहळू समज उमटायला लागली. मंथरेकडे पाहण्यासाठी त्यानं आपली नजर वर

उचलायला सुरुवात केली पण तिच्यापर्यंत पोचण्याच्या आतच – ते विष – त्या खरचटण्यातून आणि आता तोंडावाटेसुद्धा त्याच्या शरीरभर पसरलं. त्याच्या नसा आक्रसल्या आणि तो तोंडावर कोसळला. त्यानं गोळा केलेली नाणी पुन्हा एकदा खणखणाट करत सगळीकडे पसरली.

त्याच्या मृत्युयातना बघत मंथरा काही वेळ तशीच उभी राहिली. आणि मग दासीकडे वळली. ब्राह्मणाच्या धोतरासारखा तिचा चेहरा पांढरा फटक पडला होता. ती भिंतीला इतकी चिकटून उभी होती की जणू काही तिला त्या दारामध्ये – भिंतीमध्ये विरघळून जायचं असावं.

'पोतं घेऊन गाडीत जा.' मंथरा खेकसली. 'त्यात काय आहे हे बरोबरच्या दासांना कळणार नाही याची काळजी घे. नेहमीसारखं हे पोतं आतल्या खजिन्याच्या पेटीत ठेव. नीट, काळजीपूर्वक – गेल्या वेळच्याला तू खरचटवलं होतंस.'

दासी पळून जायच्या तयारीत असावी अशी दिसत होती. तिचा हात हळूच दरवाजाच्या कडीकडे सरकला. पण अगदी शेवटच्या क्षणी तिची नजर जमिनीवर तडफडणाऱ्या त्या तांत्रिकाकडे गेली, शिवाय तिला मंथरेला विरोध करणाऱ्यांची काय गत होते हेही आठवलं. धावतच पुढे होऊन तिनं पोतं उचललं, बटाट्याच्या पोत्यासारखं ते पाठीवर फेकलं आणि मंथरेच्या आधी ती दाराबाहेर पडली.

मंथरा तिथेच एक क्षणभर थांबली, त्या घाण वासानं भरलेल्या अंधुक प्रकाशाच्या खोलीत तिनं सगळीकडे नजर फिरवली. इथे काहीतरी असं होतं ज्याचा तिला फायदा होणार होता. असं काहीतरी नेहमीच सापडायचं तिला. आपल्या कपड्यांच्या आतमधून तिनं एक रेशमी दुपट्टा बाहेर काढला. महाराजांच्या राजवाड्यात सगळ्याच राण्या – पट्टराणीसुद्धा – असे रेशमी दुपट्टे वापरायच्या. पण फक्त राण्याच – नागाशी खेळणाऱ्या मुंगुसासारखं छद्मी हास्य चेहऱ्यावर खेळवत तिनं तो पट्टा त्या मृत तांत्रिकाच्या मुठीत कोंबला.जणू काही त्यानं आपल्यावर हल्ला करणाऱ्याच्या गळ्यातून शेवटच्या क्षणी तो ओढून घेतला असावा. त्याच्या बरोबरच्या तांत्रिकाना फसवायला हे उपयोगी पडणार होतं. त्यांना राग येणं फायद्याचं ठरलं असतं.

खोलीतून बाहेर आली तेव्हा बाहेरच्या लख्ख उजेडानं तिचे डोळे दिपल्यासारखे झाले. तिचा वाकडा उजवा हात वर झाला. चिडचिडत तिनं पौर्णिमेच्या चंद्राला शिव्याशाप दिले. गरोदर चेटकीसारखा पूर्ण चंद्र एखाद्या न्यायाधीशासारखा तिच्याकडे रागानं बघत होता. तिच्या पंथामध्ये चंद्रमुखी – चंद्रदेवता हिची पूजा केली जात असे तशीच तिची भीतीही वाटत असे. आजच्या सारख्या पौर्णिमेच्या दिवशीच सर्व जात पंचायतींचं काम केलं जायचं. तिच्या निष्ठा कधीच बदलल्या असल्या तरी लहानपणापासून त्या कर्मकांडांनी मनावर ठासून बसवलेल्या भावना

झटकून टाकणं सोपं नव्हतं. तिनं शाल डोक्यावर ओढून घेतली आणि तिच्या कुबड्या शरीराला जमेल तेवढ्या वेगानं ती गाडीकडे निघाली.

चांदण्यामुळे पडणारी तिची वेडीवाकडी सावली तिची चेष्टा करत तिच्यासमोर नाचतच होती. गाडीत चढण्याआधी ती त्या सावलीवर थुंकली. महाराजाच्या राजवाड्यामध्ये पोचेपर्यंत तिनं गाडीचे पडदे उघडलेच नाहीत.

कांड १

बालपण संपलं

1

'कौसल्या!'

पट्टराणीच्या महालातील वळणावळणांची दालनं त्या घुमणाऱ्या आवाजानं ढवळून निघाली. प्रवेशद्वारावर उभ्या असलेल्या स्त्री पहारेकऱ्यांनी त्यांच्या दिशेनं चालत येणाऱ्या त्या रूंद छातीच्या थोराड पुरुषाकडे मोठ्या आश्चर्यानं पाहिलं पण लगेच भानावर येत डोळे आणि हातातले भाले खाली झुकवत आपल्या राजाला वंदन केलं. पट्टराणीच्या महालात पुरुषांना येण्याची मनाई होती – एकमेव पुरुष सोडून. महाराज दशरथ – कोसल राज्याचा स्वामी. पण तो या महालात येऊन गेल्याला इतके दिवस उलटले होते की झोपेतून डोळे चोळत दचकून जाग्या होणाऱ्या किंवा रेशमी पडद्यामागून आणि जाळीच्या नक्षीदार दारांमागून डोकावून पाहणाऱ्या दासींना हा एवढ्या मोठ्या आवाजाचा कोण पाहुणा आला आहे हे ओळखायला क्षणभराचा का होईना पण वेळ लागलाच. काहीजणींनी आपली अवस्था लपवण्यासाठी हाताला लागेल ती वस्तू उचलली – रेशमी उशा, डुलता पडदा, चांदीची फुलदाणी – इतर काहीजणींनी आपल्या नग्न देहाचं प्रदर्शन मांडले. दरवाजांत आणि आरामशीर आसनांवर कृतक लज्जेच्या अविर्भावाने त्या राजाचे लक्ष आपल्याकडे वेधून घ्यायला पाहू लागल्या. त्यांना ठाऊक होतं की आपापल्या महालांमध्ये राहाणाऱ्या या तीन मोठ्या राण्यांखेरीज महाराजाच्या अंत:पुरात आणखी साडेतीनशे राण्या होत्या. तरी प्रयत्न करायला काय हरकत असते?

पण महाराजांचं लक्ष या मोहक आकृतींकडे किंवा बदामी डोळ्यांकडे गेलं नाही. त्याच्या वयाला आणि भल्या मोठ्या शरीराला न शोभणाऱ्या दमदार चालीनं तो सरळ राणीच्या महालात शिरला.

'कौसल्या,' त्यानं पुन्हा हाक मारली. ही हाक मारणं म्हणजे तिला बोलावण्यापेक्षा तिला आपण आल्याची वर्दी देणंच होतं. या महालात तो आल्याला खूपच काळ लोटला होता आणि म्हणून त्याच्या मनात थोडी धास्तीही होती. ती धास्ती लपवण्यासाठी घेतलेलं हे अधिकारवाणीचं सोंग होतं. दचकलेल्या दासींना ते चांगलंच फसवू शकलं. महाराजानं आपल्या राणीच्या महालात तिला

हाक मारत प्रवेश करावा याहून दुसरं नैसर्गिक कृत्य कोणतं असू शकतं?

सुरुवातीची दालनं ओलांडत त्यानं एका चौकात प्रवेश केला. हा उघडा चौक होता. त्याला छत नव्हतं. चौकातल्या संगमरवरी कारंजाला आणि नाजूक शिल्पांना वळसा घालून तो पुढे निघाला तेव्हा नुकती पहाट फुटत होती. आकाश निळं जांभळं झालं होतं. किंचितशा दवानं हवा थंड आणि सुगंधी झाली होती. पट्टराणीच्या सुप्रसिद्ध गुलमोहराच्या बागेचा गंध इथवर दरवळत होता. संगमरवरी कारंज्यामध्ये उभारलेला कामदेवाचा पुतळा, त्याच्या हातातला उसाच्या कांडीचं धनुष्य आणि पुष्पबाण. हे सगळं धरलेले त्याचे गुबगुबीत संगमरवरी हात आणि कमळाची पुष्करिणी त्याच्या खूपशा सुंदर आठवणी जाग्या करून गेली. कौसल्येनं हे कारंजं उभारलं तेव्हा किती अभिमानानं ती सर्वांना हे दाखवायची हेही त्याला आठवलं – ही सारी रचना तिची स्वत:ची होती – तिच्या महालातली अंतर्रचनाही तिनं स्वत:च आखलेली होती. या – याच कारंजाच्या पायथ्याशी तिला कुशीत घेऊन त्यानं वर्षा ऋतूमधली एक मध्यरात्र निरखली होती. त्यांच्यावर हलकेच पडत होता त्या पावसाचीही त्याला आठवण झाली. तो दिवस आणि आजचा हा दिवस यामध्ये पुरती सतरा वर्षं उलटली होती. आणि तरीही त्या कारंजाच्या दर्शनानं त्याच्या त्या आठवणी जणू कालच घडल्या असाव्या अशा स्वच्छ जाग्या झाल्या.

महालाच्या अंतर्भागात शिरत त्यानं पुन्हा हाक मारली, 'कौसल्या.' आता त्याचा आवाज हळुवार झाला होता. हिवाळा संपत आला असला तरी जवळ जवळ संपूर्ण नग्नावस्थेत एका आरामशीर आसनावर झोपलेली एक दासी किंचाळतच उठली आणि स्तब्धच झाली. महाराज तिच्याकडेच चालत येत होते, ते पाहून रथासमोर चुकून आलेली हरिणी जशी स्तब्ध होते तशी तिची स्थिती झाली होती. तिचं भरदार वक्षस्थळ आणि त्याच्या दोन्ही हातांच्या विळख्यात मावेल अशा बारीक कंबरेकडे उतरत गेलेल्या फासळ्यांकडे दशरथाचं लक्ष गेलं. त्यानं हात पुढे करून त्या मुलीचा खांदा हलकेच धरला – आणि तिला बाजूला केलं. पुढे जाताना त्याचं कोपर तिच्या छातीला स्पर्शून गेलं आणि बारीकसा नि:श्वासही त्याच्या कानावर पडला. मागे न पाहता तो पुढे गेला.

त्याच्या पट्टराणीच्या खाजगी दालनामध्ये प्रवेश केल्याबरोबर त्याला तिथल्या सजावटीमध्ये झालेला ठळक फरक जाणवला. अगदी सौम्य असे रंग, उत्कृष्ट पडदे, चादरी, अभ्रे, आणि अतिशय उत्तम अशा सौंदर्यदृष्टीनं मांडलेल्या कलात्मक वस्तू. या सर्वांचा परिणाम म्हणून सामोरं होतं ते एक सौम्य – काहीसं उदासच दालन. दालनातल्या मशाली आणि मेणबत्त्यासुद्धा अतिशय कलात्मक रीतीनं ठेवण्यात आलेल्या होत्या. त्यांच्यावरची नक्षी अशी होती की त्यांचा धूर आणि त्यांच्यामुळे निर्माण झालेली गरम हवा वर नेण्याचं त्या नक्षीचं खरं काम कुणाच्या

लक्षातही येऊ नये. पूर्वेकडून आणलेले, नक्षीदार भरतकाम केलेले गालिचे त्याच्या पायाखाली होते पण त्यांच्या अनोख्या नक्षीकडे त्याचं लक्षही गेलं नाही. दोन युगांमधल्या दरवाजातून भूतकाळात प्रवेश करावा तसंच काहीसं हे होतं.

स्वत:च्या शरीरात निर्माण झालेल्या संवेदनांची जाणीव होताच तो थबकला. एक काळ असा होता की त्याचा जागेपणचा – आणि झोपण्याचाही प्रत्येक क्षण याच दालनांमध्ये व्यतीत होत असे. किती थोडा बदल झालाय सगळ्यात याचं त्याला कमालीचं आश्चर्य वाटलं.

दालन रिकामं होतं. कौसल्येला शोधण्यासाठी दुसरीकडे जावं म्हणून तो मागे वळणार तोच त्याला काहीतरी दिसलं. दालनाच्या दूरच्या टोकाला एक ओळखीचा चेहरा – तिथे त्या खिडकीजवळ, मशालीचा थरथरता प्रकाश तिथवर पोचतही नव्हता तिथे – एखाद्या अप्सरेनं आपल्या लोभस मिठीत प्रवाशाला ओढावं तशा ओढीनं तो त्या खिडकीजवळ गेला.

तो स्वत: आणि कौसल्या यांचं ते एक चित्र होतं. जुन्या काळातलं. त्या वेळचा तो आणि आजचा तो यातला फरक बघून तो दचकलाच. त्या वेळचे सडपातळ पण घट्ट स्नायू आता जाड झाले होते, मऊ पडले होते. तेव्हाचं शरीर कसं कोरीव कातीव होतं, पुरुषी होतं ते आता भरलं होतं, गोलाकारच झालं होतं जवळजवळ. ज्या चेहऱ्यावर महत्त्वाकांक्षेचं तेज होतं तो चेहरा आता काळवंडला होता, मांसल झाला होता. माथ्यावरचे केस... पुरे झालं... त्याचे राजवैद्य सतत त्याला त्याच्या वाढत्या वजनाबद्दल आणि व्यायामाच्या कमतरतेबद्दल बोलत असतात तेवढं पुरे आहे. अशा जुन्या काळातल्या चित्राची काहीच जरूर नाहीये त्याला त्या जखमांवर मीठ चोळायला. आता वयाच्या त्रेसष्ठाव्या वर्षी स्वत:चं दिसणं फारसं महत्त्वाचं राहिलं नव्हतं – त्याहून बरीच जास्त महत्त्वाची कामं होती विचार करायला.

पण कौसल्येच्या प्रतिमेकडे आणखी क्षणभर बघत राहिलं तरी चालणार आहे. किंवा आणखी काही वेळ – किंवा अनंत काळपर्यंत. अजूनही तिचं सौंदर्य त्याला मोहिनी घालत होतं. त्यानं हात पुढे केला – वयाचा, गरोदरपणाचा, आईपणाचा, काळजी करण्याचा काहीही परिणाम न झालेल्या त्या नितळ सौम्य चेहऱ्याला स्पर्श करण्यासाठी... परिपूर्ण अशा आर्य सौंदर्याचा तो उत्तम नमुना होता – हरिणीसारखे डोळे, काळेभोर केस, गव्हाळ वर्ण, कोमल अवयव, विशाल वक्षस्थळ... तिच्या त्या निश्चिंत हास्यामध्ये त्याला स्वत:चं तरुण, बलवान, या रहस्यमय आजारांची आणि अजून कारण न सापडलेल्या बेशुद्ध पडण्याच्या आजाराची सुरुवातही न झालेलं स्वरूप दिसू शकत होतं.

पैंजणांच्या आवाजानं त्याचे विचार एकदम वर्तमानात आले. तो मागे वळला. त्याच्या रेशमी कटिवस्त्राची सळसळ झाली. कौसल्या तिच्या शय्यागृहाच्या दारात

उभी होती. तिच्या हातात पूजेचं तबक होतं. त्याच्या रोगांनी, आजारांनी ग्रासलेल्या शरीराच्या अगदी उलट ती दिसत होती. आंबा पिकावा तसं कौसल्येचं सौंदर्य पक्व झालं होतं. तिचं स्त्रीत्व उठून दिसावं एवढंच भरलं होतं. आणि तिचे डोळे – एकदा त्यानं शपथेवर म्हटलं होतं की तिच्या त्या काळ्याभोर डोळ्यात त्याला स्वत:च्या आत्म्याचं प्रतिबिंबही बघता येतं – ते डोळेही अजून तसेच होते. तसेच धगधगते – फरक एवढाच होता की आत्ता या क्षणी स्वत:च्या शय्यागृहामध्ये निमंत्रणाशिवायच प्रवेश केलेल्या त्याला बघून ते डोळे पेटले होते.

'अयोध्यानरेश.' त्याचं राजकीय संबोधन वापरत ती म्हणाली, 'आज इकडे, शहराच्या उदास भागात कुठे वाट चुकलात?'

टोमणा वर्मी लागला तसा त्याचा चेहरा आक्रसला. पट्टराणीचा महाल त्याच्या महालाच्या अगदी शेजारीच होता, जेमतेम काही यार्डांचं अंतर असेल नसेल – शिवाय दोन्ही महालांना जोडणारा एक रस्ताही होता.

'तुझी विनोदबुद्धी अजून जशीच्या तशी आहे हे बघून बरं वाटलं, कौसल्या.' तिच्याकडे जात तो उद्गारला. 'आणि तुझा धार्मिकपणाही.' हे दुसरं वाक्य तिच्या हातातल्या तबकाला उद्देशून होतं.

खोटं आश्चर्य दाखवत तिनं भिवया उंचावली आणि ती म्हणाली, 'धार्मिकपणा, स्वामी? रोजच्या साध्या सवयीसाठी हा फार मोठा शब्द नाही का झाला? तुमच्या साऱ्या राण्या दिवसाची सुरुवात अशीच करत असतील ना – पूर्वज, देवदेवता आणि त्यांचा स्वामी यांची लहानशी का होईना पण पूजा करून? कोसलमधली कोणतीही कुलीन सुवासिनी एवढं तरी करणारच.'

एका खिडकीतून दिसणारं दृश्य बघण्याचं निमित्त करत त्यानं नजर चुकवली. पहाट नुकती फुटत होती. नीट ओळीनं लावलेले फुलझाडांचे ताटवे त्याला दिसत होते आणि कौसल्येला आवडणारा मोगऱ्याचा मादक मोहक गंधही येत होता. त्याला माहीत होतं की तिचा तो टोमणा त्याच्या दुसऱ्या राणीला, कैकेयीला उद्देशून होता. या पहाटेच्या वेळी अशी पूजा वगैरे करण्याऐवजी कैकेयी झोपलेलीच असण्याची शक्यता जास्त होती. काहीशा प्रयासानं त्यानं तो टोमणा दृष्टीआड केला. त्याला असा टोमणा मारणं किंवा रागावणं हे फार लोकांना जमणारं नव्हतं. आणि गेल्या कित्येक वर्षांत तसं कुणी करायला धजावलंही नव्हतं.

त्यानं पुन्हा एकवार प्रयत्न केला, 'कौसल्या, कशी आहेस तू, माझ्या पट्टराणी? सगळं ठीक आहे ना? कसली कमतरता तर नाही तुला?' पुढचे टोमणे वाचवण्यासाठी त्यानं आपला स्वर पुरेसा रुबाबदार आणि राजासारखा ठेवला पण त्याच वेळी आवाजात पुरेशी कळकळही ठेवली.

पण तिचं अजून झालं नव्हतं. आत्ता कुठे सुरुवात होती. खोट्या आश्चर्यानं तिचा सुंदर चेहरा किंचितसा आक्रसला. 'मला, महाराज?' काही झालं तरी त्याचं पहिलं नाव ती घेत नव्हती हे त्याच्या लक्षात आलं. 'आता माझ्यामध्ये तुम्हाला रस वाटावा असं काय उरलंय, महाराज?'

मोठ्या प्रयासानं त्यानं चेहऱ्यावर हास्य आणलं. 'पुरे पुरे आता, तुला माहीत आहे, तू माझी पट्टराणी आहेस – माझी पहिली नवरी.' दालनातल्या भल्या मोठ्या पलंगाकडे हात करत तो म्हणाला, 'या क्रीडांगणावर आपण दोघांनी कितीतरी संस्मरणीय सुखाच्या रात्री घालवलेल्या आहेत.'

'आणि आता आपण तसं करणं बंद केलंय.' चाबकाच्या फटकाऱ्यासारखा तो टोमणा त्याच्या अंगावर आला.

त्याचं हसू मावळलं. 'मी मुद्याचं बोलतो. आज सकाळी मी इथे आलोय याचं कारण म्हणजे...'

तिनं मान हलवली. 'एवढ्यात नाही, महाराज, तुमच्या बाकीच्या स्त्रिया आपल्या कर्तव्यांमध्ये इतक्या काटेकोर नसतीलही पण माझे संस्कार त्यांच्यापेक्षा उच्च प्रतीचे आहेत. काही परंपरा असतात त्या पाळाव्याच लागतात.'

तो पुढे काही बोलणार तेवढ्यात तिनं टाळी वाजवली. एक दासी – कदाचित हिलाच राजानं काही वेळा पूर्वी दालनाबाहेर बघितलेलं असावं, चटकन पुढे आली अणि कपाळ जमिनीवर टेकेल एवढं खाली लवून तिनं त्याला वंदन केलं. आता तिच्या अंगावर कपडे होते पण त्याच्या ते लक्षातही आलं नाही.

'अर्घ्य.' कौसल्या म्हणाली. दासीनं घाईनं जाऊन एक तस्त आणि पाण्याचा कलश आणला.

कौसल्येनं दर्शवलेल्या आसनावर बसता बसता त्यानं एक मोठा नि:श्वास सोडला. 'राणी, हा मूर्खपणा आहे. अर्घ्य म्हणजे आपल्या घरी क्वचितच येणाऱ्या एखाद्या मोठ्या पाहुण्याचा सत्कार करणं असतं. आपल्या स्वत:च्या नवऱ्याचा नव्हे.'

त्याचे पाय धुण्यासाठी खाली बसलेली असतानाच तिनं वर बघत म्हटलं, 'आपल्या घरी आपल्यापेक्षा जास्त वेळा आलेल्या पाहुण्यांची नावं सांगू शकेन मी, राजे.'

हा टोमणा त्याला फार लागला. ती आपल्या पदरानं त्याचे पाय पुसत असताना त्यानं खाली वाकून तिची मनगटं पकडली आणि तिला थांबवत म्हटलं, 'मला तुझ्याशी एका फार महत्त्वाच्या विषयावर बोलायचं आहे. हे मूर्खपणाचे खेळ थांबव बरं.'

तिनं आपल्या हातांकडे बघितलं. त्याचे भले थोरले केसाळ पंजे तिच्या हातातल्या सोन्याच्या बांगड्या तिच्या नाजूक मनगटात रुतवत होते. 'तुम्ही खरंच

फार महान राजा आहात, अयोध्यानरेश. इतक्या वर्षांनी तुम्ही तुमच्या पट्टराणीच्या महालामध्ये आला आहात आणि ही तुमची तिच्यावरचं प्रेम दाखवण्याची रीत...'

लाज वाटून त्यानं लगेच तिची मनगटं सोडली. तिनं त्याला चिडवलं होतं खरं पण स्वत:च्या चुकीमुळेच त्याला खरं तर राग आला होता. तिच्या नजरेला नजर न देता आल्यामुळे त्यानं क्षणभर नजर वळवली. तो फार काळ तिच्यापासून दूर राहिला होता, ती काही कैकेयी नाही हे तो साफ विसरून गेला होता. आणि आता तिच्या लहानशा सत्तावर्तुळामध्ये पुन्हा एकदा येऊन त्यानं तिला टोमणे मारण्याची, दटावण्याची संधी दिली होती. एखाद्या नव्या नवऱ्यानं चोरून मेहुणीचा मुका घ्यावा आणि त्याच्या नव्या नवरीनं त्याला पकडावं तसा तो खजील झाला. त्यानं मोठ्या प्रयासानं स्वत:ला शांत केलं. आज सकाळी तिच्याकडे यायचं त्यानं ठरवलं तेव्हाच या साऱ्याला तोंड देण्याची त्यानं तयारी केली होती. आता तिनं कितीही चिडवलं, खिजवलं तरी शांतच राहायचं, सौजन्यानं वागायचं त्यानं ठरवलं.

पण तिचे पुढचे शब्द अगदीच अनपेक्षित होते. तिचा स्वरही तेवढाच अनपेक्षित होता, कळकळीचा होता. आता ती त्याच्या उजव्या बाजूला अगदी जवळच होती. तिथूनच तो येत होता. त्याच्या उघड्या हातावर तिच्या हाताचा स्पर्श झाला आणि अनेक स्मृतींचं मोहोळ फुटून त्याच्या अंगावर आलं.

ती अगदी सौम्य स्वरात म्हणाली, 'राजे,' आता तिनं 'महाराज' या संबोधनाऐवजी अधिक जवळिकीचं 'राजे' हे संबोधन वापरलं होतं, 'मी रागानं बोलले याबद्दल क्षमा मागते. तुमच्या सहवासाचा लाभ मला झाला याला कितीतरी काळ उलटला. एकटीनंच हे दिवस काढल्यानं मी राजांशी कसं बोलायचं हे विसरूनच गेलेय.'

आपल्या डोळ्यातला ओलसरपणा जाणवून तो चकितच झाला. त्याच्या मानेवर शरमेनं शहारा उमटला.

'आता माझ्या आकाशगृहामध्ये माझ्याबरोबर बसण्याची कृपा कराल का?' ती पुढे म्हणाली, 'दोघं मिळून ही नवी पहाट उगवताना पाहू आणि तुम्ही तुमच्या मनात जे काही असेल ते अगदी निर्धास्तपणे मला सांगा. शाही आदरातिथ्याचे नियम आता मी विसरणार नाही.'

एकदम तिच्याकडे वळून त्यानं तिचे खांदे घट्ट पकडले. हे इतकं अचानक होतं की तिच्या तोंडून एक मोठा श्वास निसटला. पण नाही, त्याच्या डोळ्यात राग नव्हता – नाही राग नव्हताच.

'कृपा कर,' तो राजाच्या भूमिकेतून बोलण्याचा प्रयत्नही करत नव्हता. 'आता अधिक काही बोलू नकोस. एक शब्दही नको. मला पुरेशी लाज वाटलेली आहे.'

तिचे डोळे विस्फारले गेले, 'राजे?'

'खरंच, विश्वास ठेव माझ्यावर, क्षणभरही मी तुला विसरलो नाही एक दिवस नाही की एक क्षण असा गेलेला नाही, जेव्हा मला तुझी आठवण आली नाही.'

ती त्याच्याकडे बघतच राहिली. हजरजबाबी कौसल्येला शब्दच सापडत नाहीसे झाले.

'मला माहीत आहे,' तो बोलतच होता, 'मी मूर्खासारखा वागलो आहे, काहीसा दुष्टपणानं ही वागलो आहे. काहीही कारण नसताना मी तुझ्याकडे दुर्लक्ष केलं, किंवा त्याबद्दल काही स्पष्टीकरण किंवा सबबही दिली नाही. एखाद्या क्षत्रियानं असं वागणं हे लज्जास्पद आहे आणि एका राजानं असं वागणं तर अक्षम्यच आहे. पण ही गोष्ट माझ्या लक्षात आल्यानंतरही हे कसं सुधारावं, तुझ्याजवळ माझा पश्चात्ताप व्यक्त कसा करावा हे मला कळलंच नाही. चुका कशा सुधारायच्या – आपल्या गुरुजनांनाही स्त्री आणि पुरुष यांच्यामधल्या घडामोडी नीटशा कळत नाहीत, कौसल्ये.'

सावकाश मान हलवत ती उद्गारली, 'मला काहीच कल्पना नव्हती.'

मान खाली घालत तो म्हणाला, 'तुला कल्पनाही येणार नाही, किती वेळा मला तुझ्याजवळ यावंसं वाटलं, तुझी क्षमा मागावीशी वाटली. आपण पुन्हा नव्यानं सुरुवात करू अशी याचना करावीशी वाटली...'

तिच्या दालनामध्ये प्रवेश केल्यानंतर ती प्रथमच त्याच्याकडे बघत असावी असं बघत ती म्हणाली, 'तुम्ही यायला हवं होतं. एका क्षणात मी तुम्हाला क्षमा केली असती. खरंच, यायला हवं होतं तुम्ही.'

'होय.' त्याचा आवाज घोगरा झाला, 'मी यायला हवं होतं. पण माझा धीरच झाला नाही. तुला माहीत आहे – तुला एकटीलाच माहीत आहे मला नकाराची किती भीती वाटते. जिथे विजय निश्चित नसतो तिथे जायला मी बिचकतो. म्हणून तर मी इतका दुःखात होतो – हो हाच शब्द बरोबर आहे – आपल्या हरवलेल्या प्रेमामुळे मी दुःखातच होतो, तरी तू झिडकारशील, घालवून देशील या भीतीनं मी आलोच नाही. तसं झालं असतं तर मग मी पुरताच हरलो असतो.'

'मी असं कसं केलं असतं?' ती कळवळून म्हणाली, 'तुम्हाला झिडकारलं असतं? घालवून दिलं असतं? अरे मूर्ख राजा, मी हात पसरून तुला जवळ घेतलं असतं. मी कधीच तुला झिडकारू शकत नाही.'

तो तिच्याकडे बघतच राहिला, 'खरं बोलते आहेस? इतक्या सहजासहजी तू मला क्षमा केली असतीस?'

तिनं क्षणभर खाली बघितलं. मग काहीशा घोगऱ्या आवाजात ती उत्तरली, 'क्षमा करायला कदाचित थोडा वेळ लागलाही असता. मी काही कुणी देवी नाहीये,

साधी स्त्री आहे – राणीपद निभावण्याचा प्रयत्न करणारी एक साधी स्त्री – पण मी तुम्हाला इथे राहू दिलं असतं याची खात्री बाळगू शकता तुम्ही.'

काही वेळ दोघंही गप्प होती. आपआपल्या बिछान्यावर पडून इतक्या जवळ असलेल्या आणि भावनिक दृष्ट्या इतक्या दूर असलेल्या आपल्या प्रिय व्यक्तीची आठवण काढत, तळमळत, घाबरत किती रात्री वाया घालवल्या याचा विचार दोघंही करत होती.

'खरंच किती मूर्ख आहे *मी.*' त्यानं मान्य करून टाकलं. 'आता एक म्हातारा मूर्ख.'

तिनं काळजीनं वर त्याच्याकडे बघितलं. राजवाड्यामध्ये त्याच्या प्रकृतीचं खालावत जाणं हे काही गुपित नव्हतं. 'तुम्हाला पुन्हा काही झटके आले का? राजवैद्य...'

तुच्छतेचा एक हुंकार देत तो म्हणाला, 'राजवैद्यांना माझा आजार हा अभ्यास करण्याच्या दृष्टीनं फारच मनोज्ञ वाटतो आहे. आणि बरा करायला अशक्य.' मग मान हलवत तो उद्गारला, 'नाही, मी अन्याय करतो आहे त्यांच्यावर. त्यांच्या परीनं ते सगळे प्रयत्न करताहेत हे अगदी खरं आहे. पण त्या महान शास्त्राकडे – आयुर्वेदाकडेही सगळ्या प्रश्नांची उत्तरं नाहीत.' खांदे उडवत त्यानं विषय बदलत म्हटलं, 'आपण नंतर बोलू त्याबद्दल, नक्की. पण आत्ता अनेक वर्षांमध्ये नव्हती एवढी माझी प्रकृती चांगली आहे.' स्वत:च्या तरुणपणाच्या तसबिरीकडे हात करत तो आसुसलेपणाने म्हणाला, 'पूर्वीइतका नाही, आता पुन्हा कधीच ती शक्ती – ती जळती महत्त्वाकांक्षा, ती युद्धाची खुमखुमी, ती... असणार नाही,' किंचित खोकत तो थांबला आणि म्हणाला, 'पण मला बरं वाटतंय. खूप दिवसात इतकं बरं वाटलं नव्हतं. कदाचित म्हणूनच आज शेवटी तुझ्याकडे येण्याचा धीर झाला मला...'

त्याच्या ओलसर नजरेत खराखुरा आपलेपणा होता – केवळ औपचारिकता नव्हती.

'आणि मी पूर्वजांचे आभार मानतो त्याबद्दल.'

त्याची नजर तिच्या शरीरावरून खाली घसरत गेलेली तिला जाणवली. तिचं वक्षस्थळ, अजून बारीक असलेली तिची कंबर, रुंद नितंब, तिची नाभी... तिचा बदामासारखा शुभ्र वर्ण लाल होत जाताना त्याला दिसला. तिच्या गालांपासून तो लालिमा खाली तिच्या मानेवर... तो तिच्याजवळ सरकला.

'कौसल्या.' तो तिच्या कानात कुजबुजला.

तिचे पाय थरथरले, ती खाली घसरली. तिची साडी सळसळली, बांगड्या किणकिणल्या. शरीरात हाडं नसल्यासारखी ती त्याच्या पायाशी कोसळली. तिचा श्वास वेगानं चालू लागला. एक नि:श्वास टाकत खाली वाकून त्यानं तिला वर

उचललं. ती अगदी सहज वर आली. काही प्रतिकार न करता... तिच्या मोगऱ्याच्या सुगंधाचा वास येताच त्याच्या अनेक आठवणी जाग्या झाल्या - त्यांच्या दोघांच्या सहजीवनाची पहिली वर्षं, त्यांच्या पहिल्यावहिल्या रात्री, जेव्हा फक्त तो आणि तीच होती - दुसरीतिसरी अशा राण्या नव्हत्या, साडेतीनशे इतर पत्नीही नव्हत्या, केवळ एक तरुण राजपुत्र आणि त्याची राजकन्या - ताऱ्यांच्या आकाशाखालच्या उघड्या चौकामध्ये फुलांनी सजवलेल्या बिछान्यावर पहुडलेली ती दोघं - मोगऱ्याच्या वासानं हे सगळं इतक्या आवेगानं उफाळून आलं होतं की इतकी वर्षं आपण या आठवणी मुद्दाम दाबून टाकल्या होत्या या जाणिवेनंच त्याला मोठा धक्का बसला.

तिनं वर त्याच्याकडे पाहिलं - तसबिरीतल्यासारख्याच सुंदर डोळ्यांनी - नव्हे, हे डोळे किती तरी अधिक सुंदर होते. तिच्या डोळ्यातलं ते तेज कोणताच चित्रकार आपल्या कुंचल्यानं बंदिस्त करू शकला नसता - तिच्या आतली ती ज्वाला - तिला देवदूतासारखी सौम्य आणि त्याच वेळी विजयी वीरांगनेसारखी अभिमानी बनवणारी ती ज्वाला - जणू काही मधली इतकी वर्षं गेलीच नव्हती - तिनं एका मुलाला जन्म दिला नव्हता. तिच्यामधला त्याला वाटणारा रस कधीच आटला नव्हता, तो कधीच तिच्यापासून दूर गेला नव्हता... जणू काही...

मान हलवत त्यानं तिचे हात सोडले आणि तो एक पाऊल मागे सरकला. त्याच्या अनवाणी पावलांचा धक्का लागून अर्घ्याचं तस्त कलंडलं. त्या प्रशस्त दालनात त्या गडगडणाऱ्या भांड्याचा आवाज अगदी पोकळसा घुमत राहिला. दोघांपैकी कुणाचंच तिकडे लक्ष गेलं नाही - किंवा त्यांना काही फिकीर वाटलीही नाही.

त्यानं तिला बिछान्याकडे ओढलं. तिनं बिछान्याकडे जाता जाता हात लांब करून बिछान्याच्या खांबाशी बांधलेली एक बारीकशी दोरी ओढली हे त्याला दिसलं. ती दोघं आणि त्यांचा बिछाना सुगंधी गुलाबपाकळ्यांच्या शीतल वर्षावानं भरून गेला. तो आश्चर्यचकित झाला. किती वर्षं ती वाट पाहत होती - रात्रीमागून रात्री - रोज नव्या गुलाबपाकळ्यांनी बिछाना सजवून वाट पाहत होती, केवळ या क्षणाची? तो तिच्याकडे परत येईल याची? या इतक्या सोशिकपणाची तो कल्पनाही करू शकत नव्हता. स्वत:च्या डोळ्यातल्या अश्रूंची जाणीव झाल्यानं त्याला अधिकच आश्चर्य वाटलं-अश्रू तिच्या मिठीच्या आनंदाचे आणि इतक्या दीर्घ विरहाच्या दु:खाचेही..

तेवढ्यात त्याला आठवलं, आपण ज्या महत्त्वाच्या कामासाठी इथे आलो आहोत त्याविषयी तर आपण एक अक्षरही बोललो नाही. नंतर, नंतर लगेच सांगायचं...

2

एक राक्षस द्वितीय राणीला, कैकेयीला ठार मारत होता. शिंगं असलेला तो राक्षस तिच्या छातीवर बसला होता. त्याच्या त्या अस्वलासारख्या वजनानं तिची फुप्फुसं चिरडून गेली होती. होळीच्या वेळी एखादा ढोलवादक जसा एका तालात ढोलकी वाजवत राहातो तसा तो राक्षस तिच्या डोक्यावर आपल्या प्रचंड पंजांनी फटके मारत होता – ढम ढम ढम ढम – मग एक क्षण स्तब्धता – ढम ढम ढम ढम – मग पुन्हा एक क्षण स्तब्धता.

तिची कवटी फुटून मेंदू बाहेर पडेपर्यंत त्याचं हे मारणं चालू राहिलं असतं पण तिच्या मनात आलेल्या होळीच्या विचारानं त्याचा ताल चुकला असावा. रागानं गुरगुरत त्यानं आपल्या मांड्या आणखीच आवळल्या, तिच्या फासळ्यांचं दुखणं आता कमालीचं वाढलं.

डोळे उघडण्यासाठी ती धडपडू लागली. होळी. होळीच्या सणामध्ये असं काय होतं की त्या राक्षसाला एवढा संताप यावा? आता एवढ्यातच आलीये ना होळी? तिला माहीत होतं होळी आलीये – कालपरवाच तर मंथरेनं तिला आठवण करून दिली होती, भरत सात वर्षांचा होता त्यानंतर घरी होणारी त्याची ही पहिलीच होळी. कैकेयीला आश्चर्य वाटलं होतं. कितीतरी वर्षं भरत आणि त्याचे भाऊ गुरू वसिष्ठांच्या गुरुकुलामध्ये शिक्षण घेताहेत हे तिला माहीत होतं – कसलं शिक्षण घेताहेत कोण जाणे – पण आता ते घरी येऊन तीन पावसाळे उलटले होते आणि तो जणू काही कधीच तिच्यापासून दूर गेला नसावा असं तिला वाटायला लागलं होतं. खरंच तो दूर होता का तिच्यापासून – चांगली आठ वर्षं? मंथरेचं बरोबरच असणार तिची कधीच चूक होत नाही. म्हणूनच तर आपले सगळे निर्णय घेण्याचं काम कैकेयीनं तिच्यावर सोपवून दिलं होतं.

मंथरा गेलीये तरी कुठे आत्ता? या माझ्या छातीवर बसलेल्या राक्षसाला ती काहीतरी करत का नाहीये? आणि हे मस्तक – आई श्री देवी माते – हा राक्षस माझं डोकं फोडूनच का टाकत नाहीये? डोकंच गेलं की या दुखण्यापासून आराम तरी मिळेल – मग डोळे उघडून पुन्हा आपलं आयुष्य सुरू तरी करता येईल – अर्थात

डोकं नसताना पूर्वीसारखं आयुष्य जगणं कठीणच होईल म्हणा, पण देवाधिदेव गणपतीनं हत्तीच्या पिल्लाचं डोकं लावून घेतलं त्याचं चांगलं चाललं की.

ती स्वत:ला हरिणीचं डोकं लावून घेऊ शकेल – किंवा नर हरिणाचं मिळालं तर जास्त चांगलं एखादा भला थोरला. निलगिरी हरीण – खांद्याशी चांगला दहा फूट उंच आणि आक्रमक शिंगं. तिला स्वत:चं स्वरूप डोळ्यासमोर आलं, नग्नावस्थेतलं, गळ्याशी वेडीवाकडी रक्तबंबाळ खूण आणि वर निलगिरी हरीणाचं डोकं, काळेभोर डोळे, अभिमानानं भरलेले आणि एखाद्या विचित्र मुकुटासारखी शिंगं – छान दिसेल. एखाद्या देव आणि पशूच्या संकरासारखं. एखाद्या पुराणकालीन भयानक शापाच्या बळीसारखं जनकपुरीला जाताना रस्त्यामध्ये तिनं एका परदेशी विक्रेत्याच्या दुकानात बघितली होती अशी चित्रं, रोमांचित करणारी.

'कैकेयी!'

किंवा मग ते आदिवासी, निषिद्ध असलेल्या शक्तिपूजा कर्मकांडामधून स्फुरलेलं नृत्य करणारे ते आदिवासी – ते नृत्य इतकं असभ्य होतं की मग खरं कर्मकांड कसं असेल असं तिच्या मनात आलं होतं. ते बघायला मिळालं तर – किंवा नाही चाव जीभ आधी, त्यात भाग घ्यायला मिळाला तर – त्या आदिवासींनी पशूंची कातडी घातली होती, अगदी त्यांची डोकी आणि गारगोटीसारख्या डोळ्यांसह, निलगिरी हरणाचं डोकं आणि स्त्रीचं शरीर म्हणजे तीही अशीच दिसेल – विवाहापूर्वी किती सुंदर घाटदार शरीर होतं तिचं – विवाहापूर्वी, मातृत्वापूर्वी – चांगलंचुंगलं खाण्याची सवय लागण्यापूर्वी, या साऱ्यांनी त्यांची किंमत वसूल करण्याआधी, किती भीतीदायक, शक्तिशाली आणि दरारा निर्माण करणारे अशी दिसेल ती.

'कैकेयी, आत्ताच्या आत्ता जागी झाली नाहीस तर हे बर्फाचं पाणी ओतीन हं मी तुझ्या डोक्यावर.'

आणि तिनं जर दशरथासाठी नृत्य केलं, खरोखरचं नृत्य केलं तर – ते नेहमीसारखं नव्हे – राजानं बघण्यास योग्य असं नीटपणे बसवलेलं नाट्य नव्हे, तर गंधारातल्या स्त्रियांसारखं, किंवा कझाक स्त्रियांसारखं किंवा किरगीझ स्त्रियांसारखं – उन्मुक्त, विलक्षण, बेफाम – असं नृत्य की त्याच्या आजारी शरीरालासुद्धा आपल्या जाग्या होणाऱ्या चेतना आवरता येऊ नयेत. होय, पुन्हा एकवार तिला ही शक्ती प्राप्त होईल. ती संपूर्ण नियंत्रण हाती असल्याची भावना.

'कैकेयी, हे शेवटचं सांगतेय पोरी. याच्यानंतर पाणीच, बघ तयार रहा.'

ती मूर्ख म्हातारी तिला नेहमी 'पोरी' का म्हणते? लहानपणापासून तिला सांभाळलंय म्हणून. आता या वयात तिला अशी हाक मारणं विनोदीच वाटतं. ती आता आई झालीये. ती राणी आहे. आणि तरी मंथरा मात्र तिला अजून एखाद्या हट्टी लाडावलेल्या पोरीसारखीच वागवत असते.

'आ...!'

ती बिछान्यात उठून बसली. पाणथळ नरकात. तिनं डोळे उघडले. नाही नाही, नरक नाही, नरक तर गरम जाळणारा असणार ना – हे तर थंडगार होतं – बर्फाचं होतं. त्या मूर्ख म्हातारीनं तिच्या छातीपोटावर, तोंडावर ते पाणी ओतलं होतं. आणि वर अजून ती तशीच आपले वाकडे दात दाखवत हसत तिथेच उभी होती, अजून ते भांडंही तसंच तिच्या हातात होतं. जणू काही एखाद्या घोड्याला धुवून काढत असावी, किंवा... किंवा...

'मंथरा...' चेहऱ्यावरचं पाणी निरपत कैकेयी गोंधळून ओरडली, 'चेटकिणी...'

मंथरेचं हसू वाढलं. 'होय होय मीच चेटकीण.' खणखणाट करत तिनं अर्ध्य देण्याचं भांडं खाली टाकलं. पाय घासत ती पुढे आली आणि एक सुरकुतलेला, वाळका हात पुढे करत तिनं कैकेयीच्या दोन्ही गालांवर एक एक थप्पड लगावली. चांगली झोंबण्यासारखी होती ती थप्पड. 'आणि तू, उद्धट मुलगी – आता उठ, जागी हो इथे पहाट उलटली तरी तू झोपून राहिलीयेस आणि तुझा स्वामी कुठे गेलाय, बघ जरा.'

पाण्यानं जागं होण्याची क्रिया सुरू झाली होती ती त्या थपडांनी पूर्ण केलीच होती. डोळे फडफडावत कैकेयी जागी झाली. मंथरेच्या असभ्य भाषेमुळे तिला कळून चुकलं की काही तरी महत्त्वाचं आणि चुकीचं घडलं असावं. ती कुबडी अशी भाषा बऱ्याच वेळा वापरायची पण ती जेव्हा कैकेयीशी अशा भाषेत बोलायची तेव्हा बहुधा कैकेयीनं अशी एखादी घोर चूक केलेली असायची जिचा परिणाम मंथरेच्या स्वतःच्या आयुष्यावर आणि नशिबावर होणार असायचा. एखाद्या चुकीचा परिणाम फक्त कैकेयीला भोगावा लागणार असेल तर मंथरेला फारसं सुखदुःख नसायचं पण तिचं स्वतःचं काही नुकसान होणार असेल तर मात्र कैकेयीला क्षमा नसायची. हा धडा कैकेयीला फार पूर्वीच शिकली होती, अगदी मंथरेच्या गुडघ्याएवढी पोर होती तेव्हाच. मोठमोठ्या बाल डोळ्यांनी समोर उभ्या असलेल्या भल्या थोरल्या वेड्यावाकड्या आकृतीकडे बघत असताना – हिच्या हातात आपलं सगळं आयुष्य आणि भविष्य आहे याची ठाम खात्री बाळगून – निदान तेव्हा तरी तिला तसं वाटायचं – तेव्हाच ती हा धडा शिकली होती.

कैकेयी घसरतच बिछान्याच्या दुसऱ्या बाजूला गेली. तिची ती भयानक डोकेदुखी ती विसरूनच गेली. अचानक ती पुन्हा ती लहान मुलगी झाली – मंथरेची साडी घट्ट धरून घाबरत उभी राहिलेली मुलगी – तिच्या दाईच्या मर्जीवर सगळं अस्तित्व अवलंबून असलेली लहान मुलगी. मंथरेनं तिला असा खरा मार दिल्याला अनेक वर्षं उलटली होती पण आज ती याची भरपाई करणार असं कैकेयीला वाटू लागलं. तिच्या डोळ्यात तीच ओळखीची हिऱ्यासारखी चमक

होती आणि तिचे पुढे आलेले दात ज्या खालच्या ओठावर टेकायचे तो ओठ थुंकीनं चमकत होता.

कैकेयीनं पाय पोटाशी घेतले. त्या भल्या मोठ्या आरामशीर बिछान्याच्या पार दुसऱ्या टोकाशी ती मुरगळून बसली पण तिचं लक्ष मंथरेवर होतं. तिचे डोळे इकडून तिकडे फिरत होते. तिच्या उपमातेला – दाईला इतका राग येण्यासारखं आपल्या हातून काय घडलंय हे काही तिला आठवत नव्हतं पण म्हणून ती बेसावध नक्कीच राहाणार नव्हती. गप्प बसून मंथरेनं ठरवलेला नवा छळ गपचूप सहन नक्कीच करणार नव्हती.

पण मंथरेचे पुढचे शब्द ऐकून तिला आश्चर्य वाटलं. तिच्या अपेक्षेप्रमाणे एक सणसणीत शिवी नव्हती ती – एक प्रश्न होता.

'तो तुझ्याकडे आला होता त्याला किती काळ लोटला?'

कैकेयी गुडघ्यावर उठली. तोंडावरचं केसांमधून गळणारं पाणी पुसत तिनं संशयानं विचारलं, 'कोण?'

कुबडी तुच्छतेनं हुंकारली. 'कोण? मूर्ख मुली, तुझा नवरा. कोसल देशाचा राजा, अयोध्येचा स्वामी, महाराज दशरथ – दुसरं कोण? किती पुरुष येतात तुझ्याजवळ झोपायला?'

या प्रश्नाचं उत्तर द्यायचं आहे की तो नुसताच विचारला गेला आहे हे कैकेयीला चटकन ठरवता आलं नाही. तिला हे असे बारकावे समजत नसत शिवाय तिच्या डोक्यात पडणारे घणाचे घाव आता वाढले होते. काल रात्री त्या उपहारगृहातल्या त्या हलकटानं कोणतं खालच्या दर्जाचं मद्य तिच्या पात्रामध्ये ओतलं होतं, कुणास ठाऊक. डोकं दोन्ही पंजांमध्ये घट्ट धरत तिनं एक चांगलंसं उत्तर जुळवण्याचा प्रयत्न केला. काय बरं होता तो प्रश्न? हं आठवलं, दशरथ तिच्याकडे येऊन गेला त्याला किती काळ लोटला? चांगला प्रश्न आहे. किती काळ उलटला बरं?

अखेरीस ती कधी नव्हे ते अगदी खरेपणानं उत्तरली, 'मला नाही माहीत.पण खूप दिवस झाले. एखादं वर्ष, कदाचित जास्तच...'

खाली पडलेलं भांडं उचलून वर सोंगट्यांचा पट मांडलेल्या एका घडवंचीवर ठेवत कसला तरी विचार करत मंथरेनं मान डोलावली. कैकेयी कधीच तो खेळ खेळायची नाही पण दशरथ मात्र कधी कधी खेळत असे. त्या धक्क्यानं खेळाचे अनेक मोहरे – एक हत्ती, एक उंट आणि काही प्यादी घरंगळत जमिनीवर पडली. 'मला वाटलंच होतं. मला वाटलं होतं त्याच्या तब्येतीमुळे असेल असं, एखाद्या तरुण निरोगी माणसाइतका वारंवार शारीरिक जवळिकीची इच्छा होत नसते सत्तरीच्या आजारी माणसाला.'

बोट नाचवत मंथरा पुढे म्हणाली, 'पण पुरुषांचं काही सांगता येत नाही.पुष्कळ

वेळा ते अशक्तपणाचं कारण सांगतात पण खरं म्हणजे ते आपली शक्ती राखून ठेवत असतात नव्या विजयांसाठी.' तिचा चेहरा वाकडातिकडा झाला, 'तुझ्यासारखीच मीही फसले होते, त्याच्या प्रकृतीमुळे तो तुझ्याकडे येत नाहीये असं समजले होते. पण आता बघते तर त्याची काहीतरी नवीनच योजना दिसतेय. धूर्त हरामजादा.'

कैकेयीचे डोळे विस्फारले. आजवर मंथरेच्या शिव्याशापांमध्ये राजाचं नाव कधीच आलं नव्हतं. ती शहारली. हे जे काही असेल ते असो, तिला त्याला आत्ता तोंड द्यायचच नव्हतं. एवढं डोकं दुखत असताना तर नाहीच.

म्हातारी कुबडी बोलतच होती, 'तोंड उघडं टाकून बघत काय बसलीयेस, पोरी? इथे गप्पा मारत राहून आपलं काही काम होणार नाहीये. तो म्हातारा काय कटकारस्थान रचतोय ते शोधायला हवं. तेही लगेच. चल तयार हो, कैकेयी.' तिनं बाजूच्या आसनावर काढून ठेवलेल्या कपड्यांकडे बोट दाखवत म्हटलं. 'चल चल आटप लवकर. पुष्कळ काम करायचंय अजून.'

काही वाद न घालता कैकेयीनं तिला सांगितल्यासारखं केलं. हे असं करण्याचा तिला चांगला जन्मभराचा अनुभवच होता. काय घाल, काय बोल, कसं बोल, कुणाशी बोल, केव्हा बोल आणि केव्हा काय कर – असा आज्ञाधारकपणा सोपा असतो. एक प्रकारची सुटकाच होती ती. चेहऱ्यावरचं पाणी पुसताना – आज एवढीच स्वच्छता करायला मिळणार असं दिसत होतं – ती पुन्हा पुन्हा मंथरेकडे बघत होती. दाईमाच्या मनात काय चाललंय याचा अधिक स्पष्ट अंदाज बांधण्याचा प्रयत्न करत होती.

मंथरा बिछान्या शेजारच्या दिव्याकडे टक लावून बघत होती. तिची नजर त्या ज्योतीवर खिळली होती.

झोपण्यावेळचं कटिवस्त्र काढून नवं कटिवस्त्र चढवत कैकेयीनं विचारलं, 'काय झालं? तू दशरथाबद्दल का विचारतेयस? काय केलं त्यानं?'

मंथरेचं लक्ष दिव्यावरच होतं. दिव्याच्या ज्योतीच्या प्रतिबिंबामुळे तिची लहानशी बुबुळं पिवळ्या ठिणग्यांसारखी दिसत होती.

सवयीच्या झपाट्यानं कैकेयीनं साडी अंगाभोवती गुंडाळली. 'मंथरा,' आता मात्र तिला खरोखरच भीती वाटायला लागली होती. 'काय झालंय तरी काय? मला नाही सांगणार? सांग ना.'

एकदाचं मंथरेनं वर बघितलं. आता तिच्या डोळ्यातली प्रतिबिंबं लाल दिसत होती – आगीसारखी लालपिवळी – रक्त ज्वालेसारखं वरच्या दिशेला वाहू शकत असेल तर रक्तासारखीही.

'महाराज पट्टराणीच्या शय्यागृहात आहेत.' ती म्हणाली.

साडीच्या निऱ्या करता करता कैकेयीचा हात थबकला. एक हात नितंबाशी

आणि दुसऱ्या हातानं साडीचा घोळ कमरेपाशी धरलेला. मंथरेकडे बघत ती तिच्या शब्दांचे अर्थ काय होतात याचा विचार करू लागली. ही नक्कीच काहीतरी गंमत असणार. कित्येक वर्षांत दशरथ कौसल्येच्या दालनामध्ये गेला नव्हता. पण... पण... मंथरा कधीच गंमत करत नसे.

'आणि काय करताहेत?' वाक्याच्या शेवटापर्यंत तिचा आवाज चिरकला.

मंथरेच्या चेहऱ्यावर उमटलेल्या किळसेनं तो अधिकच वेडावाकडा झाला.

'बाईजवळ गेल्यावर पुरुष काय करतात? – तेच.'

कैकेयी दचकली. तिला जी काही भीती वाटत होती ती ही खास नव्हती. 'पण...' सुरुवात करताच ती अडखळली. तिचा पुरता गोंधळ उडाला होता. इकडे तिकडे बघत तिनं बिछान्या शेजारचा चांदीचा पाण्याचा लोटा उचलला आणि एका घोटात तो रिकामा केला. आता जीभ वळवळू लागली असली तरी घसा अजून पार सुकलेलाच होता. 'पण का? तिच्याकडे का? म्हणजे, मला म्हणायचंय... मला वाटलं... तू तर म्हणाली होतीस ते इतके आजारी आहेत की त्यांना...'

या साऱ्याचा अर्थ एखाद्या हातोड्याच्या फटक्यासारखा तिच्या डोक्यावर आदळला. पित्त उसळावं तसा तिचा राग उसळला. 'का? तिच्याकडेच का? मंथरा? मरो ती, बोल बोल – *तिच्या* कडेच का?'

मंथरेनं तिच्याकडे अतिशय गंभीरपणे बघितलं. ज्योतीची प्रतिबिंबं डोळ्यात नाचत असताना ती कैकेयीच्या स्वप्नातल्या राक्षसासारखीच दिसत होती. 'तेच तर आपल्याला शोधून काढायचं आहे, मूर्ख मुली.'

3

योगशालेमध्ये पाऊल टाकताच प्रधानमंत्री सुमंत्राना गुरू वसिष्ठ अधांतरी तरंगताना दिसले.

मधल्या चौकाभोवती जवळ जवळ वर्तुळाकारात उभारलेल्या दगडी खांबांच्या मधून त्यांना गुरूंची पांढऱ्या शुभ्र दाढीची शुभ्रवस्त्रधारी आकृती दिसली. क्षणभर आश्चर्यचकित झाले कारण गुरू अधांतरी आहेत असा त्यांना भास झाला. फार उंच नाही – जमिनीपासून जेमतेम फूटभर उंचीवर असतील पण शांतपणे वर वर जात होते – नक्की वर जात होते. एका क्षणापुरतंच सुमंत्रासमोरचं दृश्य दिसेनासं झालं अगदी क्षणभरच – शेवटच्या खांबाला वळसा घालताना नजर अडली तेवढीच – पण ते चौकात पोचले तेव्हा गुरू अगदी नीटपणे जमिनीवर बसलेले होते. योगनिद्रा आसनामध्ये डोळे अर्ध-मिटलेले आणि सखोल चिंतनामध्ये पूर्णतया बुडलेले. समोर दुसरं कुणी असतं तर आपल्याला भास झाला असं म्हणून सुमंत्रानं या गोष्टीकडे दुर्लक्ष केलं असतं. आणि ते लगेच हे विसरूनही गेले असते. ते विज्ञानाचा अभ्यासक होते. राज्याचे पहिले वास्तववादी प्रधानमंत्री. सप्त द्रष्ट्यांच्या आणि ब्रह्मन चेटूकावरच्या त्यांच्या विलक्षण प्रभुत्वाच्या कथांवर विश्वास न ठेवणारे. पण त्यांनाही गुरू वसिष्ठांचा थांग लागला नव्हता. अखेरीस ब्रह्मर्षी हे मिथकांमधलं एक मिथक होते. महाशक्तिवान ब्रह्मानं स्वत: त्यांना दीक्षा दिली होती असं म्हटलं जायचं. अशा कीर्तीपुढे सुमंत्राचा वास्तववादही क्षणभर लटपटलाच.

'नमस्कार, गुरुदेव.' आपण आणलेला निरोप देऊन झाल्यावर प्रधानमंत्र्यांनी आपली नजर काळजीपूर्वक गुरूंच्या पावलांपाशीच ठेवली. आता त्यांना गुरूंच्या प्रत्युत्तराची प्रतीक्षा होती.

वसिष्ठ काही वेळ तसेच पद्मासनामध्ये बसून राहिले. त्यांचे डोळे मिटलेले होते आणि श्वासोच्छ्वास जवळ जवळ थांबण्याच्या स्थितीमध्ये पोचलेला होता. डोळ्यांच्या कोपऱ्यातून बघताना सुमंत्राला वाटलं, गुरूंच्या शुभ्र धोतरावर एक निळसर छटा उमटली आहे. गुरूंच्या पावलांची बोटंसुद्धा क्षणभर त्या विजेसारख्या निळ्या रंगानं चमकली असाही त्यांना भास झाला.

त्यांनी डोळे मिटून पुन्हा उघडले.

ती निळसर छटा नाहीशी झाली होती. गुरूंचं धोतर सशासारखं पांढरं शुभ्र आणि निष्कलंक होतं. त्यांनी आवंढा गिळला आणि डोळे चोळण्याची इच्छा दाबली. राजवैद्यांना दाखवून घ्यावे का डोळे पुन्हा एकवार?

हळूहळू गुरूंचा श्वासोच्छ्वास पूर्वपदाला आलेला त्याला ऐकू आला.गुरूंनी डोळे उघडले हे त्यांना दिसण्याआधी जाणवलं.

'बोल सुमंत्रा.'

प्रधानमंत्र्यानं दचकून वर पाहिलं. गुरूंचा आवाज त्याच्या मेंदूतून उमटल्यासारखा भासला होता. त्यांच्या ओठातून आल्यासारखा वाटला नव्हता. सुमंत्राकडे बघताना गुरूंच्या नजरेत एक बारीकशी मिश्किल झाक होती. क्षणभर सुमंत्राला गुरूंच्या डोळ्यांमध्ये विजेच्या दोन लहानशा लोळांसारखे निळे झोत दिसले. सुमंत्रानं एकदोन वेळा डोळे उघडून मिटले तेव्हा ते निळे लोळ नाहीसे झालेले होते.

'बोला, प्रधानमंत्री, काय समस्या आहे?'

सुमंत्रानं मान खाली लववली. आपल्या कल्पनाशक्तीला इतकं मोकाट सोडल्याबद्दल तो स्वत:लाच दोष देत होता. वसिष्ठांना तो जेव्हा जेव्हा एकटा भेटे तेव्हा तेव्हा हे असंच घडत आलं होतं. जणू काही हा द्रष्टा ऋषी त्याची मस्करी करत असावा. त्याच्या वैज्ञानिक वृत्तीच्या मर्यादा जोखत असावा.

'क्षमा, महादेव. आपल्या पवित्र चिंतनामध्ये व्यत्यय आणल्याबद्दल मला क्षमा करा. एक अतिथी आले आहेत आणि त्यांना ताबडतोब आपल्याला भेटायचं आहे. इतर कोणत्याही वेळी मी योग्य वेळी येण्यास अतिथीला सांगितलं असतं पण ही काही कुणी सामान्य व्यक्ती नाही – आशीर्वाद मागण्यासाठी आलेली.'

'कोण आहेत ते, बोल महान सुमंत्रा.'

आता मात्र सुमंत्राला आपली उत्कंठा आटोक्यात ठेवणं अशक्यच झालं. 'महादेव, ही व्यक्ती दुसरी तिसरी कुणी नसून प्रत्यक्ष महागुरू विश्वामित्र आहेत. स्वत: द्रष्टा ऋषी विश्वामित्र. ते राजवाड्याच्या दाराशी उभे आहेत. आत एक पाऊलही टाकणार नाही म्हणतात. स्वत: स्वामीनं आत येण्याचं निमंत्रण दिल्याखेरीज आत येऊ शकत नाही म्हणाले. माझ्या हातून त्यांचा अवमान होण्यासारखं काही घडलं नसावं म्हणजे मिळवली. मी सरळ इथेच आलो धावत.'

'तू बरोबरच केलं आहेस, नेहमीसारखंच – सुमंत्रा.' सुमंत्र जेवढा अस्वस्थ झाला होता तेवढेच गुरू वसिष्ठ शांत होते. 'आता जा आणि महाराजांना हे कळव. रीतीनुसार त्यांनी आणि मी आम्ही दोघांनीही एकत्रच दरवाजापाशी जाऊन या

सुप्रसिद्ध अतिथीला मानसन्मानानं आत आणायला हवं. हा केवढा मोठा मान आहे हे कळतंय ना तुला? विश्वामित्र निबिड अरण्यात गेली कित्येक वर्षं तप करत होते. त्यांनी आपली तपस्या भंग केली असेल तर मग त्यामागे तेवढंच महत्त्वाचं असं काहीतरी कारण असणार. सर्व रीतीरिवाज काटेकोरपणे पाळले जायलाच हवेत. जा चटकन आणि महाराज दशरथांना घेऊन ये. मी बाकीची सर्व व्यवस्था करतो आणि थोड्या वेळातच तुम्हा दोघांनाही अंगणात भेटतो.'

सुमंत्र काही लेचापेचा माणूस नव्हता. शिवाय हे असे रीतीरिवाज पाळणं हा तर त्याचा रोजच्या कामाचाच एक भाग होता. पण आत्ता त्याच्यासमोर जी काही समस्या होती तशी समस्या आजवर त्याच्यासमोर कधीही आली नव्हती.

'महादेव, महाराज...' पुढचं वाक्य कसं जुळवावं याचा विचार करत तो थबकला.

वसिष्ठांनी त्याच्या चेहऱ्यावरचे भाव पाहिले.

'सुमंत्रा? अरे समस्या तरी काय आहे?' त्यांच्या आवाजात अजिबात घायकुतेपणा नव्हता.

'गुरुजी, महाराज त्यांच्या दालनामध्ये नाहीयेत.'

'मग? ते कुठे आहेत हे तुला माहीत असायलाच हवं. तू तर सिंहासनाचे कान, डोळे आणि सदसद्विवेकबुद्धी आहेस.'

सुमंत्रानं मान डोलावत म्हटलं, 'होय, ते कुठे असू शकतील याची कल्पना आहे मला.'

सुमंत्र पुढे काहीच बोलला नाही तेव्हां अत्यंत सौम्यपणे वसिष्ठांनी विचारलं, 'सुमंत्रा, राजा कुठे आहे?'

नाईलाजानं नजर वर उचलत सुमंत्र उत्तरला,

'गुरुजी, महाराज पट्टराणी कौसल्या यांच्या महालात आहेत. त्यांच्या बरोबर त्यांच्या शय्यागृहात.' *'त्यांच्या बरोबर'* या शब्दांवर दिलेला किंचितसा जोर सुमंत्राला काय म्हणायचंय ते स्पष्ट करत होता. 'पंधरा वर्षांमध्ये पहिल्यांदा.'

मिनिटभर शांतता पसरली.

मग काळ्याभोर आकाशात पहाटेचा पहिला लालिमा उतरावा तसं एक हास्य महागुरूंच्या चेहऱ्यावर पसरलं.

4

पट्टराणीच्या आकाशगृहामध्ये जमिनीवरच्या गाद्यागिरद्यांच्या आरामशीर बिछान्यावर दशरथ आणि कौसल्या विसावली होती. आकाशगृहाची रचना अतिशय सुंदर होती. पूर्ण गोलाकार असलेल्या त्या आकाशगृहाचं छत म्हणजे एक मोठा घुमट होता. दशरथ मागे रेलला आणि त्यानं वर पाहिलं तेव्हां त्याच्या दृष्टीमध्ये त्या घुमटाखेरीज दुसरं काहीच सामावू शकलं नाही. राज्यातल्या सर्वात उत्कृष्ट अशा पारदर्शक काचेपासून तो घुमट बनवण्यात आलेला होता. काच इतकी पारदर्शक होती की पूर्वेकडे पसरत जाणारी पहाटेची पहिली लालीही घराबाहेर कुठे तरी गवतावर पडून आकाशाकडे बघत असावं एवढी स्पष्ट दिसत होती. खरं तर पूर्वी, मी लहान होतो तेव्हा आकाशगृहांमध्ये काही सामान नव्हतं, त्याच्या मनात आलं. त्यांच्या जमिनीवर रोज नव्यानं कापलेलं कुश गवत अंथरलं जात असे. मऊ, दवानं किंचितसं ओलसर असलेलं आणि अजूनही तो जमिनीचा सुगंध असलेलं असं कुश गवत...

'राजे.'

कौसल्येच्या कोमल स्वरानं त्याला त्याच्या या दिवास्वप्नामधून जागं केलं. कोपरावर रेलत दशरथानं आपल्या पट्टराणीकडे पाहिलं. दोघांनी एकत्र घालवलेल्या वेळानंतर आता ती समाधानी संतुष्ट दिसत होती. तिचे डोळे काहीसे झोपाळू दिसत होते. कौसल्या ही एक पारंपरिक आर्य स्त्री होती. आपल्या इच्छा कधीही उघड न करण्याचं शिक्षण तिला मिळालेलं होतं पण त्या इच्छा पूर्ण करण्याच्या योग्य संधी पुरेशा आनंदानं उपभोगणं हेही तिला शिकवण्यात आलेलं होतं. त्यांच्या एकत्र येण्यानं ती सुखावली आहे हे त्याला दिसून आलं आणि तिच्या सुखावण्यानं तोही सुखावला. त्याच्या दुसऱ्या राणीबरोबर – कैकेयीबरोबर हे एक आव्हानच असे. कोणत्या अनोळखी रीतीचा वापर करत कोण कुणाला जिंकतं आहे हाच एक उद्देश असे. जणू कसरतीचा आखाडाच! सुमित्रेबरोबर तर – त्याच्या सर्वात तरुण गरीब पत्नीबरोबरचा शृंगार म्हणजे एखाद्या निष्कपट गंधर्वकन्येबरोबरचा शृंगार असावा तसा असे. इतकी सुमित्रा त्याची तिसरी राणी भोळी, साधी होती. तिच्यामध्ये काही

रसच वाटू नये इतकीही साधी वाटायची कधीकधी. त्याच्या इतर सर्व पत्नींबरोबर तर केवळ कामशमन एवढाच हेतू असे.

पण हे... आकाशगृहामध्ये एका विलक्षण तृप्तीच्या स्थितीमध्ये पहुडला असताना, नव्या दिवसाच्या स्वच्छ पहाटेकडे बघत असताना, नव्या वर्षाच्या वसंताच्या पहिल्या सुंदर दिवसाच्या तयारीत असलेल्या जगाकडे पाहताना त्याच्या मनात आलं, 'घरी आलोय आपल्या स्वत:च्या.' इतकं छान त्याला खूप दिवसात वाटलं नव्हतं.

'तू असा रोज इथे माझ्याकडे आलास तरी मला खूपच आनंद वाटेल.' ती त्याच्या कानात पुटपुटली, 'पण मघाशी तू काहीतरी महत्त्वाचं बोलायचं आहे असं म्हणाला होतास. काय आहे ते?'

तिच्याकडे पाहात तो हलकंसं हसला.

'होय माझ्या राणी, खरोखरच खूप महत्त्वाचं असं काहीतरी तुला सांगायचं आहे मला. पण त्या सगळ्याची चर्चा आता नंतरच करावी लागेल – तुझ्या प्रेमळ मिठीत मी चांगला तासभर घालवला आहे. तुझा सहवास सोडून जावं असं मला अजिबात वाटत नाही पण भला सुमंत्रा आणि महागुरू वसिष्ठ मला शोधत असतील एव्हाना, शिवाय आणखी एकदोन तासातच होळीच्या उत्सवाला खरीखुरी सुरुवात होईल. आणि मग ती कधी न संपणारी सरदार आणि हितचिंतकांची रांग लागेल. रंगाच्या थाळ्या हातात घेऊन आलेल्या लोकांची रांग.'

हे खरंच होतं. होळीच्या दिवशी आपल्या वरिष्ठाच्या किंवा सहकाऱ्याच्या घरी जाऊन त्याला थोडा रंग लावणं ही रीतच होती. साऱ्या अयोध्येला हा दिवस म्हणजे त्यांच्या राजाबरोबर काही जवळिकीचे, मैत्रीचे क्षण घालवण्याची सुवर्णसंधीच वाटे. रंगांच्या थाळीची आठवण झाल्यावर कौसल्येच्या चेहऱ्यावर हसू उमटलं. त्याच्या दमलेल्या शरीराचा शीण घालवण्यासाठी आणि शरीरभर उठलेल्या रंगाच्या डागांना घालवण्यासाठी त्याला सुगंधी खोबरेल तेलानं केलेलं मर्दन तिला आठवलं. महाराजाच्या सिंहासनाशी निगडित असलेल्या अशा अनेक डामडौलांच्या घटनांच्या मागे अशा लक्षावधी खाजगी आणि त्रासदायक घटनाही होत्या.

तिनं आपलेपणानं त्याच्या हाताला स्पर्श केला. त्याच्या पंजावरच्या आता चंदेरी झालेल्या केसांवर हात फिरवत ती म्हणाली, 'दशा, काय तुझ्या मनात आहे ते मला सांग बरं.'

आपल्या पट्टराणीचा हात हातात घेत त्यानं तिच्या डोळ्यात पाहिलं. त्याला तिची पहिली वहिली, नैसर्गिक प्रतिक्रिया बघायची होती. कला सादरीकरणाचा तो काही फारसा मोठा चाहता नव्हता. रानडुकराची शिकार हाच त्याच्या दृष्टीनं मोठा

खेळ होता. पायात चांदीची घुंगरं घालून नाचण्यात त्याला काही रस नव्हता. पण मानवी वर्तनाचं निरीक्षण करण्यात त्याला खूप रस होता. उच्च स्थानी असणाऱ्या आणि तेथील कटकारस्थानांचा सामना करावा लागणाऱ्या व्यक्तीला हे कौशल्य असणं आवश्यकच असतं. एखाद्या बेसावध क्षणी मानवी चेहऱ्यावर उमटणारे भाव आणि प्रतिक्रिया वाचण्यात आणि समजून घेण्यात तो फार कुशल होता.

आपल्या आवाजात कसलाही भाव उमटू न देता सपाट स्वरात तो म्हणाला, 'आज, होळीच्या मिरवणुकीनंतर – मी माझ्या वारसाचं नाव जाहीर करणार आहे. आपल्या मुलाला रामाला मी अयोध्येचा युवराज घोषित करणार आहे.' त्याचा आवाज इतका भावहीन होता की जणू काही तो तिला विडा द्यायला सांगत असावा किंवा कुठली सुपारी त्याला हवी आहे आणि तिचे तुकडे कर की कातर हे तिला सांगत असावा.

दशरथाला अपेक्षित असलेल्या सर्व प्रतिक्रियांमध्ये आत्ता कौसल्येच्या चेहऱ्यावर उमटलेली प्रतिक्रिया आणि तिच्या तोंडातून उमटलेले शब्द हे अगदीच अनपेक्षित होते. खरं तर त्याच्या अपेक्षेतल्या प्रतिक्रियांमध्ये ही प्रतिक्रिया त्याला अगदीच गोंधळून टाकणारी होती.

तिचा चेहरा एकदम पांढरा फटक पडला. मूळचा गोरा वर्ण इतका पांढरा झाला की ती पांढऱ्या कातडीच्या व्यक्तीसारखी दिसू लागली. तिच्या रक्तामध्ये नेहमीच लोहाची कमतरता असे हे त्याला आठवलं. प्रथम तर त्याला वाटलं की ती या धक्क्यानं मूर्च्छित होते आहे. पण मग एका क्षणापूर्वी त्याचा हात कुरवाळणारा तिचा हात त्याच्या मनगटावर घट्ट झाला. एवढी घट्ट मूठ त्यानं कित्येक वर्षांमध्ये अनुभवली नव्हती. पुढे वाकत अश्रू भरल्या डोळ्यांनी त्याच्याकडे बघत आणि धक्क्यानं घोगऱ्या झालेल्या स्वरात तिनं विचारलं,

'पण तू तर अजून तरुण आहेस दशा, अजून कितीतरी वर्षांचं आयुष्य आहे तुला आणि ती तडफही, तुझे वडील अज, त्यांचे वडील रघु. त्यांचे पूर्वज जवळ जवळ सगळे सूर्यवंशी राजे अगदी वृद्ध होईपर्यंत राज्य करत होते. रघुने अजाला अयोध्येचा युवराज म्हणून घोषित केलं तेव्हा तर तो तुझ्यापेक्षा चाळीस वर्षांनी मोठा होता, सिंहासनावरून पायउतार व्हायला तू अजून लहानच आहेस. नाही, हे फारच लवकर होतं आहे, दशा.'

दशरथाच्या मनात अशी एक भावना इतक्या उत्कटपणे दाटून आली की क्षणभर त्याचा आवाजच फुटेना. आणि आवाज फुटला तेव्हाही त्याच्या आवाजातली थरथर जाणवण्यासारखी होती.

'माझ्या राणी, कुठल्या प्रकारची स्त्री आहेस गं तू? तुझ्या पोटच्या

मुलाला – रामाला मी अयोध्येचा युवराज म्हणून घोषित करणार आहे असं मी तुला सांगतो आहे आणि तू मला त्यापासून परावृत्त करते आहेस. एखादी आई असं करते का?'

'नाही.' कौसल्या उत्तरली, 'पण एखादी राणी मात्र करते. तिच्या मनात तिच्या पतीविषयी आणि राजाविषयी प्रेम आणि आपलेपणा असेल तर.'

दशरथ गप्प होता. अचानक त्याला आकाशगृहातील गंध आणि दृश्यं असह्य वाटू लागली. कोणत्याही स्त्रीला आपल्या पतीवर एवढं प्रेम करता येतं? आपल्या मुलाच्या वारसाहक्कापेक्षा आपल्या स्वामीच्या प्रकृतीची अधिक काळजी तिला वाटू शकते?

दशरथ काही कुणी महात्मा किंवा तत्वज्ञानी नव्हता. पण त्यानं आत्ता जे पाहिलं होतं, जे तो अजून पाहात होता ती म्हणजे त्याच्या दीर्घ, चित्रविचित्र घटनांनी भरलेल्या आयुष्यातली एक फार महत्त्वाची घटना होती. कौसल्या त्याच्या परीक्षेला उतरली होती. एक आदर्श पत्नी ठरली होती.

त्याचे डोळे भरून आले. एकाच वेळी त्याला आनंद आणि दु:ख या भावना जाणवत होत्या. 'आजवर मी पाहिलेल्या एकाही स्त्रीसारखी तू नाहीयेस, कौसल्या.' 'आणि एकाही पत्नीसारखी.' हा उत्तरार्ध जोडण्याची त्याला गरजच नव्हती.

त्याच्या स्तुतीकडे दुर्लक्ष करत कौसल्या म्हणाली, 'राजे, मी विनंती करते, तुमच्या निर्णयाचा पुन्हा एकदा विचार करा.' तिच्या डोळ्यात त्याच्याविषयीची काळजी ओतप्रोत भरली होती.

मान हलवत दशरथ म्हणाला. 'राजव्यवहाराच्या नोंदींमध्ये याची नोंद झालेली आहे, राणी. गुरू वसिष्ठांनी तर यासाठी एक चांगला दिवसही निश्चित केला आहे. चैत्र शुद्ध दशमी.'

कौसल्या उठून बसली, 'रामाचा सोळावा वाढदिवस?'

'केवळ त्याचा वाढदिवसच नाही तर संपूर्ण वर्षातला तो सर्वात पवित्र दिवस आहे – सणवार सोडून.' तिच्या मातृप्रेमाला साद घालत तो उद्गारला, 'अगदी तू त्याला जन्म दिलास त्या दिवसाएवढा पवित्र, राणी. ती रात्र म्हणजे ग्रहताऱ्यांचं एक विलक्षण संमेलनच होतं. जणू काही देवच त्याला आशीर्वाद देण्यासाठी जमले असावे.'

तिचे डोळे आर्द्रवले. 'तो एक चमत्कारच होता.'

'चमत्कार हा अगदी योग्य शब्द वापरलास, अपत्याची आशा आपण केव्हाच सोडून दिली होती. एवढे सगळे यज्ञ आणि पूजापाठ व्यर्थच ठरले होते. सारा कोसल देश आठवडाभर उत्सव साजरे करत होता.'

तिचं मन चलबिचल होतं आहे हे पाहून त्यानं आपलं म्हणणं पुढे दामटलं, 'आता त्या विलक्षण दिवसाच्या सोळाव्या वर्षाच्या दिवसाखेरीज दुसरा कोणता अधिक पवित्र दिवस सापडणार आहे?'

ती किंचित घुटमळली. पतीची चिंता आणि पुत्राविषयीचा अभिमान या दोन भावनांमध्ये तिच्या मनाची ओढाताण होत होती. 'पण तो दिवस तर याच महिन्यात आहे. आजपासून पुरे पंधरा दिवसही नाहीत. दशा, मी एवढंच म्हणतेय, घाई काय आहे? तो गुरुकुलातून घरी आला त्याला जेमतेम वर्षं होतं आहे. त्याला मोठं व्हायला, शिकायला अजून थोडा वेळ दे, विवाहही करू देत त्याला – एकदा का राज्याच्या सगळ्या काळज्या आणि जबाबदाऱ्या त्याच्या खांद्यावर पडल्या की मग तो लहान राहाणार नाही. थोडा अधिक वेळ दे त्याला, दशा.'

दशरथानं एकदम एक अनपेक्षित कृती केली. पुढे वाकून त्यानं कौसल्येच्या भांगाचं चुंबन घेतलं. पती आपल्या पत्नीच्या भांगामध्ये लालभडक सिंदूर भरून तिला विवाहात घेतलेल्या शपथांची आठवण करून देत असतो. दशरथानं अतिशय प्रेमानं त्याच पवित्र ठिकाणाचं चुंबन घेतलं. तो मागे झाला तेव्हा त्याला तिच्या डोळ्यांत आश्चर्य आणि आनंद दोन्ही दिसलं आणि त्याच्या डोळ्यातले अश्रू तिला दिसले.

'आता अधिक वेळच नाहीये, कौसल्या. माझं मरण जवळ आलंय. राजवैद्य आणि गुरू वसिष्ठ दोघांनीही मान्य केलं आहे की हे माझं आरोग्य तात्पुरतं आहे. मरणापूर्वीचं दान आहे. मला जो रोग झाला आहे तो आता अखेरच्या टप्प्यात आहे. माझाही अखेरचा टप्पा आला आहे. मरणापूर्वी ही एक गोष्ट तरी मी करणारच – रामाला युवराज्याभिषेक.'

5

दशरथानं सांगितलेल्या या भयंकर सत्यामधून कौसल्या सावरण्याआधीच आकाशगृहाचे पडदे सळसळले आणि एका बायकी आवाजानं अतिशय आदरानं काहीतरी सांगितलं, कौसल्येनं लगेच त्याला उत्तरही दिलं – ती सहजासहजी गोंधळून जाणाऱ्यांपैकी नव्हतीच. राणीच्या प्रांताच्या भाषेमधलं – बांगलार भाषेमधलं एक वाक्य अर्धं मुर्धं दशरथाच्या कानावर पडलं तेवढ्यात ती मुलगी निघूनही गेली.

त्याच्याकडे वळून कौसल्या म्हणाली, 'तुम्हाला जायला हवं. गुरू वसिष्ठ तुमच्या महालात थांबले आहेत. त्यांना तुम्हाला ताबडतोब भेटायचंय.'

दशरथाच्या कपाळावर विचाराच्या आठ्या उमटल्या. तेवढंच महत्त्वाचं काहीतरी काम असल्याखेरीज गुरू वसिष्ठांनी त्याला त्याच्या राणीच्या महालात कधीच निरोप पाठवला नसता. पुन्हा एकदा नद्यांच्या आणि धरणांच्या पाण्याच्या वाटपाचा वाद सुरू झाला नसावा म्हणजे मिळवली, त्याच्या मनात आलं. अनेक वेगवेगळ्या बोलीभाषांमध्ये चालणारा असा एखादा वाद सहन करण्याची ताकद आता त्याला नव्हती. विनोदाच्या आवरणाखाली आपली दमणूक झाकण्याचा प्रयत्न करत त्यानं म्हटलं, 'आज सकाळी युवराज्याभिषेकाची घोषणा करायची आहे ना त्यासंबंधीच असणार काहीतरी–कदाचित आणखी एखादा समारंभ त्यातच घालावा असं त्यांना वाटलं असेल. तुला माहितीच आहे, राणी, ब्राह्मणांना हे समारंभ किती प्रिय असतात. ते खूपशा उदबत्त्या लावल्याशिवाय, घंटा वाजवल्याशिवाय आणि खूपसे मंत्र म्हणत न संपणारे लांबलचक विधी केल्याशिवाय काही होऊच देत नाहीत. त्यांना घंटा वाजवणं इतकं का आवडत असेल? त्या घंटांचा आवाज माझ्या कानाशी होत असेल तर मला तर प्रार्थनाच करता येत नाही.'

काहीशा कष्टानं तो उठला. कौसल्येनं मदतीचा हात पुढे केला तो त्यानं काहीशा रागानं झिडकारला. त्याला वाटलं नव्हतं इतका तो दमला होता पण हे तिच्यापाशी कबूल करण्याआधी त्यानं मरण पत्करलं असतं. तरीही या दमण्याचाही फायदाच झाला होता. त्यानं कौसल्येकडे पाहिलं. तिचा चेहरा अजूनही किंचितसा

लालसर होता, काळेभोर मोकळे केस खांद्यांवरून पाठीवर रुळत होते. दमला असला तरीही त्याच्या मनात लालसा दामटून गेली.

त्याच्या मनातलं कळल्यासारखी ती हसली. 'गुरुजींना वाट बघायला लावणं बरं नाही.'

काहीतरी सूचक बोलावं असं त्याला वाटलं पण तो म्हणाला, 'सर्व अधिकृत समारंभांमध्ये माझ्याबरोबर सहभागी होण्याची कृपा करावी.' आणि मग अगदी पोरगेलंसं स्मित करत तो उद्गारला, 'तरच त्या घंटांचा आवाज सहन करता येईल.'

कौसल्येनं त्याच्या गालाचं चुंबन घेतलं, तिचे डोळे भरून आलेले बघून तोही आतून हलला. 'हे काय सांगायला हवं का? तुम्ही परवानगी दिलीत तर प्रत्येक क्षणी मी तुमच्याबरोबर राहीन आणि देवांच्या मनात असेल तर – यमाच्या राज्यातही मी तुमच्याबरोबर येईन.'

काही न बोलता त्यानं तिच्याकडे पाहिलं. तिच्या बोलण्यावर आणखी काही बोलण्यासारखं नव्हतंच. यमाच्या राज्यामध्ये फक्त मृत व्यक्तीच जाऊ शकतात.

कौसल्येनं हलकेच त्याच्या हाताला स्पर्श करत त्यानं आता निघावं असं सुचवलं.

'शांतपणे जा, दशरथा.'

उत्तर देताना आपली काय स्थिती होईल या कल्पनेनं घाबरून काही न बोलता दशरथ वळला. राजा असला तरी संयमालाही सीमा असतातच. विशेषत: भावनांच्या प्रदेशात.

'दशा?'

तिचा आवाज अगदी हलका होता. प्रबल आर्य साम्राज्याच्या महाराणीचा नव्हता तर एखाद्या नववधूचा असावा तसा थरथरता आवाज होता तो.महालाच्या दाराशी तो थबकला.

'काय, प्रिये?'

'नेहमीसारखीच मी तुझ्या निर्णयाचा आदर करते आणि तो मान्य करते पण आणखी चाळीस वर्षं तूच राज्य करावंस अशी माझी इच्छा असेल, ती गैर वाटून घेऊ नकोस.'

मागे न बघताच त्यानं उत्तर दिलं. आत्ता तिच्याकडे बघितलं तर आपण हरू हे त्याला माहीत होतं. विवाहमंचकावर आपल्या नववधूचं प्रथमच स्वागत करत असलेल्या नवरासारखा त्याचा आवाज कोमल होता. मृत्यूपर्यंत ज्याच्या आयुष्यात आणि शय्येवर त्याला साथ देण्याची शपथ घेतलेली असतानाही सर्वथा

अनोळखी अशा त्या पुरुषाकडे जाताना भविष्याविषयी वाटणारी तिची भीती दूर करण्याचा प्रयत्न करणाऱ्या वरासारखा त्याच्या आवाजात सौम्यपणा होता.

'प्रिये, आता कुणीच जास्त काही करू शकणार नाहीये. मानवाला जेवढं शक्य आहे तेवढं सगळं वैद्यांनी आणि ऋषीमुनींनी केलेलं आहे. आता ही गोष्ट वैदिक शास्त्रं आणि आयुर्वेदाचं ज्ञान यांच्या सीमेबाहेर गेली आहे.'

क्षणभर सारं शांत होतं जणू काही तिनं मान हलवली असावी किंवा हात उंचावला असावा.

'मग मानवी शक्तींपेक्षा अधिक शक्ती असलेल्याची मदत घेऊ आपण.'

ती त्याच्याशेजारी येऊन उभी राहिली. हात जोडून तिनं त्याच्या मस्तकाच्या वर बघत कुणाला तरी नमस्कार केला.

त्यानं वर बघितलं. पवित्र त्रिमूर्तींचं चित्र होतं तिथे – ब्रह्मा, विष्णू आणि शिव. त्यांचे उघडे हात त्याला आशीर्वाद देत होते.

महालांमधल्या रस्त्यानं जाताना ही त्याच्या नजरेसमोर तीच मूर्ती तरळत होती. मधूनच कुठूनशा येणाऱ्या वाऱ्याच्या थंड गार झुळुकीनं रस्त्यातल्या मशाली फरफरत होत्या. त्याच्या सावली त्याच्यापुढे पळत होती. आणि त्यानं एखादी मशाल मागे टाकली की जादू झाल्यासारखी त्याच्या मागोमाग येत होती. आज सकाळच्या घटना त्याच्या मनात घोटाळत होत्या. कौसल्येकडे जाण्यात आपण काही चूक तर केली नाही असं त्याच्या मनात येत होतं.

खरं तर अगदी अंतर्मनात त्याला काहीच संशय नव्हता. त्याचं मन एका छानशा उबेनं भरून गेलं होतं. तिच्याबरोबरचा आजचा शृंगार म्हणजे त्याला आजवर कधीच न आलेला असा एक विलक्षण अनुभव होता. आणि त्यानं राज्यावरून पायउतार होण्याचा आपला निर्णय तिला सांगितला तेव्हाची तिची नजर? हीच बातमी कैकेयीला सांगितल्यावर तिच्या डोळ्यात दिसेल हा भाव? मला नाही वाटत असं. आणि तिचं शेवटचं बोलणं – वैद्यांनी काहीही सांगितलं असलं तरी देवांची प्रार्थना करत राहाण्याचा तिचा निश्चय – त्यामुळेच तर त्याचा कंठ दाटून आला होता. इतक्या वर्षांत एकदासुद्धा कौसल्येकडे न येता त्यानं कैकेयीच्या मिठीत ही वर्षं का फुकट घालवली? किती वेळा ती दोघं सगळ्या अधिकृत कार्यक्रमांमध्ये आणि समारंभांमध्ये शेजारी शेजारी उभी राहिली होती, चालली होती किंवा बसली होती आणि त्याला तिच्याविषयी एक वेगळंच नातं जाणवत राहिलं होतं – जे त्याला इतर कोणत्याही स्त्रीविषयी जाणवलं नव्हतं. ती भावना किती बरोबर होती, योग्य होती – तिच्याकडे दुर्लक्ष करण्यात त्याचं चांगलंच चुकलं होतं. तरीही या लांबलचक विरहामागे त्याची काही कारणं होती. आता ती कारणं सांगण्याचा आग्रह कौसल्येनं धरू नये एवढीच त्याची मनोमन प्रार्थना होती.

इतके वर्षं हीच तर भीती त्याच्या मनात होती – कौसल्येनं प्रश्न करणं. आता एवढं सगळं साध्य केलं ते तिच्या प्रश्नांना उत्तर द्यावं न लागता याबद्दल त्याला स्वत:ला खूपच कृतज्ञ वाटत होतं. तरीही त्याच्या मनात परस्परविरोधी भावनांचा कल्लोळ उडाला होता. इतक्या वर्षांच्या विरहाबद्दलची अपराधी भावना आणि आपल्या पहिल्यावहिल्या खऱ्या प्रेमाशी एकरूप झाल्यामुळे मिळालेलं शुद्ध विषय सुख या दोन्ही भावना त्याच्या मनात एकमेकीविरुद्ध उभ्या झाल्या होत्या.

दोन्ही महालांच्या मधल्या रस्त्यावरून तो गुरू वसिष्ठांच्या समोर आला तेव्हाही खेद आणि आनंद या दोन्ही भावना त्याच्या चेहऱ्यावर स्पष्ट दिसत होत्या.

'प्रणाम, गुरुदेव.' दोन्ही हात जोडून आदरानं गुरूंना वंदन करत तो उद्गारला.

'प्रणाम, राजे.' गुरू उत्तरले. 'आज तू जुन्या जखमांचे घाव भरतो आहेस आणि नवे बंध जोडतो आहेस हे दिसून येतंय. एका चांगल्या दिवसाची ही शुभ सुरुवातच आहे.'

यावर काय बोलावं ते न कळून दशरथानं मान किंचित खाली झुकवली. शिवाय काहीतरी मूर्खासारखं बोलून जाण्यापेक्षा गप्प राहाणंच श्रेयस्कर असतं हे इतक्या वर्षांच्या अनुभवावरून त्याला चांगलंच कळलेलं होतं. ब्राह्मणाच्या आध्यात्मिक श्रेष्ठतेसमोर कितीही शूर आणि अभिमानी असला तरी क्षत्रियानं नम्र झालंच पाहिजे हा क्षत्रियांचा धर्म होता. पण दशरथानं मान लववली ती केवळ हा धर्म पाळण्यासाठी नव्हे तर गुरूंविषयीच्या प्रचंड आदरानं. दशरथाच्या आधीच्या पन्नास सूर्यवंशी राजांना गुरू वसिष्ठांनी मार्गदर्शन केलं होतं. हा वंश स्थापन करणाऱ्या इक्ष्वाकूपासून ते थेट आजवर दशरथाच्या प्रत्येक पूर्वजाला त्यांनी मार्गदर्शन केलं होतं. एवढंच नव्हे तर, त्याहीपूर्वीचा कायदे बांधणारा प्रथम आर्य मनूही त्यांच्याच मार्गदर्शनानं चालला होता. एक हजार वर्षं महान सूर्यवंशी राजे वसिष्ठांसमोर नतमस्तक होत आले होते. हा वारसा महान होता.

दशरथाला बरोबर घेत ऋषी वळून चालू लागले. त्या सडपातळ आणि चपळ गुरूंच्या पावलाला पाऊल जुळवून चालताना दशरथाची दमछाक होत होती. गुरूंचं बोलणं जसं निश्चयी होतं तशीच त्यांची चालही दमदार होती. माझ्याहून एक हजार वर्षं अधिक वय आहे यांचं पण आजारी वृद्ध माणसासारखा चालतोय तो मी – दुःखानं त्याच्या मनात आलं. पण एक काळ असा होता – दहा वर्षंही लोटली नसतील त्याला – की तो गुरूंच्या बरोबरीनं चालू शकत होता. आज दहा वेळा तरी त्यानं त्याला या जर्जर स्थितीला आणून ठेवणाऱ्या त्या अनाम रोगांना, व्रणांना शाप दिले.

आपल्याबरोबर चालण्यासाठी चाललेली त्याची धडपड गुरूंना दिसली असली तरी त्यांनी काहीच दर्शवलं नाही. महाराजांशी काही औपचारिक कार्याविषयी चर्चा करताना त्यांचं बागणं असायचं तसंच आत्ताही होतं.

'अयोध्यानरेश, आजच्या या वसंताच्या पहिल्या दिवशी एक अतिशय पवित्र घटना घडून आलेली आहे हे आपल्याला सांगताना मला अतिशय आनंद होत आहे. एका महान अशी दिव्य व्यक्ती आपल्याला भेट देण्यासाठी आपल्याकडे आलेली आहे. त्यांच्या इथे येण्याचा अर्थ काय आहे हे मला अजून समजलेलं नाही पण तरीही ही भेट म्हणजे एक चांगली आणि पवित्र घटना आहे यात संशय नाही. अयोध्येच्या काही थोड्या भाग्यवान राजांमध्ये आज तू स्वत:ची गणना करू शकतोस. कारण आज तुझ्या दाराशी उभी असलेली थोर व्यक्ती दुसरी तिसरी कुणा नसून थोर द्रष्टा ऋषी विश्वामित्र आहे. चल माझ्याबरोबर, आणि सर्व रीतीरिवाजानुसार आपण त्यांचं स्वागत करू.'

चमकून तिथेच पाऊल थांबू नये यासाठी दशरथाला खूपच प्रयत्न करावे लागले.

6

लक्ष्मण आणि शत्रुघ्न अगदी एकाच वेळी जागे झाले. चटकन नित्यकर्मं आटपून कपडे करून ते दोघे तयार झाले आणि आपापल्या शय्यागृहांमधून बाहेरही एकाच वेळी आले. फक्त वीस मिनिटांनी आपल्यापेक्षा लहान असलेल्या भावाच्या पावलाशी पाऊल जुळवून घेत शत्रुघ्नानं त्याच्या पाठीवर प्रेमाची थाप मारली.

'आज तलवार नाही, लक्ष्?'

शत्रुघ्नाच्या कमरेकडे बोट दाखवत लक्ष्मण उद्गारला, 'तू तरी कुठे घेतलीयस, शत्रु? सणाच्या दिवशी शस्त्रं बाळगणं हा गुन्हा ठरवलाय ना महाराजांनी? की अरण्यात गुरू वसिष्ठांच्या आश्रमामध्ये कडक शिस्तीत शिक्षण घेत इतकी वर्षं घालवल्यामुळे विसरलायस हे?'

लक्ष्मणाबरोबर शत्रुघ्नही हसला. 'कडक शिस्तीचं काही माहीत नाही पण लांबलचक होतं हे मात्र खरं. मला तर वाटायला लागलं होतं आपल्या आयुष्याची चांगली वर्षं त्या दूरच्या अरण्यातल्या आश्रमातच जाणार बहुतेक.'

'हो, पण आता आलाहेस ना परत आरामाच्या आयुष्यात.' आजूबाजूच्या संपन्नतेकडे, राजपुत्रांना शोभतील अशा त्यांच्या दालनांकडे, हात करत लक्ष्मण म्हणाला. 'तुला तर वाटत असेल की आपण मृत्यू पावलो आहोत आणि स्वर्गलोकामध्ये येऊन पोचलो आहोत.' स्वत:ची चूक दुरुस्त करत तो घाईनं म्हणाला, 'किंवा स्वर्गलोकामध्ये परत आलो आहोत.'

खांदे उडवत शत्रुघ्न म्हणाला, 'होय आहे खरं हे स्वर्गलोकासारखं – नाही? पण का कोण जाणे, धाकट्या आता हे खरं वाटतच नाही. आपण लहान होतो तेव्हाचं हे सारं मला आठवतंय. तेव्हा हेच आपलं जग होतं. एवढंच आपल्याला माहीत होतं. पण आता आठ वर्षं अरण्यात काढल्यानंतर, कंदमुळं खाऊन मातीच्या जमिनीवर झोपून, नखांमध्ये मातीचे थर आणि केसात गवताच्या काड्या असं जगल्यानंतर हे सगळं... तुला कळतंय ना?'

'माया. भास? जणू हे सारं एका क्षणात नाहीसं होऊ शकेल असं?' चुटकी वाजवत लक्ष्मण म्हणाला. त्या शांत रस्त्यावर त्या चुटकीचे प्रतिसाद खणाणले.

मधूनच एखादी वंदन करणारी दासी किंवा काहीतरी काम करणारी दासी सोडली तर त्या प्रचंड दालनांमध्ये कुणीच नव्हतं. प्रत्येक राजपुत्राला सात दालनांचा असा एक स्वतंत्र विभाग देण्यात आलेला होता. आणखीही असे विभाग होतेच. ग्रंथालय आणि व्यायामशाळा ओलांडून पुढे जाताना लक्ष्मणानं त्याच्या बोलण्याला सहमती दर्शवली. सारे भाऊ रोज सकाळी या व्यायामशाळेमध्ये बरोबरच व्यायाम करत असत. 'होय, दादा, म्हणूनच तर आपण ते आठ वर्षांचं कठीण प्रशिक्षण घेतलं. हा सारा आराम आणि संपन्नता ही किती क्षणभंगुर आणि किती मोह पाडणारी आहेत याची जाणीव व्हावी म्हणून.'

चालण्याचा वेग कमी न करता शत्रुघ्नानं मान डोलावली. 'हे एक कारण झालं. पण आपण वेदिक शास्त्रं आणि मानव्यविद्याही शिकलो की. अगदी वेदिक गणितापासून ते पदार्थविज्ञान, रसायनशास्त्र, विश्वशास्त्र, खगोलशास्त्र, ज्योतिष, सैनिकी विद्या, स्वसंरक्षण कला, द्वंद्व युद्ध, शस्त्राभ्यास, अभियांत्रिकी, वास्तुरचनाशास्त्र-'

लक्ष्मणानं आपल्या भावाच्या मजबूत खांद्यावर थाप मारत म्हटलं, 'पुरे पुरे. मी पण होतो तिथे लक्षात आहे ना - अगदी तुझ्या शेजारीच - जे काही तू शिकलास ते सगळं मीही शिकलोय म्हटलं.'

'मला फक्त एवढंच म्हणायचं होतं की इतकी वर्षं एवढं सगळं शिक्षण घेतल्यानंतर आता इथलं सगळं वेगळंच वाटतंय.' अचानक थांबून लक्ष्मणाकडे वळत शत्रुघ्न म्हणाला, 'एक मुक्त धनुर्धारी झालो तर कसं वाटेल असं कधी तुझ्या मनात आलंय का रे?' त्याच्या चेहऱ्यावर काही वेगळेच भाव होते.

आश्चर्यचकित झाला तरी फुटलेलं हसू दाबत लक्ष्मण म्हणाला, 'म्हणजे? तुला भाडोत्री धनुर्धारी म्हणायचंय का? म्हणजे जो पैसे देईल त्याच्याकडे नोकरी करणारा फिरस्ता धनुर्धारी?'

'किंवा भाड्याची तलवार म्हणू या हवंतर..' शत्रुघ्न क्षणभर विचारात पडला. दालनाच्या प्रचंड छतावर रंगवलेल्या इंद्रदेवाच्या चित्राकडे बघत तो म्हणाला, 'कधी कधी मला वाटतं मी चुकीच्या काळात जन्माला आलोय. म्हणजे असं, मी जर हजार वर्षं आधीच्या काळात जन्माला आलो असतो तर मी असुरांशी युद्ध करत असतो, शेकडो राक्षसांना ठार मारत असतो.' आपल्या रिकाम्या हातांकडे बघत ते उलटसुलट करत तो पुढे म्हणाला, 'मला नेहमी असं वाटतं, मी नुसता राज्यकारभार करण्यासाठी नाही जन्माला आलेलो, रेशमी कपडे घालून मिरवण्यासाठी नाहीच.' त्याच्या हातांवरच्या शिरा टचटचीत दिसत होत्या, रोज वजन उचलण्याच्या व्यायामामुळे त्या शिरा कठीण झाल्या होत्या. शत्रुघ्नापेक्षा अधिक व्यायाम रामानंसुद्धा कधी केला नव्हता. त्या व्यायामाचे परिणाम आता दिसू लागले होते.

लक्ष्मण त्याच्याकडे बघतच राहिला. शत्रुघ्नाच्या या कबुलीजबाबाचा काय

अर्थ लावायचा हेच त्याला कळत नव्हतं. काय बोलावं हे न सुचल्यानं त्यानं विनोदाचा आश्रय घेतला. 'काय रात्री काय जेवलास तरी काय दादा? कारण तुला काहीतरी बाधलं असावं असं वाटायला लागलंय मला.'

लक्ष्मण खाली वाकण्याआधीच शत्रुघ्नाचा हात पुढे झेपावला आणि त्यानं आपल्या धाकट्या जुळ्या भावाचा खांदा घट्ट पकडला. त्याच्या धारदार चेहऱ्यावर अजूनही तोच विलक्षण भाव होता. त्या दोघा भावांची चेहरेपट्टी अगदी सारखी असली तरी शत्रुघ्नाच्या चेहऱ्यावर जो एक कठोरपणा होता तो आश्चर्यकारक रीतीनं लक्ष्मणाच्या चेहऱ्यावर अजिबात नव्हता. जणू काही एकाच चित्रकारानं अगदी हुबेहूब एकमेकांसारखी काढायची असं ठरवून दोघांचीही चित्रं काढली असावीत पण दोन्ही चित्रं प्रत्येक वेळी वेगवेगळ्या मनोवृत्तीमध्ये असताना काढली असावीत. तेच नाक डोळे शत्रुघ्नाच्या चेहऱ्यावर कठोर आणि राकट दिसत होते तर लक्ष्मणाच्या चेहऱ्यावर मात्र त्यांना एक प्रकारचा कोवळेपणा, मार्दव वाटत होते. निरखून पाहाणाऱ्यालाच हा फरक दिसू शकला असता. पण एकदा दिसल्यानंतर मात्र त्या फरकाकडे दुर्लक्ष करणं मात्र शक्य झालं नसतं. हे दोघे हसले तेव्हा मात्र हा फरक नाहीसा होत असे.

आत्ता ते दोघे हसले. अगदी एकाच क्षणी. जणू एकच चेहरा दोन्ही बाजूंनी दिसत असावा तसे.

'जेवणाबद्दल बोलतोच आहोत तर धाकट्या,' शत्रुघ्न सहजगत्या बोलल्यासारखा म्हणाला, 'तू पोट फुटेपर्यंत सुषमादाईमानं बनवलेल्या चविष्ट पदार्थांवर ताव मारणार आहेस की दुसरा काही बेत आहे तुझा?'

शत्रुघ्नाचा जड हात अजूनही त्याच्या डाव्या खांद्यावर होताच. खांदे उडवत तो उत्तरला, 'खरं तर न्याहारीला न जाता आंबराईमध्ये पळून जायचा विचार आहे माझा. सूर्योदयाला तिथे भेटायचं असं मी आणि रामानं ठरवलं होतं आणि आता बघ, सूर्योदय व्हायलाच आलाय.'

शत्रुघ्नाचं हसू आणखी पसरलं. 'ठीक आहे, मग.' अगदी सावकाश उत्कंठा वाढवण्यासाठी मध्ये मध्ये थांबत तो म्हणाला, हा खेळ त्या दोघांना चालता आणि बोलता यायला लागलं तेव्हापासून सुरू झालेला होता. तेही एकाच क्षणी सुरू झालेलं होतं म्हणा – आणि मग एकदम एक आरोळी फोडत तो म्हणाला – तो असं करणार हेही लक्ष्मणाला माहीतच होतं, 'बागेत शेवट पोचेल तो उंटाचं शेपूट.'

वाक्य पूर्ण होण्याआधीच त्यानं लक्ष्मणाला सोडून धाव मारली होती. ते जिथे जायला म्हणून निघाले होते त्या भोजनशाळेकडे नव्हे तर मागच्या दरवाजाकडे. त्या दरवाजातून पूर्वेच्या दाराकडे आणि तबेल्यांकडे जाता यायचं. पण आपल्या भावाला फसवण्याचा त्याचा हा डाव नेहमीसारखाच फसला. लक्ष्मणाची सडपातळ शरीरयष्टी

आणि शत्रुघ्नाइतके भरलेले नसणारे स्नायू यांमुळे त्याचं एक पाऊल पुढेच असायचं. त्यामुळे आखाड्यात व्यायाम करून कमावलेल्या शरीराच्या शत्रुघ्नाला तो सहज मागे टाकू शकत असे. जिन्याच्या टोकाशी पोचण्याआधीच या शर्यतीचा निकाल काय लागणार हे उघड झालं होतं.

पूर्वदिशा नुकतीच उजळू लागली होती. सगळीकडे एक विलक्षण प्रकाश पसरला होता. राजमहालासमोरच्या अर्धवर्तुळाकार रस्त्याच्या मध्यभागी असलेलं पांढऱ्या संगमरवराचं प्रचंड कारंजं त्या प्रकाशामध्ये तांब्याच्या रंगाचं दिसत होतं. दूरवरच्या गढवाल टेकड्यांमागून सूर्यबिंब नुकतं वर सरकत होतं. त्याचे कोवळे किरण रथावर उभ्या सूर्यवंशाचा मूळ पुरुष असणाऱ्या सूर्याच्या मूर्तीवर पडत होते. सूर्य रथामध्ये उभा होता, एका हातानं त्यानं रथाच्या देखण्या कांबोजी घोड्यांचे जोड लगाम पकडले होते आणि दुसऱ्या हातामध्ये सूर्यचक्र धारण केलं होतं.

त्या जुळ्या भावांनी वेग कमी केला. आता ते चालत जात होते, लक्ष्मण चार पावलं पुढेच होता. प्रांगणाला फेरी मारून कारंजं ज्यामध्ये होतं त्या कमल तलावाला वळसा घालून ते पुढे गेले. एकमेकांच्या पाठीवर थाप मारत हसणं चालूच होतं. सूर्याची मूर्तीच सुमारे सत्तर फूट उंचीची होती. सबंध प्रांगणावर सावली टाकत मोठ्या अभिमानानं ती मूर्ती राजमहालाकडे बोट दाखवते आहे असा भास होत असे. उजव्या बाजूला वळून दोघे भाऊ तबेल्यांकडे वळले. त्यांचे सेवक त्यांची वाट बघत उभेच होते. सगळे तयारीत होते. राजपुत्र लवकर उठणारे आहेत हे सेवकांना चांगलंच माहीत होतं. ते येतील तेव्हा त्यांचे रथ तयार असले पाहिजेत हेही सेवकांना चांगलं माहीत होतं. त्यांचे रथ म्हणजे आर्य बांधणीचा उत्तम नमुना होते. दोन घोड्यांचे हे रथ वेग आणि चापल्य यांना नजरेसमोर ठेवून घडवले होते. पहाटेच्या किरणांमध्ये रथाचे सोन्याचा मुलामा दिलेले पोलादी कवच आरशासारखे चमकत होते.

हाताच्या एका झटक्यासरशी शत्रुघ्नानं त्याच्या चालकाला दूर व्हायला सांगितलं, एका उडीत तो रथावर चढला आणि दुसऱ्याच क्षणी निघालासुद्धा. कौशल्यानं रथ नव्वद अंशात वळवत तो ओरडून लक्ष्मणाला म्हणाला, ‘क्रीडांगणावर भेटू, धाकट्या. धनुर्विद्येच्या स्पर्धेमध्ये ढाल मला मिळाल्यानंतर.’

‘रामाला मिळाल्यानंतर असं म्हणायचंय का तुला?’ लक्ष्मणानंही ओरडूनच उत्तर दिलं.

रथ पुढे दौडवताना शत्रुघ्नानं नुसता हात हलवला. राजवाड्याच्या मागच्या दरवाजानं बाहेर पडून तो अज मार्गावर वळलेला लक्ष्मणानं पाहिला. तो राजक्रीडांगणाकडे निघाला होता. त्यांचा थोरला भाऊ भरत – फक्त दोन आठवड्यांनीच पण थोरला; एव्हाना तिथे पोचलाही असणार. आणि शत्रुघ्नाची वाट बघत असणार. हे दोघे जुळे असले तरी शत्रुघ्नाचा ओढा लहानपणापासूनच

भरताकडे होता. आणि लक्ष्मणाचा रामाकडे. घरापासून दूर आठ वर्षं राहिल्यावर तर हे बंध अधिकच दृढ झाले होते.

लक्ष्मण तबेल्यांकडे वळला.

काही वेळ त्यानं आपल्या घोड्यांशी प्रेमानं बोलण्यात घालवला. त्याला प्राणी खूप आवडत असत आणि ही गोष्ट प्राण्यांनाही समजत असावी. हा एक गुण त्यानं आपल्या मोठ्या भावाकडून रामाकडून घेतला होता. राम त्याच्यापेक्षा चार आठवड्यांनी आणि इतर तिघांमध्ये सर्वात मोठा होता. याउलट शत्रुघ्नाला प्राण्यांविषयी फारसं प्रेम नव्हतं पण तिटकाराही नव्हता.

रथचालकानं आदरपूर्वक केलेलं वंदन स्वीकारत लक्ष्मण म्हणाला, 'आयुष्मान भव, समर. राम निघाला त्याला किती वेळ झाला?'

रथचालक हसला. 'राजकुमार, तुम्हालाही दीर्घायुष्य लाभो. राजकुमार राम तर पहाटेपूर्वीच गेले. आम्ही घोड्यांना खरारा करायला नुकती कुठे सुरुवात केली होती. तुम्ही त्यांच्याबद्दल विचाराल हे मला माहीतच होतं म्हणून मी त्यांच्या चालकाला विचारलं तेव्हा सामिननं मला सांगितलं की ते नदीच्या दिशेनं गेले.'

लक्ष्मण विचारात पडला. रामाचा रथचालक इथेच असला तर याचा अर्थ... 'म्हणजे तो स्वत:च रथ हाकत गेला तर...'

'नाही, राजकुमार लक्ष्मण, त्यांनी रथ नेण्यास नकार दिला.'

'घोड्यावरून गेला का मग?'

'होय, राजकुमार. ते म्हणाले, होळीच्या मिरवणुकीच्या वेळी रथाचे घोडे ताजेतवाने असायला हवेत, म्हणून ते महाराजांच्या तबेल्यातला एक जुना लढाईतला घोडा घेऊन गेले.'

'म्हणजे तो ऐरावत असणार.' लक्ष्मण लगेच उद्गारला.

त्याचा रथचालक पुन्हा हसला. पहाटेच्या अर्धवट उजेडात त्याच्या सावळ्या चेहऱ्यामध्ये त्याचे पांढरे शुभ्र दात चमकून उठले. 'अगदी बरोबर, नेहमीप्रमाणेच तुम्ही बरोबर ओळखलंत, राजकुमार. तुम्ही आणि राजकुमार शत्रुघ्न एका आईच्या पोटी जन्मला असलात तरी तुमचं राजकुमार रामांशी असलेलं नातं काही कमी जवळिकीचं नाही. तुम्ही दोघेही जुळेच आहात-रूपात थोडा फरक आहे तेवढाच.'

लक्ष्मणही हसला. 'असं म्हणतात खरं सगळे.' ही माहिती दिल्याबद्दल त्यानं त्याच्या रथचालकाचे आभार मानले. भरत आणि शत्रुघ्न यांच्या रथचालकांसारखेच हे दोघे समर आणि सामिन हे दोघेही उत्तम रथचालक आणि योद्धे होतेच परंतु ते गुरू वसिष्ठांच्या गुरुकुलातील सहशिष्यही होते. दशरथाच्या राज्यामध्ये सर्व क्षत्रियांना सरस्वती देवीची कृपा प्राप्त करून घेणं अनिवार्य होतं. समर हा लक्ष्मणाचा रथचालक तर होताच परंतु त्याच्याबरोबरीचा विद्यार्थी आणि मित्रही होता.

लक्ष्मणानं मरुत नावाच्या घोड्याची निवड केली. या घोड्यानं पुष्कळ युद्धं पाहिली होती. कधीकधी या वृद्ध घोड्यावर बसून जात असताना आपण शत्रुघ्नानं वर्णन केलेल्या प्राचीन काळामध्ये जात असल्याचा भासही होत असे. त्या काळामध्ये युद्ध हा रोजच्या जीवनाचाच एक भाग होतं आणि क्षत्रिय हा नुसता त्याच्या जन्मानं नव्हे तर त्याच्या कर्तृत्वानं ठरत असे. आर्यराष्ट्रांचं रक्षण करणं आणि ते करताना मरणही पत्करणं एवढंच काम एका क्षत्रियाकडून अपेक्षित असे. तो त्याचा धर्म होता. ज्याप्रमाणे ब्राह्मणांचा धर्म आर्य धर्माच्या कर्मकांडाचं आणि परंपरांचं पावित्र्य राखणं हा होता, वैश्यांचा धर्म आर्य अर्थव्यवस्थेला आवश्यक असलेल्या व्यापार आणि उद्योगधंदे यांचं रक्षण करणं हा होता, शूद्रांचा धर्म. नकोशा वाटणाऱ्या पण आवश्यक असलेल्या स्वच्छता, शिकार इत्यादी सेवा उपलब्ध करून देणं आणि त्यायोगे शहरांमध्ये आरोग्य सांभाळणं हा होता. त्याप्रमाणे क्षत्रियाचाही हा धर्मच होता. त्या काळामध्ये जातिव्यवस्था हा आर्यांच्या अस्तित्वाचा एक महत्त्वाचा भाग होता. आज, एखादा शूद्रही परिश्रम करून, अभ्यासानं क्षत्रियाच्या पदाला पोचू शकत होता. दशरथाच्या काळामध्ये क्षत्रिय असणं हे काही कमी मानाचं नव्हतं पण शत्रुघ्नाच्या प्राचीन काळात ते जितकं आकर्षक होतं, तितकं आकर्षक ते आजच्या काळात नव्हतं.

पण लक्ष्मण काही शत्रुघ्न नव्हता. त्याला युद्धाचं भय नक्कीच नव्हतं पण त्याला त्याचं फारसं आकर्षणही नव्हतं. सबंध आयुष्यात त्याला असुरांशी युद्ध करावं लागलं नाही, राक्षसांना ठार मारावं लागलं नाही तरी त्याला चालणार होतं. क्षत्रियाची सर्व कर्तव्यं पार पाडणं आवश्यक होतं, तसंच ते इष्टही होतं परंतु या शांततेच्या काळात जगणंही चांगलंच होतं.

रिकाम्या रस्त्यावरून मरुतावर बसून जाताना त्याची पाठ थोपटत आणि त्याने नाक खाजवत. लक्ष्मण म्हणाला, 'वृद्ध क्षत्रिया, अरे आपला जन्मच मुळी युद्धासाठी झाला असला तरी शेवटी आपण युद्ध करतो तरी कशासाठी? शांततेसाठीच ना? ही आपण कमावलेली शांतता चांगली हजार वर्षं आपल्याला उपभोगता यावी एवढीच इच्छा करू या. बरोबर बोलतो आहे ना मी, वीरा?'

त्या युद्धाश्वानं मान हलवली आणि खिंकाळल्यासारखा आवाज केला. त्याची ताकदवान चाल बघून कुणालाही त्याच्या वयाचा अंदाज बांधता आला नसता. त्यानं मान हलवताच लक्ष्मणाला त्याच्या कपाळावरच्या एका जुन्या जखमेचा वण दिसला. दुसऱ्या एखाद्या घोड्याचा कुऱ्हाडीच्या त्या वारानं कपाळमोक्षच झाला असता. मरुत काय म्हणतो आहे हे लक्ष्मणाला कळून आलं – युद्धापेक्षा शांती केव्हाही अधिक चांगली असंच तोही म्हणत होता.

7

गुरू वसिष्ठांनी सांगितलेल्या अर्घ्याच्या सर्व वस्तू सुमंत्रानं एकत्र केल्या होत्या. आणि आता तो राजमहालाच्या पायऱ्यांवर त्यांची वाट पाहात उभा होता. आकाश आता लाल केशरी झालं होतं आकाशगृहातून दशरथाला दिसलेलं गडद निळं आकाश आता फिकट निळं झालं होतं. गेल्या आठवड्यातच ग्रीक वकिलानं त्याला भेट केलेल्या मातीच्या निळ्या पुष्पपात्राचा अगदी हाच रंग होता. हा पवित्र निळा रंग होता, ब्रह्मनचा रंग. राजवाड्याच्या दरवाजाकडे आपले गुरू आणि महामंत्री यांच्यासमवेत चालत जाताना दशरथाचं हृदय भरून आलं.

चालत जात असताना गुरू वसिष्ठ दशरथाशी केवळ त्यालाच ऐकू जाईल एवढ्या हलक्या आवाजात बोलतच होते. राजकीय कार्यक्रमांच्या कठीण कर्मकांडांमधून नीटपणे पार पडण्यासाठी हाच मार्ग ते खूप वेळा चोखाळत असत. वेदिक परंपरेनुसार प्रत्येक कर्म एका निश्चित अशा गुंतागुंतीच्या पद्धतीनेच पार पडावं लागे. हे सारे तपशील लक्षात ठेवणं अशक्य आहे हे दशरथानं केव्हाच मान्य करून टाकलं होतं. हे शेकडो नव्हे हजारो तपशील गुरू वसिष्ठ इतक्या सहजपणे इतक्या अचूकपणे कसे लक्षात ठेवू शकतात याचं आश्चर्य मात्र अजून त्याच्या मनात तसंच होतं. ब्राह्मणांच्या आध्यात्मिक मार्गदर्शनाचं क्षत्रियांना वाटणारं महत्त्व हे या एका कारणामुळेही होतं. हे मार्गदर्शन क्षत्रिय अत्यंत कृतज्ञतेनं आणि आनंदानं स्वीकारत असत. यामुळे क्षत्रिय आपल्या खऱ्याखुऱ्या कामावर लक्ष केंद्रित करू शकत असे, इतके असंख्य तपशील मनात साठवून ठेवण्यात त्याची शक्ती आणि मनातील जागाही खर्च होत नसे. याच कारणामुळे तर ब्राह्मणांनी हे कर्मकांड इतकं गुंतागुंतीचं आणि कठीण करून ठेवलं असेल – ही गोष्ट मात्र कधी कधी दशरथाच्या मनात आल्याखेरीज राहात नसे.

तरीही आयुष्यभर नम्रपणे सगळं ऐकत आल्यानंतर आता गुरूंच्या सतत सुरू असलेल्या सूचना आणि सल्ले पाळणं त्याला त्रासदायक वाटत नसे. काही घराण्यांच्या मूर्ख प्रमुखांनी म्हटल्याप्रमाणे कोण सत्तेवर आहे किंवा कुणाचा अधिकार अधिक आहे असा प्रश्न नसे तर एखाद्या विशिष्ट बाबीमध्ये कुणाला

अधिक ज्ञान आहे असा प्रश्न असे. शिवाय सकाळच्या त्या प्रसन्न प्रहरी चालत जात असताना वंदन करणाऱ्या पहारेकऱ्यांनाही गुरू वसिष्ठ राजाला काही सांगत आहेत हे कळत नव्हतं. दशरथाला नेहमी वाटत असे – गुरू आपल्याला जे सांगतात ते मानसिक संवादामधून तर सांगत नसतील? त्यांचे शब्द थेट आपल्या मेंदूमध्ये पाठवत असतील?

'आणि शेवटी चुकूनसुद्धा माझ्या आणि त्यांच्या जुन्या ओळखीसंबंधी बोलू नकोस. फार पूर्वी, जेव्हा तो राजा होता, आध्यात्मिक गुरू झाला नव्हता तेव्हाची आमची ओळख. आता तो अध्यात्माच्या वाटेने चालून खूप मोठा झाला आहे, सुधारला आहे, ब्रह्मर्षी पदावर पोचला आहे तेव्हा त्याला त्याच्या पूर्वायुष्याची आठवण करून दिलेली आवडत नाही.'

नंतर राजग्रंथालयामध्ये विश्वामित्राचं पूर्वायुष्य काय होतं ते शोधण्याचा राजानं मनोमन निश्चय केला. त्याला फक्त एवढंच माहीत होतं की सुमारे चौदाशे वर्षांपूर्वी स्वत: महादेव शिवानं विश्वामित्राला दीक्षा दिली होती. त्यापूर्वी तो एक राजा होता. हेही दशरथाला माहीत होतं. संयुक्त घराण्यांपैकी एखाद्या घराण्याचा नव्हे तर दूर वायव्य प्रांतामधील एका भागाचा तो राजा होता. गुरू वसिष्ठांचे शब्द, 'सुधारला आहे' असं दर्शवत होते की त्याच्या पूर्वायुष्यात काहीतरी भानगड असावी. दोनशे चाळीस वर्षं अरण्यात साधना करत बसण्यापेक्षा नक्कीच अधिक रंगतदार काहीतरी.

नेहमीप्रमाणे राजवाड्याची दारं सताड उघडी होती. हा शांततेचा काळ होता आणि या शहरातली घरं कधीही कुलूपबंद नसतात, अगदी राजाचा राजवाडाही. ही अयोध्येच्या अभिमानाची गोष्ट होती. दशरथाच्या संपूर्ण कारकीर्दीमध्ये दशरथाला कधीही ती कुणाविरुद्ध किंवा कुणासाठी म्हणून बंद करावी लागली नव्हती. राजवाड्याचे पहारेकरीही प्रशिक्षित आणि सदैव जागृत असले तरी तसे शोभेचेच होते असं म्हणावे लागेल. त्यांची शारीरिक आणि मानसिक तयारी उच्च प्रतीची राहावी म्हणून दर आठवड्याला त्यांच्या क्रीडा स्पर्धा घेतल्या जात. शिवाय पहारेकऱ्यांची पाळी बदलण्याच्या वेळचा कार्यक्रमही मुद्दामच गुंतागुंतीचा ठेवण्यात आलेला होता. हा कार्यक्रम बघण्यासाठी अनेक पर्यटक जमा होत असत. पहाराचौकीवरील चार पहारेकऱ्यांबरोबर आता एक पूर्ण पथक दरवाजामध्ये उभं होतं. राजा महालातून बाहेर पडे त्या वेळी एक पथक दरवाजाशी उभं राहाणं ही परंपरा होती. अत्यंत नीटपणे हालचाली करत या पथकानं पहारेकरी बदलण्याचा कार्यक्रम पार पाडला. त्यांचे लहान भाले एका हातातून दुसऱ्या हातात घेऊन मग ते भाले पुन्हा खांद्यावर घेतानाच त्यांनी आपल्या राजाला अतिशय नेटकेपणानं प्रणामही केला.

जमेल तेवढ्या चपळाईनं दशरथानं त्यांना प्रतिप्रणाम केला कारण त्याची छाती आणि खांद्याचे स्नायू चांगलेच दुखत होते. अखेरीस तो सर्व सैन्याचा प्रमुख होता, सर्वोच्च सेनापती होता. स्वत:च्या लठ्ठ आणि रोगी शरीराची त्याला लाज वाटली. एक काळ असा होता की तो एकटा चार शस्त्रधारी क्षत्रियांना काही मिनिटांतच हरवू शकत होता. आता ती युद्धाची आसनं तो अतिशय दु:खानं फक्त आठवू शकत होता आपण निदान चालू शकतो आहोत, ताठ उभे राहू शकतो आहोत याबद्दल देवाचे आभार मानत होता.

'लक्ष दे, दशरथा.' गुरू वसिष्ठांचा केवळ त्यालाच ऐकू येणारा आवाज त्याच्या कानावर पडला.

पुन्हा एकदा त्याला जाणवलं, गुरूंच्या सूचना आपल्याच मस्तकामध्ये निर्माण होत आहेत. कानामध्ये नाही. त्या शांत आणि पोलादी स्थिर अशा आवाजानं राजाच्या मनातल्या सर्व अनावश्यक भावना आणि विचार दूर गेले आणि समोरच्या कामावर त्याचं मन एकाग्र झालं. पण हे आज अधिकच कठीण जात होतं.

'एकाग्र.'

या वेळी गुरूंचा आवाज अधिक निश्चयी होता. काहीसा रागाचाही होता. द्रष्ट्या ब्राह्मणांच्या बहुचर्चित सामर्थ्यावर दशरथाचा शास्त्रीय संशयी वृत्तीमुळे फारसा विश्वास नसला तरी त्याला हे माहीत नव्हतं की गुरूंजवळ केवळ मानसिक संभाषणाची शक्ती नसून त्याच्या मनावर त्यांचं संपूर्ण नियंत्रण आहे. महाराजाच्या मनात आलेले, त्याच्या खालावत चाललेल्या प्रकृतीविषयीचे विचार त्यांना 'ऐकू' आले होते. तसेच आत्ता त्याच्या मनात चाललेल्या पहाटेच्या भेटीविषयीचे, त्याच्या पट्टराणीच्या भेटीचे विचारही त्यांना 'ऐकू' आले होते. महाराजाचं लक्ष नसल्यामुळे आदरसत्कारामध्ये एखादी चूक होणं किंवा एखादा चुकीचा शब्द उच्चारला जाणं हे आज चालणार नव्हतं. आत्ता ते ज्याचं स्वागत करण्यासाठी जात होते तो काही कुणी साधासुधा माणूस नव्हता. स्वत:च्या बलवान व्यक्तिमत्वाचा सारी ताकद आपल्या शब्दांमागे टाकत वसिष्ठांनी एकच अखेरची आज्ञा दिली,

'एकाग्र.'

दशरथानं चित्त एकाग्र केलं. मनातील इतर सर्व बाबी बाजूला सारल्या आणि लक्ष बाहेरच्या बाबींकडे वळवलं.

राजवाड्याच्या दरवाजाबाहेर उभी असलेली आकृती एखाद्या सजीव झालेल्या चित्रासारखी दिसत होती. राजवाड्याच्या चित्रगृहामध्ये असलेलं सर्वसामान्य आकारापेक्षा दुपटीनं मोठं असलेलं चित्र. ती कलाकृती सुमारे चारशे वर्षांपूर्वी दशरथाचा पूर्वज महाराज दिलीप याच्या कारकीर्दीत रंगवण्यात आलेली होती. सूर्यवंशाच्या अधिकृत नोंदींमध्ये अगदी स्पष्टपणे लिहिण्यात आलेलं होतं की

राजा दिलीपनं हे चित्र संपूर्णपणे आपल्या आठवणीच्या आधारे रंगवलेलं होतं. या अधिकृत नोंदींमध्ये दशरथानेही वेळोवेळी भर घातलेली होती. दिलीपची आणि या महान द्रष्ट्या ऋषीची अचानकच भेट घडून आली होती. दिलीप विश्वामित्राच्या आश्रमातून परतला तो त्यांच्या सखोल, जाणत्या सल्ल्यानं कमालीचा प्रभावित होऊनच. त्या भेटीनं त्याचं सगळं आयुष्य आणि प्राक्तनच बदलून टाकलं होतं. खेरीज सूर्यवंशाचं प्राक्तनही बदलून टाकलं होतं. दिलीपनं आपलं सर्व कौशल्य पणाला लावून ते अनुपम चित्र साकार केलं होतं. ऋषी विश्वामित्रानं अयोध्येमध्ये कधीच पाऊल टाकलेलं नसल्यानं हे चित्रच गेली चारशे वर्षं त्याचा प्रतिनिधी बनून राहिलं होतं. या चित्रावरून मग आणखी काही चित्रं रंगवण्यात आलेली होती, द्रष्ट्या ऋषींच्या चौकात त्याचा एक पुतळाही निर्माण करण्यात आलेला होता. परंतु आज, अखेरीस, दिलीपचा वंशज, महाराज दशरथ मात्र मोठ्या अभिमानानं आणि दाटलेल्या गळ्यानं म्हणू शकत होता की ते चित्र अगदी हुबेहूब उतरलेलं आहे. परिपूर्ण, अगदी बारीकसारीक तपशिलासकट – दिलीप महान आहे – अगदी परिपूर्ण.

त्याच्यासमोर उभी असलेली व्यक्ती जणू या क्षणी त्या चित्रामधून बाहेर उतरली असावी अशी दिसत होती.

त्याचे कपडे साधकासारखे होते हातानं विणलेल्या लाल भगव्या रंगाच्या तागाच्या कापडाचं धोतर, वापरून वापरून जुन्या झालेल्या खडावा, खडबडीत चेहऱ्याभोवती पसरलेल्या जटा, पांढरी शुभ्र लांब विरळ दाढी, आणि गळ्यात रुद्राक्षाची माला. वरवर पाहता तो प्रत्येक वसंतामध्ये दक्षिणेकडच्या अरण्यामधून अयोध्येमध्ये येणाऱ्या एखाद्या साध्यासुध्या तापसासारखाच दिसत होता. कठीण तपस्येमुळे आणि त्यागामुळे सुकलेल्या शरीराचा. पण त्याच्या चेहऱ्यावर मात्र दिलीपने त्या चित्रामध्ये बरोबर पकडलेलं ते तेज आणि अंतरातली शक्ती झळकत होती. एके काळी महान क्षत्रिय आणि सम्राट असलेल्या आणि आता एक द्रष्टा ऋषी असलेल्या व्यक्तीचा भाव. आर्य राजवंशाचा तो रुबाब आणि डौल.

दशरथ, वसिष्ठ आणि सुमंत्र तिथे पोचले तेव्हा तो दुसरीकडे तोंड वळवून उभा होता. उत्तरेकडच्या पर्वत शिखरांकडे, हिमालयाच्या पायथ्यापर्यंत जाणाऱ्या टेकड्यांचे उतार चढाव बघत होता. वाऱ्याने त्याचे कपडे आणि दाढी वाऱ्याने उडत होती. सुमंत्राच्या मागोमाग येणारा सेवक एकदम दचकून, आश्चर्यचकित होऊन अवधी बोलीमध्ये काहीतरी पुटपुटला. इतिहासाच्या पृष्ठामधली व्यक्ती आज प्रत्यक्ष समोर उभी असलेली बघून इतका दचकला की त्याच्या हातातलं अर्घ्याचं पात्र आणि घंगाळ खालीच पडलं. त्याचा खणखणता आवाज सकाळच्या त्या शांत प्रहरामध्ये सगळीकडे घुमत घुमत गेला. उत्सवाच्या या दिवशी इतक्या

पहाटे समोरच्या प्रशस्त अशा रघुवंश मार्गावर फारशी वर्दळ नव्हती. त्यामुळे तो आवाज बैलगाडीचं चाक तुटावं तसा कानावर आघात करून गेला.

त्या आवाजामुळे अतिथीचं लक्ष गेलं.

हातातला भला थोरला मजबूत दंड सहजगत्या आपल्या दणकट हातामध्ये धरत तो वळला. दशरथाच्या सर्वांगातून काहीतरी घडणार असल्याची भावना सरसरत गेली. इतिहास घडणार असल्याची भावना. या पुराणपुरुष द्रष्ट्या ऋषीचं स्वागत करण्याचं भाग्य लाभलेला तो पहिलाच अयोध्यासम्राट असणार होता. आणि तेही एका अतिपवित्र दिवशी. आपलं मन विचाररहित ठेवण्याचा निश्चय केलेला असूनही त्याला एकदम जाणवलं की आपण जर या श्रेष्ठ ऋषीला आजपासून पंधराव्या दिवशी होणाऱ्या राज्याभिषेकापर्यंत इथे थांबवून घेऊ शकलो तर राजा म्हणून केल्या जाणाऱ्या त्याच्या अखेरच्या कृतीवर एक स्वीकाराची मुद्राच उठेल. त्याचं प्रथम अपत्य राम हा स्वतःच्या राज्याभिषेकप्रसंगी एक नव्हे तर दोन, केवळ द्रष्टे ऋषीच नव्हे तर महान ब्रह्मर्षींकडून आशीर्वाद मिळालेला पहिलाच राजपुत्र ठरेल. आणि आर्यांच्या इतिहासामध्ये या घटनेची नोंद होईल. मग तर हा राज्याभिषेक इतिहासातील नव्या युगाची नांदी ठरेल.

योग्य रीतीनं ऋषीचं स्वागत करण्यासाठी त्यानं आपले सुकलेले ओठ उघडले. त्या महान ब्राह्मणाला साष्टांग वंदन करण्यासाठी तो गुडघ्यावर बसला. पण त्याच्या तोंडून एखादा शब्द बाहेर पडण्याआधीच ब्रह्मर्षीच बोलू लागला. रीतीरिवाज परंपरा मोडून केलेलं हे कृत्य बघून दशरथाला कमालीचं आश्चर्य वाटलं.

'महाराज दशरथ, क्षत्रिय आणि ब्राह्मण यांच्यामधली गुरुदक्षिणेची परंपरा फार प्राचीन आहे. त्या परंपरेनुसार मी तुझ्याकडे एक वर मागण्यासाठी आलो आहे. रीतीप्रमाणे कसलाही आक्षेप न घेता किंवा विचार न करता तू माझी इच्छा पुरी कर. मी काहीही मागितलं तरी – तुझ्या जातीचा, तुझ्या घराण्याचा आणि तुझा स्वतःचा मान राख आणि विलंब न करता माझी इच्छा मान्य कर. मी, ऋषींचा ऋषी विश्वामित्र तुला अशी आज्ञा देत आहे.'

8

हरिणीनं रामाच्या हातातून बाहेर उडी मारली. त्यानं तिला एका प्रेमळ मिठीत धरलं होतं. तिचे स्नायू उडी मारायला ताठर होताहेत हे जाणवताच त्यानं तिला थांबवण्याचा प्रयत्न केला नाही. एक उंच उडी मारून ती त्याच्या हातून निसटली आणि त्या गवताळ टेकडीच्या टोकाकडे, नदीच्या दिशेनं धावली. तिने उभं राहून मान मुरडून मोठमोठ्या घाबरलेल्या डोळ्यांनी मागे पाहिलं. तिचे कान फडफडले. तो हसत उठून उभा राहिला. नदीच्या आवाजापुढे जेमतेम ऐकू येईल एवढ्या बारीक आवाजात त्यानं बोलायला सुरुवात केली.

'मी घाबरवलं का तुला? मला तसं करायचं नव्हतं गं, छोटुकले. मला फक्त तुझ्याशी मैत्री करायची होती. मग आता मागे फिरून माझ्याशी बोलणार नाहीस का?'

हरिणी दरीच्या टोकावरून त्याच्याकडे बघत उभी होती. तिचं शरीर अजूनही खाली नदीकडे जाणाऱ्या वाटेच्या दिशेनं वळलेलंच होतं. तिचं डोकं तेवढं त्याच्याकडे वळलेलं होतं. ती परत आली नाही पण पळूनही गेली नाही.

रामानं हलकेच एक पाऊल तिच्या दिशेनं टाकलं आणि मग दुसरं. ती पळाली नाही. त्यानं आणखी काही पावलं टाकली. पण तिच्यापासून वीसएक पावलांवर असतानाच तिचे कान जोरात फडफडू लागले आणि कातडी थरारली. तो पुन्हा थांबला. त्यानं तिला हाक मारली. त्याच्याकडे बघत ती होती तिथेच उभी राहिली. काही क्षण दोघंही त्याच स्थितीमध्ये उभी राहिली – तो युवक आणि ती हरिणी – एकमेकांकडे बघत. नदी वेगानं वाहातच होती. उत्तरेकडच्या टेकड्यांमागून सूर्य आपल्या संपूर्ण तेजानिशी प्रकट होत होता. दूर अंतरावरचं शहर तो प्रकाश पकडून स्वत:ची हजारो, चमचमती प्रतिबिंबं परावर्तित करत होतं. स्तंभ आणि मनोरे, खिडक्या आणि कमानी, घुमट आणि खांब, सोनं आणि चांदी, काच आणि पितळ, तांबं आणि मिश्र धातू – सारं काही एकदमच उजळून उठलं होतं. अयोध्या सोन्याच्या दीपस्तंभासारखी झळाळत होती. दरीभर तिचा हा प्रकाश पसरला होता. या सुंदर तेजस्वी दिवसाच्या उजेडात काल रात्रीचं दु:स्वप्न बाजूला करणं सहज शक्य होतं.

'दु:स्वप्नच ते,' असं म्हणत. आणि तरीही... अजून त्या किंकाळ्या, त्या भयानक जखमा, त्या आ वासलेल्या जखमा... सारं त्याला अजून ऐकू येत होतं.

थांब!

ताठ होऊन तो शहराकडे बघू लागला. ती हरिणी, तिला पकडण्या अगोदर तो उचलणार होता ती कैरी सगळं विसरलं गेलं. हरिणीचा पाठलाग करताना तिच्याशी बोलताना जी मन:शांती त्याला मिळाली होती ती परत मिळवण्यासाठी काही क्षण प्राणायाम करण्याची गरज होती.

त्यानं समोरच्या दृश्यावर लक्ष केंद्रित केलं. त्याची प्रिय अयोध्या नव्या दिवसाच्या नव्या ऋतूच्या नव्या हंगामाच्या सूर्यप्रकाशामध्ये लखलखत होती. त्या समोरच्या झगमगत्या शहराकडे नजर रोखत तो पुढे चालू लागला. गुरुकुलामध्ये पाठवण्याएवढं त्यांचं वय होण्याआधी तो आणि त्याचे भाऊ या आंबराईच्या सावलीमध्ये खूप खेळत असत – खेळत, भांडत, शर्यती लावत, लहान मुलं आणि लहान राजपुत्रही जे करतात ते सर्व करत असत. आज तो इथे आला होता तो या सर्व चांगल्या गोष्टींच्या स्मरणानं त्याला रात्री पडलेल्या, त्याची झोप उडवणाऱ्या त्या दु:स्वप्नाच्या आठवणीमधून थोडा दिलासा मिळेल या आशेनं. पण आत्तापर्यंत तरी त्याला फारसं यश मिळालं नव्हतं.

त्याची पावलं दरीच्या टोकावर थबकली. सुसाटत वाहाणाऱ्या नदीपासून जेमतेम दहा यार्डांवर तो थांबला. याच ठिकाणी शरयू दरीला वळसा घालत, आपल्या दूरवरच्या प्रवासाला नुकत्याच निघालेल्या नदीच्या उत्साहानं दगडधोंडे ओलांडत खळाळत पुढे जायची. ढगांचं न थांबणारं गडगडणं असावं तसा तिच्या खळखळाटाचां आवाज होता. त्यानं बाहू पसरले. चेहरा त्या सोनेरी सूर्यप्रकाशामध्ये वर आकाशाकडे वळवला आणि तो मोठ्यानं हसला. नदीच्या पाण्याचे तुषार सावकाश तरंगत वर आले आणि त्याच्या केसांवर, त्याच्या साध्याशा पांढऱ्या धोतरावर हिऱ्यांसारखे चमकू लागले.

आंबराईमध्ये परतला तोपर्यंत त्याच्या मानेवरचा ताण बराच कमी झाला होता. आता काही तरी खाता येईल, त्याच्या मनात आलं, म्हणजे सुषमा दाईमाची नेहमीची भरपूर न्याहारी नव्हे हं, तिची न्याहारीची तयारी म्हणजे एखाद्या सैन्याच्या तुकडीलाही पुरेल एवढी असायची – तर एखादं फळ पुरेल. ती हरिणी दिसली तेव्हा त्या ज्या फांदीला लागलेली एक कैरी तोडणार होता तिच्याकडे त्याचं लक्ष गेलं. कैरी तोडताना त्याच्या डोक्यावर बारीक पानांचा वर्षाव झाला – एखाद्या नवरदेवाच्या स्वागतासाठी पुष्पवर्षाव केला जातो तसा. आता या प्रश्नाचं उत्तर सहज देता येईल – वसंताच्या पहिल्या दिवशी हिरव्यागार कैरीची चव कशी असते?

त्याचे काका महाराज जनक यांच्या मिथिलेमधल्या सुप्रसिद्ध तत्त्वचर्चा सभांमध्ये विचारण्याजोगा प्रश्न आहे हा. तो हे रहस्य आत्ताच सोडवू शकेल.

त्यानं तळहातात कैरी धरली. ती चांगली जड आणि रसरशीत होती. फळांच्या राजाचा सगळा दाट रस तिच्यामध्ये ठासून भरलेला होता. पण ती अजून पूर्ण राजा बनली नव्हती. युवराजही झाली नव्हती. त्या मार्गावर असलेला एक राजपुत्र फक्त. आणि तरीही कैरीमध्ये आंब्यापेक्षा काहीतरी जास्त असतं. तिच्या हिरव्यागार सालीसकट तिच्या गडद पिवळ्या गरामध्ये दात रुतवून त्या अशक्य अशा आंबटपणाचा स्वाद जोवर तुम्ही चाखला नाही. दातांनी त्या रसाळ गराचे तुकडे तोडून दात आंबवून घेतले नाहीत तोवर तुमचं जिणं व्यर्थच. कमरेशी चाचपून त्यानं मिठाची पुडी बाहेर काढली. सुक्या गवतावर मांडी घालून बसत त्यानं ती पुडी अगदी काळजीपूर्वक उघडली. कैरी आणि मीठ. पृथ्वीवरचा स्वर्ग पुन्हा एकदा शोधून काढायला तो आता तयार होता.

त्यानं कैरीचं टोक चाटून थोडं ओलं केलं आणि मिठात बुडवलं. तपकिरी पांढरट कण पोपटहिरव्या फळावर चिकटले. कैरीच्या आंबट वासामध्ये सैंधवाचा मातीचा वास मिसळला. पुढच्या क्षणी त्याच्या जिभेवर उसळणार असलेल्या आंबटपणाचा विचार करत त्यानं डोळे मिटले आणि कैरी तोंडाशी नेली. त्या अपेक्षेनं त्याच्या हातावरची कोवळी मऊ लव थरथरली. या बाबतीत तो आपल्या आईवर गेला होता. दशरथासारखा केसाळ झाला नव्हता तर अगदी तुळतुळीत मऊ त्वचा त्याला आईकडून मिळाली होती.

कैरी त्याच्या तोंडात पोचतच होती तेव्हाच त्याच्या कानावर तो आवाज पडला. एक कर्कश, उंच आवाजातली किंकाळी आणि त्यानंतर एक घोगरं हास्य. आणि आरडाओरडा. नदीच्या प्रचंड आवाजापेक्षाही हा आवाज मोठा होता – आंब्याच्या झाडांवर किलबिल करणाऱ्या पक्ष्यांच्याही आवाजापेक्षा मोठा. धनुष्याच्या प्रत्यंचेचा अगदी ओळखीचा आवाज.

आठ्या घालतच त्यानं ऐकण्याचा प्रयत्न केला. कैरी धरलेला हात गोठला होता. कैरीचा पहिला चावा घेताच तिला मिठामध्ये बुडवण्यासाठी तयारच असलेला दुसरा हात तिथेच थबकला.

क्षणभरानंतर पुन्हा तोच आवाज त्याच्या कानावर आला. एका ताणलेल्या प्रत्यंचेचा वाऱ्याशी बोलणारा आवाज. पण या वेळी उत्तरादाखल आणखी एक आवाज उठला – तोही अगदी ओळखीचाच. एक बद्द आवाज – धातूचं टोक असलेला एक लाकडी बाण मांसात शिरतो तेव्हाचा आवाज. आणि पाठोपाठ उमटलेली एका जखमी पशूची किंकाळी.

हरिणीलाही मत्सर वाटला असता एवढ्या चपळाईनं राम उठून उभा राहिला. चावा न घेतलेली कैरी बाजूला फेकली गेली, मिठाची पुडी खाली पडली. क्षणार्धात तो टेकडीच्या दिशेनं धावू लागला. दरीच्या टोकाशी थांबून त्यानं खाली वाकून पाहिलं. आपल्या शरीराच्या सर्व हालचालींवर आपलं पूर्ण नियंत्रण असल्याच्या पंधरा वर्षांच्या युवकाच्या आत्मविश्वासानं.

एखाद्या फिरत्या नौटंकी संघानं लहान मुलांसाठी हलत्या बाहुल्यांच्या मदतीनं नाटक उभं करावं तसं समोरचं दृश्य स्पष्ट दिसत होतं.

ती हरिणी नदीच्या तीरावर गवतापाशी पडली होती. काही सेकंदांमध्येच ती गवतात शिरून दिसेनाशी झाली असती. बाण तिच्या पुढच्या पायावर लागला होता. रक्त खूप वाहात होतं पण ती मरणार नाही असं रामाला वाटलं. बहुतेक हरणं बाण लागताच त्या धक्क्यानंच मरून जातात किंवा मग सावकाश वाहात राहाणारं रक्त किंवा जखम चिघळल्यामुळे मरतात. उठण्याची धडपड करत असलेल्या, वेदनेनं चीत्कार करणाऱ्या आणि पुन्हा मागे नदीच्या तीरावरच्या चकचकीत दगडांवर पडणाऱ्या त्या हरिणीला बघून त्याच्या मुठी आवळल्या गेल्या.

या गुन्ह्याचे गुन्हेगार - होय त्याच्या दृष्टीनं हा गुन्हाच होता - होते उजळ वर्णाचे, धष्टपुष्ट शरीरांचे दहाबारा उत्तरेकडचे लोक. गढवाल जमातीसारखे त्यांनी लांडग्यांच्या आणि अस्वलांच्या कातड्यांचे कपडे घातले होते. हिमालयाच्या गढवाल भागातल्या उतारांवरच्या, एकमेकांशी दूरचं नातं सांगणाऱ्या या जमाती होत्या. अयोध्येच्या वायव्येकडे काही योजनं दूर, कोसल देशाच्या सीमेपलीकडे त्यांचा प्रदेश होता. दर वर्षी जत्रांच्या निमित्तानं ते व्यापार करण्यासाठी येत असत. आता बहुतेक ते होळीच्या उत्सवासाठी आले असावेत. अयोध्येच्या होळीच्या मेजवानीची कीर्ती फार दूरवर, संपूर्ण आर्य राष्ट्रांमध्ये पोचली होती. उत्सव आणि जत्रा यांच्या वेळी अयोध्येमध्ये कुणालाही प्रवेश करण्याची मुभा होती. पण म्हणून त्यांना शहराच्या इतक्या जवळ शिकार करण्याची परवानगी नक्कीच नव्हती. सर्वांच्या हातांमध्ये मद्याच्या कातडी पिशव्या होत्या आणि ते त्या पिशव्यांमधून घोटही घेत होते.ते सगळे मद्यधुंद आहेत आणि काहीतरी गंमत शोधताहेत हे रामाला स्पष्टपणे दिसून आलं. त्यांच्यामधला एक जण त्या हरिणीला संपवण्याचा प्रयत्न करत होता पण त्याला धनुष्यही सावरता येत नव्हतं. बाकीचे सगळे त्याला प्रोत्साहन देत होते, त्यांच्या पहाडी बोलीमध्ये काहीबाही बोलत होते, आरोळ्या मारत होते.

रामानं टेकडीवरून खाली धाव घेतली. टेकडीच्या पुढे आलेला भाग जिथे मागे वळत होता तिथून त्यानं सरळ खालच्या वाटेवर झेप घेतली. सूर्यप्रकाशात

बसलेल्या एका नागाला सफाईनं टाळून तो पुढे धावला. नागानं धोक्याची सूचना देण्यापुरता फूत्कार केला खरा पण पुढे मात्र काही केलं नाही. शेवटचे दोन यार्ड तर त्यानं एका झेपेमध्ये ओलांडले आणि खालच्या दाट कुशलव्य गवतावर उडी मारली. क्षणार्धात तो नदीच्या तीरावर पोचला. समोरून येणाऱ्या बाणांची पर्वा न करता तो त्या जखमी हरिणीजवळ पोचला. तिच्याशेजारी गुडघे टेकून बसत त्यानं तिची जखम तपासली. आता तो नदीच्या शेजारीच होता त्यामुळे नदीचा आवाज कानठळ्या बसवणारा झाला होता. पण त्या आवाजापेक्षाही अधिक मोठ्यानं उमटणारे त्या गढवाली लोकांचे आश्चर्याचे उद्गार त्याला ऐकू येत होते.

हरिणीनं मान वळवून वर त्याच्याकडे पाहिलं. त्या मोठ्या मोठ्या भेदरलेल्या डोळ्यांमधलं भय आणि गोंधळ बघून त्याचं हृदय द्रवलं. आपलं दुःख व्यक्त करण्यासाठीच जणू तिचे ओठ विलगले. पण एक दुःखाचा किनरा स्वर तेवढा त्या ओठांमधून बाहेर पडला. त्यानं अंगातल्या कुडत्याची एक चिंधी फाडली आणि तिच्या जखमी पायाभोवती घट्ट बांधली. थंड वारा सुटेल म्हणून आज कुडता घातल्याचा त्याला थोडा आनंदच वाटला. बाण काढेपर्यंत रक्तस्राव थांबावा एवढी ती पट्टी घट्ट होती. हरिणी मान इकडेतिकडे फिरवत होती, आपल्या पायात घुसलेली ती नकोशी वस्तू दातांनी काढण्याचा प्रयत्न करत होती. रामानं तिच्या मऊ मस्तकावरून हलकेच हात फिरवला. तिच्या कानाशी कुजबुजत तो म्हणाला, 'मी परत येतो हं तुला मदत करायला.'

मग तो उठला आणि वळून त्या माणसांना सामोरा झाला.

9

राजवाड्याच्या प्रवेशद्वारासमोर उभ्या असलेल्या त्या प्रभावशाली आकृतीकडे मान वर करून दशरथानं बघून घेतलं. आता प्रत्युत्तर देण्यात एका क्षणाचा विलंबही चालणार नाही हे त्याला जाणवलं.

'महादेव,' तो बोलू लागला, अशा अतिमहत्त्वाच्या अतिथीला उद्देशून वापरण्याचं हे सर्वमान्य संबोधन होतं, 'माझ्या महान पूर्वजांप्रमाणेच मीही परंपरांचं मन:पूर्वक पालन करणारा आहे. तुम्ही जी इच्छा व्यक्त कराल तिला माझा अतिशय मनापासून आणि आनंदानं होकार असेल. रीतीनुसार, तुम्हाला जे हवं असेल ते मी कोणताही प्रश्न न करता तुम्हाला देईन. मग ती वस्तू माझ्या अतिशय अभिमानाची का असेना.'

वाढत्या सूर्यप्रकाशात द्रष्ट्या ऋषीचा खडबडीत चेहरा उजळून निघाला होता. राजाचे शब्द ऐकून त्या चेहऱ्यावर हास्य पसरलं. घट्ट मातीच्या मार्गावर हातातला मजबून दंड आपटत तो बोलू लागला,

'अयोध्यानरेश, मी प्रसन्न झालो आहे. तुझ्या उत्तरानं तू मला प्रसन्न केलं आहेस, राजा. तुझे महागुरू आणि मार्गदर्शक वसिष्ठ यांच्या समोर आणि या तुझ्या इतर सहकाऱ्यांसमोर तू हे जे मला वचन दिलं आहेस ते लक्षात ठेव. असा मी तुला सल्ला देत आहे.'

ऋषीनं बोलायला सुरुवात केल्यावर घाबरलेल्या सुमंत्रानं आणि त्याच्या सेवकांनी धुळीमध्येच साष्टांग नमस्कार घातला होता, त्यांच्याकडे निर्देश करत विश्वामित्र हे बोलले होते. ते सारे अजूनही त्याच स्थितीमध्ये होते, या सुप्रसिद्ध ब्राह्मणाकडे मान वर करून बघण्याचं धैर्य त्यांच्यामध्ये नव्हतं.

'हे सर्व माझे साक्षीदार आहेत.' पुन्हा एकदा हातातला दंड जमिनीवर आपटून हा करार अधोरेखित करत विश्वामित्र पुढे म्हणाले.

आत्तापर्यंत गुरू वसिष्ठ एक शब्दही बोलले नव्हते. त्यांच्याकडे एकदा बघून घ्यावं असं दशरथाला फार वाटत होतं. पण ही परिस्थिती अशी आहे की जिथे त्यानं कसं वागावं हे अगदी स्पष्ट आणि स्वच्छ आहे हेही त्याला जाणवलं होतं.

‘महादेव,’ पुन्हा एकदा हात जोडून, खाली वाकून वंदन करत तो उद्गारला, ‘रीतीप्रमाणे अर्घ्य देऊन माझ्या दरिद्री गृहामध्ये आपलं स्वागत करण्याची मला परवानगी देऊन माझा सन्मान करावा.’

त्या प्रचंड महामार्गावरील कोणत्याही इमारतीपेक्षा उंच असलेल्या राजवाड्याकडे मान वर करून बघत, विचारमग्न ब्रह्मर्षी म्हणाले, ‘होय तर. पण त्या आधी माझी मागणी काय आहे हे जाणून घेण्याची तुला इच्छा नाही का?’

दशरथाचे हात तसेच जोडलेले होते आणि दृष्टी ऋषीच्या धूळभरल्या पावलांवर खिळलेली होती. ‘महादेव, आपली काय इच्छा आहे ती पूर्ण करण्याचं वचन तर मी तुम्हाला दिलेलंच आहे. तुमची पवित्र इच्छा तुम्ही माझ्या घरामध्ये येऊन उच्चारली तर तो मी माझा मोठाच सन्मान समजेन. आपल्यासारख्या महान द्रष्ट्या ऋषीला असं मार्गावर उभं करून ठेवणं मला योग्य वाटत नाही. कृपा करून मला हा मान द्यावा.’

मग अधिक विचार न करता त्यानं अजूनही नि:स्तब्धच असलेल्या सेवकांना खूण केली. सुमंत्रानं काहीशा कठोरपणे आज्ञा दिल्यावर मात्र अर्घ्याच्या वस्तू घेऊन ते घाईनं, धडपडतच पुढे आले. ते सगळे इतके भांबावलेले होते की गंगाजलाचा कुंभ हाती घेतलेला सेवक ते पवित्र जल महाराजांवरच ओतू लागला. वैतागून सुमंत्रानं त्याच्या हातचा कुंभ स्वत:च्या हाती घेतला. तो पाणी घालायला तयार आहे असं दशरथाला सुचवत तो खाली वाकला.

पण दशरथाची बोटं ऋषीच्या धूळभरल्या पावलांना स्पर्श करणार त्या आधीच एक साधारण ओळखीचा वाटणारा आवाज त्या शांत चौकामध्ये घुमला.

‘थांब, अयोध्यानरेश, या अधम व्यक्तीच्या पायांना स्पर्श करून स्वत:ला अपमानित करून घेऊ नकोस. उठ, उभा राहा.’

कैकेयी धावत तिच्या दालनामध्ये शिरली तेव्हा कौसल्या तिच्या देवघरात होती. अन्नपूर्णा या स्वरूपातल्या देवी मातेची पूजा करण्यात ती मग्न होती. अन्नपूर्णा ही विवाहित आणि सापत्य स्त्रियांची संरक्षक देवता होती. उदबत्त्यांच्या सुवासिक धुरानं देवघर कोंदून गेलं होतं. त्या जाडजूड उदबत्त्यांना जाईजुई, कमळ यांचा सुगंध होता. त्या सुगंधानं कौसल्येला स्वत:चं मन इतर कोणत्याही विचारापासून मुक्त करून देवीवर एकाग्र करण्यास मदत होत होती.

कौसल्ये समोरच्या लाकडी देवघरावर ठेवलेल्या घंटेचा मधूनच होणारा किणकिणाट सोडला तर ते दालन अगदी शांत होतं. मंत्राचं एक आवर्तन पूर्ण झालं की ती घंटा उचलून एक लयबद्ध आवाज करत होती. त्या सुमधुर आवाजानं ती खोली भरून जात होती.

बांगड्या घातलेल्या हातानं देवघराच्या दारावर जोरानं आघात केला हे तिला मागे वळून न बघताही कळलं. तेव्हा कौसल्या घंटाच वाजवत होती. दाराला कडी नव्हती, ते नुसतंच लोटून घेतलेलं होतं – दाराला कडी घालण्याची कधी आवश्यकताच भासली नव्हती. तिचं घंटावादन संपलं त्याच क्षणी ती व्यक्ती आत आली. सोन्याच्या जडशीळ बांगड्यांचा कर्कश खणखणाट झाला. तो ऐकताच कौसल्येला कळून चुकलं ही व्यक्ती दुसरी राणी कैकेयीशिवाय दुसरं कुणी असणं शक्यच नाही. तिच्या बांगड्या भरगच्च सोन्याच्या असत. तिसरी राणी सुमित्रा हिला चांदी अधिक प्रिय होती. काहीही असलं तरी भित्री सुमित्रा आधी न कळवता तिच्या दालनामध्ये येणं आणि तेही एखाद्या गावंढळ माणसानं मद्यालयामध्ये घुसावं तसं धाडकन दरवाजा उघडून, हे शक्यच नव्हतं. ही कैकेयीच असणार असं तिच्या मनात येतं आहे तेवढ्यात ती व्यक्ती कर्कश आवाजात म्हणाली,

‘हलकटे, काय चाललंय तुझं ते मला माहीतेय बरं. पण मी नाहीच ते होऊ देणार.’

कौसल्येनं सावकाश हातातली घंटा खाली ठेवली. पुढे वाकून देवीच्या पायावर मस्तक टेकलं. देवीची मूर्ती बनवण्यासाठी वापरलेल्या लाल मातीचा वास तिला सुखवून गेला. तिनं स्वत:च्या हातानं ती मूर्ती बनवली होती आणि परंपरेनुसार नैसर्गिक अशा हिरव्या पिवळ्या, मोरपिशी, लाल आणि केशरी रंगांनी ती रंगवली होती. त्या रंगांचा सुगंधही त्यात एकत्रित झाला होता. तिनं मनोमन सुख शांतीची प्रार्थना देवीपाशी केली.

त्या क्षणी तिला जाणवलं की तिचं डोकं उडवण्यासाठी अतिशय योग्य अशा स्थितीमध्ये ती याक्षणी बसली आहे. पण तिला कसलीच भीती वाटली नाही. कैकेयीच्या कट्यारीपेक्षा तिची जीभच अधिक धारदार होती. कौसल्येनं देवीला अखेरचं वंदन केलं आणि ती उठून शांतपणे आपल्या उर्मट आगंतुकाला तोंड द्यायला वळली.

कैकेयी म्हणजे स्त्रीच्या संतापाचं प्रत्यक्ष स्वरूप होतं. एखाद्या कालीभक्ताला तिच्यामध्ये कालीचाच भास झाला असता. एकच होतं काली कधीच एवढी दागिन्यांनी मढलेली किंवा इतक्या उंची वस्त्रप्रावरणात लपेटलेली नसे.

दुसरी राणी नेहमीसारखीच खूप नटलेली सजलेली होती. भरपूर सोन्याचे दागिने आणि तिचं राणीपण दर्शवणारी सर्व राजचिन्हं तिनं अंगावर चढवली होतीच शिवाय तिचं सुवासिनीपण सिद्ध करणारं भलं मोठं कुंकू तिच्या आता रागानं लालवटलेल्या पण नेहमी फिकट असणाऱ्या चेहऱ्यावर उठून दिसत होतं. ते कुंकू सौभाग्याचं लक्षण वाटण्याऐवजी संतापलेल्या शिवाचा तिसरा डोळा असावा असं भासत होतं.

क्षणभर कौसल्येला वाटलं तिला चार हात आहेत की काय आणि प्रत्येक हातामध्ये एक एक दैवी अस्त्रही आहे.

पण कैकेयीनं हल्ला केला तो आपल्या जिभेनं.

'तू मोहिनी – एखाद्या बाजारू वेश्येसारखं तू माझ्या नवऱ्याला माझ्या दालनातून बाहेर काढलंस, त्याला भुलवलंस आणि आपल्या पाशामध्ये अडकवलंस, तुला काय वाटलं मला हे कळणार नाही? चेटकिणी? तुला काय वाटलं मी न लढताच त्याच्यावरचा हक्क सोडेन?'

कौसल्येनं थंडपणे आपल्या नवऱ्याच्या दुसऱ्या बायकोकडे पाहिलं. हातात सोन्याचं पूजेचं तबक घेऊन ती कैकेयीकडे गेली. कैकेयी दचकली. कौसल्या त्या तबकानंच तिच्यावर प्रहार करणार आहे की काय असं तिच्या मनात आलं आणि स्वसंरक्षणासाठी तिनं एक हात उचलून चेहऱ्यासमोर धरला. तिच्या हातातल्या सोन्याच्या जडशीळ बांगड्या खणाणल्या. एवढ्या जड बांगड्या घालून हिला आपला हात उचलतो तरी कसा? कौसल्येच्या मनात आलं. आणि एवढं नटून सजून ही चाललीये तरी कुठे? स्वत:च्या लग्नाला?

कैकेयीकडे लक्ष न देता कौसल्या देवघराच्या बाहेर आली. समोरच्या लाकडी घडवंचीवर तिनं हातातलं तबक ठेवलं आणि हळुवारपणे त्यातले दिवे शांत केले. तिच्या पलंगाशेजारी एक रेशमाची विणलेली दोरी होती. तिनं ती दोरी तीन वेळा ओढली. राजवाड्याच्या अंतर्भागामध्ये कुठेतरी घंटेचा अस्पष्टसा आवाज झाला. त्यानंतर ती ज्या दारातून बाहेर आली होती त्या दाराकडे पाठ करून उभी राहिली. ती दुसरी स्त्री आता बाहेर पडेल याची ती वाट बघत होती. बांगड्यांचा खणखणाट ऐकू आला तेव्हा एखाद्या दुखावलेल्या नागिणीच्या त्वेषानं आणि चापल्यानं ती मागे वळली आणि कैकेयीला काही बोलण्याची संधी न देता तिनं पहिला वार केला.

'माझ्या देवघराचं पावित्र्य भ्रष्ट करण्याचं तुला धाडस तरी कसं झालं? निमंत्रणाशिवाय माझ्या महालामध्ये प्रवेश करण्याला तुला काय हक्क? आणि मला दिलेल्या शिव्या – बहुतेक तू एवढ्या वर्षांमध्ये राजवाड्यातल्या नोकरांकडूनच शिकली असावीस त्या – तुलाच दिलेल्या असणार त्या तुझ्या पाठीमागे. तुलाच त्या बरोबर लागू होतात खरं म्हणजे, तूच माझ्या नवऱ्याला माझ्यापासून हिरावून घेतलंस – पंधरा वर्षांपूर्वी – एका योद्ध्याला वचनात गुंतवलंस. कोणताही योद्धा आपलं वचन मोडणार नाही हे तुला माहीत होतं. एखाद्या बाजारू बाईसारख्या तू तुझ्या सगळ्या क्लृप्त्या वापरल्यास त्याला भुलवण्यासाठी – तुझ्या मिठीत ओढण्यासाठी – एवढं पुरेसं झालं नाही म्हणून तू ठरवलंस की त्याच्या प्रेमात कुणी भागीदार असता कामा नये, म्हणून माझ्याविरुद्ध आणि बिचाऱ्या सुमित्रेविरुद्ध तू कट कारस्थानं करत राहिलीस. काय काय खोटंनाटं सांगून आमच्याविरुद्ध दशाचे

कान भरलेस देवालाच ठाऊक. अगदी तो फक्त तुझ्याबरोबरच राहू लागेपर्यंत, आणि इथे येऊन तुझ्या पापांबद्दल मला जबाबदार ठरवतेयस? तुझं धाडस कसं झालं? इथे उभी असतानाच देवांनी तुझ्यावर आघात करावा. आता पहारेकऱ्यांना बोलावून तुला उचलून बाहेर फेकण्याची आज्ञा देण्याआधी माझ्या महालामधून चालती हो.'

कैकेयी आश्चर्यचकित होऊन अवाक् उभी राहिली. हा उद्रेक तिला अगदी अनपेक्षित असा होता. कौसल्येचं बोलणं संपण्याच्या आधीच पट्टराणीच्या महालाबाहेरून धावत येणाऱ्या लाकडी खडावांचा आवाज ऐकू येऊ लागला.

पुढच्याच क्षणी महालाचे पडदे बाजूला सरकले आणि स्त्रीसैनिकांची एक तुकडी आत येऊन उभी राहिली तीन मोठ्या राण्या आणि साडेतीनशे दुय्यमराण्यांच्या संरक्षणासाठी नेमण्यात आलेली ही खास तुकडी होती. क्षणार्धात काय घडत आहे हे त्यांना कळून आलं. आणि त्या कैकेयीकडे सरकू लागल्या. कौसल्येच्या एका खुणेसरशी त्यांनी कैकेयीला वेढा घातला. त्यांचे तिरपे धरलेले आखूड भाले आक्रमणासाठी नाही पण सावधानतेचा इशारा देण्याच्या पवित्र्यामध्ये होते. ही तुकडी कौसल्येची खाजगी तुकडी होती. पूर्वेकडील तिच्या जमातीमधल्या कौसल्येवर अविचल निष्ठा असणाऱ्या निवडक स्त्रियांचा ह्या तुकडीमध्ये समावेश होता. तुकडीमधील प्रत्येक स्त्री उंचीपुरी, आर्य पुरुषांसारखी तगडी आणि क्रीडांगणावर किंवा कोणत्याही जीवघेण्या युद्धामध्ये एखाद्या पुरुषाला तोडीस तोड अशी होती.

कैकेयी आश्चर्यानं इकडेतिकडे बघत असताना कौसल्या मात्र रागानं तिच्याकडे बघत उभी होती. कौसल्येचा अनपेक्षित हल्ला आणि हे सैन्य यांचा विचार करत असतानाच आता आपली पुढची चाल कोणती याचाही कैकेयी विचार करत होती. कैकेय देशाची राजकन्या म्हणून लाडाकोडात गेलेल्या आणि नंतर कोसल देशाची राणी म्हणूनही लाडातच गेलेल्या तिच्या आयुष्यात यापूर्वी कधीही तिला स्वत:च्या घरात अशा सैनिकांच्या आक्रमणाला सामोरं जावं लागलं नव्हतं.

एकच गोष्ट होती, हे 'तिचं' घर नव्हतं. हा कौसल्येचा स्वत:चा महाल होता. आणि कैकेयीनं स्वत:च्या या वर्तनानं तिच्या पदाचा, तिच्या महत्त्वाचा आणि तिच्या धार्मिक भावनांचा अपमान केला होता.

'घेऊन जा तिला.' कौसल्येनं कठोर स्वरात आज्ञा केली. 'तिनं विरोध केला तर केस धरून फ़रफटत न्या तिला आणि द्या फेकून बाहेरच्या अंगणात.'

कैकेयीचा चेहरा पांढरा फटक पडला. पुढच्या चालीचा विचार करतच तिनं एक आवंढा गिळला. कौसल्येनं उग्रपणे हसत विचारलं, 'मग, कैकेयी अजून काही शिव्या द्यायच्या आहेत बाकी? माझ्या या सैनिकांसमोर आणि माझ्या जमातीच्या स्त्रियांसमोर तू शिव्या दिल्यास मला तर त्यांना ते नक्की ऐकायला आवडेल.'

कैकेयीनं प्रचंड संतापाची एक नजर कौसल्येकडे टाकली. तिच्या लालवटलेल्या चेहऱ्यामधले लालबुंद डोळे संतापानं जळत होते. तिच्या अपमानावर मीठ चोळण्याचा मोह कौसल्येनं कसाबसा आवरला. *आता पुरे झालं. तिला तुझा हाडवैरी बनवण्याइतकं दुखवलं आहेस तू आज. आता खरंच पुरे झालं.* ती मोठ्यानं म्हणाली, 'दुसऱ्या राणीला परत जायची इच्छा आहे. तिच्या स्वत:च्या महालापर्यंत तिला पोचवा.'

त्या धष्टपुष्ट स्त्रीसैनिकांनी कैकेयीचे दंड पकडण्यासाठी हात पुढे केले तेवढ्यात ती भानावर आली. स्वत:च्या अपमानाचा सूड म्हणून त्यांच्या मनगटांवर फटके मारू लागली.

'मला स्पर्श करू नका.' ती उच्च स्वरात किंचाळली. 'माझ्या अंगाला हात लावणाऱ्या पहिल्या व्यक्तीला एका तासाच्या आत फाशी दिलं जाईल.'

तिनं वळून कौसल्येकडे बघितलं. तिच्या भरलेल्या चेहऱ्यामध्ये तिचे डोळे दोन ज्वालांसारखे दिसत होते तिची हनुवटी थरथरत होती.

'हे अजून संपलं नाहीये, सर्पिणी. असं न लढता माझ्या नवऱ्याला सोडून देणार नाही मी, रात्र पडायच्या आत तो माझ्याकडे परत येतो की नाही बघ आणि तू होशील त्या असंख्य रखेल्यांमधली आणखी एक रखेल.'

तिची ही धमकी महालाच्या भिंतीभिंतींवर घुमत असतानाच ती वळली आणि महालाबाहेर पडली. सैनिक तिच्या मागोमाग जात होत्या पण आता त्यांचं काही काम नाही हे कौसल्येला उमगलं होतं. दुसरी राणी आता परत येणार नाही हे तिला कळून चुकलं होतं. ती ज्या कामासाठी आली होती – कौसल्येला धमकी द्यायला, तिला घाबरवायला – ते काम तिनं पार पाडलं होतं. या दृश्याचा पुढील भाग आता कैकेयीच्या मनाप्रमाणे खेळला जाईल हेही तिला कळून चुकलं होतं. त्या वेळी कदाचित आपण जखमी असू कौसल्येच्या मनात आलं.

10

नकळतच एक उसासा टाकत कौसल्या बिछान्यावर टेकली. ती चांगली बलवान स्त्री होती आणि कैकेयीप्रमाणेच तिलाही तरुणपणात युद्धाचं, शस्त्रं वापरण्याचं शिक्षण मिळालेलं होतं. पण कैकेयी ही जात्याच योद्धा होती. वयाच्या चौदाव्या वर्षी आपल्या पित्याच्या सैन्याच्या अग्रभागी राहून ती युद्धामध्ये सहभागी झाली होती आणि जंगली टोळ्यांवर विजयही मिळवला होता तिनं. खरीखुरी क्षत्रिय स्त्री. अनेक वर्षांपूर्वी जेव्हा दशरथाची आणि तिची भेट झाली होती तेव्हासुद्धा एक उत्तम योद्धा म्हणून तिची कीर्ती सगळीकडे पसरलेली होती. शत्रूला तिचं भय वाटे. दशरथाच्या चंचल नजरेला तिच्या या क्रौर्याचा आणि क्षत्रियत्वाचाच मोह पडला ही गोष्ट काही गुपित राहिलेली नव्हती. आत्तासुद्धा, पंधरा वर्षांनंतरही तेच क्रौर्य आणि अजिबात विचलित न होता एखाद्याचे प्राण घेण्याची क्षमता यामुळेच तिला कौसल्येच्या दोन पावलं पुढेच राहाता येत होतं.

स्वत:ही क्षत्रिय असली तरी कौसल्येचा ओढा कलाकौशल्याकडे अधिक होता. तिची बलस्थानं अनेक असली तरी स्वत:च्या ध्येयप्राप्तीसाठी दुसऱ्याचा जीव सहज घेणं हे तिच्यामध्ये नव्हतंच. म्हणूनच तर कैकेयीशी झालेला हा लहानसा सामनासुद्धा तिला पार थकवून टाकणारा ठरला.

तसंच मागे बिछान्यावर पडावं आणि थोडी विश्रांती घ्यावी हा मोह टाळण्याचा ती प्रयत्न करू लागली. इतकं काही घडून गेलं असलं तरी दिवस नुकता कुठे सुरू होत होता. अजून खूप कामं शिल्लक होती. होळीची मिरवणूक. राज्याभिषेकाची घोषणा. आणि ज्याच्या आगमनानं गुरू वसिष्ठांना इतक्या तातडीनं महाराजांना बोलावून घ्यावं लागलं तो अतिथी – खरोखर कुणीतरी फार महत्त्वाची व्यक्ती असली पाहिजे ही – नाहीतर गुरुजींनी राणीच्या महालात राजा खाजगी भेटीसाठी आलेला असताना त्याला असं बोलावून घेतलं नसतं. शिवाय राम. मिरवणुकीपूर्वी तिला रामाची भेट घेणं आवश्यक होतं.

नाजुकशा चांदीच्या पैंजणांचा आवाज कानावर पडला तसं तिच्या चेहऱ्यावर हास्य उमटलं. कैकेयीच्या जडशीळ बांगड्यांच्या खणखणाटानं जसं तिनं कैकेयीला

ओळखलं होतं तसंच या कोमल आवाजानंही ती बाहेर कोण आलं आहे हे ओळखू शकत होती.

पहाटेपासूनच्या तेवढ्याशा काळात तिच्या दालनाचे पडदे तिसऱ्यांदा सरकवले गेले आणि सुमित्रेचा लहानशा हरिणीसारखा चेहरा हळूच आत डोकावला. कौसल्या एकटीच आहे हे पाहून तिचा चेहरा किंचितसा सैलावला.

'आत ये, भगिनी.' कौसल्येनं हळुवार हाक मारली, 'घाबरू नकोस, ती मायाविनी गेलीये.' स्वत:च्या 'मायाविनी' या शब्दाचं तिलाच थोडं ओशाळंसं हसू आलं. कटू शब्द सहजगत्या वापरणं कौसल्येला कधीच जमायचं नाही. अगदी संतापली असली तरी.

घाईघाईनं आत येताना सुमित्रेनं एक लहानसा उसासा सोडला. तिच्या तलम चोळीचा सळसळ आवाज आला. ती हलकेच कौसल्येच्या बिछान्यावर टेकली. ती इतकी लहानखुरी होती की पलंग थोडासुद्धा हलला नाही.

'मला सगळी गडबड आणि आरडाओरडा ऐकू आला. माझ्या पहारेकऱ्यांनी सांगितलं, कैकेयी तुमच्या महालामध्ये येऊन तुमच्यावर हल्ला करते आहे. म्हणून मी लगेच आले. संपलं ना सगळं? तुम्हाला काही इजा तर झाली नाहीये ना? त्या कैदाशिणीला हवंतरी काय होतं?'

कौसल्या हसली. पंधरा वर्षांच्या वैवाहिक जीवनानंतर आणि दोन मुलांना जन्म दिल्यानंतरही सुमित्रेमध्ये काहीच बदल झाला नव्हता. 'तुमच्या पतीशी विवाह करून मी तुमची धाकटी बहीण बनण्यास तुमची परवानगी आहे का हे घाबरत घाबरतच विचारायला आलेल्या त्या अल्लड तरुणीमध्ये आणि आजच्या या सुमित्रेमध्ये फारसा फरक नव्हता. त्या वेळी कौसल्येच्या मनात निर्माण झालेली वात्सल्याची भावना कधीच पुसली गेली नव्हती. ही बालिका दशाच्या वारसासाठीच्या प्रार्थनांना उत्तर म्हणून पुत्राला जन्म देऊ शकेल का? वारस मिळवण्यासाठी राज्यकर्त्या राजाला एकापेक्षा अधिक विवाह करण्याची मुभा आहे या प्राचीन आर्य परंपरेचा कौसल्येनं स्वीकार केला होता. पतीची दुसरी पत्नी म्हणून सुमित्रेचं स्वागत करताना कौसल्येच्या मनात भावना होती ती धाकटी बहीण मिळाल्याची, सवत आल्याची नव्हे. पण त्याच दिवशी दशरथानं जाहीर केलं होतं की त्यानं आणखी एक पत्नी परणून आणली आहे तेव्हा मात्र सगळं किती बदलून गेलं होतं. सतरा वर्षांपूर्वीचा तो दिवस किती वेगळा होता. कैकेयी आपल्या रथातून उतरून उन्मत्तपणे चालत राजवाड्याच्या पायऱ्या चढून वर आली होती. पुढची दहापंधरा वर्षं कैकेयीच्या काळ्या सावलीनं अंधारमय होऊन जाणार आहेत याची थोडी जरी कल्पना असती तरी कौसल्येनं प्राचीन आर्य परंपरेनं दिलेला आपला हक्क बजावून दशरथाची निवड अमान्य केली असती आणि कैकेयीला तिच्या वडिलांकडे परत पाठवायला राजाला भाग पाडलं

असतं. पण सौम्य, शांत अशा सुमित्रेला पाहून तिचं मन सुखावलं होतं आणि म्हणून कैकेयीकडून असलेला धोका तिच्या लक्षात आला नव्हता. आणि लक्षात आला तेव्हा कोणतेही कायदेशीर पाऊल उचलायला फारच उशीर झालेला होता.

तिनं आपलं लक्ष पुन्हा सुमित्रेच्या प्रश्नाकडे वळवलं. 'ती संतापली आहे कारण आज पहाटे दशा माझ्याकडे आला होता. तिला वाटतंय की मी काहीतरी करून हे घडवून आणलं.'

सशासारखे चेहराभर असणारे सुमित्रेचे डोळे आणखीच विस्फारले गेले. तिचा लहानसा हृदयाकार चेहरा त्या डोळ्यांनी व्यापला. 'आणि तुम्ही केलंत का काही तसं? म्हणजे ती म्हणाली तसं काहीतरी?' आपण काय बोलतो आहोत हे लक्षात येताच तिचा चेहरा लाल झाला. 'अर्थात तुम्ही असं काही एक करणारच नाही. पण मी काय म्हणते – ते आले होते? खरोखर? आज पहाटे?'

तिच्या हातापेक्षा निम्मा असलेला सुमित्रेचा लहानसा हात हातात घेत कौसल्या म्हणाली, 'होय.' या एवढ्याशा मुलीनं लक्ष्मण आणि शत्रुघ्न यांच्यासारख्या बलवान आणि धष्टपुष्ट अशा दोन पुत्रांना जन्म तरी कसा दिला?

क्षणभर काहीच न कळून सुमित्रा तिच्याकडे बघतच राहिली. आणि मग तिने आ वासला. 'नाही. माझी चेष्टा करताय ना तुम्ही?'

'मी खेचत असते तर एव्हाना तू आडवी पडली असतीस.' कौसल्या हसत म्हणाली. दशरथाची अनपेक्षित भेट आणि त्यानंतरचं कैकेयीचं थैमान यामुळे तिच्या मनात उठलेला निरनिराळ्या भावनांचा कल्लोळ आता शांत व्हायला लागला. 'खरं आहे ते, भगिनी. हे बघ ना तूच.' बिछान्यावरच्या विस्कटलेल्या चादरी आणि चुरगळलेल्या पाकळ्यांकडे हात करत कौसल्या उद्गारली.

ओंजळभर पाकळ्या उचलून त्यांच्याकडे बघत त्या मऊ बिछान्यावर लहान मुलीसारख्या उसळ्या घेत सुमित्रा म्हणाली, 'देवी माते!' लहान होतीच ती अजून. 'देवी लक्ष्मी, विष्णुपत्नी!'

हसतच तिनं कौसल्येला मिठी घातली. आपणही तेवढ्याच उत्साहानं आणि तेवढंच हसत तिला उलट मिठी घालून प्रतिसाद दिला याचं कौसल्येला थोडं आश्चर्यच वाटलं. आम्ही तिघी किती वेगवेगळ्या आहोत. तिच्या मनात आलं – एकीला एकटीलाच दशरथ हवाय – दुसरी त्याला आवडेल तिच्याबरोबर त्याचं प्रेम वाटून घ्यायला तयार आहे आणि मी – मला नक्की हवंय तरी काय?

एकदम सुमित्रा तिच्या मिठीतून दूर झाली आणि पलंगाच्या कडेला गुडघे टेकून बसली. ती काय करते आहे हे कौसल्येला कळायच्या आतच तिनं कौसल्येच्या पावलांना स्पर्श केला आणि ती बोटं स्वतःच्या मस्तकावर टेकली.

'भाग्यवान कौसल्या.' ती अतिशय सच्चेपणानं उद्गारली.

'सुमित्रा.' तिला थांबवण्यासाठी कौसल्या काही म्हणणार तेवढ्यात थांबली. तिचा घसा दाटून आला आणि तिनं पुन्हा सुमित्रेला मिठीत घेतलं. माझी प्रिय सखी. होय माझी प्रिय सखीच आहे ही – तिच्या प्रेमाची ऊब चाखत कौसल्येच्या मनात आलं. कैकेयीचं वर्तन जेवढं दुष्टपणाचं होतं तेवढंच हिचं प्रेमाचं आहे. बरोबर आहे सुमित्रेचं – होळीच्या या पवित्र दिवशी देवांचा आशीर्वाद लाभलेली कौसल्या खरोखरच भाग्यवान आहे. समयचक्राच्या एका विलक्षण आवर्तामुळे अनेक वर्षं तिच्यापासून तुटून वेगळा झालेला तिचा पती तिच्याकडे परत आला होता आणि तिच्या पुत्राला युवराज्याभिषेक होणार ही वार्ताही तिला आजच कळली होती. आजच्या दिवसावर कसलंही सावट येऊच शकणार नाही. काय करायचं ते करू दे कैकेयीला – तिनं जोरात ठरवून टाकलं – या वेळी मला ठार मारल्यशिवाय तो तिला परत मिळवता येणार नाही.

ते अकराजण होते – रामाने पाहिलं – एक उंचापुरा, चेहऱ्यावर अनेक जखमांचे वेडेवाकडे वण असलेला धष्टपुष्ट माणूस त्यांचा नेता असावा असं दिसत होतं. ते सगळे त्याच्याकडे बघत होते आणि मग रामाकडे आणि त्या जखमी हरिणीकडे बघत त्यांच्या पहाडी बोलीमध्ये बोलत होते. ते ज्या तरुणाला बाण मारायला डिवचत होते त्याच्या धनुष्याला अजूनही एक बाण जोडलेला होता. आता त्यानं सरळ रामावरच नेम धरला होता. हा जणू काही एक मोठा धाडसाचा खेळ असावा अशा थाटात तो हसत होता. दुसऱ्या दोघातिघांनीही आपापली धनुष्यं हातात घेतली होती, दोघांनी तर धनुष्यावर बाणही चढवले होते.

'अयोध्येच्या आसपास शिकार करण्याची मनाई आहे.' प्रथम राम उच्च संस्कृतमध्ये बोलला. आणि मग तेच वाक्य तो साध्या भाषेमध्ये एकदा आणि त्यांच्या पहाडी बोलीमध्येही पुन्हा एकदा बोलला.

चमकून त्या सगळ्यांनी एकमेकांकडे बघितलं आणि मग ते सगळे हसत सुटले. फक्त त्यांचा नेता तेवढा निर्विकारपणे रामाकडे बघत होता. त्या दोघांमधलं सुमारे वीसएक यार्डांच्या अंतरावरून त्याचे दुधाळ पांढरे डोळे रामाकडे रोखून बघत होते.

हरिणीकडे बोट दाखवत राम पुढे म्हणाला, 'कोसलदेशाच्या कायद्यानुसार तुम्ही हा गुन्हा केलेला आहे. तुम्ही स्वत: शहराच्या न्यायाधीशांसमोर जाऊन कबुली दिली पाहिजे. आमच्या देशाचे कायदे जर तुम्हाला माहीत नसतील तर तुमच्यावर थोडीफार दया दाखवण्यात येईल. पण तुम्ही तुमची शस्त्रं मात्र ताबडतोब पहिल्या तटबंदीच्या दरवाजावरील पहारेकऱ्यांच्या ताब्यात दिली पाहिजेत. त्या दरवाजापलीकडे शस्त्रं नेण्याची परवानगी नाही.'

त्या लोकांमधून हास्याचा आणखी एक लोट उठला. रामावर नेम धरलेला तो तरुणही हसला. बहुधा आपल्यापेक्षा मोठ्या माणसांची नक्कल करणं त्याला सोपं वाटलं असावं म्हणून तो हसला होता, रामाचं बोलणं त्याला गंमतीचं वाटलं म्हणून नव्हे. धनुष्य धरलेला त्याचा हात थरथरत होता, त्याच्याही नकळत तो बाण सुटलाही असता कदाचित.

रामानं त्याला हाक मारली.

'ए तरुणा, ते धनुष्यबाण खाली ठेव. लगेच, ताबडतोब, तुम्ही सगळ्यांनीही तसंच करा, तुमची शस्त्रं खाली ठेवा. ताबडतोब. तुम्ही हा आदेश मानला नाही तर तुमचं भलं होणार नाही.'

त्या तरुणाला काय करावं ते कळत नव्हतंसं दिसलं. भाता धरलेला हात किंचितसा थरथरला आणि मग स्थिर झाला. धनुष्य खाली नदीकडे वळलं. आपल्या ज्येष्ठ सोबत्यांची काय प्रतिक्रिया आहे हे बघण्यासाठी त्यानं त्यांच्याकडे नजर वळवली.

रामाच्या सूचनेचा त्यांच्यावर काहीच परिणाम झालेला दिसत नव्हता. एका बाजूला उभ्या असलेले दोघे एकमेकांशी काहीतरी बोलले आणि नदीमध्ये थुंकले. त्यांनी आपले सुरे बाहेर काढले – लांब वाकडे शिकारीचे सुरे. त्यांना इतक्या वेळा धार करण्यात आली होती की आता त्यांची टोकं सुईसारखी टोकदार आणि तिखट झाली होती. ते सुरे त्यांनी मुठीच्या बाहेर सुऱ्याचं टोक अशा पहाडी पद्धतीनं पकडले होते.

एका भरपूर सोनेरी केसांच्या आणि सोनेरी दाढीच्या जाडजूड माणसानं आपल्या धनुष्यावर बाण चढवला. 'मला काय वाटतं माहीतेय का, तुझ्यासाठीच हे चांगलं होणार नाहीये. आमच्या खेळात बाधा आणतोयस तू, खरंच.'

'हो हो,' सूर्यप्रकाशात धोकादायक पद्धतीनं चमकणारी कुकरी हातात नाचवत दुसरा ओरडला, 'चल, वाटेतून बाजूला हो. आम्हाला शिकार करू दे त्या हरणाची – तिच्या नशिबासारखंच नशीब तुलाही हवं असलं तर, तसं असेल तर इच्छा पुरी करू बरं आम्ही तुझी, आनंदानं!'

बाकीचे लोकही मोठ्यानं ओरडून अशीच आव्हानं देऊ लागले. काहींनी तर अयोध्यावासीयांबद्दल आणि त्यांच्या शहराबद्दल वाईटसाईट बोलायला, त्यांचा अपमान करायलाही सुरुवात केली. आणखी तिघांनी आपापली धनुष्यं काढून म द्याच्या नशेतच त्यांच्यावर प्रत्यंचा चढवली. स्वत:कडे रोखले गेलेले सात बाण रामानं मोजले. त्यांच्या नेत्याकडे रोखून बघत त्यानं सरळ त्यालाच प्रश्न केला,

'तू यांची जबाबदारी घेतलीयस का?'

त्यांच्यापैकी एक ओरडला, 'आम्ही सगळे स्वतंत्र आहोत. स्वत:ची जबाबदारी आम्ही स्वत:च घेत असतो.' पण सगळ्यांनी आपल्या नेत्याकडे वळून बघितलंच.

त्यानं एक क्षणभर रामाकडे टक लावून पाहिलं. रामाला नखशिखांत न्याहाळलं. त्याच्या स्वरूपातला प्रत्येक तपशील नीट बघून घेतला. त्याच्या डोळ्यांवर पडलेल्या सूर्यप्रकाशामुळे त्याचे डोळे गारगोटीच्या प्रतिबिंबासारखे शुभ्र प्रकाशाचे दोन बिंदू दिसत होते. एक मोठा खाकरा काढून त्यानं रक्ताचे ठिपके असलेल्या थुंकीचा गोळा बाहेर टाकला. तो गोळा चांगला पाचसहा यार्ड प्रवास करून नदीमध्ये पडला आणि नदीच्या सोसाटत जाणाऱ्या पाण्याबरोबर दिसेनासा झाला.का कोण जाणे पण आधीच्या सर्व अपमानास्पद बोलण्यापेक्षा, शिव्याशापांपेक्षा रामाला या कृतीचा अधिक संताप आला. शरयूमध्ये स्नान करणं किंवा कपडे धुणं ही वेगळी गोष्ट होती. पण नदीमध्ये थुंकून हा पहाडी माणूस गेली दोन हजार वर्षं या नदीच्या खोऱ्यामध्ये वास्तव्य करणाऱ्या आणि इथल्या पर्यावरणाची काळजी घेणाऱ्या इक्ष्वाकु कुळाचाच अपमान करत होता. रामाला त्याच्या चेहऱ्यावरच्या जखमांचे वण अगदी स्पष्ट दिसत होते. हिमालयातल्या तपकिरी अस्वलाच्या नखांच्या त्या जखमा होत्या. त्या अस्वलाच्या नखांच्या खुणा अगदी सहज ओळखता येण्यासारख्या असत. शिवाय त्या जखमा इतक्या खोल होत्या की त्या भरून येणंही अशक्यच होतं त्यामुळे त्यांचे पांढरे खोल वण चमकत होते. हिमालयातलं हे अस्वल अतिशय धोकादायक मानलं जात असे. त्याच्या वाटेत येणाऱ्या कोणाही प्राण्याला किंवा माणसाला ते सोडत नसे. त्याचं नाव होतं ऋष्य. समोरच्या माणसाच्या भयानक जखमांनी भरलेल्या चेहऱ्याकडे बघताना रामाच्या मनात आलं, या अस्वलाच्या तावडीत सापडून हा माणूस वाचला आहे म्हणजे एक नवलच आहे. आणि मग त्याच्या सैनिकी प्रशिक्षणामुळे त्याच्या लक्षात आलं की हा असा अस्वलाच्या तावडीतून वाचलेला आणि त्या युद्धाची कथा सांगायला परतलेला माणूस धोकादायक शत्रू ठरू शकतो. बाकीचे सर्वजण त्याला आपला नेता मानत होते हे उघड दिसत होतं. ते सगळे त्याला 'अस्वलमुद्रा' म्हणत होते.

'जा बरं, तुझ्या आईला इथे घेऊन ये बरं, बाळा.' नदीच्या आवाजात मिसळून जाऊ शकेल अशा घोगऱ्या आवाजात अस्वलमुद्रा उद्गारला, 'तिला गुंतवून ठेवायचं काम करू आम्ही,' त्याची नजर रामाच्या कमरेखालच्या शरीराकडे गेली, 'आणि तुलाही. सुंदर पोरा.'

आता उमटलेला हसण्याचा आवाज आत्तापर्यंतच्या हसण्यापेक्षा जास्त मोठा होता.

रामाचा आवाज स्वच्छ आणि निर्विकार होता. त्या हसण्याच्या आणि नदीच्या आवाजातूनही तो आवाज त्यांच्यापर्यंत स्पष्टपणे पोचला.

'हरिणीची शिकार करण्याबद्दल आणि शस्त्रं खाली ठेवण्यास नकार देण्याबद्दल तुम्हाला अटक करण्यात येईल. आणि अयोध्येच्या कायद्यानुसार तुमच्यावर खटला भरण्यात येईल. सर्वात जास्त कडक शिक्षा तुम्हाला प्रत्येकाला देण्यात येईल.' क्षणभर थांबून अस्वलमुद्राकडे बघत तो पुढे म्हणाला, 'पण त्या शेवटच्या बोलण्यासाठी, पहाडी तू मला जाब देशील.'

तो जाडा सोनेरी केसांचा माणूस उत्साहानं ओरडला, 'ऐकलंस ना तू, अस्वलमुद्रा? तू आता त्याला जाब द्यायचा आहेस बरं...'

त्यांचा नेता हसला. त्याच्या चेहऱ्यावरचे सगळे वण फाकल्यासारखे झाले. जिथे जिथे मांस संपूर्णपणे बोचकारून काढलं होतं तिथली जबड्याची हाडं आणि स्नायू उघडे पडले. 'छान आहे. आवडलं मला. उत्तर देऊ होय? ये, जवळ ये पोरा, हे बघ, तुला हवंय ना ते उत्तर इथे माझ्या लंगोटात आहे बघ.' आणि त्यानं आपला लंगोट अशा रीतीनं पकडला की त्याचा हेतू सहजच कळावा.

रामानं एक दगड उचलून हातात पेलला. वजन अगदी बरोबरच होतं. त्याच्या त्या हालचालीबरोबर ते सातही जण धुंद अवस्थेमध्येच काहीसे सजग झाले. त्याना हा सगळा खेळच वाटत होता. त्यांच्यापैकी काहीजणांनी तर पुन्हा आपल्या हातातल्या मद्याच्या पिशव्यांमधून दारू प्यायलाही सुरुवात केली. दारू पिताना थोडी त्यांच्या कपड्यांवर सांडतही होती ते बघून रामानं मान हलवली. मद्याच्या धुंदीमध्ये असलेल्या व्यक्तींबरोबर कधीही युद्ध करायचं नाही असं त्याला शिकवण्यात आलं होतं. पण इथे मात्र त्याला दुसरा कोणता पर्यायच नव्हता. तरीही त्यांना सद्‌बुद्धी सुचण्यासाठी आणखी एक संधी देण्याचं त्यानं ठरवलं.

'मी तुम्हाला शेवटचं विचारतो आहे.' दगड घेतलेला त्याचा हात जेवढा स्थिर होता तेवढाच त्याचा आवाजही स्थिर होता. 'तुमची शस्त्रं खाली ठेवा आणि माझ्या स्वाधीन व्हा. तरच मी ही गोष्ट पुढे नेणार नाही.'

या वेळी फुटलेलं हास्य काहीसं चिरफाळलेलं होतं. त्या पहाडी लोकांना बोलण्याचा कंटाळा आला होता. एकानं अगदी निष्काळजीपणानं हातातला बाण सोडला. रामाच्या डोक्यावरून पलीकडे चांगला यार्डभर अंतरावर जाऊन तो बाण टेकडीवरच्या मऊ गवतामध्ये रुतला.

'ने पुढे हे जमलं तर...' पाठीवरच्या भात्यामधला आणखी एक बाण काढत तो माणूस ओरडला.

बोलण्याची वेळ गेलीये आता, रामानं निर्णय घेतला.

11

आपल्या बोलण्यामध्ये इतक्या उर्मटपणे व्यत्यय आणणारं आहे तरी कोण हे बघण्यासाठी दशरथानं मान वर केली.

पशूंच्या कातड्याचे कपडे घातलेला एक माणूस रघुवंश मार्गावरून लांब लांब ढांगा टाकत राजवाड्याच्या प्रवेशद्वाराकडे येत होता. त्याच्या हातामध्ये एक भाला आक्रमक रीतीनं धरलेला होता. त्याचा काळा वर्ण आणि अंगाखांद्यावर टोचून घातलेल्या मण्यांमुळे तो एक शिकारी आणि शूद्र आहे हे सिद्ध होत होतं.

दशरथाने डोळ्यांची उघडझाप केली. त्याला कोसल देशाच्या महाराजाला इतक्या मोठ्यानं ओरडून आज्ञा देण्याचं धाडस या नीच जातीच्या माणसाला व्हावं हे त्याला खरंच वाटत नव्हतं. या उर्मट आज्ञा या अनोळखी माणसानंच दिल्या का हे बघण्यासाठी त्यानं मान फिरवलीच होती. पण त्याची काही गरज नव्हती. या उत्सवाच्या दिवशी भल्या पहाटे हा राजमार्ग अगदी रिकामा होता. तीस तीस यार्डांवर उभे असलेले पहारेकरी सोडले तर रस्त्यावर कुणीच नव्हतं. रघुवंश मार्ग हा फक्त राजवाडा आणि राज्याचं भांडारगृह यांना जोडणारा रस्ता होता. तो दुसरीकडे कुठेच जात नसे. व्यापारी, सेवकवर्ग मागील बाजूचे दरवाजेच वापरत असत.

राजाच्या मनात काही शंका उरू नये याचसाठी जणू तो माणूस पुन्हा बोलू लागला. या वेळी त्याचा आवाज अधिक अधिकाराचा आणि अधिक जोरदार होता.

'दशरथा, उठून उभा राहा ताबडतोब. या घाणीसमोर नतमस्तक होऊन स्वत:चं मूल्य कमी करून घेऊ नकोस. उठ लगेच, माझी आज्ञा आहे ही.'

क्षणभर कमालीच्या आश्चर्यानं दशरथ त्या माणसाकडे बघतच राहिला. अचानक आलेल्या रागानं त्याचा वरचा ओठ थरथरू लागला. अजूनही अर्घ्याची वाट पहात समोर उभ्या असलेल्या द्रष्ट्या ऋषीला वंदन करत तो उठून उभा राहिला.

'क्षमा, महादेव. आपल्या स्वागतामध्ये होणाऱ्या विलंबाबद्दल क्षमा असावी पण अत्यंत उर्मटपणे आपल्या या कार्यामध्ये विघ्न आणणाऱ्या या उद्धट माणसाला वाटेला लावण्याचं काम मला आधी केलं पाहिजे.'

विश्वामित्रांनी मान डोलावली. त्यांची नजर राजाच्या मस्तकावरून दूर कुठल्यातरी बिंदूवर स्थिर झाली होती. या विघ्नामुळे ऋषींना राग आलेला नाही – अजून तरी – हे बघून राजाचा जीव भांड्यात पडला. त्या उद्धट अपरिचिताच्या थेट समोर जाण्यासाठी दशरथ तीन पावलं बाजूला सरकला. तो शिकारी ठाम पावलं टाकत पुढे येतच होता. तो चांगला वीसेक यार्ड दूर होता तेव्हाच दशरथानं आपल्या प्रभावशाली आवाजात एक आज्ञा दिली.

'सैनिक, या माणसाला पकडा आणि त्याला जमिनीवर पालथं टाका. आपल्या महान अतिथीच्या पवित्र स्वागतामध्ये यानं विघ्न आणलं आहे. आपल्या प्राचीन कार्यामध्ये हे विघ्न आणल्याबद्दल त्याचे नागरिकत्वाचे हक्क रद्द होत आहेत. त्याला ताबडतोब पकडा.'

त्याच्या तोंडून हे शब्द बाहेर पडताहेत तेवढ्यात राजवाड्यावरील जागरूक पहारेकऱ्यांनी त्याच्या दिशेनं धाव घेतली होती. काही सेकंदांतच त्यांनी चार चार जणांच्या चार तुकड्या केल्या आणि आपल्या राजाभोवती एककेंद्री वर्तुळ केलं. त्यांच्या महाराजाला कोणतीही इजा होण्यापूर्वी शत्रूला त्यांच्यापैकी प्रत्येक सैनिकाला आधी ठार करावं लागलं असतं.

दुसरी तुकडी त्या राजमार्गावरून कोनाकार रचनेनं त्या माणसाकडे धावली. कोनाचा सर्वात लहान बिंदू त्या माणसाकडे होता त्यामुळे क्षणार्धातच सबंध तुकडी त्याला वेढू शकणार होती. दशरथानं राजवाड्याच्या द्वाराबाहेर पाऊल टाकताच दोन अधिक तुकड्या सजग झाल्या होत्या. त्यांपैकी एका तुकडीनं परिपूर्ण सैनिकी शिस्तीनं राजवाड्याच्या द्वाराकडे जाऊन राजवाड्याची सर्व दारं बंद करून घेतली. आता कोणीही आत घुसण्याची भीती उरली नव्हती.

हत्तींचं ओरडणं, रथांच्या चाकांचा खडखडाट ऐकू यायला लागला आणि तिकडे न बघता दशरथाला कळून चुकलं की बाकीच्या सैन्यालाही बोलावण्यात आलं आहे. काही वेळातच एखाद्या लहानशा सैन्याला टक्कर द्यायला पुरेसं सैन्य राजवाड्याच्या चारही बाजूंनी बचावाच्या पवित्र्यामध्ये उभं राहील. या सामान्य माणसाच्या बोलण्यापाठोपाठ आणखी मोठं असं संकट येण्याची शक्यता नसली तरी तसं झालंच तर त्याला तोंड देण्याची तयारी झालेली आहे. अयोध्येमध्ये भरपूर मोकळ्या जागा आणि सहज आत येण्याची परवानगी असली तरी अयोध्या हे शहर म्हणजे एक मजबूत किल्ला होता आणि कोणत्याही लहानमोठ्या आक्रमणाला तोंड देता येईल अशा रीतीनेच त्याची उभारणी करण्यात आलेली होती.

राजवाड्याच्या बंद दारांमागून शंखध्वनी ऐकू आला आणि दशरथाला कळलं की ही धोक्याची पहिली सूचना देण्यात येत आहे. अयोध्येच्या भल्या मोठ्या क्रीडांगणापलीकडे तीन मैलांवरच्या सैन्याच्या छावणीमध्ये आता पहिली सूचना

दिली गेली असणार. अयोध्या शहरामध्ये चार अक्षौहिणी एवढं सैन्य सदैव तयारीत असे. दुसरा शंखध्वनी झाला तर चारही तुकड्या एका तासाच्या आत युद्धाला तयार होऊ शकत असत. सुमारे पाच लाख पायदळ, अडीच लाख सशस्त्र घोडदळ, रथांवर आरूढ असलेले एक लाख धनुर्धर आणि सुमारे ऐंशी हजार हत्ती एवढं सैन्य. आणि अयोध्येवर आक्रमण झालंच तर राज्यामधील महत्त्वाच्या ठिकाणांमध्ये तैनात असलेल बाकीचं सैन्यही काही दिवसांतच येऊन दाखल होऊ शकत असे.

पण हे काही आक्रमण नव्हतं. दुसऱ्या सूचनेची काहीच गरज नव्हती. पहिला शंखध्वनीही नित्याप्रमाणेच केला गेला होता. आणि हे सारं केवळ एका शूद्र शिकाऱ्यामुळे. कुणीतरी मूर्ख उर्मट माणूस – उत्सवाच्या दिवशी पहाटेपासूनच मद्याच्या धुंदीमध्ये बुडून गेलेला – राजाविषयी मनात काहीतरी क्षुद्रसा विकल्प असलेला – दशरथ काही क्षणातच त्याला वाटेला लावेल. त्या माणसाबरोबर त्याच्यासारखेच आणखी कुणी देशद्रोही साथीदार नाहीत याची खात्री करून घेईल आणि मग त्याला योग्य ती शिक्षा देईल. आणि त्यानंतर आपलं अर्घ्य देऊन स्वागत करण्याचं अपुरं राहिलेलं कार्य पुढे सुरू करेल.

स्वत:भोवती वर्तुळ करून उभ्या असलेल्या तुकडीच्या प्रमुखाकडे दशरथानं नजर टाकली. त्याच्यासमोर उभा असलेला सैनिक हसतमुख चेहऱ्याचा एक तरुण होता. दशरथाबरोबर अनेक युद्धांमध्ये भाग घेतलेल्या एका वृद्ध सेनापतीशी असलेलं त्याचं साम्य त्याच्या चेहऱ्यावरून स्पष्ट दिसत होतं.

'दृष्टि कुमार, दृष्टि कुमारच ना? मला त्याच्याशी थोडं बोलायचं आहे. कृपया वाट सोड.'

तरुणानं सैनिकी वंदन केलं. आपल्या राजानं आपल्याला ओळखलं एवढंच नव्हे तर ओळखही दिली याबद्दल त्याला आनंद झाला असेल तर तो चेहऱ्यावर दाखवण्यात त्यानं वेळ घालवला नाही. 'महाराज, आपण आणि आपले सन्मामनीय अतिथी यांनी राजवाड्यामध्ये सुरक्षित जावं अशी मी विनंती करतो. आम्ही या नीच जातीच्या माणसाची चौकशी करतो आणि थोड्याच वेळात आपल्याला सर्व हकीकत सांगतो.'

दशरथानं घाईनं मान हलवली. 'तुला वाटणाऱ्या काळजीबद्दल मी तुझे आभार मानतो, अधिकारी, पण हा कुणी भांग पिऊन शुद्ध घालवून बसलेला आणि काहीतरी कारणानं रागावलेला साधा नागरिक आहे. मीच त्याला भेटतो. बाजूला सरक.'

नाईलाजानंच अधिकाऱ्यानं काहीतरी गुप्त खूण केली आणि दशरथाला बाहेर पडण्यासाठी एक वाट तयार झाली. चमकत्या भाल्यांच्या त्या रस्त्यावरून चालत दशरथ त्या शूद्रासमोर येऊन पोचला. त्याच्याभोवती सैनिकांचं कडं होतं तरी दशरथाला तो स्पष्ट दिसू शकत होता.

'नागरिक, तू कोण आहेस आणि तुझ्या राजाशी इतक्या उर्मटपणे बोलण्याचं धाडस तू का केलंस?'

स्वत:भोवतालच्या भाल्यांच्या कुंपणाची पर्वा न करता त्या शूद्र शिकाऱ्यानं एक पाऊल पुढे टाकलं. का कोण जाणे पण ओळखीच्या भासणाऱ्या आवाजात तो बोलू लागला. त्याच्या एकूण स्वरूपावरून आणि त्याच्या शरीरावरच्या जातिदर्शक खुणांवरून दशरथाला वाटलं होतं की तो पश्चिमेकडच्या पठाराच्या प्रदेशामधून आला असावा पण त्याचं बोलणं मात्र अजिबात तसं नव्हतं.

'दशरथा, नीट ऐक. तो तिथे उभा असलेला माणूस तोतया आहे. मी खरा विश्वामित्र आहे.'

अविश्वासानं मोठ्यानं हसण्याचा मोह दशरथानं आवरला. हा माणूस काय वेडा आहे की काय? त्याला सरळ करायला हवं आहे आणि तेही ताबडतोबच. आपले शंभराहून अधिक खाजगी पहारेकरी आपल्याकडे बघत आहेत याची जाणीव ठेवून दशरथ आपल्या सर्वात कठोर स्वरात उद्गारला,

'उद्धट माणसा! इथे रस्त्यावरच तुला मृत्युदंड देण्यात यावा अशी इच्छा आहे का तुझी?'

'दशरथा, माझ्याकडे नीट बघ. तुझ्या शत्रूंचं माझ्याकडे लक्ष जाऊ नये म्हणून शहरामध्ये शिरण्याआधी मी माझा वेष पालटला आहे. रूप बदललं आहे. हा घाणेरडा राक्षस माझ्याआधी काही क्षणच इथे येऊन पोचला आहे हे मला माहीत नव्हतं. मी वेळेवर आलो नसतो तर इथे तुझ्या स्वत:च्या राजवाड्यासमोर तू मरून पडलेला असतास. आत्ता सुद्धा मी विनंती करतो आहे तुला – त्याच्यापासून दूर हो.'

राजाला काहीतरी दगा होण्याची गोष्ट कानावर पडताच त्या शूद्र शिकाऱ्याभोवती उभे असलेले सैनिक पुढे सरकले. त्यांचं प्रशिक्षणच असं होतं की आता ते या अनोळखी माणसाकडे शत्रू म्हणूनच पाहाणार होते. त्यांनी चटकन त्याची शस्त्रं काढून घेतली आणि त्याचे दोन्ही हात मागे आवळून धरले. त्यानं या कशालाच विरोध केला नाही जणू काही असं घडणार याची त्याला पूर्ण कल्पना असावी.

'महाराज,' दशरथाच्या मागून त्याच्या सैन्याधिकाऱ्याचा आवाज आला, 'हा माणूस काहीही बडबडतो आहे. त्याला अंधारकोठडीत नेण्याची परवानगी द्यावी. तिथे त्याची 'व्यवस्थित' चौकशी करता येईल. तो कदाचित एखाद्या कट कारस्थानाचा भाग असू शकेल.'

दशरथानं काहीशा उदासपणे मान डोलावली. आता त्याला त्या माणसाचा राग येत नव्हता तर त्याच्याविषयी दयाच वाटत होती. त्यानं त्या नागरिकाकडे पाठ फिरवत म्हटलं,

'घेऊन जा त्याला.'

आता तो शूद्र भयंकर रागानं ओरडला. त्याच्या गळ्याच्या खांद्यावरच्या शिरा रागानं ताठरल्या. 'माझ्यावर विश्वास ठेवायलाच हवास तू. तो माणूस तोतया आहे. तुझ्या पुत्राच्या रामाच्या राज्याभिषेकाची घोषणा करण्याआधीच तुझा वध करण्यासाठी लंकेहून आलेला तो एक खुनी आहे. तुझ्या सैनिकांना मला बंधमुक्त करायला सांग नाहीतर मला नाईलाजानं माझ्या शक्ती वापराव्या लागतील.'

दशरथ एकदम थांबला. क्षणभर काळही थांबल्यासारखा वाटला.

पाठ फिरवताच त्यानं शिकाऱ्याचा आवाज ओळखला होता. हा आवाज विश्वामित्राचाच होता. अगदी तोच. तो आवाज कुणाचा आहे हे ओळखण्यासाठी त्याला क्षणभर वेळ लागला होता. या मूर्ख उर्मट माणसानं आरडाओरडा सुरू करण्याच्या काही क्षणच आधी त्यानं द्रष्ट्या ऋषीला बोलताना ऐकलं होतं. पण एकदा हे साम्य लक्षात आल्यानंतर त्याच्या मनात कसलाही संदेह उरला नाही. तो महान द्रष्टा ऋषी जसा बोलत होता अगदी तशाच सुसंस्कृत, सुशिक्षित पद्धतीनं हा शिकारीही बोलत होता. एक भूतपूर्व क्षत्रिय राजा – एका प्राचीन घराण्यातला एक योद्धा जसं बोलेल तसं – चार पायांच्या प्राण्यांची शिकार करणाऱ्या नीच जातीच्या शिकाऱ्यासारखं नव्हे. हे काय चाललं आहे? कसली जादू? मागे वळून पुन्हा एकदा त्या शूद्राचा आढावा घेण्याचा मोह टाळून दशरथ पुढे चालू लागला.

'दशरथा,' शूद्रानं पुन्हा हाक मारली. आता मात्र त्याच्या आवाजातला राग स्पष्ट जाणवत होता. 'तुझ्या सैनिकांना नष्ट करायला मला भाग पाडू नकोस. माझी तपस्या पूर्ण होईपर्यंत मी कुणालाही ठार करणार नाही अशी शपथ घेतली आहे मी. त्यांना दूर व्हायला सांग आणि मी या तोतयाचं पारिपत्य करतो. बघ, अजूनही तो मी असल्याचं ढोंग करत उभा आहे. मूर्ख प्राणी. पण त्याचं हे रूप पालटणं फक्त उत्तम आहे – परिपूर्ण नाही. माझ्यावर विश्वास बसत नसेल तर गुरू वसिष्ठांना विचार. वसिष्ठा बोल, लोकांचे प्राण वाचव.'

दशरथ सैनिकांच्या मधून चालतच राहिला. समोर त्याला ते तीन पुरुष चित्रासारखे उभे असलेले दिसत होते. गुरू वसिष्ठ छातीवर हात बांधून एखाद्या पुतळ्यासारखे स्थिर उभे होते. चढत्या सूर्याच्या उजेडात द्रष्ट्या ऋषीचा विश्वामित्राचा अभिमानी चेहरा उठून दिसत होता. आणि एका बाजूला या विलक्षण घटनांनी कमालीचा गोंधळून गेलेला महामंत्री सुमंत्र.

'अयोध्या-नरेश.'

द्रष्ट्या ऋषीनं मस्तक किंचित वळवत जवळ येणाऱ्या दशरथाला उद्देशून म्हटलं, 'तुझ्याकडे आलेल्या ऋषीचं असं स्वागत केलं जातं का? एका सामान्य नागरिकानं केलेल्या अपमानानं आणि शिव्याशापांनी? त्या मूर्ख उर्मट माणसावर

माझ्या शक्ती टाकल्या तर क्षणार्धात त्याची राखरांगोळी होईल.' त्यांचा अभिमान दुखावला गेल्याचा स्वर स्पष्ट जाणवत होता.

आणि मग - एक विलक्षण शांत स्वरामध्ये गुरू वसिष्ठ बोलू लागले. राजवाड्यामधून बाहेर पडल्यानंतर ते प्रथमच काही बोलत होते.

'उत्तम कल्पना आहे. विश्वामित्रा, तू तसंच का करत नाहीस? तुझी आत्मन-ब्रह्मन शक्ती वापर आणि तुझा अपमान केल्याबद्दल त्या उद्धट मानवाला नष्ट करून टाक. द्रष्ट्या ऋषीची आचारसंहिता हेच सांगते. हे तुला माहीतच आहे.'

नंतर पसरलेल्या मरणी शांततेमध्ये दशरथाच्या मागून एक आवाज त्याच्या कानावर पडला - जणू काही माणसं गुदमरत असावी - खोकत असावी तसा काहीसा आवाज होता तो.

तो झटकन मागे वळला आणि त्याला एक विचित्र दृश्य दिसलं.

शूद्र शिकाऱ्यानं त्याला धरून ठेवणाऱ्या दोन्ही सैनिकांना बाजूला ढकललं होतं. ते दोघेही रस्त्यावर आडवे पडलेले होते. गळे पकडून श्वास घेण्यासाठी तडफडत होते. त्याच्या भोवती उभे असलेले सैनिक क्षणाचाही विलंब न लावता भाले परजून त्याच्यावर धावले. फूटभर लांबीचे ते टोकदार पोलादी भाले त्या शिकाऱ्याच्या शरीरात शिरताना - आणि मोडून पडताना दशरथाला दिसले.

मोडणाऱ्या भाल्यांचा काडकाड आवाज येत होता. त्या आवाजानं दचकायलाच होत होतं. काय घडतं आहे हे न कळल्यानं गोंधळून गेलेले सैनिक एकदा आपल्या मोडलेल्या शस्त्रांकडे आणि एकदा त्या शूद्राकडे बघत होते. त्याच्या उघड्या अंगावर साधी खरचटण्याची खूणही नव्हती. सैन्याधिकाऱ्यानं बोलीभाषेमध्ये एक आदेश देताच सैनिकांनी मोडके भाले टाकले आणि पाठीवरच्या म्यानात असलेल्या तलवारींकडे हात नेले.

शूद्रानं हात उचलले आणि समोरची भिंत ढकलत असावा तसे ते समोर धरले. निळ्या प्रकाशाच्या एका स्फोटासरशी त्याच्या भोवती उभे असलेले सैनिक काही फूट वर उडून मागे बऱ्याच अंतरावर जाऊन एकमेकांवर कोसळले. त्यांची चिलखतं रस्त्याच्या दगडांवर खणखणत राहिली. शूद्राभोवतीची जागा आता अगदी रिकामी झाली होती.

त्यानं हात खाली घेतले आणि तो दरवाजासमोर उभ्या असलेल्या द्रष्ट्या ऋषीच्या दिशेनं येऊ लागला.

'ये असा पुढे, तोतया - वसिष्ठ योग्य तेच बोलतो आहे. कर माझा नाश. किंवा मग स्वतःच्या नाशाला तयार हो. पण त्याआधी एक गोष्ट जाणून घे- 'तुझ्यासमोर दुसरंतिसरं कुणी नसून प्रत्यक्ष ब्रह्मर्षी विश्वामित्रच उभा आहे.'

दशरथाच्या डोळ्यांदेखत त्या शूद्रानं एक संस्कृत मंत्र उच्चारला. एखादा सैन्याधिकारी युद्धाची हाक देत असावा इतक्या त्वेषानं त्यानं तो मंत्र उच्चारला होता. डोळे दिपवणाऱ्या निळ्या प्रकाशामध्ये द्रष्ट्या विश्वामित्राची हुबेहूब आकृती प्रकट झाली.

12

मग एकाच वेळी अनेक गोष्टी घडल्या. रामानं हात मागे घेऊन दगड फेकला. तो बरोबर त्याच्या लक्ष्यावर – त्या नेत्याकडे निघाला. अस्वलमुद्राचे डोळे फडफडताहेत तोवर तो दगड सरळ जाऊन त्याच्या कपाळाच्या मध्यभागी आदळला. सागाच्या वृक्षावर कुऱ्हाडीचा घाव पडताना आवाज येतो तसा काहीसा आवाज आला आणि तोंडानं काहीतरी आवाज करत अस्वलमुद्रा जमिनीवर बेशुद्ध होऊन कोसळला.

त्याच वेळी त्या जमावातल्या दोघांनी रामाच्या दिशेने बाण सोडले होते. अगदी बरोबर नेम धरून. चुकता कामा नये असे–रामाच्या हातून दगड सुटत होता त्याच वेळी ते बाण धनुष्यामधून निघाले होते. दगड फेकण्याच्या कृतीच्या वेगाचा उपयोग करून राम झटकन उजव्या बाजूला वळला. आता त्याच्या सडपातळ आकृतीची निरुंद बाजू तेवढी लक्ष्य म्हणून समोर होती. दोन्ही बाण त्याच्या बाजूने निघून गेले दुसऱ्या बाणाच्या गंजलेल्या लोखंडी टोकानं रामाच्या कुडत्याची शिवण फाडली आणि दोन्ही बाण मागच्या टेकडीमध्ये जाऊन घुसले. रामानं दोन्ही बाणांचा मार्ग अगदी बरोबर जोखला होता. त्याच्यामागे जमिनीवर पडलेल्या जखमी हरिणीला ते बाण लागू शकणार नव्हते.

पहिले दोन बाण टेकडीच्या जमिनीत जाऊन घुसण्याआधीच आणखी तीन बाण सुटले होते. त्याच वेळी बाण सोडण्यात न गुंतलेल्या लोकांच्या लक्षात आलं होतं की आपला नेता जमिनीवर पडला आहे. ते गोंधळून जाऊन तसेच उभे होते. हा अस्वलमुद्रा पडला तरी कसा हेच काहींच्या लक्षात येत नव्हतं. रामानं फेकलेला दगड आणि अस्वलमुद्राचं खाली कोसळणं या दोन गोष्टींचा संबंध दारूनं धुंद झालेल्या त्यांच्या बुद्धीला लागतच नव्हता.

राम अजूनही वळलेलाच होता. त्या तीन पहाडींनी बाण सोडले तेव्हा त्याच्या शरीराची निरुंद बाजू त्यांच्यासमोर होती. आधीचे बाण कुठे जाऊन पडले आहेत हे बघण्यासाठी त्यानं मान वळवलेली होती. हे नवे बाण कुठून आणि कसे येत आहेत हे जोखण्यासाठी वेळच नव्हता. तेव्हा त्यानं ते बाण सोडताना झालेला आवाज आणि हवेतून येताना त्यांच्या लोखंडी टोकांचा होणारा सुरसुराट यांच्यावरून

अंदाज बांधला. खरं तर शरयूच्या खळखळाटापुढे हे आवाज अगदी बारीकसेच ऐकू येत होते. त्याच वेळी त्यानं जे अर्धवळण घ्यायला सुरुवात केली होती ते पूर्ण केलं. आता त्या पहाडींकडे त्याची पाठ झाली होती. पाठीमागे वाकत त्यानं आपले दोन्ही हात वर सूर्याकडे फेकले.

डास पकडताना होतात तशा त्याच्या मुठी वळल्या आणि अगदी सावकाश तो सरळ उभा झाला. अजूनही त्या माणसांकडे त्याची पाठच होती.

त्याच्या उजव्या आणि डाव्या पंजांमध्ये एक एक बाण पकडलेला होता.

पहाडींचा स्वत:च्या डोळ्यांवर विश्वासच बसत नव्हता.

'कालीमाते...' एक उद्गारला.

दुसऱ्यानं आपली मद्याची चामडी थैली खाली टाकली. तिच्या उघड्या तोंडातून रक्तासारखं लालबुंद मद्य जमिनीवर वाहू लागलं. नदीकाठची जमीन डागाळू लागली.

युवकानं अजून बाण सोडलाच नव्हता. त्यानं एक मोठी उचकी दिली तेव्हा बाणावरची त्याची पकड सुटली आणि बाण सरळ वर जाऊन मोठ्या डौलानं नदीत जाऊन पडला.

बाकीची माणसं आपल्या पडलेल्या नेत्याकडे आणि रामाकडे आलटून पालटून बघतच राहिली. तो वळून त्यांना सामोरा झाला. पकडलेले बाण अजून त्याच्या मुठींमध्येच होते. एक बाण त्यानं वर उडवला. तो गिरक्या घेत घेत खाली आला तेव्हा त्यानं तो लीलया शेपटाकडे पकडला. आणि बाणाचं वजन आणि तोल तपासलं. चांगल्यापैकी बनवलेला बाण होता तो.अर्धा यार्ड लांबीचा आणि बऱ्यापैकी तोल असलेला. त्यानं पुन्हा एकदा तो बाण हवेत फेकला आणि या वेळी तो टोकाकडे पकडला. ज्या माणसानं तो बाण त्याचा नेम धरून मारला होता त्याच्याकडे नेम धरत त्यानं तो बाण फेकण्याची तयारी केली.

तो माणूस धडपडत आपल्या पाठीकडे हात नेत भाता शोधायला लागला. त्याचे डोळे अजूनही आश्चर्यचकितच होते. मद्यानं धुंद असलेल्या त्याच्या मेंदूला समोर काय चाललं आहे ते समजलं नव्हतं. प्रतिक्षिप्त क्रियेसारखा त्यानं भात्यामधून एक बाण ओढून काढला. पण त्यानं बाण धनुष्याला जोडण्याच्या आधीच रामानं आपल्या उजव्या मुठीतला बाण त्याच्याकडे फेकला. एखादा सुरा अगदी योग्य तेवढ्या जोरानं आणि नदीवरून वाहाणाऱ्या वाऱ्याच्या झोताचा विचार करून योग्य त्या कोनात फेकावा तसा. तो बाण त्या माणसाच्या खांद्यात रुतला. हातातल्या धनुष्यबाणासकट तो खाली कोसळला. खांदा पकडून ठेवत तो मोठ्यानं किंचाळू लागला. त्याचा चेहरा वेडावाकडा झाला होता.

लगोलग रामानं उरलेले दोन्ही बाणही फेकले. ज्या लोकांनी त्याच्यावर बाण

सोडले होते त्यांच्यावरच त्यानं नेम धरला होता. ज्यांनी नुसत्या तलवारी उपसून शूरपणाचं ढोंग केलं होतं त्यांना सोडून दिलं होतं. दोन्ही बाण आपापल्या लक्ष्यावर नेमके जाऊन पोचले. एकाच्या कुशीत भरपूर मांस होतं तिथे आणि दुसऱ्याच्या मांडीवर. हा दुसरा एका खडकावर उभा असल्यानं हा फरक पडला होता.

एका मूर्ख गढवाली पहाडीला अजूनही आपल्यासमोर कोण शत्रू उभा आहे हे उमगलं नव्हतं. त्यानं एक शिवी हासडली आणि थेट रामाच्या गळ्याचा नेम धरून आणखी एक बाण सोडला. एखाद्यानं कुणाच्या गळ्यातली साखळी खेचावी तसं काहीसं करत रामानं हवेतच तो बाण पकडला आणि त्याच प्रवाही कृतीनं तो त्याच्याचकडे परत फेकला. तो बाण त्या माणसाच्या गळ्यात रुतला. त्याच्या फाटलेल्या श्वास नलिकेमधून गुरगुरण्याचा आवाज येऊ लागला आणि तो खाली गुडघ्यावर बसला. त्यानं अंगावर घातलेल्या कातड्यावर पडलेल्या मद्याच्या डागांमध्ये त्याचं रक्त मिसळू लागलं. तो पुढे तोंडावर पडला आणि त्याची हालचाल थांबली.

अजून जिवंत आणि शुद्धीत असलेले उरलेले नऊजण काही न बोलता रामाकडे पाहतच राहिले. काही क्षण कुणीच काही बोललं नाही. वर ज्यानं बाण मारला होता तो युवक आता एक योजन न थांबता धावून आल्यासारखा धापा टाकू लागला होता. मधूनच त्या धापांमधून एखादी भली मोठी उचकी उमटत होती. त्या उचक्यांमुळे त्याचं सारं शरीर हलून जात होतं. अखेरीस तो गुडघ्यांवर बसला आणि त्यानं खाल्लेलं सारं बाहेर पडलं.

नदीचा आवाज आता फारच वाढला.

त्यांच्यापैकी प्रत्येकाच्या नजरेला नजर देत राम त्या पहाडींशी बोलू लागला.

'तुमची शस्त्रं खाली टाका – तर आणखी रक्तपात होणार नाही.'

नदीतीरावरच्या त्या खडकाळ जमिनीवर पडणारी लाकडी धनुष्यं आणि लोखंडी बाण यांचा आवाज नदीच्या आवाजाला साथ देऊ लागला.

आंबराईपासून लक्ष्मण जेमतेम शंभर एक यार्डावर असेल तेव्हा त्याला त्याच्याकडे येणारा विचित्र कपडे घातलेल्या माणसांचा एक जथ्था दिसला. त्यांच्या अंगावरच्या प्राण्यांच्या कातड्यांमुळे ते पहाडी असावे असं त्याला वाटलं पण पहाडी अशा रीतीनं वागताना त्यानं कधीच पाहिले नव्हते. ते सगळे एका रांगेत नीट शिस्तीनं चालत होते. पहाडी माणसांमध्ये नेहमी दिसणारा गोंधळ, गडबड इथे अजिबात दिसत नव्हती. त्यांच्यापैकी एकजण दुसऱ्या एकाला आधार देत होता. आजारी असावा बहुतेक. दुसरे दोघेजण एका तात्पुरत्या बनवलेल्या झोळीतून एका जखमी माणसाला नेत होते. त्या माणसाला बाणाची जखम झाली आहे हे स्पष्ट दिसत होतं. इतक्या दुरूनही लक्ष्मणाला त्याच्या जखमेतला बाण दिसत होता. रांगेच्या

शेवटी कातड्यात गुंडाळलेलं एक – प्रेत असावं – घेऊन दोन माणसं चालत होती. आणि त्यांच्याही मागून एखादा गुराखी आपली गुरं हाकत जात असावा तसा एक पांढऱ्या कपड्यांमधला सडपातळ तरुण चालत होता. फक्त ही गुरं फारच शांतपणे चालत होती एवढाच काय तो फरक.

लक्ष्मण त्याच्या घोड्याच्या मरुताच्या कानात कुजबुजला. लगेच त्यानं आपला वेग कमी केला. काही क्षणांतच ते या विचित्र मिरवणुकीजवळ पोचले. पहाडींनी लक्ष्मणाकडे नुसतं पाहिलं पण ना अभिवादन केलं ना काही बोलले. त्याला कळून चुकलं इथे काहीतरी गडबड आहे. बडबड करण्याबद्दल तर पहाडी प्रसिद्ध असत. अगदी त्यांच्या प्रेतयात्रांमध्येसुद्धा. सतत काहीतरी गजर आणि गायन सुरू असे. सोबत्याचा आधार घेतलेल्या त्या धष्टपुष्ट पहाडीनं तेवढं आपल्या भयानक जखमांच्या वणांनी भरलेल्या चेहऱ्यानं लक्ष्मणाकडे अतिशय रागानं बघितलं. अस्वलाची नखं – लक्ष्मणाच्या मनात आलं. गुरू वसिष्ठांच्या गुरुकुलामध्ये राहात असताना त्यानं हिमालयातल्या भल्या मोठ्या अस्वलांची कामगिरी बघितलेली होती. पण ती सारी वाट चुकलेल्या यात्रेकरूंची प्रेतं होती. तो आणि त्याच्या बरोबरच्या शिष्यांना ती प्रेतं हिमालयाच्या खालच्या उतारांवर सापडली होती. या पहाडीच्या जखमांसारख्या जखमा होऊनही जिवंत राहिलेला हा पहिलाच माणूस लक्ष्मण बघत होता.

रांगेच्या शेवटाला पोचून लक्ष्मणानं मरुताचा लगाम खेचला.

'काय म्हणताय?' तो रामाला म्हणाला, 'सकाळ गडबडीत गेलेली दिसतेय तुमची.'

राम हातातल्या कैरीचे चावे घेण्यात गर्क होता. त्याच्या चेहऱ्यावर अतीव समाधानाचे भाव होते. लक्ष्मणाकडे बघत मान डोलावत तो उद्‌गारला, 'थोडं मीठ दे रे.'

शरीरातला जलांश कमी झाला तर त्यावरचा उपाय म्हणून कमरेशी एक मिठाची पुडी ठेवणं ही प्रत्येक क्षत्रियाची सवयच होती. लक्ष्मणानं आपल्या कमरेची पुडी रामाकडे फेकली. ती झेलून रामानं एकाच हातानं ती उघडली आणि हातातली कैरी त्यात बुडवली. मिठानं भरलेल्या त्या कैरीची चव घेताच त्यानं आनंदानं मान हलवत म्हटलं, 'सुंदर, अतिसुंदर.'

घोडा मागे फिरवत लक्ष्मण हसला. रामाची ही कच्च्या कैरीची आवड इतकी प्रसिद्ध होती की त्यामुळे त्याला अनेक वेळा त्याच्यावरच्या विनोदांना बळी पडावं लागलं होतं. लक्ष्मणाने मरुतावरून खाली उडी टाकली आणि त्याचा लगाम हातात धरून आपल्या भावाबरोबर चालू लागला. 'एवढ्या जखमा व्हायला या बदमाशांनी असं केलं तरी काय?'

कैरी खाण्यात गर्क असलेल्या रामानं खांदे उडवले, 'नदीतीरावर एका हरिणीची शिकार करत होते ते, मी त्यांना थांबा म्हटलं पण त्यांनी नाही ऐकलं.'

शहराच्या तटबंदीतल्या पहिल्या दरवाजाकडे उदासपणे चालत जाणाऱ्या त्या लोकांकडे लक्ष्मणानं एक नजर टाकली. 'तीन जखमी, नाही – चार आणि एक मरण पावलेला. आणि तो तिकडचा बदमाश असा दिसतोय की जेवढं मद्य प्याला असेल त्यापेक्षा जास्त ओकलाय. ते सगळेच बदमाश दिसताहेत हं. राजाच्या जमिनींवर चोऱ्या करायला आणि एखाद्या सशासाठी तिथल्या रक्षकाला ठार करायलाही मागेपुढे न बघणारे.'

कैरीची चव घेताना मिटलेले डोळे तसेच मिटलेले ठेवत रामानं मान डोलावली. 'चांगली कल्पना आहे तुझी. काही वनरक्षकांना यांच्याकडे बघून घ्यायला सांग. एखादादुसरा ओळखीचा निघेल त्यांच्या. पुन्हा पुन्हा गुन्हे करणारे लोक आहेत हे. गेल्या हिवाळ्यात सुमंत्र अशा चोरांविषयी काहीतरी म्हणाले होते खरे.'

'पण तू हे केलंस तरी कसं?'

कैरीच्या रसानं रामाचे ओठ आणि दात पिवळे झाले होते. राम नुसताच हसला.

एक सुस्कारा टाकत लक्ष्मण उद्गारला, 'मी तरी काय मूर्खासारखा प्रश्न विचारतो आहे...'

रामानं समोरच्या लांबलचक राजमार्गाकडे बोट दाखवलं. योजनभर अंतरावरच्या शहराच्या दरवाजापर्यंत जाणारा तो राजमार्ग नदीच्या उत्तरेकडच्या तीरावरून दरीच्या उतरत्या रस्त्यावरून वळणं घेत घेत जात असे. 'तू घोड्यावरून पहिल्या दरवाजापर्यंत जाऊन या चोरांना नेण्यासाठी एक तुकडी पाठवायला का सांगत नाहीस? म्हणजे मग आपण ठरल्यासारखा सराव करायला मोकळे. भरत आणि शत्रुघ्न सरावाला लागलेसुद्धा असतील बघ. धनुर्विद्या आणि रथस्पर्धेमध्ये आपल्याला मात देण्याचा बेत आहे त्यांचा.'

लक्ष्मणानं तुच्छतेचा एक हुंकार टाकत म्हटलं, 'बघू दे स्वप्नं त्यांना खुशाल.' मरुताचा लगाम हळुवारपणे उचलत तो म्हणाला, 'तुझ्या कळपाला थोडी विश्रांती घेऊ दे, तुझी कैरी संपायच्या आत मी परत येतो बघ...'

रामानं हसत कुडत्याचा खिसा थोपटत म्हटलं, 'काही हरकत नाही, माझ्याजवळ आणखी आहेत ना...'

13

दशरथाच्या दृष्टीसमोर काहीतरी अघटित घडत होतं. दोन विश्वामित्र? एक दुसऱ्याला तोतया म्हणत होता, खुनी म्हणत होता? काय चाललंय तरी काय? तो शूद्र शिकारी जर केवळ एक वेष पालटून आलेला असुर असेल तर त्याला ब्रह्मविद्या कशी अवगत? दशरथानं त्याच्या आयुष्यात ती पवित्र शक्ती वापरली गेलेली अनेक वेळा पाहिली होती. तो निळसर प्रकाश त्यानं सहज ओळखला होता.

जो स्वत:ला खरा विश्वामित्र म्हणवत होता तो पहिल्या विश्वामित्रापासून – दशरथ पवित्र गंगाजलानं ज्याचे पाय काही मिनिटांपूर्वी अगदी धुणारच होता – त्याच्यापासून काही यार्डांवर थांबला. त्यानं आपला हात उंचावला, दशरथाला एक घोंगावणारा आवाज ऐकू आला – वन्यवृक्षांचं जड लाकूड हवेतून भिरभिरत येत असल्याचा आवाज. त्यानं वळून पाहिलं. शूद्र शिकाऱ्याचा जमिनीवर भान हरपून पडलेल्या सैनिकानं जप्त केलेला भाला सणसणत आपल्या मालकाकडे येत होता. सणसणत येताना वाटेतच त्याचं स्वरूप पालटलं आणि तो एक जाडजूड दंड बनला हुबेहूब पहिल्या विश्वामित्राच्या हातात होता तसा. दंड मालकाच्या हाती पोचला आणि 'मीच खरा विश्वामित्र आहे' असं म्हणणाऱ्यानं त्याची वाट अडवणाऱ्या चकित झालेल्या सैनिकांवर तो उगारला.

'बाजूला व्हा. अयोध्यावासीयांनो – तुम्हाला इजा करण्याची माझी अजिबात इच्छा नाही. मला फक्त त्या तिथे उभ्या असलेल्या तोतयाला धडा शिकवायचा आहे. तुमचा राजा आणि तुमचं शहर यांना धोका आहे तो त्याच्यापासून – माझ्यापासून नाही.'

गोंधळलेले सैनिक आपल्या अधिकाऱ्याकडे बघू लागले. दशरथाला माहीत होतं की अशा प्रकारच्या अनुभवाला सामोरं जाण्याचं प्रशिक्षण त्यांना मिळालेलं नाही. त्यानं स्वत:सुद्धा या प्रकारचं काहीही यापूर्वी पाहिलेलं नव्हतं. आपल्या गोंधळलेल्या मन:स्थितीवर कसाबसा ताबा मिळवत सैन्याधिकारी दृष्टि कुमारनं राजाचं आणि शहराच्या दरवाजांचं रक्षण करणाऱ्या आपल्या सैनिकांना आपापल्या जागेवरच उभे राहाण्याचे आदेश दिले हे खरोखरच कौतुकास्पद होतं.

त्यानंतर मात्र त्यानं जोरातच उरलेल्या तुकडीला त्या अनोळखी व्यक्तीवर कसलीही दयामाया न दाखवता हल्ला करण्याचे आदेश दिले. त्याच्या या कृतीवर संतुष्ट होऊन दशरथानं मान डोलावली. हा 'त्यानं' दिलेल्या प्रशिक्षणाचा परिणाम होता, हे त्याचं सैन्य होतं.

क्षणार्धातच त्याच्या स्वत:च्या अनुभवावरचा विश्वास पार उडाला.

आव्हान देणाऱ्या व्यक्तीनं आपल्या धमक्यांचा काहीही परिणाम होत नसल्याचं पाहून शांतपणे हातातल्या दंडानं हवेतच दोन अर्धवर्तुळं काढली.

निळ्या प्रकाशाच्या स्फोटानं तो राजमार्ग भरून गेला. चांगला मैलभर अंतरावरूनही दिसेल एवढा तो प्रखर होता.

त्याचा मार्ग अडवणारे चाळीस-एक धट्टेकट्टे सैनिक चिंध्यांच्या बाहुलीसारखे उडून बाजूला पडले. नांगरानं जमीन नांगरताना मातीची ढेकळं जशी नांगराच्या दोन्ही बाजूंना पडतात तसे ते सैनिक भाले, चिलखतं आणि दुखावलेले हातपाय यांच्या गर्दीत फेकले गेले. या एवढ्या अटीतटीच्या प्रसंगातही दशरथाच्या प्रशिक्षित नजरेनं अचूक टिपलं की त्या जादूच्या प्रकाशाच्या स्फोटानं त्यांच्यापैकी कुणालाही फारसं लागलं नव्हतं. *पण तो जर हे करू शकतो तर त्यांना ठारही नक्कीच करू शकतो.* कुणाचाही प्राण घेऊन माझी तपस्या भंग करण्याची माझी इच्छा नाही असं शूद्र शिकारी म्हणाल्याचं त्याला आठवलं. आता मात्र त्याच्या मनामध्ये संशयाचं बीज रुजू लागलं.

आता, आव्हान देणारा आणि पहिला विश्वामित्र यांच्यामध्ये कुणीही नव्हतं. शूद्र शिकाऱ्यानं ज्याला तोतया म्हटलं होतं तो वळून आपल्याला आव्हान देणाऱ्यासमोर उभा राहिला होता. त्याची पाठ वळताक्षणी चार सैनिक पुढे धावले आणि त्यांनी प्रधानमंत्री सुमंत्राला बाजूला नेलं हे दशरथानं पाहिलं. प्रधानमंत्री थरथर कापत होता. सुमंत्राला भर युद्धामध्ये त्वेषानं लढताना दशरथानं स्वत: बघितलेलं होतं पण या प्रकारची जादू म्हणजे कोणत्याही क्षत्रियाला नकोशी वाटणारी गोष्टच होती. द्रष्ट्या ऋषींच्या या मायेपुढे हाडामांसाचं शरीर आणि धातूची शस्त्रं यांचा काहीच उपयोग नव्हता.

गुरू वसिष्ठांना बाजूला सुरक्षित ठिकाणी नेण्याचा प्रयत्न मात्र सैनिकांनी केला नाही. या परिस्थितीला तोंड देऊ शकणारी जर कुणी व्यक्ती असेल तर ती म्हणजे गुरू वसिष्ठ, हे दशरथाला माहीत होतं. पण अजूनपर्यंत त्यांनी काहीच हालचाल का केली नसेल? या एका गोष्टीमुळेच दशरथ अधिक काही न बोलता पुढचा आदेश देण्याआधी थांबला. गुरू काय म्हणत आहेत ते ऐकणं त्याला गरजेचं वाटत होतं.

नेहमीप्रमाणेच अतिशय विलक्षण रीतीनं महाराजाच्या मनातलं ओळखणारे गुरू वसिष्ठ त्या गहन शांततेमध्ये बोलू लागले. त्याचं बोलणं त्यांच्यासमोर उभ्या असलेल्या व्यक्तीला - पहिल्या विश्वामित्राला उद्देशून होतं. त्यांचा स्वर शांत

होता – जणू ते आपल्या द्रष्ट्या मित्राबरोबर हवापाण्याच्या गोष्टी करत असावेत इतका सहजच होता.

'माझ्या मान्यवर मित्रा, तुमच्या ओळखीसंबंधी काही प्रश्न निर्माण झालेले दिसत आहेत. या माणसानं तुमच्या खरेपणाला आव्हान दिलं आहे. तुम्ही त्याला काही उत्तर देणार नाही का?'

दशरथानं स्वत:च्या हातानं ज्याचे पाय जवळजवळ धुतलेच होते त्या माणसानं काही न बोलता गुरूंकडे बघितलं. मग जाणवेल अशा नाईलाजानं तो वळला आणि आपल्याला आव्हान देणाऱ्यासमोर उभा राहिला.

'मी विश्वामित्र आहे. तोतया तू आहेस.'

आव्हानकर्ता हे शब्द ऐकून उग्रपणे हसला. 'आता एवढंच बोलून भागणार नाहीये खुनी माणसा, हे सिद्ध कर.'

द्रष्ट्या ऋषीनं त्याच्याकडे रोखून पाहात म्हटलं, 'माझा शब्द हेच प्रमाण आहे. चल आता निघ इथून.नाहीतर मरणाला तयार हो.'

हा जर अभिनय करत असेल तर उत्तमच अभिनय करतो म्हणायला हवं – दशरथाच्या मनात आलं.

पण तेवढ्यात दुसरा विश्वामित्र बोलू लागला.

'मी कोणतीही आक्रमक कृती करू शकत नाही, तोतया. असं केलं तर माझी सगळी तपस्या विफल होईल. गेली दोनशे चाळीस वर्षं मी भयानक वनाच्या दलदलीमध्ये राहून तपस्या केली ती तुझ्यासारख्या एका रूप बदलणाऱ्या असुराकडून फसवलं जाण्यासाठी नव्हे. सैनिकांशी मी जसा वागलो तसाच मी केवळ स्वत:चा बचाव करीन. कर तुझी काळी जादू. काय करायचं ते खुशाल कर.'

गुरू वसिष्ठांनी मान डोलावली. ते खूष झाल्यासारखे दिसत होते. ते पुन्हा बोलू लागले,

'छान बोललास, मित्रा.' पहिल्या विश्वामित्राकडे वळून ते बोलू लागले तेव्हा मात्र त्यांचा स्वर कठोर झाला होता. त्याच्यापासून जेमतेम यार्डभर अंतरावर ते उभे होते. 'तुझं खरं रूप दाखवण्याची वेळ आली आहे, तोतया.' आणि मग कापरं भरवणाऱ्या आवाजात त्यांनी एक मंत्र उच्चारला. 'राक्षसा, तुझ्या खऱ्या रूपात प्रकट हो.'

गुरू दुसऱ्या विश्वामित्राची बाजू घेत आहेत हे बघून दशरथाला धक्काच बसला. तो उर्मट शूद्र शिकारी हा खरा द्रष्टा ऋषी विश्वामित्र आहे असं वसिष्ठांना वाटतं आहे की काय? *म्हणजे याचा अर्थ असा की हा दुसरा माणूस तोतया आहे.* दरवाजासमोर घडणाऱ्या या नाट्यानं अचानक घेतलेलं हे वळण बघून दशरथ स्तब्ध झाला.

अगदी त्याच क्षणी कुमक येऊन पोचली. डोळ्याच्या कोपऱ्यातून दशरथाला दिसलं की एक सैन्याधिकारी हत्तीवरच्या चार भालाईतांना सूचना देतो आहे. रथांवर बसलेल्या अनेक धनुर्धारींनी चौकात जाण्याचे व येण्याचे सर्व रस्ते बंद केले आहेत, त्याच्या खास सुरक्षासैनिकांनी त्याच्या भोवती कडं करण्यास सुरुवात केली आहे. या न कळणाऱ्या पण उघडपणे धोकादायक असणाऱ्या परिस्थितीमधून दशरथाला बाहेर काढणं हे त्यांचं उद्दिष्ट होतं. महाराजाने शांतपणे पण ठामपणे आपले आदेश जेव्हा दोन दोनदा सांगितले तेव्हा कुठे ते त्याच्याभोवती केवळ बचावाच्या पवित्र्यात उभे तयार झाले. अधिक नीट दिसावं म्हणून दशरथ वळून उभा राहिला. सगळीकडून चिलखतांचा खणखणाट आणि धावत्या पावलांचे आवाज घुमत होते. तोतयाचं ध्येय काहीही असलं तरी आता तो राजवाड्यामध्ये घुसू शकणार नव्हता हे नक्की. – आर्य राष्ट्रांचे हजारो सैनिक ठार केल्याशिवाय नाहीच. राजवाड्याच्या दरवाजामागे अनेक सेवक आणि दासदासी गर्दी करून उभ्या असलेल्या दशरथाला दिसल्या. सैनिक त्या गर्दीला सुरक्षित अंतरावर ठेवत होते. रघुवंश मार्गाच्या दुसऱ्या टोकाला नागरिकांचीही गर्दी जमू लागली होती. काही भालाधारी सैनिक त्यांनाही सुरक्षित अंतरावर रोखत होते. अयोध्येमध्ये कोणतीही बातमी लगेच पसरत असे. त्यातून सैन्याला सावधानतेचा इशारा दिला गेला तर ताबडतोबच. या वेळेपर्यंत सबंध शहराला कळून चुकलं होतं की राजवाड्याच्या दरवाजाशी काहीतरी घडतं आहे आणि त्यामध्ये प्रत्यक्ष राजा गुंतला आहे.

या साऱ्याच्या केंद्रस्थानी असलेल्या त्या माणसानं – पहिल्या विश्वामित्रानं सावकाश आपला दंड उचलला. क्षणभर दशरथाला वाटलं – तो आता एक मंत्र उच्चारणार आणि त्या दुसऱ्या विश्वामित्राची राखरांगोळी करून स्वत:चं खरेपण सिद्ध करणार.

पण एक थकलेला सुस्कारा टाकत त्या माणसानं नुसता तो दंड हवेत फेकला आणि झेलला. हे काम नजरबंदीचे खेळ करणाऱ्याचं होतं आणि त्याचा परिणाम ही तसाच झाला. क्षणभरासाठी सगळे डोळे त्या माणसावरून दूर होऊन त्या वर जाणाऱ्या आणि खाली येणाऱ्या दंडाकडे लागले.

त्या क्षणी तो स्वत:च्या खऱ्या स्वरूपामध्ये प्रकट झाला.

14

मार्गावर जमलेल्या सर्व सैनिकांच्या तोंडून एकाच वेळी आश्चर्योद्गार उमटला. दशरथाच्या तोंडूनही इंद्रदेवाला उद्देशून एक घाईनं केलेली प्रार्थना बाहेर पडली. इंद्रदेव म्हणजे योद्ध्यांचा देव, देवांच्या सैन्याचा प्रमुख.

गुरू वसिष्ठांच्या समोर उभी असलेली वस्तू सुप्रसिद्ध द्रष्टा ऋषी विश्वामित्र असणं तर दूरची गोष्ट – साधा माणूसही नव्हती.

तो एक राक्षस होता. पाताळामध्ये राहाणारा एक राक्षस – पाताळ म्हणजे तिसऱ्या किंवा सर्वात खालच्या पायरीवरचं अस्तित्व. त्या पाताळाची राजधानी आणि प्रवेशद्वार होती लंका. त्याची लालसर–काळी त्वचा, मानवी कातडीचे त्याचे कपडे, गळ्यातली मानवी बाळांच्या कवट्यांची माला, सापाच्या तोंडासारखी तोंड असणारे भरभरीत केस आणि लालभडक डोळे एवढं पाहिलं की कुणाच्याही मनात कसलाही संशय शिल्लक राहाणं शक्यच नव्हतं. कोणीही द्रष्टा ऋषी हे रूप धारण करणं अशक्य होतं – अगदी गंमत म्हणूनही नाही. हा जन्मानंच राक्षस होता. त्याच्या भल्यामोठ्या शिंगांवरून कळून येत होतं की हा मोठ्या वयाचा आणि शक्तिवान राक्षस आहे. हिमालयातील काळ्या काळवीटाच्या शिंगांशी स्पर्धा करू शकेल अशी दोन दोन यार्ड लांबीची त्याची शिंगं होती. सहा फुटांपेक्षा अधिक उंची असलेल्या गुरू वसिष्ठांपेक्षा तो सुमारे तिप्पट उंच होता.

तुटकेफुटके काळे दात दाखवत तो राक्षस हसला. त्याच्या हसण्याचा आवाज कोणत्याही मानवी आवाजासारखा नव्हता. त्या आवाजानं दशरथाचे केस ताठ उभे राहिले आणि दातही झिणझिणले. त्याच्याशेजारीच कुणीतरी सैनिक कण्हला आणि एक लहानशी प्रार्थनाही करू लागला. दशरथानं स्वत:ची प्रार्थनाही मूकपणे त्याच्या प्रार्थनेमध्ये मिसळून दिली.

आपल्यासमोर प्रकट झालेल्या अवतारामुळे जराही विचलित न झालेली त्या राजमार्गावरील एकटीच व्यक्ती म्हणजे गुरू वसिष्ठ. आपल्यापासून जेमतेम हाताच्या अंतरावर ते भूत उभं आहे याचाही त्यांना काही त्रास होत नव्हता.

त्या राक्षसाचं हसणं मध्येच थांबवत ते कठोरपणे म्हणाले,

'काल–नेमी, आपली भेट झाली त्याला आता खूपच काळ लोटला आहे.'

राक्षसानं वळून वसिष्ठांकडे बघितलं. भली मोठी शिंगं असलेलं त्याचं डोकं हे त्याच्या मजबूत शरीरालाही भारी पडत होतं. त्यामुळे त्याचं हे कृत्य अगदी सावकाश घडलं होतं. राक्षसाची त्वचा सामान्य त्वचेसारखी शरीराला आच्छादन करणारी नसून ज्वालामुखीवरच्या आवरणासारखी सतत हलणारी एक जिवंत, वळवळणारी, वर खाली होणारी अशी त्वचा आहे हे लक्षात आल्यावर दशरथाच्या पोटात किळसेनं ढवळून आलं. शिवाय या राक्षसाच्या शरीराच्या आतही जिवंत किड्यांसारखे जीव आहेत, ते जाडजूड पांढरे आंधळे किडे त्याच्या शरीरामध्ये फिरत आहेत हेही त्याला दिसलं. त्यांच्या हालचालीनुसार त्या राक्षसाचा आकारही बदलत होता.

'वसिष्ठ, अजून जिवंत आहेस वाटतं, म्हाताऱ्या? मूर्खा...'

खडी आणि काच एकत्र कुटली जात असावी तसा राक्षसाचा आवाज होता. त्या आवाजानं कान खरोखरच दुखू लागले.

विश्वामित्र वसिष्ठांना म्हणाले,

'तुम्ही ओळखता या जनावराला, मित्रवर्य?'

राक्षसावरून नजर न हलवता वसिष्ठ उत्तरले, 'आमची दोघांची... वेळोवेळी भेट घडली आहे गेल्या हजार वर्षांमध्ये...' राक्षस आपलं शिंगांचं डोकं हलवत एकाकडून दुसऱ्याकडे बघत उभा होता. 'तो असुरांच्या एका फार मोठ्या घराण्यामधला आहे. तुम्हालाही त्या घराण्याचं नाव माहीत असेल मला खात्री आहे – पुलस्त्य.'

विश्वामित्रानं नुसता एक हुंकार टाकला.

'तुम्ही गंमत करताहात, होय ना? हा घाणेरडा पुलस्त्यासारख्या ऋषीचा वंशज आहे?'

'होय, त्याच्या मुलाकडून – विश्रवसाकडून – खरं पाहिलं तर विश्रवस हा त्याचा भाऊ आहे,'

'आश्चर्यच आहे. म्हणजे हा – रावणाचा मामा होतो. म्हणजे स्वतःला राक्षसांचा राजा म्हणवून घेणाऱ्या रावणाचा काका होतो की हा...'

रावणाचं नाव ऐकताच राक्षसानं आपलं शिंगांचं डोकं वर उचललं आणि आपल्या तोंडाचा मोठा आ वासला. त्या उघडया तोंडामधून एक बुळबुळीत शरीरात किडे पडलेला असा सर्प बाहेर पडला आणि त्यानं एक कर्णकटू किंकाळी फोडली. दशरथाच्या कानठळ्याच बसल्या. सर्प जसा आला तसाच पुन्हा राक्षसाच्या तोंडामध्ये गडप झाला पण जाता जाता त्यानं एक वळवळणारी अळी बाहेर रस्त्यावर टाकली. कालवण उकळत असावं तशी ती जमीन उकळू लागलेली दशरथाला

दिसली. ती अळी उकळत्या द्रवामध्ये विरघळून गेली. आपल्या नेहमीच्या कुजट वातावरणाबाहेर जिवंत राहाणं तिला शक्य नव्हतं.

'मी काल-नेमी आहे. राक्षसांचा राजा. रावण माझा फक्त भाचा आहे. माझ्या बहिणीच्या डोळ्यात त्याचं कुसळ पडण्याच्या कितीतरी आधी मी तिन्ही लोक पालथे घातले होते.'

राक्षसाच्या अनैसर्गिक आवाजानं घाबरून एका हत्तीनं एक किंकाळी फोडली. माझ्यासारखाच जुना योद्धा - अनेक वर्षं जे दृश्य विसरण्याचा आटोकाट प्रयत्न मी आणि हा हत्तीही करत आलो तेच दृश्य आणि तेच आवाज आज सामोरे आले आहेत.

एकदम त्याला हातामध्ये तलवार असावी असं वाटू लागलं. राक्षसाला बघून त्याच्या पोटात ढवळायला लागलं होतं. मी या जनावराचे पाय धुतलेच होते जवळजवळ, बळीच्या बकऱ्यानं कसायासमोर मान लववावी तसा वाकलोही होतो याच्यासमोर. धोक्यानं मारलेला एकच फटका पुरेसा झाला असता मला ठार करायला - माझ्या स्वत:च्या राजवाड्यासमोर - आजवर बांधल्या गेलेल्या सर्व आर्य शहरांमध्ये सर्वात अजिंक्य अशा आर्य शहराच्या मध्यभागी - अविश्वसनीय. दृष्टि कुमाराकडे वळून त्यानं तलवार मागितली. शब्दही न बोलता नजर समोरच्या नाट्यमय प्रसंगावर तशीच खिळलेली ठेवून त्यानं दशरथाच्या हातामध्ये तलवार दिली.

तलवार मुठीत घट्ट पकडून दशरथ पुढे जाऊ लागला. त्याच्या मागोमाग त्याच्या संरक्षकांची खास तुकडीही जाऊ लागली. त्याच्या स्वत:च्या भूमीवर त्याला अपमानित करणाऱ्याला चांगलं शासन करावं असं त्याच्या मनात होतं. पण तो जसा पुढे जाऊ लागला तसा विश्वामित्र आणि वसिष्ठांनी एकमेकांकडे पाहिलं. विश्वामित्रानं महाराजाच्या दिशेनं बोट दाखवलं. आपण अगदी निश्चल होऊन एका बुडबुड्यामध्ये अडकलो आहोत असं आढळून आल्यावर दशरथाला थोडा रागच आला.

गुरूंनी महाराजाकडे पाहत किंचित मान लववली आणि काहीशा क्षमायाचनेच्या स्वरात म्हटलं, 'ही बाब तलवारीनं सोडवता येण्यासारखी नाहीये दशरथा. या घुसखोराला त्याच्या जातीला योग्य अशी शिक्षा करण्याची आम्हाला परवानगी दे.' त्यांच्या सभोवताली उभ्या असलेल्या सैन्याकडे बोट दाखवत ते पुढे म्हणाले, 'तुझ्या राजाज्ञेनं मी तुझ्या या शूर सैनिकांचीही तीच गत केली आहे.'

क्षणभर दशरथाला गुरूंचा प्रचंड राग आला. पण लगेचच त्याच्या लक्षात आलं की गुरू वसिष्ठ योग्य तेच बोलत आहेत. अनेक राक्षसांशी युद्ध केल्यामुळे त्याला हे समजलेलं होतं की एका राक्षसाला मारण्यासाठी दहाबारा तरी क्षत्रिय

आयुष्यं खर्ची पडतील. शिवाय या काल-नेमीसारख्या भयानक राक्षसाशी त्याचा सामना यापूर्वी कधीच झाला नव्हता. त्याचा राग उतरत गेला तेव्हा त्याला गुरूबद्दल कृतज्ञताच वाटू लागली, त्याचे प्राण वाचवल्याबद्दल आणि त्याचा आत्मसन्मानही वाचवल्याबद्दल.

हा माझा धर्म आहे, राजा. दशरथाच्या मेंदूमध्ये मूकपणे बोलले गेलेले शब्द घुमले. दशरथाला पुन्हा एकदा स्वच्छपणे जाणवलं की गुरू वसिष्ठांचे शब्द आणि वर्तन कधी कधी तुटक आणि मोजकं वाटतं खरं पण त्या मागे त्यांच्यावर असलेल्या या फार मोठ्या जबाबदारीचं कारण असतं. जगातील सर्वात वयोवृद्ध द्रष्टा ऋषी असण्याची जबाबदारी, संस्कृतीच्या निर्मितीच्या काळापासून अस्तित्वात असलेल्या सात मूळ ऋषीपैकी उरलेल्या तीन ऋषींमधील एक असण्याची जबाबदारी आणि म्हणूनच आर्य जमातीच्या प्रारंभापासूनचं जे ज्ञान आहे ते सांभाळून ठेवलेल्या अलिखित अशा वेदांचा एकुलता एक रक्षणकर्ता असण्याचीही जबाबदारी.

राजवाड्याच्या दरवाजाशी. अयोध्येच्या सैन्यानं वेढलेल्या अवस्थेमध्ये आणि अयोध्येचे नागरिक बघायला उभे असताना, राक्षसांशी बोलणं ही नित्याची बाब असल्यासारखे गुरू वसिष्ठ मोठ्यानं बोलतच होते. 'तर, काल-नेमी राक्षसांच्या जमातीचा खराखुरा नेता आपणच आहोत असं मानतोस ना तू? आणि तरी माझ्या सात हजार वर्षांच्या ज्ञानाला पणाला लावून मी सांगेन की तू तुझ्या भाच्याच्या रावणाच्या आज्ञेवरूनच इथे या मूर्ख मोहिमेवर आला आहेस.'

'ही माझी कल्पना होती. मला जिथे जावसं वाटेल तिथे मी जातो, जे करावंसं वाटेल ते करतो. रावणाला लंकेच्या सिंहासनावर मी बसू दिलं आहे कारण त्यामुळे मनासारखं वागायला मी स्वतंत्र राहू शकतो. तुमच्या मर्त्य मानवांची शहरं उद्ध्वस्त करायला हवं तसं फिरायला मी मोकळा राहू शकतो. त्यानं पळवून आणलेल्या त्याच्या राण्या आणि त्याची खेळणी यांच्याशी खेळत बसायला त्याला आवडतं. तुमच्यासारख्या लोकांच्या हृदयात धडकी भरवणारी कामं करण्यात आणि तुमचा सर्वनाश करण्यात मी गुंतलेलो असतो म्हणून माझं राज्य सांभाळण्याची जबाबदारी मी त्याच्यावर सोपवलेली आहे.'

विश्वामित्र तुच्छतेनं म्हणाले, 'हे करायला का तू इथे आला होतास? मग तुला फारसं यश मिळालेलं दिसत नाही.'

'तुझ्या धूर्त सहकाऱ्यानं मला उघडं पाडलं नसतं तर आत्ता या क्षणी मी तुझ्या राजवाड्याच्या भिंतींच्या आत नुसता हैदोस उडवून देत असतो. या वेळी माझ्या रागापासून तू वाचला आहेस हे नशीब समज.'

दोन्ही ऋषी मोठ्यानं हसले.

'मूर्ख प्राण्या,' वसिष्ठ बोलत होते, 'तुला खरोखरच असं वाटतंय की तू मला

फसवलंस? तुझ्याकडे पाहताक्षणी मी तुझं खरं स्वरूप ओळखलं होतं. ज्याप्रमाणे खरा द्रष्टा ऋषी किंवा ऋषी यांच्याभोवती ब्रह्मविद्येचं वलय असतं त्याचप्रमाणे तुम्हा असुरांना एक प्रकारची दुर्गंधी असते, मैलभर अंतरावरून मला तो वास आला होता.'

तो राक्षस कमालीच्या वैफल्यानं पुन्हा एकदा डरकाळला. हवेत किडे थुंकत तो म्हणाला, *'खोटं बोलतोयस तू. माझं खरं स्वरूप तू ओळखलं असतंस तर महाराज दशरथाच्या इतक्या जवळ तू मला येऊच दिलं नसतंस.'* लांबलांब नखांच्या आपल्या पंजानं वसिष्ठांच्या चेहऱ्यापासून इंचभर अंतरावर वार करण्याचा प्रयत्न करत तो ओरडला. *'नुसता हात उचलला असता तर त्याचा गळा कापू शकलो असतो मी...'*

त्याच्या त्या कृतीनं किंचितही न डगमगता गुरू म्हणाले. 'पण मग तू तुझ्या खऱ्या लक्ष्यापर्यंत पोचलाच नसतास. तुझं खरं ध्येय पूर्ण झालं नसतं.'

काल–नेमीनं एक हुंकार दिला. त्या अपरिचित आवाजामध्ये तिटकारा असल्याचा भास दशरथाला झाला. पण कदाचित ती आंबट ढेकरही असू शकेल.

'मी कुणाला मारण्यासाठी इथं आलो होतो हे जर तुला माहीत असेल तर हेही जाणून घे, म्हाताऱ्या द्रष्ट्या, आज नाहीतर उद्या – पण मी माझं ईप्सित पूर्ण करीनच. आजपासून थोड्याच दिवसांमध्ये या दिखाऊ भपक्याच्या शहराची राखरांगोळी झालेली असेल. आपण इथे हे बोलतोय तेव्हाच आजवर कधीही एकत्रित झाली नव्हती एवढी प्रचंड अशी असुरांची सेना उत्तरेवर आक्रमणाची तयारी करते आहे. अयोध्येचा पराजय होईल. आणि त्यानंतर गर्विष्ठ आर्य राष्ट्रांमधल्या सर्वच शहरांचा पराजय होईल. तुम्ही ज्याला पृथ्वी म्हणता त्या मध्यविश्वावर आमचं – खालच्या विश्वाच्या स्वामीचं राज्य असेल. तुम्हा मर्त्य व्यक्तींना आम्ही चिलटांसारखं चिरडून टाकू. साऱ्या पृथ्वीवरून तुमच्यासारख्यांची संपूर्ण जमात नष्ट झाली की मग आम्ही स्वर्गलोकावर आक्रमण करण्यासाठी तयार होऊ. नरक, पृथ्वी आणि स्वर्ग या त्रिलोकांमधली कोणतीही शक्ती आम्हाला थांबवू शकणार नाही.'

वसिष्ठानं आपल्या सहकारी द्रष्टा ऋषी याकडे कठोरपणे पाहिलं.

'या सुंदर पोराबरोबर पुष्कळ गप्पा झाल्या, विश्वामित्रा. आपण 'मर्त्य' व्यक्ती अशा चोरून प्रवेश करणाऱ्या आणि आपल्या साऱ्या जमातीला ठार मारण्याची धमकी देणाऱ्या खुनी उर्मट राक्षसाशी कसे वागतो हे दाखवून देण्याची वेळ आलेली आहे, असं मला वाटतं.'

विश्वामित्रानं मान डोलावली आणि दोन्ही द्रष्टे ऋषी आपले हात उंचावून एक मंत्र जपू लागले. हा मंत्र दशरथानेही यापूर्वी कधीच ऐकला नव्हता. त्यांच्या बोटांच्या टोकांवरून निळ्या प्रकाशाच्या रेषा उमटू लागल्या आणि एकत्रित होऊन

ब्रह्मविद्येची एक मजबूत दोरी वळू लागल्या. त्यांनी हात खाली घेतले. तो राक्षस गूढ शक्तीच्या त्या दोरीमध्ये जखडला गेला. तो रागानं किंचाळत स्वत:ला त्या शक्तीमधून सोडवण्याची धडपड करू लागला.

'तुम्हाला हवं ते करा, मूर्खांनो, मी परत येईन. आणि तेव्हा तुम्हाला कळेल अत्यंत यातनादायक मरण म्हणजे काय ते - तुमच्या आधी लाखो मर्त्य व्यक्तींनी त्याचा अनुभव घेतलाय. उगाच नाही त्याचं नाव रावण आहे. रा-वण साऱ्या विश्वाला किंचाळायला लावणारा.'

'होय, पण आत्ता कुणी किंचाळणार असेल तर तो तू आहेस.' विश्वामित्र हलकेच म्हणाले.

दोन्ही ऋषींनी हात उंचावले. निळ्या प्रकाशाच्या त्या जाड दोरीमध्ये गुरफटलेल्या राक्षसाला त्यांनी जमिनीपासून दहाबारा यार्ड वर उचललं. जमलेल्या लोकांच्या तोंडून अविश्वासाचा एक आवाज उमटला तो दशरथाला ऐकू आला. सैनिकही काहीतरी पुटपुटत होते तेही त्याच्या कानावर पडलं.

निरभ्र आकाशामधून वीज कडाडल्याचा आवाज यावा तशा आवाजात दोन्ही ऋषी बोलू लागले, 'ब्रह्मा, विष्णू आणि महेश यांचं स्मरण करून आम्ही विनंती करतो की कधी न संपणाऱ्या यातना भोगण्यासाठी या दैत्याला सप्तपाताळामध्ये ढकलून देण्यात यावं.'

एक अखेरचा मंत्र आणि मग ज्वालामुखीचा उद्रेक व्हावा तसा एक स्फोट झाला आणि त्या निळ्या प्रकाशरेषेनं त्या राक्षसाला जमिनीमध्ये ढकललं. पाण्यात मारलेल्या बाणानं पाणी चिरत आत जावं तसा तो जमिनीमध्ये शिरला. जमिनीमध्ये एक भोक निर्माण झालं. आपण, आपल्या आजूबाजूचं सर्व काही, अगदी हवासुद्धा त्या भोकामध्ये खेचली जाते आहे असा दशरथाला भास झाला. अनंत अवकाशामध्ये काळोखाचा एक भोवरा निर्माण झाला. निळ्या प्रकाशाची रेषा डोळे दिपवून टाकणारा प्रखर प्रकाश बनली, इतकी प्रखर की सर्वांना आपले डोळे झाकून घ्यावे लागले. कानठळ्या बसवणारा गडगडाट ऐकू येऊ लागला. आणि अचानक तो राक्षस दिसेनासा झाला. ते भोकही अदृश्य झालं. आणि जग पुन्हा पूर्वस्थितीवर आलं.

हे सारं बघत असणाऱ्या जमावामधून आणि सैन्यामधूनही आनंदाचे चीत्कार उठले, टाळ्यांचा कडकडाट झाला. माहुतांच्या आनंदाला प्रतिसाद देत हत्तीही चीत्कारू लागले, सैनिकांनी तलवारी ढालींवर आपटत आनंद व्यक्त करायला सुरुवात केली.

आता आपण हालचाल करू शकतो आहोत हे दशरथाच्या लक्षात आलं. राक्षस नष्ट झाल्याक्षणी त्या सर्वांना बंधनात ठेवणारा मंत्र दूर झाला होता. त्याच्याभोवती कोंडाळं करून उभ्या असलेल्या सैनिकांना बाजूला करत तो ऋषींकडे धावला.

परस्परांशी हलक्या आवाजात बोलत ते दोघे उभे होते. राक्षसाशी युद्ध करताना त्यांचे चेहरे होते त्यापेक्षा ते आत्ता अधिक चिंताग्रस्त आणि थकलेले दिसत होते.

विश्वामित्राच्या धूळभरल्या पावलांना स्पर्श करण्यासाठी खाली वाकत दशरथ उद्गारला, 'महादेव, प्रथमच तुम्हाला ओळखलं नाही आणि तुमच्याशी उर्मटपणे वागलो याबद्दल मला क्षमा करा. तुम्ही माझे प्राण वाचवले आहेत आणि साऱ्या कोसलदेशावर फार मोठे उपकार केले आहेत. तुमचं ऋण मी कधीही फेडू शकणार नाही. पण माझी कृतज्ञता व्यक्त करण्याचा कोणताही मार्ग असेल तर मला फक्त तो सांगा.'

दशरथाच्या मस्तकाला स्पर्श करत विश्वामित्रानं त्याला आशीर्वाद देत त्याला उठवलं.

'ती चूक घडणं अगदी साहजिक होतं. तिचा उल्लेख करण्याचीही आवश्यकता नाही. अयोध्या-नरेश, माझ्या ऋणासंबंधी म्हणशील तर कृतज्ञता व्यक्त करण्याची घाई करू नकोस. तुझी सर्वात मौल्यवान वस्तू मागणार आहे मी तुझ्याकडे.'

नमस्कारासाठी हात जोडत दशरथ हसला.

'महादेव, जे मागाल ते तुमचंच आहे. माझे महागुरू वसिष्ठ यांच्या उपस्थितीमध्ये मी हे वचन तुम्हाला देतो आहे. आर्य राष्ट्रांचा स्वाभिमान, सूर्यवंश आणि इक्ष्वाकु घराणं यांचा सन्मान, कोसल राज्य आणि त्याची राजधानी अयोध्या या सर्वांची शपथ घेऊन मी हे बोलतो आहे. आज आपण या साऱ्यांच्या अस्तित्वाचं रक्षण केलं आहे. आपली दक्षिणा सांगा. यत्किंचितही न विचार करता मी ती देईन.'

विश्वामित्रांनी गुरू वसिष्ठांकडे पाहिलं. ज्येष्ठ ऋषी थोडे चिंतित दिसत होते पण ते काही बोलले नाहीत. विश्वामित्रांनी पुन्हा दशरथाकडे पाहिलं.

'राजे, मी तुझ्या सर्वात थोरल्या आणि सर्वात प्रिय अशा पुत्राचं, रामाचं आयुष्य मागण्यासाठी आलो आहे. एका फार महत्त्वाच्या आणि तितक्याच धोकादायक अशा कामासाठी मला त्याला सोबत न्यायचं आहे. अयोध्येला वाचवू शकेल असं हे काम आहे. त्याचं आयुष्य माझ्या स्वाधीन कर आणि तुझ्या या त्यागाबद्दल तुला चिरंतन आशीर्वाद लाभतील.'

15

लक्ष्मणानं मरुताला थांबवलं. त्याच्या मागे बसलेला राम उतरून ज्या झाडाशी ऐरावताला बांधलं होतं तिथे धावत गेला.

'त्या सगळ्या पहाडींना पुढे घालून त्या घळीतून इथे याला सोडण्यासाठी येणं मला शक्य नव्हतं.' त्यानं लक्ष्मणाला स्पष्टीकरण देत म्हटलं. 'त्यांना सरळ पहिल्या दरवाजापर्यंत नेणंच सोयीचं होतं. तू वाटेत भेटला नसतास तर मी त्यांना दरवाजावरच्या पहारेकऱ्यांजवळ नेऊन सोडलं असतं आणि उलटा फिरून याच्याकडे आलो असतो.'

खालच्या नदीतीराकडे बघत लक्ष्मणानं मान डोलावली. 'त्या हरिणीला तू कुठे ठेवलंयस, म्हणालास? मला तर ती कुठे दिसत नाहीये.'

राम त्याच्या शेजारी येऊन नदीतीराचं निरीक्षण करत उभा राहिला. 'त्या तिथे. तिच्या रक्ताचे डाग दिसताहेत बघ अजून तिथे. म्हणजे अरण्यात परत जाण्याइतकी ठीक होती ती म्हणायची.'

'चांगलं झालं. आता शहरात जाऊ आणि होळी खेळू.'

आठ्या घालत रामानं विचारलं, 'आणि सरावाचं काय?'

सुस्कारा टाकत लक्ष्मण म्हणाला, 'सरावाचं काय? तू तर सर्वात श्रेष्ठ ठरलाच आहेस. शिवाय तू विसरला असशील तर आठवण करून देतो आज सणाचा दिवस आहे. सगळेजण मौजमस्ती करायचा विचार करताहेत. भांग आणि भाजलेल्या मांसावर ताव मारायचा विचार करताहेत. अरे, होळी आहे आज! आठ वर्षांनंतर अयोध्येमधली आपली पहिली होळी.'

हनुवटीवरचा कैरीचा रस पुसून काढत हसत राम उत्तरला, 'होय, खरंच की?' क्षणभर विचार करून तो म्हणाला, 'लक्षु, होळी खेळायला आपण आता मोठे झालोय असं वाटतं तुला?'

लक्ष्मण हसला. 'मोठे? अरे आपल्या पिताजींनी आपल्याला सांगितलेल्या त्यांच्या होळीच्या गोष्टी विसरलास की काय? ते, आपल्या माता आणि त्यांच्या इतर पत्नी – सगळ्या तीनशे पन्नास पत्नी – किंवा सगळं मंत्रिमंडळ कसं भांग पिऊन

शुद्ध हरपून बसायचं आणि एकमेकांबरोबर भांगडा नृत्य करायचं? हेच लोक हं, मंत्रिमंडळाच्या प्रत्येक बैठकीमध्ये एकमेकाच्या उरावर बसणार असतात ते, रामा होळी न खेळण्याइतके आपण कधीच मोठे होत नाही. अरे, एखादा दिवस का होईना पण वृद्धांनाही तरुणांसारखं वागता यावं म्हणून तर होळीचा सण असतो ना.'

'होय, हे बरोबर आहे.' राम विचार करत म्हणाला. 'म्हणजे आज आपण लहान मुलांसारखं वागलो तरी कुणाला काही वाटणार नाही, हो ना?'

'काय तुझ्या मनात तरी काय आहे?' लक्ष्मणानं हसतच विचारलं.

खांदे उडवत राम उत्तरला, 'विशेष काही नाही. आपण भरत आणि शत्रुघ्नाचे चेहरे माकडांसारखे जांभळे केले तर काय होईल असा विचार आला माझ्या मनात, एवढंच.'

टाळी वाजवत लक्ष्मण म्हणाला, 'हे कसं खऱ्या आर्यासारखं बोललास बघ. चल तसंच करू या.'

'चल तर.' थोडं वाकून धावण्याचा पवित्रा घेत राम ओरडला, 'चल, कासवा, घोड्यांजवळ कोण आधी पोचतो बघू.'

लक्ष्मणानं हसतच भावाबरोबर धावायला सुरुवात केली. आपल्या वयस्कर घोड्यांवर अचानक उड्या ठोकून त्यांना बिचकवत दोघांनीही एका सुरात गायला सुरुवात केली, 'होली है, रंगबिरंगी होली है...!'

राजमार्ग आपली वळणं संपवून थेट अर्धयोजन अंतरावरच्या पहिल्या दरवाजापर्यंत एखाद्या बाणासारखा अगदी सरळ जात असे. हे दोघे तेथवर पोचेपर्यंत त्यांना धुळीचा एक लोट उठताना दिसला.

'हे नक्की भरत आणि शत्रुघ्न असणार.' राम म्हणाला.

क्षणार्धातच तो धुळीचा ढग दूर झाला आणि दोन उत्कृष्ट कांबोजी घोडे जोडलेले, सोन्यानं मढवलेले दोन रथ दिसू लागले. रथ जवळ येऊन आपला वेग मंदावताच भरताचं पिळदार आणि शत्रुघ्नाचं थोडं कमी भरदार अशी शरीरं स्पष्ट दिसू लागली.

भरताचा आवाज धुळीनं भरलेल्या त्या राजमार्गावर घुमला, 'तिन्ही लोकांत होतात तरी कुठे तुम्ही?'

ऐरावत आणि मरुताच्या नाकांपासून जेमतेम यार्डभर अंतरावर दोन्ही भावांनी आपले रथ मोठ्या चापल्यानं थांबवले. अनेक युद्धं पाहिलेले ते दोन्ही घोडे थोडेसुद्धा दचकले नाहीत राम हसला. 'काय झालं, भाई? स्वतःचं तोंड रंगवून घ्यायला इतका उतावळा झालायस?'

उलट हसत भरत उत्तरला, 'कोण कुणाचं तोंड आधी रंगवतो ते पाहू या ना, पण आधी राजवाड्यात जायला हवं. बाबांचा आदेश आहे.'

राम आणि लक्ष्मणानं एकमेकांकडे पाहिलं. 'त्या पहाडींबरोबरची तुझी झटापट त्यांच्या कानावर गेली बहुतेक.' लक्ष्मण खालच्या आवाजात पुटपुटला.

'कोणते पहाडी?' रथ वळवताना घोड्यांना चुचकारत शत्रुघ्नानं विचारलं. 'पहाडी स्वारी करताहेत का आपल्यावर?'

'स्वारी? कोणी म्हणालं का स्वारीबद्दल काहीतरी?' आता रामाचा आवाज कठोर झाला. लक्ष्मणानं आश्चर्यानं त्याच्याकडे बघितलं.

या वेळी भरत आणि शत्रुघ्नानं एकमेकांकडे नजर टाकली.

'म्हणजे तुला काहीच माहिती नाहीये तर?' आपलाही रथ वळवत भरतानं विचारलं, 'साऱ्या शहराला धोक्याची सूचना देण्यात आलेली आहे. सैन्याला बाहेर बोलावण्यात आलं आहे.'

रामाचा चेहरा काळवंडला, त्याच्याकडे बघताना सूर्यावरून काळा ढग जावा तसं लक्ष्मणाला भासलं. 'सांग बरं मला काय घडलंय ते.'

शत्रुघ्न हसत म्हणाला, 'सुरुवातीला तर ही सगळी गंमतच वाटत होती. दोन दोन विश्वामित्र होते. पण एक शूद्र शिकारी होता. पण जेव्हा त्यानं सैनिकांच्या तुकड्याच्या तुकड्या इकडेतिकडे फेकायला सुरुवात केली तेव्हा पिताजींच्या लक्षात आलं की हा कुणी शूद्र शिकारी नाही. आणि मग...'

'गप्प रहा, शत्रु,' भरताचा आवाज शांत पण निश्चयी होता. त्यानं रामाच्या चेहऱ्यावरचे भाव पाहिले होते. 'आता सगळं नियंत्रणामध्ये आहे, भाई. द्रष्टे ऋषी विश्वामित्र काही तातडीच्या कामासाठी पिताजींना भेटायला आले. पण त्याच वेळी एक राक्षसही इथे पोचला आणि तेही विश्वामित्रांचं रूप धारण करून. खूपच गोंधळ उडाला. पण खरे विश्वामित्र आणि गुरू वसिष्ठ या दोघांनी मिळून त्या राक्षसाचं खरं स्वरूप उघड केलं. आणि ब्रह्मविद्येची माया वापरून त्याला घालवूनही दिलं. आणखी कुणी घुसखोर आहेत की काय या शंकेनं पिताजींनी आपल्याला सर्वांना राजवाड्यामध्ये परत बोलावलं आहे. आपण जायला हवं.'

रामाकडे बघत ते सगळे गप्प उभे होते. आपल्या भावाला इतक्या अचानक इतकं गंभीर होताना लक्ष्मणानं कधीच पाहिलं नव्हतं. भरत हे स्पष्टीकरण देत असताना राम कसल्यातरी विचारात गढलेला दिसत होता. जणू काही असं काहीतरी ऐकायची त्याची तयारीच असावी.

'काय झालं, भाई?' लक्ष्मणानं सौम्यपणे विचारलं.

रामानं त्याच्याकडे पाहिलं. सगळे आपल्याकडे टक लावून बघताहेत आणि आपण काहीतरी वेगळं वागतो आहोत हे त्याच्या लक्षात आलं असावं. 'नाही.' तो उत्तरला, 'काही नाही. मला नुसतं... भरत म्हणतो आहे ते बरोबर आहे.

लवकरात लवकर आपण राजवाड्यात परतलं पाहिजे. अशा वेळेस आपण सातव्या तटभिंतीच्या मागे असायला हवं.'

शत्रुघ्नानं कपाळाला आठ्या घालून भरताकडे प्रश्नार्थक मुद्रेनं पाहिलं हे लक्ष्मणानं पाहिलं. भरतानं मान हलवून त्याला गप्प केलं. खांदे उडवून शत्रुघ्न गप्प राहिला.

आपआपल्या घोड्यांवरून ते राजमार्गावरून जाऊ लागले. क्षणभराच्या ताणलेल्या शांततेनंतर रामानं जाणीवपूर्वक आपल्यावरील ताणाचं सावट झटकून टाकल्यासारखं वाटलं. त्यानं हसून आपल्या भावांकडे नजर टाकली. लक्ष्मणाला थोडं हायसं झालं. एक क्षणभर त्यालाही ताण वाटला होता. शहरामधून आलेली बातमी धक्कादायक तर होतीच. पण रामाची प्रतिक्रिया त्याहून अधिक धक्कादायक होती. आता तो पुन्हा आपल्या भावासारखा झाला आहे हे पाहून बरं वाटत होतं.

'अरे,' रामानं आनंदी स्वरात हाकारलं, 'पहिल्या दरवाजापर्यंत जाण्याची शर्यत लावू या का? जो कुणी आधी पोचेल त्याला दुसऱ्यांचे चेहरे रंगवण्याची संधी आधी मिळेल. ठीक आहे?'

'चालेल.' आनंदानं एका स्वरात तिघेही ओरडले आणि आपापल्या घोड्यांना उत्तेजन देत चित्रविचित्र आवाज करत राजमार्गावरून धूळ उडवत निघाले.

एकाच धनुष्यामधून एकाच वेळी चार बाण सुटावेत तसे ते चार भाऊ घरी अयोध्येकडे निघाले.

त्या आंबराईच्या अगदी वरच्या भागात, राजमार्गाच्या खूप वर त्या हरिणीनं डोकं खाली करून घोड्यांवरून जाणाऱ्या त्या चार मर्त्य भावांकडे बघितलं. बाणाचं टोक अजूनही तिच्या पायामध्ये घुसलेलं होतं पण आता रक्त वाहाणं थांबलं होतं. रामानं घाईनं बांधलेली घट्ट पट्टी चांगलीच परिणामकारक ठरली होती.

हालचाल केली तर कदाचित जखम पुन्हा उघडेल आणि वेदना होतील या भीतीनं हरिणीनं मान वळवून जखमेच्या भोवतीनं चाटून घेतलं. आजच्या दिवसामध्ये काय घडलं हे तिला अजून पुरतं समजलंच नव्हतं. तिला इथे अयोध्येमध्ये एका कामासाठी पाठवण्यात आलं होतं. काम सोपंच होतं. तिचा काका काल-नेमी याच्याबरोबर उत्तरेच्या लांबलचक प्रवासाला जाणं, त्या महान मर्त्य शहरामध्ये शिरकाव करून घेण्यास त्याला मदत करणं आणि मग तो त्याला दिलेलं काम पुरं करण्याची वाट बघणं एवढंच काम तिला देण्यात आलेलं होतं. त्याला देण्यात आलेलं काम होतं, रामचंद्र नावाच्या एका मर्त्य मानवाला ठार करणं - तो महाराज दशरथाचा थोरला पुत्र होता. म्हणून काल-नेमीने द्रष्ट्या ऋषी विश्वामित्राचं रूप धारण केलं होतं. ही उत्कृष्ट कल्पना तिचा भाऊ राजा रावण याचीच होती. ही कामं सोपवत असतानाच्या

चर्चेमध्ये त्यानं हे सुचवलं होतं. तिनं हरिणीचं रूप घेतलं होतं, या रूपानं आजवर कित्येक मानवप्राणी सहज फसत आले होते. आणि शहराबाहेरच्या झाडीमध्ये ती थांबली होती. काल-नेमी अयशस्वी झाला तर, हे शक्य नव्हतं म्हणा - पण अशक्यही नव्हतं - असुरांचा तो कट्टर शत्रू वसिष्ठ तिथे असताना हे शक्य होतं, तर मग तिनं ते काम पार पाडायचं होतं.

पण ती तिच्या काकाची वाट पहात असताना एक विलक्षण गोष्ट घडली होती. त्या मर्त्य युवकाला ती अचानक सापडली होती. तिला याचं मोठं आश्चर्य वाटलं होतं. त्यानं तिला पकडेपर्यंत तिच्या शक्तिमान राक्षसी संवेदनशक्तीलाही त्याच्या अस्तित्वाची जाणीव झाली नव्हती. तिच्या सबंध आयुष्यात ही अशी गोष्ट प्रथमच घडली होती. राक्षसांच्या कालगणनेनुसार ती तरुणच होती. रावण पाच हजार वर्षांचा होता तर ती केवळ पाचशे वर्षांची. पण सर्व राक्षसांप्रमाणे ती नैसर्गिकरीत्याच सर्व संकटांविषयी सावध असायची. आणि तरीही तिला काहीही जाणवलं नव्हतं. तो सुखद उत्तरेकडचा वारा, नदीच्या पाण्याचे तुषार, फुलांचा आणि कच्च्या कैऱ्यांचा सुगंध आणि दुसऱ्याच क्षणी ती त्या मर्त्य युवकाच्या मिठीत होती. प्रेमिकानं प्रेयसीला आपल्या उबदार मिठीत घ्यावं तशी. तिचा श्वास थांबला होता, काही क्षण ती काही बोलू किंवा हलू शकलीच नव्हती. ती, शूर्पणखा - लंकेमध्ये जिला सगळे तिचे राक्षस मित्र सैल जिभेची म्हणत ती - अवाक झाली होती.

ही विलक्षण घटना घडली आहे हे मान्य केल्यावर याचं एकच उत्तर तिला आत्ता या क्षणी सुचत होतं आणि ते म्हणजे त्याच्यापासून तिला काहीही धोका नव्हता. म्हणून त्याचा अतिशय सौम्य असा शरीरगंध आणि वलय इथल्या इतर सुगंधामध्ये मिसळून गेल्यासारखं तिच्या सावध संवेदनांना वाटलं असावं. मर्त्य मानवांविषयी ती आजवर जे काही शिकली होती आणि तिनं अनुभवलं होतं ते सर्व इथे खोटं ठरलं होतं हे खरं पण म्हणूनच हे उत्तर योग्य होतं. आणि जेव्हा त्यानं तिला स्पर्श केला - त्या स्पर्शामध्ये आपुलकी होती का? एक मर्त्य मानव, दोन पायांच्या दुष्ट, अत्याचारी मानवाला चार पायांच्या मुक्या प्राण्याबद्दल अशी आपुलकी वाटू शकते का?

पण आणखी गोंधळ होता. प्रश्नही होते. ते घाणेरडे, दारू प्यायलेले मानव, तिच्या अनुभवाप्रमाणेच वागणारे मर्त्य मानव - त्यांनी जेव्हा तिच्यावर हल्ला केला, तिनं काहीही चिथावणी दिली नसतानाही - तेव्हाही तो युवक काही वेगळंच वागला होता. त्यानं तिचा प्राण वाचवला होता. तिची जखम बांधली होती. आणि तिच्यावर हल्ला करणाऱ्यांना रोखण्यासाठी स्वत:चे प्राण संकटात टाकले होते. एक सकाळ एवढ्या काळात हे सगळं फारच झालं होतं.

आता तिनं तिच्या बऱ्या होणाऱ्या जखमेला पुन्हा एकदा शेवटचं चाटून घेतलं आणि रूप पालटायला तयार झाली. किती वेदना झाल्या तरी तिला स्वत:च्या मूळ

रूपामध्ये जाणं आवश्यक होतं. बाणाची जखम चिघळण्याआधी तो काढायला हवा होता आणि त्यासाठी तिला हात हवे होते. खुरांचा उपयोग नव्हता.

तिनं तिच्या आत घुमणाऱ्या संवेदनांचा उपयोग करत मन एकाग्र केलं. रूप पालटताना होणार असलेल्या यातनांना तोंड देण्यासाठी तिनं तयारी केली. तरीही जेव्हा त्या यातना तिच्यावर आल्या तेव्हा त्या फारच वेदनादायी होत्या. तिच्या हरिणीरूपामध्ये तिच्या पायामध्ये रूतलेला बाण जिथे होता तिथेच राहिला. तिचं जिवंत मांस त्याच्याभोवतालून बदलत आपल्या मूळ रूपात जात राहिलं. मूळ जखमेनं झालेल्या रक्तस्रावापेक्षा कितीतरी अधिक रक्तस्राव होऊ लागला.

अखेरीस तिला ते सहन करवेनासं झालं. ती मोठ्यानं किंचाळली. हरिणीची किंकाळी नाही आणि यक्षाचीही नाही अशी ती किंकाळी होती. एका जिवंत प्राण्यानं कमालीच्या यातनांनी फोडलेली ती किंकाळी होती. *'मरा तुम्ही सारे, मरा सारे मर्त्य मानव नरकात जा.'*

रूप पालटलं गेलं. अरण्याच्या प्रारंभाशी ती नग्नावस्थेत उभी होती. तिच्या केसाळ अर्धमानवी चेहऱ्यावरून अश्रू वाहात होते. बाणाकडे हळुवारपणे हात नेताना तिचे लांब वाकडे कान फडफडत होते. जखमेभोवतीच्या फाटलेल्या त्वचेभोवती तिचे वाकडे पंजे काळजीपूर्वक फिरत होते. चांगली गोष्ट अशी होती की बाण. हाडापर्यंत पोचला नव्हता, मांसातच रुतला होता. हलक्या हातानं तो उपसून काढला तर जखम आपोआपच बरी होणार होती. यक्ष असण्याचा हा एक फायदा होता. एकदोन दिवसात ती ही जखम बरी करून टाकेल आणि आठवड्याभरात तिची खूणही राहाणार नाही. पण आत्ता या क्षणी यानं तिला काही फारसं बरं वाटत नव्हतं.

तिच्या दंडातून घुसलेलं बाणाचं टोक बाहेर आलं ते मांस फाडतंच. ती पुन्हा किंचाळली. या वेळी ही किंकाळी एखाद्या जखमी प्राण्याच्या किंकाळीसारखी कमी आणि एकाद्या राक्षसीच्या किकाळीसारखी जास्त होती. नदीतीरावरच्या पशुपक्ष्यांना हा फरक जाणवला आणि ते एकदम शांत झाले.

ती किंकाळी सूर्यप्रकाशानं भरलेल्या त्या दरीमध्ये घुमत घुमत गेली. तिथून नदीशेजारून जाणाऱ्या राजमार्गावर. तिचा आवाज रामापर्यंत पोचला तेव्हा तो चांगला एका रथाच्या लांबीएवढा आपल्या भावांच्या पुढे होता. तोपर्यंत ती किंकाळी विरतविरत जाऊन नाहीशी व्हायला आली होती. तरीही त्यानं मस्तक किंचित उंचावलं. दुसऱ्या कुणा जिवंत प्राण्याच्या वेदना जाणवून त्याच्या चेहऱ्यावरचा विजयाचा आनंद मावळल्यासारखा झाला.

क्षणभरानंतर समोरचं दृश्य बघताच तो पुसट प्रतिध्वनी त्याच्या मनातून पुसलाच गेला. हात उंचावत त्यानं अचानक ठरलेल्या त्या स्पर्धेला थांबवलं.

16

सभागृहाच्या दाराशी महाराज दशरथ थबकले. सकाळच्या घटनांची बातमी शहरामध्ये वाऱ्यासारखी पसरली असणार हे त्यांना माहीत होतं. राजवाड्याच्या दाराशी नागरिकांचा मोठा जमाव गोळा होत असल्याची बातमी पहारेकऱ्यांच्या अधिकाऱ्याने नुकतीच दिली होती. पण त्याने आणि गुरू वसिष्ठांनी विश्वामित्राला राजवाड्याच्या स्वागतकक्षामध्ये आणल्याला अजून अर्धा तासही उलटला नव्हता. इतक्या लवकर इतके सारे लोक गोळा तरी कसे झाले? सभागृहामध्ये दोनशे राजप्रतिनिधींची बसण्याची आणि सुमारे हजार प्रेक्षकांची उभं राहून बघण्याची सोय होती. एका दृष्टीक्षेपातच त्याला कळून आलं की दोन्ही प्रकारच्या सोयी आत्ताच पूर्ण भरून गेल्या आहेत. गर्दीच्या दबावामुळेच त्याला सभागृहाच्या दाराशी क्षणभर थांबून समोरच्या दृश्याचा आढावा घ्यावा लागला होता.

शेकडो तावातावाने चाललेल्या संभाषणांनी सभागृह भरून गेलं होतं. वेगवेगळ्या स्वरातले 'राक्षस' आणि 'विश्वामित्र' हे शब्द दशरथाला ऐकू आले.त्या स्वरांमध्ये कमी अधिक प्रमाणात आश्चर्य होतं आणि दबदबाही होता. ती जुनी आर्य म्हण काय आहे बरं? 'कालची अफवा, आजची आख्यायिका.' अगदी बरोबर.

राजसभेमधला तरुण उंच पट्टीतील आवाज असणारा दवंडीवालासुद्धा त्याच्या राजाचं आगमन झालेलं न कळण्याएवढा गोंधळलेला होता. दशरथाला तर त्याचा तो नाटकी आवाज अजिबात आवडत नसे. राजनिशाणावर रेलून तो पाण्याचं भांडं घेऊन उभ्या असलेल्या एका सुंदरशा दासीशी काहीतरी कुजबुजण्यात गर्क होता. त्याला सूर्यवंशाचं निशाण उंच धरण्यापेक्षा त्या दासीच्या चोळीमध्ये डोकावून पाहण्यातच अधिक रस होता असं दिसत होतं. पूर्वीच्या काळी या अशा चुकीला प्राणाचं मोलच द्यावं लागलं असतं त्या तरुणाला. पण दशरथानं फक्त घसा खाकरून सूचना देण्यावरच भागवलं. राजाला पाहाताच दासी दचकून ताबडतोब गर्दीमध्ये नाहीशी झाली. दवंडीवाला एकदम उठून ताठ उभा राहिला. निशाण तीन वेळा जमिनीवर आपटत त्यानं राजाच्या स्वागताची परंपरागत घोषणा केली खरी पण त्याचा चेहरा लाजेनं लालबुंद झाला होता.

'कोसल-नरद, अयोध्यानरेश सूर्यवंश रघुवंश अजपुत्र श्रीमंत महाराज दशरथ राज्यसभेमध्ये प्रवेश करत आहेत हो...'

प्राचीन परंपरेनुसार सर्व वंशावळ आणि राजाच्या पदव्या सांगून होईपर्यंत सभागृहामधला गलका जवळजवळ थांबला होता. राजसिंहासनापर्यंतच्या लाल गालिचा घातलेल्या सुमारे चाळीस यार्ड अंतरावर दशरथ चालत जाईपर्यंत तर सभागृहामध्ये अगदी शांतता पसरली होती. राजसिंहासनावर पोचण्यासाठीच्या चांदीनं मढवलेल्या आणि गुलाबपुष्पांचा सडा असलेल्या सात पायऱ्या चढून जाताना त्याला जणू ती गंभीर शांतता भेटीदाखल मिळाली. त्यानं एखाद्या दालनामध्ये प्रवेश केल्यावर तिथे बडबड करत राहाण्याची कुणाचीही प्राज्ञा नसे, एवढा मान त्याला अजूनही मिळत होता. शेवटच्या पायरीवर पोचता पोचता त्याचा उजवा गुडघा किंचितसा डळमळला. पण सिंहासनाच्या कोरीव काम केलेल्या हाताचा आधार घेणं त्यानं टाळलं. त्याच्या लांबलचक कारकीर्दीमध्ये आज प्रथमच सूर्यवंशाचं ते भव्य सोनेरी सिंहासन त्याच्या अशक्त, थकलेल्या शरीराच्या मानानं फार मोठं वाटत होतं. कोसलदेशाच्या आसनावर मदतीशिवाय पोचल्याबद्दल त्यानं मनोमन त्याच्या पूर्वजांचे आभार मानले आणि आजच्या विलक्षण घटनांचा कठीण दिवस पार पाडण्यापुरती शक्ती देण्याची. विनंतीही केली. मग तो त्याच्या सभेकडे वळला.

सुमंत्रानं नेहमीप्रमाणेच अशक्य गोष्ट करून दाखवली होती. दशरथ आणि गुरू वसिष्ठ आपल्या महान अतिथीच्या, विश्वामित्राच्या स्वागताचे सर्व सोपस्कार पूर्ण करत होते त्या थोड्याशा अवधीमध्ये त्यानं सर्व महत्त्वाच्या मंत्र्यांना गोळा केलं होतं. अयोध्येचे आठही महत्त्वाचे मंत्री सभेमध्ये पहिल्या रांगेमध्ये उपस्थित होते - दृष्टी, जयंत, मंत्रपाल, विजय, सिद्धार्थ, जाबाली, अर्थसाधक, अशोक आणि सुमंत्र नववा. आज त्या साऱ्यांना अगदी सामान्य कपड्यांमध्ये बघताना थोडं चमत्कारिक वाटत होतं. सर्वांनी साधे शुभ्र पांढरे धोतर आणि कुडते घातले होते. पण तेवढ्यात त्याला आठवलं, आज होळी आहे, अधिकृत सुटीचा दिवस आहे. त्यांना इथे राज्यसभेमध्ये उपस्थित राहाण्याचा निरोप देण्यात आला तेव्हा ते होळीच्या उत्सवामध्ये सहभागी होण्याची तयारी करत असणार हे उघड होतं. सुमंत्राचे भरधाव वेगानं धावणारे रथ जर काही क्षण उशीरा पोचले असते तर अयोध्येच्या आठ विभागांचं प्रतिनिधित्व करण्यासाठी निवडण्यात आलेले हे आठ जण इंद्रधनुष्याच्या रंगांनी न्हालेले दिसले असते यात काही संशय नाही. त्यांचे चेहरे आणि कपडे रंगांनी आणि वसंताच्या आगमनाची सूचना देणाऱ्या रंगीत पाण्यानं भरलेले असते हे नक्की. खरं तर आज ते फारच ताजेतवाने आणि उत्साही दिसत होते. निश्चितच साऱ्या गर्दीमध्ये उचंबळून वाहाणाऱ्या उत्सुकतेचा त्यांच्यावरही

परिणाम झालेला होता. फक्त ग्रेकॉसचा पगडा असलेला बुद्धिवादी जाबाली तेवढा गंभीर दिसत होता. पण नाही तरी जाबाली नेहमीच असा गंभीर दिसत असे.

दशरथाच्या मागोमाग गुरू वसिष्ठ आणि ब्रह्मर्षी विश्वामित्र हेही सिंहासनाच्या पीठावर आले होते. दोन्ही द्रष्टे ऋषी एकदमच सभेकडे वळले. गर्दीचा अर्ध्याहून अधिक भाग ब्राह्मणांचा होता. त्यांच्या तोंडून एकदम एक आश्चर्याचा उद्‌गार उमटला. त्यांच्या पूर्वजांनी जे दृश्य बघण्यासाठी जीवही दिला असता ते दृश्य ते आज प्रत्यक्ष पाहात होते. शहरातील सर्व प्रतिष्ठित ब्राह्मण व पुरोहित तेथे उपस्थित होते हे दशरथाच्या नजरेतून सुटलं नाही. सगळे शुभ्र धोतर या पारंपारिक वेषात होते. त्यांची जात दर्शवणारा काळा धागा त्यांच्या उघड्या छातीवर व पोटावर रुळत होता. चांगली मोठी पोटं होती त्यांची. दशरथाच्या लक्षात आलंच. त्यांच्या खाऊनपिऊन आनंदी चेहऱ्यांवर भक्तीचा एक आनंद पसरला होता. दैवी अनुग्रह असलेल्या विश्वामित्राचे पवित्र पाय धरून त्याच्यासमोर साष्टांग नमस्कार घालण्यासाठी ते उतावीळ झाले होते आणि मोठ्या कष्टानेच ते त्या भावनेला आवर घालत होते.

डोळ्यांच्या कोपऱ्यातून दशरथाला दिसलं, प्रधान मंत्री सुमंत्र आपल्याकडे तिरप्या नजरेने पाहत आहेत, हे एका बाजूला बसलेले राजसभेचे नोंदणीकार आपआपल्या लेखण्या सरसावून, समोरची भूर्जपत्रं नीट मांडून त्याच्याकडे टक लावून बघत त्यानं बोलायला सुरुवात करण्याची वाट बघत होते. सगळेच त्यानं बोलायला सुरुवात करण्याची वाट पाहत होते, त्याचे मंत्री, त्यांचे सेवक आणि कारकून, ब्राह्मण वाट बघत होते तसेच इतर राजसभेतील सदस्यही वाट बघत होते. राजाचे खास सैनिकही नेहमीपेक्षा पाचपट अधिक संख्येनं उपस्थित होते. त्यांची शिस्त त्यांना सरळ समोर नजर ठेवण्याला भाग पाडत असली तरी ते मान ज्या तऱ्हेने ताठ ठेवत होते त्यावरून त्यांच्या मनातली उत्सुकता लपत नव्हती.

दशरथ त्याला शक्य होतं तेवढा ताठ उभा राहिला. आत्तापर्यंत त्यानं प्रत्येक शिष्टाचार अत्यंत कटाक्षानं पाळत हे न टाळता येण्यासारखं काम शक्य तेवढं लांबवलं होतं. आता मात्र उशीर करता येणार नव्हता. आता वेळ झाली होती.

'अयोध्येच्या नागरिकांनो, सदैव आनंदात राहा.' पारंपरिक आशीर्वादानं त्यानं सुरुवात केली.

सुमंत्रानंही पारंपरिक प्रतिसाद देत म्हटलं, 'महाराजांचा विजय असो.'

सभेनंही या वाक्याला जोरदार प्रतिसाद देत म्हटलं, 'महाराज चिरायु होवोत.'

त्यानंतर सभेच्या दवंडीवाल्यानं नेहमीच्या नामवली विशेष जोर देऊन उच्चारत त्यांच्या अतिथीची ओळख करून दिली. 'ब्रह्मर्षी महादेव सप्रेम स्वामी तपस्वी महंत्य विश्वामित्र अतिथी सत्कार यांचे स्वागत असो.'

गुरू वसिष्ठांनी समग्र सभेला आणि विशेषत: राजाला त्यांच्या महान अतिथीची औपचारिक ओळख करून दिली. हे सगळं जमलेल्या नागरिकांसाठी व राजसभेच्या नोंदणीकारांसाठी आहे हे दशरथाला माहीत होतं. पण या सर्व राजसभेच्या परंपरा पाळण्यासाठी लागणाऱ्या वेळाचा त्याला आज जेवढा आनंद होत होता तेवढा याआधी कधीही झाला नव्हता. गुरू वसिष्ठ जसजसे एका एका मंत्र्याचं आणि पंडिताचं नाव घेत तसतसे विश्वामित्र प्रत्येकाकडे पाहून नमस्कार करत होता. जाबालीनंही आपला नेहमीचा आंबट चेहरा थोडा कमी आंबट करत द्रष्ट्या ऋषीला वंदन केलं.

त्या वेळाचा फायदा घेऊन दशरथ त्याला उपलब्ध असलेल्या सर्व पर्यायांचा पुन्हा विचार करण्यात गुंतला. पण या सर्व ओळखी करून देण्याचं काम आश्चर्यकारक रीतीनं लगेचच संपलं आणि तो पुन्हा एकदा चित्त एकाग्र करण्याआधी सुमंत्र त्याच्याशेजारी येऊन सभेचं काम सुरू करण्याची विनंती करत उभा राहिला.

आपल्या अतिथीला स्थानापन्न होण्याची विनंती करत दशरथ स्वत:ही सिंहासनावर बसला. त्या भव्य सोनेरी सिंहासनानं त्याच्या इतक्या वयाच्या आणि मौजमजेनं वाढलेल्या वजनाचा भार पेलला तेव्हा एक सुस्कारा सोडण्याचा मोह त्यानं मोठ्या कष्टानं आवरला.

‘शांतता. सभा सुरू होत आहे.’ दवंडीवाल्यानं घोषणा केली.

राजसभा आज कधी नव्हे इतकी शांत होती. रेशमी कपड्यांची सळसळ नाही की राजसभेमध्ये घालण्याच्या विशेष दागिन्यांची किणकिण नाही. साऱ्या सभेनं महाराजांना वाकून वंदन केलं आणि सभा स्थानापन्न झाली. सभेतील लोकांच्या पाच टक्के लोकांसाठी गाद्या ठेवण्यात आलेल्या होत्या. बाकीचे सर्व लोक आर्य पद्धतीनं जमिनीवर मांडी घालून बसले.

महागुरू वसिष्ठ उच्चभ्रू संस्कृत भाषेमध्ये बोलू लागले, ‘आज आपल्याकडे जे महान सुप्रसिद्ध अतिथी आले आहेत त्यांच्या आगमनानं आम्ही धन्य झालो आहोत. ही राजसभा आणि कोसलदेशाचा प्रत्येक नागरिक यांच्या वतीनं मी ब्रह्मर्षी विश्वामित्रांचं सन्मानपूर्वक स्वागत करतो. अयोध्येचा संपूर्ण अतिथी सत्कार त्यांना अर्पण करतो. महादेव आम्ही आपले नम्र सेवक आहोत. आपल्या विद्वत्तेचा आम्हाला लाभ द्यावा आणि आम्ही आपली काय सेवा करू शकतो ते आम्हाला सांगावे.’

विश्वामित्र उठून उभा राहिला. एक पाऊल पुढे टाकत त्याने थेट दशरथाकडे बघूनच बोलायला सुरुवात केली.

‘ब्रह्मा, विष्णु आणि महेश या तिघांचे आशीर्वाद तुला आणि तुझ्या पुत्रपौत्रांना

लाभोत, अयोध्या-नरेश. या सूर्यवंशीयांच्या राज्यामध्ये येऊन मला आनंद झाला आहे. परंतु, दुर्दैवानं माझं काम फारसं आनंदाचं नाहीये. पण आवश्यक मात्र आहे. वेळ फार महत्त्वाचा असल्यानं मी सरळ मुद्याकडेच येतो. आर्य राष्ट्रांच्या इतिहासातील सर्वात मोठं संकट आपल्यासमोर उभं ठाकलं आहे ही बातमी तुम्हाला देण्याचं दुर्दैवी काम माझ्यावर आज आलं आहे.'

17

रामाचा हात वर जाताक्षणी राजपुत्रांनी आपला वेग कमी करायला सुरुवात केली होती. थोडासाच मागे असलेला भरताचा रथ ऐरावताच्या शेजारी आला आणि रामानं असं का थांबवलं म्हणून भरत तक्रार करू लागला. पण पुढे काय आहे ते दिसल्याबरोबर तो बोलायचा थांबला. चारही राजपुत्रांनी आपले रथ आणि घोडे थांबवले.

'पहिला दरवाजा बंद आहे.' लक्ष्मण अतिशय आश्चर्यानं उद्गारला. 'हे असं एखाद्या सणाच्या दिवशी कधीच घडलेलं नाही... गेल्या असुरयुद्धापासून.'

दरवाजा खरोखरच बंद होता. म्हणजे वर उचललेला होता. पन्नास यार्ड उंचीच्या त्या तटभिंतीमध्ये दरवाजासाठी तयार केलेली एकमेव जागा बरोबर बंद करून घेण्यासाठी तो प्रचंड झुलता पूल उपयोगात आणला जाई. ही तटभिंत म्हणजे शहराच्या बचावाचा पहिला टप्पा होता. झुलता पूल उचलला की त्या खालचा वीस यार्ड रुंदीचा खंदक उघडा होत असे. या खंदकामध्ये मगरी, सुसरी आणि इतरही कोणते भयानक जलचर राहात असत ते देव जाणे. खंदकाच्या सरळ भिंती दहा यार्डांपर्यंत थेट खाली जात, त्यामुळे त्या भयानक प्राण्यांना चढून वर येता येत नसे. त्यांना बसण्यासाठी, भांडण्यासाठी आणि पिल्लं घालण्यासाठी खंदकामध्येच लहान लहान बेटं तयार करण्यात आली होती. लक्ष्मणाला नेहमी वाटायचं, पावसाळ्यामध्ये जेव्हा सातआठ दिवस सतत मुसळधार पाऊस पडत असतो त्या वेळी या खंदकाकडे फारसं लक्ष दिलं गेलं नाही आणि खंदक पाण्यानं भरून वाहू लागला तर काय होईल? पण अयोध्येच्या इतिहासामध्ये असं कधीच घडलं नव्हतं. आपल्या नगरीची नीट काळजी घेण्याबद्दल अयोध्येचे नागरिक फार जागरूक होते.

खंदकामधले प्राणी जर आत्ता भिंत चढून वर येऊ शकले तर असते. त्यांना भरपूर खायला मिळालं असतं. राजमार्गावर असंख्य प्रवासी जमले होते, अस्वस्थपणे इकडेतिकडे फिरत होते, एकमेकांशी काही बोलत होते. मागून येणाऱ्या घोड्यांच्या टापांचा आणि रथांचा आवाज ऐकून ते काहीसे शांत होत मागे वळून बघत होते.

पण त्यांपैकी कुणालाही भीती वाटलेली दिसत नव्हती. हे सारे लोक शांततेच्या युगामध्ये जन्मलेले आहेत, लक्ष्मणाच्या मनात आलं. युद्धाचा भयानकपणा ते विसरायला लागले आहेत. गेल्या आक्रमणानंतर जेमतेम बावीस वर्षंच उलटली आहेत तरी – किंवा कदाचित त्यांना ते सगळं विसरायचंच असेल.

धूळ खाली बसली तसं प्रवाशांनी कोसल देशाच्या राजपुत्रांना ओळखलं. त्यांच्यापैकी काहीजण बोलीभाषेमध्ये काही विचारण्यासाठी पुढे येऊ लागले.

'राजकुमारांनो, आपणच काहीतरी करा ना. आम्हाला आत जाऊ देत नाहीयेत.'

भावांनी एकमेकांकडे पाहिलं.

रथातून खाली उतरण्याची तयारी करत भरत म्हणाला, 'चल, आपणच दरवाजावरल्या पहारेकऱ्यांशी बोलू या.'

रामानं त्याला थांबवलं. 'तू आणि शत्रु इथेच थांबा. मी आणि लक्ष्मण जाऊन बोलतो त्यांच्याशी.'

'तुम्ही म्हणाल तसं, बडे भैय्या.' मला वाईट वाटलं नाहीये हे दाखवण्यासाठी हसत शत्रुघ्न म्हणाला. हे 'बडे भैय्या' म्हणणं हा एक जुना विनोद होता. राम आणि त्याचे भाऊ यांच्यामध्ये काही आठवड्यांचंच अंतर होतं. त्याला उद्देशून नेहमीच हा विनोद केला जात असे. त्या काही आठवड्यांच्या मोठेपणापेक्षाही त्याचा परिपक्वपणा अधिक महत्त्वाचा आहे हे त्यांना माहीत होतं हे खरं. पण ते भाऊ एवढे समजूतदार नसते तरी आर्य कायद्यानं या विषयामध्ये संशयाला जागाच ठेवली नव्हती. पहिलं अपत्य हे पहिलं अपत्य. आणि पहिलं अपत्यच नेहमी नेतृत्व करणार. भरत रामापेक्षा दोन आठवड्यांनी लहान होता. अनेक वर्षांपूर्वी त्याला या सत्याबद्दल वाटणारं बालिश वैषम्य त्यानं केव्हाच पुसून टाकलं होतं आणि रामाचं ज्येष्ठत्व स्वीकारलं होतं.

राम आणि लक्ष्मण आपल्या घोड्यांवरून खाली उतरले आणि त्यांनी लगाम आपल्या भावांकडे फेकले. त्यांनीही ते नीटपणे झेलले अणि आपल्या रथांना घोडे बांधून टाकले. त्यानंतर सगळे वळले आणि गर्दीतून मार्ग काढू लागले. हे काम वाटतं तेवढं सोपं नव्हतं. शहरामध्ये प्रवेश द्यावा ही विनवणी करणाऱ्या रयतेबरोबरच राजमार्गावर प्रचंड प्रमाणात सामान पसरलेलं होतं. त्यानं राजमार्ग जवळजवळ बंदच झाला होता.

'हे लोक होळीचा सण साजरा करून परत जाणार नाहीयेत असं दिसतंय. आणखी काही दिवस तरी आपल्या या छानशा नगरीत राहाण्याचा विचार दिसतोय त्यांचा.' मार्गावरच्या बैलगाड्या, घोडागाड्या, घोडेस्वार आणि पायी चालणारी आणि मार्गाशेजारी खाली जमिनीवर बसलेली माणसं यांच्या गर्दीतून वाट काढताना लक्ष्मण म्हणाला.

'होळीचा उत्सव सात दिवस चालतो. आणि सगळ्या मेजवान्या आणि मस्तीमधून बाहेर पडायला लोकांना त्याच्या दुप्पट दिवस लागतात.' हे बोलत असतानाही रामाचा आवाज मात्र काहीतरी दुसरा विचार करत असल्यासारखा होता.

विक्रीचा परवाना दाखवत असलेल्या एका तामिळ माणसाला हातानं दाखवत लक्ष्मणानं रामाकडे एक दृष्टिक्षेप टाकला. तो माणूस लुंगी नेसलेला होता आणि नारळ फोडण्याचा विळा त्याच्या कमरबंदामध्ये खोचलेला होता. हे विरविरीत कापड त्या विळ्याच्या वजनाने खाली कसं घसरत नाही हे पुन्हा एकदा लक्ष्मणाच्या मनात येऊन गेलं.

'तू ठीक आहेस ना, भाई?' लक्ष्मणानं हलकेच विचारलं. 'भरत आणि शत्रुघ्नानं शहरात काय चाललय ते सांगितलं तेव्हा तुझा चेहरा एखादा राक्षस पाहिल्यासारखा झाला होता.'

लक्ष्मणाकडे नजर टाकत राम म्हणाला, 'काल रात्री मला एक स्वप्न पडलं. असं काहीतरी घडणार आहे असं जाणवतच होतं मला.' त्याची नजर दूर कुठेतरी लागली होती, त्यात हरवल्यासारखा भाव होता. नेहमी सारखी तीक्ष्ण नव्हती.

'असं काहीतरी? एखादा राक्षस अयोध्येवर आक्रमण करेल असं? हा तर योगायोगच झाला की. कधी पडलं हे स्वप्न तुला? तू हे गुरुजींना सांगितलंस तर ते कदाचित याचा नीट अर्थ उलगडून सांगू शकतील. द्रष्टे ऋषी दूरचं भविष्यातलं पाहू शकतात ना. कदाचित तुझं स्वप्न हे एक भविष्यच असेल.'

'मी काही कुणी द्रष्टा नाहीये.' रामाचा स्वर कठोर होता, 'एक साधं मूर्खासारखं स्वप्न होतं ते – मला त्याबद्दल काही बोलायचं नाहीये.'

लक्ष्मणाला आश्चर्य वाटलं, 'तू एवढा का रागावला आहेस? मी फक्त सुचवत होतो, शिवाशपथ.'

बैल आणि गवा यांच्या संकरातून निर्माण झालेल्या, ईशान्य भागातून आलेल्या मिथुन नावाच्या प्राण्याचा पार्श्वभाग त्याच्या समोर आला होता. अचानक त्याच्यासमोर आलेल्या या दृश्यानं लक्ष्मण गोंधळून गेला. हा मिथुन खांद्यापाशी चांगला सात फूट उंच होता. त्याची केसाळ शेपटी एकदम उंचावली गेली. त्या अभद्र कृतीमधून काय निष्पन्न होणार हे कळून लक्ष्मण घाई घाईनं बाजूला सरकलेला पाहून रामाला हसू आलं. त्या घाईमध्ये एका हट्टी गाढवाला हलवण्याच्या प्रयत्नात असलेल्या दोन मुलांना वळसा घालून त्याला पुढे जावं लागलं तर समोर कमरेपर्यंत उघडा असलेला, अनेक सुऱ्या एकाच वेळी वर फेकून झेलण्याचा खेळ करणारा माणूस त्याला सामोरा आला. तो जीवघेणा खेळ टाळत तो बाजूला होणार तर त्याचा पाय एका लहानशा चुलीत पडता पडता राहिला. त्या चुलीवर काळ्या वर्णाचं मल्याळी जोडपं तांदुळाचे डोसे तयार करत होते. तो क्षमा

मागत मागे सरकत असताना त्या जोडप्यानं त्याच्याकडे रागानं पाहिलंच. एका संपूर्ण नग्न, लांब दाढीच्या फकिरावर आपटणं मात्र त्याला टाळता आलं नाही. आपल्या भक्तीमध्ये गुंग होऊन डोळे कपाळात नेऊन तो हातातल्या एकतारीवर भयंकर कर्कश आवाज काढत होता. त्याला नमस्कार करत लक्ष्मण तेथून सटकला.

हसतच रामानं राजमार्गाच्या बाजूनं जाणाऱ्या गवताळ वाटेकडे बोट केलं. तो भाग त्या मानानं कमी गर्दीचा होता. सुटकेचा श्वास टाकत लक्ष्मणानं मान डोलावली आणि थोडा वेळ राजमार्ग सोडून त्या गवताळ वाटेनं काही यार्ड चालून तो पुन्हा रामाला येऊन मिळाला आणि मान हलवत म्हणाला, 'या लोकांना शहरात येण्याची काही गरजच नाहीये. त्यांचा उत्सव इथेच सुरू झालाय.'

त्यानंतर मात्र ते आणखी काही साहस किंवा चर्चा न करता दरवाजाशी पोचले. इथे गर्दी राजमार्ग भरून त्याच्या दोन्ही बाजूच्या गवताळ भागावरही पसरली होती. लक्ष्मणाला एक अगदी लुकडासा, बोकडदाढीचा माणूस गुराख्याच्या वाकड्या काठीवर आरामात बसलेला दिसला. त्याच्या भोवती एक डोंगरी केसाळ घोडा, उत्तरेकडच्या चेहरेपट्टीच्या अनेक स्त्रिया आणि त्याच्या आसपास खेळणारी असंख्य मुलं दिसली. हे गांधारिया लोक होते, अतिउत्तरेकडच्या आर्य राष्ट्राचे रहिवासी.

पहिल्या दरवाजाच्या समोर एक वयस्कर सेनापती आपल्या सशस्त्र तुकडीसह उभा होता. त्याचे सैनिक पहारेकऱ्यांच्या लाल आणि पांढऱ्या पारंपरिक वेषात होते पण तो स्वत: मात्र विशिष्ट अशा केशरी-काळ्या गणवेशात होता. त्या गणवेशाच्या खांद्यावर सोनेरी नक्षीने लिहिलेली (पु. व र.) अशी संस्कृत अक्षरं होती. लक्ष्मणानं त्याला ताबडतोब ओळखलं.

'सेनापती धीरज कुमार, गेल्या असुरयुद्धातल्या अनुभवी सैनिकांच्या तुकडीचे पुराना वफादार तुकडीचे अधिकारी.'

सेनापतींनी राजकुमारांना वंदन केलं त्याच्या चपळ हालचालींवरून त्याच्या वयाचा अंदाज करता येणं कठीण होतं.

'राजकुमारा, सैन्याच्या अनेक तुकड्या तुम्हा सर्वांना शोधत आहेत. मला तशी आज्ञा आहे.'

सेनापतीचा सर्वात धाकटा मुलगा या चार राजकुमारांबरोबरच गुरू वसिष्ठांच्या गुरुकुलामध्ये शिकत होता. त्या खऱ्याखुऱ्या परिचयाने रामानं त्याचं पूर्ण नाव घेत त्याला म्हटलं, 'सेनापती धीरज कुमार, या लोकांना शहरामध्ये प्रवेश का देण्यात आला नाहीये?'

केस पिकलेल्या त्या अनुभवी सैनिकानं नाराजीनं खांदे उडवत म्हटलं, 'मी काय सांगणार, राजकुमार? आजवर अयोध्येनं आपल्या भावंडांना कधीही मनाई केलेली नाही. पण आजचा दिवसच काही वेगळा आहे. आणि मला आदेश

मिळालेले आहेत. माझ्या स्वत:च्या देखरेखीखाली तुम्हा चौघांनाही सरळ तुमच्या वडिलांच्या राजवाड्यामध्ये घेऊन येण्याचा आदेश आहे.'

'पण या लोकांचं काय? त्यांना आत येण्याची परवानगी कधी मिळणार? ते काही राक्षस किंवा असुर नाहीयेत. महाराजांच्या होळीच्या उत्सवात सहभागी होण्यासाठी आलेले साधेसुधे नागरिक आहेत ते.'

राजमार्गावर जमलेली ती गर्दी हा सारा संवाद मोठ्या अपेक्षेनं ऐकते आहे हे लक्ष्मणाच्या लक्षात आलं. आता राजकुमार आपल्याला शहरामध्ये जाण्याची परवानगी मिळवून देतील या अपेक्षेनं गर्दीमधल्या काहींनी आपापलं सामान उचलून तर काहींनी आपापल्या वाहनामध्ये चढून निघण्याची तयारीही सुरू केली.

ओठ आवळत सेनापती उत्तरला, 'राजकुमार राम, तुम्ही म्हणता ते बरोबर आहे. परंतु याआधी आत घुसलेला जो प्राणी होता त्यानं ब्रह्मर्षी विश्वामित्राचं हुबेहूब रूप धारण केलेलं होतं. त्याच्या या फसवेगिरीनं जवळजवळ सगळेच फसले - दरवाजावरचे पहारेकरी, महाराजांचे खाजगी सैनिक आणि स्वत: महाराजही.'

रस्त्यावर मागेपर्यंत सुमारे पाव मैलापर्यंत पसरलेली गर्दी आणि सूर्य जसजसा चढत होता तसतशी त्यात पडत असलेली आणखी लोकांची भर यांच्याकडे हात दाखवत तो म्हणाला, 'यांच्यापैकी कुणी तसाच एखादा वेष पालटून आलेला असुर नाहीये किंवा हे सगळेच असुर नाहीयेत हे कसं ओळखायचं?'

'मग आम्हीही असेच वेष पालटून आलेले असुर नसू कशावरून? माझे भाऊ आणि मी?' ओठ किंचित वाकडा करत रामानं विचारलं.

धीरज कुमारचा आश्चर्यानं आ वासला पण लगेचच त्यानं पुन्हा स्वत:वर ताबा मिळवला आणि कसनुसं हसत म्हटलं, 'खरं बोललात, राजकुमार. पण मला माझे आदेश पाळायलाच हवेत. कृपा असावी.'

रामानं एक उसासा सोडला. सेनापती त्याचं कर्तव्यच बजावत होता. त्याच्याशी आणखी चर्चा करण्यात काही अर्थ नव्हता. पण त्याच्या मनातला गोंधळ लक्ष्मणाला जाणवल्याशिवाय राहिला नाही.

राजपुत्रांचे रथ आणि घोडे पुढे नेण्यासाठी काही क्षणांतच सैनिकांनी राजमार्ग मोकळा केला. चारही राजपुत्र त्यांच्या सशस्त्र सोबतीसह पुढे जाताना सगळ्या सामान्य नागरिकांच्या नजरा त्यांच्यावर खिळलेल्या पाहून लक्ष्मणाला संकोच वाटत होता. खालच्या झुलत्या पुलावरून ते जात असताना तर गर्दीला थोपवण्यासाठी भाल्यांचा वापर करावा लागत होता ते बघून तर त्याला मेल्याहून मेल्यासारखं झालं. आणि तरीही त्या सामान्य नागरिकांपैकी एकानंही राजकुमारांच्या विरोधात एक शब्दही उच्चारला नाही हेही त्याच्या लक्षात आलं. उलट ते राजकुमारांचा

जयजयकार करत होते, त्यांना दीर्घायुष्याचे, संतती, संपन्नतेचे आणि सरसकट आर्यांच्या रीतीनुसार आशीर्वादही देत होते.

हा त्या हलकट राक्षसाचा परिणाम आहे. सातही दरवाजे ओलांडून पुढे जाताना तो स्वत:ची समजूत घालत होता. सगळीकडे त्याला तशीच गर्दी दिसत होती. सर्वात मोठी धोक्याची घंटा वाजू लागली तेव्हा जे लोक पुढेपर्यंत आले होते ते असे दरवाजांच्या मधल्या प्रांगणांमध्ये अडकले होते. हा आमचा किंवा पिताजींचा दोष नाही – हा त्या दुष्ट राक्षसाचा दोष आहे. नरकात जावो तो.

18

आपल्या घोषणेनं निर्माण झालेली कुजबूज शांत करण्यासाठी हात उंचावत द्रष्टा ऋषी विश्वामित्र त्याच संथ सुरात पुढं म्हणाला. 'कृपा करून माझं संपूर्ण बोलणं ऐकून घ्या. तुमच्यापैकी काहीजणांना या गोष्टीची कल्पना आलेली असेल...' या वेळी त्यांची नजर गुरू वसिष्ठांकडे वळली... 'गेले काही दिवस मी एका निश्चित ध्येयानं एक तप करत होतो. एक लहानशी तपस्या...'

त्यांचा शब्द उचलत गुरू वसिष्ठांनी बोलायला सुरुवात केली. 'ब्रह्मर्षी विश्वामित्र,' ते म्हणाले, 'या महान देशाच्या अतिपूर्वेकडील भागापासून ते थेट पश्चिमेकडील भागापर्यंतच्या प्रत्येक गुरुकुलात आणि आश्रमात आयुष्यभरच्या समर्पित भावनेनं तुम्ही केलेला आध्यात्मिक शोध उदाहरण विद्यार्थ्यांसमोर ठेवला जातो. अशा कष्टप्रद तपस्येने-' ज्या लोकांना उच्च संस्कृत समजत नव्हतं त्यांच्यासाठी दुसरा सोपा शब्द वापरत त्यांनी आपलं बोलणं चालू ठेवलं- 'अभ्यासाने, देवांनी आपल्याला ब्रह्मनवर प्रभुत्व मिळवून दिले आहे. तेव्हा आता कृपा करून आपल्याला आपल्या पवित्र तपस्येचा भंग करावा लागावा अशी कोणती गोष्ट घडली आहे ते आपण आम्हाला सांगावे.'

विश्वामित्रानेही तेवढ्याच शुद्ध उच्च संस्कृतमध्ये उत्तर दिलं. दशरथानेही एवढं उच्च प्रतीचं संस्कृत यापूर्वी ऐकलं नव्हतं. 'आपल्या सौजन्यपूर्ण शब्दांबद्दल मन:पूर्वक धन्यवाद, गुरू वसिष्ठ. आपल्या तोंडून आलेले हे शब्द म्हणजे खरोखरच मोठी स्तुतीच आहे. कारण द्रष्टा ऋषी म्हणून आपले कर्तृत्व माझ्या सामान्य कर्तृत्वापेक्षा कितीतरी महान आहे. आपल्यामुळेच मी राज्यकर्त्या क्षत्रियापासून अध्यात्माचा अभ्यास करणारा एक ऋषी होऊ शकलो. नंतर महर्षी आणि मग ब्रह्मर्षी झालो. आणि तरीही माझे संपूर्ण आयुष्य हे जेमतेम तीन हजार वर्षांचेच आहे. तर आपले महान आयुष्य पूर्ण सात हजार वर्षांइतके आहे. या कोसलदेशाच्या नागरिकांना आपल्या ज्ञानाची पूर्ण जाणीव असेल याची मला खात्री आहे. आणि सूर्यवंशाच्या राजांना आध्यात्मिक व नैतिक बाबींमध्ये मार्गदर्शन करण्यासाठी, त्यांना आपल्या ज्ञानाचा फायदा करून देण्यासाठी आपण जो फार मोठा त्याग

केलात त्याचीही कल्पना असेल असे मला वाटते.' क्षणभर थांबून समोर जमलेल्या आणि कान देऊन त्यांचे बोलणे ऐकत असलेल्या आर्य समुदायाकडे बघत तो पुढे म्हणाला, 'त्यांनी जर अध्यात्माचा मार्ग स्वीकारला असता तर तुमचे गुरू वसिष्ठ आज देवपदाला पोचले असते हे निश्चित.'

'ब्रह्मर्षी विश्वामित्र माझ्या साध्यासुध्या कार्यावर स्तुतीचा वर्षाव करत आहेत,' गुरूंचा स्वर दाटला होता, *म्हणजे त्यांनाही संकोच वाटू शकतो तर.* दशरथाला गंमत वाटली. 'परंतु माझ्याविषयी बोलणे पुरे झाले. मित्रवर्य, आपल्या भीतीदायक घोषणेविषयी ऐकायला आम्ही सारे उत्सुक आहोत. आमच्यासमोर संकट तरी कोणतं उभं आहे?'

मान डोलवत विश्वामित्र म्हणाला, 'ते समजून घेण्यासाठी माझ्या तपस्येमागचं कारण समजून घेणं पुरेसं आहे.' मग पुन्हा श्रोत्यांकडे वळत तो म्हणाला, 'माझी ही तपस्या लंकेच्या राक्षस राजाचं राज्य संपावं आणि तो व त्याचे सेवक सर्वजण ते जिथून आले त्या पाताळामध्ये चिरंतन कालापर्यंत फेकले जावेत म्हणूनच होती.'

श्रोतृवर्गातून प्रशंसेचे उद्गार उमटू लागले.

'तुमच्या प्रतिक्रियेवरून मला असं स्पष्ट दिसतं आहे, कोसलदेशाच्या सुज्ञ नागरिकांनो, की मी कुणाविषयी बोलतो आहे ते तुम्हाला माहीत आहे.'

गुरू वसिष्ठ तात्काळ उत्तरले, 'मित्रा, दुर्दैवानं त्या राक्षसाच्या काळ्या कृत्यांची वार्ता या आमच्या सुदैवी अयोध्येपर्यंत पोचलेली आहे. लंकेच्या राजाच्या अतिक्रमणाच्या काही बातम्या सांगोवांगी आमच्यापर्यंत पोचलेल्या आहेत.'

आता विश्वामित्राचा आवाज त्या गच्च भरलेल्या सभेमध्ये घुमला. 'या बातम्या तुमच्यापर्यंत सांगोवांगीच पोचल्या याबद्दल समाधान माना. त्याला त्याच्या मनाप्रमाणे वागता आलं तर तो दुष्ट प्राणी तुमच्या या नगरावर आक्रमण करेल आणि तुमच्या अभिमानी राष्ट्राचा नायनाट करेल.'

सभेमध्ये एकच गडबड उडाली. अनेक पंडितांनी आणि ब्राह्मणांनी द्रष्ट्या ऋषीवर प्रश्नांचा भडिमार करायला सुरुवात केली.

'लंकेचा राजा काय करू शकतो हे महाराज दशरथानं आज प्रत्यक्षच पाहिलेलं आहे. राजवाड्यामध्ये प्रवेश मिळवण्यासाठी काल-नेमी या राक्षसानं माझं रूप धारण करून सर्वांना फसवण्याचा प्रयत्न केला. एकदा आत शिरल्यानंतर आर्य इतिहासामध्ये कधी घडलं नसेल असं खुनांचं आणि सर्वनाशाचं सत्र त्यानं सुरू केलं असतं.' आपल्या शब्दांचं गांभीर्य सर्वांना नीट कळावं म्हणून तो क्षणभर थांबला आणि मग पुन्हा बोलू लागला, 'आर्य राष्ट्रांच्या सर्वात पवित्र अशा नगरीमध्ये

घुसणं एकाच राक्षसाला शक्य होत असेल तर राक्षसांचं सबंध सैन्य काय हाहा:कार उडवू शकेल याचा विचार करा.'

'आणि लंकेच्या राजाच्या आधिपत्याखाली लढणाऱ्या अनेक दुष्ट जातींपैकी राक्षस ही फक्त एक जात आहे.' गुरू वसिष्ठांनी विश्वामित्राचं बोलणं उचलून धरत म्हटलं. 'आपल्या काही शूर सैनिकांना आठवत असेल, गेल्या असुर युद्धामध्ये त्या भयानक जमातींशी लढताना आलेले अनुभव किती भयंकर होते.' सिंहासनाकडे वळून आदरपूर्वक मान लववत ते म्हणाले, 'त्या भयानक युद्धांमध्ये आपले महान महाराजही आर्य राष्ट्रांच्या एकत्रित सैन्याच्या आघाडीला राहून लढले आहेत. त्यांच्या महापराक्रमामुळे आणि शौर्यामुळेच ते आक्रमण परतवणं आणि मर्त्य सैनिकांच्या साह्यानं त्या जमातींना पिटाळून लावणं शक्य झालं.'

'थांबा.' शक्य तेवढ्या सौजन्यानं आणि शांतपणानं दशरथ बोलू लागला, 'माझं जे कर्तव्यच होतं ते नीट पार पाडल्याबद्दल गुरुजी माझी फार स्तुती करत आहेत.' मोठ्या कृतज्ञ भावनेनं त्यानं त्यांना नमस्कार केला. आणि तो पुढे म्हणाला, 'परंतु त्या भयानक काळानंतर आपले गुप्तहेर सातत्यानं लंकेवर बारीक नजर ठेवून आहेत.' त्यानं सुमंत्राकडे हात केला. सुमंत्रानं होकारार्थी मान डोलावली. 'माझ्या माहितीप्रमाणे रावण जरी लंकेवर आणि पाताळाच्या द्वारावर सत्ता गाजवत असला तरी त्यानं मर्त्य साम्राज्यावर पुन्हा हल्ला करण्याचं धाडस केलेलं नाही.'

दोन झटापटींच्या मधल्या काळामध्ये एखादा योद्धा जसं आपलं शस्त्र सैलसर मुठीत धरेल त्याप्रमाणे विश्वामित्राने आपला दंड अगदी सहजपणे धरला होता. 'राजे, आपलं म्हणणं बरोबर आहे. तुम्ही असुरांना समुद्रापलीकडच्या त्यांच्या नरकासमान द्वीपावर हाकलून दिलंत त्यानंतर त्यांनी मर्त्य साम्राज्यावर आक्रमण करण्याचं धाडस केलेलं नाही.'

आपल्या बोलण्याशी सहमत असल्याचं सांगतानाही विश्वामित्र आपल्याशी सहमत नाहीत असं आपल्याला का वाटावं असं कोडं दशरथाला पडलं. 'होय, मी आत्ता तेच म्हटलं. रावण आणि त्याचं सैन्य लंकेमध्ये घालवण्यात आलं आहे. समुद्र ओलांडून या पृथ्वीवर पुन्हा पाऊल ठेवण्याचं धारिष्ट त्यांना झालेलं नाही.' युद्धाच्या या गोष्टींशी फारसा संबंध येत नसलेल्या नागरिकांना उगाच चिंता वाटू नये म्हणून सहज बोलल्यासारखा तो पुढे म्हणाला, 'अर्थात मधूनच एखादा राक्षस, नाग किंवा उरग-एखादं पिशाच किंवा असुर जमातीमधले असेच काही प्राणी दक्षिणवनाखालच्या खडतर द्वीपकल्पीय प्रदेशात घुसतात कधी कधी, नाही असं नाही पण – आणि अर्थातच यक्ष जमात ही रावणाच्या प्रभावाच्या बाहेरच राहिलेली आहे नेहमीच – आणि किष्किंधाखंडातल्या अरण्यामध्ये आणि तिथल्या बाहेरच्या प्रदेशामध्ये राहाणाऱ्या जमातीही स्वतंत्र आहेत.'

‘या विषयातलं तुझं ज्ञान कौतुकास्पदच आहे, महान सूर्यवंशपुत्रा. परंतु तुझ्या सर्व सावधगिरीला टाळून दुष्ट असुरांनी पाताळ प्रदेशामध्ये पाय रोवले आहेत. आणि तेही बऱ्याच मोठ्या प्रदेशात.’

कपाळाला आठ्या घालत आपल्या जाड भिवया एकत्र आणत दशरथ पुढे वाकून म्हणाला, ‘आपल्या ज्ञानाबद्दल मी शंका व्यक्त करत नाहीये, महादेव पण आपण म्हणता ते सर्वथा अशक्य आहे. मी म्हटल्याप्रमाणे, आपले गुप्तहेर आपल्या साम्राज्याच्या सीमेबाहेरच्या भूभागावर सतत लक्ष ठेवून आहेत.’

एक नाटकी उसासा टाकत विश्वामित्र म्हणाला, ‘आणि मीही पुन्हा एकदा सांगतो आहे, असुर जमातीनं अपरिचित द्वीपकल्पामध्ये पुष्कळच प्रभाव निर्माण केलेला आहे. कसा? असं तू विचारतो आहेस. एखादा नवा धर्म किंवा पंथ जसा वेगानं एखाद्या देशामध्ये फैलावतो तसंच, राजे. देवस्तुती करणाऱ्या अतिशुद्ध वैदिक हिंदू धर्मासारखा धर्म नव्हे तर एखादी घाणेरड्या रोगाची साथ एखाद्या प्रदेशामध्ये वेगानं फैलावत जाते तसा. किंवा बांगलार प्रदेशाच्या दलदलीच्या प्रदेशावर धुकं जसं पसरत जातं तसा.’

धुकं? घाणेरड्या रोगाची साथ? नवा धर्म? हा द्रष्टा ऋषी म्हणतोय तरी काय? दशरथ काहीतरी बोलणार तोच विश्वामित्रानं हात उंचावला.

‘मी स्पष्ट करतो, राजे. एवढी सगळी वर्षं आर्य राष्ट्रं शांतता आणि संपन्नता उपभोगत होती. पण त्या काळामध्ये काहीच काम नसल्याने तुमचं सैन्यही काहीसं आळसावलं, सौम्य झालं. संस्कृती, कला यांच्या अभ्यासामध्ये गुंतल्यामुळे तुमचं युद्धाच्या रक्तरंजित कौशल्यांकडे आणि गडबडीकडे दुर्लक्ष झालं. तुमचे शत्रू मात्र आपली सर्व शक्ती एकवटत होते. आज, सर्व आर्य राष्ट्रांची सैन्य एकत्रित केली तरी त्या सैन्याच्या वीसपट अधिक होईल एवढं लंकेच्या राजाचं रावणाचं सैन्य झालेलं आहे.’

सभागृहामध्ये एक अस्वस्थतेची लहर उमटली. दशरथाचाही श्वास क्षणभर थांबला. वीस पट? त्याला ही संख्या समजतच नव्हती मग डोळ्यासमोर आणणं दूरच. डोकं हलवत तो उद्‌गारला, ‘महादेव, तुम्ही म्हणता ते सर्व खरं असेल तर, मी तुमच्या ज्ञानावर अविश्वास दाखवत नाहीये पण, पण हे खरं असलं तरी मर्त्यभूमीवर पुन्हा पाऊल ठेवण्याचं धाडस असुर करणार नाहीत. अशा कोणत्याही आक्रमणाची चाहूल लागली तरी सीमेवरील आपले सैनिक ताबडतोब त्याची बातमी इथे पाठवतील आणि त्या सैन्यानं उसळलेले समुद्र पार करण्याच्या आधीच आपण ते आक्रमण मोडून काढू. त्यांची सैन्यं कितीही मोठी असली तरी पृथ्वीच्या या पवित्र भूमीवर पाऊल ठेवण्याचीही संधी त्यांना कधीही मिळणार नाही मग अयोध्येच्या दरवाजांपर्यंतच्या पाच योजनं लांबीच्या प्रवासातला एक फूटही मिळणं दूरची गोष्ट आहे.’

विश्वामित्रानं सौम्यपणे मान हलवली. 'आपल्या युद्धशास्त्राच्या ज्ञानाची कीर्ती सातही राष्ट्रांमध्ये पसरलेली आहे, राजे.'

या अचानक कानी पडलेल्या स्तुतीमुळे अधिक धिटाईने दशरथ पुढे बोलू लागला, 'क्षत्रियवृत्तीच्या आपल्या अथांग ज्ञानापुढे माझं ज्ञान काहीच नाही, महादेव.' योद्धा राजा आणि त्यानंतर देवांच्या सैन्यामध्ये द्रष्टा योद्धा म्हणून विश्वामित्राने जो पराक्रम केला होता त्याच्या कथा आजही सांगितल्या जात होत्या. 'आत्ता आपण ज्या सैन्याचा उल्लेख केला ते सैन्य अजून लंकेमध्येच आहे, होय ना?'

'होय, राजे.'

दशरथ हसला. 'मग आपल्याला भीतीचं काहीच कारण नाही.' स्वत:ला जाणवलेली सुटकेची भावना त्यानं सभेपर्यंत पोचवली. 'आज उपलब्ध असलेल्या सर्वात मोठ्या नौकेमध्येही सुमारे एक हजार सैनिक वाहाण्याचीच क्षमता आहे. तुम्ही म्हणता तेवढं सैन्य वाहून न्यायचं असेल तर असुरांना नाविक दल लागेल ते सुमारे...' सुमंत्राकडे एक नजर टाकत त्यानं विचारण्याच्या आधीच सुमंत्रानं तयार ठेवलेला आकडा सांगितला, 'वीस लाख? वीस लाख नौका लागतील. होय वीस लाख मोठ्या नौकाः' आणि मग एक तुच्छतेचं हास्य सभेकडे फेकत तो उद्‌गारला, 'एवढ्या नौका तयार करण्यासाठी जी झाडं लागतील तेवढी झाडं लंकेमध्ये असतील असं मला नाही वाटत.'

दूरवर ढग गडगडावेत तसा हसण्याचा आवाज सभेमध्ये उमटला खरा पण सगळे डोळे विश्वामित्रावरच खिळलेले होते. त्याचं उत्तर काय असेल यावर लागलेले होते.

द्रष्ट्या ऋषीनं शांतपणे मान हलवली. 'दशरथा, तू खरोखरच एक फार मोठा सेनापती आहेस. परंतु सेनापती कितीही थोर असला तरी त्याला सर्व सत्य परिस्थिती माहीत असेलच असं नाही. म्हणूनच तर आज मी इथे आलो आहे. नव्या ज्या काही घटना घडत आहेत त्यांच्यासंबंधी तुला माहिती देण्यासाठी आणि तुझ्या विचारांमधल्या त्रुटी दाखवण्यासाठी.'

भिवया उंचावत दशरथ म्हणाला, 'त्रुटी?'

'असं नाविक दल उभारण्यासाठी अनेक दशकं लागतील ही अगदी खरी गोष्ट आहे.' हात उंचावत विश्वामित्र उद्‌गारला, 'म्हणूनच तर तुझ्याकडून तो अपमानास्पद पराभव झाल्यावर लंकेमध्ये परतताच लंकेच्या राजानं अशा नौका बांधायला सुरुवात करण्याचे आदेश दिले, *बावीस वर्षांपूर्वी*.'

या माहितीचं महत्त्व नीट कळावं म्हणून तो क्षणभर थांबला आणि मग म्हणाला, 'आजमितीला, सुमारे दहा लाख नौका तयार आहेत, लंकेच्या किनाऱ्यावर

आणि समुद्रामध्येही. आज तुझ्या दरवाजाबाहेर आपण ज्या राक्षसाला सामोरे गेलो तो काल-नेमी नावाचा राक्षस अशाच एका नौकेमध्ये बसून पश्चिमेच्या कच्छ प्रदेशामध्ये पोचला आणि तेथून पायी इथपर्यंत आला. रावणाने मनात आणलं तर तो उद्याही आपल्या जगावर आक्रमण करू शकतो. त्याचं सैन्य आपल्या भूप्रदेशाच्या सर्व बाजूंनी उतरवून तो आर्य राष्ट्रांवर काळोखासारखा पसरू शकतो.'

द्रष्ट्या ऋषीनं सुन्न झालेल्या सभेवर नजर टाकली, 'आणि आक्रमण हाच त्याचा हेतू आहे.'

19

काहीही न घडता ते राजवाड्याच्या दारापर्यंत पोचले. राजमार्ग लोकांनी ओतप्रोत भरला होता. राजवाड्याच्या दारासमोरच्या भल्या मोठ्या चौकामध्ये सामान्य नागरिक आणि श्रीमंत, सरदार, खानदानी लोक एकत्र मिसळून उभे होते. बरोबर नव्वद अंशाच्या कोनात एकमेकांना मिळणारे आणि थेट राजवाड्याच्या दारापर्यंत येऊन पोचणारे रघुवंश मार्ग आणि हरिश्चंद्र मार्गही नागरिकांच्या गर्दीनं भरून वाहात होते. शिवाय आणखी लोकही येऊन त्या गर्दीमध्ये मिसळतच होते. कुणी चालत तर कुणी घोड्याखेचरावरून, रथांची गर्दीही वाढली होती. पश्चिमेकडचा हरिश्चंद्र मार्गाचा भाग श्रीमंत दरबारी लोकांच्या रथांनी जवळजवळ बंदच झाला होता. सकाळच्या घटनांमुळे सणाचा, उत्सवाचा उत्साह कमी होणं साहजिकच होतं. मार्गाच्या ज्या भागावर जळण्याचे काळे डाग होते त्याचं संरक्षण करण्यासाठी चार सैनिक त्याभोवती कोंडाळं करून उभे होते. जमावाच्या उत्कंठापूर्ण संभाषणावरून राजपुत्रांना कळून चुकलं की याच ठिकाणी त्या राक्षसाला जाळून टाकण्यात आलं आहे. राजपुत्र जसे जवळ येऊ लागले तसा त्यांचा जयजयकार गर्दीमधून उमटू लागला. काही लोकांनी राजपुत्रांना चटकन ओळखलं नाही खरं पण ओळखल्यानंतर त्यांची उत्तेजित लगबग सुरू झाली. काहींनी आपापल्या आवडत्या राजपुत्राचं नाव घेऊन त्यांना हाका मारायला सुरुवात केली. कुणाचं नाव जास्त वेळा घेतलं जात होतं हे वेगळं सांगण्याची गरजच नाही. रामाच्या भावांनी एकमेकांकडे कटाक्ष टाकले. या अशा हाका मारणाऱ्या नागरिकांमध्ये तरुण उपवर युवतींची संख्या बरीच होती. आणि त्यांच्या माताही त्यांना उत्तेजन देत होत्या.

राजपुत्र राजवाड्याच्या दरवाजाशी पोचत आहेत तेवढ्यात एका दवंडीवाल्याने आतली बातमी ओरडून सर्वांना सांगायला सुरुवात केली. 'महाराज रघुवंश अजपुत्र इक्ष्वाकु सूर्यवंश दशरथ यांचा विजय असो.' तो ओरडून सांगत होता, 'राजसभा अजून सुरू आहे. आपणा सर्वांना महाराजांनी विनंती केली आहे की आणखी काही काळ आपण त्यांची वाट पाहावी. सभा संपताक्षणी ते आपल्याला भेटण्यास येतील. आजच्या होळीच्या पवित्र दिवशी ते आपल्याला काही चांगली बातमी

देणार आहेत. सन्मान्य ब्रह्मर्षी विश्वामित्र हेही त्यांच्याबरोबर आज उत्सवामध्ये सहभागी होणार आहेत.'

या वेळी गर्दीमधून उमटलेला हर्षाचा स्वर अधिक जोराचा होता. सारे महामार्ग एका मोठ्या आवाजाने घुमू लागले. राजपुत्रांनी हसतच एकमेकांकडे पाहिलं. काही हजार अयोध्या नागरिकांनी एका वेळी एकाच ठिकाणी जमणं यासारखी दुसरी आनंदाची गोष्ट नव्हती.

सेनापती धीरज कुमारनं घोड्याचा लगाम खेचत राजवाड्याच्या दरवाजावरील पहारेकऱ्याला काहीतरी विचारलं. दोन पहारेकरी धावतच राजवाड्याच्या अंतर्भागाकडे गेले तेव्हा मागे राजपुत्रांकडे वळत तो म्हणाला, 'माझा मुलगा दृष्टि आज राजवाड्याच्या दरवाजावर आहे. द्रष्ट्या ऋषीबरोबर महाराज आणि राजसभा विचारविनिमय करत असलेल्या सभेचं संरक्षण करणं हे त्याच्यावर सोपवण्यात आलेलं या घडीलासुद्धा काम आहे. महाराजांनी अशी स्पष्ट सूचना दिलेली आहे की त्यांची स्वत:ची परवानगी घेतल्याखेरीज कुणालाही आत सोडू नये. ते काही वेळातच इथे येतील. या विलंबाबद्दल क्षमा असावी.'

रामाने पुन्हा एकदा सर्वांच्या वतीने सांगितलं, 'कळतंय आम्हाला हे सेनापती. संपूर्ण सावधानतेची सूचना देण्यात आलेली असताना सुरक्षेची हीच पद्धत आहे. हवं असल्यास तुम्ही पहिल्या दरवाजावरच्या तुमच्या जागेवर परत जाऊ शकता.'

'आपली हरकत नसेल तर राजकुमार, आपण या दरवाजाच्या आत जाईपर्यंत मी इथेच थांबतो.'

'ठीक आहे.' रामानं उत्तर दिलं. काही वेळानंतर तो म्हणाला, 'लवकरात लवकर माझ्या वडिलांशी बोलून त्यांनी तुम्हाला शहराचे दरवाजे उघडण्याची परवानगी देण्याची विनंती करावी अशी माझी इच्छा आहे.'

किंचितसं थांबून सेनापतीनं उत्तर दिलं, 'जशी तुमची इच्छा, राजकुमार, पण माझा सल्ला विचाराल तर मी याला नकार देईन.'

रामानं आश्चर्यानं त्याच्याकडे पाहिलं. 'त्या सामान्य नागरिकांपैकी कुणी खरोखरच वेष पालटलेले असुर असतील असं खरोखरच वाटतं तुम्हाला?'

'तेवढीच भीती असती तर बरं झालं असतं.' त्या वयस्कर योद्ध्याची नजर जळलेल्या जमिनीकडे वळली. तिथेच तो राक्षस घुसखोर नाहीसा झाला होता. 'नाहीशा घटना एकट्यादुकट्या घडत नाहीत. तुम्हाला कदाचित आठवत असेल एके काळी मी कुस्तीगीर होतो. आम्हा कुस्तीगीरांमध्ये एक खेळ असतो. आपल्या राज्याच्या काही भागांमध्ये याला खो असं म्हणतात तर काही भागांमध्ये कबड्डी. तुम्ही राजकुमार बहुधा हा खेळ शंभर वेळा खेळला असाल.'

सर्वांनी मान डोलावली. धीरज कुमार फारच विनम्रतेनं बोलत होता. सातही

आर्य राष्ट्रांमध्ये तो खो खो आणि कबड्डी या दोन्ही खेळांमधला सर्वश्रेष्ठ खेळाडू मानला गेलेला होता. नुकताच निवृत्त झाला होता तोपर्यंतच्या सुमारे वीस वर्षांमध्ये हा मान दुसरा कुणी खेळाडू हिरावून घेऊ शकला नव्हता. आत्ता सुमारे सत्तरीच्या वयालाही तो उत्तम आरोग्याचं एक उदाहरणच होता. आर्यांच्या पुरातन आखाडा विद्येचा तो एक उत्तम नमुना होता. नैसर्गिक प्रशिक्षणावर आधारलेल्या शारीरिक शिक्षणाची ही प्राचीन परंपरा होती.

सेनापती पुढे बोलतच होता, 'कबड्डीमध्ये, प्रत्येक संघ स्वत:च्या चौकटीमध्ये उभा राहातो आणि एकच खेळाडू शत्रूच्या चौकटीमध्ये पाठवतो. या खेळाडूला दुसरा श्वास न घेता एकाच श्वासानं सतत कबड्डी-कबड्डी-कबड्डी असं म्हणत शत्रूच्या चौकटीची शेवटची रेषा गाठायची असते. जर असं करणं त्याला जमलं तर त्याचा संघ विजयी होतो. जर त्याला ती रेषा गाठणं जमलं नाही तर तो निदान शत्रुपक्षातल्या एकाला तरी स्पर्श करण्याचा प्रयत्न करतो. असा स्पर्श झालेला गडी खेळातून बाहेर जातो. आता शत्रूगटाचं काम हे की त्यांनी या परक्या गड्याला पकडून जमिनीवर पाडून धरून ठेवायचं आहे - त्याचा श्वास संपेपर्यंत. त्याला त्याच्या स्वत:च्या चौकटीमध्ये परत जाऊ द्यायचं नाही.'

राजमार्गाच्या दुसऱ्या टोकाशी उभ्या असलेल्या काळसर कपडे घातलेल्या लोकांचा एक समूह रामाला दिसला. ते लोक फारच अस्वस्थ झालेले दिसत होते. कदाचित होळीचा उत्सव सुरू व्हायला लागणाऱ्या वेळामुळे हे मजा करायला आलेले लोक असावेत. सेनापतीच्या बोलण्याकडे लक्ष एकाग्र करण्याचा त्यानं खूप प्रयत्न केला पण त्याची नजर सतत त्या काळ्या कपड्यांमधल्या लोकांकडेच जात होती.

आपण जे काही सांगतो आहोत ते राजकुमारांना नीट समजतं आहे ना हे बघण्यासाठी सेनापतीनं त्यांच्याकडे बघितलं.

भरतानं प्रथम मान डोलावली, 'तुम्हाला असं वाटतंय की, राक्षस काल-नेमी हा असा पहिला खेळाडू होता? आपलं बळ कशात आहे आणि आपण कोणत्या बाबतीत कमकुवत आहोत ते बघायला? त्याला थांबवण्याआधी तो कुठवर आत शिरकाव करू शकतो की तो थेट मागच्या रेषेपर्यंत जाऊ शकतो ते बघायला?' मागे दिसणाऱ्या राजवाड्याच्या उत्तुंग मनोऱ्यांकडे बोट दाखवत भरतानं विचारलं. 'कदाचित आपल्या खेळाडूंपैकी महत्त्वाच्या खेळाडूंना खेळाबाहेर पाठवण्यासाठी? तुम्हाला हेच म्हणायचं आहे ना सेनापती?'

'अगदी बरोबर, राजकुमार भरत.' तो अनुभवी योद्धा उत्तरला, 'आणि आपला एकही खेळाडू न गमावता त्यांच्या पहिल्याच घुसखोराला आपण पकडलं आहे. हे आपलं श्रेय आहे. पण आता त्यांची पुढची चाल काय असेल ते समजून घेण्यासाठी आपण काय केलं पाहिजे हे माहीत आहे का तुम्हाला?'

शत्रुघ्न उत्तरला, 'आता आपली पाळी आहे. आता आपण आपला एक खेळाडू त्यांच्या चौकटीत पाठवायचा. त्यांच्यासारखाच खेळ करायचा. त्यांचं बळ कशात आहे आणि त्यांची कमकुवत बाब कोणती आहे हे शोधायचं. आपण खेळायला तयारही आहोत आणि सक्षमही आहोत हे त्यांना दाखवून द्यायचं. खरं म्हणजे, त्यांनी आपलं नुकसान केलं त्यापेक्षा त्यांचं अधिक नुकसान करायचं. नाहीतर ते परत येतच राहातील.'

सेनापतीनं मान डोलावली. 'तुम्हाला बरोबर कळलं आहे, राजकुमार शत्रुघ्न माझ्या नातवांबरोबर आखाड्यात खेळताना मी बघितलंय तुम्हाला. तुम्ही चांगले होतकरू खेळाडू आहात.'

अचानक मिळालेल्या या स्तुतीमुळे शत्रुघ्नाचा चेहरा लाल झाला. त्यानं कशीबशी मान हलवत म्हटलं, 'आपले आशीर्वाद आहेत,'

दरवाजाच्या पलीकडून एक आवाज आला. 'प्रवेश करा अयोध्येच्या राजकुमारांनो. तुमचं स्वागत आहे. तुमचे पिताश्री महाराज दशरथांच्या नावानं प्रवेश करा.'

दृष्टि कुमार दरवाजे उघडण्याच्या कामावर देखरेख करत असलेला राजपुत्रांना दिसला. ते आत गेले आणि घोड्यांवरून खाली उतरले. ते परत येण्याआधीपासूनच आतुरतेनं आणि काळजीनं त्यांची वाट पाहात उभ्या असलेल्या त्यांच्या मोतद्दारांच्या हाती त्यांनी घोड्यांचे लगाम आणि रथ सोपवले.

सेनापती धीरज कुमारनं वरिष्ठ अधिकारी दृष्टि कुमारला वंदन केलं. हा वरिष्ठ अधिकारी आपला मुलगा आणि वारस आहे आणि आपण त्याला वंदन करतो आहोत या भावनेचा लवलेशही त्याच्या चेहऱ्यावर नव्हता. आणि खड्या सैनिकी स्वरात म्हटलं, 'हे चार राजकुमार – राम, भरत, लक्ष्मण आणि शत्रुघ्न यांना मी आपल्या स्वाधीन करत आहे. प्राणपणाने त्यांना जपा त्यामध्येच तुमचा सन्मान आहे. मला आज्ञा द्यावी.'

'आज्ञा.' दृष्टि कुमारनं त्याला जाण्याची परवानगी दिली.

एक अखेरची नजर राजकुमारांवर टाकून सेनापतीनं घोडा वळवला आणि तो राजवाड्याच्या दरवाजामधून बाहेर निघून गेला. एखाद्या तरुण क्षत्रियासारखा ताठ पाठीनं आणि अभिमानानं.

सेनापती जात असताना भरत त्याच्याकडे मोठ्या आदरानं बघत होता. 'असा असतो खरा क्षत्रिय.'

'राजकुमारांनो.' दृष्टि कुमारचा देखणा चेहरा तापून लाल झाला होता पण त्याच्या आवाजात मात्र कसलीही भावना नव्हती. 'तुम्हाला सरळ राजवाड्यामध्येच घेऊन येण्याचे आणि तुमच्या पिताश्रींचं निमंत्रण येईपर्यंत तुम्हाला राजवाड्याच्या पहारेकऱ्यांजवळ सुरक्षित ठेवण्याचे आदेश मला देण्यात आले आहेत.'

राजसभेमध्ये कसली चर्चा चालली आहे हे लक्ष्मण विचारणार – दृष्टि कुमारच्या चेहऱ्यावरूनच कळत होतं की काहीतरी आश्चर्यकारक घटनेची चर्चा सुरू असावी – पण त्यानं वाक्य पूर्ण करण्याआधीच राजवाड्याच्या दरवाजाजवळून एक मोठी आरोळी ऐकू आली. दरवाजावरील एका पहारेकऱ्यानं मारलेली आरोळी होती ती – आणि त्यानंतर अशाच अनेक आरोळ्या ऐकू आल्या.

काय चाललं आहे ते पाहण्यासाठी सगळे मागे वळले पण रामानं दरवाजाकडे धावच घेतलेली बघून सर्वांनाच आश्चर्य वाटलं. ते प्रचंड लोखंडी दरवाजे घडघडत करकरत बंद होण्याआधीच उरलेल्या बारीकशा फटीमधून त्यानं बाहेर धाव घेतली. आश्चर्यचकित झालेले पहारेकरी आणि ते प्रचंड दरवाजे उघडण्यासाठी आणि बंद करण्यासाठी लागणारी आठ माणसं बघतच राहिली. त्यांनी ओरडून दिलेली धोक्याची सूचना व्यर्थच गेली. दरवाजे बंद झाले होते आणि राम हजारो लोकांच्या जमावानं भरलेल्या राजमार्गावर होता. दुसऱ्याच क्षणी तो त्या गर्दीमध्ये मिसळला आणि लक्ष्मणाला दिसेनासा झाला.

20

या वेळी शांततेचं आवाहन करण्याकरता हात उभारला गेला तो दशरथाचा. क्षणार्धातच भीतीचे आणि काळजीचे सर्व आवाज शांत झाले. कितीही अस्वस्थ झाले तरी त्याच्या प्रजेचं त्याच्यावर प्रेम होतं, त्यांच्या मनात त्याच्याविषयी आदर होता.

आता मात्र दशरथाला द्रष्ट्या ऋषीचा संताप आलेला होता पण मोठ्या कष्टानं त्यानं तो आवरला. त्याच्या साऱ्या जगाच्या परिप्रेक्ष्यावरच प्रश्नचिन्ह लावण्यात येत होतं. 'हे सारं जरी तुम्ही म्हणता तसं असलं तरी, महादेव, काही तरी कारण मिळाल्याशिवाय रावण आक्रमणाचं धाडस करू शकणार नाही. गेली बावीस वर्षं मर्त्य आणि असुर शांततेनं जगताहेत. स्वत:च्या सर्वनाशाच्या दिशेनं पहिलं पाऊल ते नक्कीच उचलणार नाहीत.'

विश्वामित्र किंचितसं हसला. त्या सुप्रसिद्ध द्रष्ट्या ऋषीच्या सुरकुतलेल्या आणि वणांनी भरलेल्या चेहऱ्यावरचं ते हास्य त्याच्या संतापापेक्षा अधिक चीड आणणारं होतं. त्यानं गंभीरपणे उत्तर दिलं, 'महाराज दशरथ, असुरांना मानवी प्रमाणांनी जोखण्याची तीच प्राचीन चूक तुम्ही करत आहात. लक्षात ठेवा, ते मानव नाहीत. म्हणूनच तर त्यांना असुर म्हणतात.'

अपमानित होऊन दशरथ आसनावर बसला.

कसलीही दयामाया न दाखवता विश्वामित्र पुढे बोलतच राहिला, आता त्याच्या आवाजात आणि शब्दांमध्ये जोर होता, त्याच्या चेहऱ्यावरचं हास्य मावळलं होतं. आता त्याच्या खडबडीत चेहऱ्यावर पुढच्या स्फोटाची लक्षणं स्पष्ट दिसत होती, 'आता काहीही न लपवता जसं आहे तसं मी स्पष्टच बोलतो. आजपासून वीस दिवस असतील किंवा वीस वर्षं असतील, *असुर आक्रमण करणारच*. त्यांच्या अस्तित्वाचं ते ध्येयच आहे. त्यांचा प्रत्येक श्वास याच, केवळ याच एका कामासाठी घेतला जातो. या अभिमानी आर्य राष्ट्रांमधली सर्व नगरं भुईसपाट केल्याशिवाय किंवा मग त्यांच्यामधला शेवटचा असुर भयंकर युद्धामध्ये गतप्राण होईपर्यंत ते शांत बसणार नाहीत. संपूर्ण आणि कसलीही तडजोड न करता मानवाचा नि:पात हे त्यांचं ध्येय

आहे. या पृथ्वीवर असुर तरी राहातील किंवा मर्त्य तरी राहातील पण यापुढे दोन्ही जमाती एकाच वेळी इथे राहू शकणार नाहीत.'

या घोषणेनंतर पसरलेली भीषण शांतता कोणत्याही गडबड गोंधळापेक्षा अधिक भीतीदायक होती. दशरथ पुन्हा बोलायला लागला. द्रष्ट्या ऋषीनं मोठ्या हुशारीनं त्याला या एकच उत्तर असलेल्या वादामध्ये ओढलं होतं हे त्याला कळून चुकलं. 'महादेव, आपल्याला माहिती देणाऱ्या व्यक्तींवर मी अविश्वास दाखवण्याचं धाडस करत नाहीये पण आपल्या सीमेवरची आपली ठाणी आणि माझे गुप्तचर...'

'तुमचे गुप्तचर विकले गेले आहेत. तुमची ठाणी जिंकली गेली आहेत.'

विश्वामित्राच्या या शब्दांनी दशरथाच्या दुर्बळ हृदयावर घणाचे घाव घातल्यासारखा आघात झाला. स्वत:ला सावरण्यासाठी त्यानं सिंहासनाचे हात घट्ट धरले.

'माझं ऐका, राजे,' विश्वामित्र बोलतच होता. अजून त्याचा आवाज कठोरच पण आदरपूर्वकही होता. 'माझं ऐका, आणि हे सत्य मान्य करा. लंकेच्या राजाने तुमचे सर्व गुप्तचर फितवले आहेत. अयोध्येच्या दक्षिणेकडची सर्व मित्रराष्ट्रं त्यानं फितवली आहेत. त्यांच्यापैकी कुणीही तुमच्याकडे तुमच्या शत्रूची बातमी पोचवणार नाही. म्हणूनच आजपर्यंत तुमच्याकडे कसलीही धोक्याची सूचना पोचलेली नाही. म्हणूनच काल-नेमी कुणालाही न कळता इथवर प्रवास करून अयोध्येमध्ये प्रवेश करू शकला.'

क्षणार्धात दशरथाला कळून चुकलं की द्रष्टा ऋषी सांगतो आहे तेच बरोबर आहे, तो चूक आहे. आता त्याचं हृदय धडधडू लागलं. अचानक त्याच्या डोळ्यांसमोर अंधारी आल्यासारखं वाटू लागलं. सभेमध्ये अंधार पसरल्याचा भास त्याला झाला. त्यानं आपल्या लाकडी सिंहासनाचे हात अधिक घट्ट पकडले. त्याचे पंजे घामानं सरबरीत झाले होते. तरीही त्याचं मन त्याला अजूनही वाद घालायला भरीस पाडत होतं.

'कदाचित,' तो हट्टीपणानं म्हणाला, 'एखाददुसऱ्या राक्षसानं मानवी रूप-वेषामध्ये आपली संरक्षक फळी भेदून आत येणं वेगळं आणि तुम्ही म्हणता तशा लाखो हजारो असुरांनी समुद्र ओलांडून सबंध आर्य राष्ट्रांवर आक्रमण करणं वेगळं. रावणाची काळी जादूही एवढ्या मोठ्या सैन्याला अदृश्य करू शकणार नाही. त्यांची पहिली तुकडी पोचण्याच्या कित्येक महिने आधीच आपल्याला ती बातमी कळेल आणि,' तो पुढे म्हणाला, 'आणि समजा, हे अतिप्रचंड सैन्य कोणताही प्रतिकार न होता अयोध्येपर्यंतचा प्रवास करून इथे पोचलंच तर आम्ही काही अयोध्येची दारं उघडून त्यांचं स्वागत करून त्यांना आत घेऊन आम्हाला ठार मारण्याचं

आमंत्रण देणार नाही.' या जुन्या म्हणीनं सभागृहामधली अनेक लढाऊ डोकी हलली. आत्ताच उघड झालेल्या या भयानक सत्यांच्या विरोधात स्वत:बद्दलची आणि स्वत:च्या सैन्याबद्दलची खात्री नोंदवण्यासाठी तो हे बोलत होता. 'अयोध्या, अजिंक्य अयोध्या असं नाव आहे या नगरीचं ते काही उगीच नव्हे. कुणीही नाश करू शकणार नाही अशी ही नगरी आहे – अयोध्या – आणि जोपर्यंत अयोध्या उभी आहे तोपर्यंत आर्य राष्ट्रं माघार घेणार नाहीत हे मी खात्रीनं सांगू शकतो.'

विश्वामित्रानं हातातला दंड जमिनीवर आपटला. एखाद्या लहानशा स्फोटासारखा त्याचा आवाज झाला. द्रष्ट्या ऋषीच्या जवळ उभी असलेली सर्व माणसं दचकली. दंडाच्या वरच्या टोकामधून जांभळ्या रंगाचा धूर निघू लागला. आतली वलयं सभेमधील अस्वस्थ मस्तकांवर पसरू लागला. 'हे बघा, राजे, एखादा भुरटा जादूगारसुद्धा धूर आणि मोहनिद्रेच्या साह्यानं आपल्या निष्पाप प्रेक्षकांना फसवू शकतो. त्याच प्रमाणे लंकेच्या राजाने त्याला देवानं दिलेल्या शक्ती वापरून तुझं बुद्धिमान मन झाकळून टाकलं आहे.'

दशरथाचा स्वत:च्या कानांवर विश्वासच बसेना, 'महादेव?'

विश्वामित्रानं आपला दंड उंचावला. जांभळा धूर सभागृहाच्या उंच छतापर्यंत जाऊन पोचला. हजारो मस्तकं वर बघू लागली. धूर वळणं घेत घेत झपाट्यानं पसरला आणि सभागृहाच्या कानाकोपऱ्यात पोचला. काही क्षणांतच सभागृहाचं संपूर्ण छत जांभळ्या धुरानं भरून गेलं.

विश्वामित्राच्या शक्तीचं हे अनपेक्षित रूप पाहून अवाक् झालेल्या श्रोत्यांना उद्देशून तो बोलू लागला, 'लक्षात घ्या, राजे, आपण ज्याच्याबद्दल बोलतो आहोत तो कुणी साधासुधा सामान्य राक्षस नाही. हा प्रत्यक्ष रावण आहे. ज्याच्या एक हजार वर्षांच्या तपस्येनं प्रत्यक्ष ब्रह्माला त्याला वर द्यावा लागला – चिरंतनत्वाचा आणि कधीही नाश न होण्याचा.'

'तरीही.' दशरथाचं बोलणं सुरूच होतं, पण त्याच्या स्वरात आता अनिश्चितता डोकावू लागली होती. 'याआधीही आपण त्याचा पराभव केला आहे. आवश्यकता भासली तर पुन्हा आपण तेच करू.' सभागृहाच्या पांढऱ्या शुभ्र छतावर पसरत जाणाऱ्या जांभळ्या धुराकडे बघतच तो बोलत होता.

उदास होऊन विश्वामित्रानं मान हलवली. 'तुम्ही अजूनही हे बोलता आहात, राजे? मग मात्र मी आत्तापर्यंत जे बोलायला कचरत होतो ते मला तुमच्यासमोर आणि सभेसमोर उघड करायलाच हवं. अयोध्येच्या महान नागरिकांनो, कोसल देशाच्या संरक्षकांनो, आर्य राष्ट्रांच्या दक्षिण सीमेचं रक्षण करणाऱ्यांनो, ऐका. आत्ता या क्षणीही रावणाची शक्ती तुमच्यामध्ये पसरत आहे – या जांभळ्या

धुरासारखी. तो इथे आहे, या सभागृहामध्ये आहे आणि आपण ही चर्चा करत असताना आपल्यावर नजर ठेवून आहे.'

दशरथ आसनावरून उठू लागला. आता हे सर्व चर्चेपलीकडे पोचलं होतं. महागुरूंची नक्कीच काहीतरी चूक होत आहे. त्यांना चुकीची माहिती मिळालेली आहे. अयोध्येच्या राज्यसभेमध्ये शत्रूचे गुप्तहेर? अशक्य!

पण त्याच्या तोंडून एकही शब्द बाहेर पडण्याआधीच ते जांभळं धुकं आपल्या भक्ष्यावर झडप घालत असलेल्या बहिरी ससाण्यांसारखं सभेवर कोसळलं. धुक्याच्या मुख्य भागातून वेगळे होत काही दोर त्यांनी निश्चित केलेल्या सभासदांवर पडले. आसनावर मागे कोसळत आश्चर्यचकित झालेला दशरथ बघतच राहिला. सभागृहाच्या उजव्या हाताला मागे दूर अंतरावर उभा असलेला एक मिशीवाला सदस्य एकदम किंचाळला. त्या जांभळ्या दोरांनी त्याला पुरतं वेढून घेतलं होतं आणि आपोआप ते विळखे घट्ट होत होते. त्या योद्ध्यानं सुटण्याची खूप धडपड केली पण त्याच्या ढिल्ल्या पडलेल्या शरीराला ते जमत नव्हतं.

सभागृहात सगळीकडेच अशा किंकाळ्या उठू लागल्या. दशरथ त्या चमकलेल्या अयोध्यावासीयांकडे बघत होता. जांभळ्या दोऱ्या अनेक जणांना बांधत होत्या – लोक एकमेकांकडे बघत होते, बोटं दाखवत होते. काही क्षणांतच दहाबारा सदस्य त्या जादूच्या दोरांनी असे बांधले गेले. दशरथ त्या सर्वांना ओळखत होता, काहींना तर तो नावानं ओळखत होता. एकजण जाबालिचा सचिव होता. जाबालीचा नेहमीचा आंबट चेहरा काहीतरी किळसवाणं पाहिल्यासारखा झाला होता. एखाद्या चित्रकारानं आत्ता त्याला पाहिलं असतं तर जन्मात पुन्हा चित्र न रंगवण्याची शपथच घेतली असती. आपल्या सहकाऱ्याला बांधून घालणारा तो धूर आपल्याजवळ येऊ नये म्हणून तो आपल्या आसनावर अगदी मागे सरकून बसला होता.

'महादेव,' दशरथानं विचारलं, 'या सगळ्याचा अर्थ काय? हे असं जादू दाखवून तुम्ही काय सिद्ध करू पाहाताहात?'

'या नाटकी वागण्याबद्दल मला क्षमा करा, महाराज.' विश्वामित्र शांतपणे उद्‌गारला, 'लंकेच्या राजानं आर्य राष्ट्रांमधील अभिमानी नागरिकांना कोणत्या थरापर्यंत अशुद्ध केलं आहे हे दाखवण्यासाठी हे करणं आवश्यक होतं. तुम्हाला जो धूर दिसतो आहे ती खरं तर ब्रह्मनची शक्ती आहे. तुम्हाला दिसावी म्हणून ती दृश्य केली आहे. मी मघा एक मंत्र म्हटला होता. ज्या कुणाला लंकेच्या राजानं भ्रष्ट केलं आहे त्या त्या व्यक्तीला शोधून काढण्याचं आवाहन मी त्या मंत्राद्वारे केलं होतं. हे अकरा मर्त्य मानव दुसरे तिसरे कुणी नसून स्वत: रावणाचे शिष्य आणि सेवक आहेत.'

दशरथ ताडकन उठून उभा राहिला. त्याचा चेहरा पांढरा फटक पडला होता. 'अशक्य. हे सर्व जुने व विश्वासू सेवक आहेत. दररोज मी या माणसांबरोबर बसतो आणि राज्यकारभाराविषयी व युद्धविषयक चर्चा करतो.'

'स्वत:ला दोष देऊ नका, राजे.' विश्वामित्राच्या आवाजात रागाबरोबर थोडा उदासपणा ही होता. 'तुम्हाला हे कळण्याचा काही मार्गच नव्हता. हीच रावणाच्या काळ्या जादूची शक्ती आहे. प्रत्यक्ष तुमच्या राजसभेमध्ये त्याचे कान आणि डोळे आहेत. तुमच्या छताखालीच त्याचे गुप्तचर वास करताहेत. अयोध्येच्या थेट हृदयातच त्याचे हेर आहेत. इथे तुम्हाला दिसताहेत त्या प्रत्येकामागे असे हजार गुप्तचर तुमच्या अभिमानी राज्यामध्ये आहेत. गेल्या असुर युद्धामध्ये त्याचा पराजय केलात त्याचा असा सूड रावण घेतो आहे. त्यानं तुमच्याच लोकांना भ्रष्ट केलं आहे आणि त्यांना स्वत:कडे वळवून घेतलं आहे.

21

एखाद्या चिमणीनं झुडुपामध्ये घुसावं तसा राम त्या गर्दीमध्ये घुसला. गर्दी खूप होती आणि क्षणाक्षणाला वाढतच होती. तरी एका सडपातळ आणि अर्थात चपळ युवकाला घुसून जाण्याएवढी जागा मध्ये मध्ये सापडण्यासारखी होती. आपल्या मागून दरवाजावरचे पहारेकरी ओरडत आहेत हे रामाला ऐकू येत होतं. त्यांच्यापाठोपाठ त्याचे भाऊही त्याला हाका मारत होते तेही त्याला ऐकू येत होतं. त्यांची काळजी त्याला समजत होती तरीही तो त्या मार्गावर पुढेच जात होता. सेनापती धीरज कुमार कबड्डीची उपमा देऊन काहीतरी सांगत होते त्या सर्व वेळामध्ये त्याचं लक्ष रस्त्याच्या दूरच्या टोकाशी उभ्या असलेल्या काळ्या कपड्यांमधल्या लोकांच्या गटाकडे होतं. हरिश्चंद्र मार्ग जिथे जगन्नाथ मार्गाला मिळतो आणि तेथून शूद्र वस्तीकडे निघतो त्या ठिकाणी हे लोक उभे होते. सेनापतीचं बोलणं सुरू असताना हा गट वाढतो आहे हे रामाच्या लक्षात आलं होतं. जगन्नाथ मार्गावरून काळे कपडे घातलेल्या लोकांचे थवेच्या थवे येऊन या गटाला मिळत होते. अखेरीस या गटाचा एक बाण तयार झाला. आणि मग त्याला धातूच्या वस्तूंवर सूर्यकिरण पडले की जी सहज ओळखता येणारी चमक उठते ती चमक त्या गर्दीत दिसू लागली. वापरातली शस्त्रं. तेव्हा मात्र त्याला कळून चुकलं की काहीतरी अघटित घडणार आहे - होळीच्या उत्सवासाठी तयार केलेल्या कार्यक्रमामध्ये हे नक्कीच नव्हतं. अशा एखाद्या घटनेसाठी त्याची संवेदनशक्ती आधीच तयार असल्यानं हे जाणवताच कसलाही विचार न करता किंवा कुणाशीही काही न बोलता त्यानं धावच घेतली होती. तटबंदीचे दरवाजे धाडकन बंद व्हायलाच आले होते. सैन्याधिकारी दृष्टि कुमारला ते पुन्हा उघडायला सांगण्यात महत्त्वाची मिनिटं वाया गेली असती. आणि महाराजांचे आदेश पाळण्याबद्दल दृष्टि कुमारनं आग्रहच धरला असता तर आणखीच वेळ जाणार होता. त्यामुळे रामाला त्या परिस्थितीमध्ये जे करण्यासारखं होतं तेच त्यानं केलं - बांगलार कोळ्याच्या जाळ्यातून चंदेरी माशीर सुळकन सटकावं तसा तो त्या बंद होत असलेल्या दरवाजांमधून बाहेर पडला होता.

आता तो जिवाच्या करारानं धावत होता. सकाळपासूनच्या घटनांची चर्चा

करण्यात गुंतलेल्या त्या उसळत्या गर्दीचं त्याच्याकडे लक्ष नव्हतं. ज्यांनी त्याच्याकडे सहजच एक नजर टाकली त्यांना केवळ एक बांधेसूद आणि खूप घाईत असलेला एक तरुण तेवढा दिसला. एखाद्या वेड्या माणसासारखा तो धावत चालला होता. त्याचा हुद्दा किंवा तो राजकुमार असल्याची कोणतीही खूण किंवा हत्यार त्याच्या अंगावर नव्हतं. त्या सकाळी त्यानं जे साधे पांढरे कपडे घातले होते तेच त्याच्या अंगावर होते. कुणीही त्याला चटकन ओळखलं नाही आणि ज्या कुणाला थोडी शंका आली त्यांना त्याच्याकडे पुन्हा नीट बघण्याची संधीच मिळाली नाही.

आता अनेकांची आयुष्यं अवलंबून असल्यासारखा तो धावत होता. तो प्रशस्त मार्ग आता खळाळत्या नदीसारखा माण्सांच्या गर्दीनं भरून गेला होता. पण त्यानं तो काही क्षणांमध्येच ओलांडला. चौकाशी पोचल्यावर त्यानं वेग थोडा कमी केला. कारण समोरच त्याला ती ओळखीची चमक दिसू लागली होती. रस्ताबंद. सतत जागृत असणाऱ्या पी एफनी रस्त्याच्या शेवटचा गडबडीचा भाग त्याभोवती कोंडाळं करून बंदिस्त करूनही टाकला होता. या टोकाशी थांबलेले लोक साधे सामान्य नागरिक होते. राजवाड्याचं नक्षीकाम बघण्यात आणि श्रीमंत लोकांच्या येण्याजाण्याकडे आ वासून बघण्यातच त्यांना रस होता. आपल्या मागे काय गडबड चालली आहे हे बघण्याची त्यांना काहीच उत्सुकता नव्हती. राम काही उत्साही वैश्य तरुणीच्या गटामधून वाट काढत पुढे गेला. त्या युवती हातात हात घालून हसतखेळत आपल्या तीन दांडग्या दाईमांच्यामागोमाग चालल्या होत्या. त्यांच्यापलीकडे जाताच राम त्या कोंडाळ्याशी पोचलाच. पी एफच्या दोन भाल्यांच्या मनोऱ्यामधून त्यानं समोर दृष्टी टाकली. नवलाची बाब म्हणजे तिथे काहीच हालचाल दिसत नव्हती. त्यानं ज्या ठिकाणी काळे कपडे घातलेल्या लोकांचा जमाव पाहिला होता ते ठिकाण आता निर्मनुष्य झालं होतं. पण काही काळे फेटे मात्र इकडेतिकडे पडलेले दिसत होते. त्यांच्याबरोबर एकदोन पी एफचे पटकेही दिसत होते. पी एफ सैनिकांची एक संपूर्ण तुकडी आपल्या अधिकाऱ्याच्या मागोमाग जगन्नाथ मार्गावर जाण्याच्या तयारीत दिसत होती.

जवळ उभ्या असलेल्या पी एफ सैनिकाला रामानं विचारलं, 'काय झालं इथे?' त्या पी एफ सैनिकाच्या डाव्या कानाच्या जागी एक भोक उरलं होतं आणि मानेच्या डाव्या बाजूला अनेक जखमांचे चमकते वण होते.

मागे न वळता सैनिकानं उत्तर दिलं, 'निघा आपल्या रस्त्यानं, नागरिक. खाण्यापिण्याची दुकानं पुढे आहेत, उजव्या बाजूला, शरयू मार्गावर, कवायतीच्या मैदानाशेजारी – हे पी एफचं काम आहे.'

आपला उजवा हात उचलून रामानं घट्ट मूठ मिटली आणि हातातली राजपुत्राची ओळख सांगणारी अंगठी सैनिकाच्या भाल्याच्या पात्यावर वाजवली. त्या धातूच्या

विशिष्ट आवाजानं सैनिकाचं लक्ष गेलं. तो ताबडतोब मागे वळला. आता त्याच्या भाल्याचं टोक सावधपणे खाली वळलेलं होतं. त्याच्या जोडीदारानंही रामाचा प्रश्न ऐकला होता. तोही मागे वळला. आपण नि:शस्त्र असल्याचं दाखवण्यासाठी रामानं दोन्ही हात उंचावले.

'विश्राम, सैनिकांनो. काय झालं तेवढंच मला जाणून घ्यायचं आहे. मला ओळखलंत का?'

दोन्ही सैनिकांनी एकमेकांकडे बघत आवंढे गिळले. 'होय, आपण राजकुमार राम आहात किंवा मग एक उत्तम बहुरूपी.'

राम हसत म्हणाला, 'मी रामच आहे. अधिकारी दृष्टि कुमार आणि माझे भाऊ मागाहून येताहेत. ते याची पुष्टी करतील. आता लवकर सांगा–इथे काय झालं?'

त्या दोन सैनिकांमधला जो काहीसा तरुण आणि धिप्पाड होता, त्याच्या तोंडावर जखमांचे वणही नव्हते, त्यानं रामाकडे काहीशा संशयानं पाहिलं. पण दुसऱ्यानं मात्र सावकाश सांगायला सुरुवात केली, 'काही तांत्रिक पिसाळलेयत. म्हणत होते की महाराजांच्या एका राणीनं त्यांच्यापैकी एकाला ठार मारलं आहे. याचा निषेध म्हणून त्यांना महाराजांकडे एक निवेदन द्यायचं होतं. ताबडतोब याची चौकशीही सुरू करावी असंही त्यांचं मागणं होतं.'

'मग?'

खांदे उडवत सैनिक उद्‌गारला, 'काय सांगणार? शहरामध्ये सर्वत्र धोक्याच्या अंतिम सूचना दिल्या गेल्या आहेत. कुणालाही राजवाड्याच्या दारांमधून आत प्रवेश द्यायचा नाही असे आदेश आम्हाला देण्यात आलेले आहेत. कुणी गडबड करेल असं वाटलं तरी त्याला अटक करण्याचेही आदेश देण्यात आलेले आहेत. आमच्या वरिष्ठ अधिकाऱ्यानं त्यांना सांगितलं आहे की अधिकृत मार्गानं त्यांची तक्रार त्यांनी महाराजांपर्यंत पोचवावी. त्यांना अर्थातच ते आवडलं नाही. लगेच गडबड करायला लागले.' जगन्नाथ मार्गावरून संचलन करत जाणाऱ्या तुकडीकडे हात करत सैनिक पुढे म्हणाला, 'ते मोकळं करताहेत आता. ते आमच्या सैनिकांशी झटापट करत होते तेव्हा काही ब्राह्मण तिथे आले आणि आरडाओरडा करायला लागले. त्यांचं म्हणणं होतं की ते तांत्रिक एका अनाथाश्रमामधून लहान मुलगे पळवताहेत – बळी देण्यासाठी किंवा तसंच काहीतरी. याहून अधिक काही मला माहीत नाही. रस्त्याच्या या टोकाशी गर्दी जमायला लागली बघ्यांची तर त्यांना थोपवण्यासाठी म्हणून आम्हाला नुकतंच बोलावण्यात आलं आहे इथे.'

मान डोलवत राम उद्‌गारला, 'या माहितीबद्दल धन्यवाद. जवान...?'

सैनिकानं खांदे उडवत सांगितलं, 'पै.सी.ता.पै. मी तुमच्या जनककाकांच्या मिथिला तुकडीमध्ये लढलो आहे.'

‘धन्यवाद सैनिक पै. आता मला पुढे जाऊ द्या.’

दोन्ही सैनिक विचारात पडल्यासारखे दिसले. मग वयस्कर सैनिक काहीसं संकोचून म्हणाला, ‘तुम्हाला महाराज जनकांच्या कन्यांची नावं माहीतच असतील मग – तुम्ही राजकुमार राम आहात म्हणजे...’

राम हसला, ‘अर्थातच. मी आणि माझे भाऊ गुरुकुलात गेलो तोपर्यंत म्हणजे लहानपणी आम्ही सगळे एकत्र खेळलो आहोत.’ तरुण पी एफ त्याच्याकडे बारकाईनं बघतो आहे हे त्याच्या ध्यानात आलं. आपल्या डोक्यावर अचानक शिंगं फुटतील किंवा आपल्या तोंडातून लांबलचक सुळे बाहेर येतील असं वाटतंय की काय याला? तो नेहमीच्या सहज आवाजात म्हणाला, ‘सीता, उर्मिला, मांडवी आणि कीर्ती. – माझा भाऊ आहे ना लक्ष्मण त्याला उर्मिलेबद्दल काहीतरी वाटतं बरं का. पुष्कळांना वाटतं तसं. पण मला मात्र नेहमीच सीता सर्वात सुंदर आहे असं वाटत आलंय.’

वयस्कर पी एफनं एक सुस्कारा सोडला आणि आपल्या सहकाऱ्यालाही तसंच करण्याची खूण करत भाला खाली केला. ‘होय, ती खरंच सर्वात सुंदर आहे. मला क्षमा करा, राजकुमार आजचा दिवसच काही वेगळा उगवलाय.’

आपल्या मनात काही राग नाही याबरोबरच आभार दर्शवण्यासाठी रामनं त्याच्या खांद्यावर थोपटल्यासारखं केलं. पी एफच्या तुकडीला जगन्नाथ मार्गावर पुढे जाण्याचे आदेश देण्यात येत असतानाच तो त्या कोंडाळ्याजवळ पोचला. त्यानं शेजारच्या दुय्यम रस्त्याकडे नजर टाकली. हा रस्ता हरिश्चंद्र मार्गाच्या एक तृतीयांशसुद्धा असेल नसेल. पण तरीही सोळा सैनिकांच्या रांगेनं व्यवस्थित संचलन करण्याइतका तो रुंद होता. रस्त्यावर काही अंतरावर तांत्रिक पंथाच्या व्यक्तींचे काळे डगले आणि पी एफ सैनिकांचे केशरी हिरवे गणवेष एकमेकात मिसळलेले दिसत होते. रस्त्यावर अनेक काळ्या कपड्यातली शरीरं पडली होती. काही केशरी हिरव्या रंगाच्या कपड्यांमधली प्रेतंही होती. त्या प्रेतांमध्ये त्रिशूल खुपसलेले दिसत होते. एक दोन पांढऱ्या कपड्यांमधल्या तुळतुळीत डोक्याच्या ब्राह्मणांचे देहही पडलेले होते. पी एफ सैनिकांना या गोंधळापासून ब्राह्मणांना दूर नेण्यात यश मिळालेलं दिसतं आहे – रामाच्या मनात आलं. पण तांत्रिकांच्या बाबतीत हे यश मिळालं नव्हतं. त्यांचा पंथ हा सर्वनाशावर आधारलेला असे, येणाऱ्या महाभयंकर संकटाला शरण जाणं हे त्यांना शिकवलेलं होतं.

रस्त्यावर संचलन करणारी तुकडी तांत्रिकांवर आणखी एक आक्रमण करण्याच्या तयारीत होती. तांत्रिक चिडलेले आणि पांढऱ्या डोळ्यांचे दिसत होते. त्यांच्यापैकी अनेक जण हातातले टोकदार त्रिशूल छातीवरच्या लहानशा ढालींवर आपटत होते. त्या ढालींवर कालीची प्रतिमा होती. काली ही तांत्रिकांच्या काळ्या विद्येची आणि सूडाची देवी मानली जात असे.

राम हे बघत असतानाच तुकडीच्या अधिकाऱ्यानं चाल करण्याचे आदेश दिले. आता भयानक रक्तपात अटळ होता.

राम घाईनं पुढे धावला. पी एफ सैनिकांच्या तुकडीच्या बाजूनं पुढे जाण्यासाठी अजूनही त्या रुंद मार्गावर जागा होती. युद्धाला तयार झालेल्या त्या दोन्ही गटांच्या मधल्या जागेवर जाऊन राम उभा राहिला.

हात उंचावून तो मोठ्यानं म्हणाला, 'महाराज दशरथ, तुमचे राजे आणि राज्यकर्ते यांच्या नावानं मी – राजकुमार रामचंद्र तुम्हाला आज्ञा देत आहे की ताबडतोब आपली शस्त्रं खाली ठेवा.'

अधिकारी दृष्टि कुमारला ते दरवाजे उघडण्यामध्ये महत्त्वाचे काही क्षण वाया घालवावे लागले. त्या उशीरामुळेच लक्ष्मणाला रामाच्या अनपेक्षित घाईचं कारण उमगलं.

'त्याला काहीतरी घडताना दिसलं आणि दरवाजे उघडण्यासाठी लागणारा वेळ जाऊ नये म्हणून तो असा धावला.' त्यानं आपल्या भावांना सांगितलं. 'म्हणूनच तो ते दरवाजे बंद होण्याआधी त्यांच्यामधून निसटला.'

'पण त्याला असं दिसलं तरी काय?' भरत कुरकुरला. 'हे असं पळून जाणं किती बेजबाबदारपणाचं आहे.'

शत्रुघ्नानं आपल्या रिकाम्या मुठी वळत म्हटलं, 'माझी गदा आणायला वेळ मिळायला हवा होता रे मला, गदा हातात नसली तर मला अगदी उघडंवाघडं वाटतं.'

'उत्सवाच्या दिवशी शस्त्रं हाती घेणं कायद्याविरुद्ध आहे, शत्रुघ्न. तुला माहिती आहे तो कायदा.'

'होय रे होय, लक्ष्मणा. त्या राक्षसानं कायदा नव्हता पाळला – नव्हता ना? रामाला जे काही दिसलं ते काही कोणा प्रेमिकांचं भांडण नव्हतं हे नक्की, पैज लाव हवी तर. त्याला काहीतरी गडबड दिसली म्हणून तर तो असा धावला. कोणत्याही गडबडीला तोंड देण्याचा सर्वात उत्तम उपाय म्हणजे धारदार पोलाद.'

मान हलवत लक्ष्मण उत्तरला, 'कमालच करतोस हं तू, शत्रुघ्ना–सगळ्या समस्या हिंसेनं नाही सोडवता येत.'

'ठीक आहे, मग तुला जेव्हा तुझा पहिला राक्षस भेटेल ना तेव्हा तू त्याची समजूत घालायचा, त्याचे लाड करायचा सगळा प्रयत्न करून बघ हं – माझं म्हणशील तर केव्हांही मी एखादी उत्तमशी गंदाहारी गदाच पसंत करीन.'

'मला पटतंय हं तुझं, भाई.' भरतानंही संमती दर्शवली.

दरवाजे उघडले तसे ते सगळे बाहेर झेपावले. सर्वात पुढे अधिकारी दृष्टि

कुमार होता. त्यानं दरवाजाबाहेरच्या त्याच्या माणसांना आदेश दिलेलेच होते. त्यामुळे सैनिकांच्या दोन रांगा रस्त्याच्या दोन्ही बाजूला उभ्या होत्या आणि सबंध रस्ता मोकळा केलेला होता. ते सगळेच वेगानं धावणारे होते. काही क्षणांतच ते हरिश्चंद्र मार्ग आणि जगन्नाथ मार्गाच्या वळणावर येऊन पोचले. अधिकाऱ्यानं सैनिकाना आदेश देताच कोंडाळ्यानं मार्ग करून दिला आणि सगळे जण पुढे गेले. लक्ष्मणाला एक वयस्कर सैनिक दिसला. त्याच्या मानेवर जखमांच्या खुणा होत्या आणि एक कानही नाहीसा झालेला होता. तो सैनिक लक्ष्मणाकडे मोठ्या कुतूहलानं पाहात होता असं लक्ष्मणाला जाणवलं. पण तेवढ्यात तो त्या वळणापाशी पोचला होता आणि समोरचं भयानक दृश्य बघून हादरला होता.

राम दोन सशस्त्र गटांच्या मध्यभागी उभा होता. पलीकडच्या बाजूला काळ्या कपड्यांमधल्या तांत्रिकांचा जमाव होता. ते तर सशस्त्र दंगल सुरू करण्याच्या तयारीतच असावे असं दिसत होतं. या बाजूला, राजपुत्रांकडे पाठ करून उभे असलेली, आक्रमण करण्याच्या तयारीत असलेली अशी पी एफ सैनिकांची तुकडी होती.

'राम.' तो ओरडून हाक मारणारच होता तेवढ्यात त्यानं जीभ चावली. त्यापैकी कोणत्याही गटानं चढाईला सुरुवात करू नये अशीच त्याचीही इच्छा होती. दोन्ही गट कमालीचे क्षुब्ध आणि मरेपर्यंत लढायला तयार दिसत होते. लक्ष्मणाला पी एफ सैनिकांचे चेहरे दिसत नव्हते पण तांत्रिक मात्र गांजा पिऊन आल्यासारखे पांढऱ्या डोळ्यांचे आणि बेफाम दिसत होते.

त्याच्या शेजारीच उभे असलेले त्याचे भाऊ हे दृश्य बघून काहीतरी बोलत होते. त्यांच्या मनात काय आहे हे त्याला सहज कळून आलं. कारण तोही अगदी तोच विचार करत होता. *'आता या कशात गुंतवून घेतलंय रामानं? आणि आता बाहेर कसा पडणारेय तो यातनं?'*

आणि रामानं गायला सुरुवात केली.

22

सभागृहामधून उरले सुरले लोक बाहेर पडत असतानाच प्रधान मंत्री सुमंत्र त्याच्या राजाच्या शेजारी जाऊन उभा राहिला. दशरथ त्याच्या सिंहासनावर वाकून बसला होता. त्यानं दोन्ही कोपरं सिंहासनाच्या हातांवर टेकवली होती आणि पंजांमध्ये चेहरा धरला होता.

'महाराज?' सुमंत्रानं हलक्या चिंताग्रस्त स्वरात विचारलं, 'तुम्ही ठीक आहात ना?'

'होय.' मोठ्या प्रयत्नानं दशरथानं मस्तक उचललं. त्याला होत असलेले कष्ट पाहून सुमंत्राचं हृदय कळवळलं. 'माझ्यासमोर काही पर्यायच नाहीये. या भयानक संकटातून प्रजेला बाहेर काढण्यासाठी मी ठीक असायलाच हवं.' सुमंत्रानं मदतीला पुढे केलेला हात दूर करत, कसाबसा उठून उभा राहात तो म्हणाला, 'आपलं चुकलं तरी कुठे, मित्रा? मी न्यायानं आणि शहाणपणानंच राज्य केलं, होय ना? माझ्या पूर्वजांनी केलेल्या पायावर मी हे अयोध्येचं राज्य, कोसलचं राज्य प्रगतीच्या आणि संपन्नतेच्या नव्या उंचीवर नेऊन ठेवलं. होय ना? मग आता माझी कारकीर्द संपत आलेली असताना माझ्यावर या संकटांना तोंड देण्याची वेळ का यावी?'

'महाराज, तुमच्या घराण्यातील तुम्ही सर्वात श्रेष्ठ राजा आहात. या सिंहासनावर बसणारा सर्वश्रेष्ठ राजा. या आधी आर्य नागरिकांना कधीही शांततेचा आणि सुरक्षिततेचा एवढा मोठा सलग काल अनुभवायला मिळाला नव्हता. येत्या हजारो वर्षांमध्ये आपल्या कारकीर्दीच्या स्मृती जागृत राहातील. असुरांनी आणलेल्या संकटांबद्दल स्वत:ला दोषी मानू नका.'

मान डोलवत त्या रिकाम्या सभागृहामधून चालत जाताना दशरथ म्हणाला, 'कदाचित तू म्हणतोस ते बरोबर असेल सुमंत्रा. तरी हा वारसा मी माझ्या पुत्रांना देऊ शकत नाही. आपल्या तारुण्यात आणि यौवनात आपण युद्ध करतो ते भविष्यासाठीच ना? माझ्या नजरेसमोर हे भविष्य नव्हतं कधीच.'

आपल्या राजाच्या शेजारून चालत सुमंत्र उद्गारला, 'तुम्हाला वाटतं तेवढं भविष्य अंधारं नसेल, महाराज. आर्य राष्ट्रांच्या इतिहासामध्ये आपण आज आहोत

तेवढे शक्तिवान कधीच नव्हतो. इतके शक्तिवान आणि इतके श्रीमंत. गेल्या असुर युद्धाच्या शेवटी तुम्ही जेव्हा लंकेच्या राजाविरुद्ध तो अखेरचा हल्ला केलात तेव्हा तर सगळं संपल्यासारखंच वाटलं होतं. आपण संख्येनं कमी होतो, आपलं बळ कमी होतं, आपण दमलेलो होतो, आपली शक्ती संपलेली होती आणि तरीही आपण जिंकलो. आणि चांगलेच जिंकलो. आज आपण नुसतेच अधिक शक्तिशाली नाही आहोत तर त्या युद्धांमधून मिळवलेलं युद्धाचं ज्ञान आपल्याजवळ आहे. आपल्या सैनिकी तज्ज्ञांना असुर जमातीची बलस्थानं आणि कमकुवत स्थानं यांचा अभ्यास करण्यासाठी चांगली काही दशकं मिळालेली आहेत. त्या वेळेपेक्षा आपली लोकसंख्या जवळ जवळ दुप्पट झालेली आहे. शिवाय आज सर्वच गोष्टींची सुरुवात किती मंगल रीतीनं झाली आहे हे तुम्ही पाहाताच आहात. पहिला हल्ला करण्याचा असुरांचा डाव साफ फसला एवढंच नव्हे तर त्यांचा सर्वात हुशार गुप्तचर आणि घुसखोर – कुणी साधासुधा राक्षस नव्हे तर प्रत्यक्ष काल–नेमी – रावणाचा जवळचा नातलग, हाही नष्ट झाला आहे. आपल्या राजसभेमधील त्यांचे हस्तक शोधून काढण्यात आले आहेत. आत्ता या क्षणी शहराच्या कारागृहाखालच्या अंधारकोठड्यांमध्ये त्यांची कसून चौकशी सुरू आहे. लवकरच, आपण राज्यातल्या फितूर आणि असुरांविषयी सहानुभूती बाळगणाऱ्या प्रत्येक व्यक्तीला शोधून काढू. इतर आर्य राष्ट्रांनीही असंच करावं असा निरोप त्यांना पाठवण्यात आलेला आहे. ही साफसफाई झाली की मग लगेचच इथे अयोध्येमध्ये युद्धसमितीची बैठक होईल. आपण आशा सोडू नका, धीर धरा महाराज. आपण नुसतेच टिकून राहाणार नाही तर आपण विजयी होऊ. आणि रावणाच्या दहा मस्तकांपैकी प्रत्येक कवटीचा चुरा करण्यासाठी खाली येणारं पाऊल आपलंच असेल, महाराज.'

हे खूपच मोठं भाषण होतं–विशेषत: जो फारसं बोलत नाही त्याच्या मानानं – हे दशरथाला माहीत होतं. तो सभागृहाच्या दरवाजाबाहेर उभा राहून आपला गुरुकुलापासूनचा स्नेही, पूर्वीचा सूत, विश्वासू सल्लागार, मग मंत्री आणि आता प्रधान मंत्री असलेल्या सुमंत्राकडे बघत होता. त्यानं आपलं थकलेला पण अजून ताकदवान असलेला हात सुमंत्राच्या खांद्यावर ठेवला. 'तू म्हणतोस तसंच व्हावं असा वर द्यावा देवांनी.'

सुमंत्रानं आपल्या प्रिय महाराजाचं मनगट घट्ट धरलं. 'तसंच होईल, माझ्या शेवटच्या श्वासापर्यंत मी ते तसंच व्हावं म्हणून काम करीन. आणि प्रत्येक आर्य नागरिकही तसंच करेल. भिऊ नका, राजे. अभिमान बाळगा. तुम्ही एका महान राष्ट्राची उभारणी केली आहे – आता त्या कष्टांची फळं बघा.'

दशरथानं मान डोलावली. 'आता ब्रह्मर्षी विश्वामित्रांशी इथे येण्यामागच्या त्यांच्या दुसऱ्या हेतूबद्दल बोलण्याआधी मी थोडी विश्रांती घेतो. त्यांना माझ्याशी एकांतात बोलायचं आहे. माझे पुत्र सुरक्षितपणे राजवाड्यामध्ये परतले आहेत ना?'

सुमंत्राच्या कपाळावर आठी पडली. 'आलेले असायला हवेत महाराज, अधिकारी दृष्टि कुमार त्यांना सुखरूप राजवाड्यामध्ये आणण्यासाठी गेला त्याला थोडा वेळ झाला.'

त्याच्या आवाजातला न बोललेला अर्थ दशरथाच्या लक्षात आला. 'मग?'

सुमंत्रानं सावकाश मान हलवली. 'अधिकारी अजून परत आलेला नाहीये.' चेहऱ्यावर एक आश्वासक हसू आणत तो म्हणाला, 'मी स्वत:च बघतो काय झालंय ते महाराज. राजकुमार राजवाड्याच्या दरवाजाशी पोचले म्हणजे ते सुखरूपच असणार. पण मी स्वत: बघतो, माझ्यावर विश्वास ठेवा.'

'माझा विश्वास आहे तुझ्यावर पण तू स्वत: खात्री करून घे. आजचा दिवस फार चमत्कारिक आहे. आणि त्याहून अधिक विलक्षण घटना घडणार आहेत असं मला वाटतं.माझे पुत्र सुरक्षित आणि स्वस्थ आहेत याची खात्री करून घे.'

आपण काय ऐकत आहोत ते समजण्यासाठी लक्ष्मणाला एक क्षण लागला. प्रथम त्याला वाटलं की कालीपंथाचा जो मरणमंत्र असतो तोच गायला जात आहे. सैन्यात जबरदस्तीने भरती केले गेलेले सैनिक जेव्हा युद्धावर पाठवले जातात आणि तिथून ते परत येण्याची शक्यता नसते तेव्हा ते हा मंत्र म्हणत असतात. पण तांत्रिकांच्या दृष्टीने हा मंत्र म्हणजे त्यांच्या काळ्या श्रद्धेचं स्तुतिस्तोत्रच असतं. कलियुग येणार आहे आणि साऱ्या मानवजातीचा, मानवी संस्कृतीचा विनाश होणार आहे या त्यांच्या ठाम विश्वासाचं ते प्रतीक असतं. हे स्तोत्र रस्त्यापलीकडचे काही काली भक्त गात आहेत हे त्याच्या लक्षात आलं. मग पी एफ सैनिकांचे ढोल त्याच्या कानी पडले. संचलन करताना आणि युद्धातही वाजवला जाणारा चार ठोक्यांचा तो ताल होता. वेदिक परंपरेनुसार कोणतंही कर्म करताना हाच ताल सर्व आर्य कर्मकांडांमध्ये वाजवला जात असे. त्याला प्रथम हे दोन्ही वेगवेगळे आवाज ओळखता आले नव्हते कारण पाठीमागे उभ्या असलेल्या गर्दीचा आवाजच इतका मोठा होता.

पण जेव्हा रामाने गायला सुरुवात केली तेव्हा मात्र तो काय करतो आहे आणि त्याचं ईप्सित काय आहे हे लक्ष्मणाला लगेच कळलं. त्या दोन्ही भांडणाऱ्या गटांना तर्कानं समजावणं शक्य नव्हतं किंवा आज्ञा देऊनही ते जमणार नव्हतं म्हणूनच रामानं त्यांच्या देशप्रेमाच्या भावनेलाच आवाहन केलं होतं. अखेरीस, काही म्हटलं तरी हा उत्सवाचा दिवस होता, सर्व आर्य आपल्या देशवासीयांना आलिंगन देतात आणि त्यांच्या अभिमानी संस्कृतीचं आणखी एक वर्ष संपल्याचा आनंद व्यक्त करतात. शिवाय याच दिवशी नव्या वर्षाच्या पीकपाण्याचंही स्वागत केलं जातं. प्रत्येक आर्य राष्ट्राचा स्वत:चा असा एक उत्सवाचा दिवस असे पण होळी आणि दीपावली हे सण मात्र सगळी आर्य राष्ट्रं सारख्याच उत्साहानं साजरे करत.

राम आर्यांचं पारंपरिक शेतकरी गीत गात होता – 'धरती मा...' त्यानं गायला सुरुवात केली तेव्हा पी एफ सैनिकांच्या ढोलाचा आवाज आणि तांत्रिकांच्या कालीमंत्राचा आवाज एकत्र झाले आणि स्मशानयात्रेच्या वेळी वाजवल्या जाणाऱ्या वाद्यांसारखा एक उदास पण येणाऱ्या संकटाची सूचना देणारा मेळ निर्माण झाला.

या दु:खी संगीताच्याही वर धरती मा गाणाऱ्या रामाचा मधुर आवाज घुमू लागला. रामाचा स्वर उंच लागला होता आणि तरी त्यामध्ये सखोलता दाखवणारा खर्जही होता. तो त्या गीताचा पहिला श्लोक म्हणतो आहे तेवढ्यातच जमावाच्या भावना बदलत असल्याचं लक्ष्मणाच्या लक्षात आलं. त्या प्राचीन स्तोत्रामध्ये कमालीची शक्ती होती. काहींची तर अशी समजूत होती की या स्तोत्राच्या पठणानं वाळवंटाची सुपीक जमीन होते आणि अत्यंत भयानक असे जंगली प्राणीही शांत होतात. ही अतिशयोक्ती असली तरी आर्यांच्या कानांवर या स्तोत्राची जी मोहिनी होती ती आश्चर्यकारकच म्हणावी लागेल. राम ते सुंदर स्तोत्र गात असताना आपल्या हातावर, मानेवर रोमांच उभे राहाताहेत असं लक्ष्मणाला जाणवलं. आर्य जमातीच्या सात राष्ट्रांची भूमी असलेल्या या महान उपखंडाची स्तुती करणारं ते स्तोत्र त्यांचं पालनपोषण करणाऱ्या या भूमीला माता म्हणून अतिशय परिणामकारक शब्दांनी संबोधत होतं. गौरवत होतं.

मागचापुढचा विचार न करता लक्ष्मण जगन्नाथ मार्गावर पोचला. दचकलेल्या पी एफ सैनिकांना आणि त्यांच्या अधिकाऱ्याला वळसा घालून तो रामाशेजारी जाऊन उभा राहिला आणि रामाच्या स्वरात आपला सूर मिळवून तोही गायला लागला. त्याच्या मागोमाग भरत आणि शत्रुघ्नही येत आहेत हे बघण्यासाठी मागे बघण्याची काहीच गरज नव्हती. हातात त्रिशूल घेतलेले तांत्रिक आणि भाले घेतलेले पी एफ सैनिक यांच्या गराड्यात सापडल्यावर त्याला क्षणभर भीती वाटली. पण तिकडे दुर्लक्ष करून त्यानं आपल्या थोरल्या भावाच्या पावलावर पाऊल ठेवलं. इथे, स्वत:च्या राजधानीमध्ये एका आडबाजूच्या रस्त्यावर आपल्याच लोकांच्या हातून मरण येणं रामाच्या नशिबात लिहिलेलं असेल तर मग लक्ष्मणाला ही तसंच मरण येवो.

स्तोत्राचं दुसरं कडवं सुरू होताना लक्ष्मणाला काहीतरी विलक्षण घडत असलेलं जाणवलं. जणू काही हा सारा वेळ त्या सबंध चौकावर एक ढग ओथंबून आलेला असावा, सर्वांना अस्वस्थ करत असावा काहींना हिंसक बनवत असावा आणि आता मात्र तो दूर होत असावा असं काहीसं – स्तोत्राच्या गायनानं तो ढग दूर होतो आहे हे लक्ष्मणाला स्पष्ट जाणवलं.

आणि त्यानंतर तर त्याला याहूनही एक विलक्षण गोष्ट घडते आहे असं जाणवलं. इतरही गायला लागले होते. पी एफ सैनिकांपैकी काहीजण–तांत्रिकांच्या

जमावातून काही आवाज हलकेच उमटू लागले. आणि मार्गापलीकडे पी एफ सैनिकांच्या कोंडाळ्यापलीकडे, कोपऱ्यावर आणि मार्गावर आणखी पुढे जमलेल्या गर्दीतूनही या स्तोत्राचे शब्द ऐकू येऊ लागले सर्व स्तोत्रांप्रमाणेच या स्तोत्रातही तुमच्या हृदयाला स्पर्श करण्याची शक्ती होती - मग तुम्ही कुणीही असा - कुठेही असा किंवा त्या वेळी काहीतरी दुसरंच करत असा. धरतीमातेचं स्तोत्र काही क्षणच सुरू होतं पण तेवढ्याच काळामध्ये प्रत्येक आर्य - तरुण-म्हातारा, श्रीमंत-गरीब, उच्चजातीचा- खालच्या जातीचा, स्त्री-पुरुष, - प्रत्येक आर्य एका प्राचीन आणि अटळ अशा भावबंधानं एकमेकाशी बांधला जायचा, या भूमीदेवतेनं आपल्याला जे काही भरभरून दिलं आहे ते जेवढं प्राचीन आणि अटळ आहे तेवढाच हा भावबंधही अटळ आहे.

स्तोत्र संपलं. लक्ष्मणाचा आवाज विरत गेला तसेच त्याच्या भावांचे आवाजही विरले. एक क्षणभर शांतता घुमत राहिली.

आणि मग, सगळं संपलं.

23

संतापानं किंचाळून मंथरेनं हातातला त्रिशूल समोरच्या यज्ञामध्ये फेकला. तो त्रिशूल यज्ञकार्यासाठी वापरण्याचाच होता. यज्ञाच्या अग्नीमध्ये जे दृश्य तिला दिसत होतं ते तिला पुसून टाकायचं होतं. जगन्नाथ मार्गाच्या वळणावर जे काही घडत होतं ते तिला त्यामध्ये स्पष्ट दिसत होतं. आत्ता आसुरी मायेच्या मदतीनं तिनं बघितलेल्या दृश्यामधले तांत्रिक ज्या प्रकारचे त्रिशूल हातात घेऊन उभे होते तसाच तिचाही त्रिशूल होता. तो त्रिशूल खणखणत यज्ञाच्या चौकटीवर पडला. आणि उसळत्या ज्वालांमध्ये दिसेनासा झाला. ते पाहाताच ती पुन्हा किंचाळली आणि तो आगीतून बाहेर काढण्यासाठी पुढे धावली. असा त्रिशूल फेकणं हे अपमानास्पद मानलं जाण्याची शक्यता होती. हे सर्व गुंतागुंतीचं कर्मकांड यथासांग करण्यासाठी तिनं अपार कष्ट घेतले होते ते असे शेवटच्या क्षणी वाया जाऊन चालणार नव्हतं. भरपूर तूप आणि नुकताच तिनं बळी दिलेल्या त्या ब्राह्मण मुंजा मुलाचं शरीर खाऊन यज्ञाचा अग्नी चांगलाच जोरदार झाला होता. हां, इथे आहे. जवळजवळ साफ उघडं झालेलं एक मांडीचं हाड आणि अजून मेंदू उकळत असलेली कवटी यांच्यामध्ये आहे. तिनं आगीत हात घातला. तिचे हात तर भाजलेच पण पापण्यांचे केस आणि भिवयाही जळून गेल्या. पण तिनं त्रिशूल बाहेर काढला.

भयंकर तापलेला होता तो.

तिनं तो हातात घट्ट धरला. भयानक वेदना सहन करत आपलं काय चुकलं याचा ती विचार करू लागली. तिला वाटलं होतं आपली ही योजना किती परिपूर्ण आहे, त्या तांत्रिकाच्या खुनाचा वापर शहरामध्ये यादवी माजवण्यासाठी करणं - अगदी यादवी नाहीतर निदान दंगा तरी - हजारो स्त्री-पुरुष, मुलं, जनावरं यांनी सारे रस्ते भरून गेलेले - त्यांच्याभोवती सशस्त्र आणि अतिशय सावध सैनिकांचं कोंडाळं, गोंधळ सुरू करणं फारसं कठीण वाटलं नव्हतं तेव्हा आणि चाललंसुद्धा होतं कसं सगळं अगदी सुरळीत - तांत्रिक आणि ब्राह्मण दोघेही तिनं टाकलेल्या गळाला अगदी सहज लागले होते. तिला माहीतच होतं ते - पी एफ सैनिकांनीही त्यांचं काम उत्तम बजावलं होतं. त्या मार्गावर तिनं आधीच सोडलेल्या दुष्ट मंत्रांमुळे,

महाराज आणि ते दोघे ऋषी सभागृहात निघून गेल्याबरोबर त्यांची मनं गोंधळून जायला हवी होती, त्यांच्या मनात प्रचंड संताप उसळून यायला हवा होता आणि मग जी हिंसा सुरू झाली असती तिनं आपलं चक्र योग्य त्या मार्गानं सुरू ठेवलं असतं. ती उत्कृष्टच योजना होती. एका अगदी सामान्य, बिनमहत्त्वाच्या बाबीवरून एक भयंकर दंगा उसळला असता. आणि मग योग्य वेळी तिनं पी एफ सैनिकांचे घोडे रघुवंश मार्गावर उधळावे म्हणून एक मंत्र टाकला असता–की पळापळ चेंगराचेंगरी सुरूच झाली असती. रक्ताचे पाट व्हायले असते हे नक्की.

'राम!'

होय. रामच तिथे घुसला होता. आणि सगळं बिघडवून टाकलं होतं त्यानं. हे कसं केलं ते मात्र तिला अजूनही उलगडतच नव्हतं. एक स्तोत्र म्हणून? काय मूर्खपणा आहे हा – अशा एखाद्या मूर्खासारख्या देशप्रेमाच्या गाण्यानं लोक इतके कसे भारून जाऊ शकतात? आणि देश देश म्हणजे तरी काय शेवटी? जिच्यामध्ये वेगवेगळे लोक राहातात अशी एक जागा – इतकं भावनावश होण्यासारखं आहे काय त्यात?

आणि तरी त्यानं हे केलं होतं. तिच्या मंत्राची शक्ती संपवून टाकली होती. तिथल्या गटांच्या मनावर एक आंधळा काळोख उतरवण्याचा तिचा प्रयत्न त्यानं हाणून पाडला होता. वाळूवर लिहिलेला श्लोक पुसून टाकावा तेवढ्या सहजतेनं त्यानं तिची योजना निष्फळ करून टाकली होती. तिच्या शक्ती अजून बाल्यावस्थेत होत्या, अजून त्यांची वाढ पूर्ण झाली नव्हती हे खरं पण तिनं किती आटोकाट प्रयत्न केले होते. किती त्याग केले होते – देवांची भक्ती करणाऱ्या अयोध्येमध्ये ती रावणाची, काळ्या राजाची भक्त आहे हे गुपित तिनं इतकी वर्षं राखलं हेच तर केवढं मोठं होतं. स्वत:ला फार सदाचरणी समजणाऱ्या आर्यांचा समुद्रच अवतीभोवती असताना तिनं एकटीनं असुर पंथाची लहानशी काळी ज्योत तेवती ठेवली होती. अगदी कैकेयी – तिची पूर्वीची पाल्य आणि आत्ताची या शक्तिवान राज्याची राणी – तिलासुद्धा तिच्या या शक्तीमागचं आणि प्रभावामागचं रहस्य माहीत नव्हतं. तिला या स्थानावर नेऊन बसवण्यासाठी तिनं काय काय केलं होतं. पण आता हे सगळं बदलणार होतं, आज पासूनच. कुणालाही एका चिमुरड्या मुलाला तर नाहीच नाही – तिची भयंकर योजना थांबवण्याची ताकद असायला नको होती.

'राम!' भाजल्याच्या जखमांनी भरलेल्या हातातला त्रिशूल नाचवत ती पुन्हा एकदा किंचाळली.

मूर्ख थेरडी!

यज्ञाच्या अग्नीमधून उमटलेला तो आवाज एखाद्या उघड्या हृदयावर

हिमनदीमधला बर्फ ठेवावा तसा जाळता होता. बर्फगार विध्वंसक संतापानं उसळत तो आवाज तिला आपल्या काळ्या ज्वाळांमध्ये लपेटून टाकत होता.

धापा टाकत तिनं मान लववण्याचा प्रयत्न केला. थेट जमिनीला कपाळ टेकून तिनं त्याला वंदन केलं. 'स्वामी, तुम्ही आलेले मला कळलं नाही.'

माझ्या पवित्र अस्तित्वासमोर ते नाव घेण्याचं धाडसच कसं झालं तुला? मी त्याला मनाई केली आहे ना यापूर्वीच?

तिच्या सर्वांगावर त्या ज्वाळांनी पेरलेल्या जखमांकडे दुर्लक्ष करत तिनं आपल्या मनाचा धांडोळा घेतला. एकाच वेळी बर्फ आणि आग यांच्या चाबकाचा मार बसत असावा अशा त्या वेदना होत्या. 'स्वामी? तुम्ही रामाबद्दल बोलता आहात का?'

ते नाव घेऊ नकोस, मूर्ख म्हातारी.

'स्वामी... मी...' तिनं पुन्हा पुन्हा डोकं जमिनीवर आपटायला सुरुवात केली. कपाळातून रक्त वाहायला लागलं आणि तिच्याभोवतीच्या ज्वाळांमध्ये उतरताच उकळायला लागलं.

'क्षमा. दया करा स्वामी, क्षमा.'

त्या व्यक्तीला कमी समजलीस तर तो मूर्खपणा ठरेल. तो धर्म मानणारा आहे. अशा व्यक्ती सहजासहजी त्यांच्या मार्गावरून ढळत नाहीत.

'स्वामी, पुन्हा असं होणार नाही, मी क्षमा मागते आपली.'

तुझं आजचं पाखंड आणि अपयश यामुळे खरं तर मी तुला ताबडतोब बहिष्कृत करायला हवं. माझ्या सैन्यामध्ये कठोर शिस्त पाळली जावी म्हणून मी हे करत असतो. जो सैनिक अडखळला तो मेला. तू नुसती अडखळली नाहीयेस मंथरे, तू आज मला अपयश दिलं आहेस. तुला काही कामं करायला सांगितलं होतं. त्यापैकी एकही पार पडलं नाही. मी अशा अपयशी लोकांना काय शिक्षा देतो हे तुला माहीतच आहे.

प्रचंड भीतीनं मंथरा किंचाळत म्हणाली, 'नको नको, स्वामी. मी भीक मागते तुमच्याकडे, असं मला सोडून देऊ नका. माझ्या चुकीची शिक्षा भोगायला तयार आहे मी, तो घाणेरडा शब्द मी पुन्हा कधीही उच्चारणार नाही. दया कराः'

अजूनही तिच्याभोवती ज्वाळा नाचतच होत्या. जणू काही तिच्या भीतीची चव त्यांना आवडली असावी. आता तिला त्या भयानक यातनाही जाणवेनाशा झाल्या होत्या. असह्य आणि अटळ अशा वाहात्या धगीनं तिचं सारं अस्तित्वच भाजून निघत होतं.

अखेरीस त्या जळत्या मुठीनं तिला सोडलं आणि तो अग्नी पुन्हा आपल्या चौकटीत शिरला.

मला तुझी गरज आहे म्हणूनच केवळ – हतभागी थेरडे – पुन्हा एकदा अशी चूक कर आणि मग बहिष्कार ही तुला फारच सौम्य शिक्षा ठरेल.

मंथरा मूकपणे थरथरत उभी राहिली. कपाळ यज्ञाच्या चौकटीला टेकेल इतकी ती खाली झुकली होती. केस जळतानाचा घाण वास तिला जाणवत होता. यातनांच्या आणि शरीराच्या दुर्दशेनं मनाभोवती पसरलेल्या धूसरतेमधून तिला कुठेतरी जाणवलं की दोन्ही बाजूंनी आपण आपलं शरीर दूषित केलं आहे. तरीही ती तिच्या जखमी आत्म्याला छळत राहिली. शिव्याशाप देत राहिली. काळ्या राजाला खूप काही हवं असे. आणि त्याला हवं ते थोडं जास्तच देण्यातच फायदा होता. शेवटी कधीतरी त्याचा राग शांत होत असल्याचं तिला जाणवलं.

तुझी शिक्षा मी तात्पुरती स्थगित करतो आहे. पण लक्षात ठेव–ती तात्पुरती स्थगित केलेली आहे. माफ केलेली नाही. आता लक्ष दे, कुबडे. कारण हे अपयश आपल्या इतर मोठ्या योजनांवर पाणी फिरवणारं ठरता कामा नये.

'स्वामी.' ती काकुळतीनं, भीतीनं थरथरत्या आवाजात म्हणाली, 'तुम्ही म्हणाल ते करेन मी. पुन्हा मी आपली निराशा करणार नाही.'

इथे आपण हे बोलत असताना ते दोन म्हातारे ब्राह्मण दशरथाच्या मनावर आपलं गारूड पसरताहेत. लवकरच तो विश्वामित्राच्या मागणीला होकार देईल.

मंथरेनं सावकाश डोकं वर उचललं. तिच्या काळ्या चेहऱ्यावर तिचे डोळे लालबुंद निखाऱ्यासारखे दिसत होते. 'स्वामी. तुमची इच्छा असेल तर मी या क्षणी सभागृहामध्ये जाते आणि माझ्या सर्व शक्ती वापरून त्या सर्वांचा नाश करते. एकाच अतिरेकी कारवाईनं आपण अयोध्येच्या सर्वच राज्यकर्त्यांचा नाश करू शकू. आत्तापर्यंत सगळे राजपुत्र त्यांच्या वडिलांजवळ पोचले असतील, आणि...'

मूर्ख मूर्ख बाई, तुझी शक्ती तू स्वत:ला एखाद्या स्फोटानं उडवून नष्ट करण्यासाठी वापरशील? ते काही धाडसाचं काम ठरणार नाही, कुबडे. तो तर सर्वात मोठा मूर्खपणा ठरेल. ती सभा शांतपणे संपायला हवी आहे आपल्याला. महाराज दशरथानं द्रष्ट्या ऋषींचं म्हणणं मान्य करायला हवं आहे आपल्याला. 'ती' आपली योजना आहे. आता तरी कळतंय का तुला मी काय म्हणतो आहे ते? की पुन्हा एकदा मी तुला जाळून काढायला हवं आहे?

मंथरेचा आ वासला गेला. तिच्या उघड्या तोंडातून लाळेची एक जाडशी तार बाहेर लोंबू लागली. 'स्वामी...' आवंढा गिळत ती उद्‌गारली, 'खरोखरच, तुम्ही थोर आहात.'

पुरे. या चर्चेचा कंटाळा आला आहे मला. मला जेव्हा तुझी पुन्हा गरज भासेल तेव्हा मी बोलावेन तुला. ती वेळ लवकरच येणार आहे.

ज्वाळेनं तिला कुरवाळलं, तिच्या डोळ्यांच्या खोबणीत शिरून तिला गुदगुल्या केल्या. तशी तिच्या डोळ्यातलं पाणी विरघळून गालांवरून वाहू लागलं. परमानंदानं मंथरा थरथरली.

आणि अयोध्या माझ्या पकडीत आली की मग तुला बक्षीस मिळेल. माझ्या गुणग्राहकतेची ही खूण...

श्वास आत ओढत मंथरेनं डोकं वर उचललं. तिचा तिच्या डोळ्यांवर विश्वासच बसेना. तिचे भयानक भाजलेले हात, तिचं शरीर सगळं पूर्वीसारखं झालं होतं. तिच्या स्वामीच्या काळ्या शक्तीवर तिचा विश्वास बसेना. 'माझ्या जखमा, माझं भाजणं सगळं गेलं. अहो स्वामी, तुम्ही कल्पनेच्या पलीकडे उदार आहात, महान आहात – तुमच्या शक्ती...'

ज्वाळा एकदा उंचावल्या, सर्व दिशांना फैलावल्या. त्या गुप्त प्रार्थना दालनाच्या कानाकोपऱ्यामध्ये फिरल्या आणि मंथरेला कसलीही इजा होऊ न देता पुन्हा एकवार त्यांनी तिला स्वत:मध्ये गुरफटून घेतलं. तिच्यवर एक मायावी पांघरूण पसरलं गेलं. त्या अपवित्र अग्नीकडे आपले आता स्वच्छ झालेले हात फेकत त्याला सर्वस्वानं मिठीत घेत ती अत्यानंदानं किंचाळली. अग्नी आता जाळता नव्हता, बर्फासारखा थंडगार होता. तिच्या स्वामीचं नग्न शरीर तिच्या नग्न शरीराला भिडल्यावर जसं वाटेल तशी ती भावना होती हे तिला माहीत होतं. आपल्या काळ्या दैवताचा तो अपवित्र आशीर्वाद तिनं चवीनं स्वीकारला.

जेवढ्या अचानकपणे तो अग्नी पसरला होता तेवढ्याच अचानकपणे तो नाहीसाही झाला. यज्ञाच्या चौकटीमध्ये स्वत:ला आत ओढून घेत एक शेवटची मोठी ज्वाळा सोडत तो अग्नी शांत झाला. आता ती चौकट थंडगार आणि रिकामी होती. त्या ब्राह्मण मुलाची हाडंही नष्ट झाली होती.

एक मोठा उसासा सोडत मंथरा उठली आणि तिच्या स्वामीची आज्ञा पाळण्यासाठी निघाली. त्या गुप्त दालनामध्ये ती शिरली तेव्हा जशी होती तशीच अगदी तशीच आत्ताही दिसत होती. एक केसही इकडचा तिकडे झाला नव्हता.

24

ते अगदी राजभोजनशालेजवळ पोचलेच होते तेव्हा एक जरा जास्तच रेखीव मदालस व्यक्ती एकाच वेळी नि:श्वास टाकत आणि ढेकरा देत बाहेर पडली. ती व्यक्ती आपल्या उघड्या पोटावरून हात फिरवत होती. भरपूर मासे खाऊन झाल्यावर आता स्वत:च्या हावरटपणाचा पश्चात्ताप करणाऱ्या मांजरीसारखी ती दिसत होती. लक्ष्मण आणि शत्रुघ्नाची चाललेली थट्टा मस्करी एकदम थांबली. 'तरुण सुंदर मुलगी' या अर्थाच्या संस्कृत शब्दावर एक विशेष श्लेष सांगताना शत्रुघ्न एकदम थांबला. भरताच्या चेहऱ्यावरचं हास्य लोपलं आणि त्याची चाल मंदावली.

कैकेयी वळली तेव्हा तिला ते येताना दिसले. तिनं उद्वेगाचा एक हुंकार टाकला.

'होतास तरी कुठे तू?' तिचा आवाज कर्कश, खरखरीत होता, नुकत्याच खाल्लेल्या पानाचे कण तिच्या दातांमध्ये अजून चिकटलेले होते. आणि ती बोलत असताना तंबाखूच्या लालभडक रसाचे शिंतोडे बाहेर उडत होते. 'पहिले तर तू सकाळभर नाहीसा झाला होतास आणि सकाळ तरी कसली, मग मंथरा काहीही न सांगता सवरता नाहीशी झाली आणि तुझे वडील, नको तो विषयच नको आत्ता- आज त्यांना काय झालंय कळतच नाहीये मला, या राजवाड्यात माझी कुणाला किंमतच राहिली नाहीये...'

रीतीप्रमाणे लक्ष्मण आणि शत्रुघ्नानं वाकून तिच्या साडीच्या काठाला जेमतेम स्पर्श करत नमस्कार केला. तिनं काहीतरी आविर्भाव करत आशीर्वाद दिल्यासारखं केलं. दिलाच असला आशीर्वाद तर तोंडातल्या पानामुळं तो काय होता हे कळणं अशक्य होतं. पानाच्या रसामुळे तिचे ओठ लालचुटुक झाले होते. उत्तरेकडच्या प्रदेशातल्या तिच्या उजळ वर्णावर ते लाल ओठ फारच विरोधी दिसत होते.

तिचे डोळे लालभडक आणि नेहमीपेक्षा अधिक मोठे दिसत आहेत आणि तिचा चिडखोरपणाही आज जरा जास्तच जाणवतो आहे हे लक्ष्मणाच्या लक्षात आलं. तो तिला चांगलं ओळखत नसता तर अति मद्यपानामुळे तिची अशी अवस्था झाली आहे असं त्याला वाटू शकलं असतं. पण दुसरी राणी कैकेयी नेहमीच मोठ्या

अभिमानानं जाहीरपणे सांगत असे की ती मद्याला स्पर्शही करत नाही कारण मद्य पिणं हे अगदी खालच्या दर्जाच्या स्त्रीचं लक्षण आहे. खरं तर ही बढाई थोडी विचित्रच होती कारण त्याची आणि शत्रुघ्नाची आई तिसरी राणी सुमित्रा आणि पहिली राणी कौसल्या यांनीही सबंध आयुष्यात मद्याला कधीच स्पर्श केला नव्हता. आणि ही गोष्ट ओरडून जगाला सांगत राहाण्याची त्यांना कधी गरजही वाटली नव्हती. पण कैकेयीला स्वत:ची स्तुती करत राहाणं खूपच आवडत असे – मग तिच्याबरोबरीनं तिची स्तुती करणारं दुसरं कुणी असो वा नसो.

भरत त्याच्या आईबरोबर गेला. राजवाड्यामध्ये आजकाल रीतीरिवाज सांभाळण्याकडे कुणाचंच लक्ष नसतं. तिच्याकडे दासीवर्ग किती कमी आहे, आजच्या होळीच्या मिरवणुकीसाठी तिनं खास शिवायला दिलेली चोळी तिच्या शिंपिणीनं कशी बिघडवून टाकली आहे, अशा उत्सवांमध्ये भाग घेणं हे एखाद्या राणीला किती थकवून टाकणारं असतं याची कुणालाच जाण नसते अशा सगळ्या विषयांवर तिची कुरकुर चालूच होती. त्यानं एकदा मागे वळून लक्ष्मणानं आजवर अनेक वेळा बघितलेला एक निराश दृष्टिक्षेप आपल्या भावांकडे टाकला.

‘बघितलंस तू?’ शत्रुघ्न म्हणाला, ‘ती असं काही बोलायला लागली ना की माझं डोकंच फिरतं. असं वाटतं, तिचे ते मांसल खांदे धरावेत आणि गदागदा हलवावं तिला, अगदी ती गप्प बसेपर्यंत…’

लक्ष्मणानं आपल्या भावाकडे बघितलं. पुन्हा एकदा त्याला त्या दैवी उपरोधाचं आश्चर्य वाटलं. राम आणि त्याच्यामध्ये जे एक अतूट बंधन होतं तसंच बंधन शत्रुघ्न आणि भरतामध्ये निर्माण झालेलं होतं.

‘तू एक खांदा पकड मी दुसरा धरतो,’ तो मोठ्यानं म्हणाला, ‘तुला एकट्याला भारी पडेल ती.’

शत्रुघ्नानं आश्चर्यानं आपल्या भावाकडे बघितलं. पण लक्ष्मणाच्या डोळ्यातली चेष्टेची चमक पाहून त्याच्या आठ्याही विरघळल्या आणि तो हसत म्हणाला, ‘होय, मला एकट्याला भारी पडेल ती, नाही? तिची सगळी क्षत्रिय शक्ती बिचाऱ्या भरतावर खर्च करण्यापेक्षा ती राक्षसांशी लढत का नाही?’

खांदे उडवत लक्ष्मण उत्तरला, ‘मला नाही माहीत. कदाचित भरतानंही इतकं गरीबपणे वागायला नको, एखादे वेळी तरी तिला काहीतरी म्हणायला हरकत नाहीये. तो काही आता दूध पिणारा बालक राहिलेला नाही.’

‘ती आई आहे त्याची, लक्ष्मणा आणि त्याचं जाऊ दे, आपणा दोघांपैकी कुणी तिच्याविरुद्ध काही बोलू शकेल असं वाटतं तुला?’

शत्रुघ्नाचा मुद्दा मान्य करत लक्ष्मणानं मान हलवली. एखाद्या वयानं मोठ्या व्यक्तीशी उंच आवाजात आक्रमक शब्दांमध्ये बोलणं कोणत्याही सभ्य आर्याला

शोभणारं नव्हतं. काही पालक आपल्या पाल्यांना थोडी मोकळीक देत असत, नाही असं नाही – उदाहरणार्थ मिथिलेचे महाराज जनक यांनी आपल्या कन्यांना कुणी आपल्या पुत्रांना देतील एवढी मोकळीक दिलेली होती, पण अयोध्येमध्ये वर्तनाचे पारंपरिक नियम अधिक कसोशीनं पाळले जात असत. वैयक्तिक स्वातंत्र्यापेक्षा परंपरेला अधिक महत्त्व दिलं जात असे.

'काही झालं तरी, आता तो या सगळ्याला तोंड द्यायला शिकला आहे. लहान असताना कशी ती त्याला सतत काहीतरी खायला लावायची तसं तरी आता तो तिला करू देत नाही.'

शत्रुघ्नानं हा मुद्दा मान्य केला. गुरू वसिष्ठांच्या अरण्यातल्या गुरुकुलामध्ये जाण्याआधी भोजनशालेमध्ये पोचणारा भरत हा पहिला असायचा. आणि तिथून बाहेर पडणारा शेवटचा. कैकेयी–मा किंवा मंथरा दाईमा यांच्या देखरेखीखाली त्याचं भोजन व्हायचं. आता मात्र तो त्याच्या खाण्याबद्दल आणि त्याच्या स्वरूपाबद्दलही अधिक जागरूक झाला होता.

'आपली आई अशी नाहीये याबद्दल देवाचे आभारच मानायला हवेत.' लक्ष्मण उद्गारला.

'आई, न्याहारीच्या आधी आपण तिला भेटायला नको का?'

लक्ष्मणाला काहीतरी तळल्याचा वास आला – सामोसे बहुतेक – त्याला सामोसे आणि जिलबी फार आवडायची. काहीशा नाईलाजानंच तो म्हणाला, 'हो जायला हवं...'

मोठ्या प्रयत्नांनीच ते भोजनशालेकडून मागे वळले आणि मधल्या एका मार्गावरून तिसऱ्या राणीच्या महालाकडे निघाले. त्यांच्या आईच्या दासींनी त्यांना बघताच एक आनंदाचा कल्लोळच उठला. सूर्योदयाला चिमण्यांची चिवचिव सुरू होते तशा चिवचिवाटातच त्यांनी ही बातमी सुमित्रेपर्यंत पोचवली. औक्षणाचं तबक तयार करून त्यांची आई त्यांची वाटच बघत होती. होळीच्या सकाळची ही रीत होती.

त्यांच्याकडे वर बघत हसत ती म्हणाली, 'आलात का?' तिचे दोन्ही पुत्र तिच्यापेक्षा चांगले मस्तकभर उंच झाले होते. त्यांच्यासमोर तिचा लहानसा गोड हसणारा आणि अजूनही तरुण असलेला चेहरा पाहिला की ती त्यांची आई नसून त्यांची धाकटी बहीणच असावी असं वाटायचं.

'तुम्ही मुलं भुकेली असाल ना, चला तुमचं औक्षण करते म्हणजे तुम्ही न्याहारी करायला मोकळे.' आपल्या लहानशा हातांमध्ये औक्षणाचं तबक उचलताना तिनं एक लहानसा सुस्कारा सोडला. 'अर्धी सकाळ माझी कैकेयी–माला सोबत करण्यात गेलीये. ती न्याहारी करत होती ना तेव्हा – माझं पोटही गुरगुरतंय आता.'

'म्हणजे? कैकेयी-माची न्याहारी झालीसुद्धा?' लक्ष्मणाच्या कपाळावर आठ्या उमटल्या. 'पण तिनं भरताचं औक्षण आधी करायचं असतं ना?'

सुमित्रेनं आपल्या मुलाकडे एक बोलका कटाक्ष टाकला. 'हो, खरं आहे, पण तुला कैकेयी-मा माहीतच आहे.' मान हलवत ती पुढे म्हणाली, 'मला ना त्या बाईचं काही कळतच नाही. रोज रात्री झोपायच्या आधी ती कडू काढा पिते की काय? सगळ्याबद्दल आणि सगळ्या गोष्टींबद्दल इतकं कडवटपणानं बोलत असते ती, आज सकाळी तिनं कौसल्या-माच्या महालात काय तमाशा केला, तुम्हाला खरं वाटणार नाही. मला तर वाटलं राजवाड्यामध्ये राक्षस घुसलेयत की काय - जाऊ दे - पूजेच्या आधी आपण अशा अशुभ गोष्टींबद्दल बोलायलाच नको. अजून खूप कामं आहेत पुढे...'

आपल्या आईचा चरणस्पर्श करण्याआधी लक्ष्मण आणि शत्रुघ्नानं एकमेकांकडे बघितलं. आपण कैकेयी-माचे पुत्र नाही याबद्दलची सुटकेची भावनाच त्या बघण्यात होती.

25

बोगनवेलींच्या कोंदणामध्ये सजलेल्या दोन संगमरवरी कमानींच्या मध्ये रामाचा चेहरा दिसताच कौसल्येला उचंबळून आलं. तिला वाटलं असंच धावत जावं आणि आपल्या लेकाला घट्ट मिठीत घ्यावं. एका वर्षापूर्वी तो गुरू वसिष्ठांच्या आश्रमामधून घरी परत आला होता तेव्हा तिनं तसंच केलं होतं. त्या दिवशी पहाटेपासूनच ती महालाच्या पायऱ्यांवर त्याची वाट पाहात उभी होती. फारच लांबलचक सात वर्षांनंतर तो परत येणार होता. त्या सडपातळ तरुण माणसाला तिनं प्रथम बघितलं तेव्हा ती दचकलीच. *हा माझा राम असणं शक्यच नाही.* मग तिनं त्याचे देखणे नाकडोळे ओळखले होते. आता यौवनात पाऊल ठेवत असताना त्या चेहऱ्यावरचं बालपण संपून पौरुष उजळायला लागलं होतं. आपल्या तीनही भावांशी बोलत चेष्टा मस्करी करत तो जवळ येत होता तेव्हा तिला त्याच्या चेहऱ्यामधलं तिच्या वडिलांशी असलेलं साम्य दिसायला लागलं. त्यांचं सरळ धरधरीत नाक, तिची हनुवटी, तिचा चेहरा – सर्व मिळून एक कमालीचा देखणा चेहरा तयार झाला होता. पण त्याचं व्यक्तिमत्व मात्र अगदी त्याचं स्वत:चं होतं. त्याच्या शेजारून चालत असलेल्या भरतासारखं नव्हे – दशरथाचं काहीसं लहान आणि बरंचसं बारीकही पण अगदी हुबेहूब दशरथाचंच रूप होतं भरताचं आणि मग कौसल्येला एक आनंदाचा धक्का बसला होता आणि जाणवलं होतं – तिचा मुलगा गेला तेव्हा लहान मुलगा होता पण परत आला आहे तो मात्र एक तरुण युवक आहे. शत्रुघ्न किंवा लक्ष्मणाच्या काहीतरी बोलण्यावर हसतच तो येत होता आणि त्याचं लक्ष तिच्या आश्चर्यचकित झालेल्या नजरेकडे गेलं. त्याच्या डोळ्यातली ती आश्चर्याची पण ओळख पटल्याची भावना तिला जाणवली होती. सर्व रीतीरिवाज धुडकावून देऊन ती पायऱ्यांवरून खाली धावली होती. रात्रपाळीचे पहारेकरी चमकलेच होते. तिनं आपल्या मिठीत त्याला गोळा केलं होतं आणि आपल्या अश्रूंच्या खुणा त्याच्या धूळभरल्या खांद्यावर उमटवल्या होत्या.

तेव्हा तो चौदा वर्षांचा – जवळ जवळ पंधरा वर्षांचा होता. त्या भावविवश भेटीला आता एक वर्ष उलटलं होतं. त्या वर्षामध्ये ती दोघं अधिकच जवळ

आली होती. इतक्या मोठ्या विरहानंतरही – किंवा कदाचित त्यामुळेच – आता कौसल्येनं आपल्या पुत्रासमवेत एखादा तास किंवा बराच काळ घालवला नाही असा एकही दिवस जात नसे. वाया गेलेली वर्षं भरून काढत होती ती. पण आत्ता, तिच्या महालाच्या प्रांगणामध्ये, त्या कमानींमधून त्याला येताना बघून तिला त्या दिवसासारखंच गहिवरून आलं. तिचं हृदय आणि डोळे भारावून गेले.

त्या वेळी, तिचा लहानसा मुलगा आता पुरुष झाला आहे ही जाणीव होती. आज, तो अयोध्येचा युवराज होणार आहे हे ज्ञान होतं. युवराज! तिच्या हृदयातला तो दु:खाचा थंडगार कठीण गोळा, तो युवराज होण्यामागचं कारण म्हणजे त्याच्या पित्याचं अवेळी आलेलं मरण असणार आहे – या दु:खद बाबीचं स्मरणही तिला झालेल्या आनंदावर विरजण घालू शकत नव्हतं. आज पहाटे, आकाशगृहामध्ये दशरथानं तिला दोष दिला होता तो ती एक पत्नी म्हणून विचार करते आहे – आई म्हणून नव्हे म्हणूनच ना.

होय, तिनं केलं होतं खरं तसं, पण आता तिला ती अनपेक्षित बातमी मनात घोळवायला, दशरथाचं मर्त्यपण स्वीकारायला थोडा अवधी मिळाला होता. आता ती आईसारखा विचार करायला लागली होती. आणि आता, आपल्या त्या अतिशय रोमांचक रहस्यानं फुलून गेली होती. योग्य त्या पद्धतीनं उभं राहण्यासाठी, रामाला ओरडून ते रहस्य न सांगण्यासाठी, हसतच धावत त्याच्याकडे न जाण्यासाठी किंवा आकाशाकडे तोंड करून तुतारी वाजवून जगाला ते रहस्य न सांगण्यासाठी तिला स्वत:वर कमालीचं नियंत्रण ठेवावं लागत होतं. नाही, तिला अगदी नीट वागणं भागच होतं. आता सगळ्यांच्या नजरा तिच्याकडे लागलेल्या असणार होत्या. त्याच्याकडे आणि तिच्याकडेही. कारण तो राजा होणार असेल तर ती राजमाता होणार होती आणि तिच्या वागण्याची एक रीत ठरलेली होती. मत्सरी नजरा सतत तिच्यावर पाळत ठेवून असणार होत्या.

रामाला त्या कमानीमधून आत पाऊल टाकायला जो क्षण लागला तेवढ्या त्या क्षणात तिच्या मनात हे एवढे विचार येऊन गेले. त्या वीस मीटर लांबीच्या चौरस प्रांगणापलीकडून तिच्याकडे नजर जाताच त्याच्या चेहऱ्यावर एक हलकंसं हास्य उमटलं.

त्यानं हात उंचावून तिला वंदन केलं. तिच्याकडे धाव घेणार तेवढ्यात त्याला तिच्याभोवतीचा दासींचा वेढा दिसला तसंच तिच्या हातातलं पूजेचं तबकही दिसलं. त्यानं आपली चाल मंदावली आणि मोजून मापून पावलं टाकत तो तिच्याकडे येऊ लागला. तो सात वर्षांचा असताना कौसल्येला जी तुळस लावायला त्यानं मदत केली होती ती मागे टाकून दासींच्या नेत्रपल्लवीकडे लक्ष न देता तो पुढे येत राहिला. पहिल्या राणीचा सर्व सेवकवर्ग फक्त स्त्रियांचा होता. त्यापैकी प्रत्येक जण त्याच्या

कमावलेल्या शरीराकडे अधाशीपणे बघत होती, एखादा जवाहिऱ्या सोन्याचा कस तपासताना जसा बारीक नजरेनं बघेल तशा बारीक नजरेनं त्याच्या सर्वच अवयवांची नजरेनंच तपासणी करत होत्या. आणि आजची बातमी जाहीर झाली की मग तर केवळ तरुण स्त्रियाच नव्हेत तर सर्वच स्त्रिया त्याच्याबरोबर एक रात्र घालवायला मिळावी म्हणून जीव द्यायलाही तयार होणार होत्या. राम त्यांच्या मोहाला बळी पडेल अशी चिंता कौसल्येला अजिबात वाटत नव्हती. तिनं त्याला उत्तम प्रकारे वाढवलं होतं, तिला माहीत होतं. पण त्याच्या या लोकप्रियतेमध्येही तिला थोडं फार समाधान मिळालंच. कुणाला आपली इच्छा वाटावी हे चांगलंच असतं - जोपर्यंत आपण त्या इच्छेला बळी पडत नाही तोपर्यंत.

दुसरीकडे कुठेही एक नजरही न टाकता कौसल्या उभी होती तेथवरच्या सात पायऱ्या चढून तो वर आला हे कौतुकास्पदच होतं - शेवटी तिचा लाडका मुलगाच होता ना तो - क्षणभर त्याच्याबद्दलच्या अभिमानानं तिचा ऊर भरून आला. तुळशीच्या रोपाजवळून येत असताना हवेत उडत खेळत असलेल्या तीन छोट्याशा फुलपाखरांनी त्याच्या मस्तकाभोवती रिंगण धरत खेळायला सुरुवात केली. सातव्या पायरीवर तो पोचला तेव्हा ती फुलपाखरं त्याचं लक्ष वेधून घेण्यासाठी क्षणभर त्याच्या चेहऱ्यासमोर फडफडली. तिन्ही फुलपाखरांकडे एकाच वेळी बघण्याच्या नादात त्याचे डोळे तिरळे झाले आणि तो आनंदानं हसला. आणि ती तिन्ही फुलपाखरं नाचत नाचत निघून गेली. प्रजापती-तिच्या मनात आलं. ज्या एकाच देवानं या विश्वामधली प्रत्येक, लहान मोठी जिवंत वस्तू आहे निर्माण केली आहे त्याचं चिन्ह आहेत ही फुलपाखरं - बाकीचे साठ लाख देव - पवित्र त्रिमूर्तीसकटचे सर्व देव म्हणजे त्याचीच वेगवेगळी रूपं आहेत. त्याचेच वेगवेगळे अवतार आहेत. आणि या अशा क्षणी या फुलपाखरांनी रामाशी खेळावं हा तर सर्वांत महान आशीर्वादच आहे. तिनं मनोमन एक प्रार्थना केली आणि याच ऋतूमध्ये प्रजापतीसाठी एक विशेष यज्ञ करण्याचा संकल्पही सोडला.

'मा, प्रणाम.' तिचा चरणस्पर्श करण्यासाठी खाली वाकत राम म्हणाला.

'आयुष्मान भव. आर्य-पुत्र.' तिनंही तेवढ्याच औपचारिकपणे त्याला आशीर्वाद दिला.

आईच्या आशीर्वादानं पावन झालेली बोटं कपाळावर टेकवत रामानं तिचा आशीर्वाद स्वीकारला आणि तो उठून उभा राहिला. कौसल्येच्या शेजारच्या दासी आरतीचं इतर साहित्य आणि पुष्पमाला घेऊन पुढे झाल्या. प्रत्येक आर्य आई आणि पत्नी रोज जे आन्हिक करत असते ते अगदी साधं आन्हिक तिनं पार पाडलं. पतीच्या-पुत्राच्या दीर्घायुष्यासाठी, संपन्नतेसाठी, आरोग्यासाठी आणि सुखासाठी हा विधी केला जातो. रीतीनुसार पती आपल्या रोजच्या कामासाठी - मग ते काम

शेतीचं असो की राज्यकारभार चालवण्याचं असो – घराबाहेर पडण्याआधी त्याची पत्नी हे कर्तव्य पार पाडतेच. आज सकाळी तिनं दशरथासाठी हे काम केलं होतं हे खरं पण दुराव्याच्या अनेक वर्षांमध्ये रोज आपल्या मुलाला आशीर्वाद देऊन तिनं स्वत:चं समाधान करून घेतलं होतं. म्हणूनच आज या लहानशा विधीमुळे खरोखरच आजचा दिवस आता सुरू झाला असं तिला वाटू लागलं.

आरती झाल्यावर तिच्या वयानं सर्वात ज्येष्ठ असलेल्या दासीनं सुसमा–दाईमानं उंबरठ्यावर लावलेली पितळी घंटा वाजवली. सुसमा दाईमानंच रामाच्या जन्माच्या वेळी सुईणीचं काम केलं होतं. लगेच जमलेल्या सर्व दासींनी आरती पूर्ण झाली हे सुचवण्यासाठी आपापल्या हातातल्या लहान लहान चांदीच्या घंटा वाजवायला सुरुवात केली. या घंटांचा किणकिणाट अगरबत्तीच्या धुराबरोबर सकाळच्या स्वच्छ आकाशात चढत गेला. तो नाद कमी कमी होत थांबला त्याच क्षणी जवळपासच्या सर्व अंगणांमधून तोच नाद उमटू लागला. दुसऱ्या राणीचा महाल. तिसऱ्या राणीचा महाल आणि इतर सर्व राण्यांचा महाल या आवाजानं घुमू लागले. राजधानीमध्ये सगळीकडेच अशा शेकडो हजारो अंगणांमधून हा आवाज आणि हा सुगंध दरवळू लागला. स्त्रिया आपले पती आणि मुलांचं शुभचिंतन करत होत्या आणि येत्या पेरणीच्या महिन्यांची चांगली सुरुवात व्हावी अशी प्रार्थना करत होत्या.

'काय दिवस होता आजचा, मा.' आईच्या बैठकीच्या दालनात बसताना राम उद्‌गारला. राजाची मिरवणूक सुरू व्हायला अजून थोडा वेळ होता. सकाळच्या सर्व घटना त्यानं अगदी मुद्देसूद रीतीनं आईला सांगितल्या. हरिणी आणि ते चोर भेटल्यापासून ते थेट जगन्नाथ मार्गावर उसळलेल्या गोंधळापर्यंत सगळं. कौसल्या शांतपणे ऐकत होती खरी पण तिची खास बातमी तिच्या पोटात मावत नव्हती. त्या दंग्यामध्ये तो कसा वाचला हे ऐकून ती थोडी दचकली. हिंसा हा रामाच्या आयुष्याचा एक अविभाज्य भाग असणार आहे हे सत्य तिनं केव्हाच स्वीकारलं होतं. परंतु जेथे शक्य असेल तेथे शांततामय मार्गानं एखादा उपाय शोधण्याचा प्रयत्न करणं हे तिनं त्याला अगदी नीटपणे शिकवलं होतं. पण दोन्ही आव्हानं त्यानं नि:शस्त्र असताना स्वीकारली हे ऐकून मात्र ती अस्वस्थ झाली. अशा वेळी रामानं इतकं सत्य नाही बोललं तरी चालेल असं तिला वाटू लागलं पण लगेच हा विचार मनात आल्याबद्दल तिनं स्वत:लाच सुनावलं.

दासी उपाहाराचे पदार्थ घेऊन लगबगीनं जा–ये करत होत्या. धार्मिक कर्तव्यामधून मोकळ्या झाल्यावर त्या तरुण मुलींचा उत्साह खूपच वाढला होता. त्यांची नजर रामावरून हलतच नव्हती. त्याला फळं वाढण्याच्या किंवा गुलाबपाणी देण्याच्या निमित्तानं अनेक जणींनी त्याला स्पर्श करण्याची संधीही साधून घेतलीच काहीजणींनी

आपला सुडौल बांधा दाखवून घेतला तर काहींनी त्याच्या हाताला किंवा दंडाला 'चुकून' स्पर्श केला. असं दोन तीन वेळा घडल्यानंतर मात्र घसा खाकरत रामानं कौसल्येकडे एक बोलका कटाक्ष टाकला. किंचितसं हसत तिनं टाळी वाजवली आणि सर्व दासींना दालनातून बाहेर जायला सांगितलं. नाईलाजानं त्या बाहेर गेल्या. पण दालनाच्या दारा खिडक्यांमधून बघत राहिल्याच.

कौसल्येनं काहीतरी खायला पुढे केलं तेव्हा राम म्हणाला. 'नंतर घेतो.' गुलाबाचा सुगंध लावलेल्या पाण्याची, मातीची एक लहानशी लोटी तेवढी त्यानं स्वीकारली. ते पाणीही तो सावकाश घुटके घेत घेत पीत होता. कौसल्येनंही काही खाल्लं नाही. नंतर एक मोठी मेजवानी आयोजण्यात आलेली होती आणि रीतीनुसार तिला त्यामधले तेलातुपाचे गोडधोडाचे पदार्थ खावे लागणारच होते. हे असं थोडं खाण्याची सवय रामानं तिच्याकडूनच घेतली होती. हे भरताच्या अगदी उलट होतं. भरताच्या प्रचंड भुकेच्या खाण्यामुळे आज नाहीतर उद्या तो त्याच्या वडिलांच्या सुप्रसिद्ध लठ्ठपणाला आव्हान देऊ शकेल असं वाटायला लागलेलं होतं.

कौसल्येला आठवलं, दशरथ मद्याचे पेल्यावर पेले पीत असताना राम त्याच्या शेजारी गुलाबपाण्याचा एखादा घोट घेत बसून असायचा, आपल्या वडिलांकडे अतिशय आदरानं बघत असायचा. दशरथ मद्याचा पेला देठानं धरत नसे, काठानं धरत असे त्याची नक्कल करत आपला गुलाबपाण्याचा पेला तसाच धरण्याचा प्रयत्न करताना राम किती गोड दिसायचा, एकदा त्याच्या चिमुकल्या हातातून तो पेला निसटला आणि राजाच्या भोजनशालेच्या जमिनीवर पडून फुटला होता तेव्हा त्या रंगीत तुकड्यांकडे पाहताना त्याच्या बालमुखावर किती दुःख उमटलं होतं. नंतर त्यानं कौसल्येला सांगितलं होतं, त्याला दुःख झालं होतं ते गुलाबपाणी सांडलं म्हणून नव्हे तर तो पेला त्यानं राजवाड्यामागच्या कुंभाराकडे जाऊन त्याच्या चाकावर स्वतःच्या हातानं बनवला होता. या आठवणी जाग्या होताच कौसल्येचं मातृहृदय पुत्रप्रेमानं उचंबळून आलं.

तिची दृष्टी आपल्यावर खिळलेली आहे हे जाणवल्यामुले रामानं वर तिच्याकडे बघितलं. त्याच्या चेहऱ्यावर ते नेहमीचं अर्धवट हास्य उमटलं. लहानपणी होता तसाच आजही तो अगदी शांत, सहनशील होता. पोलादाचं शांतपण - गुरू वसिष्ठ एकदा म्हणाले होते. त्याला घट्ट मिठीत घेण्याचा मोह आवरत ती पुढे वाकली - लहानपणी तिनं असं केलं की हसतच तो तिच्या मिठीतून निसटायचा आणि तिच्या रेशमी कपड्यांमध्ये लपायचा. त्या सुगंधी घड्यांमध्ये लोळत राहायचा. ती महालभर त्याला शोधण्याचं ढोंग करत फिरायची आणि मग तो अचानक सापडल्यासारखं करायची. आणि आत्तापर्यंत जे बोलली नव्हती ते बोलली,

'आज सकाळी तुझे वडील माझ्याकडे आले होते.'

त्यानं हातातला मातीचा पेला खाली केला. लहानपणी त्यानं बनवलेल्या पेल्याची प्रतिकृतीच होती ती पण अधिक नीटनेटकी, अधिक सुबक – हा पेलाही त्यानंच बनवलेला होता. ती पुढे बोलण्याची तो वाट पाहात होता.

'त्याच्या मृत्यूनंतर तू राजा व्हायचंस असं त्यानं ठरवलंय. याच महिन्यातल्या तुझ्या सोळाव्या वाढदिवशी तुला युवराज्याभिषेक करण्याचंही त्यानं ठरवलंय.'

त्याच्या उत्तराची ती वाट पाहात होती.

पण रामाकडून काहीच प्रत्युत्तर आलं नाही.

26

दगडी जमिनीवर नजर खिळवून राम शांतच बसला होता. अशा वेळी तिचे डोळे जसे काळे आणि अथांग होत तसेच त्याचे डोळे झाले होते. एखाद्या विहिरीमध्ये सरत्या दुपारी सूर्याचे किरण पडावेत – खोलवरचं पाणी त्या प्रकाशात चमकत असावं पण किती प्रयत्न केला तरी ते स्पष्ट दिसू मात्र नये तसं काहीसं. खोल पाणी. तिच्या तारुण्यात ती अगदी अशीच होती. इतकी मूक असे की तिच्या वडिलांच्या राजवाड्यामधल्या ज्येष्ठ स्त्रियांना तर तिच्या बुद्धीबद्दलच शंका यायची.

'आजच ही बातमी जाहीर करण्याची त्याची इच्छा आहे.' ती पुढे म्हणाली, 'तुझ्या यौवराज्याभिषेकाचा समारंभ मोठ्या थाटामाटात व्हावा आणि त्याची तयारी करण्यासाठी शहराला वेळ मिळावा म्हणून. त्याला तुझा खूपच अभिमान वाटतो.'

तरीही राम काही बोलला नाही. तो फक्त ऐकत होता. पुढे वाकून, दोन्ही कोपरं गुडघ्यांवर टेकवून हातातला मातीचा पेला खाली जमिनीवर ठेवून, फक्त ऐकत होता. शहरातून कुठून तरी शंखनाद ऐकू आला. होळीच्या उत्सवाची रीतसर सुरुवात झाल्याची ती खूण होती. कौसल्येच्या दासींमध्ये पुन्हा एकदा खळबळ माजली. रामानं आणि तिनं आपला फराळ आता लवकर आटपावा आणि बाकीच्या राजकुटुंबाकडे जावं अशी त्यांना घाई झाली होती. कौसल्येला अनेक होळी उत्सवांची आठवण झाली – ते सारे उत्सव तिनं रामाशिवाय साजरे केले होते. दशरथाचंही तिच्याकडे लक्ष नसे, रथाच्या तिसऱ्या आणि केव्हांच निरुपयोगी ठरलेल्या चाकासारखं वाटायचं तिला तेव्हा. त्या सगळ्या दु:खद आठवणी तिनं नेटानं बाजूला सारल्या. आज नवी सुरुवात होत होती. नव्या आठवणींना जन्म देण्याची आणि नव्या आनंदी दृश्यांना मनात स्थान देण्याची वेळ आली होती. आपल्या निरोपाचं महत्त्व रामाच्या मनावर ठसवण्यावर तिनं लक्ष केंद्रित केलं.

'हा तुझा जन्मसिद्ध हक्क आहे, हे तुला माहीतच आहे. तूच सिंहासनाचा पुढचा वारस आहेस. तो, तो गेल्यानंतर तू राजा व्हायचं आहेस.'

त्यानं मान वर केली. त्याच्या चेहऱ्यावरचा बदल लहानसा असला तरी भीतीदायक होता. त्या घुसखोरांना तो कसा दिसला असेल याची थोडीशी कल्पना

तिला आत्ता त्याच्याकडे पाहताना आली. इतक्या शांत तरुण चेहऱ्यावर एवढा प्रचंड संताप – फारच भीतीदायक होतं हे.

त्याचा आवाज वितळलेल्या पोलादासारखा मऊ होता. त्याच्या पेटत्या शब्दाशब्दातून त्याचा राग ओसंडत होता.

'आणि तुझं काय? तुझ्या स्थानाचं काय, जे स्थान तुझ्याकडून हिरावून घेतलं गेलं त्याचं काय? मूकपणे तू जे अपमान सहन करत आलीस त्याचं काय? तो विश्वासघात? ते दुर्लक्ष? ते व्यभिचार? ते सारंही तुला परत दिलं जाईल का? त्याच्या मृत्यूनं सगळं काही पुन्हा पहिल्यासारखं होईल का?'

त्याच्या डोळ्यात आता एक अंत:प्रकाश चमकत होता – जणू त्या सखोल पाण्यामध्ये लपलेल्या संकटाचं प्रतिबिंबच. वरून शांत दिसणाऱ्या त्या पृष्ठभागाखाली एक मगर लपलेली होती. एक प्राचीन सरपटणारा प्राणी – ज्याचा निष्ठुरपणा, निर्दयपणा वरवरच्या संथपणाखाली लपलेला असतो. ते घुसखोर किंवा तो दंगा करणारा जमावही त्या निद्रिस्त प्राण्याला जागवू शकले नसते. तिच्या लक्षात आलं, त्या समस्या सोडवण्यासाठी त्याचं क्षत्रिय प्रशिक्षण पुरेसं होतं. पण हे असं काही होतं ज्याला तोंड कसं द्यायचं हे त्याला माहीत नव्हतं. ना त्याला विरोध कसा करायचा ते माहीत होतं ना काही उपाय होता. हीच भावना रामामध्ये उफाळून आलेली तिनं यापूर्वी फक्त एकदाच पाहिली होती. अगदी लहान असूनही त्याला जाणवलं होतं की त्याची आई पहिली राणी असूनही तिला अगदी तुच्छतेनं वागवलं जात आहे, तिची जागा घेणारी कैकेयी त्याच्या वडिलांच्या परवानगीनं सत्ता गाजवत आहे त्या वेळी हा प्राचीन प्राणी जन्मला होता. आता त्या प्राण्याची वाढ पूर्ण झाली होती. आश्रमामधून परत येताच त्याला जाणवलं होतं की इथे काहीच बदललं नाही. अजूनही त्याची आई स्वत:च्या महालात एका परित्यक्त स्त्रीचं जीवनच जगते आहे.

शब्द काळजीपूर्वक निवडत ती क्षणभर थांबली. आपल्या जखमा उरात सांभाळत राहून आपल्या मुलांना ते दु:ख नासलेल्या दुधासारखं पाजणाऱ्या स्त्रियांपैकी ती नव्हती. मग ते दूध मुलांच्या पोटात अधिकच नासायचं आणि मुलांना आपल्या पित्याचा द्वेष करायला भाग पाडायचं.

'तो आजारी आहे, राम.' ती सौम्यपणे म्हणाली. 'त्याचं आयुष्य आता फार नाही उरलेलं. त्याला... चुकीची दुरुस्ती करायची आहे. त्यानं माझ्याशी समझोता तर केलाच आहे – आणि मी तो स्वीकारलाही आहे.'

'स्वीकारला आहे?'

हलकेच उच्चारला गेला असला तरी तो शब्द त्याच्या ओठांतून एखाद्या बाणासारखा उसळला आणि थेट तिच्या हृदयात शिरला. अचानक निर्माण झालेल्या उत्कंठेनं तिचं मस्तक ठणकू लागलं. त्याला हे पटवता येईल की नाही, पित्याच्या

पूर्वीच्या अपराधांना क्षमा करता येईल की नाही, त्याचा वारसा हा स्वीकारेल की नाही, दशरथाच्या मस्तकाला स्पर्श केलेला मुकुट हा धारण करेल की नाही अशा अनेक शंका तिच्या मनात निर्माण झाल्या.

'तू हे काय बोलते आहेस, स्वीकारला आहे? आई – एका सकाळच्या कालावधीमध्ये तू गेल्या पंधरा वर्षामध्ये त्यानं तुझ्याकडे केलेले दुर्लक्ष माफ करून त्याचा पुन्हा स्वीकार कसा करू शकतेस?'

'तो अजूनही माझा पतीच आहे.' संथ आवाजात शक्य तेवढ्या शांतपणे ती उत्तरली. 'आणि मीही अजून त्याची पत्नीच आहे. आम्ही पवित्र अग्नीभोवती सात प्रदक्षिणा घातल्या आहेत. कुणीही ते नाकारू शकणार नाही.'

तो गप्प होता, कमालीच्या रागानं तिच्याकडे बघत होता. पण त्याला तिच्या चेहऱ्यावर असं काही तरी दिसलं जे तिच्या शब्दांपेक्षा अधिक बोलकं होतं. त्यानं नजर वळवली – रागानं आणि शरमेनंही – तिच्या चेहऱ्यावर एक लालिमा उतरला. त्यांची ही दिलजमाई किती जवळची होती हे त्याला उमगलं होतं.

'आणि या – या, हृदयपरिवर्तनाबद्दल तुझं काय मत आहे?' तिच्याकडे न बघता त्यानं प्रश्न केला.

'मी त्याची पत्नी आहे आणि तुझी माता.' त्याच्या मृदू स्वभावाला साकडं घालण्याचा प्रयत्न ती करत होती. त्यांच्यामधल्या आईमुलाच्या निष्कलंक नात्याला पुन्हा जिवंत करण्याचा प्रयत्न करत होती. त्याच्या पित्याशी असलेल्या तिच्या नात्याचं ओझं न वागवता हे नातं सांभाळण्याचा प्रयत्न करत होती. 'मला तुझ्यासाठी हे हवं आहे, राम. तुझा राज्याभिषेक झालेला मला पाहायचा आहे. ही माझ्या आयुष्यातली सर्वात प्रबल इच्छा आहे. दुसऱ्या कशानंही मला एवढा आनंद मिळणार नाही. समजून घेण्याचा प्रयत्न कर, राम.'

'असं बोलू नकोस.' रामाचा आवाज वेदनेनं घोगरा झाला. 'मला सगळं समजतंय. माझ्या भविष्यासाठी तू मागचं सगळं विसरायला आणि त्याला क्षमा करायला तयार झाली आहेस. मूकपणे सोसलेल्या वेदनेचं आयुष्य बाजूला ठेवायला तयार झाली आहेस. केवळ मला अयोध्येच्या सिंहासनावर बसता यावं म्हणून.'

'नाही, राम. हे सगळंच खरं नाहीये. राग आणि वेदना संपवून टाकल्या आहेत मी. ते सगळं मी पाठीमागे टाकायला तयार आहे. आता मला पुढे जायचं आहे. एक नवी सुरुवात करायची आहे. आजची होळी मला माझ्या मुलाबरोबर आणि पतीबरोबर साजरी करायची आहे. एक नवा आनंदाचा ऋतू साजरा करायचा आहे. देवानं पुन्हा एकदा मला दिलेला हा आशीर्वाद मला उपभोगायचा आहे. आणि जोपर्यंत हे टिकेल तोपर्यंत समाधानी राहायचं आहे. आपल्याला दोघांनाही माहीत आहे की कोणतीच गोष्ट कायमची राहात नाही. माझं ऐक, मुला. तुझा राग बाजूला

ठेव. तुझ्या वडिलांना खरोखरच पश्चात्ताप झाला आहे असं मला वाटतं. त्याच्या जुन्या चुका विसरून जा. त्याच्या आशीर्वादाचा स्वीकार कर. – आणि अयोध्येच्या मुकुटाचाही.'

खांद्यावरून एखादा किडा टिचकीनं उडवावा तसा आविर्भाव करत राम उद्गारला, 'मला उत्तेजनार्थ दिलेलं पारितोषिक म्हणून तो मुकुट नको आहे.'

त्याच्या उपरोधानं ती चमकली. असं टोचून बोलणं त्याच्या स्वभावात नव्हतं. तो फार चांगला मुलगा होता. पण इतकी वर्षं त्यानं मनात दाबून ठेवलेला राग तिनं पुरता जोखला नव्हता. शेवटी न कळता का होईना पण तिनं थोडं तरी नासलेलं दूध पाजलंच म्हणायचं त्याला. कदाचित केवल तिचा मुलगा असल्यानं ते दूध त्याच्या पोटात नासलं असावं. तिच्या प्रमाणेच त्यानंही आपल्या मनातली मगर इतकी खोलवर पुरून ठेवली होती की ती वर आली तेव्हा तिच्या भयानकपणाची पुरती जाणीवच झालेली नव्हती. आता फार उशीर झाला होता.

पण तिनंही तिच्या भावना दाबूनच ठेवल्या होत्या. आणि हा वाद तर घालणं तर आवश्यकच होतं – त्याच्याविरुद्ध नव्हे तर त्याच्यासाठी.

'काळजी घे, माझ्या मुला.' तिनं त्याला धोक्याची सूचना दिली. 'तुझ्या वडिलांबद्दलच्या रागानं तुझी निर्णयशक्ती झाकळून जाऊ देऊ नकोस. तू एक सूर्यवंशी राजकुमार आहेस. सिंहासनाचा कायदेशीर वारस. घराण्यातील तुझ्या स्थानाचा स्वीकार कर. ज्या सिंहासनावर बसण्यासाठीच तुझा जन्म झाला आहे त्यावर आरूढ हो. ही तुझ्या वैयक्तिक भावनांच्या पलीकडची गोष्ट आहे. ही इतिहासाची आणि नियतीची कथा आहे.'

'इतिहास पुन्हा लिहिता येतो आणि नियती बदलता येते.' पुढचे शब्द तर तो जवळ जवळ गुरगुरतच बोलला, 'इच्छेनुसार राण्या बदलता येतात तर मग युवराज का नाही? त्याच्या तिसऱ्या पत्नीच्या मनात आपल्याबद्दल काय शिजतं आहे ते कुणाला माहीत आहे?'

'रामचंद्रा.' अनेक वर्षांनी तिनं त्याला त्याच्या पूर्ण नावानं हाक मारली होती. आश्रमात जाण्यासाठी त्यानं राजवाडा सोडल्यापासून तर नक्कीच नाही. असं त्याच्यासमोर त्याचं पूर्ण नाव मोठ्यानं घेतलं नव्हतंच. 'तू वाहवतो आहेस. आपण कोण आहोत हे लक्षात घे. तुझी आई या नात्यानं तुझ्या वडिलांबद्दल आणखी एक शब्दही बोलण्याची मी तुला मनाई करत आहे.'

त्यानं तिच्याकडे पाहिलं. त्याच्या नजरेतली आग खोलवर पण मंदशी जळत होती. पण आता तिथे आणखीही काही तरी होतं. ती बदलली असल्याची जाणीव आणि तिच्याशी कितीही घट्ट नातं असलं तरी तिची विनवणी – मला समजून घे आणि बदल माझ्याबरोबर – अशी. राग द्वेष कडवटपणा यांच्या विराण भूमीवरून

क्षमेच्या पुलावर येण्यासाठीचं पहिलं महत्त्वाचं पाऊल त्यानं उचलावं अशी तिची इच्छा. तिनं त्याला जे काही शिकवलं होतं-तलवारबाजी आणि धनुर्विद्येपेक्षाही कठीण अशा त्या सर्वांची ही परीक्षा होती. हे धडे इतके सखोलपणे शिकावे लागतात की अखेरीस ते व्यक्तीच्या व्यक्तिमत्त्वाचा एक भागच बनून जातात. *'श्री, कृपा कर,'* ती तिच्या कुलदेवतेची प्रार्थना करू लागली, *'योग्य काय ते त्याला कळू दे आणि तसं वागू दे.'*

तिनं त्याच्या गालावर हात ठेवला. त्याची त्वचा तापलेली होती. 'माझं ऐक,' पंधरा वर्षांपूर्वी तिच्या मांडीवर खेळणारं तान्हं मूल तो होता तेव्हा ज्या स्वरात ती त्याच्याशी बोलत असे त्या स्वरात ती बोलू लागली, 'भूतकाळ मागे टाक. आज नवी सुरुवात कर, राम. ही दिलजमाई काही अचानक झालेली नाही. हे घडणारच होतं. जे झालं ते झालं. आता त्याचं काही महत्त्व नाही. आता महत्त्वाचं एवढंच आहे की पुढे काय? मोकळ्या आणि स्वच्छ मनानं त्याचा स्वीकार कर. स्वीकार कर. तुझ्या कर्तव्याचा स्वीकार कर.'

तो शेवटचा शब्द ऐकताच त्याच्या नजरेतली धग किंचित कमी झाली. त्यातली आक्रमकता थोडी उणावली. तिनं आपलं म्हणणं पुढे दामटलं,

'तुझ्या वडिलांची इच्छा पूर्ण करणं हा तुझा धर्म आहे. अयोध्येच्या सिंहासनावरची त्याची जागा घेणं, तुझ्या प्रजेवर न्यायानं आणि शहाणपणानं राज्य करणं हे तुझं कर्तव्य आहे. या गोष्टी तू काही प्रश्न न विचारता किंवा कोणतीही शंका मनात न आणता केल्या पाहिजेत. माझ्याकडे केलं गेलेलं दुर्लक्ष किंवा आमच्यामधला दुरावा या गोष्टींचा याच्याशी काहीही संबंध नाही. बाकीच्या संदर्भामध्ये या बाबी क्षुल्लकच आहेत. होय, मी सर्व काही विसरले आहे आणि त्याबद्दल क्षमाही केली आहे. केवळ एका सकाळच्या कालावधीमध्ये – पण तू ही तसंच करावंस असं मी अजिबात म्हणत नाहीये. किंवा तशी विनंतीही करत नाहीये. तो निर्णय तू घ्यायचा आहेस. मी एवढंच मागते आहे की तू तुझ्या आईवडिलांचा, पूर्वजांचा आणि तुझ्या वारसाहक्काचा मान राखावास. तुझं कर्तव्य, तुझा धर्म तुला हाकारतो आहे. त्याला शहाणपणानं उत्तर दे.'

एक दासी दरवाजामध्ये येऊन उभी राहिली. ती काही बोलणार तेवढ्यात हातानं खूण करत कौसल्येनं तिला जायला सांगितलं. ती रामाकडे वळली तेव्हा रामाचा चेहरा दु:खानं भरलेला असला तरी संताप मात्र नाहीसा झालेला होता. तिला हायसं झालं. मगर पुन्हा तळाशी गेली होती. खोल खोल गेली होती.

'माझा धर्म.' अगदी हलकेच उमटलेले शब्द – त्यात आता राग नव्हता. पण कौसल्येला दु:खानं भरलेलं सारं बालपण दिसत होतं. एका तरुण स्त्रीनं तिच्या पतीशेजारची तिची जागा बळकावली असल्याचं दु:ख आपली आई एकांतात

सोसते आहे याबद्दलच्या एका पुत्राच्या वेदना – ते दु:ख घालवण्यासाठी ती काहीच करू शकत नव्हती. त्याच्या डोळ्यासमोर एक सकारात्मक ध्येय ठेवणं, त्याच्या सर्व शक्ती केंद्रित होतील असं एक निश्चित ध्येय आणि प्रार्थना करणं ती एवढंच करू शकत होती.

'होय, तुझा धर्म.' ती उद्गारली.

एक लांबलचक क्षण तो गप्प होता. आता शहरभर शंखनाद ऐकू येत होता. सकाळभर आश्चर्याचे अनेक धक्के खाऊन झाल्यावर अखेरीस अयोध्येनं अधिकृतरीत्या वर्षांतल्या सर्वात धामधुमीच्या उत्सवाला होळीच्या उत्सवाला सुरुवात केली होती. काही वेळातच शेकडो मुठींमधून रंगांचे फवारे उधळले जाणार होते, सारं शहर इंद्रधनुष्याच्या रंगांनी रंगून जाणार होतं. पण या दालनामध्ये मात्र अजून राखाडी रंगच होता. आर्य इतिहासच बदलून टाकण्याचं सामर्थ्य असलेला एक निर्णय अजून घेतला जायचा होता. त्यानं बाहेरचा उत्सव बाहेरच थोपवून धरला होता.

रामाच्या अंतिम निर्णयाची वाट बघत कौसल्या काही क्षण थांबली. तो नक्कीच त्याच्या पित्याच्या इच्छेला नकार देईल असं तिला वाटत होतं. राजकुमार म्हणून त्याला मिळालेल्या खास शिक्षण–प्रशिक्षणाला दूर सारून तिचा पुत्र राम हा राजकुमार रामावर – दशरथाच्या वारसावर विजय मिळवेल असं तिला वाटत होतं.

पण लगेचच तिच्या लक्षात आलं की तिनं या शक्यतेचा साधा विचारही करता कामा नये. तिच्या मनात आलेला हा विचार रामाच्या मनापर्यंत पोचू शकेल.

पण तरीही तिला माहीत होतं की तिच्या सर्व भावना रामापर्यंत पोचत आहेत. नेहमीच तसं व्हायचं. हिंदू आईला तिच्या पतीच्या उणीवांबद्दल दोषांबद्दल तिच्या पुत्राशी बोलण्याला अनेक मर्यादा असत, तरीही रामाला काहीही न बोलताच सर्व कळत असे. शेवटी तो योग्य तेच करेल – नेहमीच त्यानं तसं केलं आहे.

आता शंखनाद सगळीकडेच घुमत होते. एखाद्याच्या अगदी दाराशी हत्तींचा कळप चीत्कारत असावा तेवढ्या मोठ्यानं तो नाद ऐकू येत होता. उत्सवाचं संगीत – आता दासीही फार उत्कंठित झाल्या होत्या. इकडेतिकडे धावत होत्या, त्यांच्या स्वामिनीची परवानगी मिळताच उत्सवामध्ये सहभागी होण्यासाठी जाता येईल अशा अपेक्षेनं आपले रंग व इतर साहित्य घेऊन तयारच होत्या.

आणखी एका तणावपूर्ण क्षणानंतर रामानं निर्णय घेतला आहे असं कौसल्येला जाणवलं. पण काही बोलण्याऐवजी तो उठून उभा राहिला. कौसल्या आश्चर्यचकित झाली.

त्यानं वाकून तिचा चरणस्पर्श केला. सोन्याच्या जोडव्यांनी नटलेल्या तिच्या

पावलांना त्याच्या बोटांचा स्पर्श झाला. सरळ होत त्यानं दोन्ही हात जोडून तिला आदरपूर्वक आणि प्रेमपूर्वकही प्रणाम केला. त्याच्या चेहऱ्यावरच्या रागाच्या, चिडीच्या सर्व रेषा पुसल्या गेल्या होत्या आणि त्याचा चेहरा पुन्हा एकदा नेहमीसारखा शांत झाला होता. या अनपेक्षित आणि कठीण समस्येचा स्वीकार करून तिला कसं तोंड द्यायचं हे त्यानं निश्चित केलं होतं.

अगदी सौम्यपणे तिच्याशी बोलताना त्यानं चेहऱ्यावर एक हलकसं स्मितही आणलं,

'तुझ्या इच्छेप्रमाणेच होईल, मा.'

कौसल्येला एकदम हायसं झालं.

दालनात आलेली स्त्री सैनिक तिची सर्वात जुनी आणि सर्वात विश्वासू सैनिक होती.

'राणी, क्षमा. महाराजांनी राजकुमार रामना ताबडतोब सभेमध्ये बोलावलं आहे.'

27

सभागृहाची भव्य दारं चार राजपुत्रांना प्रवेश देण्यासाठी उघडली गेली. आतून मोठमोठ्यानं बोलण्याचे आवाज रामाला ऐकू आले. बाकीच्या सबंध शहरामधून आणि राजवाड्यामधून उमटणाऱ्या उत्सवी स्वरांना जणू प्रत्युत्तर देणारे असे ते आवाज होते. बाहेर उत्सव, आतमध्ये गांभीर्य – खरोखर आजचा सणाचा दिवस काही वेगळाच उगवला होता. रीतीनुसार तो प्रथम आत गेला. चालायचं आहे, धावायचं नाही असं स्वत:ला बजावत. तो आत येताच आवाज बंद झाले. बाहेर आपण ऐकले ते आवाज खरे होते की आपल्याला भास झाला हे त्याला कळेना. त्याच्यामागे दरवाजे बंद झाल्याचा आणि त्यांना कड्या घालण्याचा मोठा आवाज त्या प्रचंड गृहामध्ये घुमत राहिला, सभागृहाच्या दुसऱ्या टोकाला असलेल्या राजसिंहासनाच्या मंचाकडे जाणाऱ्या मधल्या वाटेवरून तो चालू लागला. त्याच्याम ागोमाग त्याच्या भावांच्या पादत्राणांचे आवाज येत होते.

इथे येताच पूर्वी काही विशेष वेळीच राजकुमारांना सभागृहामध्ये येण्याची अनुमती मिळत असे त्याची आठवण झाली. त्या काळी खूप आवाज असत – सतत वादविवादांमध्ये चढलेले आवाज असत. महाराजांना नेहमी लोकांबरोबर चर्चा का करावी लागते? रामानं एकदा आपल्या आईला विचारलं होतं. ते सगळ्यांशी प्रेमानं वागत का नाहीत? हसून तिनं त्याला घट्ट हृदयाशी धरलं होतं आणि म्हटलं होतं, तू राजा झालास ना की मग तुला हवं तसं वाग, बरं.

क्षणापूर्वी जो काही वाद चालला होता तो संपला असावा. चारही राजपुत्र त्या लांबलचक मार्गावरून सिंहासनाकडे जाताना अगदी मूक होते. वादविवादांसाठीच बांधल्या गेलेल्या त्या वास्तूला हे नवीनच होतं. आपले वडील नेहमीपेक्षा अधिक वयस्कर आणि अधिक थकलेले दिसत आहेत हे रामाच्या लक्षात आलं. ते मनातून खचल्यासारखे दिसत होते. त्यांचे फुगीर गाल ओघळले होते, खूप थकल्यामुळे डोळ्यांखाली काळी वर्तुळं उमटली होती. त्यांच्या रहस्यमय आजारानं त्यांचा वर्ण फिकट झाला होता. ते सिंहासनावर बसले होते खरे पण पुढे वाकून आणि दोन्ही कोपरं गुडघ्यांवर टेकवून. त्यांनी डोकं हातात धरलं होतं. विचार वरकरून थकलेल्या

माणसासारखं. त्यांच्यासमोर मंचावर उभी असलेली तीनही माणसं जणू विरोधाचा आणि मतभिन्नतेचा एक त्रिकोण होती. प्रधान मंत्री सुमंत्र राजाच्या उजव्या हाताला दोन्ही ब्राह्मणांकडे तोंड करून उभा होता, तर गुरू वसिष्ठ अतिथीच्या खांद्याला खांदा लावून उभे होते. राजपुत्रांकडे अतिथीची पाठ होती.

त्याची पाठ असली तरीही ही व्यक्ती अतिशय प्रभावशाली होती हे निश्चित. दशरथाच्या आजारी फिकट व्यक्तिमत्वासमोर उठून दिसणार उत्तम आरोग्यानं आणि पौरुषानं रसरसलेलं व्यक्तिमत्व. त्या दोघांमधला विरोधाभास कुणाच्याही दृष्टीतून सुटण्यासारखा नव्हता.

हे तर सात फुटांपेक्षा अधिक उंच असणार. रामाच्या मनात आलं. *आणि काय स्नायू आहेत, आणि जखमांचे वण तरी किती – आजसुद्धा ते एखाद्या राजासारखेच दिसताहेत.*

जमिनीवरच्या लाल गालिचाच्या शेवटाला पोचल्यावर राम गुडघ्यांवर वाकून म्हणाला, *'प्रणाम, अयोध्यानरेश. प्रणाम. पूज्य पिताजी.'* त्याच्या भावांनीही त्याचं अनुकरण करत वडिलांना प्रणाम केला.

'माझे पुत्र.' दशरथ म्हणाला, 'असे माझ्याजवळ या.'

सिंहासनाच्या मंचावरील केशरी आवरणावर पाऊल ठेवत चारही राजपुत्र वडिलांजवळ गेले.

वर जात असताना रामाचे हात यथायोग्य वंदन करण्यासाठी जोडलेलेच होते.

प्रथम, सन्मान्य अतिथी.

'प्रणाम, आदरणीय अतिथी. आपल्या भेटीने आपण आमचा सन्मान केला आहे. हा तुच्छ क्षत्रिय जर आपल्याला आशीर्वादयोग्य वाटल्यास आपल्या आशीर्वादानं त्याला उपकृत करावं. मी चिरंतन कालपर्यंत आपला ऋणी राहीन.'

किंचित वळून विश्वामित्र रामाला सामोरा झाला. पण त्यानं राजाकडे पाठ होऊ दिली नाही.

'अभिवादन, राजकुमार राम.'

वडील माणसांना चरणस्पर्श करण्याच्या रीतीनुसार राम विश्वामित्राचे पाय स्पर्शण्यासाठी वाकला. विश्वामित्र एवढंच उद्गारला, *'आयुष्मान भव, राजकुमार.'*

हे उत्तर इतकं सरळ आणि स्पष्टपणे दिलेलं होतं की वर उठण्याआधी रामानं मान वर करून द्रष्ट्या ऋषीकडे एकदा पाहून घेतलं. मधल्याच अंतरावर टक लावून बघत उभ्या असलेल्या सुमंत्राचे डोळे एकदोनदा फडफडले हे त्याला जाणवलं. महाराज काहीच बोलले नाही. आपल्या भावांना प्रणाम करता याचा, आशीर्वाद घेता यावा म्हणून राम थोडा मागे सरकला. कोणाच्याही नजरेला नजर भिडू नये याची त्यानं काळजी घेतली होती. मंचावरचा तणाव स्पष्ट जाणवत होता. आधी

सुरू असलेला विवाद संपलेला नाही तर सहमतीच होणार नाही अशा टप्प्यांवर पोचला आहे हेही रामाला जाणवलं.

त्याचे भाऊ अतिथीचा चरणस्पर्श करण्यासाठी वाकले असताना कुणीतरी आपल्याकडे रोखून बघत असल्याचं रामाला जाणवलं. घनदाट अरण्यातल्या एखाद्या भयानक प्राण्याचे असावेत तसे ते डोळे होते. अरण्यातल्या एखाद्या झाडावर टपून बसलेल्या वाघाच्या नजरेसारखी ती नजर होती. आपल्यासारख्याच एखाद्या शिकारी प्राण्यानं आपल्यावर नजर ठेवली असावी तसं. पण त्यानं कुतूहलानं आजूबाजूला बघितलं तेव्हा गुरू वसिष्ठ आणि ब्रह्मर्षी विश्वामित्र दुसरीकडेच बघत होते. पण कुणीतरी आपल्याकडे बघतं आहे ही जाणीव मात्र कायम होती.

अतिथीनं इतर राजपुत्रांना दिलेले आशीर्वाद अधिक प्रेमळ शब्दांमध्ये होते. लक्ष्मणाच्या मस्तकाला स्पर्श करताना तर त्या शब्दांमध्ये खूपच आपुलकी होती.

चारही राजपुत्र एका ओळीत सिंहासनाच्या डाव्या बाजूला उभे राहिले. आता हे चित्र उलट्या दोन कोनांसारखं दिसू लागलं. दशरथ हे दोन कोन जिथे मिळतात त्या बिंदूवर होता.

'माझे पुत्र.' दशरथ उद्‌गारला, त्याच्या आवाजात थकावट होती तसा तणावही होता. 'आपल्या इतिहासातला आजचा दिवस एक विलक्षण दिवस आहे. आपल्या महान अतिथीचं आजच्या होळीच्या पवित्र सणाच्या दिवशी झालेलं आगमन हे खरं म्हणजे मोठ्या उत्सवाचं कारण ठरायला हवं. पण आज घडलेल्या काही इतर घटनांमुळे त्या आनंदावर काहीसे ढग आले आहेत.'

दशरथानं सुमंत्राकडे हात केला. प्रधान मंत्री सुमंत्रानं सर्व राजपुत्रांना सकाळपासून घडलेल्या सर्व घटना थोडक्यात सांगितल्या. तोतयाच्या येण्यापासून ते त्याचं खरं स्वरूप उघड होण्यापर्यंत – दोन्ही द्रष्ट्या ऋषींनी त्याला घालवून देईपर्यंत सर्व घटना आणि सभागृहामधील चर्चा – इथल्या गुप्तहेरांना शोधून काढण्यापर्यंत सर्व माहिती त्यानं राजपुत्रांना दिली.

'ते आता शहराच्या कारागृहामध्ये आहेत. मंत्री जाबाली त्यांची चौकशी करत आहेत. त्यांना अशा प्रकारच्या कामाचा अनुभव आहे.' रिकाम्या सभागृहाकडे हात करत सुमंत्र म्हणाला, 'महाराजांच्या आदेशानुसार सभा स्थगित करण्यात आली आणि शहरामध्ये आणीबाणी जाहीर करण्यात आली आहे. असुरांनी प्रायोजित केलेलं गुप्तहेरांचं एक जाळं सबंध राज्यामध्ये कार्यरत आहे असा संशय आहे. कदाचित असं जाळं सर्व आर्य राष्ट्रांमध्येही असू शकेल. आजपासून एका सप्ताहानं युद्ध समितीची तातडीची बैठक होईल आणि या जाळ्याचा नाश कसा करायचा यावर विचार करण्यात येईल.'

तो जे सांगत होता त्यावर त्याचा स्वत:चाच विश्वास बसत नसावा असा

सुमंत्राचा स्वर होता. रामाकडे पाहण्यापूर्वी भरत आणि शत्रुघ्नानं एकमेकांकडे बघितलं. त्यांना वाटलं होतं त्यापेक्षा हे फारच गंभीर होतं.

राम बोलू लागला, 'काही मिनिटांपूर्वी आमच्या बाबतीतही काही तरी विलक्षण घडलं.' राजवाड्याच्या दाराबाहेर उसळलेल्या दंग्याविषयी त्यानं थोडक्यात माहिती दिली. ही माहिती तो थोडक्यात देत होता हे त्याच्या भावांना फारसं आवडलं नाही म्हणून ते मधून मधून तपशील पुरवत होते. अखेरीस भरतानंच हे काम हाती घेतलं. रामानं तात्काळ घेतलेला निर्णय आणि केलेली कृती यांचं कौतुक करताना त्यानं रामाच्या कल्पकतेचीही स्तुती केली. 'राम नसता तर आज निरपराध लोकांच्या रक्ताचा सडा पडला असता रस्त्यांवर.' त्यानं शेवट केला.

सुमंत्र आणि दशरथानं एकमेकांकडे पाहिलं. आता सुमंत्र आधीपेक्षाही अधिक चिंतातुर दिसत होता. 'अधिकारी दृष्टि कुमारनं आम्हाला सांगितलं होतं की काहीतरी विलक्षण घडलं आहे पण नक्की काय घडलं ते मात्र कुणीच सांगू शकलं नव्हतं.'

'कुणीतरी जादूटोणा करत होतं.' लक्ष्मण म्हणाला, 'सगळ्यांच्या मनावर जणू काही एक सावट आलं होतं.' मग तो मोठ्या अभिमानानं उद्गारला, 'एकटा रामच होता ज्याच्यावर काहीच परिणाम झाला नाही.'

शक्य तेवढ्या उत्साहानं वडिलांनी त्याचं अभिनंदन केलं तेव्हा राम संकोचून गेला. दोन्ही द्रष्ट्या ऋषींनी एकमेकाकडे नजर टाकलेली त्यानं पाहिली. पण वडील त्याला आलिंगन देत असल्यानं त्याला विश्वामित्राचा चेहरा काही नीट दिसला नाही.

सुमंत्र थोडा कचमचत म्हणाला, 'गेले काही दिवस रक्षकांकडून काही विलक्षण अफवा आमच्या कानावर येत आहेत.' तो क्षत्रियांच्या एका पोटजातीबद्दल बोलत होता. राज्यातील सर्व पूल आणि पायरस्त्यांचं रक्षण करण्याची जबाबदारी या जातीच्या लोकांवर सोपवलेली असे. 'आणि गेल्या महिन्यात मिथिलेहून एक दूत आला होता. त्यांनी महाराज जनकांचा एक निरोप दिला आणि इथून सुरक्षितपणे निघाला पण मिथिलेला पोचलाच नाही.'

राम आपल्या मनातलं बोलला. 'काहीतरी कारस्थान आहे हे, पिताजी. आणि अयोध्या हे त्यांचं लक्ष्य आहे. या विलक्षण घटना अजून संपलेल्या नाहीत.'

दशरथ काही बोलणार तेवढ्यात अतिथी बोलू लागला, 'अगदी बरोबर बोललास, राजकुमार राम. तू म्हणतो आहेस तसंच आहे हे. इतक्या वर्षांमध्ये लंकेच्या राजानं आपलं जाळं फार विस्तृतपणे पसरलं आहे. आणि आता त्यानं एकामागून एक असे भाग खेचायला सुरुवात केली आहे. आत्ता जर आपण त्वरेनं आणि निश्चितपणे कृती केली नाही तर आजवर आर्य राष्ट्रांनी कधी बघितलं नसेल असं भीतीचं राज्य आपल्याला बघावं लागेल.'

'हे थांबवण्यासाठी आपण काय करू शकतो?' रामानं विचारलं, 'आपण लंकेशी विचारविनिमय करण्याचा प्रयत्न करू शकत नाही का?'

विश्वामित्राच्या खडबडीत चेहऱ्यावर अचानकपणे एक हलकंसं हास्य उमटलं. त्याचा चेहरा सौम्य झाला. 'ते शक्य असतं तर... दुर्दैवानं असुर विचारविनिमय करत नाहीत, राजकुमार. या युद्धाची पार्श्वभूमी फार रक्तरंजित आणि प्राचीन अशी आहे. आता शांतता हा पर्याय शिल्लकच राहिलेला नाही.'

रामानं दशरथाकडे पाहिलं. 'शांतता हा नेहमीच एक पर्याय असतो असं माझ्या वडिलांनी मला शिकवलं आहे.'

भिवया उंचावत विश्वामित्रानं दशरथाकडे बघितलं. 'त्यानं तुला चांगलंच शिकवलं आहे. पण हा काही नेहमीसारखा शत्रू नाही. हे असुर आहेत, देवांचे कायमचे शत्रू.जोपर्यंत आपण देवांची पूजा करत राहू तोपर्यंत आपण आणि असुर यांच्यामध्ये शांतता प्रस्थापित होणारच नाही.'

भरत काहीतरी बोलणार होता पण राम पुढे बोलतच होता, 'पण एके काळी हे युद्ध थांबलं होतं. आपण मर्त्य मानव जन्माला येण्याआधी. देव आणि असुर एका समझोत्यापर्यंत पोचले होते आणि शस्त्रं खाली ठेवून तडजोड करायला तयार झाले होते.'

विश्वामित्रानं आपल्या बरोबरच्या द्रष्ट्या ऋषीकडे पाहत मान हलवली, 'गुरू वसिष्ठांनीही तुला चांगलं शिकवलं आहे. तुला इतिहास माहीत आहे. तू अमृत मंथनाबद्दल बोलतो आहेस. म्हणजेच या शांततापूर्ण चर्चेचा शेवट काय झाला हेही तुला माहीत असणार.'

आपली चूक रामाच्या लगेच लक्षात आली. देवांनी समुद्र मंथन केलं ते अमृताच्या प्राप्तीसाठी पण जेव्हा त्या अमृताचा अर्धा भाग असुरांना देण्याची वेळ आली तेव्हा मात्र देवांनी असुरांना फसवलं. त्यांना भीती वाटत होती की असुरही अमर्त्य झाले तर त्यांना थांबवणं अशक्य होईल.

'आणि मग युद्ध पुन्हा सुरू झालं. आधीपेक्षाही तुंबळ.' विश्वामित्रानं रामाकडे थोडं हसून बघत म्हटलं, 'तरीही एक क्षत्रिय राजकुमार शांतीची चर्चा करतो आहे ही चांगलीच गोष्ट आहे. रामचंद्रा, हे युद्ध हिंसेशिवाय थांबवण्याचा एखादा मार्ग असता तर...' एक नि:श्वास टाकत तो उद्गारला, 'पण असा मार्गच नाही.'

आपले वडील एका पायाला थोडं जास्त सांभाळताहेत हे रामाच्या लक्षात आलं. त्याच्या डाव्या मांडीला एका जुन्या युद्धात झालेली जखम त्याला आजारीपणात आणि अशक्तपणात त्रास देत असे. गुरू वसिष्ठांच्या हे लक्षात आलेलं आहे का हे बघण्यासाठी त्यानं गुरूंकडे नजर टाकली. वसिष्ठांच्या चेहऱ्यावर दु:ख आणि सहानुभूती होती. त्याच्या वडिलांची प्रकृती अधिकाधिक बिघडत चालली होती पण हातात काही राहिलं नव्हतं.

विश्वामित्र बोलतच होता, ‘अयोध्येमध्ये प्रवेश केल्यापासूनच मला वातावरणातील काळ्या जादूचे भोवरे आणि लडी जाणवत आहेत. इतक्या महान शहराच्या हृदयामध्ये दुष्टपणाचं अस्तित्व असावं ही खेदाची गोष्ट आहे.’

‘ब्रह्मर्षी विश्वामित्र.’ भरत नम्रतेनं म्हणाला पण त्याच्या ताणलेल्या चेहऱ्यावर त्याच्या मनातला अनावर संताप स्पष्ट दिसत होता, ‘आदरणीय पिताजी आणि महान गुरू वसिष्ठ, आपण हे दुष्ट मुळापासून उपटून काढले पाहिजेत. या विश्वासघातकी उंदरांना पकडण्याची मोहीम माझ्यावर सोपवा. मी शहराची गटारं त्यांच्या काळ्या रक्तानं धुवून काढीन आणि आपलं महान शहर या दुष्ट आक्रमणापासून मुक्त करीन.’

गुरू वसिष्ठ हात उचलत म्हणाले, ‘शांती, राजकुमार. तुझ्या भावनांना आवर घाल. रागाच्या भरात घाईघाईनं काही करणं हे या समस्येचं उत्तर होऊ शकत नाही.’ मग विश्वामित्राकडे हात करत ते म्हणाले, ‘आपले महान अतिथी याच कारणासाठी त्यांची दोनशे चाळीस वर्षांची कठोर तपस्या भंग करून इथे या कठीण युद्धामध्ये आपल्याला मदत करण्यासाठी आले आहेत.’

गुरूंनी युद्ध हा शब्द उच्चारला त्या वेळी राम नेमका आपल्या वडिलांकडे बघत होता. दशरथाचा चेहरा पांढरा फटक पडलेला त्याला दिसला. रामाचं हृदय कळवळलं. त्या अखेरच्या मोहिमेमधून महाराज दशरथ सावरलाच नव्हता. आपल्या पुत्रांना ते भयानक प्रकार अनुभवू लागू नये ही एकच प्रार्थना तो अतिशय मनापासून सतत करत आला होता.

‘असं नसतं तर बरं झालं असतं.’ राम उद्गारला, ‘हा झगडा सुरूच व्हायला नको होता.’ तो त्याच्या वडिलांच्या वतीनं हे बोलत होता.

विश्वामित्रानं रामाकडे बघितलं. त्यांच्या नजरा क्षणभर एकमेकीला भिडल्या. हा द्रष्टा ऋषी काही क्षणांपूर्वी आपल्याकडे निरखून पाहात होता तेव्हा आपल्या अतींद्रिय शक्तींचा वापर करत होता हे रामाच्या लक्षात आलं.

‘पुन्हा एकदा बरोबर बोललास, राजकुमारा. तरीही हा झगडा आता सुरू झालेला आहे. तो तू सुरू केलेला नाहीस किंवा आपणही नाही. आता हे लवकर संपवण्याची संधी तेवढी आपल्या हातात आहे.’

‘संपवणं?’ दशरथ एकदम उद्गारला, ‘अशक्य! असुर युद्ध संपवणं देवांनाही शक्य नाही. आणि तेही त्यांनी प्रयत्न केला नाही म्हणून नव्हे. तुम्ही स्वत:च आत्ता हे म्हणाला आहात, ऋषिवर. जे देवांना जमलं नाही ते आपण मर्त्य मानव कसं करणार?’

‘तरीही, दशरथा, आपण प्रयत्न करणं थांबवू शकत नाही.जे अशक्य असेल तेही शक्य करण्याचा प्रयत्न करावाच लागतो. अंती यश मिळेल या आशेनं.’ त्यांनी एक संस्कृत श्लोक उच्चारला, *‘कर्मण्येवाधिकारस्ते मा फलेषु कदाचन।’*

भरत म्हणाला, 'मग क्षत्रिय आणि आर्य जमातीचे रक्षक म्हणून आपल्याला काहीतरी केलंच पाहिजे. ते आपलं धर्मकर्तव्य आहे, नाही का महादेव?' त्याचा राग शांत झालेला नाही हे स्पष्ट कळत होतं. हा प्रश्न त्यानं विचारायचा म्हणून विचारला होता हे उघड होतं कारण उत्तराची वाट न पाहता तो लगेच पुन्हा बोलू लागला, 'शिवाय आपल्यापुढे दुसरा कोणताच पर्याय नाही. असुरांनी पहिला वार केला आहे. त्यांनी तहाचा भंग केला आहे आणि आपल्या नगरामध्ये घुसखोरी केली आहे. आपण नुसतं त्यांच्या आक्रमणाची आणि आपलं साम्राज्य नष्ट करण्याची वाट बघत थांबून राहू शकत नाही. आपण युद्धावर जायलाच हवं.'

'नाही.'

दशरथाचा आवाज चिरका झाला होता. पण त्यामध्ये ताकद होती. त्या ताकदीमुळे त्याची आंतरिक शक्ती खूप उणावली हे कळत होतं. आपल्या वडिलांच्या जुन्या चुकांमुळे आलेला राग जाऊन आता रामाच्या मनात त्यांच्याबद्दल खूप काळजी निर्माण झाली होती. या चर्चेनं त्यांच्या अतिशय नाजूक झालेल्या प्रकृतीवर काय परिणाम होणार याची त्याला चिंता वाटू लागली.

'मी जिवंत असेपर्यंत तरी युद्धाची चर्चा होणार नाही.' कैकेयीच्या मुलाकडे बोट दाखवताना दशरथाचा हात थरथरत होता. 'भरत, माझ्या पुत्रा, गेल्या असुर युद्धाची आपण काय किंमत दिली आहे हे तुला माहीत आहे - नव्हे अजून ती किंमत देतोच आहोत - तेव्हा मी शपथ घेतली होती की असुरांशी युद्ध करण्याची ही आपली शेवटचीच वेळ आहे. तुला माझ्याबद्दल काही आदर असेल तर त्या शपथेचा मान राख.'

'पण पिताजी, हे राक्षस...'

'हे राक्षस राक्षसच आहेत. ते राक्षसांसारखेच वागणार, पण आपण मानवांसारखं वागू शकतो.'

'पण ही घुसखोरी. जे राक्षस आपल्या शहरात घुसले आहेत...'

दशरथ उठून उभा राहिला. त्याचा चेहरा रागानं लाल झाला होता. 'पुरे! आणखी चर्चा नको. आता यानंतर युद्धाच्या विषयावर चर्चा नाही - आज नाही आणि यापुढे कधीच नाही.'

चिडून भरत गप्प झाला. शत्रुघ्न आणि लक्ष्मण जमिनीकडेच बघत राहिले. अशा वेळी त्यांच्या वडिलांशी वाद घालण्यात काहीच अर्थ नसतो हे त्यांना माहीत होतं. राम तेवढा महाराजाकडे लक्ष ठेवून होता. वडील आत्ताच कोसळतील की काय यावर त्याचं लक्ष होतं. विश्वामित्र तिथे नसता तर आत्ता ही चर्चा थांबवू अशी विनंती रामानं दशरथाला नक्कीच केली असती.

पण एका सन्मान्य पाहुण्यासमोर वडिलांना विश्रांती घ्यायला सुचवणं हे

अपमानास्पद ठरलं असतं. सिंहासनाच्या मऊ गादीवर रुतत दशरथ पुन्हा खाली बसला. त्याचा आवाज घोगरा झाला असला तरी त्याची भावना तीव्र होती, 'या देशामध्ये मला पुन्हा ते काळं युग यायला नको आहे. माझ्या शरीरात प्राण आहे तोपर्यंत मी हे होऊ देणार नाही.' सिंहासनाच्या हातावर मूठ आपटत त्यानं म्हटलं, 'हे आजवर शेकडो वेळा म्हटलंय मी, ऋषिवर. तुम्ही हा मुद्दा सोडून का देत नाही?'

त्यानंतर पसरलेल्या अवघड शांततेमध्ये विश्वामित्र बोलू लागला, 'महाराज तुम्ही तुमचं मत स्पष्ट केलं आहे. पण माझा धर्मही तुमच्याएवढाच स्पष्ट आहे, मलाही युद्ध आणि त्याचे नंतर होणारे परिणाम अजिबात आवडत नसले तरी मला माझी विनंती पुन्हा मांडायलाच हवी.'

'आणि मला पुन्हा ती नाकारायलाच हवी.'

ऋषीचा आवाज सौम्य झाला. 'दशरथा, विचार कर. मी जे म्हणतो आहे तो युद्ध टाळण्याचा उपाय आहे. नियतीनं लिहून ठेवलेल्या विध्वंसाचं आणि प्रारंभापासून आपल्याला छळणाऱ्या रक्तपाताचं चक्र थांबवण्याचा उपाय. पाताळ, स्वर्ग आणि पृथ्वी या तीनही लोकांमध्ये कायमची शांतता प्रस्थापित करण्याचा उपाय.'

दशरथाच्या तोंडून एक विचित्र आवाज फुटला – हसणं रडणं एकत्र झाल्यासारखा. 'तुमचा उपाय हा ज्या विषावर तो काम करू पाहतो आहे त्या विषापेक्षाही भयंकर आहे. महादेव मी तुम्हाला आधीच सांगितलं आहे – तुमची मागणी पूर्ण करण्याचा विचारही मी करू शकत नाही. दुसरं काहीही मागा. मी ते तुम्हाला देईन.'

'अयोध्यानरेश, तुझा निर्णय योग्य नाही. मी पुन्हा एकदा तुला विनंती करतो, पुन्हा एकदा विचार कर. नाहीतर धर्माचा पवित्र नियम मोडल्याचं महापाप तुला लागेल.'

28

तोंडासमोर हात धरत दशरथ जोरात खोकला. त्यानं बोलण्याचा प्रयत्न केला तेव्हा त्याला आणखी एक खोकल्याची उबळ आली. सुमंत्रानं चटकन त्याच्यासाठी एक तस्त पुढे केलं. आणि मग एक पेला दशरथासमोर केला. पूर्वीपेक्षा जास्त घोगऱ्या आवाजात उत्तर देण्याआधी दशरथानं दोन्ही वस्तू वापरल्या. त्याच्या शेजारी उभ्या असलेल्या रामाला जाणवलं – आपले भाऊही एकमेकाकडे काळजीनं बघत आहेत. आपल्या वडिलांच्या प्रकृतीबद्दल कुणाच्याही मनात कसलीही शंका नव्हती पण आत्ताचा हा ताण दूर करण्यासाठी काय करावं हेही त्यांना सुचत नव्हतं. इतकी महत्त्वाची चर्चा सुरू असूनही आपल्या वडिलांच्या प्रकृतीसाठी तरी ती संपावी असं रामाला वाटत होतं.

मशालींच्या उजेडात दशरथाचे डोळे चमकले. 'मान्यवर, आणखी शंभर वर्षं – तेवढं आयुष्य मिळण्याएवढा मी भाग्यवान आहे की नाही माहीत नाही – बहुधा नाहीच – पण एवढं आयुष्य मिळालं तरीही मी तुमच्या मागणीचा फेरविचार करणार नाही. मी आधी जे बोललो ते अखेरचं आणि बंधनकारक आहे.'

क्षणभर विश्वामित्र शांत होता. जेव्हा तो बोलू लागला तेव्हा त्याच्या आवाजात भयाण शांतता होती. 'द्रष्ट्या ऋषींनी – ब्रह्मर्षी तर सोडूनच दे – आपलं म्हणणं पुन्हा पुन्हा मांडायचं नसतं. आणि तूही तुझ्या क्षत्रियवर्णाची आणि तुझ्या जातीची शपथ मोडू नकोस. पण ज्या घराण्यामध्ये तुझा जन्म झाला आहे त्या सूर्यवंशी राजवंश आणि इक्ष्वाकु घराण्याच्या राजांनी द्रष्ट्या ऋषींची जी सेवा केली आहे ती जगद्विख्यात आहे. म्हणूनच केवल तुझ्या या मुलांनाही – अयोध्येच्या या उत्तम राजकुमारांनाही कळावी म्हणून मी माझी मागणी पुन्हा एकदा सांगतो आहे.'

राम आणि त्याचे भाऊ यांना नीट ऐकू यावं म्हणून किंचित बाजूला वळून काहीशा मोठ्या आवाजात तो बोलू लागला, 'जगातील सर्वात महान आर्य राष्ट्राच्या कोसल देशाच्या राजधानीच्या अयोध्येच्या स्वामी आणि राज्यकर्ता, मी जी दक्षिणा हक्कानं मागतो आहे ती मला दे. तरच कदाचित आपण हे काटेरी झुडूप वाढण्याआधी पहिला काटा उपटून टाकू शकू.'

थकून जाऊन दशरथाचं मस्तक खाली झुकलं. 'ऋषिवर, आपल्या विश्वासाच्या वेदीवर मी माझ्या पुत्राचं बलिदान देऊ शकत नाही.'

'मग त्याच्या ऐवजी तू तुझ्या प्रजेचं बलिदान द्यायला तयार आहेस का?' आता विश्वामित्राचा आवाज चढला होता.

'देवांच्या मनात तसं असेल तर तसंच होऊ दे.' दशरथाचा आवाज हेकट, थकव्यानं चिडचिडा झालेला आणि श्रांत बुद्धीचा असा होता. पुढच्याच क्षणी दोघेही एकमेकांचा अपमान करायला लागतील आणि मग आगीत तेलच ओतल्यासारखं होईल हे रामाला कळून चुकलं. दशरथाच्या बोलण्यानं ब्रह्मर्षी विश्वामित्रांचा अपमान झाला तर या चर्चेचा अंत कोणत्याही निर्णयाऐवजी शापानं होईल.

'पिताजी, महागुरू, क्षमा.'

राम पुढे झाला आणि सिंहासनासमोर गुडघे टेकून बसतानाच त्यानं द्रष्ट्या ऋषीसमोर मस्तकही झुकवलेलं बघून दशरथ आणि अतिथी दोघेही आश्चर्यचकित झाले. मध्येच बोलल्याबद्दलची रामाची क्षमायाचना ऋषीनं मान्य केली. उठून उभा राहात रामानं वडिलांकडे पाहिलं. ते कपाळाला आठ्या घालून त्याच्याकडे बघत होते.

'पिताजी माझ्या बालबुद्धीला क्षमा करा पण ब्रह्मर्षी विश्वामित्र कोणती दक्षिणा मागताहेत ते मला कळेल का? आणि ती दक्षिणा द्यायला नकार देऊन तुम्ही क्षत्रियधर्माचा नियम का मोडत आहात?'

त्याचे भाऊ अवाक्षरही बोलले नसले तरी ते त्याच्याशी सहमत आहेत हे रामाला जाणवलं. इथे काय होतं जे पणाला लागलं होतं?

महाराज दशरथानं पुन्हा मस्तक झुकवून आपले लालबुंद झालेले डोळे मिटून घेतले. त्याच्याकडे काळजीनं बघत सुमंत्र पुढे आला पण दशरथानं अशक्तपणे हात हलवत त्याला मागे केलं. एका क्षणानंतर त्यानं पुन्हा आपले डोळे उघडले आणि तो घोगऱ्या आवाजात पण स्पष्टपणे बोलू लागला.

'त्यांना एक महान यज्ञ करायचा आहे. दोनशे चाळीस वर्षांच्या त्यांच्या कठोर तपस्येचं हे उद्यापन आहे. पण प्रत्येक वेळी त्याच्या पुरोहितांनी या यज्ञासाठी पवित्र वेदी तयार केली की राक्षस येऊन तिचं पावित्र्य नष्ट करतात आणि यज्ञाच्या तयारीमध्ये विघ्न आणतात. आपण आत्ता इथे बोलत असतानाही यज्ञाच्या समाप्तीसाठीची वेळ निघून जाते आहे. त्यांच्या आध्यात्मिक ध्येयाच्या प्राप्तीसाठी येत्या सात दिवसांमध्ये हा यज्ञ पूर्ण होणं गरजेचं आहे. यासाठीच आपली तपस्या भंग करून ते अयोध्येला आले आहेत. राक्षसांविरुद्ध संरक्षणाची मागणी करण्यासाठी.'

राम विचारात पडला. 'पण पिताजी, हा तर क्षत्रियांचा धर्मच आहे. जे स्वत:चं रक्षण करू शकत नाहीत, करत नाहीत किंवा ज्यांना युद्ध करायचं नसतं अशा सर्व

लोकांचं रक्षण करणं हीच क्षत्रिय नीती आहे ना. आपल्याला ज्ञान देणाऱ्या आणि आध्यात्मिक मार्गदर्शन करणाऱ्या द्रष्ट्या ऋषींचं रक्षण आपल्या प्राणांचीही किंमत देऊन करणं ही आपण घेतलेली शपथ आहे. मग ही मागणी तुम्ही का नाकारता आहात?'

मान हलवत दशरथ उद्गारला, 'तुला कळत नाहीये, रामा. मी त्यांना माझे सर्वोत्कृष्ट सैनिक देऊ केले आहेत, माझ्या पुराने वफादार सैनिकांची तुकडी देऊ केली आहे, त्यांची इच्छा असल्यास माझी सर्व सेना त्यांच्या नेतृत्वाखाली लढेल असं सांगितलं आहे. मी याहून कमी काही करू शकतच नाही कारण तू म्हणतोस त्याप्रमाणे या पवित्र ऋषींचं रक्षण करणं हे आपलं सर्वात मोठं कर्तव्य आहे. पण ब्रह्मर्षींनी माझ्या सर्व सूचना नाकारल्या आहेत. त्यांनी स्वत: निवडलेला संरक्षकच त्यांना हवा आहे.' अतिशय हताश होऊन दशरथानं पुन्हा मान हलवली, 'ते तुझी मागणी करत आहेत, माझ्या पुत्रा, राक्षसांच्या या राजानं अतिशय शक्तिशाली अशी प्रचंड सेना नष्ट केली होती हे माहीत असूनही ते ही मागणी करत आहेत. खरोखर, तुझ्या कैकेयी मातेनं मला त्या वेळी मदत केली नसती तर आज मीही इथे बसलेला दिसलो नसतो. तिनं एकाच युद्धभूमीवर एकदा नाही तर दोन वेळा माझे प्राण वाचवले आहेत. हा रावण काही साधासुधा राक्षस नाही. माझ्या जखमाच याच्या साक्षीदार आहेत.'

दुसरी राणी कैकेयी त्या वेळी कैकेय नावाच्या पश्चिम प्रांताची राजकन्या कैकेयी होती. तिच्या वडिलांच्या सैन्याच्या अग्रभागी तिच्या वडिलांच्या जागी ती दौडत होती. असुर युद्धामध्ये महाराज दशरथाचा सर्वात जवळचा मित्रपक्ष कैकेय हाच होता. दशरथानं रावणाचा समोरासमोर एकास एक या पद्धतीनं सामना केला होता. तेव्हा त्याला एक प्राणघातक जखम झाली होती. त्या वेळी कैकेयीनं त्याला स्वत:च्या रथात घालून युद्धभूमीमधून सुरक्षितरीत्या बाजूला नेलं नसतं तर त्याचा मृत्यू निश्चित होता. काही काळानंतर लंकेच्या स्वामीनं 'रावणानं' दशरथाचा रथ नष्ट केला होता. कैकेयीनं स्वत:चा रथ त्या दोघांच्या मध्ये घातला होता आणि सुमंत्र आणखी सेना घेऊन त्या दोघांच्या सुटकेसाठी येऊन पोचेपर्यंत रावणाला रोखून धरलं होतं. अखेरीस कोसल आणि कैकेय या दोन्ही देशांच्या सैन्यानं एकत्रितपणे असुरांना मागे ढकलण्यात यश मिळवलं होतं. दशरथ नेहमीच म्हणत आला होता की कैकेयीनं त्या वेळी त्याचा जीव वाचवला नसता तर पुढे काय झालं असतं कोण जाणे.

राम काही बोलणार तेवढ्यात भरत त्याच्या नेहमीच्या उतावळेपणानं पुढे होत म्हणाला, 'मग मला जाऊ द्या, पिताजी. मी ब्रह्मर्षींचं रक्षण करीन आणि त्यांचा यज्ञ यशस्वीरीत्या पार पडेल हे बघीन. माझी तलवार आणि माझी मदत त्यांना देऊ करा.'

आपल्या द्वितीय पुत्राकडे कौतुकानं बघत दशरथ म्हणाला, 'तुझ्या नावाप्रमाणेच तू शूर आणि धैर्यवान आहेस. भरता - आर्य राष्ट्रांच्या संस्थापकाचं, त्या महान भरताचं नाव मी तुला दिलं हे योग्यच केलं. परंतु, दुर्दैवानं ब्रह्मर्षींना हे मान्य नाहीये. त्यांच्याबरोबर अरण्यात जाण्यासाठी त्यांना रामच हवा आहे. केवळ राम.'

आपण बोलू लागल्याबरोबर सर्वांची नजर आपल्याकडे वळली आहे हे रामाला जाणवलं. 'मग मला जाऊ द्या त्यांच्याबरोबर. एवढं मोठं काम करणं हे मी माझं भाग्य समजेन.'

विश्वामित्र झटकन मागे वळला. त्याची तीक्ष्ण नजर एका विलक्षण आनंदानं रामावर खिळली होती. 'बघितलंस दशरथा? तोसुद्धा माझ्याबरोबर यायला तयार आहे. आता मात्र मला विरोध करण्यासारखा मुद्दाच राहिला नाही तुझ्याजवळ.'

दशरथ उठून उभा राहिला त्याची मूठ थरथरत होती. 'त्याला काही कळत नाही ऋषिवर. तो लहान आहे अननुभवी आहे, तुम्ही सात महान द्रष्ट्या ऋषींपैकी एक आहात. ब्रह्मनच्या प्रवाहाला जसे असुर स्पर्श करू शकत नाहीत तसेच ते तुम्हालाही स्पर्श करू शकत नाहीत. तुम्ही अक्षरश: अमर्त्य आणि अजिंक्य आहात. तुमचं रक्षण करणारी मंडलं, मंत्र आणि देवास्त्रं तुमच्याभोवती फिरत असतात. प्रत्यक्ष देवांनी दिलेली आयुधं तुमच्याकडे आहेत. माझा राम हा केवळ एक मर्त्य युवक आहे. लंकाधीशानं पाठवलेल्या असुरांशी सामना करणं त्याला शक्य नाही. त्या राक्षसांच्या सामर्थ्याची त्याला पुरती कल्पनाही नाहीये.'

'आणि त्यांना रामाच्या सामर्थ्याची कल्पना नाहीये.' विश्वामित्र शांतपणे उद्गारला.

'एक पंधरा वर्षांचा तरुण त्या राक्षसांसमोर कसा लढू शकेल? राक्षस आहेत ते - राम नुकता कुठे गुरुकुलातून परत आला आहे. अजून त्याचं लग्नाचं वयही झालेलं नाही. या क्षणी तो बाहेर त्याच्या भावांबरोबर आणि मित्रांबरोबर होळी खेळत असायला हवा. त्याच्या तारुण्याचा, त्याच्या आयुष्यातील वसंताचा उत्सव साजरा करत असायला हवा. या कंटाळवाण्या चर्चेत भाग घेत बसायला नको. अशा गोष्टींसाठी तो अजून फार लहान आहे. माझ्या या वयात आणि या अवस्थेत मी रावणाशी युद्ध करायला जेवढा योग्य आहे तेवढाच तो रावणाच्या दोन सर्वात शक्तिवान राक्षसांशी लढायला योग्य ठरेल.'

'तुम्हाला चकित करू शकेल तो, राजे. काही म्हटलं तरी शेवटी तो तुमचाच पुत्र आहे.'

दशरथानं मस्तक जोरात हलवलं. 'या विचित्र मागणीचा आग्रह धरू नका, महादेव. माझी कळकळीची विनंती आहे तुम्हाला. आज, वसंतोत्सवाच्या मेजवानीच्या वेळी मी त्याचं नाव माझा वारसदार म्हणून जाहीर करणार आहे.

जेमतेम पंधरा दिवसांनंतर त्याच्या नामकरणाच्या सोळाव्या दिवशी अयोध्येचा युवराज म्हणून त्याचा यौवराज्याभिषेक होईल. त्याच्या बालपणाचा नाही तर निदान त्याच्या भविष्याचा तरी विचार करा.'

'त्याच्या भविष्याची मला खूपच काळजी आहे. अयोध्यानरेश. म्हणूनच तर यौवराज्याभिषेकाच्या दिवसापूर्वी त्याला सुखरूप परत आणण्याचं वचन मी तुम्हाला दिलं आहे. सात महान ऋषींपैकी मी एक आहे आणि हा माझा शब्द आहे.'

दशरथ ओरडून काहीतरी बोलणार होता पण त्यानं स्वत:वर नियंत्रण मिळवत म्हटलं, 'क्षमा, महादेव. माझं प्रथम अपत्य मी तुम्हाला देऊ शकत नाही. तुम्हाला दुसरं जे हवं असेल ते घ्या पण माझा राम नाही.' त्याचा आवाज अगदी रडवेला झालेला होता.

यानंतर मात्र ब्रह्मर्षी खूप वेळ काहीच बोलले नाहीत. त्यांची सहनशक्ती संपत आली आहे हे रामाच्या लक्षात आलं. विश्वामित्राचा चेहरा रागानं ताठरला होता. त्या क्षणी तो आध्यात्मिक विद्या जाणणाऱ्या दिव्य पुरुषासारखा न दिसता त्याच्या पूर्वाश्रमीच्या राजासारखा दिसत होता. मंचाकडे एक पाऊल टाकत त्यानं हातातला दंड वर उचलला.

'तसं होवो मग, दशरथा. माझं दुसरं काही काम नाही इथे. मी निघतो आता. सुखी भव.'

उंचावलेला दंड तसाच हाती धरून विश्वामित्र वळला आणि लांब लांब पावलं टाकत सभागृहाच्या दरवाजाकडे जाऊ लागला. कुणीही बोलत किंवा हालचाल करत नव्हतं. सगळे जणू गोठून गेले होते. ते चालले आहेत, रामाच्या मनात आलं, *आपली गुरुदक्षिणा न घेताच चालले आहेत.* लहानपणापासून त्याला जे शिकवण्यात आलं होतं त्याच्या हे विरोधी होतं. रामाचे भाऊ एकमेकाकडे अस्वस्थतेनं बघत होते. हातातलं तस्त आणि पेला खाली ठेवत सुमंत्र गुडघ्यावर बसून प्रार्थना करू लागला.

त्याचे शब्द ऐकू येत नसले तरी रामाला माहीत होतं की त्या महान द्रष्ट्या ऋषीच्या संतापापासून आपणा सर्वांना वाचवण्यासाठी तो पवित्र त्रिमूर्तींला साकडं घालत आहे. यापेक्षा लहान कारणानं अनेक ब्रह्मर्षींनी सबंध राष्ट्रच्या राष्ट्रं नष्ट केल्याची उदाहरणं होती.

गुरू वसिष्ठ एक पाऊल पुढे आले. रागानं दशरथाकडे बघतच ते विश्वामित्राला हाक मारण्यासाठी वळले. तो जवळ जवळ सभागृहाच्या दरवाजाशी पोचलाच होता तेवढ्यात गुरूंनी त्याला हाक मारली.

'ब्रह्मर्षी विश्वामित्र, मी विनंती करतो, क्षणभर थांबा. आपलं बोलणं अजून संपलेलं नाही. अजून काहीतरी बोलायचं शिल्लक आहे.'

विश्वामित्र थांबला पण त्यानं आपला दंड जमिनीवर टेकवला नाही. पूर्णपणे मागे न वळता त्यानं खांद्यावरून मागे बघतच उत्तर दिलं, 'आवश्यक ते सर्व शब्द मी ऐकले आहेत. बोलण्यासारखं आता काहीही शिल्लक नाही.'

आपण दोघेही ब्रह्मर्षी आहोत या नात्यानं मी आपल्याला मनापासून विनंती करतो आहे की, 'इथे मंचावर परत यावं विचारविनिमय करण्यासाठी आम्हाला थोडा वेळ द्या. असं निघून जाणं हा या महान सूर्यवंशी घराण्याचा आणि इक्ष्वाकु वंशाचा घोर अपमान केल्यासारखं होईल.'

'इथे जर कुणाचा अपमान झाला असेल तर तो तुमच्या महाराजानं केलेला आहे. अपमान झाला आहे तो माझा. आता त्याच्या निर्णयाची फळं त्याला भोगावी लागतील.' विश्वामित्रानं दरवाजाच्या दिशेनं आणखी एक पाऊल टाकलं. पण गुरूंच्या आवाजानं तो पुन्हा एकदा थबकला.

'मग ते अपमान आणि चुका सुधारण्यासाठी तरी मला एक क्षण वेळ द्या. कारण ही चूकच आहे, हे मी मान्य करतो. सूर्यवंशी घराणं हे त्यांच्या उदारतेबद्दल प्रसिद्ध आहे. दशरथाचे पूर्वज महाराज हरिश्चंद्र यांनी त्यांची सर्व संपत्ती गुरुदक्षिणा म्हणून देऊन टाकली होती. महान राजा रघुनं आपली सर्व संपत्ती गुरुदक्षिणा म्हणून एका ऋषीला देऊन टाकली असताना दुसरा एक ऋषी आला आणि त्यानं एक मोठी रक्कम गुरुदक्षिणा म्हणून मागितली. तेव्हा रघुनं संपत्तीच्या देवाकडून कुबेराकडून तेवढी रक्कम घेतली होती आणि त्याचं पवित्र कार्य दुसऱ्या वेळेलाही पूर्ण केलं होतं. अयोध्या ही तिच्या धर्माचरणाबद्दल प्रसिद्ध आहे.'

आता विश्वामित्र आणखी थोडा वळला. नक्षीदार संगमरवरी स्तंभाच्या सावलीमध्ये त्याचे डोळे हिऱ्यासारखे चमकत होते. 'तुमचे शब्द तुमच्या राजाच्या शब्दांच्या विरोधी आहेत, महागुरू. बघा, त्याच्या वतीनं तुम्ही माझी विनवणी करत असताना अजूनही तो मात्र तसाच बसलेला आहे.'

गुरू वसिष्ठांनी वळून दशरथाकडे बघितलं.

त्याचा चेहरा दुःखानं आणि वेदनेनं पिळवटला होता. रामाला त्याच्या वडिलांकडे पाहवत नव्हतं.

'अयोध्यानरेश,' गुरू बोलू लागले. 'आणि ब्रह्मर्षी विश्वामित्र. तुम्ही दोघेही एका अशा ठिकाणी पोचला आहात की जिथून पुढे तुम्हाला रस्ता दिसत नाहीये. क्षत्रियाकडून दक्षिणा घेण्याचा ब्राह्मणाचा हक्क आहे असं एकजण ठामपणे म्हणतो आहे तर आपल्या पुत्राच्या जिवाचा सांभाळ करण्याचा पित्याचा हक्कच आहे यावर दुसरा ठाम आहे. ही चर्चा कधी न संपणारी अशीच आहे. आणि तुम्ही दोघांनी एकमेकांवर आरोपप्रत्यारोप करावेत, एकमेकांचे अपमान करावेत हे मी खपवून घेणार नाही.'

'मग आम्ही काय करावं असं तुमचं म्हणणं आहे, गुरुजी?' दशरथानं सौम्य आवाजात विचारलं. राम आपल्या वडिलांपुढची समस्या समजू शकत होता. रामाविषयीची त्याला वाटणारी काळजी आणि त्याचा क्षत्रिय धर्म यामध्ये त्याची कुतरओढ होत होती. 'कृपा करून तुमच्या ज्ञानाचा आम्हाला लाभ द्या.'

रिकाम्या सभागृहाकडे हात पसरत वसिष्ठ म्हणाले, 'जेव्हा कायदे लिहिणारा मनू – कोसल देशाचा पहिला राजा – जेव्हा त्याचा राज्याभिषेक झाला – याच सभागृहामध्ये आणि याच लाकडी सिंहासनावर – तेव्हा राज्यकारभार चालवण्याचे दोन नियम त्यानं तयार केले. आजही कोणत्याही जीवनमरणाच्या प्रसंगी अयोध्येमध्ये तेच दोन नियम वापरले जातात. राजकुमार राम, ते दोन नियम कोणते आहेत हे तू आम्हाला सांगू शकशील का?'

'पहिला नियम म्हणतो, काहीही झालं तरी धर्माचं पालन केलं पाहिजे.' रामानं लगेच उत्तर दिलं, 'कारण धर्माच्या मजबूत नैतिक नियमांच्या स्तंभावरच आर्यांचं चारित्र्य ताठ उभं आहे.' क्षणभर थांबून तो पुढे म्हणाला, 'दुसरा नियम असं सांगतो की सम्राट स्वत:साठी, त्याच्या घराण्यासाठी, त्याच्या वर्णासाठी किंवा त्याच्या कुटुंबासाठी राज्य चालवत नसतो. तो राज्य करत असतो ते त्याच्या प्रजेसाठी. त्याच्या एखाद्या निर्णयाचा जर त्याच्या प्रजेवर परिणाम होणार असेल तर त्यानं प्रजेचा कौल घेतला पाहिजे.' हे बोलण्याआधीच गुरूंचं बोलणं कोणत्या दिशेनं जाणार आहे हे त्याच्या लक्षात आलं होतं.

दुसऱ्या कायद्याचे परिणाम लक्षात येईपर्यंत सगळीकडे शांतता पसरली.

गुरू वसिष्ठ पुन्हा बोलू लागले तेव्हा त्यांचा स्वर अधिक सौम्य झालेला होता. काहीसा चेष्टेखोरच म्हणावा लागेल या प्राचीन द्रष्ट्या ऋषीच्या नजरेत एक खेळकर चमक दिसते आहे असा रामाला भासही झाला. 'महाराज दशरथ, मनूचा दुसरा कायदा तू नाकारतो आहेस का?'

दशरथ गोंधळला. 'अर्थातच नाही, गुरुदेव. अयोध्येचे राजे आजवर नेहमीच प्रजेच्या संमतीनं निर्णय घेत आले आहेत.'

'हा तुमच्या या कठीण समस्येवरचा उपाय आहे. आता ही चर्चा थांबवा. होळीच्या प्रार्थना आणि उत्सव सुरू होऊ दे. जेव्हा तू मेळ्याच्या प्रांगणामध्ये प्रजेसमोर उभा राहाशील तेव्हा प्रजेसमोर हा प्रश्न ठेव. राजकुमार रामानं विश्वामित्राबरोबार जावं की नाही हे तुझी प्रजा ठरवेल. अयोध्येला याचा निर्णय घ्यायला सांग.'

एकदम सगळीकडे पसरलेल्या संपूर्ण शांततेमध्ये रामाला विश्वामित्राच्या नजरेत सहज दिसण्यासारखी हास्याची लकेर दिसली.

29

'दशासु दिक्षु अप्रतिहतम रथम चलयति इति दशरथ.'

राजपुरोहित वामदेवांच्या नेतृत्वाखाली मंत्र म्हणणाऱ्या एक हजार ब्राह्मणांचा आवाज चढत होता. सोळा हत्तीनी ओढलेल्या एका गाडीवर मांडी घालून बसलेले हे ब्राह्मण मिरवणुकीच्या अग्रभागी होते. ही वार्षिक मिरवणूक रीतीनुसार हर्षवर्धन मार्गावरून मोठ्या दिमाखात खाली चालली होती. सुमारे सात वर्षांचा एक बटू या ब्राह्मणांच्या पुढे बसला होता. त्याचं तुळतुळीत डोकं शिवलिंगाच्या छापांच्या जातीच्या चिन्हांनी सजवलेलं होतं. ही पुढे जाणारी गाडी सुखरूपपणे आपल्या नियोजित स्थानी जावी म्हणून या विनाशाच्या देवाला आळवण्यात येत होतं. मधून मधून हत्ती चीत्कारून महाराज दशरथाच्या स्तुतीपर गायल्या जात असलेल्या संस्कृत श्लोकांमध्ये अडथळे आणत होते. ब्राह्मणाना घेऊन जाणारी ही गाडी तीन यार्डांपेक्षा थोड्या कमी रुंदीची होती आणि पुऱ्या वीस यार्ड लांबीची होती. गाडीची आठ चाकं यार्डभर उंचीची होती. मार्गाच्या दोन्ही बाजूला जमलेल्या प्रजेला रेशमी दोऱ्यांच्या साह्यानं पी एफचे सैनिक नियंत्रणात ठेवत होते. हे सैनिक पूर्ण युद्धवेषात असले तरी त्यांच्या हातात शस्त्रं मात्र नव्हती. आज सकाळी रघुवंश मार्गावर उसळलेल्या दंग्याची बातमी ऐकल्यावर प्रधान मंत्री सुमंत्रानं त्यांना शस्त्रं न घेता येण्याची सूचना दिली होती. तरीही पी एफ सैनिक अतिशय रुबाबदार दिसत होते. रेशमी दोऱ्यांच्या पलीकडून त्यांच्याकडे बघणारी मुलं समोरच्या मिरवणुकीइतकीच त्यांच्या ताडमाड उंचीमुळे आणि त्यांच्या अंगावरच्या जखमांच्या वणांमुळे प्रभावित होत होती. मिरवणूक बघायला जमलेल्या हजारो मुलांमध्ये दोन वैश्य युवती होत्या. रंगांच्या पुड्या आणि पिचकाऱ्या त्यांच्या हातात होत्या. त्यांचे चेहरे आणि कपडे इंद्रधनुष्याच्या रंगांनी पूर्ण भरले होते. त्यांच्यापैकी अधिक उंच असलेली, सरळ स्वभावाची असावी अशी दिसणारी मुलगी तिच्या मैत्रिणीपेक्षा थोडी जास्तच रंगलेली होती. तिचा चेहरा म्हणजे लहानशा जांभळ्या आणि निळ्या ठिपक्यांनी भरलेला एक चमकता लाल ठिपकाच होता. या रंगीबेरंगी गोधडीमधून तिचे निळेशार चमकदार डोळे त्या सपाट गाडीवर खिळले होते.

‘लाखभर तरी पुरोहित असतील, नाही?’ तिची मैत्रीण उत्साहानं म्हणाली, ‘एकमेकांच्या आवाजात आवाज मिळवून सगळे कसे एका सुरात गाताहेत बघ मा प्रेमा आपल्याला असेच मंत्र म्हणायला सांगत असते पण आपल्याला काही ते जमत नाही.’

‘तुला किती वेळा सांगितलय गं मी, श्रीलता...’ मोठी मुलगी चिडून म्हणाली, ‘एक लाख म्हणजे शंभर हजार. तिथे दहा हजार ब्राह्मणही नसतील, एक लाख तर दूरची गोष्ट आहे.’

‘अरे,’ श्रीलता म्हणाली, ‘मला ना कधीच असे आकडे मोजता येत नाहीत. पण त्या गाडीवर खूप सारी टकली डोकी आहीत हे तरी खरं की नाही, नंदिनी?’

‘होय हे मात्र खरं आहे हं.’ मैत्रिणीच्या शब्दांच्या निवडीला हसत नंदिनीनं होकार दिला. आणि मिरवणूक तर अजून सुरू सुद्धा झाली नाहीये. तू राजाचं चक्रगृह बघशील तर चकितच होशील. ते शंभर यार्ड लांब आहे. त्याचे पंचवीस यार्डांचा एक असे चार भाग पाडलेले आहेत आणि ते सगळे भाग लहान लहान पूल बांधून जोडलेले आहेत. रथाबाहेर न पडता तुम्ही रथाच्या एका टोकापासून दुसऱ्या टोकाकडे सहज जाऊ शकता.’

‘पण तू चक्रगृह म्हणालीस ना, रथ नाही म्हणालीस...’ साडीचा पदर तोंडात घालून चघळत श्रीलता म्हणाली.

‘होय होय चक्रगृहच.’ नंदिनी उत्तरली, ‘आणि युद्धाचे हत्ती तर तू बघायलाच हवेत. इतके सुंदर दिसतात ना ते, राजाच्या सैन्यामध्ये असे लाखो हत्ती आहेत. पण अर्थात त्यांना सगळ्यांना काही मिरवणुकीत आणता येत नाही म्हणून मग प्रत्येक अक्षौहिणीमधून काही असे आणले जातात. तो सैन्याचा एक विभाग आहे. एका अक्षौहिणीमध्ये २१,८७० हत्ती, २१,८७० रथ, ६५,६१० घोडेस्वार आणि १०९,३५० सैनिक असतात. अयोध्येच्या सैन्यामध्ये अशा पंचवीस अक्षौहिणी आहेत. आणि पंधरा अक्षौहिणी राज्यामध्ये ठिकठिकाणी नेमलेल्या आहेत.’

‘तुला हे सगळं कसं गं ठाऊक?’ डोळे मोठे करत श्रीलतेनं विचारलं. नंदिनीच्या आकडे आणि इतर गोष्टींच्या ज्ञानामुळे ती नेहमीच प्रभावित झालेली असे. देवळाच्या भिंतीपलीकडे केवढं मोठं जग आहे याची तिला यामुळेच जाणीव होत राहात असे.

‘आपले डोळे आणि कान उघडे ठेवावे लागतात बरं,’ नंदिनीनं रहस्यमय उत्तर दिलं. मग आपल्या काहीशा अडाणी मैत्रिणीला एक कोपरखळी मारत ती म्हणाली, ‘आणि त्यांचं काम झाल्यावरही सैनिकांना आणि पहारेकऱ्यांना बोलतं ठेवायचं असतं. संभोग करायला मिळाला की पुरुष दहापट अधिक बोलतात. आत्तापर्यंत हे तरी तुला कळलं असेल ना, श्रीलता?’

श्रीलता खुदखुदत उत्तरली, ‘होय तर. किती बोलू शकतात ते, नाही? अगं

बाई, आता तो येतोय तो भला मोठा रथ कुणाचा? तो गं – सोन्याचं नक्षीकाम असलेला? आणि शंख फुंकणारे पण तयारीत आहेत शंखध्वनी करण्याच्या – हा राजाचा रथ – नाही नाही, राजाचं चक्रगृह आहे का?'

'नाही गं वेडाबाई, तो साधा शंख फुंकणाऱ्यांचा रथ आहे. राजाच्या मिरवणुकीच्या आघाडीला असतो हा रथ बघ, आता ते शंखध्वनी करायला लागलेत, राजाची मिरवणूक येते आहे हे आपल्याला सांगण्यासाठी आहे बरं हे.'

शहरभर घुमणाऱ्या शंखांच्या आवाजावर आवाज काढत श्रीलतेनं किंचित लाजतच विचारलं, 'आपल्याला राजकुमार राम दिसेल का गं?'

नंदिनीनं आपल्या मैत्रिणीकडे पाहिलं, 'का? त्याला देवळात आपल्याला भेटायला ये असं म्हणायचंय का?'

श्रीलतेनं मैत्रिणीच्या पोटात एक गुद्दा मारला. 'गप्प बस.' पण तिचे गाल, मान लाल झाले होते.

नंदिनी आनंदानं हसत उद्‌गारली, 'हं, राजकुमार रामाला मन देऊन बसलीयेस वाटतं? मग तुला एक कोटीमधली ती विशेष मुलगी व्हायला हवं हं, कारण त्यानं तर शपथ घेतलीये. जन्मात एकदाच लग्न करीन अशी.' मग उत्साहानं हात हलवत ती पुढे म्हणाली, 'बघ बघ तिकडे – हत्ती येताहेत.'

'एकच पत्नी? म्हणजे म्हणायचंय तरी काय तुला?' श्रीलतेनं नंदिनीला आणखी एक कोपरखळी मारत विचारलं, 'तो तर राज्याचा वारस आहे. मनात आलं तर तो हजार बायकाही करू शकतो.'

नंदिनीनं मैत्रिणीकडे प्रेमानं बघत म्हटलं, 'तेच तर, करू शकतो पण करणार नाही. एकच पत्नी शोधून काढीन असं म्हणतो तो.' खांदे उडवत ती म्हणाली, 'कदाचित त्याच्या वडिलांनी इतक्या बायका केल्या म्हणून असेल – कळतंय ना तुला मी काय म्हणतेय ते?'

'जय माताकी..' श्रीलतेचं मन भोवंडून गेलं. एका पुरुषाला फक्त एकच स्त्री हवी आहे? किती गोड? तो कधीच मिळणार नाही हे जाणवल्यामुळे तिला तो अधिकच हवासा वाटू लागला. आणि किती तत्वनिष्ठही, एक पुरुष केवळ एकाच स्त्रीवर प्रेम करणार? तिला एकदम ती स्त्री आपण असावं असं वाटू लागलं. तिला हे नीट माहीत होतं की एका देवदासीकडे राजकुमाराचं लक्ष जाणं म्हणजे... ही काय म्हणाली होती? एका कोटीमधली एक? शंभर कोटींमधली एक म्हणायला हवं...

नंदिनीनं एक लांबलचक कर्कश किंकाळी फोडली. क्षणाचाही विचार न करता आजवर जपलेली आपली उच्चवर्णीय मुलीची प्रतिमा तिनं फेकूनच दिली. 'श्रीलता, बघ बघ राजाचं चक्रगृह आलं बघ आणि त्याच्या पुढे चार घोड्यांवर दौडताहेत ते चार राजकुमार. बघ बघ, तो सर्वात पुढे आहे ना, देखणा, सावळ्या

वर्णाचा, जवळ जवळ निळसरच वर्ण आहे बघ त्याचा तो राम आहे. किती देखणा आहे नाही? मी तर त्याला अख्खा खाऊन टाकू शकेन.'

श्रीलताही तिच्या आणि जमावातल्या इतर शेकडो स्त्रियां-मुलं आणि पुरुषांबरोबर किंचाळू लागली. त्यानं एकाच पत्नीची शपथ घेतली असली म्हणून काय झालं? एखादी मुलगी स्वप्नं तर पाहू शकते की नाही?

शहराच्या मध्यभागातल्या हर्षवर्धन मार्गावरून मिरवणूक सावकाश पुढे येत होती. शंखांचे, हत्तींचे, ढोलांचे तुताऱ्यांचे बासऱ्यांचे, ब्राह्मणांच्या मंत्रपठणाचे, लोकांच्या ओरडण्याचे मुलांनी आनंदानं ओरडण्याचे असे सगळे आवाज एकत्र झाले होते आणि उत्सवाचा एक भला मोठा ढगच शहरावर तरंगत होता. रस्त्याच्या दुतर्फा उभे असलेले नागरिक अनेक रंगांनी रंगलेले होते. पाण्याने सचैल भिजलेले होते. हत्तींवर, घोड्यांवर, रथांमध्ये बसून आपल्या समारंभाच्या गणवेषामधले सैनिक आपल्या कुटुंबीयांकडे, आपल्या मित्रमंडळीकडे आपल्या लोकांकडे अभिमानानं बघत पुढे जात होते आज सर्वार्थानं आपले रंग दाखवण्याचा अयोध्येचा दिवस होता. मोठ्या घराण्यांच्या पताकांपासून ते वैश्य व्यापारी आणि शूद्र दुकानदार यांच्यापर्यंत सर्व वर्ण, जाती, जमाती आणि टोळ्या या अतिप्रचंड देखाव्यामध्ये सामील झालेल्या होत्या.

मिरवणूक योग्य त्या स्थानी पोचल्यावर सर्व लोकही शहरातून खाली उतरत शरयू नदीच्या उत्तर तीरावर जमले. इथे राजाची मिरवणूक थांबली आणि सगळे खाली उतरले. राजाच्या तीनही बाजूंनी सैन्य, राज्यकारभार आणि सरदार घराणी यांचे प्रतिनिधी होते तर चौथ्या बाजूला नदीच्या दक्षिण किनाऱ्यावर शहरातील नागरिक मांड्या ठोकून बसले होते. शहराच्या तिसऱ्या आणि चौथ्या दरवाजांच्या मधल्या भागातली ही भली मोठी जागा खरंतर शहराच्या सीमांमध्येच येत होती. अयोध्येचा नकाशाच असा बनवण्यात आला होता की तिच्या आजूबाजूचं भवताल अगदी सूक्ष्म प्रमाणात तिच्यामध्ये हजर असेल. मनू या प्राचीन राजानं हे शहर वसवलं होतं. त्यानं या शहराचा आराखडा मोठ्या दूरदर्शीपणानं बनवला होता. अयोध्या नगरी ही जगाला बाहेर ठेवणारी नगरी नव्हती. जग हे असं तिच्या आतमध्ये होतं. तिच्या तटभिंतींच्या आत होतं, जशी हे वळणं घेत वाहाणारी नदी शहराच्या मोठमोठ्या इमारतींच्या खालूनच वाहात असे तसं.

सगळी मिरवणूक येऊन पोचायला आणि सगळे नागरिक जागेवर बसायला एक तास गेला. अखेरीस नदीच्या तीरावर अर्धा मैलपर्यंत रंगीबेरंगी झालेल्या पांढऱ्या कुडत्यांचा आणि साड्यांचा एक गालिचाच अंथरला गेला आणि मग ऋषी वामदेव एका लहानशा उंचवट्यावर उभे राहिले. आणि त्यांनी परंपरागत श्लोक म्हणायला

सुरुवात केली. तो उंचवटा म्हणजे नैसर्गिकरीत्या तयार झालेला एक मंचच होता. सगळे लोक त्यांच्याबरोबर म्हणू लागले.

'यथा राजा तथा प्रजा.'

प्रजाही म्हणत होती 'यथा राजा तथा प्रजा.'

नदीच्या खालच्या बाजूनं पक्ष्यांचा एक थवा एकदम वर उडाला आणि मोठ्या धिटाईनं दक्षिणवनाकडे गेला. काही फारच धीट पक्षी थेट त्या अंधाऱ्या दुष्ट दक्षिणवनाच्या सीमेपर्यंत जाऊन आपापल्या घरट्यांमध्ये परतले.

मंत्रपठण झाल्यानंतर नेहमीप्रमाणे भाषणं झाली. अनेक मंत्री, चारही वर्णांचे, अनेक जातींचे आणि उपजातींचे, गोत्रांचे राजकीय प्रतिनिधी, पाश्चिमात्य देशांमधील व्यापारी संघांसारखे कामगारांचे कार्यक्षम संघ या सर्वांची भाषणं झाली. काही मोजक्या घराण्यांच्या खास पताका सोडल्या तर सबंध जमाव हा वर्ण, जाती, लिंग आणि समाज यांचा भेद न पाळता एकत्र आलेला होता. ऊबदार पश्चिमी वाऱ्याच्या झुळुकांनी फडफडणाऱ्या पताकांचा आवाज टाळ्यांच्या आवाजासारखा येत होता. ब्राह्मण शूद्रांच्या शेजारी बसले होते आणि वैश्य क्षत्रियांशेजारी. सगळे मिसळून गेले होते.

प्रधानमंत्री सुमंत्र उभा राहिला आणि त्यानं एक भाषण केलं लोकांना ते फारच आवडलं कारण ते अगदी लहानसं होतं. त्यानंतर त्यानं भाषण करण्यासाठी महाराजांना निमंत्रित केलं.

महाराज दशरथाचा अनुभवी आवाज त्याच्या लक्षावधी प्रजाजनांच्या डोक्यांवरून सगळीकडे सहज पोचत होता. सगळे जण राजाच्या भाषणाची आतुरतेनं वाट बघत होते. भांग किंवा चरस पिऊन मस्त झालेले लोकही ते भाषण ऐकण्यासाठी सावरून बसले. नदीच्या खळखळाटाच्या आणि खालच्या तीरावर किलबिलत असलेल्या पक्ष्यांच्या आवाजाच्याही वर त्याचा आवाज प्रजेला ऐकू यावा म्हणून कदाचित गुरू वसिष्ठांनी आपली विशेष शक्ती वापरून त्यांची ऐकण्याची शक्ती वाढवली असावी. कारण काही असो, शेकडो यार्डांवरच्या प्रजाजनांनाही महाराजाचा आवाज स्वच्छ ऐकू येत होता.

परंपरागत आशीर्वाद देणं झटकन आटपून तो मुद्यावरच आला. क्षत्रिय राजा असण्याचा हा एक फायदा होता, सर्व धार्मिक आणि परंपरागत कार्यं तो ब्राह्मणांवर सोपवून देऊ शकत होता.

'आज आपल्यामध्ये एक फार मोठी आणि विख्यात व्यक्ती उपस्थित आहे. एका शूर धाडसी राजापासून एक ब्रह्मर्षी होण्यापर्यंतच्या त्यांच्या प्रवासाचं वर्णन गुरू वसिष्ठांनी केलंच आहे. ब्रह्मर्षी विश्वामित्रांची आणखी ओळख करून देण्याची काहीच गरज नाही. तुमच्यापैकी अनेकांना हे मात्र माहीत नसेल की आज ते एक फार दुर्भाग्यपूर्ण बातमी घेऊन आलेले आहेत.'

30

आपल्या पहिल्याच शब्दांनी समोरच्या गर्दीमध्ये उठलेली काळजीची कुजबूज थांबवण्यासाठी दशरथानं हात उंचावला.

'घाबरण्याचं काहीही कारण नाही. आत्ता तुम्ही होळीचा सण साजरा करत आहात आणि मेजवानीचा लाभ घेत आहात त्याच वेळी आर्य राष्ट्रांची युद्ध समिती बैठक घेण्याच्या तयारीत आहे. मी तुम्हाला वचन देतो की या शक्यतेला तोंड देण्यासाठी आणि या संकटाचा नायनाट करण्यासाठी आम्ही नवे मार्ग नक्कीच शोधून काढू. तुमचा स्वामी कमीत कमी हिंसेचा आणि शक्य तेवढ्या त्वरेचा मार्ग शोधून काढेल यची खात्री बाळगा. जसजशा नव्या घटना घडतील तसतशी तुम्हाला त्यांची माहिती दिली जाईल.'

वसंत ऋतूच्या आकाशामध्ये सूर्य वर वर चढत होता, वातावरण हळूहळू तापू लागलं होतं. वरच्या ओठावर घामाचे थेंब जमू लागल्याची जाणीव दशरथाला होऊ लागली.

'पण या क्षणी त्याहूनही महत्त्वाची अशी एक गोष्ट आहे. ब्रह्मर्षी माझ्याकडे आले आहेत ते परंपरागत गुरुदक्षिणेची मागणी घेऊन. ही गुरुदक्षिणा ताबडतोब आणि न डळमळता देणे हा पवित्र क्षत्रिय धर्म आहे हे आपण सर्व जण जाणताच. आर्यपुत्र सूर्यवंश इक्ष्वाकु कुळातील उदार क्षत्रियांच्या अशा गुरुदक्षिणा दिल्याच्या अनेक कथा भारतवर्षांच्या इतिहासामध्ये नोंदल्या गेलेल्या आहेत. आणि तरीही, ब्रह्मर्षींची मागणी इतकी अपूर्व अशी आहे की ती तुम्हाला, माझ्या लोकांना सांगावी असं मला वाटलं. त्यांची मागणी ही आहे की मी माझ्या पुत्राचं रामाचं जीवन त्यांच्या स्वाधीन करावं.'

या शब्दांनंतर पसरलेली शांतता अभूतपूर्व अशीच होती. इतकी शांतता होती की जणू पक्ष्यांनीही किलबिलणं थांबवलं की काय, नदीनं वाहाणं थांबवलं की काय आणि वाऱ्याच्या झुळुकीनं होणारी गवताची सळसळही बंद झाली की काय असं वाटावं.

'मी ही गोष्ट स्पष्ट करून सांगतो. दक्षिणवनामध्ये त्यांच्या आश्रमात ब्रह्मर्षी

एक यज्ञ करत आहेत. असुरांपासून आपलं संरक्षण करण्याचाच हाही एक भाग आहे. त्यांचा हा यज्ञ यशस्वीपणे आणि वेदिक रीतीप्रमाणे पूर्ण होणं हे फार महत्त्वाचं आहे. पण राक्षसांनी या आश्रमावर आक्रमण केलं आहे.'

श्रोत्यांमधून एक अस्वस्थ कुजबूज उठली.

'हे जर नेहमीसारखे पूजांमध्ये विघ्न आणणारे लोक असते, साधे लुटारू किंवा बहिष्कृत असे लोक असते तर मी अधिक विचार केलाच नसता. माझा पुत्र राम हा आपल्या जातीचा अभिमान आहे, ज्या क्रीडेमध्ये रस घेतो त्यामध्ये तो प्रावीण्य मिळवतो, शस्त्रांचा तज्ज्ञ आहे तसाच वेदिक ज्ञानामध्येही पारंगत आहे. आर्य पौरुषाचं एक उत्तम उदाहरण म्हणजे माझा राम आहे. पण ब्रह्मर्षींना जे राक्षस त्रास देत आहेत ते कुणी साधेसुधे असुर नाहीत. लंकेच्या दुष्ट राजानं पुढे पाठवलेले ते अग्रदूत आहेत. त्यांच्यावर एकच काम सोपवलेलं आहे आणि ते म्हणजे दक्षिणवनामधून सर्व ब्राह्मण आणि ऋषींना घालवून देणं. गेल्या अनेक पिढ्या ती अंधारी, वाईट अरण्यं असुरांच्या ताब्यात आहेत. आता त्यांना अशी भीती वाटते आहे की आपले ऋषी आणि महाऋषी ती अस्पर्श अरण्यं पवित्र करून घेतील आणि सुधारलेल्या आर्यांना ती उपलब्ध करून देतील.

'या राक्षसांपैकी तीन राक्षसांना असुर राजा रावणानं स्वत: पाठवलेलं होतं. त्यांच्या पाठीशी असंख्य साथीदारही होते. हे सर्व भयानक वनामध्ये वाढत आहेत. ते ब्रह्मर्षींचा यज्ञ संपूर्ण होऊ देत नाहीत किंवा ती अरण्यं पवित्र करून घेण्याचा प्रयत्न सफल होऊ देत नाहीत. ते अटीतटीनं लढणारे रानटी प्राणी आहेत असं समजलं जातं. ब्रह्मर्षींचा यज्ञ सफल होऊ नये म्हणून ते वाटेल ते करायला तयार आहेत. या महाभयंकर प्राण्यांशी लढण्यासाठी मी माझ्या रामाला पाठवावं असं ब्रह्मर्षींचं म्हणणं आहे. ते आणि त्यांचे पुरोहित त्यांचा पवित्र यज्ञ पूर्ण करेपर्यंत रामानं या असुरांना थोपवून धरावं असं ते म्हणत आहेत. आजच्या होळी पौर्णिमेच्या नंतर जी अमावस्या येईल त्याआधी हा यज्ञ पूर्ण होईल. त्यांना जी गुरुदक्षिणा हवी आहे ती ही आहे.'

आपल्या श्रोत्यांचा अंदाज घेण्यासाठी महाराज दशरथ क्षणभर थांबला. त्याच्या उद्घोषणेनं समोरचा जमाव अतिशय आनंदित झाला होता. मंचावरील राजकुटुंबही सावधपणे एकमेकांकडे बघत होतं. पण त्यांची उत्कंठा या उद्घोषणेपेक्षा आता पुढे काय होणार यासंबंधी अधिक होती.

'आपल्या सन्मान्य गुरू वसिष्ठांच्या सूचनेनुसार मी हा प्रश्न आपल्या समोर मांडला आहे, माझ्या प्रिय अयोध्ये. कारण ब्रह्मर्षींचं आगमन झाल्याची बातमी किंवा दक्षिणवनामध्ये ज्या काही घटना घडल्या त्यांची माहिती मला मिळण्याआधीच मी असं ठरवलं होतं की, या साम्राज्याचा माझा वारस म्हणून राजकुमार

रामचंद्राला यौवराज्याभिषेक करण्याचा निर्णय आज तुम्हा साऱ्यांच्या समोर जाहीर करायचा.'

या उद्घोषणेला प्रचंड प्रतिसाद मिळाला. लोक उठून उभे राहून आरडा ओरडा करत नाचू लागले, जयघोष करू लागले. एखादं शंभर वर्षं चाललेलं युद्ध संपल्यावर ज्या प्रकारचा जल्लोष होईल तसा जल्लोष सुरू झाला. एकाच क्षणापूर्वी अतिशय शांत असलेलं वातावरण एकदम लाखो कंठांमधून बाहेर पडणाऱ्या आनंदाच्या आरोळ्यांनी दुमदुमून गेलं. जमावातल्या स्त्रिया आणि मुलींच्या किरट्या आवाजातल्या किंकाळ्यांना प्रतिसाद देत झुडुपांमधले पक्षीही ओरडू लागले. देवदासींच्या गर्दीत उभ्या असलेल्या श्रीलता आणि नंदिनी वेड लागलेल्या सशांसारख्या उड्या मारत होत्या. आणि आकाशातील देवांनीच रंग उधळला असावा अशी असंख्य फुलपाखरं एकदम आकाशातून खाली आली आणि मंचावरील राजकुटुंबाच्या मस्तकांभोवती गिरक्या घेऊ लागली. थोरली राणी कौसल्या हिच्या चेहऱ्यावर एक सुटकेची भावना उमलली तशीच आनंदाचीही उमटली. राम लोकप्रिय आहे हे नुसतं माहीत असणं वेगळं आणि त्याला पाठिंबा देणाऱ्या समूहाचा हा आनंद प्रत्यक्ष बघणं वेगळं. शिवाय हे सारे शुभसंकेत... तिसरी राणी सुमित्रा तिच्याकडे झुकली आणि तिनं कौसल्येचा हात हाती घेऊन किंचित दाबला. तिथे उपस्थित असलेल्या प्रत्येक कुटुंबसदस्याच्या चेहऱ्यावर असाच आनंद दिसत होता. बाकीच्या थोरामोठ्यांच्या चेहऱ्यांवरही आनंद होता. त्यांच्या घरामधील उपवर कन्या पावसाळ्यात मोरानं नखरे करावे तशा नखऱ्यानं चारही राजकुमारांकडे बघत होत्या. मंत्री जाबालींचा नेहमी मिटलेला आखडलेला चेहराही क्षणभर सैलावला आणि त्या चेहऱ्यावर एक पसंतीचं स्मितही उमटलं आणि परत तो चेहरा नेहमीसारखा झाला. पुन्हा एकदा कोणत्याशा सखोल अशा जटिल आध्यात्मिक, नैतिक समस्येवर विचारात बुडून गेल्यासारखा दिसू लागला.

या साऱ्या चेहऱ्यांशी अजिबात साम्य नसलेला चेहरा होता दुसरी राणी कैकेयीचा. या अचानक बसलेल्या धक्क्यानं आणि संतापानं तिचा चेहरा गोठून गेला होता. इतका की एखाद्या कावळ्यानं आपल्या घरट्यासाठी कठीण लाकडाची कपची इथे मिळेल अशा आशेनं त्या चेहऱ्यावर चोचही मारली असती. कुबडी मंथरा आपल्या मालकिणीच्या पालखीमध्ये तिच्या मागेच बसलेली होती. तिचाही चेहरा संतापानं आणि वैफल्यानं वेडावाकडा झाला होता. राजपरिवार जेथे बसला होता तेथे मागेच असलेल्या वडाच्या प्राचीन झाडाच्या मुळ्या जेवढ्या गाठाळ होत्या तशाच तिच्या गाठाळ हातांच्या मुठी वळल्या होत्या. इतर दूध आया – सुषमा – दाईमा आणि अहिल्या दाईमा या दोघींनाच त्या डोलीमधून बाहेर पडणारे रागाचे फूत्कार ऐकू आले आणि त्या थोड्या दूर सरकल्या. मंथरा दाईमाचा राग

त्यांना माहीत होता आणि त्या वेळी तिच्यापासून दूरच राहिलेलं बरं हेही त्या जाणून होत्या. रामाच्या यौवराज्याभिषेकाची बातमी दुसरी राणी कैकेयी किंवा तिच्या दासींना फारशी रुचली नव्हती हे अगदी उघड होतं.

भरत, शत्रुघ्न आणि लक्ष्मण हे सारे आपल्या भावाला मिठ्या मारत, त्याच्या पाठीवर थाप मारत, हसत हसत त्याचं अभिनंदन करत होते. अगदी सहज त्यांच्याकडे पाहणाऱ्या कुणाही माणसाला जाणवलं असतं की त्यांच्या आयांमध्ये आहेत तसे त्या राजकुमारांच्या प्रतिसादामध्ये कसलेही भेदभाव नाहीत. परदेशी प्रतिनिधींच्या घोळक्यात बसलेल्या ग्रीक वकिलालाही असं वाटलं नसतं. ते सगळे जण एखादी मोठी धनुर्विद्येची वार्षिक स्पर्धा जिंकलेल्या संघासारखे वागत होते आणि त्यांच्या संघाच्या विजयामध्ये सर्वात मोठं योगदान असलेल्या त्यांच्या संघनायकाचं ते अभिनंदन करत असावेत असे ते दिसतही होते. रामाला मारलेल्या चापट्या आणि बुक्केही प्रेमाचे होते, मत्सराचे नव्हते.

महाराजा दशरथानं सर्वांनी शांत राहावं अशा अर्थानं हात उंचावला. अशी शांतता पसरायला थोडा वेळ लागला पण अखेरीस जमावानं आपला उत्साह थोडा काबूत आणला आणि त्याचे पुढचे शब्द ऐकण्यासाठी लोक तयार झाले.

'चैत्र शुद्ध दशमीला रामाच्या जन्माचं सोळावं वर्ष आहे. मित्रानो, मी तुम्हाला वचन देतो की तुमची आजच्या होळीच्या उत्सवाची नशा उतरण्या आधीच आपल्या राज्यामध्ये आजवर कधीही झाली नसेल अशा मेजवानीसाठी तुम्ही उपवास करू लागाल. आपआपल्या कुंडल्यांमध्ये या दिवसाची नोंद करून ठेवा. त्या दिवशी सूर्यवंशाच्या विश्वामध्ये एक नवा तारा उगवणार आहे.'

एक क्षत्रिय बालिका राजाला प्रश्न विचारण्यासाठी उभी राहिली. जेमतेम नऊ वर्षांचं वय असलेल्या त्या बालिकेच्या शरीरावर आत्ताच धनुर्विद्येच्या शिक्षणाच्या खुणा आणि वण उमटलेले होते. त्या दिवशीच्या मेजवानीमध्ये पेढे असतील की नाही ही तिची काळजी होती.

या प्रश्नानं उसळलेला हशा कानठळ्या बसवणारा होता. पेढा ही मिठाई तर अगदी साधी, रोजच बनणारी आणि शहराच्या कोणत्याही भागातल्या कोणत्याही मिठाईच्या दुकानामध्ये काही पैशांना किलोभर अशी सहज मिळणारी होती. राजाच्या वारसाच्या अभिषेकाच्या दिवशी पेढे असतील का हा प्रश्न विचारणं म्हणजे लग्नाच्या जेवणाच्या वेळी पाणी मिळेल ना असं विचारण्यासारखं होतं.

दशरथानं त्या निष्पाप प्रश्नाला प्रेमानं उत्तर देत म्हटलं, 'होय तर, बाल धनुर्धर. तुला महिनाभर पुरतील एवढे पेढे मिळतील तुला. शिवाय इतरही बऱ्याच गोष्टी असतीलच ना.' बाल धनुर्धारीला सभ्यपणे उत्तर देण्याआधी तो क्षणभर थांबलाही होता.

यावर उमटलेला हास्याचा फवारा काहीसा शांत होईपर्यंत तो थांबला आणि मग अधिक गंभीरपणे बोलू लागला.

'पण मी माझी समस्या तुमच्यापुढे मांडायला सुरुवात केली होती हे तुम्हाला आठवत असेल. एका बाजूला मी राजा आहे आणि पिताही आहे. माझ्यानंतर माझा ज्येष्ठ पुत्र माझ्याजागी सिंहासनावर बसावा अशी माझी इच्छा आहे. मी काही चिरंजीव नाही. तुमची कितीही मनापासून इच्छा असली तरी मी कायम जिवंत राहाणार नाही. दुसऱ्या बाजूला, मी इक्ष्वाकु कुलाच्या आणि सूर्य वंशाच्या सन्मानाच्या बंधनांनी बांधला गेलेलो आहे. या महान आर्य राष्ट्राच्या संस्थापक पूर्वजांनी आपल्याला काही परंपरा घालून दिल्या, काही वारसा ठेवला आणि मगच ते उत्तरेकडे अरण्यामध्ये वसाहत करण्यासाठी निघून गेले. आपल्या ज्ञानसागरानं, आपल्याला नेहमी मार्गदर्शन करणारी शास्त्रं आणि वेद यांनी हे करण्यास मला भाग पाडलं आहे. आणि अखेरीस, क्षत्रियांचा वर्तन धर्म – प्रत्येक योद्ध्याचं – मग तो राजा असो की साधा पदाती असो, त्याच्या गुरूनं मागितलेली गुरुदक्षिणा ताबडतोब आणि कोणताही प्रश्न न विचारता देणं हे त्याचं परम कर्तव्य आहे असं आपला धर्म सांगतो. अखेरीस. मलाही त्या धर्माचं बंधन आहेच.'

त्याच्या शेवटच्या शब्दांसरशी थोडीफार कुजबूज सुरू होती तीही थांबली. पुन्हा एकदा अयोध्या संपूर्ण एकाग्रतेनं ऐकू लागली.

'धर्म सांगतो की मी द्रष्ट्या ऋषीची मागणी मान्य करून माझ्या पुत्राला रामचंद्राला त्यांच्या बरोबर दक्षिण अरण्यामध्ये युद्धासाठी आणि न जाणो इतरही अनेक संकटांना तोंड देण्यासाठी पाठवावं. तो आता तुमचा अधिकृत भावी युवराज आहे. एका पित्याचं हृदय सांगतं आहे की मी माझी महापराक्रमी सेना त्याच्याऐवजी पाठवावी. माझे सर्वात शूर योद्धे मी स्वत: निवडेन, आवश्यकता असेल तर मी स्वत: तिथे जाईन, पण काहीही झालं तरी माझा प्रिय वारस या धोकादायक कामगिरीपासून दूरच ठेवीन. पण धर्म...' त्याच्या वयाचं, त्याच्या दीर्घ आजाराचं आणि त्याच्या थकलेल्या खांद्यावरच्या राज्याच्या जबाबदारीचं भलं थोरलं ओझं असलेला एक मोठा उसासा टाकून तो पुढे बोलू लागला, 'धर्म निर्दय असतो. त्याच्याशी कसलीही तडजोड करता येत नाही. ब्रह्मर्षींच्या मागणीला मी काहीही न विचारता, कसलीही चर्चा न करता, कसलीही शंका मनात न आणता ताबडतोब होकार द्यावा ही धर्माची आज्ञा आहे.'

राजकुटुंबापासून थोडं दूर उभ्या असलेल्या त्या दोन द्रष्ट्या ऋषींकडे दशरथानं एक नजर टाकली. या लांबलचक भाषणाच्या वेळी ब्रह्मर्षी विश्वामित्र निश्चल उभा होता. उजव्या हातातला दंड उंचावून धरलेला होता, त्याच्या खडबडीत चेहऱ्यावरून किंवा लांब दाढीवरून त्याच्या मनात काय चाललं आहे हे कळणं

शक्य नव्हतं. गुरू वसिष्ठही तेवढेच निर्विकार दिसत होते. आपल्या जुन्या मित्राचे आणि शिष्याचे भावपूर्ण शब्द ऐकताना त्यांच्या मनात थोडासा उदास भाव आणि सहानुभूती निर्माण झाली असावी असं बघणाऱ्याला वाटत मात्र होतं. अखेरीस विश्वातल्या सर्वात महान द्रष्ट्यानं आपली विद्वत्ता केवळ इक्ष्वाकु घराण्याच्या सूर्यवंशालाच मार्गदर्शन करण्यासाठी वापरण्याचं ठरवलं होतं ते एक हजार वर्षांपूर्वी. आणि हजार वर्षांमध्ये कितीही निर्धाराचा तपस्वी असला तरी थोडं फार प्रेम तर वाटू लागणारच ना. दशरथाचं बोलणं ते लक्षपूर्वक ऐकत होते त्यामुळे एक शब्दही न बोलता त्यांची याला संमती असावी हे स्पष्ट होत होतं.

महाराजा दशरथ बोलतच होता, 'ब्रह्मर्षींच्या विनंतीनं मी फारच विचलित झालो होतो हे मी मोकळेपणानं मान्य करतो. कोणता पिता असा विचलित होणार नाही? पण धर्माची आज्ञा अशी होती की मी ती विनंती मान्य केली पाहिजे. आत्तासुद्धा हा प्रश्न सुटलेलाच नसता पण गुरू वसिष्ठांनी, माझ्या घराण्याच्या सुज्ञ आणि विद्वान गुरूंनी एक अतिशय उत्तम सूचना केली. मी आत्ता जे केलं ते त्यांच्या सल्ल्यानेच करतो आहे.'

महाराजा दशरथ जागीच वळला आणि थेट ब्रह्मर्षी विश्वामित्राला उद्देशून म्हणाला,

'प्रणाम, महादेव. ज्यांच्या तपस्येनं आमची जात उजळून निघाली आहे आणि आम्हा सर्वांना प्रेरणा मिळाली आहे अशा तुम्हाला माझा प्रणाम असो. तुमच्या भक्तीनं प्रत्यक्ष महाशक्तिवान ब्रह्मालाही तुम्ही जिंकून घेतलं आहे, जी शक्ती विश्वाची निर्मिती करते, पालन करते आणि विनाशही करते अशा महान शक्तीचा तुम्हाला त्यानं स्वामी बनवलं. मी आपल्याला नमून वंदन करतो.'

दशरथानं तशीच कृतीही करत, सप्रेम नमस्कारासाठी मान लववली. हात जोडूनच उभं राहात त्यानं पुन्हा बोलायला सुरुवात केली,

'गुरुदक्षिणेच्या तुमच्या विनंतीला माझं उत्तर असं आहे, महादेव – तुम्ही राजकुमार रामाची मागणी केली आहे. मी म्हणतो, राजकुमार राम माझा नाहीच आहे. तो साऱ्या अयोध्येचा आहे. आज इथे जमलेल्या आपणा सर्वांचा आहे. जन्माच्या वेळेनुसार तो सर्वात थोरला पुत्र आणि म्हणून अयोध्येच्या सिंहासनाचा खराखुरा वारस आहे. राम माझा एकट्याचा, त्याच्या मातेचा किंवा कुटुंबाचा नाही. तो या प्रजेचा आहे जिची सेवा करण्याचं काम त्याच्या जन्मानंच त्याच्यावर सोपवलेलं आहे. धर्मानंच असं सांगितलेलं आहे की राज्यकर्त्यांपैकी एकानं प्रजेच्या गरजा स्वतःच्या गरजांच्या आधी पूर्ण केल्या पाहिजेत. म्हणून त्याचं वर्तन कसं असावं हे केवळ त्याच्या स्वतःच्या स्वार्थी फायद्यासाठी राम स्वतःही ठरवू शकत नाही. ज्या प्रजेची सेवा त्याला करायची आहे तिचं कल्याण कशात आहे ते

बघूनच त्यानं वागलं पाहिजे. तुम्ही गुरुदक्षिणा म्हणून माझा पुत्र राम मागत आहात. परंतु रामावर पहिला हक्क माझा नाही. अयोध्येचा आहे. तुम्हाला जर राजकुमार रामाची मदत हवी असेल तर तुम्ही ती अयोध्येकडे मागायला हवी. तो खराखुरा अयोध्येचाच आहे.'

दोन्ही हात पसरून महाराजा दशरथानं समोरच्या, शरयूच्या तीरावर बसलेल्या प्रचंड जमावाकडे आणि त्यांच्याभोवती पसरलेल्या महान शहराकडे निर्देश केला.

31

'अयोध्या.'

ब्रह्मर्षी विश्वामित्राचा आवाज गेली काही मिनिटं जो प्रचंड कल्लोळ उठला होता त्याला चिरत गेला. महाराजा दशरथाच्या उद्घोषणेचा परिणाम जर सुक्या गवताच्या शेतात जळती मशाल फेकल्यासारखा झाला होता असं म्हटलं तर त्या द्रष्ट्या ऋषीचा एकच शब्द त्या आगीवर बर्फाच्या पाण्याचा लोट कोसळावा आणि ती आग विझून जावी तसा झाला असं म्हणावं लागेल. मोठ्या प्रयत्नानं जमाव शांत झाला, द्रष्ट्या ऋषींच्या संतापाच्या कहाण्या सर्वांना चांगल्याच आठवत होत्या. त्यामुळे त्यांच्या त्या क्षणाच्या निराश अस्वस्थेवर त्यांनी लगेचच ताबा मिळवला.

महाराजा दशरथ पुन्हा आपल्या पालखीतल्या सिंहासनावर बसला होता आणि राजवैद्यांच्या नाराज नजरांना न जुमानता मद्याचा एक पेला रिकामा करत होता. त्याच्याकडे हात करत ब्रह्मर्षी विश्वामित्र म्हणाला, 'तुमचा महाराजा खरोखरच अतिशय ज्ञानी आहे. त्याला धर्माचं सखोल ज्ञान आहे. तो सत्य बोलत आहे. राजकुमार रामचंद्र तुमचा आहे. तुमची सेवा करण्यासाठीच त्याचा जन्म झालेला आहे. माझी गुरुदक्षिणेची मागणी पूर्ण करायची की नाही याचा निर्णय तुम्हीच घ्यायचा आहे. पण त्याआधी तुम्ही एक गोष्ट समजावून घ्यायला हवी, केवळ माझ्या यज्ञाच्या यशासाठी राम स्वतःचा जीव धोक्यात घालणार नाही आहे. त्याच्यावर जे महान कार्य सोपवण्यात येणार आहे त्यामुळे सर्व मानवजातीचं कल्याण होणार आहे आणि त्यामध्ये अर्थातच अयोध्या आलीच.'

द्रष्ट्या ऋषीनं हातातला दंड उंचावत म्हटलं, 'पण मी काही राजकारणी पुरुष नाही किंवा कुणाचा स्वामीही नाही. माझ्या बोलण्याकडे दुर्लक्ष करण्यात आलं तर काय घडू शकेल याची एक झलक तुम्हाला दिसली तरच तुम्हाला मी काय म्हणतो आहे ते नीट कळेल. आता मी तुम्हाला जी चित्रं दाखवणार आहे ती चित्रंच बोलतील. हे पहा, अयोध्येवर होणारं आक्रमण.'

ते शब्द ऐकताच राम दचकला. त्याच्या शेजारीच उभ्या असलेल्या लक्ष्मणाला त्याच्यामध्ये घडलेला बदल जाणवला. राम झपाटलेल्या नजरेनं

ब्रह्मर्षीकडे टक लावून बघत होता. त्याच्या चेहऱ्यावर कमालीची निराशा पसरली होती. जणू काही सकाळपासूनचं त्याचं विचारमग्न, चिंतित असणं हा या गोष्टीच्या अपेक्षेचाच परिणाम असावा.

जमाव अस्वस्थेनं हालचाल करू लागला, पुटपुटू लागला तेव्हा विश्वामित्रानं एक मंत्र जपला. तो इतका गूढ आणि गुंतागुंतीचा होता की कोणाही ब्राह्मणाला त्याचा अर्थ लावता आला नसता. एखाद्या पिल्लावर कावळे येऊन कोसळावेत तसे भराभर डोक्यावरच्या आकाशामध्ये काळे ढग जमू लागले. डोळ्याचं पातं लवतं न लवतं तेवढ्यात चमकत्या सकाळीचं रूपांतर उदास संध्याकाळीत झालं. विजांच्या वादळाच्या वेळी होतं तसं वातावरण जडावलं. लक्ष्मणाला त्वचेवर काहीतरी बोचतं आहे असा भास होऊ लागला. लहानपणी एका विषारी झुडुपाला घासून गेल्यावर त्याला जसं वाटलं होतं तसंच काहीसं आत्ता वाटू लागलं. आजूबाजूला बसलेले मंत्रिगणही ज्या रीतीनं आपले हात, माना चोळत खाजवत होते त्यावरून उघडच होतं की त्यांनाही असंच काहीतरी वाटत असलं पाहिजे. ओल्या सडक्या चिखलाचा दुर्गंध त्याच्या नाकात घुसला आणि त्याचं नाक चोंदून गेलं.

विश्वामित्राचा मंत्र म्हणून पूर्ण होईपर्यंत आकाशामध्ये विजा कडकडू लागल्या. ढगांचा गडगडाट तर इतका मोठा होता की लोक आपले कान झाकून घेत घाबरून ओरडू लागले. बालकं आक्रोश करू लागली, कुत्रे विचित्र आवाजात ओरडू लागले, हत्तीही भीतीनं चीत्कार करत पाय आपटू लागले, उंटांनी डोळे गरगरा फिरवायला सुरुवात केली. त्यांच्या तोंडाला फेसही येऊ लागला. माकडं वेड्यासारखी चिरचीर करत या झाडावरून त्या झाडावर उड्या मारत सुटली. जमावातले पूर्वेकडचे पाहुणे, बंगलारचे रहिवासी आणि साम्राज्याच्या दूरवरच्या भागांमधून आलेले पाहुणे प्रचंड भेदरून जाऊन इकडेतिकडे बघू लागले. भारताच्या या भागामध्ये येणारं तुफान किंवा अतिप्रचंड लाट वगैरे सारखं काहीतरी दैवी संकट तर येत नाहीये ना असं त्यांना वाटू लागलं, खरं तर हा प्रदेश समुद्रकिनाऱ्यापासून कित्येक योजनं दूर होता तरी.

एका आत्यंतिक वेदनेच्या कण्हण्याच्या आवाजानं लक्ष्मण दचकला. डोक्यावर मागून प्रहार झाला तर एखादा माणूस जसा गुडघ्यांवर बसेल तसा राम बसलेला त्याला दिसला. त्याचे डोळे घट्ट मिटलेले होते, दात आवळलेले होते, हातांच्या मुठी आवळलेल्या होत्या आणि समोरच्या हलत्या गवतावर टेकण्याइतकं त्याचं मस्तक खाली झुकलेलं होतं.

'भाई?' रामाजवळ खाली वाकत लक्ष्मणानं हाक मारली, 'त्यानं रामाच्या खांद्याला हलकेच स्पर्श केला आणि तो दचकला. रामाचं शरीर भयंकर तापलेलं आणि घामानं चिकटही झालेलं होतं. 'काय झालं? तू ठीक...'

रामाचे डोळे सताड उघडले. पण त्याची नजर आकाशाकडे लागलेली होती. घाबरून जाऊन लक्ष्मण मागेच सरकला. रामाच्या अगदी पोटातून एक किंकाळी फुटली. तीही एखाद्या मानवप्राण्याच्या किंकाळीसारखी नव्हती तर एखाद्या रानटी श्वापदासारखी होती. ढगांच्या गडगडाटात ती किंकाळी कुणाला फारशी ऐकू गेली नाही पण रामाचं हे विलक्षण वर्तन पाहिलेल्या लक्ष्मणाला मात्र भयंकर मोठा धक्का बसला. लगेच त्याच्या हेही लक्षात आलं की रामाच्या वर्तनाचं प्रतिबिंबच पी एफ सैनिकांच्या रांगांमध्ये आणि समोरच्या क्षत्रिय सैनिकांच्या पथकांमध्येही उमटू लागलं आहे. पण जमावामध्ये उसळलेल्या भीतीच्या गडबडीमध्ये या किंकाळ्याही कुणाला ऐकू गेल्या नाहीत. क्षणार्धात एका उत्सवाचं रूपांतर एका भयानक दुःस्वप्नामध्ये झालं होतं.

या सगळ्या गोंगाटाच्याही वर ब्रह्मर्षी विश्वामित्राचा आवाज घुमतच होता. आकाशात उकळत असलेल्या ढगांच्या गडगडाच्या प्रतिध्वनीमध्ये पार मिसळून जात होता.

विश्वामित्र त्याच्या दुसऱ्या मंत्राच्या शेवटाकडे पोचला आणि जेवढ्या अचानक हा गोंधळ सुरू झाला होता तेवढ्याच अचानकपणे तो थांबला.

अयोध्येमधला प्रत्येक माणूस, स्त्री आणि बालक थिजून गेलं.

एका क्षणी हा एक भेदरलेला, धडकी भरलेला जमाव होता, वाट फुटेल तसं इकडेतिकडे पळण्याच्या तयारीत होता, दुसऱ्याला किंवा स्वतःलाही काही इजा होईल याचा विचार न करता धावत होता द्रष्ट्या ऋषीच्या गारुडानं निर्माण केलेल्या त्या दुःस्वप्नानं भयानक भेदरून गेला होता. आणि दुसऱ्याच क्षणी हा सारा जमाव पुतळा बनून गेला होता. मंत्राचा प्रभाव सुरू होताच ते ज्या स्थितीमध्ये होते त्याच स्थितीमध्ये ते गोठून गेले होते.

लक्ष्मण रामाला मदत करण्यासाठी वाकला होता त्याच स्थितीत होता, राम गुडघ्यांवर बसलेला, मुठी आकाशाकडे उभारलेल्या आणि भयानक वेदनेनं तोंड उघडं पडलेल्या स्थितीत होता, भरत आणि शत्रुघ्न जवळजवळ उभे असलेले - एक पूर्वेकडे बघतो आहे तर दुसरा पश्चिमेकडे - धनुष्यांवर हात टेकलेले, युद्धाला तयार - नेहमीसारखेच.

विश्वामित्राच्या ब्रह्मनवरच्या प्रभुत्वानं दिपून गेलेले ब्राह्मण साष्टांग नमस्कारासाठी जमिनीवर आडवे झालेले तसेच होते. अवतीभोवती पसरलेल्या काळ्या जादूनं वाटणाऱ्या घृणेनं आणि भीतीनं चेहरे वेडेवाकडे झालेले क्षत्रिय, (क्षत्रिय नेहमीच काळ्या जादूचा तिटकारा करतात कारण जे तुम्हाला उमजत नाही त्याच्याशी तुम्ही लढू शकत नाही, असं गुरू वसिष्ठांनी चारही राजकुमारांना शिकवलं होतं. म्हणूनच नुसत्या युद्धकौशल्यापेक्षा इतरही अनेक गोष्टी शिकणं

क्षत्रियांच्या दृष्टीनं जास्त महत्त्वाचं ठरत असे.) वैश्य, शूद्र, सामान्य नागरिक, कडेवर मुलं घेतलेल्या आया, आपल्या अपत्यांच्या मजबूत खांद्यांचा आधार घेऊन उभी असलेली वृद्ध जोडपी, एकाच छताखाली राहाणारी शंभर शंभर सदस्यांची मोठमोठी कुटुंबं एकमेकांचे हात घट्ट धरून आत्ताच्या या परिस्थितीमध्ये एकमेकांचा आसरा घेत असलेली, देवदासी आणि पुरोहित, मोची आणि धोबी, सुतार आणि सतारवादक, कवी आणि कोरीवकाम करणारे, धनुर्धर आणि बाण बनवणारे, लोहार आणि भट्टीवाले, कारागीर आणि तत्वज्ञ, वास्तुविशारद आणि सावकार, हलवाई आणि हवालदार... सगळे ज्या जागी जसे होते तसेच गोठून गेले होते. आता द्रष्ट्या ऋषीच्या जादूमुळे त्यांना दंग्याधोप्यापासून आणि पळापळीत होणाऱ्या दुखापतींपासूनही संरक्षण मिळालं होतं. त्यांच्यासमोर ब्रह्मर्षींनी उभ्या केलेल्या भव्य दृश्याकडे बघणं एवढंच आता त्यांच्या हाती उरलं होतं.

प्रथम अंधार आला. कावळ्याच्या पंखासारखा गडद काळोख. रामाच्या केसाच्या बटेसारखा काळाभोर. काळोखाबरोबर आली कमालीची शांतता कोणत्याही मनुष्यनिर्मित शांततेपेक्षा भयाण.

मग एखाद्या संस्कृत नाटकासाठी, दुष्यंत-शकुंतलेची दु:खद कहाणी असेल, वासवदत्तेची रक्तरंजित कथा असेल किंवा अशीच एखादी विफल प्रेम, भय आणि सर्वनाश अशी एखादी कहाणी असेल-त्यासाठी एखाद्या कसलेल्या संगीतकारानं तालसुराचं संगीत बांधावं तसा वारा सुरू झाला. शरीरातल्या नसानसा पिळवटून टाकणारा असा तो वाऱ्याचा आवाज होता. काचेवर सावकाशपणे दगड घासत राहावं तसा तो आवाज होता. पण तरीही त्याला स्वत:चा असा एक ताल होता. तोच कसलेला संगीतकार नाटकाच्या शेवटाकडे जाताना तबला बडवत असावा तसा.

आणि मग, त्या असह्य अशा वाऱ्याच्या आवाजावर चढत यापूर्वी नदी तीरावर जमलेल्या नागरिकांपैकी कोणीही कधीही न ऐकलेला असा एक अमानवी आवाज ऐकू येऊ लागला. पण जमावातले योद्धे आणि अनुभवी सैनिकांना मात्र हा आवाज कसला आहे ते ताबडतोब कळलं. ते गोठून गेलेले होते ही एक चांगली गोष्ट होती. नाहीतर त्यांनी आपापली शस्त्रं उचललीच असती.

आक्रमण करणाऱ्या सैन्याचा तो आवाज होता.

संतापलेल्या रानडुकरानं काटेरी झुडुपातून उसळी मारून बाहेर यावं तशी असुर सेना दक्षिणवनामधून बाहेर आली.

ती रांगत, धावत, उड्या मारत, उडत, सरपटत आणि त्या अंधाऱ्या वनामधून झिरपतही शरयूच्या दक्षिण किनाऱ्यावर एखाद्या रोगासारखे पसरत होती.

त्यांची संख्या मोजता येतच नव्हती. मुंग्यांचं सैन्य यापेक्षा कमीच असेल.

सभागृहामध्ये विश्वामित्रानं वर्तवलेला, त्यांच्या संख्येचा अंदाज बराच कमी होता. प्रत्येक दिशेला अनेक योजनं जमीन काळीभोर दिसावी इतके ते पाताळातले प्राणी असंख्य होते. चंद्रावरून पाहिलं असतं तरी असुरसेनेचा हा प्रवास स्पष्ट दिसू शकला असता, एकपेशी जंतूंसारख्या प्राण्यांचा एक सजीव गालिचाच जणू हळूहळू पुढे पुढे सरकत चालला आहे असं दिसलं असतं. एक प्राचीन अशी महाशक्ती वाटेत येणाऱ्या प्रत्येक वस्तूला नष्ट करत पुढे सरकते आहे असं वाटत होतं.

असुरसेना क्षणभर शरयूच्या दक्षिण तीरावर थांबली आणि ज्या महान पारितोषिकासाठी एवढा प्रवास करून ती सेना आली होती त्या शहराकडे अयोध्येकडे, अजिंक्य नगरीकडे त्यांनी नीट निरखून पाहून घेतलं. राक्षस, दानव, दैत्य, पिशाच्च, यक्ष आणि सगळे संकरित प्राणी गेली हजार वर्षं कोणत्याही आक्रमणकर्त्या सेनेला अप्राप्य राहिलेल्या त्या ध्येयाकडे हावऱ्या, परक्या नजरेनं बघत होते, डोळ्यांचं समाधान करून घेत होते.

आणि मग हाडं खुळखुळवणारी आणि रक्त उसळवणारी एकच किंकाळी मारून ती सेना टेकडीवरून खाली धावली.

आणि अयोध्येवरचा बलात्कार सुरू झाला.

32

एक मोठा श्वास सोडून रामानं आपल्या अवयवांवर नियंत्रण मिळवलं खरं पण त्या नि:श्वासानं त्याच्या शरीरातले प्राणच बाहेर पडतील की काय असं वाटत होतं. नुकत्याच जन्मलेल्या बाळानं गोंधळून जाऊन स्वत:चा पहिला स्वतंत्र श्वास घेताना ज्या घाईनं मोकळी हवा शोषून घ्यावी तसा त्याचा तो श्वास होता. वसंत-हेमंतातल्या त्या गार हवेचा स्पर्श आईच्या स्पर्शासारखा होता. त्याच्या उघड्या खांद्यांवर आणि चेहऱ्यावर पडणाऱ्या सूर्यप्रकाशाची ऊब एखाद्या दयाळू देवाच्या आशीर्वादासारखी होती. समोर लाखो अयोध्यावासीही सावरत होते. ती काळी जादू खरोखरच संपली आहे आणि आपण वास्तवामध्ये परतलो आहोत ना हे पाहण्यासाठी सगळेजण आजूबाजूला बघत होते. लहान बालकं आणि मुलं यांना या अनुभवापासून दूर ठेवण्यात आलं होतं. ती लहानशी डुलकी काढून जागं झाल्यासारखी डोळे उघडमीट करत नवलानं इकडेतिकडे बघत होती. ओल्या गवताचा आणि ओलसर मातीचा गंध मात्र कफनासारखा सर्वांवर पसरलेला होता.

आपल्या प्रेक्षकांना सावरण्यासाठी आणि ते दु:स्वप्न खरोखरच संपलं आहे याची खात्री करून घेण्यासाठी थोडा वेळ देऊन विश्वामित्रानं पुन्हा बोलायला सुरुवात केली. त्याचा सारं वातावरण भरून टाकणारा आवाज सगळीकडे पोचताच सर्वांचं संपूर्ण लक्ष त्याच्याकडे एकाग्र झालं. जणू काही तो एक कठपुतळीचा खेळ करणारा होता आणे हे सगळे लोक त्याच्या कठपुतळ्या होते. आणि प्रेक्षकही तेच होते. त्या जागी उपस्थित असलेल्या व्यक्तींपैकी कुणीही ब्रह्मनच्या जादूचा असा खेळ बघितलेला नव्हता की ऐकलेलाही नव्हता. ऋषी आणि स्वत:ला द्रष्टा म्हणवणारे ब्रह्मर्षींची स्तुतिस्तोत्रं गाऊ लागले. त्याच्या गूढ अनाकलनीय शक्तीचा थोडा तरी भाग आपल्याला मिळावा अशी त्यांची इच्छा होती. शक्तीच शक्तिहीनाला भिक्षा घालू शकते. क्षत्रिय - विशेषत: जे रामाप्रमाणेच अगदी अंतर्बाह्य थरकापून गेले होते ते क्षत्रिय - अगदी रामाएवढे नसले तरी, कारण रामाला हे सारं जेवढं प्रकर्षानं जाणवलं होतं तेवढं दुसऱ्या कुणालाच जाणवलं नव्हतं-भारावलेल्या नजरेनं आजूबाजूला बघत होते. आपण पाहिलेली मृत्यूची आणि विनाशाची दृश्यं ही खरोखरच मायेनं निर्मिलेली होती यावर त्यांचा विश्वासच

बसत नव्हता. द्रष्ट्या ऋषीच्या जादूनं ते सारे भयानक तपशील दाखवले होतेच पण त्याच्या मंत्राच्या शक्तीनं त्यांची मनं उध्वस्त होण्यापासून मात्र वाचवली होती. अशी भयानक दृश्यं पाहणाऱ्यांची मनं नष्ट होणं अगदी सहजच होतं. शूद्र आणि वैश्य, सामान्य नागरिक आणि सैनिक, श्रीमंत आणि त्यांचे सेवक सर्वांच्या चेहऱ्यांवर एकच भावना उमटलेली दिसत होती. आत्ता आपण जे काही पाहिलं त्याचा खराखुरा अर्थ काय आहे हे जाणवून सर्वजण सुन्न झाले होते. महाराजा दशरथही डोळे चोळत मनातल्या मनात या द्रष्ट्या ऋषींना आणि त्यांच्या मायावी शक्तीला दूषणं देत असला तरी तोही मुळापासून हादरून गेला होता. त्या क्षणी आपल्या भेदरलेल्या बावरलेल्या प्रजेकडे बघताना त्याला एक गोष्ट जाणवली अयोध्येची एकजूट होती. सगळ्या जाती, वर्ग यांसारख्या क्षुल्लक बाबी साफ विसरल्या गेल्या होत्या. त्यांच्या नजरा सुप्त आदराने द्रष्ट्या ऋषीकडे लागल्या होत्या.

विश्वामित्राचा आवाज शांतवन करणाऱ्या औषधीसारखा होता.

'घाबरू नकोस, अयोध्ये. हे केवळ एक मायावी दृश्य होतं. भविष्यात काय घडू शकेल याची एक झलक. लंकेच्या काळ्या राजाच्या मनासारखं घडलं तर येत्या वर्षाच्या आतच हे मायावी दृश्य खरं ठरेल. हिवाळ्याच्या आत - जेव्हा अयोध्या तिच्या सर्वाधिक भेद्य स्थितीमध्ये असते तेव्हा - या दिवसासाठी तो अनेक वर्षं - अनेक शतकं म्हटलं तरी चालेल-तयारी करतो आहे. कारण देवांनीच ज्याला 'रावण' हे नाव दिलेलं आहे तो काही कुणी साधा सामान्य राक्षस नाही हे तुम्हाला माहीत आहे. एके दिवशी तो त्रैलोक्याचा स्वामी बनेल असं त्याचं भविष्य आहे.'

काहींनी आश्चर्यचकित होऊन काढलेले उद्‌गार हात उंचावत थांबवत तो पुढे म्हणाला,

'शांत रहा, शूर अयोध्ये, देवांचं ज्ञान अपार आहे. विश्वनिर्मितीमध्ये जेव्हा ते एखाद्या गळवासारख्या एखाद्या रावणाच्या प्रवेशाला मान्यता देतात तेव्हाच ते त्याच्या विरोधी शक्तीही निर्माण करतात. म्हणूनच तर आर्य राष्ट्रांच्या आपणा अभिमानी नागरिकांना त्या एका खऱ्या देवाचे अनेक अवतार पाहायला मिळण्याचं भाग्य लाभलं आहे. देवांची संतती असंख्य आहे, आणि त्यांची शक्तीही अपार आहे. रावणाचा पराभव करणं शक्य आहे आणि तो तसा झालाच पाहिजे. तुमच्या महान महाराजानं सांगितल्याप्रमाणे तो आणि तुमचे इतर राज्यकर्ते असुरसेनेला शरयूपर्यंत येऊन आर्य राष्ट्रांना धोका उत्पन्न करण्याआधीच रोखतील. हेही नियतीनं लिहून ठेवलं आहे.'

जमावामधून सुटकेची एक लहानशी लहर पसरत गेली. विश्वामित्र न थांबता बोलतच होता.

'पण रावणाची चर्चा करण्याआधी आपण त्याला दाखवून दिलं पाहिजे की आजवर त्याला भेटला नसेल असा शत्रू आता त्याच्यासमोर उभा आहे. आज, त्यानं तुमच्या सन्मानालाच आव्हान दिलं आहे. त्यानं त्याच्या एका अतिशय विश्वासू अशा सहकाऱ्याला – असा तसा कुणी नव्हे तर प्रत्यक्ष त्याच्या काकाला या महान नगरीमध्ये पाठवलं होतं. राजघराण्यामध्ये कमालीचा गोंधळ उडवून देणं आणि हत्या करणं हाच त्याचा हेतू असला पाहिजे हे उघड आहे.'

आता जमावामधून रागाच्या कुजबुजी ऐकू येऊ लागल्या. आज सकाळच्या घुसखोरीबद्दलचा राग प्रकट होऊ लागला होता. नुकत्याच पाहिलेल्या मायावी दृश्यामुळे त्या भावना अधिकच प्रखर झाल्या होत्या.

'ही साधीसुधी घुसखोरी नव्हती. ही एक परीक्षा होती आणि एक आव्हानही. रावणाला तोंड द्यायला आपण तयार आहोत की नाही की एखाद्या गरीबशा कुत्र्याच्या पिल्लाप्रमाणे गुपचूप खाली पडून त्याच्याकडे दयेची विनवणी करणार आहोत हे रावणाला बघायचं आहे. तुम्हाला काय वाटतं, अयोध्ये? लंकेच्या राजाला तुम्ही काय उत्तर देणार आहात? लढणार की घाबरणार?'

जमावाचं उत्तर गडगडाटी आवाजानं घुमलं, 'लढणार.'

आनंदित होऊन द्रष्ट्या ऋषीनं मान डोलावली. 'मला वाटलंच होतं आणि तरीही रावणाला त्याच्या या प्रश्नाचं उत्तर त्याच्या पद्धतीनंच दिलं जायला हवं आहे. सैन्य गोळा करून लंकेवर चाल करून जाणं हे जरा अधिक होईल. कदाचित त्याची हीच अपेक्षा असेल. कारण असं झालं तर त्याची बाजू वरची असेल – मागच्या असुरयुद्धामध्येही असं झालं होतं – नाही, हे उत्तर थोडं अवेळी आणि अवाजवी होईल. त्यानं त्याचा एकच योद्धा आपल्यामध्ये पाठवला. आपणही तसंच करायला हवं.'

त्याच्या बोलण्याचा अर्थ जाणून घेत असल्यानं सगळे गप्प होते. एकच योद्धा? थेट लंकेमध्ये? ब्रह्मर्षींना असं म्हणायचं आहे का?

लहान मुलानं पाटीवरची खडूनं लिहिलेली अक्षरं वाचावी तसं त्यांचं एकत्रित मन वाचल्यासारखा विश्वामित्र म्हणाला, 'नाही, लंकेमध्ये नाही – भयानक वनामध्ये – दक्षिण अरण्यामध्ये. आर्य राष्ट्रं आणि महान दक्षिण उपखंड यांच्यामध्ये मुद्दामच त्यानं हा अडसर तयार केला आहे. या भौगोलिक बांधाच्या साह्यानं त्यानं गेली हजार वर्षं आर्यांच्या दक्षिणेकडच्या प्रगतीला खीळ घालण्याचं काम केलं आहे. त्या अरण्यामध्ये मर्त्य मानवांसाठी त्यानं इतकं भयानक वातावरण निर्माण केलं आहे की पूर्वीचे मोठमोठे योद्धेही तिथून जिवंत परत आलेले नाहीत.'

चेहरे उचलून त्याच्याकडे पाहणाऱ्या जमावाकडे क्षणभर बघत तो थांबला. 'आता तुम्हाला नक्कीच आश्चर्य वाटत असेल की भयानक वन जर इतकं

धोकादायक आहे तर मग आपला एकटा योद्धा तिथे कसा टिकून राहू शकेल? पण मला हेच तर सांगायचं आहे. जर आपला एक योद्धा भयानक वनामध्ये जाऊन रावणाच्या अधम सेनेमध्ये गोंधळ माजवू शकला तर आपण लंकेच्या राजाला एक जोरदार संदेश पाठवल्या सारखं होईल. आपण त्याला दाखवून देऊ शकू की आम्ही तुला घाबरत तर नाहीच पण आम्ही तुला वाटतं त्यापेक्षा अधिक बलवानही आहोत. हे बघ, आपण म्हणू, आमचा एक क्षत्रिय तरुण - आणि तोही अननुभवी - तुझ्या असंख्य सेनेला असा त्रास देऊ शकतो तर नरकातल्या किड्या, सबंध आर्यसेना काय करू शकेल याचा विचार कर.'

जमावातल्या काहींच्या माना हलायला लागल्या. कुजबूज सुरू झाली. त्याचा मुद्दा आत्ता कुठे लोकांच्या लक्षात यायला लागला होता. काही जणांनी तर संमतीचे, पाठिंब्याचे उद्गारही काढायला सुरुवात केली. या लोकांमध्ये ब्राह्मणांपेक्षा क्षत्रिय अधिक होते हे लक्ष्मणाच्या लक्षात आलं. ज्येष्ठ द्रष्टा स्वत:च्या युद्धकौशल्यानं अनुभवी योद्ध्यांनाही प्रभावित करत होता. अखेरीस एके काळी तो स्वत: एक मोठा योद्धा राजा होता ना.

'आता तुम्ही विचाराल, कुणाला असं पाठवता येईल? मी कोणत्या तरुण अननुभवी योद्ध्याबद्दल बोलतो आहे? हे धोकादायक कार्य कोण अंगावर घेऊ शकेल आणि यशस्वीरीत्या ते पूर्णही करू शकेल? मीच तुम्हाला प्रश्न करतो आहे, अयोध्ये, रावण जर आपल्या सख्ख्या काकाला अशा संकटात पाठवू शकतो तर आपण दुसरं काही करू शकतो का? तुम्हीही तुमच्या सर्वात थोर पुत्राला पाठवलं पाहिजे. तुमचा राजकुमार आणि आत्ताच जाहीर झाल्यानुसार तुमचा भावी राजा. रामचंद्र.'

समोर कान बधीर करणारी शांतता पसरली. समोरच्या शेकडो यार्डांच्या प्रांगणामध्ये बसलेल्या अयोध्यावासीयांच्या रांगांमधून वाहाणारा वाराही लक्ष्मणाला ऐकू येत होता. नदीच्या खालच्या बाजूला असलेल्या झाडीमध्ये बोलणारे पोपट आणि कोकिळाही त्याला ऐकू येत होते. मेजवानी सुरू होण्याची वाट पाहत मोठमोठ्या तंबूमध्ये शिजणाऱ्या अन्नाचाही वास त्याला येत होता.

मग एकदम वादविवाद आणि चर्चा सुरू झाल्या. अनेक प्रश्न विचारले जाऊ लागले. विश्वामित्रानं सर्व प्रश्नांना न चिडता न कंटाळता उत्तरं दिली. त्याच्या उत्तरांमध्ये अचूक तर्क आणि कमालीचा आत्मविश्वास होता.

सेनापती महेश्वरींनी विचारलं, 'एका योद्ध्यापेक्षा सरळ एक अक्षौहिणी सेना दक्षिणवनामध्ये पाठवणं अधिक योग्य ठरणार नाही का? ती काही संपूर्ण सेना नसेल पण एका योद्ध्यापेक्षा विजयाची खात्री अधिक असेल.'

विश्वामित्रानं शांतपणे उत्तर दिलं :

'महाराजा दशरथानं याआधीच मला आपली सर्व सेना देण्याचा प्रस्ताव मांडला होता. त्याचे सर्वात शूर योद्धे, त्याचे अतिशय बलवान सैनिक... पण मीच त्याला नकार दिला आहे. रावणाच्या सटरफटर तुकड्यांशी लढण्यासाठी आपण आपली सगळी सेना पाठवली तर रावणाची काय समजूत होईल? किंवा आपले सर्वश्रेष्ठ योद्धे? भयानक वनातले राक्षस धोकादायक आहेत हे खरं आहे पण रावणाकडे त्याहून अधिक श्रेष्ठ आणि अधिक धोकादायक असे योद्धे आहेत. त्याच्या थोरल्या मुलाचं नाव इंद्रजित आहे ते काही उगाच नव्हे. त्या मुलानं सर्वशक्तिमान इंद्राचा, देवांच्या राजाचा पराभव केला म्हणून त्याला ते नाव पडलं आहे. देवांची नगरी इंद्रप्रस्थ तिच्यावर असुरांनी आक्रमण केलं होतं तेव्हा त्यानं हा पराक्रम गाजवला आहे. नाही, आपल्याला जो संदेश रावणाकडे पाठवायचा आहे त्यासाठी एकच योद्धा हवा.'

मंत्री अशोकानं एक अगदी योग्य प्रश्न विचारला, 'सबंध वन भरून असलेल्या असुरसैन्याला एकटा एक योद्धा कसं तोंड देऊ शकेल?'

सुज्ञपणानं मान हलवत विश्वामित्र उत्तरला, 'तरुण राम एकटा असणार नाही. प्रत्येक पावलाला मी त्याच्याबरोबर असेन. जाता जाताच मी त्याला भावी संकटांबद्दल माहिती देऊन तयार करीन. आजवर निर्माण झालेले आणि युद्धासाठी आवश्यक असलेले सर्व महा-मंत्र मी त्याला देईन. भयानक वनामध्ये तो प्रवेश करेल तेव्हा एकटा असेल हे खरं आहे पण त्या वेळी त्याची शक्ती ही हजार क्षत्रिय योद्ध्यांच्या शक्तीएवढी झालेली असेल. भयानक-वनातली रावणाची सगळी घाण दूर केल्यानंतर आम्ही माझ्या आश्रमाकडे निघू. तिथे राजकुमार माझं व माझ्या पुरोहितांचं रक्षण करेल. मी आधी सांगितलेला यज्ञ आम्ही पूर्ण करू. अशा रीतीनं आम्ही ती मना केलेली भूमी शुद्ध करू आणि ती भूमी आर्यांना वसण्यासाठी योग्य करू. लोकहो, लक्षात घ्या, मी तुमच्याकडून ही देणगी सहज मागत नाही. मी काय बोलतो आहे याची मला पूर्ण जाणीव आहे. वरवर पाहता हे काम अशक्यकोटीतलं आहे, मला माहीत आहे. तरी कधीकधी, अनेक महान राष्ट्रं जे करू शकत नाहीत ते एकटा माणूसही करून दाखवू शकतो.'

अखेरीस सर्व प्रश्न, सर्व वाद संपले. ब्रह्मर्षी त्यांच्या निष्कर्षाला पोचले.

'म्हणून मी, क्षत्रिय आणि ब्राह्मणांच्या वर्तनाच्या नियमानुसार माझा जो हक्कच आहे त्या हक्काने माझी गुरुदक्षिणा म्हणून राजकुमार रामचंद्राची तुमच्याकडे मागणी करत आहे. मला राजकुमार रामचंद्र द्या, मी तुम्हाला एक महान योद्धा देईन. या कार्यासाठी मला तुमचा युवराज द्या, मी या नव्या असुरयुद्धामध्ये पहिला जोरदार फटका मारण्यासाठी तुम्हाला मदत करीन. मला हा तरुण योद्धा द्या, माझ्या यज्ञामध्ये संकटं आणणाऱ्या त्या बेफाम असुरांवर वापरण्यासाठी हे शस्त्र मला द्या. आणि

मग मी रावणाला आणि तुम्हालाही हे सिद्ध करून दाखवीन की माझ्या सारख्या ब्रह्मर्षींकडून शिक्षण मिळालं तर एक अननुभवी क्षत्रियही राक्षसांच्या टोळीला पराभूत करू शकतो. मला ही गुरुदक्षिणा द्या – अयोध्येच्या भविष्यासाठी – आणि मानवजातीच्याही भविष्यासाठी.'

ब्रह्मर्षींनं दोन्ही हात जोडून लोकांसमोर मस्तक लववलं. आता त्याला लोकांच्या उत्तराची प्रतीक्षा होती.

ते उत्तर यायला फारसा वेळ लागला नाही.

नंतर, या बाबीमधल्या विशेष मुद्यांवर चर्चा होणारच होती. लोक विचारणार होते, 'पण एखादा इतका तरुण मुलगा बेफाम झालेल्या राक्षसांना खरोखरच तोंड देऊ शकेल का?' आणि कुणीतरी रागानं उत्तर देणार होतं, 'ब्रह्मर्षी विश्वामित्रांच्या शिक्षणानं एखादा सुतारही हे करू शकेल.' आणि त्यानं वर म्हटलं असतं, 'शिवाय तो काही कुणी साधासुधा तरुण मुलगा नाहीये – ते राजकुमार रामाबद्दल बोलताहेत.'

आपली पत्नी आणि सहा मुलं यांच्याबरोबर एक धोबी बसला होता. त्याच्या वर्गाचं चिन्ह असलेलं पांढऱ्या खरबरीत कापडाचं मुंडासं त्यानं घातलं होतं. त्याची बायको डोक्यावरच्या पदराआडून म्हणाली, 'देवाच्या दयेनं राजकुमाराला काही अपाय होऊ नये म्हणजे झालं. पण राक्षसांशी लढताना तो जरी मरण पावला तरी ते मरण म्हणजे एका चांगल्या कर्मासाठी केलेलं बलिदानच ठरेल.'

धोब्याच्या कानावर हे शब्द पडले. तो रागानं आपल्या पत्नीकडे वळला. अनेक वर्षांच्या कपडे धुण्याच्या कामानं खरखरीत झालेला हात उगारून तिला एक सणसणीत डोकं गरगरवणारी थप्पड मारण्याच्या तयारीतच होता. पण तेवढ्यात त्याला तिच्या बोलण्यामधलं सत्य जाणवलं आणि त्यानं हळूहळू हात खाली घेतला. मग उठून आत्तापर्यंत सगळा जमाव ज्याचा विचारच करत होता ती गोष्ट बोलून दाखवू लागला,

'अयोध्येच्या एखाद्या पुत्राला जावंच लागणार असेल तर तो आपला सर्वोत्तम पुत्र असणंच योग्य ठरेल. महाराजा दशरथानं जर आपला वारस पाठवण्याचं मान्य केलं तर आर्य राष्ट्रांमधला कोणताही पिता आपले पुत्र युद्धाला पाठवायला कचरणार नाही.'

आपलं बोलणं संपवून धोबी खाली बसत असताना लक्ष्मणानं आपल्या वडिलांकडे पाहिलं. दशरथाचा चेहरा पांढरा फटक पडला होता. धोब्याचं साधंसुधं तत्वज्ञान अगदी बरोबर होतं. महाराजानं द्रष्ट्या ऋषीला आत्ता नकार दिला तर प्रत्येक पालकाला आपल्या पुत्राला येणाऱ्या युद्धासाठी न पाठवण्याचं एक फार मोठं कारणच मिळणार होतं.

'यथा राजा तथा प्रजा.'

धोब्यानं पहिल्यांदा हा श्लोक म्हणायला सुरुवात केली. क्षणार्धात सर्व जमावही मोठ्या आवाजात गाऊ लागला.

'यथा राजा तथा प्रजा. यथा राजा तथा प्रजा. यथा राजा तथा प्रजा.'

दशरथ उठून उभा राहिला. त्याच्या प्रजेची हाक न ऐकणं आता त्याला शक्य नव्हतं. मनूच्या दुसऱ्या कायद्यानुसार या प्रजेची सेवा करण्याची, त्यांच्यावर राज्य करण्याची त्यानं शपथ वाहिलेली होती.

प्रजेचा कौल स्पष्ट होता.

'यथा राजा तथा प्रजा.'

रामाला जावंच लागेल.

33

गुरू वसिष्ठांच्या सल्ल्याप्रमाणे ते सारेजण सावधपणे राजवाड्याकडे परतले. या वेळी त्यांनी नेहमीचे भव्य आणि सजवलेले राजरथ वापरले नाहीत तर साध्याशा रथांमधूनच त्यांनी हा प्रवास केला. त्यांनी निरोप घेण्याचा कार्यक्रम कवायतीच्या मैदानावर करण्याऐवजी राजवाड्याच्या मागील दाराशी आटपावा अशीही सूचना गुरूंनी केली. त्यानंतर ब्रह्मर्षी आणि राजकुमार नगराबाहेर जाण्याच्या जुन्या मार्गाने निघून जातील म्हणजे होळीचा उत्सव साजरा करत असलेल्या नागरिकांना वळसा घालून जाणं त्यांना सहज शक्य होईल. पण त्यांनी जर सबंध अयोध्येचा निरोप घ्यायचं ठरवलं तर त्यांना नगर सोडायला अनेक दिवस लागू शकतील. रामाला पहिल्या दाराशी भेटावं असं कौसल्येला वाटत होतं पण गुरूआणि सुमंत्र दोघांचाही या बेताला विरोध होता, अजूनही सुरक्षिततेचं कारण होतंच. हे सगळे सुखरूपपणे राजवाड्यामध्ये बंद दारांमागे पोचल्यावरच अधिकारी दृष्टि कुमारनं आपले सैनिक थोडे दूर हलवले. राजकुटुंबाला थोडा वैयक्तिक वेळ मिळावा यासाठी ही योजना होती.

कैकेयी तिथे उपस्थित नव्हती आणि मंथराही हे सर्वांच्या लक्षात आल्याशिवाय राहिलं नाही. ब्रह्मर्षींच्या त्या विलक्षण देखाव्यानंतर दुसरी राणी आणि तिची दासी एकदम रागारागानं उठून राजवाड्याकडे निघून गेल्या हे भरतानं पाहिलं होतं. आत्तासुद्धा त्या बहुधा दुसऱ्या राणीच्या महालातच असणार. यौवराज्याभिषेकाच्या घोषणेनं जळफळत बसल्या असणार.

पण भरत तिथे होता आणि शत्रुघ्न आणि सुमित्रामा ही होती. तिसऱ्या राणीचे डोळे भरून वाहायलाही लागले होते. धीरगंभीर कौसल्येसारखं तिचं स्वत:च्या भावनांवर नियंत्रण राहात नसे. खरं तर मुलगा चालला होता कौसल्येचा.

सारीजणं काही क्षण अतिशय कुचंबून तशीच उभी राहिली. केवळ ते दोन द्रष्टे ऋषी तेवढे शांत निर्विकार होते.

ही चमत्कारिक शांतता संपवली ती लक्ष्मणानं.

'पिताजी,' दशरथासमोर गुडघे टेकून बसत तो म्हणाला, 'माझ्या भावाच्या पवित्र कामगिरीवर त्याच्याबरोबर जाण्याची मला परवानगी द्यावी.'

दशरथाचा चेहरा पांढरा फटक झाला.

'पुत्रा, तू अशी परवानगी मागू तरी कसा शकतोस? असं जायला लागणं ही रामाची नियती आहे. मला हे समजतं आहे आणि मी त्याचा स्वीकारही केला आहे. कारण माझ्या प्रजेची हीच इच्छा आहे आणि महान ब्रह्मर्षींचीही. पण या भयानक कामगिरीसाठी मला माझा आणखी एक पुत्र बळी द्यायला लावू नकोस. एका क्षत्रियासाठी हे जोखमीचं आहे, पण देवाच्या दयेनं तो विजयी होऊन परत यावा अशी मी देवांची प्रार्थना करतो आहे. पण तुम्ही दोघे असलात तर मरणाचं संकट दुप्पट होतं. मी हा विचारही करू शकत नाही. कृपा कर लक्ष्मणा, अशी परवानगी मागू नकोस.'

मोठ्या दु:खानं आणि तारुण्यात असलेल्या अपेक्षेनं लक्ष्मणानं वर आपल्या वडिलांकडे बघितलं.

'पिताजी, मी आजवर तुमच्याकडे काहीही मागितलेलं नाही. पण तुम्हाला माहीत आहे की उभं राहाता यायला लागल्यापासून मी रामा शेजारी उभा राहिलेलो आहे. त्यानं खाल्लं नाही तर मीही उपाशी राहायचो. तो हसला की मी आनंदी व्हायचो. कोणत्याही शक्तीनं आजवर आम्हाला एका क्षणासाठीही वेगळं केलं नाही. आता आम्हाला एकमेकांपासून वेगळं करू नका.'

दशरथाच्या चेहऱ्यावर अनेक परस्परविरोधी भावना उमटत होत्या. आपल्या मुलाचं मन कसं वळवावं याचा विचार करत त्यानं आपल्या थकलेल्या कपाळावरून हात फिरवला.

राम हलकेच म्हणाला, 'पिताजी, मध्येच बोलल्याबद्दल क्षमा करा. पण मला लक्ष्मणाला काहीतरी सांगायचं आहे. माझ्या भावा, तू इथे थांब. असुरांच्या आक्रमणाची छाया अजूनही अयोध्येवर पसरलेली आहे. आणखी काही घुसखोर आले तर तुझ्या धनुष्याची गरज पडेल.पुढे काय होऊ शकेल हे ब्रह्मर्षींनी दाखवलं ते तू पाहिलेलंच आहेस.'

मान वळवत लक्ष्मण म्हणाला, 'पण रामा, ते काय म्हणाले ते तूही ऐकलेलं आहेस. तुला भयानक वनामध्ये घेऊन जाण्यामागे त्यांचं कारण हेच तर आहे, अयोध्येवर होऊ शकणारं आक्रमण थांबवणं. तुझ्याबरोबर आलो तर हे काम अधिक परिणामकारक रीतीनं होणार नाही का? शिवाय अयोध्येमध्ये एखादं धनुष्य कमीअधिक चालू शकेल पण वनामध्ये मात्र यशाच्या संधी दुप्पट होतील.'

निराशेनं दशरथानं ब्रह्मर्षींकडे बघितलं. 'महादेव, याविषयी आपलं काय मत आहे?'

आपल्या दंडावर रेलत विश्वामित्र म्हणाला, 'महाराज, याबद्दल माझं काहीच म्हणणं नाही. हा निर्णय आईवडिलांचा आहे, गुरूचा नाही. राजकुमार लक्ष्मणाला

त्याच्या भावाबरोबर यावं असं वाटत असेल तर तसं होवो. त्यानं इथे थांबायचं ठरवलं तरी माझी काहीच हरकत नाही.'

एवढं बोलून तो दूर जाऊन उभा राहिला. या कौटुंबिक चर्चेमध्ये त्याला भाग घ्यायचाच नव्हता. दशरथानं इकडेतिकडे पाहिलं. लक्ष्मणाशी होणाऱ्या चर्चेमध्ये कुणीतरी आपल्या मदतीला येईल का हे तो बघत होता. त्याची नजर कौसल्येवर पडली पण अतिशय शहाणपणानं ती गप्प राहिली. त्याची नजर गुरू वसिष्ठाकडे वळणार तेवढ्यात आपल्या अश्रूंना आवर घालत सुमित्रामा बोलू लागली,

'पाठवा लक्ष्मणाला रामाबरोबर.'

सगळेजण अतिशय आश्चर्यानं तिसऱ्या राणीकडे बघू लागले. सुमित्राचा नाजूक चेहरा ओघळलेल्या काजळानं आणि सिंदुराच्या एका फरकाट्यानं भरला होता. एक पाऊल पुढे येत तिनं पदरानं चेहरा पुसत म्हटलं, 'तो खरं बोलतो आहे. या मर्त्य जगाच्या पलीकडे असं काहीतरी त्यांचं नातं आहे. त्याला जर मागे ठेवलं तर तो दुःखानं मरून जाईल. वनामध्ये निदान ते दोघे एकमेकांची काळजी तरी घेऊ शकतील.'

'सुमित्रा?' दशरथानं कमालीच्या आश्चर्यानं म्हटलं. 'तू काय बोलते आहेस ते तुला तरी कळतं आहे का? तू तुझ्या पुत्राचा प्राण धोक्यात घालायला तयार झाली आहेस? आणि तेही त्याची काहीच आवश्यकता नसताना? रामानं जाणं हे त्याचं पवित्र कर्तव्यच आहे. पण लक्ष्मणानं हा एवढा मोठा धोका पत्करण्याचं काहीच कारण नाही. बोलण्याआधी थोडा विचार करत जा, माझ्या कोमल राणी.'

'मी योग्य तेच बोलते आहे.' अनपेक्षित अशा निश्चयी स्वरानं ती म्हणाली, 'मी बोलते आहे याचं मला दुःख होत नाहीये असं वाटतं का तुम्हाला?' पुन्हा तिचे डोळे पाणावले, पदराचं टोक ओठांशी धरत ती म्हणाली, 'माझ्या हृदयाचा एक तुकडा तोडून काढण्यासारखं आहे हे, पण तरी मी म्हणते आहे रामाला वनात पाठवण्याचं दुःख मी सहन करू शकते तर लक्ष्मणाला पाठवण्याचं दुःखही सहन करीनच. असं झालं की दुःख दुप्पट झालं तरी धोका निम्मा होईल ना.' तिचं म्हणणं खोटं पाडण्यासाठी कुणी सरसावतं आहे का हे बघत, सगळ्यांकडे आव्हानात्मक नजरेनं बघत ती उद्गारली, 'भरताबद्दल मी काही बोलू शकत नाही पण हवं तर मी शत्रुघ्नालाही पाठवायला तयार आहे. कारण...'

भरत आणि शत्रुघ्न दोघेही पुढे येत रागानं बोलू लागले, 'पिताजी, आम्हालाही पाठवा.'

त्यांना हातानं गप्प करत दशरथानं सुमित्रेला पुढे बोलण्याची खूण केली.

'कारण.' ती बोलू लागली, 'राम माझ्या कुशीत जन्मला नसला तरी तो मला प्राणांपेक्षा अधिक प्रिय आहे. त्याचा वियोग हा माझ्या स्वतःच्या मुलांच्या

वियोगासारखाच असह्य असेल. म्हणून मी म्हणते, लक्ष्मणाला त्याच्याबरोबर जाण्यानं समाधान लाभणार असेल. एकाच्या जागी दोन असण्यानं यशाची संधी वाढणार असेल तर मी माझ्या पुत्रालाही का पाठवू नये?'

सगळे दशरथाकडे बघत त्याच्या निर्णयाची वाट बघत होते. त्यानं सुमित्रेच्या अश्रूंनी भरलेल्या पण ठाम चेहऱ्याकडे एकवार बघितलं, लक्ष्मणाच्या विनंती करणाऱ्या नजरेकडे बघितलं, आणि त्याचे थकलेले खांदे अधिकच पडले. एक दीर्घ उसासा सोडत तो उद्गारला, 'ठीक आहे. मग. तसं होवो. लक्ष्मणानं जावं रामाबरोबर.'

ताबडतोब भरत आणि शत्रुघ्नाची तक्रार सुरू झालीच.

थकल्या दशरथानं हातानंच त्यांना गप्प केलं. दोघेही लगेच गप्प झाले. 'पण लक्ष्मणाखेरीज दुसरं कुणीही नाही. माझे निम्मे पुत्र तरी या संकटाच्या काळामध्ये माझ्याबरोबर असू देत.' तिथे उपस्थित असलेल्या कुणाला उद्देशून तो हे बोलत नसावा तर कुणा अदृश्य देवाला उद्देशून बोलत असावा असं वाटत होतं.

राम आपल्या भावांना म्हणाला, 'भरत, शत्रुघ्न, पिताजींचं ऐका. त्यांची प्रकृती बरोबर नाहीये. कोणत्याही कारणानं आम्ही जर आमच्या कार्यामध्ये अयशस्वी ठरलो तर अयोध्येला तुमची गदा आणि कुऱ्हाडीची गरज पडेल. इथे थांबा आणि आपल्या माता आणि आपली नगरी यांचं रक्षण करा.'

नाईलाजानं मान लववत भरत आणि शत्रुघ्नानं त्याचं म्हणणं मान्य केलं. लक्ष्मण उठून रामाशेजारी उभा राहिला.

घसा खाकरत गुरू वसिष्ठ म्हणाले, 'तुम्हाला निघायला हवं. सूर्यास्तापूर्वी अनंगाश्रमामध्ये पोचावं अशी ब्रह्मर्षींची इच्छा आहे. वाट दूरची आहे.'

राजकुमारांनी एकमेकांकडे पाहिलं, आणि एक असल्यासारखे दोघेही पुढे झाले आणि गुरूसमोर वाकले. दोघांनीही रीतीप्रमाणं त्यांचा चरण स्पर्श केला.

'गुरुजी, आशीर्वाद द्यावा.'

गुरूंनी आपले हात मायेनं त्यांच्या मस्तकांवर ठेवत म्हटलं, 'आयुष्मान भव, अयोध्येच्या राजकुमारांनो, मी तुमच्या यशासाठी प्रार्थना करीन.'

नंतर ते महाराजाकडे वळले. त्यानं एकही अश्रू ढाळला नसला तरी त्याचे डोळे लालबुंद झाले होते, सुजले होते. ताणानं त्याचा चेहरा लालवटला होता. आपल्या वडिलांचा चरणस्पर्श करून वर उठताना रामाचं हृदय पिळवटलं. 'पिताजी, आम च्यावर विश्वास ठेवा. आम्ही तुमच्यासाठी विजय मिळवून आणू.'

'माझी तुमच्याकडून दुसरी काही अपेक्षाच नाहीये, माझ्या पुत्रांनो.' दशरथाचा घोगरा आवाज चिरकत होता, राम आणि लक्ष्मण वळू लागताच अचानक, त्यानं पुढे सरकून त्या दोघांना घट्ट मिठीत घेतलं. 'माझ्या पुत्रांनो, पुत्रांनो, असं काय

माझ्या हातून घडलं आहे? तुमच्या बाबतीत मी काहीच कसं योग्य करत नाही? माझ्या नशिबी हे यायला असं कोणतं पाप माझ्या हातून घडलं आहे?'

रामानं वडिलांना हलकी मिठी घालत त्यांचं चुंबन घेतलं, महाराजाची राखाडी दाढी त्याच्या तुळतुळीत गालावर घासत होती. 'तुम्ही आमचं काहीही वाईट केलेलं नाहीये, पिताजी. हे तुमचं कर्म नसून आमचा धर्म आहे. तो आम्हाला जिथे जायचं आहे तिथे घेऊन जातो आहे.'

दशरथानं आपल्या पुत्रांकडे बघितलं. त्याच्या दुःखी डोळ्यांमधून टपोरे अश्रू वाहात होते. 'किती लहान आणि तरी किती शहाणे. मी जर काही पुण्य केलं असेल तर देवांनी तुम्हाला सुखरूप परत आणावं एवढंच मागेन मी त्यांच्याकडे.' त्यानं एकदा शेवटचं त्यांचे हात दाबले. त्याच्या मजबूत मुठी त्यांच्या सडपातळ खांद्यांएवढ्या होत्या. आणि मग एक अतीव दुःखाचा हुंदका देत तो मागे वळला.

नंतर ते दोघे कौसल्या-माकडे गेले. तिचा आशीर्वाद घेण्यासाठी ते वाकले तेव्हा तिच्या डोळ्यात पाणी होतं, ती ते लपवण्याचा प्रयत्नही करत नव्हती. पण तिचा आवाज मात्र स्वच्छ आणि स्पष्ट होता, 'तुमच्या नव्या गुरूंचं बोलणं नीट लक्ष देऊन ऐका. आज्ञाधारकपणे वागा. स्वत:ची आणि भावाचीही काळजी घ्या. एकमेकांना दिवसरात्र सांभाळा. तुमच्या गुरूंनी शिकवल्याप्रमाणे तुमची कर्तव्यं पार पाडा. तुमचा धर्म पाळा.'

मुलांनी सुमित्रामाची आणि भरत-शत्रुघ्नाचीही रजा घेतली. आणि पुन्हा एकदा ते गुरू वसिष्ठांकडे वळले. त्यांच्या चेहऱ्यांवर दिसणारा क्षणिक विचुकपणा बघत त्यांनी मान डोलावली. 'राजकुमारानो, शूर व्हा. आज तुम्ही एका फार मोठ्या कार्यासाठी निघाला आहात. एक महान कार्य. तुमच्या घराण्याच्या नोंदवहीमध्ये तुमची नावं मोठ्या अक्षरांमध्ये लिहिली जातील. आता निघा. देव तुमचं कल्याण करोत. माझ्या सर्व शक्ती मी तुमच्या लवकर आणि सुरक्षित परत येण्यासाठी वापरेन.'

हातातला दंड जमिनीवर आपटत विश्वामित्रानं सैन्याधिकाऱ्याला ते निघण्यासाठी तयार असल्याचं सूचित केलं. ब्रह्मर्षीनं महाराजा दशरथ आणि त्याचं कुटुंब यांच्याकडे एक शेवटचा दृष्टिक्षेप केला.

'अयोध्या नरेश, मी तुम्हाला शब्द देत आहे. माझं कार्य पार पडल्यानंतर मी तुम्हाला तुमचे पुत्र सुरक्षितपणे परत आणून देईन किंवा मग मी परतच येणार नाही.'

ब्रह्मर्षीचे शब्द ऐकून दशरथाच्या काळजाचं पाणी झालं. *'परतच येणार नाही?'* कुठेतरी अपयश येण्याचा संभव आहे असं तर ब्रह्मर्षी सुचवत नाहीयेत ना? अर्थात त्यांना हेच म्हणायचं आहे. कितीही शक्तिमान द्रष्टा ऋषी असला तरी तो

भविष्याची खात्री देऊ शकत नाही. नाही त्यांच्या म्हणण्याचा अर्थ असा होता की राजकुमारांच्या सुरक्षित परत येण्यावर ते नुसता त्यांचा शब्द पणाला लावत नसून त्यांचं आयुष्यच पणाला लावत आहेत. ते येतील नाहीतर कुणीच येणार नाही.

दुसऱ्या पर्यायाचा विचारही दशरथाला सहन झाला नाही.

राजवाड्याची मागची दार उघडली गेली. दृष्टि कुमार आणि त्याच्या तुकडीनं जाणाऱ्या त्रयीला एक शानदार वंदन केलं. मग चपळाईनं वळून त्यांनी दारं बंद करायला सुरुवात केली. नगराच्या सुरक्षिततेच्या दृष्टीनं त्यांना सूचनाच तशा मिळालेल्या होत्या. भरत आणि शत्रुघ्न पुढे धावले. दारांचे गज पकडून ते निरोपाचे आणि उत्तेजनाचे शब्द उच्चारत राहिले.

राम आणि लक्ष्मण रीतीनुसार त्यांच्या नव्या गुरूच्या मागून तीन पावलांचं अंतर ठेवून चालत होते.त्यांनी एकदाही मागे वळून बघितलं नाही. पहिल्या दरवाजामधून बाहेर पडण्यासाठी एक विशेष मार्ग त्यांच्यासाठी तयार करण्यात आला होता. नजर जाईल तेथपर्यंत राजमार्ग रिकामा होता. केवळ सैनिक दहा दहा मीटरच्या अंतरावर सावध पवित्र्यामध्ये उभे होते.

ते तीन प्रवासी मार्गाच्या शेवटाला पोचले, वळले आणि दृष्टीआड झाले.

कांड २

अतिमानव

७ खण्ड

[illegible]

1

दुसऱ्या राणीच्या महालाच्या एका खिडकीमधून मंथरा आणि कैकेयी त्या मार्गावरून चालत जाऊन वळणावर दिसेनाशा झालेल्या आकृतींकडे बघत होत्या.

ते दृष्टिआड होताच कैकेयीनं आसवांनी भिजलेला आपला चेहरा मंथरेकडे वळवत म्हटलं,

'माझा पुत्र महाराज होणार होता. माझा पुत्र भरत, राम नव्हे! भरत!'

खिडकीवरचे पडदे खाली सोडत दाईमा शांतपणे उत्तरली, 'त्याला राज्याभिषेक होण्याआधी त्याला यौवराज्याभिषेक व्हायला हवा. आणि मग त्याचा पिता निवृत्त होईपर्यंत किंवा मृत्यू पावेपर्यंत त्याला वाट बघायला हवी. वारसाहक्काचा हा कायदाच आहे.'

'मी कायदाबियदा काही जाणत नाही.' कैकेयी किंचाळून म्हणाली, 'मला माझा मुलगा राजा व्हायला हवा आहे, बस. तूच म्हणाली होतीस असंच घडेल म्हणून. तू म्हणाली होतीस त्याची कुंडली राजाची आहे. कुणा एखाद्या सरदाराची किंवा सेनानायकाची नाहीये. तू वचन दिलं होतंस मला, तो राजा होईल असं.'

'हो, म्हटलं होतं मी असं.' मंथरा तेवढ्याच सपाट आवाजात म्हणाली. कैकेयीची किंकाळी अजून वाड्यामध्ये घुमत होती. महाल रिकामा होता. सगळे लोक मिरवणुकीसाठी कवायतीच्या मैदानावर गेलेले होते, सण साजरा करत होते. आणि उरलेल्या राजकुटुंबापैकी या महालामध्ये येण्याचं धाडस सहसा कुणी करत नसे. 'आणि तसा तो होईलच.'

खाली वाकून कैकेयीनं मंथरेचा हडकुळा खांदा इतका घट्ट पकडला की तिला नक्कीच वेदना झाली. 'मग युवराज म्हणून रामाची घोषणा का झाली? दे उत्तर, चेटकिणी.'

मंथरा फूत्कारली. तिच्या घशातून खोल कुठून तरी एक हिरवीपिवळी ज्वाळा एखाद्या प्रचंड सरड्याच्या जिभेसारखी बाहेर धावली. ती मायावी ज्वाळा सरळ कैकेयीच्या कपाळाच्या मध्यभागी जाऊन करकर आवाज करत आपटली. कमालीच्या आश्चर्यचकित झालेल्या दुसऱ्या राणीचे डोळे कपाळात गेले. आणि

खेळत असताना एखाद्या माजोरी मुलानं चिंध्यांची बाहुली दूर फेकावी तशी ती तिच्या महालामध्ये मागे फेकली गेली. वाटेत एक चौरंग होता तोही दूर फेकला गेला. त्यावर ठेवलेली स्फटिकाची जलपात्रं आणि तिच्या दुपारच्या जेवणाची उष्टी भांडीही दूर उडाली. तिच्या स्वत:च्या बैठकीवरच्या गुबगुबीत गादीवर आणि तिथल्या तक्क्यांवर ती धाडकन आपटली. फुटक्या खेळण्यासारखी ती तिथे पडूनच राहिली. तिचा श्वासोच्छ्वास तिच्या उघड्या तोंडातून जोरात चालू होता, डोळे सताड विस्फारलेले होते आणि या अनपेक्षित धक्क्यानं तिच्या नाकपुडयाही विस्फारल्या गेल्या होत्या.

मंथरेनं एक बोट वाकवलं तशी कैकेयी एकदम सरळ झाली. कुत्र्याच्या शेपटासारखं तिचं डोकं लटलटा हलत होतं. दालनाच्या या टोकापासून त्या टोकापर्यंत फेकलं गेल्यानं ती कमालीची दचकली होती.

मंथरा तीन पावलं तिच्याकडे आली आणि आपलं एक वाकडं बोट तिच्यावर रोखत म्हणाली, 'पुन्हा कधीही माझ्या अंगाला हात लावू नका, स्वामिनी. पुढच्या वेळी तुमच्या अंगाखाली गाद्यागिरद्या असणार नाहीत.'

आपलं शरीर चाचपत कैकेयी सावकाश उठून उभी राहिली. भीतीनं आणि परस्परविरोधी भावनांनी तिचे हात थरथर कापत होते. 'हे... कसं... हे कसं केलंस तू?'

मंथरेनं खांदे उडवले, 'काय फरक पडतो? मी हे करू शकते एवढं तुला कळलं म्हणजे पुरे आहे. एवढंच लक्षात ठेव – शेंबड्या, लाडावलेल्या आर्यकार्टे, आता रागवायला आणि फटके मारायला तू लहान राहिली नाहीयेस आणि माझी सहनशक्तीही आता तेवढी राहिली नाहीये.'

कोड्यात पडून कैकेयीनं डोळ्यांची उघडझाप केली. दाईमा म्हणतेय तरी काय? तिला सहनशक्ती होती तरी कधी? पण लगेच तिच्या लक्षात आलं – मंथरा उपरोधानं बोलते आहे. अनपेक्षितपणे केलेल्या ताकदीच्या प्रदर्शनापेक्षासुद्धा हा उपरोध जास्त भीतीदायक होता. 'मला क्षमा कर... मी तुला स्पर्श केला...' ती अडखळत बोलली.

तिच्या क्षमायाचनेकडे दुर्लक्ष करत मंथरा म्हणाली, 'तू भरताच्या कुंडलीबद्दल बोलत होतीस. होय, त्याच्या कुंडलीत स्पष्ट लिहिलेलंच आहे की तो राजा होईल. आणि तसा तो होणारच.'

विचार करत ती दालनामध्ये फेऱ्या मारू लागली. एखादं मूल कठपुतळीचा खेळ बघत असावं तशी कैकेयी तिच्याकडे बघत होती. 'पण तसं घडायला हवं असेल तर काम करायला हवं.' कैकेयीकडे पाहत ती म्हणाली, 'रात्रीच्या वेळी अंधाऱ्या मद्यगृहामध्ये मजबूत मल्लांबरोबर चाळे करण्याऐवजी मी सांगेन तसं तुला

करायला हवं. वेळ फार कमी आहे आणि या खेळामध्ये प्रत्येक क्षण मोलाचा असतो.'

खेळ? कसला खेळ? कैकेयीनं कष्टानं आपल्या जिभेवर ताबा ठेवला. स्वत:च्या खाण्यावर नियंत्रण ठेवण्यापेक्षा हे थोडं जास्तच कठीण जात होतं तिला. मंथरेला येरझाऱ्या घालताना ती बघत राहिली.

एकदाची ती कुबडी थांबली. तिचे डोळे चमकत होते.

'होय, तिनं तसंच करायला हवं. तुमच्या बुद्धिमत्तेला जोड नाही, स्वामी.'

कैकेयीनं महालभर नजर टाकली. मंथरा कुणाशी बोलते आहे हे तिला समजत नव्हतं. दशरथ अचानक इथे आला की काय? पण तिथे तर कुणीच नव्हतं. ती एकदम शहारली. कितीतरी वेळा तिनं मंथरेला 'चेटकीण' म्हटलं होतं. कधी मनातल्या मनात तर कधी तिच्या पाठीमागे. पण ते केवळ बोलणं होतं. आत्ता कुठे तिला कळायला लागलं की या थेरड्या कुबडीच्या शक्ती मायावी जादूच्या नको त्या प्रांतांमध्येही वावरणाऱ्या आहेत. मंथरेनं आत्ता नुसतं एक बोट वाकवून तिला जे केलं होतं ती जादूच तर होती. आणि तीही ब्रह्मनची जादू नव्हे. इतकी वर्षं मंथरेनं आणखी कोणत्या गोष्टी तिच्यापासून लपवून ठेवल्या होत्या? आणखी कोणत्या शक्ती होत्या तिच्याकडे?

मंथरेनं कैकेयीकडे नजर वळवली. कैकेयीच्या गोंधळलेल्या मेंदूमध्ये घुमणारा प्रत्येक विचार आणि भावना तिला सहज कळत असावा असं वाटत होतं. 'भरत राजा व्हावा असं तुला वाटतंय ते भरताच्या भल्यासाठी असं नाटक करू नकोस. तुझ्या मनात एकही विचार नि:स्वार्थपणे येत नाही, कैकेयी. जर कधी असा विचार आला असेलच तर मी तो अनेक वर्षांपूर्वीच नष्ट करून टाकला असणार. नाही– तुला फक्त एकच काळजी आहे आणि ती म्हणजे दुसरी राणी या तुझ्या स्थानाची. तुला भीती वाटतेय की राम जर सिंहासनावर बसला तर कौसल्या तुला तुझी पायरी दाखवून देण्यात फारसा वेळ गमावणार नाही. इतकी वर्षं दशरथाचा बिछाना उबवल्याची शिक्षा देणारच ती तुला. तुला जो अमर्याद पैसा मिळतो, तुझ्या रेशमी साड्या दागदागिने – हे सारं तुला मिळतं ते महाराजाच्या औदार्यामुळे. दशरथाच्या मृत्यूनंतर तुला विधवेचं जिणं जगावं लागेल, राज्याच्या कुठल्या तरी दूरच्या कोपऱ्यात तुझी रवानगी होईल आणि तिथे तुला उरलेलं आयुष्य अज्ञातवासात काढावं लागेल याची भीती वाटतेय तुला. भरताला अयोध्येचा युवराज म्हणून अभिषेक व्हावा असं तुला वाटतं आहे त्यामागचं खरं कारण हे आहे.'

काही न बोलता कैकेयी मंथरेकडे बघत राहिली. ती अवाक् झाली होती कारण जे काही बोलण्यासारखं होतं ते सारं मंथरेनं बोलून दाखवलं होतं. याच भीतीनं कैकेयीला रात्र रात्र झोप लागत नव्हती. असंख्य मद्यपात्रं रिकामी करण्यामागे आणि

रोज सकाळी, दुपारी आणि संध्याकाळी मेजवानीला आलेल्या ब्राह्मणासारखं भरपेट जेवण्यामागे याच भीतीच्या भुतांना विसरण्याचा प्रयत्न असे. तरीही हे विचार असे मोठ्यानं बोलून दाखवले गेल्यावर मात्र तिला तिच्या अगदी अंतर्मनातल्या स्वार्थी विचारांची स्पष्ट जाणीव झाली आणि तीही तोंडावर फटका बसावा तशी.

मंथरा कडवटपणे हसली. 'घाबरू नकोस. तुझ्या मनासारखंच होईल. तुझा पुत्र युवराज होईल आणि त्याच्या वडिलांच्या मृत्यूनंतर सिंहासनावर बसेल. आणखी अनेक वर्षं तुलाच पहिल्या राणीचा मान मिळेल, नावापुरती दुसरी कुणी असली तरी. राज्याच्या खजिन्याच्या चाव्या तुझ्याच धष्टपुष्ट मुठीत राहातील. अगदी कौसल्यासुद्धा तुला हिशेब विचारू शकणार नाही.'

कैकेयीचे डोळे बारीक झाले. 'तू मला टोमणे मारते आहेस, खिजवते आहेस, मंथरे, तुला स्पर्श केल्याबद्दल मी तुझी क्षमा मागितली आहे ना – आता माझा आणखी अपमान करू नकोस. मी आता मोठी झालेय, लहान मुलगी राहिलेली नाहीये.'

'टोमणे मारतेय? खिजवतेय?' माकडाच्या चिरचिरण्यासारखा मंथरेच्या हसण्याचा आवाज होता. 'माझी गरीब बिचारी जाडी कैकेयी. मी फक्त तुला तुझ्या कुंडलीत काय लिहिलं आहे ते सांगतेय. तुला आठवत नाहीये का? हे सगळं मी तुला आधीही सांगितलं होतं. तुझ्या सोळाव्या नामकरण दिनी मी तुझी कुंडली पहिल्यांदा वाचली तेव्हाच.'

कैकेयीचं तोंड उघडं पडलं. तिच्या सोळाव्या वर्षी दाईमानं तिची कुंडली वाचलेली तिला आठवत होती आणि तिच्या भविष्यात किती छान छान गोष्टी घडणार आहेत हेही या कुबडीनं सांगितलेलं तिला आठवत होतं. 'म्हणजे... त्या सगळ्या गोष्टी... तू सांगितलेल्या... त्या खरोखरच घडणार आहेत का?'

मंथरेचे ओठ हसत होते पण तिचे डोळे मात्र कठोर झाले. त्यांच्याभोवतीची सुरकुतलेली त्वचा घट्ट झाली. 'शब्दन् शब्द. तुला ते खरं व्हायला हवं आहे, हवं आहे ना, कारटे?'

कैकेयी इतकी फुशारली, खुलली की तिला काय आणि कसं बोलावं ते कळेनासं झालं. तिनं नुसती मान डोलावली.

मंथरेनं मान वाकवत एक बोट वाकवत म्हटलं,

'चल मग, ये माझ्याजवळ, मी सांगते तुला हे कसं घडवून आणायचं ते.'

महाराजाचा राजमार्ग. शरयूच्या तीरा शेजारून जवळ जवळ एक योजनपर्यंत जात होता. तेवढं अंतर विश्वामित्र आणि दोघे राजकुमार काही न बोलता चालत राहिले. द्रष्ट्या ऋषीचा वेग असा होता की थोड्याच वेळात दोघेही राजकुमार घामाघूम

झाले. त्यांची लाकडी पादत्राणं आणि शरयूचं सततचं रोरावणं एवढाच आवाज होता.

दुपार उलटायला आली होती. सूर्यास्ताला दोन तास उरले असावेत पण दिवस नेहमीपेक्षा थोडा जास्तच गरम वाटत होता. ऋतू बदलाचा हा शुभशकुन होता. राम आणि लक्ष्मण अजून त्यांच्या पांढऱ्या कपड्यांमध्येच होते. एक साधं धोतर आणि खांद्याभोवती गुंडाळलेलं एक उपरणं, बस. हवेत उत्साहजनक गारवा असला तरी त्यांच्या क्षत्रिय म्हणून अंगिकारलेल्या या नव्या कर्तव्यानुसार त्यांनी सगळ्या सुखांचा त्याग करणं अपेक्षितच होतं. दशरथानं देऊ केलेले रथ आणि पी एफ सैनिकांची एक तुकडी त्यांना मिथिला पुलापर्यंत पोचवायला पाठवण्याची दशरथाची सूचना विश्वामित्रानं अत्यंत सौम्यपणे नाकारली होती. सुमारे सतराशे वर्षांमध्ये ब्रह्मर्षी विश्वामित्र रथामध्ये किंवा घोड्यावर बसलेले नाहीत असं म्हटलं जायचं. वसिष्ठसुद्धा राजगुरू असूनही त्यांच्या आश्रमापासून चालतच येत जात होते. हे अंतर जाऊन येऊन चांगलं तीन योजनं भरत होतं तरी राजघराण्यानं नेमलेल्या अनेक पुरोहितांच्या कामावर देखरेख करण्यासाठी राजपुरोहित वामदेव ऋषींना राजवाड्यातच राहावं लागत होतं तरी ते गवताच्या चटईवर झोपत असत आणि मातीच्या थाळीत जेवत असत. म्हणच होती ना, 'जेवढा मोठा द्रष्टा तेवढ्या त्याच्या गरजा कमी.'

त्यांच्या राजपुत्र असण्यानं मिळालेल्या सवलती घेण्यास राम आणि लक्ष्मणालाही मनाई होती. ब्रह्मर्षीसमोर शपथ वाहाताक्षणी त्यांनी त्यांच्या सर्व ऐहिक पदव्या, संपत्ती आणि उपभोगांचा त्याग केला होता. विश्वामित्राने त्यांना या शपथेमधून मुक्त करेपर्यंत त्यानं सांगितल्यानुसार वागणं एवढंच त्यांच्या हाती होतं. गुरू-शिष्य परंपराच अशी होती.

पावलागणिक शहर मागे पडू लागलं. उत्सवाचे, खेळांचे, मौजमजेचे आवाज लहान, अस्पष्ट होऊ लागले. तसं रामाच्या मनात नियतीच्या या खेळीबद्दलचं आश्चर्य दाटून आलं. त्याच्या मनात काही शंका आली नाही किंवा त्याला भीतीही वाटली नाही. नाही, एक लहानसा प्रश्न तेवढा त्याच्या अगदी पोटात वळवळत राहिला. त्या प्रश्नाचं टोक त्याच्या आतड्याला टोचत राहिलं.

ऋषींना आम्ही गुरू म्हणून स्वीकारलं तेव्हा आम्हाला आपण काय करतो आहोत हे माहीत होतं, रामाच्या मनात आलं - निदान मला तरी माहीत होतं. त्याच्या पावलाला पाऊल भिडवून चालणाऱ्या त्याच्या भावाकडे त्यानं एक चोरटी नजर टाकली. *पण लक्ष्मण माझ्या पाठोपाठ येणार हे मला कळायला हवं होतं. त्याला थांबवण्यासाठी मी आधीच काहीतरी करायला हवं होतं. मोठा भाऊ या नात्यानं माझी ती जबाबदारी होती.* लक्ष्मणाच्या चेहऱ्यावरून घामाची

एक धारा ओघळली. रामानं आपल्या उपरण्यानं चटकन् ती पुसली. लक्ष्मणानं मान डोलावली. अगदी त्याच क्षणी रामाच्या स्वत:च्या कपाळावरून घामाचा एक थेंब खाली त्याच्या डाव्या डोळ्यात उतरला. लक्ष्मणानं स्वत:च्या उपरण्यानं तो पुसण्याचा प्रयत्न केला पण त्याला किंचित उशीरच झाला. त्या खाऱ्या पाण्यानं रामाचा डोळा झोंबला आणि रामानं हसतच डोळ्याची उघडझाप करत तो थेंब डोळ्याबाहेर टाकला. लक्ष्मणानंही हसून त्याला प्रतिसाद दिला. ते चालतच राहिले.

पखालीच्या आकाराचा एक ढग आकाशात तरंगत होता. तो ताकानं फुटेस्तोवर भरला असावा असा दिसत होता. सूर्य त्याच्या पाठी गेला. कदाचित पोटातल्या भुकेमुळे ढगाचा आकार तसा वाटला असावा. पण सूर्य पुन्हा बाहेर आला तेव्हा अधिक प्रखर वाटू लागला. भरपूर पेटलेली मशाल जेमतेम हाताच्या अंतरावर धरावी तसं रामाला वाटू लागलं. त्यांच्या चेहऱ्यांवरून आणि शरीरांवरून घामाच्या धारा वाहू लागल्या. त्यांची उपरणी थोड्याच वेळात ओलीगच्च झाली. नक्कीच हिवाळा संपला आहे. त्याच्या मनात आलं.

त्यानं शरयूच्या पांढऱ्या शुभ्र थंड प्रवाहाकडे पाहिलं. *या क्षणी नदीत एक डुबकी म्हणजे स्वर्गसुखच.* लक्ष्मणही तिकडेच बघत असल्याचं त्यानं पाहिलं. त्याच्याही मनात तोच विचार आल्याचंही त्याला जाणवलं.

शरयूच्या शीतल श्वासासारख्या ओलसर धुक्यामध्ये वितळणाऱ्या हिमनदीतील लोखंडी कणांचा गंध होता. त्या गंधामध्ये फुलांच्या दऱ्या आणि पर्वतशिखरांचा, पूर्वजांच्या वसतिस्थानाचाही गंधही मिसळलेला होता. कबुतरांएवढ्या धष्टपुष्ट पतंगांचा एक थवा प्रवाहाच्या उलट दिशेनं नदीवर घुमत चालला होता. काहीच तासांपूर्वी राम ज्या झाडांच्या छायेमध्ये बसला होता तिथे कोकिळांची एक जोडी सतत बोलत होती.

मला थोडा वेळ तुमच्याबरोबर बसायला आवडेल मित्रांनो, पण माझं कर्तव्य मला बोलावतं आहे. नदीवर झेपावलेल्या फांद्यांवर खारी धावत होत्या. एका झाडावरून दुसऱ्यावर अगदी सहज उडया घेत होत्या. त्यांच्या उड्यांमुळे हलू लागलेल्या फांद्या त्यांच्यामागेही काही काळ तशाच झुलत राहात होत्या. प्रचंड आकारांच्या महासीर आणि रावस माशांची चंदेरी शरीरं नदीच्या प्रवाहामध्ये चमकत होती. लांबलचक आणि कडक हिवाळ्यामुळे मासेही काहीसे रोडावलेले दिसत होते. हळूहळू ते होतील धष्टपुष्ट – खाण्यायोग्य असे.

सुसमा–दाईमाचा फराळ थोडा तरी खाऊन घ्यायला हवा होता मी. चोरट्यांनी जिला जखमी केलं होतं ती जखमी हरिणी रामाला जिथे सापडली होती त्याच खडकाजवळ एक काळवीट लपलप करत पाणी पीत होता. त्या काळवीटानं

निर्भयपणे मान वर करत त्यांच्याकडे बघितलं. तो एक तरुण काळवीट होता. कडक हिवाळ्यामुळे तोही काहीसा बारीकच झाला होता. खरा पण त्याची त्वचा काळीभोर आणि तुकतुकीत होती. लवकरच सोबत शोधण्याचा हंगाम येईल. मग या मादीचा योग्य वर कोण हे ठरवण्यासाठी तो आपली भरदार शिंगं आपल्याच भावावर उगारेल.

त्या कर्मकांडामधून दोघांपैकी एकच वाचेल. ती हरिणी कुठे दिसते आहे का हे पाहण्यासाठी रामानं सगळीकडे नजर फिरवली. बाणाच्या जखमेमधून ती सावरावी असं त्याला वाटत होतं पण ते थोडं कठीणच होतं. त्याला ती कुठेही दिसली नाही.

सूर्य हळूहळू पश्चिमेकडे झुकत होता. ते चालतच होते. शहरातले शंखध्वनी आणि हत्तींचे चीत्कार आता अजिबातच ऐकू येईनासे झाले. राजमार्ग जसजसा वर चढत गेला तसतसा नदीचा आवाजही कमीकमी होत गेला. रस्त्यानं त्यांना आंबराया, संत्र्याचे बगीचे, सफरचंदाच्या बागा, द्राक्षांचे बाग आणि उसाची शेतीही लागत होती. वृश्चिक पक्षी त्या बागांवर फिरत होते. कवच असलेली त्यांची शरीरं त्या मकरंदानं तट्ट फुगली होती. फणसाच्या झाडांची सुखद सावली त्यांना सूर्याच्या उतरत्या किरणांपासून वाचवत होती. याच वृक्षांच्या सावलीत बसून रामलक्ष्मणानं फणसाचे गरे चावून चावून पोटभर खाल्ले होते. आणि उरलेले सुसमादाईमाकडे नेऊन दिले होते. ती या गऱ्यांची मराठी पद्धतीनं एक आंबट गोड अशी स्वादिष्ट कढी बनवत असे. आता त्यांनी फक्त आशाळभूत नजरेनं त्या झाडांकडे एकदा पाहून घेतलं आणि चालतच राहिले.

रस्त्याच्या बाजूच्या झाडांची सावली असूनही राजमार्ग जसजसा वर जात होता तसतसा सूर्याचा ताप वाढतच जात होता. हिवाळ्याच्या मानानं हे तपमान फार जास्त होतंच आणि वसंताच्या मानानं तर फारच. *होळीच्या दिवशी इतका उकाडा म्हणजे पावसाळा आता फार दूर नाही.* दाईमा नेहमी म्हणायची. रामानं आपल्या सुकलेल्या ओठांवरून जीभ फिरवली. त्याला शरयूच्या काठच्या ओलाव्याची, तोंडावर उडणाऱ्या पाण्याच्या सुखद बिंदूंची, कमलपुष्पांच्या आणि मोगऱ्याच्या फुलांच्या सुवासाची उणीव भासू लागली. उपरण्यानं चेहरा पुसताना त्याला अचानक आठवलं-आज त्यानं रंगाचा एखादा ठिपकाही लावून घेतला नव्हता. त्यानं अणि लक्ष्मणानं एकमेकांना रंगानं माखून काढलं नाही अशी एकही होळी त्याला आठवत नव्हती. आणि आज बघा, त्यांच्या चेहऱ्यांवर कणभरही रंग नव्हता. कपडेही स्वच्छ जसेच्या तसे होते. पण मग त्याला आठवलं, त्याच्या आईनं सकाळी औक्षण झाल्यावर त्याच्या कपाळावर कुंकवाचा टिळा लावला होता की. म्हणजे त्याच्या चेहऱ्यावर रंग होता म्हणायचा. मानं तेवढी काळजी घेतली होती.

त्याच्या पावलाच्या बोटांमध्ये एक लहानसा खडा अडकला. तो काढायला तो खाली वाकला. लक्ष्मणही थांबला. पण रामानं त्याला पुढे जाण्याची खूण केली. लक्ष्मण ऋषीच्या मागोमाग चालू लागला. रामाच्या लक्षात आलं – त्याच्या भावाच्या पाठीवरच्या सामानामध्ये त्याचं धनुष्य असं बांधलं होतं की त्याचं टोक पूर्वेकडे होतं, बाणांनी भरलेला भाता पश्चिमेकडे वळलेला होता. त्याचं मस्तक आणि पाय उत्तर दक्षिण दिशा दाखवत होते. *आपल्या चमकत्या रथावर बसून रण भूमीकडे जाताना त्यानं सर्व दिशा उजळून टाकल्या.* आता हे कुठून सुचलं आपल्याला? रामाच्या कुणा पूर्वजासंबंधीची एक जुनी कविता – बहुतेक सूर्याविषयीचीच असेल. एका जमातीच्या इक्ष्वाकु नावाच्या प्रमुखाच्या कन्येशी विवाह करून सूर्यानं या वंशाला सूर्यवंशी हे नाव दिलं होतं. इक्ष्वाकु हा पहिला गाव वसवणारा होता. राम उभा राहिला आणि पुढे गेलेल्यांच्या मागे भराभर चालू लागला.

त्याच्या हे लक्षात आलं नव्हतं की त्याच्याही पाठीवरचं सामान अगदी तसंच बांधलेलं होतं, दोघांचेही केस काळेभोर होते आणि दोघांची ठेवणही अगदी एकमेकांसारखीच होती.

ते मिथिला पुलापाशी पोचले तेव्हा सूर्यास्ताला जेमतेम तासभर राहिला असेल. शरयूवर अशा प्रकारचे फक्त तीन पूल होते. त्यापैकी मिथिला पूल हा शरयूच्या सर्वात उंच असलेल्या तीरांवर बांधण्यात आला होता. नदीच्या चांगले सातशे यार्ड वर जाणारा हा पूल होता. त्याच्या गोलाकार बांधणीखाली दूरवर शरयू वेगानं राखाडी रंगाच्या मोठमोठ्या खडकांवरून धावत जात होती. हे खडक बहुधा हजारो वर्षांपूर्वी कोसळलेल्या कड्याचे अवशेष असावेत. त्या खडकांवरून घोंगावत जाताना नदीचं पाणी उकळत असावं असं वाटत होतं.

अयोध्येच्या पश्चिम दरवाजापासून बरोबर दीड योजनं अंतरावर असलेला हा मिथिला पूल म्हणजे राजाच्या प्रदेशाचीही सीमा होता. हत्तीवर बसलेले रक्षक पुलाच्या उत्तर व दक्षिण अशा दोन्ही बाजूंना रक्षणासाठी उभे असलेले रामाला दिसले. पुलाच्या अजस्र आकारापुढे हत्तीही लहानसरच दिसत होते. एकाच अतिप्रचंड सागवृक्षामधून काढलेल्या लाकडानं बांधलेला हा पूल भरपूर रुंद होता. राजाची एकदोन नव्हे तर चांगली तीन रथगृहं एकाच वेळी शेजारी शेजारी चालू शकतील किंवा सात हत्ती एकाच वेळी एका रांगेनं चालू शकतील एवढी त्याची रुंदी होती. इतक्या उंचीवरही पुलाचा बराचसा भाग नदीच्या तुषारांनी व्यापलेला होता.

पुलाकडे जाण्यासाठी राजमार्ग जिथे हलके वळण घेत होता त्या ठिकाणी विश्वामित्र थोडा थांबला.

राम आणि लक्ष्मणाकडे वळून तो बोलू लागला, 'राजकुमारांनो, तुमचं खरं रूप स्पष्ट करू नका. शत्रूची नजर सगळीकडे आहे. आपल्या कार्याची बातमी

पोचली नाही तर ते चांगलंच होईल. माझ्या शिष्यांसारखे वागा आणि सारं बोलणं माझ्यावर सोपवा.'

उत्तराची वाट न बघता त्यानं काही हस्तमुद्रा करत एक मंत्र म्हटला. क्षणार्धात राम आणि लक्ष्मण तुळतुळीत डोक्यावर शेंडी असलेले ब्राह्मण शिष्य दिसू लागले. आणि विश्वामित्र पोट सुटलेला सुस्वभावी, लालभडक चेहऱ्याचा, केशरी कपड्यांमधला पंडित बनला.

द्रष्ट्यानं समाधानानं मान डोलावली आणि त्यांची चौकशी करण्यासाठी पुढे आलेल्या दोन रक्षकांकडे वळला.

2

ते चटकन परंतु सावधपणे आले. नदीच्या तुषारांमुळे ओली झालेली त्यांची शरीरं चमकत होती. रक्षकांच्या पद्धतीप्रमाणे ते जवळजवळ नग्नावस्थेतच होते. एक पांढरी शुभ्र सुती लंगोटी तेवढी त्यांच्या शरीरावर होती. क्षत्रिय जातीमधील व्यक्ती आणि संपत्तीच्या रक्षणासाठी असलेल्या रक्षक पेशाच्या लोकांच्या रीतीनुसारच त्यांचा हा वेष होता. तेलानं माखलेल्या त्यांच्या शरीराचे, मांड्यांचे स्नायू दुपारच्या उन्हामध्ये चमकत होते. त्यांचे चेहरे रुंद आणि मांसल होते आणि वर्ण रामाच्या केसांसारखा काळा कुळकुळीत होता. सूर्याच्या कडक उन्हापासून संरक्षण करण्यासाठीही त्यांनी डोक्यांवर काही घातलेलं नव्हतं. ते इतके सारखे दिसत होते की रामाला प्रथम ते वेगवेगळे ओळखता आले नाहीत.

'पंडितजी,' पहिला काहीशा कडक आवाजात म्हणाला, 'तुम्ही वाट चुकला आहात का? अयोध्येचा रस्ता तुमच्या मागे आहे.'

'बरे भेटलात, रक्षकांनो.' आपल्या रूपाला शोभेलशा आनंदी आवाजात विश्वामित्र म्हणाला, 'या सणाच्या दिवशी तुम्हाला अभिवादन करतो. दुर्दैवानं आजच्या मौजमजेच्या दिवशीही माझं पवित्र काम मला आपल्या महान नगरीमधल्या त्या उत्सवापासून दूर नेतंय बघा. महाराज दशरथाच्या अपूर्व औदार्याचा फायदा घेता येणार नाही म्हणून माझे हे तरुण शिष्य चांगलेच रुसले आहेत. मलाही ती सारी दृश्यं बघायला आवडलं असतं – मी कबूल करतो – पण रात्र पडण्यापूर्वी एका पवित्र कार्यासाठी मला अनंग आश्रमामध्ये पोचणं भागच आहे.'

दोघा रक्षकांनी एकमेकाकडे थोड्या काळजीच्या नजरेनं बघितलं. 'अनंग आश्रम? आजच्या आज? तुमचं काम एकदोन दिवस थांबू शकत नाही का, पंडितजी? आमचं ऐकाल तर शहरात परत जा आणि सात दिवस चालणाऱ्या त्या उत्सवामध्ये भाग घेऊन महाराजांच्या आदरातिथ्याचा लाभ घ्या. रात्र पडायला आता फार वेळ उरलेला नाही. अयोध्येच्या दरवाजांच्या आत तुम्ही सुरक्षित राहाल. पुढच्या सोमवारी या आणि आम्ही तुमच्या प्रवासाला शुभेच्छा देऊ. काही न विचारता तुम्हाला जाऊ देऊ.'

ब्रह्मर्षींच्या कपाळावर एक आठी उमटलेली रामाला दिसली. तो हसू दाबण्याचा आटोकाट प्रयत्न करत होता. विश्वामित्राला एका गुबगुबीत पंडिताच्या स्वरूपात बघणं फारच विनोदी होतं. पण हा वेष अतिशय परिणामकारक होता हे नि:संशय. त्यानं स्वत:च्या चेहऱ्यावरून हात फिरवला तर त्याच्या हाताला एक कमजोर जबडा, फुगीर गाल आणि फताडं नाक लागलं. आपणही किती मूर्ख दिसतो आहोत हे जाणवताच त्याचं हसू मावळूनच गेलं. *पण ब्रह्मर्षींना भीती तरी कसली वाटते आहे? हे पुलाचे रक्षक तर शत्रूचे हेर असू शकत नाहीत ना?* पण का असू शकणार नाहीत ते हेर? आपल्या समोरच्या या नव्या वास्तवाला अनुसरतील अशा आपल्या समजुती बदलून घ्यायला हव्यात हे समजलं तेव्हा त्याला एक धक्काच बसला.

'अरेरे! शूर रक्षकांनो, माझा प्रवास आजच पूर्ण व्हायला हवा. नाहीतर माझं कार्य भंग पावेल. हा रस्ता इतका धोकादायक वाटावा असं आहे तरी काय पुढे? आपल्या सर्व शेजाऱ्यांबरोबर आपले शांततापूर्ण संबंध आहेत ना?'

'मग?'

एक हुंकार देत रक्षक उत्तरला, 'फार काळ राहाणार नाहीत ते तसे. महाराजा दशरथ इतके दिवस शांत राहिले होते तसेच पुढेही राहिले तर...'

त्याच्या सहकाऱ्यानं त्याच्याकडे एक खुणेची नजर टाकली. हा दुसरा रक्षक थोडा अधिक वयाचा असावा असं रामाला वाटलं. अर्थात डोक्यावर अजिबात केस नसले तर ते सांगणं अवघडच असतं. त्याच्या सहकाऱ्यापेक्षा तो थोडा कमी उर्मट असावा. त्याला थोड्या आदरानं वागता येत होतं आणि तो आपल्या सोबत्याच्या बोलण्याची क्षमा मागत असावा असंही वाटत होतं. अचानक रामाला जाणवलं – हे तर बापलेक आहेत. 'माझ्या सहकाऱ्याला आपल्या थोर महाराजांविषयी अपमानास्पद बोलायचं नव्हतं पंडितजी. आजचा दिवसच काहीतरी वेगळा उगवलाय. खूप अफवा पसरल्या आहेत. राज्यभर काहीतरी वेडंवाकडं घडत असल्याच्या बातम्या येताहेत. आम्ही मिथिला पुलाचे रक्षक असल्यानं आम्हाला राज्यभरातून येणारे प्रवासी भेटत असतात. अयोध्येला जे कळणार नाही – किंवा काही दिवसांनी कळेल ते आम्हाला ऐकायला मिळत असतं.'

'मग आज काय काय ऐकलंय तुम्ही, शूर रक्षका?' विश्वामित्राचा आवाज प्रसन्न असला तरी गोंधळलेलाही होता. आपल्या शिष्यांना घेऊन आपल्या आश्रमात जाऊ पाहणाऱ्या कर्मकांडी ब्राह्मणाला शोभेलसा. 'एखाद्या सज्जन ब्राह्मणाला राजमार्गावर अडवण्याइतकं भीतीदायक काय वाटतंय तुम्हाला?'

पहिला रक्षक थोडा चिडला. 'भीती? आम्हाला? रक्षकांशी बोलताना हा शब्द नाही वापरलात तरच बरं होईल, पंडितजी. रक्षकाला कसलीही भीती वाटत नाही.'

त्याच्या सोबत्यानं त्याच्या दंडावर हात ठेवत त्याला शांत केलं. 'मी सांगितलं ना, भलत्याच अफवा उठल्याहेत. त्यात खरं किती आणि नुसतं आडाखे बांधणं किंवा दुष्टपणानं काहीतरी पिकवणं किती हे सांगणं कठीण आहे. आम्हा मार्गरक्षकांना ऐकायला खूप मिळत असलं तरी नक्की काय घडलं आहे ते मात्र कळत नाही.'

दुसरा रक्षक काही बोलणार तेवढ्यात तो पुन्हा बोलू लागला, 'राक्षसांचा एक गट राजवाड्यात घुसला अशी बातमी मिळाली आहे आम्हाला. त्यांनी दोन राण्यांवर अत्याचार केले आणि अनेक पहारेकऱ्यांना ठार मारलं असं ही कळलं आहे आम्हाला. त्यानंतर मात्र महान द्रष्टा ऋषी विश्वामित्रांनी आकाशामधून विजांचा लोळ आणून त्या सर्वांचा नाश केला अशीही बातमी आहे. त्यानंतर गुरू वसिष्ठांनी मंत्रजप करून त्या सर्व पहारेकऱ्यांना जिवंत केलं म्हणे.'

'दोन राण्यांवर अत्याचार केले?' लक्ष्मणानं धसकूनच विचारलं. रामानं त्याला एका कोपराने ढोसून शांत बसायला सुचवलं. पण या अशा तथाकथित 'बातम्या' इतक्या चुकीच्या असाव्या याचा याला राग आला होता.

'दुय्यम राण्या.' रक्षकानं उत्तर दिलं, 'आणखी एक अफवा अशी होती की लंकेच्या राजाच्या सांगण्यावरून असुरांची एक सेना दक्षिणवनामध्ये जमा होत आहे. सणाचा उत्सव आणि मौजमजा अगदी पराकोटीला पोचेल, सगळे सैनिक आणि पी एफ योद्धे मद्यपान करून धुंदीत असतील. दरवाजावरचा पहाराही अगदी नाममात्रच उरला असेल त्या वेळी शहरातील असुरांचे सहकारी शहराचे दरवाजे उघडतील आणि त्यांना आत घेतील. मग नुसती लुटालूट आणि धिंगाणाच.' मग काही वेळानंतर तो म्हणाला, 'निदान अशी अफवा आहे.'

मूर्खपणा आहे हा. या अफवेच्या मागचा दुष्ट खोटेपणा जाणवून तो मोठ्यानं बोलणारच होता, *तुम्हाला काय वाटतं अयोध्येची सर्व सेना आणि पहारेकरी मद्यपान करून लोळत पडलेले असतील – केवळ होळीचा सण आहे म्हणून?* तो रागानं सांगणार होता की त्याच्या वडिलांनी दरवाजावरचे पहारेकरी तिप्पटीनं वाढवले आहेत आणि सर्व सेना पूर्ण तयारीमध्ये आहे. या आज्ञा दशरथानं सुमंत्राला दिल्या होत्या आणि सुमंत्रानं प्रत्येक अक्षौहिणीच्या सेनापतीला स्वतंत्र आदेश दिले होते. नागरिक भयभीत होऊ नयेत म्हणून साध्या कपड्यांमधले सैनिक आपली शस्त्रं लपवून गस्त घालणार होते. कामावर असलेला एकही सैनिक आज सोमाच्या एका थेंबालाही स्पर्श करणार नव्हता. कामाच्या तासांची विभागणी सहा सहा तासांच्या पाळ्यांमध्ये करण्यात आलेली होती. त्यामुळे कोणत्याही वेळी – दिवसा किंवा रात्री संपूर्ण सेनेचा तीन चतुर्थांश भाग तयारच असणार होता. पण एक साधासुधा ब्राह्मण शिष्य अशा गोष्टींबद्दल बोलणं शक्यच नव्हतं. म्हणून मग राग आला असला तरी त्यानं जीभ आवरली.

विश्वामित्र मात्र शांत दिसत होता. 'या बाजारगप्पांमध्ये कणभर सत्य असलं तरी, मित्रा – आणि मी नुसतं हे म्हणतोय हं – काही सत्य आहे असं म्हणत नाहीये हे लक्षात घे – आमचा त्याच्याशी काय संबंध आहे? अनंग आश्रमाचा रस्ता का अडवलाहेत तुम्ही? असुर काही आमच्यासारख्या साध्या देवाच्या माणसांना त्रास देणार नाहीत. नाही का?'

या प्रश्नाबरोबर त्यानं आपल्या गुबगुबीत स्वरूपाला शोभेलशी एक छानशी हास्याची ललकारीही सोडली. 'मिळणार तरी काय त्यांना आमच्याकडून? विष्णूचे आशीर्वाद?'

पहिला रक्षक – रामाला जो मुलगा वाटला होता तो संशयानं ऋषीकडे बघत म्हणाला, 'तुम्हीच असुर नाही आहात हे कशावरून? तशी ही अफवा...'

मध्येच थांबून एक आवंढा गिळून त्यानं इकडेतिकडे बघितलं आणि मग म्हटलं, 'अशीही अफवा आहे की आम्हा रक्षकांना फसवण्यासाठी असुर वेष पालटून, रूप बदलून साधे प्रवासी नागरिक म्हणून किंवा मोठी माणसं म्हणूनही प्रकट होतात. अशा फसव्या असुरांनी अरण्यामध्ये तीन रक्षक अधिकाऱ्यांना ठार मारलंय म्हणतात.'

मग जोरात खाकरून आणि बाजूला थुकून – रामाचं पाऊल जेमतेम वाचलं त्या फवाऱ्यातून – तो पुढे बोलू लागला, 'त्या खोट्या शिक्क्यांपैकी एकाच्या तरी छातीत माझा भाला घुसवायची एक तरी – फक्त एक संधी मला मिळायला हवी. मग आम्ही इथे कोसलमध्ये असुरांशी कसे वागतो ते कळेल त्यांना.'

तो घाबरला आहे. रामाच्या लक्षात आलं, *म्हणून तर तो इतका उर्मटपणे आणि भांडखोर आवाजात बोलतो आहे. कुणावर विश्वास ठेवावा हेच त्याला कळेनासं झालंय.*

विश्वामित्र शांतपणे म्हणाला, 'तुला वाटतंय त्याच्या आधीच तुझी संधी तुला मिळेल, पोरा. पण आता आम्हाला आमच्या पवित्र कार्याला जाऊदे. आम्ही आमचं इष्टकार्य पूर्ण करण्यासाठी अनंग आश्रमात पोचलो नाहीतर ते महादेव शिवाला आवडणार नाही.'

प्रौढ रक्षकानं क्षणभर त्याच्या हातातल्या लगामाकडे बघितलं, 'बाबा, मला तुम्हाला मदत करता आली असती तर बरं वाटलं असतं. पण आम्हाला ज्या आज्ञा दिल्या गेल्या आहेत त्या थेट महाराजाच्या दूतानं आणलेल्या आहेत. आम्ही कुणालाही मिथिला पुलावरून पलीकडे जाऊ द्यायचं नाहीये.'

त्यानं घोडा चार पावलं मागे घेतला. मागे वळून तो आपल्या जागेकडे निघणारच होता. 'तुमचं इष्ट कार्य दुसऱ्या एखाद्या चांगल्या दिवशी पार पाडा. आता सूर्यास्त होण्याआधी अयोध्येमध्ये परता. शहराबाहेर आणि राज्यभर संचारबंदी लागू

करण्यात येणार आहे आणि परवानगीपत्र नसलेल्या कुणाही प्रवाशाला जागेवरच शिक्षा करण्यात येणार आहे. आम्हाला मिळालेले आदेश हे असे आहेत.'

त्यानं घोडा वळवला. तरुण रक्षकानंही तसंच केलं.

'थांब, रक्षका.'

विश्वामित्राचा आवाज मोठा आणि अधिकारी होता. आता त्याचा नाकातला सूर आणि हसरा आवाज नाहीसा झाला होता. 'माझ्याकडे बघा.'

दोन्ही रक्षकांनी पुन्हा आपले घोडे फिरवले. आता ते द्रष्ट्या ऋषीकडे संशयानं बघत होते. तरुण रक्षकानं तर भालाही हातामध्ये तोलला होता. प्रौढ रक्षकाचा हात त्याच्या तलवारीवर पोचला होता.

रामानं ब्रह्मर्षीकडे एक नजर टाकली. ब्रह्मर्षींच्या शरीरापासून काही अंतरावर एक निळी आभा थरथरत असलेली त्याला दिसली. एखाद्या शालीसारखं तिनं त्याच्या सबंध शरीराला झाकून टाकलं होतं. उतरत्या उन्हात ती शाल चमकत होती. तिच्यामध्ये सोनेरी आणि निळे रंगही दिसत होते. ब्रह्मन शक्ती. विश्वामित्राचं स्वरूप पालटून आता मूळचं झालं होतं.

'मला वाटतंच होतं हे लोक काही बरोबर नाहीयेत.' तरुण रक्षकानं बोलायला सुरुवात केली. त्याच वेळी घोड्याला टाच मारून त्यानं या प्रवाशांवर धावण्याची तयारीही सुरू केली होतीच.

ब्रह्मर्षींच्या वलयामधून एक बिंदू बाहेर फुटून रक्षकाच्या दिशेनं गेला. रक्षक आणि त्याच्या घोडा जागच्या जागीच खिळल्यासारखे झाले. अगदी तसाच एक बिंदू त्याच्या प्रौढ सहकाऱ्याकडे गेला. दोन्ही बिंदू रक्षकांच्या चेहऱ्यावर फतकन आपटले. चिकट द्रवानं भरलेल्या फुग्यासारखी आवरणं त्यांच्या चेहऱ्यांभोवती निर्माण झाली. बिंदूंचा द्रव त्यांच्या डोळ्यांमध्ये झिरपू लागला – त्यांच्या नाकातोंडांमध्ये – कानामध्येही जाऊ लागला. भीतीनं दोन्ही रक्षकांचे डोळे विस्फारले गेले, नाकपुड्या रुंदावल्या आणि मग अचानक दोघांच्याही चेहऱ्यांवर एक कमालीची शांतता पसरली. त्यांच्या चेहऱ्यांवर हसू पसरलं. ते हसू त्यांना इतकं विशोभित आणि मंदमती दर्शवणारं होतं की रामाला हसू फुटलं. *गांजा चढवल्यासारखे आनंदी दिसताहेत ते आता!*

'त्यांना काय होतंय?' कोपरानं त्याला ढोसत लक्ष्मणानं हलकेच विचारलं.

'ब्रह्मर्षींनी त्यांच्याकडे जे काहीतरी फेकलं ना त्यानं त्यांना शांत केलं असावं बहुतेक.'

आश्चर्यानं त्याच्याकडे बघत लक्ष्मणानं विचारलं, 'काय फेकलं?'

आपल्या भावाकडे कुतूहलानं बघत रामानं विचारलं, 'ते, त्यांच्या डोक्यावर फेकलं ते. तुला नाही दिसलं?'

लक्ष्मणानं पुन्हा पाहिलं. 'मला फक्त त्यांच्या चेहऱ्यांवरची ती वेडसर हास्यं दिसताहेत.'

त्याला दिसत नाहीये ते मी कसा पाहू शकतो आहे? याचं उत्तर आपोआपच रामाच्या मनात उमटलं. पण ते उत्तर प्रश्नाएवढंच गोंधळात टाकणारं होतं. *ज्या कारणानं तुला अयोध्येवरचे अत्याचार स्वप्नात दिसले आणि त्याला दिसले नाहीत त्याच कारणानं त्याला हेही दिसत नाही. तुझी आणि त्याची नियती एकत्र गुंतलेली आहे पण तरी स्वतंत्रही आहे. एक गोष्ट विसरू नकोस. तुम्ही दोघे रक्ताच्या नात्याचे भाऊ आहात, एकाच व्यक्तीचे दोन भाग असावे तसे तुम्ही आहात असं तुम्हाला वाटत असतं पण एकाच गोष्टीचे दोन भागही काही बाबतींमध्ये एकमेकांपेक्षा वेगळे असतातच. ही अशीच एक बाब आहे. तिचा स्वीकार कर आणि पुढे चल.* मोठ्या प्रयत्नांनी त्यानं आपलं मन या विचलित करणाऱ्या विचारांपासून मुक्त केलं.

विश्वामित्रानं आपला दंड उचलला आणि तो पुढे निघाला. क्षणभर त्यानं त्या गुबगुबीत ब्राह्मणाच्या आवाजातच बोलणं सुरू ठेवलं.

'तुमच्या या काळजी घेण्याबद्दल आणि या बातम्या दिल्याबद्दल मी तुमचे आभार मानतो. सहृदय रक्षकांनो. महादेव शिव तुमच्या बाहूंना शक्ती देवो आणि तुमचं रक्षण करो.'

वाक्य अर्ध असतानाच त्याचा स्वर बदलला. पण रक्षक त्याच्यामधला हा बदल जाणवण्याच्या पार पलीकडे पोचलेले होते.

तो पुलावरून जाऊ लागला तसे राम आणि लक्ष्मण त्याच्या मागोमाग चालू लागले. पुलाच्या उत्तरेकडील दाराशी रक्षकांची एक सबंध तुकडी पसरलेली होती. त्यांच्या मागेच अस्वस्थतेनं सोंडा हलवणाऱ्या हत्तींची सेनाही होती. त्यांच्या काळ्याभोर वर्णाच्या अधिकाऱ्यानं एक जोरदार आदेश देताच ते सारे हत्ती सारा मार्ग अडवून उभे राहिले असते. शिवाय ढाली जोडून रक्षक उभे राहिले असते ते वेगळंच. रक्षकांना लढताना रामानं कधीच पाहिलेलं नव्हतं पण त्यांचं प्रशिक्षण सुरू असताना मात्र पाहिलेलं होतं. त्यांच्या जमातीनं आर्य राष्ट्रांचे मार्ग, पूल आणि वनसंपत्तीचं रक्षण करण्याची शपथच वाहिलेली होती. ते स्वत:ला *'आर्य जगताचे द्वारपाल'* असं म्हणवूनच घेत असत. आईच्या अंगावरून सोडवण्याच्या आधीच रक्षक अर्भकांच्या हाती शस्त्रं दिली जायची. मिथिला पुलावरचे हे रक्षक प्राण देतील पण मागे हटणार नाहीत असे होते. 'कुणालाही पुढे जाऊ द्यायचं नाही' असा आदेश त्यांना देण्यात आला असेल तर मग पुढे कुणीही जाणार नाही हे नक्की.

पण ब्रह्मर्षी विश्वामित्राच्या ब्रह्मन शक्तीचा सामना करण्याएवढी ताकद त्यांच्याकडे नव्हती.

‘रक्षकांनो.’ हातातला दंड उचलत ब्रह्मर्षींनी हाक मारली. आता त्याच्या शरीराभोवतीचं वलय अधिक गडद झालं होतं आणि त्याच्या शरीराभोवती वेगानं फिरत होतं. त्या जिवंत वलयामध्ये सोनेरी, निळे आणि लख्ख हिरवे कण चमकत होते. दहाबारा, मग आणखी दहाबारा बिंदू त्या पारदर्शक प्रवाहामधून निघाले आणि रक्षकांकडे व त्यांच्या हत्तीसेनेकडे वेगानं गेले.

काही क्षणांमध्येच सगळं संपलं.

3

मिथिला पुलाच्या दक्षिण दरवाजामधून ते बाहेर आले तेव्हा त्यांनी हा पूल ओलांडला आहे हे दर्शवणारी एकच गोष्ट होती आणि ती म्हणजे नदीच्या तुषारांनी ओलसर झालेली त्यांची शरीरं. पूल ओलांडण्याचा *कर न भरता ओलांडलेला पूल* – रामाच्या मनात आलं. रक्षकांच्या चेहऱ्यावरच्या त्या वेडसर हास्याच्या आठवणीनं त्याला अजून हसू फुटत होतं. हत्तींचे डोळेसुद्धा चकणे झाले होते, त्यांच्या सोंडा वेड्यावाकड्या फिरत राहिल्या होत्या आणि ते धपकन गुडघ्यांवर टेकलेच होते. एका हत्तीनं भरपूर लीद टाकली होती आणि सुटकेचा एक भला थोरला नि:श्वासही टाकला होता. राम त्याच वेळी तिथून जात होता. त्या दुर्गंधानं त्याचं नाक शिरशिरलं होतं पण त्या हत्तिणीच्या पाठीवर एक थाप मारून तो पुढे गेला होता. या वासाला *'मार्गातला सुगंध'* असं त्याचे वडील नेहमी म्हणत असत. रक्षकांबरोबरची कुरबूर इतक्या सहजपणे संपल्याचा त्याला आनंद वाटत होता. झटापट झाली असती तर नाहक रक्त सांडलं असतं – खूपच सांडलं असतं. हिंसक घुसखोरांशी किंवा लुटालूट करणाऱ्या असुरांशी युद्ध करणं योग्यच होतं पण आर्य सैनिकांचा नाहक बळी घेणं त्याच्या सद्सद्विवेक बुद्धीला पटण्यासारखं नव्हतंच.

पुलाच्या छताच्या थंड सावलीमधून पुन्हा धुळीनं भरलेल्या राजमार्गावर पोचले आणि लक्ष्मणानं एक दीर्घ श्वास टाकला. 'कमाल आहे, भाई. आपल्याला ती हातचलाखी जमली तर कुणालाही न कळत आपण कुठेही जाऊ शकू.' त्यानं पुन्हा रामाच्या बरगडीत आपलं कोपर टोचलं. 'अगदी जनक महाराज काकांच्या राजकन्यांच्या महालांमध्येसुद्धा.'

मिथिलेमध्ये राजकन्यांच्या महालांमध्ये मोकळा सुटलेला लक्ष्मण डोळ्यासमोर आला तेव्हा रामाला हसूच आलं. 'भाऊ, लग्न करून टाक आता – बाप बनण्याआधीच कर.'

लबाडीने डोळा बारीक करत लक्ष्मण म्हणाला, 'आणि तूही संन्यास घ्यायच्या विचाराच्या आधी लग्न करायला हवंस.'

हसतच रामानं खांदे उडवले. लैंगिक बाबतीमधलं त्याचं स्वनियंत्रण प्रसिद्धच होतं. 'योग्य मुलगी मिळाली की मी लग्न करीनच.'

'तुला असं म्हणायचंय का की सीता वयात आली की तू तिच्याशी लग्न करशील? नाही, नाही म्हणूच नकोस भाई. महाराज जनकाच्या थोरलीबद्दल तुझ्या मनात नेहमीच कोवळा भाव असतो.'

रामाच्या मनात एक बारीकशी चीड उद्भवली. सीतेविषयी लक्ष्मणानं असं बोलावं हे त्याला रुचलं नाही. *खरं तर कितीतरी वर्षांत मी तिला पाहिलेलं सुद्धा नाहीये – काय फरक पडतो?* 'तू बहुतेक तिच्या धाकट्या बहिणीचा विचार करतोयस, उर्मिलेचा, हो ना? जिच्याबरोबर कारंजात नग्न पोहताना तुला पकडलं होतं तीच ना?'

आता संकोचण्याची पाळी लक्ष्मणाची होती. त्यानं भावाच्या खांद्यावर एक चांगला जोरदार गुद्दा मारला. 'तिनंच मला तसं करायला लावलं होतं.शिवाय आपण किती लहान होतो तेव्हा – नुकते नुकते आईपासून दूर झालो होतो.'

निरागसपणाचं सोंग करत राम उद्गारला, 'म्हणजे आता जेव्हा आपण पुन्हा भेटू तेव्हा तिला सांगणारेस का, की आता आम्ही मोठे झालोय असं?'

या वेळी त्यानं भावाचा गुद्दा बरोबर चुकवला.

शरणागती पत्करत लक्ष्मणानं हात उंचावले. 'ठीक आहे ठीक आहे, पकडलंस खरं मला बरोबर. मला उर्मी नेहमीच आवडायची. खोटं कशाला बोलू? खरं सांगायचं तर मी माझ्या आईला आणि दाईमाला शेकडो वेळा बोलताना ऐकलंय की जनक काकांच्या चार मुली आणि आपण चौघेजण यांची लग्नं जुळवायला हवीत असं. आणि तेही मी आणि शत्रुघ्न जवळपास असायचो तेव्हाच त्या हे बोलायच्या हं.'

हे तर योग्यच होतं. अयोध्या आणि मिथिला या नगरभगिनी होत्या. दोन्ही नगरांमधले वास्तुविज्ञानाचे आराखडे समान होते तशाच इतरही अनेक गोष्टी समान होत्या. दोन्ही वंश इक्ष्वाकुपासूनच निर्माण झालेले होते – अयोध्येचे इक्ष्वाकु आपली परंपरा सूर्याशी नेऊन भिडवत असत तर मिथिलेचे इक्ष्वाकु चंद्राशी नातं जोडत असत. या चंद्रवंशीय आणि सूर्यवंशीय अशा दोन शक्तिशाली राज्यांमध्ये आधीपासून असलेले मैत्रीचे संबंध या विवाहांमुळे अधिक दृढ झाले असते. शिवाय अयोध्येच्या सेनेची ताकद दुप्पट झाली असती ते वेगळंच. असुरसेनेच्या आक्रमणाला तोंड देताना या अधिक शक्तिशाली सेनेमुळे पराजयाच्या शक्यतेचं रूपांतर विजयामध्ये झालं असतं.

राम हे विचार मोठ्यानं बोलून दाखवणार होता तेवढ्यात पुढे चालत असलेल्या द्रष्ट्या ऋषीची चाल मंदावली. आपल्या या चेष्टामस्करीच्या बोलण्यामुळे ते

आपल्याला रागावणार असतील असं त्याला वाटलं. राम आणि लक्ष्मण दोघांनीही बोलणी खाण्याची मनाची तयारी केली.

पण ब्रह्मर्षी खूपच सौम्यपणे बोलू लागले.

'राजकुमार राम आणि राजकुमार लक्ष्मण, शरयूच्या दक्षिण तीरावरच्या टेकड्यांना आणि झाडापेडांना सुद्धा कान आहेत. आता आपण शत्रूच्या प्रदेशात आलो आहोत. तुमची ही साधी चेष्टा मस्करीही लंकेच्या राजाच्या हेरांच्या कानी पडू शकते. काहीतरी महत्त्वाचं बोलायचं असेल तेव्हाच तोंड उघडा तोवर जीभ ताब्यात असू द्या.'

राम-लक्ष्मणानी नजरा खाली वळवल्या. द्रष्ट्या ऋषीनं आळीपाळीनं दोघांकडेही पाहून घेतलं. त्याची पांढरी दाढी हलक्याशा झुळुकीने हलत होती.

काहीशा मजेच्या स्वरात तो पुढे म्हणाला, 'आता तुम्हाला खरं वाटणं शक्य नाही पण मीही एके काळी तरुण होतो. पण तुमच्या गप्पा सध्यापुरत्या बंद ठेवा. आता तुम्हाला तुमची शक्ती जपून वापरायला हवी. अजून आपण अनंग आश्रमापासून बरेच दूर आहोत आणि दिवसही मावळायला आला आहे.'

त्याला अजून काहीतरी बोलायचं आहे असं वाटलं पण काहीच न बोलता तो वळला आणि पुढे चालू लागला. क्षत्रिय सेनेच्या सैनिकी चालीसारखी त्याची चार आकडी चाल होती. राम-लक्ष्मणानं क्षणभर एकमेकांकडे पाहिलं 'चला, फार काही झालं नाही.' असा भाव त्या नजरानजरेत होता. आणि मग तेही काही न बोलता आपल्या नव्या गुरूमागून चालू लागले.

त्यांच्या पावलांचा आवाज, त्यांच्या श्वासोच्छ्वासाचे आणि हृदयाचे संथ ठोके यांना शरयूच्या नादाची एक सुखद पार्श्वभूमी लाभली होती. नदीच्या सुगंधाचं एक आवरण त्यांच्याभोवती पसरलं होतं. त्यांच्या उजव्या बाजूला पसरलेल्या दक्षिण वनामधून उफाळणाऱ्या दुर्गंधाला दूर ठेवत होतं. *जणू काही एखादी सेनाच तयार होऊन वाट बघत उभी असावी तसं हे वन – पण कशाची वाट बघतंय?*

त्या भयानक-वनाबद्दल रामाला एवढंच माहीत होतं की त्या वनात जायला मनाई आहे, मोजणी झालेला आर्य प्रदेश या संपूर्णपणे अनोळखी अशा प्रचंड दक्षिण उपखंडापासून वेगळा झालेला होता. त्या दाट अंधाऱ्या भयानक वनामध्ये काय आहे हे कोणाही आर्य व्यक्तीला माहीत नव्हतं. समुद्र किनाऱ्यावरच्या चौक्यांची तपासणी करण्यासाठी सुद्धा नावाच पाठवल्या जात असत. त्या दूरवरच्या चौक्यांमधले क्षत्रिय त्या प्रभागाच्या अंतर्भागामध्ये जाण्याचं धैर्य क्वचितच करत असत. गेल्या अनेक शतकांमध्ये असं धाडस जेवढ्या लोकांनी केलं होतं ते परत दृष्टीस पडले नव्हते.

नदीच्या या बाजूला पशुपक्षीही कमीच होते, जमीन खडबडीत.खडकाळ होती. उत्तरभागासारखी सुपीक नव्हती ही आश्चर्याची गोष्ट होती कारण इथलाही गाळ

तसाच सुपीक असायला हवा होता. काही अंतरावर नदीच्या मऊ लाल मातीतून उगवलेला एक महारुक रामाला दिसला. महारुक वृक्षाच्या सामान्य उंचीपेक्षा हा वृक्ष अधिक उंच होता – चांगला वीसेक यार्ड उंचीचा – त्याहून आश्चर्याची गोष्ट म्हणजे तो संपूर्ण फुललेला होता. त्याचं फिकट रंगाचं खोड दाट पानांमध्ये फुललेल्या चिमुकल्या सोनेरी पिवळ्या फुलांनी बहरलेलं होतं. सर्वसामान्यपणे वसंत अर्धा झाला की मगच महारुक फुलतो. *म्हणजे हे वसंत लवकर येणार असल्याचं चिन्ह आहे म्हणायचं. चांगला शकुन आहे हा.* त्या वृक्षाची दाट सुगंधी सावली प्रवासानं थकलेल्या प्रवाशाला देवाच्या वरदानासारखी वाटली तर नवल नाही.

त्या सुगंधी कमानीमधून राम पुढे जात असताना वृक्षाच्या अगदी वरच्या फांद्यांमध्ये एका जोरदार झुळुकीमुळे सळसळ झाली. कडक रेशमी वस्त्रं एकमेकांवर घासली जावीत तसा तो आवाज होता आणि त्या वृक्षानं त्या तिघांवर लहान लहान सुगंधी फुलांचा वर्षाव केला. त्याच क्षणी अगदी त्या फुलांच्या रंगाच्याच फुलपाखरांचा एक थवाही त्याच्यासमोर घुमू लागला. प्रथम त्याला ही देखील फुलंच आहेत असं भासलं. क्षणभर त्याच्याभोवती गिरक्या घेऊन ती फुलपाखरं नाहीशी झाली.

रस्ता मधल्या एका मोठ्याशा खडकाला वळसा घालून वळला. आता नदी आणि मिथिला पूल दोन्ही दिसेनासे झाले. जवळ जवळ लगेचच भूप्रदेश बदलायला लागला. त्यांच्या डाव्या बाजूला अंजन वृक्षांच्या काहीशा भीतीदायक रांगा उभ्या होत्या. त्यांनीही शरयूच्या खोऱ्याचं दृश्य अडवलं होतं. अंजन वृक्षांच्या खोडांवर रंगीत तुकडे उमटायला सुरुवात झाली होती. अंजन वृक्षांची खोडं काळीभोर असतात म्हणूनच तर त्यांना अंजन – काजळ हे नाव पडलं आहे. लवकरच त्यांच्यावर असंख्य रंग उमटतील. पण आत्ता मात्र सुमारे आठ यार्डांची त्यांची उंची, गडद रंग आणि भरपूर पानं यामुळे ते रस्त्याच्या दुतर्फा उभ्या केलेल्या कुंपणासारखे वाटत होते आणि भर दिवसा पावसाळी आभाळाचं सावट पसरत होते. क्षणभरानंतर या नैसर्गिक वृक्षाच्छादित मार्गामध्ये आणखी काय विलक्षण आहे हे रामाच्या लक्षात आलं. इथे कसलाही आवाज नव्हता – ना पाखरांचं गाणं ना कीटकांची किरकिर.

त्यांच्या उजव्या बाजूला एखाद्या रोगी जनावराच्या तोंडावर लालबुंद गळवं उठावीत तसे लाल दगड टेकडीमधून बाहेर दिसू लागले. ते जसजसे वर वर चढत जात होते तसतसे हे दगड वाढत गेलेले दिसत होते. अखेरीस सगळी टेकडीच या खडबडीत लालबुंद दगडांनी भरून गेली. काळ्या दगडांवरचे मातकट फराटे कच्च्या लोखंडाचे आहेत हे रामाला माहीत होतं पण अंजन वृक्षांच्या छायेतील त्या मार्गावर चालत जाताना मात्र ते फराटे लालभडक गळवांमधून गळणाऱ्या पुवासारखे वाटत होते. हा राजमार्ग बांधणाऱ्या कारागीरांनी हे भरपूर लोखंड असलेले दगड खाली

अयोध्येमध्ये नेले होते तेव्हा अयोध्येमधल्या लोहारांनी आपल्या भट्ट्यांमध्ये ते वितळवायला साफ नकार दिला होता. त्यांचा समज होता की दक्षिण वनातलं हे लोखंड शापित आहे आणि त्या लोखंडानं बनवलेल्या हत्यारांचा असुरांवर काही परिणाम होणार नाही. ही दंतकथा रामानं ऐकली होती. आता त्याला वाटू लागलं ही कथा खरी असेल की नुसती अंधश्रद्धाच असेल – शरयूच्या दक्षिणेकडच्या या भागाभोवती अशा अनेक दंतकथा गुंफल्या गेलेल्या होत्या. हात पुढे करून त्या कुरूप टेंगळांना स्पर्श करण्याचा मोह त्यानं आवरला. ऋषीही मार्गाच्या बरोबर मध्यावरूनच चालत होता. डाव्या हाताचे अंजन वृक्ष आणि उजव्या बाजूचे हे दगड यांना सारख्या अंतरावर ठेवत होता.

राजमार्गाच्या सर्वात उंच ठिकाणी ते येऊन पोचले. रामाचं लक्ष रस्त्यावर वाकलेल्या एका अधिकच प्रचंड असलेल्या खडकाकडे गेलं. तो खडक इतका मोठा होता की त्यानं सूर्यालाही क्षणभर झाकून टाकलं. त्यामुळे ऋषी जेव्हा त्याच्या भल्या मोठ्या सावलीमध्ये शिरला तेव्हा संध्याकाळच्या अंधारासारख्या त्या गडद सावलीत तो दिसेनाच झाला. या कोनामधून नीट दिसणं कठीणच होतं पण तरी रामाला असंख्य जीव त्या दगडाच्या टोकावरून, बाजूंवरून सरसरत जाताना दिसले. पायाखाली काहीतरी करकरलं म्हणून त्यानं बारकाईनं पाहिलं तर सुताराच्या रंध्यानं लाकडाची सालं निघावीत तशी त्या लोखंडमिश्रित दगडाची सालं त्याला दिसली. हा कोणता असा प्राणी किंवा निसर्गातली वस्तू असेल जी लोखंडाची सालं काढू शकत असेल? खात्रीनं त्याच्या लहानशा आयुष्यात त्यानं अशी घटना पाहिली नव्हती.

ते शिखराशी पोचताहेत असं त्याला वाटू लागलं त्याच वेळी मार्ग अधिक अंधारा झाला. अंजन वृक्ष अधिकच जवळ आले. उजव्या बाजूच्या टेकडीला स्पर्श करण्यासाठी आणखीच पुढे वाकले. इथे खडक आणखी मोठे आणखी वेडेवाकडे होते. हा राजमार्ग तयार करणाऱ्या आणि सांभाळणाऱ्या कारागीरांनी हे दगड तासून गुळगुळीत केले होते हे रामाला माहीत होतं तरीही हे इथले दगड खडबडीतच होते. *कदाचित कापल्यानंतरही ते वाढत राहात असावे.* पण हे तर विचित्रपणाचं होतं. दगड असे वाढतात का कधी? तेवढ्यात त्याला एक पर्णहीन फांदी आणि एक कपार यांच्या चिमट्यामध्ये अडकलेला एक कापडाचा तुकडा दिसला. नक्कीच एखाद्या निष्पाप प्रवाशाला या चिमट्यानं पकडलं असावं.

त्या लोंबत्या फांदीखालून जाताना त्यानं वर पाहिलं तेव्हा त्या तुकड्यावरचं महाराजा जनकाच्या घराण्याचं चिन्ह दिसलं. *गेल्या महिन्यामध्ये आपला निरोप न देताच मिथिलेचा दूत नाहीसा झाला आहे असं सुमंत्रानं म्हटलं होतं.* त्या चिन्हावरच्या पूर्ण चंद्रबिंबाच्या पार्श्वभूमीवरचा काळवीट फिकटसा दिसत होता. आणि त्याच्या खाली एक फिकटसा डागही दिसत होता. त्यानं झटकन नजर पुन्हा रस्त्याकडे

वळवली. त्याच्या कानाशी काहीतरी गुणगुण जाणवली आणि त्यानं अगदी नकळतच कानावर झटकलं. पण लगेच त्याच्या लक्षात आलं की इथे कोणताही कीटक नाहीये. *खडकामधल्या त्या नतद्रष्ट लोखंडामुळे असेल, राजवैद्य म्हणत होते की हे लोखंड माणसाच्या स्वत:च्या चुंबकीय क्षेत्रावर आणि पृथ्वीच्या ध्रुवांशी असलेल्या त्याच्या समतोलावर परिणाम करतं.*

एका मोठ्या खडकाला वळसा – हा खडक इतका मोठा होता की अथकपणे परिश्रम करून हा राजमार्ग बनवणाऱ्या कारागीरांनाही त्याला आकार देणं जमलं नव्हतं – या खडकाला वळसा घालून ते पुढे आले ते संध्याकाळच्या कोवळ्या सूर्यप्रकाशातच – त्या नकोशा वाटणाऱ्या अंजन वृक्षांच्या सावलीमधून बाहेर आले.

'ओम शिव हरि स्वाहा.' त्याच्या शेजारून चालणारा लक्ष्मण पुटपुटला. रामानं स्वत:ही एक प्रार्थना करून टाकली. जणू काही टक लावून पाहणाऱ्या हजारो रानटी प्राण्यांनी भरलेल्या एखाद्या अंधाऱ्या बोगद्यातून बाहेर पडावं तसं त्यांना वाटू लागलं. *पण राजमार्गाच्या एका लहानशा रस्त्यावरून भर दिवसा आलो एवढंच आम्ही केलं आहे.*

इथे राजमार्ग चांगलाच रुंद झाला. आता पुढचा धोकादायक असा उताराचा प्रवास सुरू करण्याआधी गाड्या, रथ इत्यादींना थोडा विसावा घेता येत असे. आपल्या वडिलांच्या आरामशीर, भव्य अशा रथगृहाचा सारथी संतोष उतारावर वाढणाऱ्या रथाच्या वेगावर नियंत्रण ठेवण्यासाठी रथामागे रथाला ओढून धरणारे घोडे जुंपण्यासाठी घोडे सांभाळणाऱ्या दासांवर कसा ओरडत असे याची त्याला आठवण झाली आणि त्याच बरोबर इथे घोड्यांचं खिंकाळणं, सैनिकांचं हसणं, वडिलांचा मोठा घोगरा आवाज आणि सर्वांवर पसरून राहिलेला 'मार्गाचा गंध' – म्हणजे ताजी ताजी लीद – हे काहीच नसल्यानं त्याला थोडं वाईटही वाटलं. या मार्गावरून पूर्वी गेलेल्या असंख्य गाड्या आणि घोडे यांच्या खुणा तेवढ्या आता तिथे होत्या – आणि थोडी सुकलेली लीद. उजव्या हाताला, काळ्याभोर जळक्या जमिनीतून उगवलेल्या कुसलव्य गवताच्या कुरणानं वनाची सीमा अडवून धरली होती. *या मार्गाच्या जवळ येण्याचा प्रयत्न करताना त्यांना वन जाळत यावं लागलं आहे.* तरीही त्या काळोख्या झुडुपांनी मनात निर्माण केलेल्या आशंकेमुळे त्याचं डोकं मात्र थोडं दुखायला लागलं. *एखादं जंगली श्वापद दबा धरून योग्य वेळेची वाट बघत बसावं तसं.* ऋषी इथून आता आपल्याला त्या वनामध्ये नेणार की काय– त्याच्या मनात आलं. त्या उजाड कुरणामधून एक पुसटशी पाऊलवाट गेलेली दिसत होती. एकमेकांच्या अगदी जवळ आलेल्या दोन खोडांमधून ती पाऊलवाट वनामध्ये घुसली होती. वाटेवरच्या एका ताज्या खुणेनं त्याचं लक्ष वेधून घेतलं. कोरड्या जमिनीवरचा तो लहानसा ठसा तपासण्यासाठी तो गुडघ्यावर बसला. काही

तासांपूर्वीच विश्वामित्राच्या हातातल्या दंडाएवढा दंड हाती असलेला एक ऋषी इथून गेला होता. कदाचित तो स्वत: विश्वामित्रच असेल. तो दक्षिणवनामधूनच तर आला होता ना. या भयानक वनामध्ये ब्रह्मर्षी अनेक शतकं राहत आले होते आणि त्यांना काही अपायही झाला नव्हता हे आठवल्यावर रामाला थोडं हायसं वाटलं खरं, पण तेवढ्यात त्याला हेही आठवलं की त्यांच्याकडे ब्रह्मनची शक्ती आहे. *आणि माझ्याकडे केवळ माझं धनुष्य आणि लहान तलवार तेवढी आहे.*

द्रष्टा ऋषी आपल्याला त्या जळक्या कुरणामधून त्या पाऊल वाटेनं थेट त्या वनामध्ये नेईल असं त्याला वाटत होतं. पण विश्वामित्र. एका उंचशा भूशिरावर उभं राहून खालचं शरयूच्या खोऱ्याचं रमणीय दृश्य बघत होता. त्या स्थानाचं लोकप्रिय नाव होतं अयोध्यादर्शन किंवा शरयूदर्शन. आर्यांच्या सर्व महत्त्वाच्या गोष्टींना कमीत कमी दोन तरी नावं असत. राम आणि लक्ष्मण त्यांच्या नव्या गुरूच्या शेजारी उभं राहून खाली बघू लागले.

समोरचं दृश्य अवर्णनीय होतं. खाली दोन्ही दिशांना नजर जाईल तेथवर शरयूचं खोरं पसरलं होतं. उत्तरेला संपत आलेल्या हिवाळयातल्या धुक्यामध्ये दिसेनाशी होत गढवाल हिमालयाची शिखरं वर चढत गेली होती. पलाश वृक्षांच्या राईमुळे उत्तर तीराला अतिशय कलात्मक रीतीनं विणलेल्या गंधाहारी गालिचांसारख्या लालबुंद गालिचाचं रूप आलं होतं. हे गालिचे जमवायला त्याच्या आईला खूपच आवडायचं. साधारणपणे चौकोनी आकाराच्या या गालिचाला शरयूच्या पाण्याची पांढरीशुभ्र हलती किनार लाभली होती. डावीकडे दूरवर नदी या खोऱ्यामध्ये ज्या ठिकाणी शिरते ते ठिकाण रामाला इथूनही ओळखता येत होतं. तिथून मग अयोध्येचे उंच मनोरे आणि कमानी यांच्यामध्ये नदी दिसेनाशी होत असे. तिथून अज-पुत्र धबधब्यामधून थंडगार पांढऱ्या अग्नीसारखी खळाळत उतरत मग मात्र ती अधिक विस्तार पावत असे आणि काहीशी शांतही होत असे. सावकाश पुढे जात अगदी उजव्या बाजूला मिथिला पुलावर तुषार उडवत त्याच्या खालून खडकांनी भरलेल्या प्रवाहामधून ती मिथिलेच्या मार्गावरच्या राईमध्ये दिसेनाशी होत असे.

आता राम, राक्षसांचं निर्दालन करणारा असं बिरुद मिळवीन तेव्हाच तुझं दर्शन घेईन, माते-नाहीतर परतच येणार नाही. अशी मी शपथ घेतो.

त्यानं लक्ष्मणाकडे बघितलं. त्याचे डोळे नेहमीपेक्षा अधिक चमकत आहेत असं त्याला जाणवलं. एकाच वेळी त्या दोघांनीही एकमेकांच्या खांद्यावर हात ठेवून दाबले.

मागे वळतात तर विश्वामित्र त्यांची वाटच बघत होता.

काहीही न बोलता द्रष्ट्या ऋषीनं हातातला दंड उचलून खूण केली.

जळक्या कुरणामधून ते त्याच्या मागोमाग चालू लागले. अयोध्येच्या शेवटच्या दर्शनाकडे पाठ फिरवून ते तिघे त्या काळोख्या झुडुपात शिरले.

4

महाराजा दशरथ शेवटच्या वळणापाशी पोचला आणि दम घेण्यासाठी थांबला. आजचा दिवस फारच लांबलचक आणि कष्टाचा गेला होता. शिवाय नेहमीप्रमाणेच तो खूप प्याला होता आणि जेवलाही होता. 'मग काय झालं? आज होळी आहे.' त्याच्या मनात आलं – खांदे उडवत त्यानं ते मनामागे टाकण्याचा प्रयत्न केला. *सणासुदीच्या दिवशी थोडं जास्त मांस आणि थोडं जास्त मद्य घेतलं तर काही बिघडत नाही.*

पण त्याच्या भल्या थोरल्या पोटातलं वजन, त्याच्या कमरेतलं दुखणं, त्याच्या मस्तकाच्या मागच्या बाजूला आणि मानेवर जाणवणारा तणाव हे सगळं त्याला असह्य होत होतं. क्षणभरातच त्याच्या लक्षात आलं की आता एवढ्यात त्याला बरं वाटणं शक्य नाहीये. मग एक दमलेला सुस्कारा सोडून काहीतरी शापवाणी उच्चारत तो अखेरच्या काही पायऱ्या चढू लागला.

द्रष्ट्याच्या मनोऱ्यावरच्या सर्वात वरच्या मजल्यावर असलेल्या तारका दालनामधल्या द्रष्ट्याच्या नेत्राच्या लाल संगमरवरी जमिनीवर तो उभा राहिला. बाहेरून बघितलं तर हा मनोरा एखाद्या सुईसारखा वर वर चढत जाणारा असावा असं वाटे. जणू काही एखादा पंजा आकाशाच्या पोटाला स्पर्श करू पाहातो आहे. आतमध्ये तो उघड्या आकाशाखाली असलेला एक गोलाकार मंच होता. त्याचे आत वळलेले, भाल्याच्या आकाराचे सात स्तंभ सात द्रष्ट्या ऋषींचे प्रतिनिधी होते. या सात द्रष्ट्या ऋषींनी हा मनोरा ब्रह्मनच्या शक्तीनं भारून टाकलेला होता. इथे खूपच वारा वाहात होता. त्या वाऱ्याच्या जोरदार तडाख्यांनी त्याचे कपडे आणि केस वेडेवाकडे उडत होते, त्याला मनोऱ्याच्या काठाशी बोलावत होते आणि खाली झेप घेऊन अनंतात विलीन होऊन जाण्याचं आवाहन करत होते.

मला नुसतं इथून वाहात नेणं किती सोपं आहे या वाऱ्याला – क्षणभर एखाद्या पक्ष्यासारखं तरंगायचं आणि मग हात पसरून जवळ येणाऱ्या पृथ्वीमातेच्या मिठीत शिरायचं. त्याच्या सगळ्या त्रासाचा आणि आजारांचा आणि काळाच्या या धबधब्यावर कष्टानं चढत केलेल्या प्रवासाचा अंतच होऊन जाईल. असा विचार

नुसता मनात आल्याबद्दलही आपल्याला लाज वाटली पाहिजे हे त्याला चांगलंच माहीत होतं. कदाचित हा सोमाचा प्रभाव असावा. कदाचित.

त्यानं आपलं दुखरं अवाढव्य शरीर हलकेच खाली जमिनीवर टेकलं. हिवाळ्याच्या लांलबलचकरात्रींमुळे जमीन थंडगार असेल असं त्याला वाटलं होतं पण आश्चर्याची गोष्ट म्हणजे जमीन उबदार होती. *ब्रह्मनची माया. माझ्याभोवती नेहमीच ऋषींची मायावी शक्ती पसरलेली असते.* पण आज कधी नव्हे ते त्याला या मायावी शक्तीविषयी कृतज्ञताच वाटली.

सकाळ आणि दुपारच्या अनेक घटनांनंतर जे असंख्य प्रश्न आणि चर्चा अनिवार्यपणे त्याच्या समोर येणार होत्या त्यांना चुकवण्यासाठीच तो इथे आला होता. विश्वामित्राला त्याची गुरुदक्षिणा मिळाली होती. राम आणि लक्ष्मण त्यांचा धर्म पाळण्यासाठी निघाले होते. कौसल्या समाधानी असेल, म्हणजे जेवढी समाधानी असणं शक्य होतं तेवढी समाधानी असेल, नागरिकांना त्यांच्या युवराजाबरोबर सणाची मेजवानीही मिळाली होती. खेळाडूंना त्यांच्या स्पर्धा मिळाल्या होत्या. वैश्य हिशेबनीसांना नवे हिशेब करायला मिळाले होते कारण आता स्पर्धेतून चार प्रमुख खेळाडू बाहेर झाले होते त्यामुळे सगळी समीकरणं बदलून गेली होती. आमचे भाऊ नसतील तर आम्हीही खेळत नाही म्हणून भरत आणि शत्रुघ्नानंही स्पर्धेतून माघार घेतली होती.

प्राचीन परंपरेनुसार शहरातल्या तुरुंगातल्या गुन्हेगारांनाही स्वातंत्र्य मिळालं होतं. आजवर कधीच साजरी झाली नसेल एवढ्या मोठ्या प्रमाणात या वर्षीची होळी साजरी होणार आहे. खेळ आणि मौजमजा पुढचे सात दिवस अखंडितपणे चालू राहाणार आहे. त्या आठवड्यात कधीतरी युद्धमंडळाची बैठक होईल. युद्धपिपासू लोकांचंही म्हणणं ऐकून घेण्यात येईल. शस्त्रसामग्रीच्या उत्पादनामध्ये वाढ होईल तशी त्यांच्या दरातही वाढ करण्यासाठी खलबतं सुरू होतील. सैनिकांची पगारवाढ, सेनापतींना नेमून दिलेल्या जहागिरी, रक्षकांची नियुक्ती आणि आणखी काय काय देवच जाणे.प्रत्येकाला ज्याला जे हवं ते मिळालं होतं – जवळ जवळ प्रत्येकाला.

आणि महाराजा दशरथाला काय मिळालं होतं? काहीही नाही – केवळ एक रोगी शरीर – नदीच्या पुरात मातीचं घर जेवढ्या लवकर कोसळेल त्याहीपेक्षा कमी वेळात कोसळणार असलेलं रोगी शरीर. भीती आणि भविष्याच्या आशंकेने जड झालेलं हृदय. शरयूचा चंदेरी धागा सोनेरी करत मावळता सूर्य आणखी खाली सरकला. आपोआपच संध्यावंदनेचे मंत्र त्याच्या तोंडून बाहेर पडू लागले. *सर्व नद्यांना आपला प्रवास पूर्ण करावा लागतो तसा माझाही प्रवास लवकरच पूर्ण होईल. मीही सागराच्या कुशीत निद्रावस्थेत जाईन. आणि मग मला आणखी दुःस्वप्नं पडणार नाहीत.* त्याच्या जागी राम राज्य करेल. त्याच्या मनात अपराधाची भावना

जागली. इतक्या लहान वयात एवढी मोठी जबाबदारी या अननुभवी मुलावर टाकणं योग्य ठरेल का? होय पण राज्य करणं कधीच न्याय्य नसतं केवळ आवश्यक असतं. *राज्य करणं हा त्याचा धर्म आहे. माझ्या वेळेला माझा जसा होता तसाच आता तो त्याचा धर्म आहे. त्याची वेळ आलेली आहे.*

आणि तरी. आणि तरीही.

ज्या क्षणी त्या तीन आकृत्या शेवटच्या उंचवट्यावरून दिसेनाशा झाल्या होत्या त्याच क्षणी दशरथाच्या पोटात गोळा आला होता. त्या क्षणी त्याला तरुणपणासारखं आपल्या रथावर बसून दूर दूर कुठेतरी जावंसं वाटलं होतं. तरुणपणी तो असा जायचा ते आपल्या समस्या विसरण्यासाठी पण आज मात्र त्याला जावंसं वाटलं होतं ते त्या समस्या कायमच्याच मागे टाकण्यासाठी. कवायतीच्या गुंतागुंतीच्या तऱ्हा, पूजा, यज्ञ आणि हवन, भाषणं आणि मनोरंजनाचे कार्यक्रम, मेजवानी आणि खेळांच्या स्पर्धा. राम गेल्यानंतरचे तास तर अगदी अंधुकसेच आठवत होते. खोट्या हास्यानं चमकणारे असंख्य चेहरे – निदान त्याच्या तिरसटलेल्या निराश मनाला तरी ते चेहरे असेच वाटले होते.

अखेरीस त्याला ते सगळंच असह्य झालं होतं. मेजवानी सुरू झाल्या झाल्या सुमंत्राचा रथ उसना घेऊन – त्याचा स्वत:चा रथ इतका सजवलेला होता की त्यामधून घाईनं कुठेही जाणं शक्यच नव्हतं. तो कुणालाही काहीही न सांगता राजवाड्याकडे परतला होता.

राजवाड्याकडे परत येतानाचा तो प्रवास अस्वस्थ करणारा होता. शहराचे रस्ते अगदी निर्मनुष्य आणि शांत होते – सगळे लोक कवायतीच्या मैदानावरच होते, सण साजरा करत होते, उत्सव करत होते. राजवाड्याच्या पायऱ्यांजवळ येता येता एकदम त्यानं रथ वळवला. द्रष्ट्याच्या मनोऱ्यावरून काहीतरी चमकलं होतं. त्याला तिथेच जाण्याची अनावर इच्छा झाली.

आता, शहर उत्सव साजरा करत असताना त्या हव्याशा एकांतामध्येच तो बसून राहाणार होता. या खास मेजवानीसाठी मुद्दाम बांधलेल्या शेकडो तंदूरचुलीमधून धुराच्या बारीक बारीक रेषा वर निळ्याशार आकाशात चढत जात होत्या. दहाबारा योजनांवरूनही हा धूर सहज दिसला असता. *जणू काही जळत्या शहरामधूनच निघत असावा तसा.* सबंध शहरातल्या लोकांना सात दिवस पोटभर मिळेल एवढं मांस तिथे शिजत होतं. राजाचे शिकारी दिवसरात्र शिकार करून ताजं मांस पुरवत राहातील. घाईघाईनं खाल्लेले मांसाचे पदार्थ आणि त्याबरोबर ढोसलेलं बेसुमार मद्य यांची आठवण झाल्याबरोबर त्याच्या पोटात ढवळून आलं.

इतक्या उंचावरही उत्सवाचे आवाज थोडे ऐकू येतच होते. दहा हजार दासी, असंख्य नर्तकनर्तिका, जादूगार, तलवारी गिळणारे, नेम धरून सुऱ्या फेकणारे,

दोरीवर चढणारे, दोरीवर चालणारे, सापांना खेळवणारे गारूडी, काचा खाणारे, वेगवेगळ्या प्रकारचं गाणंबजावणं करणारे, कठपुतळ्यांचा खेळ करणारे, नाटक तमाशेवाले, नाककान टोचणारे – आणि असे कितीतरी लोक – दशरथाला त्यांची नावंही आठवणं शक्य नव्हतं. राज्याच्या सर्व भागांमधून हे कलावंत येत असत. या मागे नगरातल्या लोकांना अभूतपूर्व अशी करमणूक उपलब्ध करून देणं हा एक हेतू असला तरी या महान राष्ट्रातील वेगवेगळ्या संस्कृतींची ओळख त्यांना करून देणं हे तर अधिक महत्त्वाचं काम असे. असंख्य प्रकारची करमणूक. असंख्य प्रकारचे पदार्थ आणि कौशल्यं इथे बघायला मिळत असत. एखाद्या दु:स्वप्नामधून जाग्या झालेल्या आणि अतिशय भुकेल्या पोरानं खाण्यावर तुटून पडावं तसे अयोध्येचे नागरिक या सर्वांवर तुटून पडत असत. सकाळचं राक्षसांचं आक्रमण केव्हाच विसरलं गेलं होतं. आजच्या या मोठ्या सणाच्या उत्सवाच्या दिवसाला लागलेलं एक गालबोट – शिवाय ब्रह्मर्षी विश्वामित्रांनी असुरांविरुद्ध मोहीम काढण्याचा बेत करून त्याचा एका झटक्यात निकालही लावून टाकलेला होताच की. रामाला युवराज करणार अशी आणि भविष्यातला त्याचा राज्याभिषेक यांची घोषणा केल्यानंतर डोकं हलवून टाकणारा झालेला टाळ्यांचा प्रचंड कडकडाट आणि आनंदाच्या आरोळ्या आठवून दशरथाला किंचित हसू आलं.

अयोध्येला आनंद व्हायला फारसं काही लागत नसे आणि आताही ती आनंदानं नाचतच होती. नव्या मोसमाच्या उत्तम संकेतांनी झालेला आनंद साजरा करत होती. नवा मोसम म्हणजे उत्तम पीक आणि नवा युवराज. मग तो नव्यानं जाहीर झालेला युवराज आपल्या राष्ट्राच्या भल्यासाठी एका धोकादायक कामगिरीवर का पाठवण्यात आला असू नये – त्यानं निम्म्या नागरिकांचे आत्मविश्वासानं उच्चारलेले शब्द ऐकले होते – 'राम सुखरूप परत येईलच. त्याची बाजू सत्याची आहे.'

या भावनेला दशरथ विरोध करूच शकत नव्हता. मग त्याच्या मनात कितीही प्रकारची छुपी भीती असो की चिंता असो. आपल्या सर्व काळज्या चिंता दूर ठेवून आनंद साजरा करण्याच्या आपल्या नगरीच्या क्षमतेचा त्याला हेवाच वाटला. *आत्ता नाचून घे, माझ्या लाडक्या नगरी, हे संगीत केव्हा थांबेल आणि किंकाळ्या सुरू होतील हे कुणाला माहीत आहे?*

पण मग आपण किती अन्याय्य आणि अनुदार विचार करतो आहोत हे लक्षात येऊन त्यानं एक उसासा टाकला. *या आनंदावर त्यांचा हक्कच आहे. या उत्तम लोकांनीच अयोध्येला आर्य राष्ट्रामधली सर्वात श्रेष्ठ नगरी बनवलं आहे आणि तुझा हा मुकुटही एवढ्या अभिमानानं घालतोस तेही त्यांच्यामुळेच. दशा – हे विसरू नकोस.* त्यानं स्वत:च्या दुखऱ्या मांड्या चोळल्या. साठ वर्षांचं आयुष्य आणि भला मोठा काळ केलेलं राज्य आता त्याला जड होऊ लागलं होतं. थोड्याच

वेळात त्याला या घुसखोरीचा, शहराच्या अंधारकोठडीत बंद केलेल्या फितुरांची चौकशी करण्याचा विचार करणं भाग होतं, शिवाय ज्यांना असुरांचं मोठं आक्रमण होण्याची भीती वाटते आहे त्यांच्याशी बोलण्याचीही सुरुवात करायला हवीच होती. युद्ध समिती लवकरच बैठक बोलावेल. आणि सगळे त्याच्याकडेच – जो दाही दिशांना एकाच वेळी लढू शकतो अशा दशरथाकडेच – एखादी अतिबुद्धिमान खेळी सुचवण्यासाठी बघू लागतील.

मला आता युद्धाचा आणि युद्धखोरीचा वीट आला आहे हे तो त्यांना कसं सांगणार होता? आता माझी एकच शेवटची इच्छा राहिलेली आहे की माझे उरलेले दिवस मला माझ्या पहिल्या राणीच्या, कौसल्येच्या – माझ्या पहिल्या प्रेमाच्या सुगंधी बाहुपाशामध्ये आणि त्याच्या पुत्रांच्या सहवासात घालवता यावेत. हे तो त्यांना कसं सांगू शकणार होता? ज्या दहा दिशांमुळे त्याचं हे नाव पडलं होतं त्या दाही दिशांनी त्याला आपले दरवाजे बंद केले आहेत असं त्याला भासू लागलं होतं आता एकच दिशा उरली होती – खोल खोल खाली – त्या अंधाऱ्या लांबलचक मार्गिकेमधून विस्मृतीत जाण्याचा.

'दशा?'

मान मागे न वळवताही कोण आलं आहे हे त्याला कळलं.

'कौसल्या?' त्यानं विचारलं. आश्चर्य वाटलं पण एक छुपा आनंदही झालाच. 'एवढं वर चढून आलीस तू?'

'तू चढलासच ना?' शेवटच्या पायरीवर पोचत तिनं सावधपणे हसत विचारलं. 'इतका अचानक का आलास तू निघून? मी हाकही मारली तुला पण तू जणू काही रथस्पर्धेत भाग घेतल्यासारखा जात होतास. मंत्री जाबालींची दोन घोड्यांची गाडी मागावी लागली मला तुझा पाठलाग करत इथे येण्यासाठी. ते नेहमीसारखेच आंबट चेहऱ्यानं आणि संशयानं बघत राहिले. ग्रीक वकीलाचे डोळे तर एवढे मोठे झाले होते. त्याला बहुधा काहीतरी राजकीय कट असल्याचा संशय आला असावा.'

मान हलवत दशरथ हसला, 'छान. आता असुरांच्या आक्रमणाऐवजी आपण दुसरं काहीतरी दिलं म्हणायचं आपल्या सरदारांना चर्चा करायला. ये इकडे, माझ्या चपळ पोरी.'

द्रष्ट्याचा नेत्र ओलांडून ती त्याच्याजवळ आली. वाऱ्यामुळं तिची पोपटहिरवी रेशमी साडी आकर्षकपणे सळसळत होती. तिचे दागिने किणकिणत होते. ती मध्यभागी पोचते आहे तो सूर्यप्रकाशाचा एक आडवा किरण तिच्यावर पडला. तिचे केस आणि निर्दोष त्वचा हिरव्यासोनेरी प्रकाशात झळाळून उठली. त्याचं मन एका अतिशय शुद्ध आणि प्रबल भावनेनं भरून आलं. आपलं हृदय या भावनेनं फुटून जाईल असं त्याला वाटू लागलं.

तिनं त्याच्याकडे निरखून पाहत म्हटलं, 'तुझ्या अशा अवस्थेमध्ये तू एवढं चढणं योग्य होतं का?'

खांदे उडवत त्यानं उत्तर दिलं, 'मी दिवसरात्र झोपून राहिलो तरच राजवैद्यांना आवडणार आहे. तुलाही तेच आवडेल का?'

त्याच्या शेजारी बसत ती प्रेमानं हसत म्हणाली, 'तू हजार वर्षं जगावंस असं मला वाटतं.' तिनं हलकेच त्याच्या मांडीवर हात ठेवला.

'तुझ्या पुत्राला राक्षसांशी लढण्यासाठी मी दक्षिणवनात पाठवलं तरी?' मनातली चिंता बाहेर दिसू न देता त्यानं तिच्याकडे बघितलं. जिच्यापासून पळून जावं अशी ती खासच नव्हती. पण तिला अगदी आत मनात काय वाटतं आहे याची त्याला खात्री वाटत नव्हती. पण तिच्या नजरेत आरोप नव्हता की स्वरात राग नव्हता. होता तो केवळ स्वीकार.

'तुझ्यासमोर दुसरा पर्यायच नव्हता, दशा. ऋषीनं त्याची गुरुदक्षिणा मागितली होती, आणि नागरिकांनी एकमुखानं निर्णय दिला. तुला होकार देणं भागच होतं – नकार देणं अशक्य होतं. शिवाय, राम जर राजा होणार असेल तर आपल्या धर्माचं पालन बिनतक्रार करणं त्यानं शिकायलाच हवं.'

आपली चिंता त्यानं जेवढ्या कौशल्यानं लपवली होती तेवढ्या कौशल्यानं त्यानं आता वाटलेली सुटकेची भावनाही लपवली. 'त्यानं काहीच खळखळ केली नाही. मलाच ऋषीची मागणी पुरी करण्याचा धीर होत नव्हता. अगदी सभागृहामध्येही मी नकारच दिला तेव्हा राम जवळजवळ गुडघे टेकून आपली तलवार तिथल्या तिथे ऋषीला सादर करायला तयार होता.' ऋषीची मागणी पूर्ण करणं आणि आपल्या वडिलांना आनंद देणं या दोन्ही गोष्टींसाठीच्या रामाच्या आतुरतेची आठवण होऊन त्यानं मान हलवली. 'असा पुत्र मिळाला म्हणून मी स्वत:ला भाग्यवान समजतो.' कौसल्येनं मांडीवर ठेवलेला हात त्यानं धरला. तिची काकणं किणकिणली. 'आणि तो जेव्हा ऋषीबरोबर निघून गेला – किती शांतपणे आणि गंभीरपणे – मी खरोखर सांगतो तुला कौसल्ये, त्याचा पिता असल्याचा मला जेवढा अभिमान वाटला ना तेवढाच या राजेपणाचा तिरस्कारही वाटला.'

'तो तुझा अभिमान आणखी वाढवेल आणि तुला हा तुझा तिरस्कार विसरून जायला लावेल.' संपूर्ण खात्रीनं ती बोलत होती, 'बघच तू, तुझा अभिमान आणखी वाढवेल तो.बघशील तू.'

त्यानं तिच्याकडे निरखून बघितलं. 'तू किती मोठी झालीयेस कौसल्या. मिश्रधातूसारखी कणखर तर होतीसच तू आधीपासून, पण आता तू तापवून अधिक मजबूत केलेल्या पोलादासारखी झालीयेस.'

तिनं नजर वळवली. तिचे डोळे सूर्यप्रकाशानं काठोकाठ भरले होते. 'होय,

तापवून - ठोकून पुन्हा पुन्हा दुमडून घड्यावर घड्या घालून पुन्हा पुन्हा तापवून शेवटी हिमनदीच्या थंडगार हृदयात बुडवून काढलेलं पोलाद.' तिनं त्याच्याकडे पाहिलं. तिचे डोळे म्हणजे तळपणारे दोन सूर्यच होते. 'पंधरा वर्षं घडत होते ना मी.'

त्याच्या थकावटीमध्ये एक तप्त खंजीर घुसला. 'तापवलेलं, होय - ओतीव, पण कधीही वाकलेलं नाही. मी तुझ्यावर अन्याय केला आहे राणी पण त्यामुळेच तू अधिक बलवान झाली आहेस. तुझ्या शक्तीमध्ये मला रामाची शक्ती दिसते आहे. माझं राज्य योग्य हाती जाणार आहे. त्याला राज्याभिषेक करणं ही महाराजा म्हणून मी केलेली सर्वात उत्तम गोष्ट ठरणार आहे.'

ती थोडी विरघळली. 'तू स्वत:ला फार दोष देतो आहेस. तू महाराजा आहेस तसाच एक माणूसही आहेस. माणसाच्या हातून चुका होत असतात.'

त्यानं मान डोलावली. आज सकाळी जागा झाला तेव्हा तो जेवढा शुद्धीत होता त्याहूनही अधिक शुद्धीत आत्ता होता. 'रामाला आणि लक्ष्मणाला दक्षिणवनात पाठवणं ही पण अशीच एक चूक होती असं नाही वाटत तुला?'

'स्वत:ला छळण्याचे नवे नवे मार्ग तू का शोधत असतोस, दशरथा? जे करणं भागच होतं ते तू केलंस. त्याला जे करणं भाग आहे ते तो करेल.'

एक सुस्कारा सोडत तो उद्‌गारला, 'बरोबर बोललीस. पण कटू शब्द वापरलेस. मला तर वाटतं आहे की मी माझ्या पुत्राला त्याच्या मृत्यूकडेच पाठवलं आहे.'

त्याच्या ओठांवर बोट ठेवत ती म्हणाली, 'अशुभ. राम परत येईल. आणि त्याचा यौवराज्याभिषेकही होईल. त्याच्या ग्रहांनीच म्हटलं आहे ते. त्याच्या जन्म कुंडलीतच आहे ते, तुला आठवत असेलच ते.'

त्याला आठवत होतंच ते. त्याच्या पुत्राची जन्मकुंडली त्याला चांगलीच आठवत होती. 'त्याच्या कुंडलीमध्ये असंही लिहिलं आहे की त्याच्या वयाच्या तिसाव्या वर्षी त्याचा राज्याभिषेक होईल. पण मी मात्र त्याचा यौवराज्याभिषेक येत्या चौदा दिवसांमध्ये करण्याचं ठरवतो आहे. चौदा वर्षांनंतर नाही.'

तिनं नजर वळवली. 'युवराज होणं, राज्याचा वारस बनणं म्हणजे काही राज्याभिषेक नाही. तू आणखी चौदा वर्षं राज्य करशील कदाचित त्याच्या दुप्पटही. आपल्या पुत्राच्या कुंडलीचा हा अर्थ आहे.'

तो हसला. 'एखाद्या कर्तव्य परायण पत्नीचं कर्म तिच्या कर्तव्यपराङ:मुख पतीच्या कर्माशी जोडता आलं तर कदाचित असं घडू शकेल. पण मला वाटतं तू देवांकडे फारच कठीण गोष्ट मागते आहेस, कौसल्ये.'

तिचे ओठ घट्ट मिटले गेले. 'मला देणं लागतातच ते एवढं.नाकारशील का तू ते?'

तिच्या नजरेतला निर्धार त्याला दिसला. हसणं थांबवून तो म्हणाला, 'खरं बोलते आहेस तू. चुका दुरुस्त करण्याची वेळ आलीये. फार सोसलं आहेस तू.'

मान हलवत ती म्हणाली, 'चुकांची दुरुस्ती नाही. देव आपल्याला काही देणं लागत नाहीत. हा सगळा कालचक्राचा खेळ आहे. पण एका गोष्टीवर माझा विश्वास आहे. दक्षिणवनातून राम परत येईल – सुरक्षित आणि विजयी होऊन. त्याची ख्याती झालेली असेल आणि त्याची प्रतिष्ठाही वाढलेली असेल. योग्य वेळी तो सूर्यवंशाच्या सिंहासनावर बसेल आणि सूर्यवंशातल्या महान राजांच्या पंक्तीला जाऊन बसेल.'

त्यानं तिचा हात हातात घेतला आणि चुंबिला. 'राणी, तुझ्या तोंडात साखर पडो. देव तुझी प्रत्येक इच्छा पुरी करोत.'

क्षणभर खाली चाललेल्या गडबडीनं त्यांचं लक्ष वेधलं. त्या दिवशीचा शेवटचा खेळ संपायला आला होता. रथस्पर्धा. दोन घोडे आणि एक चालक असे रथ स्पर्धेच्या मार्गाने नगराच्या प्रदक्षिणेला निघाले होते. ते आता प्रारंभाच्या ठिकाणी परतत होते. त्यांच्यामागून उठणारी धुळीची रेषा वर वर आकाशात चढत होती. दशरथाला आठवले ते दिवस जेव्हा तो आपल्या राजेशाही पालखीमध्ये बसून जमावाएवढ्याच मोठ्या आवाजात ओरडत असायचा – आणि त्याही पूर्वीचे दिवस – जेव्हा तो स्वत:च एका रथावर असायचा, सर्वात उत्तम अशा रथचालकांशी त्याची स्पर्धा असायची आणि तेव्हाही तोच सर्वात उत्तम ठरत असे.

अगदी पुढे असलेला रथ कोण चालवतं आहे हे बघण्यासाठी त्यानं डोळे बारीक केले. त्याच्या बाकीच्या थकलेल्या शरीराबरोबरच त्याची दृष्टीही कमी व्हायला लागली होती. तेव्हाच वाऱ्याच्या आणि दूरवरून ऐकू येणाऱ्या लोकांच्या आवाजावर चढलेला असा एक आवाज त्याच्या कानावर पडला.

'फसवणारा नवरा आणि त्याची रखेल. रंगे हाथ पकडलंय ते जिचा विश्वासघात केलाय त्या पत्नीनं. जा जा कुणीतरी राजचित्रकाराला बोलवा, माझ्या शयनगृहाच्या भिंतीवर हे चित्र चांगलं शोभेल – किंवा माझ्या स्नानगृहाच्या भिंतीवर.'

कैकेयीला बघताच दशरथ चमकला. इतकं चढून आल्यानं तिचा चेहरा लालबुंद झाला होता. आणि डोळ्यात कमालीचा द्वेष आणि राग भरला होता.

तिची जहरी जीभ पुरेशी नव्हती म्हणूनच की काय दुसऱ्या राणीच्या हातामध्ये एक लहान भाला होता. कमरेला एक तलवार लटकवलेली होती. ती संपूर्णपणे युद्धवेषात होती. पुरेपूर युद्धप्रवीण राणी दिसत होती.

तिनं उजव्या हातात भाला पेलला आणि मावळत्या सूर्याकडे डोळे बारीक करून बघत तो फेकण्याच्या पवित्र्यात उभी राहिली.

5

ते वनाच्या सीमेपाशी अगदी पोचलेच होते, पहिला गाठ्याळ वृक्ष काही यार्डांवरच होता तेव्हाच त्यांना तो गडगडाट ऐकू आला. प्रथम रामाला वाटलं की तो आवाज समोरच्या गर्द झाडीतूनच येतो आहे पण लगेचच त्याच्या लक्षात आलं की अगदी जवळजवळ असलेल्या पानांच्या फांद्यांच्या मधून उत्पन्न होणारा तो एक श्रवण आभास आहे. वन तो आवाज त्यांच्याकडे परत फेकत होतं याचा अर्थ हा आवाज खरोखर निर्माण करत होतं ते–

'आपल्या मागे.' तो हे म्हणतच मागे वळला. वळतानाच तो गुडघ्यावर बसला आणि त्यानं एकाच प्रवाही हालचालीनं आपलं धनुष्य समोर घेऊन त्यावर बाण चढवलाही. जमिनीवरून एक विशिष्ट वास वर उन्मळत होता. एखादा प्राणी तिथे मरून पडला असावा, कुजला असावा आणि मग कुणीतरी त्याला भाजून त्याची राख करून टाकली असावी असा तो घाणेरडा वास होता. तो वास त्याच्या नाकात शिरला आणि त्याला उमळून आलं. ती भावना दाबून टाकत त्यानं त्या गडगडाचा उगम शोधत टेकडीच्या सर्व बाजूंना नजर फिरवली. त्याच्या शेजारीच लक्ष्मणानं ही त्याच्यासारखाच प्रतिकाराचा पवित्रा घेतलेला होता. त्याचाही बाण धनुष्याला जोडून तयार होता. जमिनीवर दाबलेल्या गुडघ्यामधून रामाला त्या आवाजाचं उगम स्थान सहज समजू शकलं. पावसाळ्यातल्या ढगांच्या गडगडासारखा तो आवाज घोड्यांच्या टापांचा होता. रथांच्या घडघडाटाचा होता शिवाय आणखीही एक अधिक खोल, जड आवाजही त्यात मिसळलेला होता.

'मोठ्या पावलांचे.' रामाच्या मनातला विचार बोलून दाखवत लक्ष्मण उद्‌गारला. 'दहा किंवा त्याहून अधिक आणि पूर्ण चिलखतामध्ये.'

'घोडे – शंभर किंवा त्याहून अधिक,' रामानं पुस्ती जोडली, 'रथ – बहुधा वीस – फारसं चिलखत नाही.'

अजूनही त्यांच्या मागे असलेला विश्वामित्र शांतपणे म्हणाला, 'सोळा हत्ती, युद्धाच्या संपूर्ण चिलखतामध्ये, आठ घोडेस्वार योद्धे आणि दोन रथ.' आत्तापर्यंत तिघांनाही जे कळून आलं होतं तेच तो मोठ्यानं म्हणाला, 'वज्र.'

राम आणि लक्ष्मणानं हसून आपापले पवित्र सोडले आणि धनुष्यं सैल केली. धनुष्याला जोडलेला बाण पुन्हा भात्यामध्ये ठेवत राम उठून उभा राहाणार तोच ब्रह्मर्षींनं त्याला थांबवलं.

'तुमची धनुष्यं पुन्हा जोडा आणि नेम साधा राजकुमारानो.'

गोंधळून लक्ष्मणानं रामाकडे पाहिलं, 'पण हे अयोध्येचे लोकच येताहेत. ते काही आम्हाला जिंकण्यासाठी येत नाहीयेत, होय ना गुरुदेव?'

'तुम्ही अयोध्या सोडलीत तेव्हापासून तुम्ही केवळ अयोध्यावासी राहिला नाही. आता तुम्ही एका पवित्र कामासाठी निघालेले यात्रेकरू आहात. जो कुणी आणि जे काही तुमच्या मार्गात आडवे येतील त्यांना तुम्ही शत्रू म्हणूनच मानलं पाहिजे.'

त्यांच्या चेहऱ्यावरचा गोंधळ बघून ब्रह्मर्षी अधिक सौम्यपणे पुढे म्हणाला, 'मला खात्री आहे, थोड्याशा बोलण्यानं हा प्रश्न सुटेल. पण तरीही आपल्या शब्दांच्या मागे आपली शक्ती उभी असायला हवी. मी पुन्हा सांगतो, तुमच्या धनुष्यांना प्रत्यंचा चढवा. या येणाऱ्या क्षत्रियांनी माझी विनंती मान्य केली नाही तर त्यांच्यावर बाण सोडण्यात कचरू नका. आता तुम्ही माझ्याशी वचनबद्ध आहात हे विसरू नका. माझी आज्ञा तुम्हाला पाळावीच लागेल. यानंतर जे काही घडेल त्याचा दोष तुमच्यावर येणार नाही. सर्व परिणामांची पूर्ण जबाबदारी मी घेत आहे.'

रामानं धनुष्याला प्रत्यंचा चढवलीही होती. क्षणभरानंतर लक्ष्मणानंही तसंच केलं. आता त्यांच्या चेहऱ्यावरचं अपेक्षेचं हसू मावळून गेलं होतं. त्यांचे चेहरे तणावपूर्ण आणि गंभीर झाले होते. गुरूच्या आज्ञा पाळण्यासाठी आता ते तयार होते. किंचितसाही संदेह रामानं आपल्या मनात येऊ दिला नाही. कोणत्याही सेनापतीच्या आपल्या सैन्याकडून ज्या अपेक्षा असतील त्याच अपेक्षा गुरूंच्या त्या दोघांकडून होत्या. संपूर्ण आज्ञाधारक वर्तनाखेरीज कोणतंही सैन्य फार काळ टिकू शकत नाही. तो शांतपणे वाट बघत होता. त्याचं चित्त एकाग्र झालं होतं ते त्याच्या बाणाच्या टोकावरून तो जिथे जाऊन पोचणार होता त्या अंतरावर. येणाऱ्या वज्रांचे आवाज हळूहळू वाढत होते.

वज्र आक्रमक सेना हा निवडक योद्ध्यांचा एक गट होता. ते घोड्यावर असत तसेच रथांवरही असत. माघार घ्यावी लागली तर मदतीसाठी हत्तींची एक पलटण असे. हे सैन्य एक हत्ती, आठ घोडेस्वार आणि एक रथ अशा एककामध्ये विभागलेलं असे. जास्तीचे चार रथ पाहणीचं काम करत. रथ आणि घोडेस्वार हे नेहमी शत्रूच्या भागात घुसून एक हल्ला करून शक्य तेवढं अधिक नुकसान करत. तेही लवकरात लवकर. मग शत्रू एकत्रित होऊन हल्ल्याला उत्तर देण्याची तयारी करेपर्यंत हे सैन्य निघूनही गेलेलं असे. शत्रूनं खरोखरच अतिशय थोड्या वेळात

पुन्हा आपल्या सैन्याची जुळवाजुळव करून यांचा पाठलाग सुरू केलाच तर हत्तींचा गट त्याची व्यवस्थित काळजी घेत असे.

एखाद्या मोठ्या लढाईमध्ये वज्रांना शत्रूच्या बाजूंवर पुन्हा पुन्हा लहान लहान हल्ले करण्यासाठी पाठवण्यात येत असे. मुख्य लढाई तर आघाडीलाच सुरू असे. लवकरच वज्र सैनिक हे महाग पडणारं आणि चिडचीड करायला लावणारं दुखणं होऊन बसे. काही शत्रूसैनिक या वज्रांना दूर हाकलण्यासाठी मुख्य लढाईमधून बाजूला निघत असत. त्यामुळे साहजिकच त्यांची ताकद कमी होई आणि कुमकही कमी पडे. वेगानं जाण्यासाठी मुद्दाम बनवलेले वज्रांचे अगदी हलके रथ आणि चपळ घोडे शत्रूला सहजच इकडेतिकडे पळायला भाग पाडत असत. आधीच निश्चित केलेल्या, परतीचा रस्ता नसलेल्या अशा एखाद्या ठिकाणी सरळ सशस्त्र अशा हत्तींच्या पलटणीसमोर नेऊन त्यांना उभं करत असत. घोडे आणि रथ मोठ्या हुशारीने उलट फिरून पाठलाग करणाऱ्या सैन्याच्या मागे जात असत आणि त्यांना हत्तींच्या पलटणीला तोंड देणं भाग पाडत असत. आणि मग खरी कत्तल सुरू होई. सैन्याच्या प्रत्येक अक्षौहिणीकडे स्वत:ची अशी एक वज्रांची तुकडी असे. या सैनिकांचं नाव देवांचा राजा इंद्र याच्या काल्पनिक अशा विजेच्या शस्त्रावरून ठेवण्यात आलेलं होतं.

टेकडीच्या टोकावरून जे वज्र पुढे चाल करून येत होते ती तुकडी महाराजाच्या सर्व वज्र तुकड्यांमधली सर्वोत्तम अशी तुकडी होती. *पिताजींची सर्वोत्तम तुकडी आणि त्यांचं नेतृत्व करणारा अधिकारीही सर्वोत्तम.* त्या जळक्या शेताच्या चारही बाजूंना वज्रांच्या रथांनी वेढून घेतलं. क्षणार्धात रामाच्या लक्षात येऊन चुकलं की ते आपल्यावर हल्ला करणार नाहीयेत. वज्रांचं आक्रमण नेहमी बाणासारख्या सरळ रेषेत असलेल्या सैन्याचं असतं. त्यामुळे शत्रूला एकच रथ लक्ष्य म्हणून मिळतो. *शिवाय त्यांनी धनुष्यावर बाणही चढवलेले नाहीत.* रथांमागून येणारी घोड्यांची फळीही अशीच पसरलेली होती. आणि घोडेस्वारांच्या हातांमध्ये भाले किंवा साखळीगोळेही नव्हते. त्यानं आघाडीच्या रथामध्ये रथाच्या एवढ्या दौडीमध्येही आपले दोन्ही हात सरळ खाली सोडून उभ्या असलेल्या अधिकाऱ्याकडे निरखून बघितलं.

वज्र धनुर्धाऱ्याचे हात हे त्याचं धनुष्य पकडण्यासाठी किंवा त्याच्या नवरीला मिठीत धरण्यासाठीच असतात. एखाद्या दूधपित्या पोरासारखं रथाच्या बाजू पकडून उभं राहाण्यासाठी नसतात.

तो जेमतेम सहा वर्षांचा असेल नसेल तेव्हा त्यानं हे शब्द ऐकले होते. वज्रांचा एक सेनापती नव्यानं भरती झालेल्या सैनिकांना भरधाव रथामध्ये उभं राहून बाण कसा सोडायचा हे शिकवत होता. तेव्हा त्यानं त्या दमलेल्या तरुणांना उद्देशून हे

शब्द उच्चारले होते. आता मात्र त्याच्या बाणाचा नेम त्याच माणसाच्या गळ्यावर धरला गेलेला होता. एकशेवीस घोड्यांच्या टापांचा आवाज कानठळ्या बसवणारा असायला हवा होता पण घोडेस्वार आणि सारथी इतके उत्तम रीत्या प्रशिक्षित केलेले होते की त्या सर्वांचा आवाज त्या शेतावर अगदी कमी असाच होता. *आम्हाला त्यांचा आवाज ऐकू आला याचं एकच कारण आहे आणि ते म्हणजे ते राजमार्गावरून आले - शिवाय ते आपला आवाज लपवण्याचा प्रयत्न करतच नव्हते.* त्याच्या डोळ्यामध्ये त्या चकचकीत रथांच्या आणि कंबोजी घोड्यांच्या रांगा भरून राहिल्या. त्याच्या जाणीवा आता अधिक तीव्र झाल्या असल्यानं त्याला ते दृश्य अधिकच मोठं दिसत होतं. आवाज नसणं हे चिन्ह त्याला चांगलं वाटत नव्हतं.

ते थांबले नाहीत तर आमच्या अंगावरच येतील सरळ... आत्ता.

त्याच्या मनातला विचार समजल्यासारखा वज्र अधिकाऱ्यानं हात उंचावला. रामाच्या अंगठा आणि पहिल्या बोटातली प्रत्यंचा किंचित ताणली गेली. दरीमधून वर उठणाऱ्या कोवळ्या झुळुकीमध्ये त्या ताणलेल्या प्रत्यंचेचा झणकार घुमला.

'थांबा.' अधिकाऱ्यानं आदेश दिला. सर्व रथ आणि घोडे थांबले. राम आणि लक्ष्मणाच्या दोन्ही बाजूंनी त्यांच्या रांगा लागल्या. हे सैन्य येताना त्यांचा आवाज जर कमी होता असं म्हटलं तर आत्ताची ही शांतता कानठळ्या बसवणारी होती. रामाच्या अतिजागृत श्रवणशक्तीला त्या टेकडीवर येण्याच्या चढणीच्या रस्त्यावर चढत येणाऱ्या हत्तींचं खाकरणं, आणि धपधप चालणं ऐकू आलं. *त्यांना इथे पोचायला अजून काही क्षण लागतील.* वज्र अधिकाऱ्यानं शिरस्त्राण उतरवलं आणि तो रथावरून खाली उतरला. रामाचा बाण त्याच्यावर रोखलेलाच होता. त्याच्या रथाचे अतिशय देखणे काळे घोडे अस्वस्थतेनं खिंकाळले तसे त्याच्या सारथ्यानं त्यांना लगामाच्या एका लहानशा हिसक्यानं चुचकारून शांत केलं. राम आणि लक्ष्मणाकडे चालत येताना. महाराजाच्या स्वतःच्या वज्र तुकडीच्या प्रमुखाचा चेहरा हास्य आणि आठ्या यांच्या मधल्याच एका भावनेनं आक्रसलेला होता. तो मध्यम उंचीचा हट्टाकट्टा माणूस होता. स्वतःच्या उंचीची उणीव त्यानं आपल्या भरदार स्नायूंनी भरून काढली होती. त्याच्या डुकरासारख्या चेहऱ्यामुळेच त्याला तेच टोपणनाव पडलेलं होतं. तो चेहरा छपरी मिशा, कल्ले आणि डुकराच्या केसांसारख्याच तपकिरी, राठ दाढीनं व्यापलेला होता - बेजू. राम आणि त्याचे भाऊ आर्यांच्या रीतीनुसार त्याला बेजूकाका म्हणूनच हाक मारीत असत. कुणालाही 'डुक्करकाका' म्हणण्याच्या कल्पनेनंच त्या सर्वांना हसू फुटत असे. त्याच्या हातात कोणतंही शस्त्र किंवा ढाल नव्हती. तरीही रामाचा आवाज उठलाच,

'पुढे येऊ नका. सेनापती. नाहीतर माझे बाण तुमच्या छातीवर येतील.'

खरं म्हणजे रामाचा बाण त्याच्या चिलखतानं झाकलेल्या छातीऐवजी त्याच्या

गळ्यावरच रोखलेला होता. त्यानं मुद्दामच सुईसारखं टोक असलेला बाण निवडला होता. हा बाण अगदी सहज चिलखताचा भेद करून शत्रूच्या छातीमध्ये घुसू शकत असे. पण शिरस्त्राण नसलेल्या माणसाचा गळा हे एक उत्तम लक्ष्य ठरत असे. पण हे काही साधंसुधं लक्ष्य नव्हतं – हे बेजूकाका होते. या क्षत्रियाला तो अतिशय सन्मान्य मानतच मोठा झाला होता.

सेनापती बेजूनं भिवया उंचावल्या. 'तू माझ्या छातीत बाण मारशील? लहान असताना याच छातीवर खेळलायस ना तू? माझ्या गुडघ्यांवर बसून उड्या मारल्यायस, माझ्या डोळ्यात पाणी येईपर्यंत माझी दाढी उपटलीयेस. चल चल, राजकुमार रामचंद्र मी तुझ्या उघड्या मानेवर तलवार ठेवू शकणार नाही तसाच तूही माझ्या छातीवर बाण सोडू शकणार नाहीस. ते तुझं धनुष्य खाली ठेव आणि मला ऋषींशी थोडं बोलू दे.'

रामाचा बाण रोखलेला आणि धनुष्य ताणलेलंच राहिलं. बाजूला न वळता तो ब्रह्मर्षींना म्हणाला, 'महादेव, तुमची काय इच्छा आहे?'

विश्वामित्र थेट बेजूशीच बोलू लागला.

'माझं तुझ्याशी काहीही काम नाहीये, क्षत्रिया. अयोध्येला परत जा. आम्हाला आमच्या रस्त्यानं जाऊ दे. अजून आम्हाला खूप दूर जायचं आहे आणि सूर्य कुणासाठीही थांबत नाही.'

सेनापती बेजूचा चेहरा रागीट झाला. 'मी माझ्या प्रकृतीसाठी एवढा प्रवास करून इथे आलेलो नाहीये, महादेव. माझ्या स्वामीच्या आज्ञेनं मी इथे आलो आहे. मी राजकुमार राम आणि राजकुमार लक्ष्मण यांच्या पाठोपाठ जावं आणि त्यांच्या कार्यामध्ये त्यांना मदत करावी अशी महाराज दशरथानं आज्ञा दिलेली आहे.' मोठ्या अभिमानानं आपल्या सैन्याकडे हात करत तो म्हणाला, 'असुर घुसखोरांविरुद्धच्या युद्धामध्ये त्यांना मदत करण्यासाठी त्यानं त्याची स्वत:ची वज्र तुकडी पाठवली आहे.'

या बोलण्याचा विश्वामित्रावर काहीच परिणाम झालेला दिसला नाही. 'तरीही, आम्हाला तुमच्या सेवेची गरज नाही. तुमचे रथ पाठी फिरवा आणि आल्या रस्त्यानं परत जा. इथे उभं राहून फुकट घालवायला आमच्याकडे वेळ नाहीये.'

बेजू दोन पावलं पुढे सरकला. त्याच्या केसाळ हातांच्या मुठी वळल्या होत्या. उच्च पदावरच्या क्षत्रियांप्रमाणेच, त्याच्या सर्वोच्च अधिकाऱ्याशिवाय–महाराजाशिवाय इतर कुणाकडून आदेश घेण्याची त्यालाही सवय नव्हती. ब्रह्मर्षी साधासुधा ब्राह्मण किंवा पुरोहित असता तर एव्हाना त्याचं डोकं त्याच्या पायाशी पडलेलं असतं. मग ब्रह्महत्या घडल्याचं पाप लागलं तरी बेहत्तर. हे असं तोडून बोलणं ऐकून घ्यावं लागताना बेजूला काय वाटत असेल याची रामाला पूर्ण कल्पना

होती. पण त्याला वाटणारी सहानुभूती त्याचा धनुष्य धरलेला हात एक मिलिमीटरही खाली येऊ देत नव्हती.

रागानं आपल्या केसाळ भिवया जोडत बेजू म्हणाला, 'राजकुमार, या साधूला समजावून सांग की मी महाराजाच्या आदेशावरून इथे आलेलो आहे. माझ्यावर सोपवलेलं काम पूर्ण झाल्याशिवाय मी त्याची आज्ञा अमान्य करून अयोध्येकडे परतू शकत नाही.'

रामाचा नेम किंचितही ढळला नाही. 'सेनापती बेजू. आता माझं आणि माझ्या भावाचं शस्त्र *ब्रह्मर्षीं* शी शपथेनं बांधलं गेलेलं आहे. ते सांगत आहेत तसं तुम्ही करावं असा माझा सल्ला आहे. माझ्या वडिलांना परिस्थिती कळेल याची मला खात्री आहे.'

ऋषीच्या पदवीचा उच्चार झालेला ऐकून बेजूच्या भिवया अधिकच जुळल्या. आपल्या उत्तराच्या प्रत्येक शब्दावर जोर देत मान हलवत तो म्हणाला, 'तुझ्या 'वडिलांची' – महाराजांची आज्ञा अगदी स्पष्ट होती. तिचे अनेक अर्थ काढणं शक्यच नाहीये. माझ्यावर सोपवलेलं काम पूर्ण केल्याशिवाय परत जाणं म्हणजे महाराजांच्या आज्ञेचा उघड उघड भंग करण्यासारखं होईल. असं काहीही मी करू शकत नाही.'

'आणि मी तुला आमच्याबरोबर येण्याची परवानगी देऊ शकत नाही. तुझ्या तरुण राजकुमाराचा शहाणपणाचा सल्ला ऐक, क्षत्रिया. अयोध्येला परत जा. आम्हाला आणखी उशीर करू नकोस.'

सेनापती बेजूनं निर्धारपूर्वक ऋषीकडे दुर्लक्ष करत, रामावर नजर रोखून म्हटलं, 'राजकुमार तुम्ही अशी शपथ घेतलीही असेल. पण तुम्ही सूर्यवंशाचे राजकुमार आहात. आजच तुमच्या वडिलांनी तुम्हाला युवराज म्हणून घोषित केलं आहे. याच महिन्यात येणाऱ्या तुमच्या सोळाव्या नामकरणदिनी तुमचा यौवराज्याभिषेक होणार आहे. आता तुमचं पहिलं कर्तव्य हे सिंहासनाला, कोसलदेशाच्या राज्याला आणि अयोध्येच्या प्रजेला वाहिलेलं असलं पाहिजे. महाराजानं तुमच्या सोबतीला मला का पाठवलं हे समजून घ्या. दोन तरुण मुलं... राजकुमार... भयानकवनामध्ये असुरांशी सामना कसा करू शकणार? या कठीण प्रसंगामध्ये आमची मदत तुम्हाला लागणारच आहे.'

कठीण? आत्मघातकी असं म्हणायचंय का तुम्हाला बेजूकाका?

तो मोठ्यानं म्हणाला, 'तुम्हाला पाठवण्यामागची माझ्या वडिलांची कारणं मी समजू शकतो, सेनापती. पण माझ्या शपथेचाही दुसरा कोणताही अर्थ लावताच येणार नाही. ब्रह्मर्षींनी तुमची विनंती नाकारली आहे. आणि तुम्हाला जायला सांगितलं आहे. कृपा करून त्यांचं आणि माझंही म्हणणं मान्य करा आणि अयोध्येला परत जा.'

विचारात पडून बेजूनं दाढी खाजवली. त्याच्या स्वामीची आज्ञा मोडणं आणि त्याच्या भावी युवराजाच्या मनाविरुद्ध वागणं अशा पेचात तो सापडला होता. त्याच्यामागे वज्र सैनिक शक्य तेवढ्या शांतपणे उभे होते. तेलपाणी केलेली रथांची चाकं अजिबात कुरकुरत नव्हती. घोड्यांची डोकीही खाली होती आणि खिंकाळणं नाहीच. एखाद्या चाकाची कुरकूर आणि एखाद्या घोड्याचं फुरफुरणं म्हणजे गनिमी युद्धात पराभवाला निमंत्रणच होतं. राम बेजूच्या निर्णयाची वाट बघत होता तेवढ्यात वज्रांचे हत्ती चढण चढून वर येऊन पोचले. एक कठीण चढण चढून आल्याच्या आनंदात हत्ती विजयानं सोंडा वर करत होते तेही शांतपणेच. त्यांची कडक शिस्त त्यांना चीत्कारू देत नव्हती. सर्व हत्ती अतिशय सुंदर सजवलेले होते. त्यांची चिलखतं चमकत होती, सोंडांवर सोन्याची वलयं चढवलेली होती. दुपारच्या उन्हात हे सारं झळाळून उठलं होतं. रामाच्या गुडघ्याखालची जमीन त्यांच्या वजनानं थरथरत होती.

अखेरीस सेनापती बेजूनं रामाकडे बघून तुटकपणे मान हलवली आणि एक शब्दही न बोलता तो त्याच्या रथाकडे निघून गेला. त्यानं ब्रह्मर्षीकडे साफ दुर्लक्षच केलं होतं. दोनच पावलात रथावर चढून त्यानं एक मूक आज्ञा दिली. ताबडतोब रथांची ती संपूर्ण रांग आपले घोडे मागे वळवून घेऊ लागली. त्यांच्या मागोमाग घोडेस्वारांनीही तसंच केलं. आघाडीच्या हत्तीच्या माहुतानं हत्तीच्या मस्तकाच्या बाजूला थोपटल्यासारखं केलं. तो महाकाय हत्ती आश्चर्यचकित होऊन एकदम थांबला. *क्षमा कर – मोठ्या पावलांच्या, तुझं चढणं वाया गेलं. निदान आता परतीचा मार्ग उताराचा आहे.* रामाच्या मनात आलं. त्यानं हातातलं धनुष्य किंचित खाली आणलं. पण बाण मात्र धनुष्याला जोडलेलाच होता.

त्याच्यामागून ऋषी बोलू लागला. नवलाची गोष्ट म्हणजे आता त्याचा आवाज खूपच सौम्य होता. वज्र सेनापतीशी बोलताना त्याच्या आवाजात असलेल्या कठोरपणाचा आता लवलेशही उरलेला नव्हता. ‘चला, राजकुमारांनो, सूर्यास्ताच्या आधी बराच प्रवास करायचा आहे आपल्याला. आणि पुढचा मार्ग राजमार्गासारखा सोपाही नाहीये. आपल्याला घाई करायला हवी.’

राम उठून दोन पावलं मागे सरकला. अजूनही त्याची नजर मागे जाणाऱ्या वज्र सेनापतीवर खिळलेलीच होती. शेवटचा हत्ती वर चढून येऊन परत मागे फिरेपर्यंत सगळे रथ आणि घोडेस्वार थांबलेले होते. अनेक हत्तींच्या पाठींवर नव्यानं उमटलेले रक्ताळलेले वळ रामाला दिसले. *त्या घाणेरड्या अंजन वृक्षांच्या खाली आलेल्या फांद्यांमुळे झालं असणार हे.नक्कीच ते वृक्ष झपाटलेले आहेत – मला खात्री आहे. लक्ष्मणालाही याची काळजी वाटेल हे त्याला माहीत होतं.* त्याच्या भावाला घोड्यांपेक्षा हत्तीच अधिक प्रिय होते. पण असं वाईट वाटून घ्यायला वेळच

नव्हता. लहानसहान जखमा होत्या त्या – प्रवास संपेपर्यंत खूप रक्त वाहिलेलं बघावं लागणार आहे आपल्याला आणि तेही केवळ हत्तींचं रक्त नव्हे.

डोक्याजवळ एक फांदी आल्याचं जाणवेपर्यंत तो मागे सरकत गेला. ती फांदी आपटण्याच्या संभव जाणवून त्याच्या मानेवरची लव ताठ झाली. तो झटकन मागे फिरला आणि मान झुकवून एका खूप खाली आलेल्या फांदीखालून पुढे निघून गेला आणि समोरच्या रागीट दिसणाऱ्या गर्द रानात शिरला.

राजकुमार आणि ऋषी समोरच्या अरण्यात घुसून काळोख्या सावलीमध्ये दिसेनासे होईपर्यंत सेनापती बेजू तिथेच थांबला. मग त्यानं आपल्या उपसेनापतीला खूण करून जवळ बोलावलं. तो उंचापुरा देखणा क्षत्रिय एका लालसर रंगाच्या घोड्यावर बसलेला होता. सर्व वज्र क्षत्रियांप्रमाणेच त्याचं उपनाम त्याच्या पूजनीय प्राण्यावरून ठेवण्यात आलेलं होतं. त्याचा लांबट चेहरा, दुधासारखा पांढरा शुभ्र आर्य वर्ण, गडद सोनेरी केस आणि पांढरे वाटावे इतके राखाडी रंगाचे डोळे या साऱ्यामुळे त्याला भेडिया हे नाव पडणं अपरिहार्यच होतं. भेडिया म्हणजे सपाट मैदानात राहाणारा लांडगा. या प्राण्याच्या फिकट कातडीवर काळसर ठिपके असतात.

'भेडिया.' बेजूची नजर ते तीन प्रवासी ज्या ठिकाणी वनात शिरले होते त्या बिंदूवर खिळलेले होते. 'गजाला सांग आपले हत्ती घेऊन त्यानं आणखी एक तास इथेच थांबायचं आहे आणि मग आवाज न करता सावकाश माझ्यामागे यायचं आहे. आवाज न करता सावकाश म्हणजे आवाज न करता सावकाश – समजलं? लाकडं वाहाणाऱ्या हत्तींच्या कळपासारखं धडधडत वनामध्ये घुसायचं नाही.'

सेनापतीची आज्ञा समजून घेताना भेडियाचा गोरा चेहरा आक्रसला. 'सेनापती, आपण जर अयोध्येला परत जायचं आहे तर मग असं गपचूप कशाला?' मग एकदम सगळा उलगडा झाल्यासारखी त्याच्या डोळ्यांची उघडझाप झाली. 'थांबा, तुम्ही वनात म्हणालात का? सेनापती?'

सेनापती बेजूचा चेहरा वाकडातिकडा झाला.

'भेडिया, तुझ्या सुंदर नव्या नवरीनं तुझ्या बीजासकट तुझी बुद्धीही गिळून टाकली नाहीये हे आमचं सुदैवच म्हणायला हवं.' भेडियाचं नुकतंच लग्न झालं होतं खरं तर त्याची पहिली रात्र आदल्याच दिवशी साजरी झाली होती. 'काही वेळ थांब आणि मग तीन वाटाड्यांना राजकुमारांच्या आणि त्या ब्राह्मणाच्या पाठी पाठव. त्यांनी कोणता मार्ग निवडला आहे हे त्यांना कळलं की त्यांच्यापैकी एकजण मागे फिरेल आणि आपले रथ आणि घोडे सर्वात जवळच्या मार्गानं या घाणेरड्या वनातून कसे नेता येतील ते दाखवील. दुसरा वाटाड्या आणखी एका तासानं परतेल आणि आपल्याला उरलेल्या मार्गानं नेईल. तोपर्यंत रात्र झालेली असेल. त्यांच्या

मुक्कामाच्या शक्य तेवढ्या जवळ आपण मुक्काम करण्याचा प्रयत्न करू. पहाट झाली की लगेच आपण त्यांच्या पाठलागाला सुरुवात करू. आजच्याच पद्धतीनं हा प्रवास करू आणि त्यांच्या अंतिम मुक्कामापर्यंत जाऊ. मग आपल्याला आपलं कार्य पार पाडता येईल.'

सेनापतीच्या आज्ञा त्याला कळल्या आहेत पण त्याचा बेत काही त्याला फारसा पसंत पडलेला नाहीये असं त्याच्या चेहऱ्यावरून स्पष्ट दिसत होतं. इतर तुकड्यांच्या मानानं वज्र तुकड्यांच्या अधिकाऱ्यांमध्ये उच्चपदस्थ अधिकारी आणि त्याच्या हाताखालचे अधिकारी यांच्यामध्ये अधिक मोकळं वातावरण असे. 'समजा, आपल्याला एखादा योग्य असा रुंद मार्ग सापडला, अगदी थोड्याशा अंतरापर्यंत तरी – आणि राजकुमार त्या मार्गाजवळूनच चालत राहिले तरच हे शक्य होईल. हे थोडं कठीण वाटतंय, नाही, बेजू?'

बाजूला वळून बेजू थुंकला आणि म्हणाला, 'कठीण आणि अशक्य असं मला काही ऐकायचं नाहीये भेडिया.' हवेत मूठ उगारत तो पुढे म्हणाला, 'काहीही झालं तरी मी माझ्या आज्ञा पाळणारच. युवराजाला कसलाही धोका उत्पन्न झाला तर तेव्हा आपण त्याच्या जवळच असायला हवं.'

भेडियानं त्या अंधाऱ्या दाट वनाकडे पाहिलं. 'तसं तर प्रत्येक मिनिटालाच होणार आहे.'

'वन्य पशू आणि तसल्यांना राजकुमार पुरे पडतील. मी बघितलंय ना त्यांना शिकार करताना. मिथिलेच्या कोणत्याही धनुर्धराएवढेच ते दोघेही प्रवीण आहेत. धनुष्यबाण वापरण्यात. मी राक्षसांबद्दल बोलतोय. तरुण राजकुमार रामाला या अशा प्राण्यांची काहीही कल्पना नाहीये.' पुन्हा एकदा थुंकून तो म्हणाला. 'हे ब्राह्मण हट्टीच असतात. विष्णूचा अवतार परशुरामाची कल्पना अगदी बरोबर होती. त्याच्या परशूनं सर्व क्षत्रियांचा नाश केला त्यानं. फक्त क्षत्रियांऐवजी त्यानं ब्राह्मणांचा असा नाश करायला हवा होता. एक असा जमालगोटा आणि आपण सगळे सुखी झालो असतो.'

भेडियाला त्याच्या सेनापतीचा हा आवडता मुद्दा चांगलाच माहीत होता. तो उसन्या अवसानानं म्हणाला, 'काळजी करू नका. सेनापती. ते फालतू असुर आणि राजकुमार यांच्या मध्ये आपण उभे असू. त्या प्राण्यांनी तोंड उघडायच्या आतच.' आणि मग घाईनं त्यानं पुस्ती जोडली, 'मी हे असुरांबद्दल बोलतोय हं, राजकुमारांबद्दल नाही.'

'भेडिया, तू याआधी कधी राक्षसांशी युद्ध केलंयस?'

'नाही महाशय, अजून मला ते सुख नाही मिळालेलं कधी.'

'मग तुझी चबरचबर बंद कर बघू, आणि माझे आदेश पाळ.'

भेडियानं त्याच्या अधिकाऱ्याला झटकन वंदन केलं आणि घोडा वळवला. आपला दुय्यम अधिकारी त्या शेतामधून जात असताना बघून बेजूनं फुटलेलं हसू दाबलं. भेडिया हा खरोखरच चांगला माणूस होता. कदाचित त्याच्या कारकीर्दीतला सर्वात उत्तम असा दुय्यम अधिकारी. पण हे त्या तरुण माणसासमोर मान्य करण्याआधी बेजूनं आपले प्राण दिले असते. खरं सांगायचं तर बेजू या माणसाला अधिकच कठोरपणे वागवत असे. कारण जो आपल्यामागून आपल्या पदावर येणार आहे तो परिपूर्णच असला पाहिजे असा त्याचा आग्रहच होता. शकुन आणि त्याला जर अपत्य झालं असतं तर त्याला भेडियासारखा एकच मुलगा पुरेसा झाला असता.

पत्नीची आठवण होताच ते नेहमीचं दुःख त्याच्या हृदयात जागं झालं. दुःख आणि पश्चात्तापही. कोणत्याही आर्य क्षत्रियाला अपत्यहीन असण्याचं दुःख केवळ असह्य असे. बेजूसारख्या मोठ्या पदावरच्या अधिकाऱ्याला तर हे दुःख सोसण्यापलीकडे होतं.

आणि तरीही, भेडियानं हे दुःखही काहीसं कमी केलं होतं हेही खरं. अखेरीस, योद्धा क्षत्रियाची तुकडी म्हणजे त्याचं कुटुंबच असे. बेजूचं वज्र म्हणजे त्याचं दुसरं घरच होतं. शकुन म्हणायचीही – थोड्या रागानं थोड्या विनोदानं – बेजू तिच्या सवतीबरोबरच जास्त वेळ घालवतो. आणि मग ती पुढे असंही म्हणत असे, शिवाय बेजूला तिचाच सहवास अधिक प्रिय आहे. त्यानं एक निःश्वास टाकला. त्याचे केस जसजसे पांढरे होऊ लागले होते तसतसा त्यानं आपल्या अपत्यहीनतेशी समझौता करून टाकला होता. आणि वज्र तुकडीच्या कामामध्ये स्वतःला अधिकाधिक गुंतवून घेतलं होतं. कधीकधी तर भेडियाला घट्ट आलिंगन देत त्याला पुत्र म्हणण्याचा मोह त्यानं मोठ्या कष्टानं आवरला होता. म्हणूनच तर त्याचा हा तुटकपणा होता भेडियाशी बोलतानाचा. त्याच्या कठोर बाह्यरूपामध्ये दडलेला मऊ गाभा अचानक प्रकट होईल याची भीती वाटत असे त्याला.

भेडिया उभ्या असलेल्या तुकडीकडे जाऊन पटापट सर्वांना त्यांचे त्यांचे आदेश देत होता ते तो बघत राहिला. घोडेस्वार, रथयोद्धे, हत्तींवर स्वार झालेले योद्धे – सर्वांना तो निश्चित अशा आज्ञा देत होता, काळजीपूर्वक निश्चित केलेल्या हातांच्या खुणांनी त्या आज्ञा नीट समजावून देत होता. शत्रुप्रदेशात असताना कसलाही आवाज ऐकला जाण्याची शक्यता असते म्हणून या खुणा तयार करण्यात आलेल्या होत्या. काही क्षणांतच तीन रथयोद्ध्यांनी आपल्या रथाच्या दोन घोड्यांचे लगाम त्यांच्या धनुर्धरांकडे दिले आणि ते खाली उतरले.बेजूनं मान्यतेची मान हलवली. वाटाडे म्हणून हे तीनही रथयोद्धे उत्तम होते आणि त्यांचे धनुर्धर त्यांचे रथ त्यांच्या मागोमाग नेण्यात आणि त्याच वेळी बाण सोडण्यात कुशल होते. ते तीन धनुर्धर तर लगाम

आपल्या चिलखतांना अडकवून तयार होताना दिसत होते. यामुळे त्यांना घोड्यांना सूचना देताना केवळ आपली शरीरं हलवणं पुरेसं ठरत असे. रथ हाकण्याचा हा काही सर्वात उत्तम मार्ग नव्हता पण चालून जाण्यासारखा होता.

वज्र क्षत्रियांनी त्यांची ही गनिमी काव्यानं लढण्याची कौशल्यं अनेक शतकांच्या सरावानं कमावली होती. बेजूनं असं ऐकलं होतं की फार दूरच्या ईशान्येकडच्या एका द्वीपराज्यानं तर अशा प्रकारची लढाई करणाऱ्या जमातीच निर्माण केल्या होत्या. *त्यांनी आमची ही कौशल्यं एखाद्या निप्पॉनी वकिलाकडून शिकून घेतली असणार यात शंका नाही. असाच एखादा वकील इथे आला असेल आणि जाताना आमची वज्रांची माहिती घेऊन गेला असेल.* जशी कलारप्पाची हातघाईची युद्धविद्या तिकडे गेली तशीच. म्यानमारच्या उत्तरेला आणि पूर्वेला मंडरीन प्रदेशामध्ये आता ही विद्या सर्वात लोकप्रिय झाली आहे म्हणतात.

त्यानं डोळे बारीक करून वर सूर्याकडे पाहिलं. निळ्या आकाशात सूर्य बराच वर होता. अजून चांगला पाचसहा तस उजेड असणार होता. सूर्यास्ताच्या आधी ऋषी राजकुमारांना किती दूर नेणार आहे याचा त्याला काहीच अंदाज नव्हता. पण अंधार पडला की थांबणं तर त्यांना भागच होतं. दक्षिणवन विश्वासघातकी तर होतंच पण अंधारात त्यात प्रवास करणं हा शुद्ध वेडेपणाच ठरला असता.

हा सगळा प्रकारच वेडेपणाचा आहे.

तीनही वाटाडे त्याच्या खुणेची वाट पाहत उभे होते. त्यानं हातानंच त्यांना जाण्याचा आदेश दिला. ते तीन प्रवासी ज्या ठिकाणी वनामध्ये शिरले होते त्या ठिकाणाकडे त्यानं तीन बोटं एकत्र धरून खूण केली. मग त्यानं पहिलं बोट वर केलं, त्यापाठोपाठ मधलं बोट वर केलं. तीनही वाटाड्यांनी आदेश कळल्याची खूण केली तिघांनी पाठलाग करायचा आहे – एकानं परत यायचं आहे आणि मग दुसऱ्यानं परत यायचं आहे. एकमेकांबरोबर पावलं जुळवून घेऊन तिघांनीही धाव घेतली. तिघेही वनात शिरले आणि दिसेनासे झाले.

आम्ही तुमच्या मागोमागच असू, राजकुमार रामचंद्र. इक्ष्वाकु सूर्यवंशातल्या कोणाच्याही केसालाही धक्का लावण्याची कोणा राक्षसाची हिंमत होणार नाही. जोवर बेजू वज्ररक्षकाच्या जिवात जीव आहे तोवर.

पहिला वाटाड्या परत येण्याची आतुरतेनं वाट बघत तो तसाच थांबला.

6

'मा!'

वरच्या पायरीवर पोचतानाच भरताचा हात पुढे आला होता आणि त्यानं त्याच्या आईच्या हातचा लहान भाला खेचून घेतला. तिनं काही क्षण ओढाताणही केली. तिचा चेहरा रागानं वेडावाकडा झाला होता. क्षणभर दशरथाला वाटलं या हातघाईमध्ये त्याचा पुत्र हरणार बहुतेक. *ती चांगलीच मजबूत आहे, कौसल्या जशी तिच्या पद्धतीनं बळकट आहे तशीच – आणि लढाऊ.*

पण गुरुत्वाकर्षण भरताच्या बाजूचं होतं. कैकेयीनं फेकण्यासाठी भाला मागे खेचला होता त्याचं शेपूट भरतानं मागच्या मागे पकडलं होतं. ते शेपूट खाली ओढायचं एवढंच काम भरताला करावं लागणार होतं. त्यानं तसं करताच कैकेयीचा तोल गेला. ती गर्रकन मागे वळली, आपल्या मुलाला समोर बघून ती प्रचंड चिडली, भाला अजून तिच्या हातातच होता. पण मग तिच्या चेहऱ्यावर काहीतरी उमटलं – कदाचित मातृप्रेमाची पुसटशी भावना असेल – आणि तिनं हातातल्या भाल्यावरची पकड सोडून दिली. भरतानं तो हातात घेत गुडघ्यावर दाबून काडकन मोडून टाकला. त्याच्या चेहऱ्यावर जबरदस्त धक्का आणि संताप यांचं मिश्रण होतं.

'हा भाला तू *पिताजींच्या* अंगावर मारणार होतीस?' भाल्याचे दोन्ही तुकडे उंचावत त्यानं ओरडून विचारलं. 'काय झालंय काय तुला?'

कैकेयीनं मुकुट सावरला. तिच्या चेहऱ्यावर अजून राग होताच. स्त्रियांच्या स्पर्धेच्या वेषात ती आहे हे दशरथाच्या लक्षात आलं. दर वर्षी तिचं चिलखत थोडं आणखी घट्ट होत असे. पण ढाल मात्र नेहमी तीच जिंकायची. त्याला जाताना बघितलं असणार तिनं आणि त्याच्या पाठोपाठ कौसल्येला. आणि मग तिनं त्या दोघांचा घोड्यावर बसून पाठलाग केला असावा. भरत तिचा सहकारी असावा – ती दोघं गेले कित्येक दिवस सराव करत होती.

'मी तुझ्या वडिलांवर नेम नव्हता धरला, मूर्खा. माझा नेम त्याच्या रखेलीवर होता...'

'कैकेयी.' दशरथाचा आवाज चांगलाच चढला होता. तिथे वाऱ्याचा एवढा

जोर असूनही त्याचा आवाज घुमला, 'सांभाळून जीभ वापर. कौसल्या माझी पट्टराणी आहे. तिला मान मिळालाच पाहिजे.'

कैकेयीनं पहिल्या राणीकडे रोखून पाहिलं. तिची मान खाली झुकली होती, मावळत्या सूर्यासारख्या लालबुंद प्रकाशानं तिचे डोळे चमकत होते. 'ती वागते रखेलीसारखी, म्हणजे ती रखेलीच आहे.'

द्रष्ट्याच्या नेत्रापासून धपधप चालत दशरथ तिच्याकडे येत हात उगारून उद्‌गारला, 'शब्द मागे घे.'

त्याच्या फटक्याला तोड देण्यासाठी तिनं चेहरा वर उचलला. 'मार मार मला, आजवर खूप वेळा केलं आहेसच तू असं, तुला चांगलं माहीतेय कुठे मारायला हवं ते.'

असे दहा फटके मारायला जेवढी शक्ती लागली असती त्यापेक्षा अधिक शक्ती खर्च करून त्यानं स्वत:वर नियंत्रण मिळवलं. 'तू शुद्धीत नाहीयेस. क्षमा माग कौसल्येची प्रथम. आणि ताबडतोब माझ्यासमोरून दूर हो.'

'का? म्हणजे माझ्या आणि माझ्या मुलाविरुद्ध कारस्थानं रचायला सोपं जावं म्हणून?'

'तुझा मुलगा?' भरताकडे बघत त्यानं गोंधळून विचारलं. त्याच्या द्वितीय पुत्राच्या चेहऱ्यावरचं कमालीचं दु:ख हृदय पिळवटून टाकणारं होतं.

'ती चेटकीण काय करतेय हे मला माहीत नाहीये असं समजू नकोस. मला जेव्हा कळलं ना तिनं तुला भुलवून नेलंय तिच्या महालात तेव्हा मला कळलंच ती तुझ्यावर पुन्हा करणी करतेय. माझ्या मुलाला त्याच्या जन्मसिद्ध हक्कापासून वंचित करण्यासाठी तिनं काय जारणमारण केलं, राजे? की तिनं आपलं बाईपण वापरूनच हे साध्य केलं?'

तिरस्काराचा एक हुंकार देत ती उद्‌गारली, 'अर्थात त्या लुकडीमध्ये तुला असं काय दिसलं ते काही मला कळत नाहीये. तुझी एखादी उपपत्नीही तुला शय्यागृहामध्ये अधिक चांगली सेवा देऊ शकेल.'

कैकेयीच्या आवाजातलं विष कौसल्येच्या आवाजात मुळीसुद्धा नव्हतं. पहिली राणी अतिशय शांतपणे बोलत होती हे एक आश्चर्यच होतं. पण तिच्या शब्दांच्या खाली एक पोलादाची धार लपलेली होती. ती काही फारशी झाकलेली नव्हती. 'माझ्या आणि तुझ्या पद्धतींमध्ये तू गोंधळ करते आहेस कैकेयी. माझ्या पतीला आमच्या वैवाहिक मंचकावरून तुझ्या निषिद्ध बाहुपाशात ओढणारी तू आहेस. की तू हे विसरलीयस, दुसऱ्या राणी?'

फूत्कार टाकत कैकेयी उद्‌गारली, 'चेटकिणी, महाराजाचं मन दूषित करण्यासाठी तू काळी जादू वापरली आहेस हे कबूल कर आधी. नाहीतर त्यानं

माझ्या भरताला त्याच्या हक्काच्या राज्यावरून दूर केलंच नसतं. हे सगळं तुझंच काम आहे.'

मधल्या मोकळ्या जागेत ती थुंकली. वारा एवढा जोराचा नसता तर तिची थुंकी कौसल्येच्या तोंडावरच आली असती. पहिली राणी न हलता शांतपणे उभी होती.

'कैकेयी.' दशरथाचा आवाज कमालीच्या थकव्यानं घोगरा झाला होता पण महाप्रयासानं आपल्या शक्तीचा शेवटचा अंश गोळा करत तो म्हणाला, 'तुझी पायरी सोडली आहेस तू. ताबडतोब कौसल्येची क्षमा माग अशी मी तुला आज्ञा करत आहे.'

ती त्याच्याकडे वळली. क्षणभर त्याला वाटलं की ती त्याच्यावरही थुंकणार आहे. पण तिचे शब्दही तेवढेच किळसवाणे होते. 'तू माझा विश्वासघात केला आहेस, दशा. राजवाड्यातली चर्चा मी ऐकली होती पण मला ते खरं वाटलं नव्हतं. इतके महिने तू माझ्याकडे दुर्लक्ष केलं आहेस, माझ्या बिछान्याकडे दुर्लक्ष केलं आहेस. तुझ्या आजारपणाचं कारण सांगत, तुझ्या अशक्तपणाचं कारण सांगत – माझं प्रेम धिक्कारलं आहेस. आणि तो सारा वेळ तू या-या, हिच्या मायाजालात गुंतत होतास.'

तिनं कौसल्येसाठी जो शब्द वापरला तो तिनं असा मोठ्यानं उच्चारलेला त्यानं यापूर्वी कधीही ऐकला नव्हता – फारच भावनावश झाली की मगच ती हा शब्द वापरत असे. तो शब्द ऐकताच तो दचकून मागे सरकला. स्वत:च्या मुलाच्या समोर तिनं हा शब्द उच्चारावा याचा त्याला मोठा धक्काच बसला. इतकी वर्षं त्यानं या बाईबरोबर कसा शृंगार केला? या निर्लज्ज बाईसाठी त्यानं सौम्य, सुंदर कौसल्येचा त्याग केला? *कारण दुसऱ्या कोणत्याही स्त्रीनं केल्या नसत्या अशा गोष्टी ती तुझ्यासाठी करायची म्हणून मूर्खा, मूर्खा आणि तूही तेव्हा डोक्यानं विचार करण्याऐवजी तुझ्या पौरुषानं विचार करण्याएवढा मूर्ख आणि तरुण होतास.*

त्यानं कसाबसा आपला हात आवरला. त्याचा तो उगारलेला हात अजूनही तिच्या त्या भडक रंगानं रंगवलेल्या ओठांमधून निघालेल्या त्या हलकट शब्दांना पुसून काढण्यासाठी आतुरला होता. 'बाई, तू फार पुढे जातेयस. स्वत:ची जागा ओळख. अयोध्येच्या राणीसारखी वाग.'

तिच्यामागे कमालीचा खजील होऊन मान खाली घालून उभ्या असलेल्या भरताकडे हात करत तो म्हणाला, 'राजमातेसारखी वाग.'

'राजमाता? कोण, मी? गंमतच आहे. आज सकाळी जे जाहीर केलंस त्यानंतर तर मला वाटायला लागलं, मी सुद्धा एक सामान्य उपपत्नीच आहे. नाहीतर तू माझ्या मुलाला बाजूला सारून त्या चेटकिणीच्या पिल्लाला जवळ कसं केलं असतंस आणि मला एखाद्या परित्यक्त रखेलीसारखं वागवलं नसतंस.'

मोठ्या कष्टानं आपला आवाज खाली ठेवत तो म्हणाला, 'राम हा माझा सर्वात थोरला मुलगा आहे आणि जन्मसिद्ध अधिकारानं त्याचा सिंहासनावर हक्क आहे. हे तुलाही नीट माहीत आहे आणि भरतालाही. विचार तुझ्या मुलाला - त्याला त्याच्या भावाचा जन्मसिद्ध अधिकार हिरावून घ्यावासा वाटतो का ते. जा जा विचार.'

तिनं मागे वळून भरताकडे बघितलंसुद्धा नाही, भरताचे डोळे दु:खानं ओतप्रोत भरले होते - दशरथाला ते दु:ख पाहवलं नाही. *मला क्षमा कर माझ्या पुत्रा- आजच्या या साऱ्या घटनांबद्दल मला क्षमा कर. पुन्हा तुला कधीही असा तमाशा पाहयला न मिळो.*

नाक मुरडत कैकेयी म्हणाली, 'त्याला यात ओढू नकोस, जनावरा. हे तुझ्या आणि माझ्यात आहे. तू मला एक वचन दिलं होतंस. आता तुझा शब्द पाळ - कैकेयाच्या युद्धभूमीवर काय घडलं होतं याची आठवण करून देऊ का तुला? तिथे तू मरणाचा जखमी होऊन बेशुद्ध पडला होतास आणि रावणाच्या असुरसेनेसमोर तुझ्या सेनेनं पळ काढला होता - तेव्हा माझ्या रथात बसून मी त्या दंगलीत घुसले होते आणि माझ्या हातांनी तुला उचलून सुरक्षित जागी आणलं होतं, आठवतंय ना - आणि मग परत युद्धभूमीवर जाऊन तुझी सेना आणि माझ्या वडिलांची सेना एकत्र करून पुन्हा युद्धाला सुरुवात केली होती ती मी - तू बरा होऊन पुन्हा युद्धात भाग घेण्यासाठी येईपर्यंत असुरसेनेला रोखून धरलं होतं ते मी - विसरलायेस का तो दिवस, दशरथा?'

'हे सगळं कालच घडलं असावं इतकं स्वच्छ आठवतंय मला-' तो शांतपणे म्हणाला. त्याचा राग एकदम विरूनच गेला. आठवत होतंच त्याला ते सगळं. 'किती भयानक, काळा दिवस होता तो-'

गर्वानं कैकेयीची हनुवटी वर उचलली गेली. 'मग सांग कौसल्येला तू मला काय वचन दिलं होतंस ते, आपण माझ्या वडिलांच्या राजवाड्यात परत आल्यानंतर.'

त्याचं मन एका अशा भीतीनं भरून गेलं की क्षणभर त्याला सगळीकडे अंधार दाटला असावा असं वाटू लागलं. पण लगेच त्याच्या लक्षात आलं की सूर्य मावळू लागला आहे. पश्चिम क्षितिजाखाली निघाला आहे.

'मला आणखी काहीही ऐकायचं नाहीये, कैकेयी.' तो उद्गारला, 'आता इथून जा. भरत, पुत्रा, तुझ्या आईला तिच्या महालात घेऊन जा. तिचं डोकं शांत व्हायला हवं आहे.'

कैकेयीनं आपल्या मुलाचा हात झटकला. 'मला हात लावू नकोस. तुझ्या वडिलांच्या बोलण्याला तू फसशील पण मी त्याला अशी सोडणार नाही. मला फक्त तुझा जन्मसिद्ध हक्क हवा आहे. आणि मी तुला वचन देते, माझ्या मुला, माझ्या जिवात जीव असेपर्यंत मी त्यासाठी लढेनच.'

एक वाकडं बोट कौसल्येवर रोखत ती म्हणाली, 'माझे शब्द ऐकून ठेव

पहिल्या चेटकिणी, यदाकदाचित तुझं लाडकं कार्टं दक्षिणवनातून जिवंत परत आलंच - मला तरी ते खरोखरच कठीण दिसतंय - पण तरी त्याला अयोध्येचा युवराज म्हणून अभिषेक होणार नाहीच. त्याच्या नामकरणाच्या दिवशी नाही आणि त्याच्या आयुष्यातल्या दुसऱ्या कोणत्या दिवशीही नाही. जिचा विश्वासघात करण्यात आला आहे अशा एका आईचा आणि पत्नीचा शाप आहे हा. माझा हा शाप ऐकून भीतीनं थरकाप उडो तुझा.'

एक क्षणभर दशरथाला इतका प्रचंड संताप आला की त्या रागाच्या भरात आपलं मस्तक फुटेल की काय असं त्याला वाटू लागलं. त्याला न कळतच त्याचा हात पुढे झाला आणि काय होतं आहे हे कळण्याच्या आतच त्यानं कैकेयीचा गळा पकडला. तिच्या कण्याच्या सर्वात नाजूक भागावर त्याची बोटं दाबली जात होती. थोडासा आणखी दाब आणि भरतानं ज्या सहजतेनं तो भाला मोडला होता त्याच सहजतेनं त्यानं तिची मान मोडली असती. अजून त्याच्या अंगात तेवढी शक्ती होती. 'कर कर तसंच' एक कमालीचा संथ आवाज त्याच्या तापलेल्या मेंदूत बोलत होता, *कर ते आणि तुझ्या पापांची भुतं गाडून टाक एकदाची - कर कर ते - नाहीतर तू गेल्यानंतर ही बाई तुझ्या पुत्राची सर्वात मोठी शत्रू बनेल - रामाला बाजूला करण्यासाठी ती काय वाट्टेल ते करू शकेल हे ध्यानात घे - मग ती जमातीची मुख्य असो वा नसो. कर कर दशरथा - कर ते.*

पण भरताचा चेहरा त्याच्यासमोर आला. त्याच्या चेहऱ्याकडे बघणारा, हा दिवस किंवा ही घटना मला कधी पाहवी लागेल याची किंचितही कल्पना नसलेला आणि त्यामुळे अतिशय दु:खी झालेला भरताचा चेहरा - त्याचं हृदय कळवळलं आणि त्याचा हात थबकला. त्याच्या हाततली सारी शक्ती गळून गेली. आकाशामधून एक शुभ्र पांढरी लाट आली आणि त्याला उचलून घेऊन गेली. त्यानंतरचं त्याला काहीच कळलं नाही.

वनातून बाहेर आले ते मावळत्या सूर्याच्या स्वच्छ प्रकाशातच. गेला तासभर अंधाऱ्या वनामधून चालत असल्यानं रामाचे डोळे क्षणभर मिटले.

पण त्या क्षणातच त्याचं पाऊल नको तेवढं पुढे पडलं. पायाखालची भुसभुशीत जमीन कोसळली - त्याचं वजन पेलू शकेल असं तिथं काहीच उरलं नाही. त्यानं सरळ कड्याच्या टोकावरून पुढे खोल दरीतच पाऊल टाकलं होतं. प्रकाशानं दिपलेल्या त्याच्या डोळ्यांना जे दिसलं नव्हतं ते त्याच्या जाणिवांनी लगेच टिपलं. *हा एक कडा आहे आणि मी त्याच्या टोकावरून पुढे पाऊल टाकलं आहे.* पडता पडताच लक्ष्मणाला आणि ऋषीला धोक्याची सूचना देण्यासाठी त्याचं तोंड उघडलं. त्याची आतडी गोळा झाली.

एका हातानं त्याच्या पाठीवरचं त्याचं सामान पकडलं. दुसऱ्यानं त्याचा डावा खांदा धरला. हृदय बंद पडेल अशा एका क्षणार्धात तो अधांतरी लोंबकळत राहिला. त्याच्या डोक्याभोवती वारा घोंगावत होता. चेहऱ्याजवळ मशाल खुपसावी तसा सूर्याचा प्रकाश त्याच्या डोळ्यात घुसत होता, एखादा पक्षी आपले पंख हलवणं थांबवतो आणि खाली धरतीकडे पडू लागतो तेव्हा त्याला काय वाटत असेल याचा रामाला अनुभव येत होता. तेवढ्यात कुणीतरी त्याला वर खेचलं. तो वर येऊन पाठीवर पडला. त्या कोरड्या जमिनीत त्याचे पाय काहीतरी आधार शोधण्याचा प्रयत्न करू लागले.

लक्ष्मण धपकन त्याच्या शेजारी गुडघ्यांवर बसला आणि घामेजलेले हात त्याच्या दंडावर ठेवत हाका मारू लागला, 'भाई? भाई? भाई-भाई.'

त्याला फारसं बरं वाटत नव्हतं तरी तो म्हणाला, 'मी ठीक आहे,' त्यांच्या शेजारीच शांतपणे उभ्या असलेल्या ऋषीकडे त्यानं बघितलं. ब्रह्मर्षींचा चेहरा नेहमीसारखाच निर्विकार होता. *महादेव, आपले मनापासून आभार. शतश: आभार. आपण माझे प्राण वाचवले आहेत.*

विश्वामित्राला हे ऐकू गेलं की नाही कोण जाणे. रामाचे आभार स्वीकारण्याऐवजी त्यानं समोरच्या दरीकडे हात केला. 'या भौगोलिक संकटांपेक्षा फार मोठी संकटं यायची आहेत आपल्यावर, राजकुमार. हे लक्षात ठेवलंस तर बरं होईल. पुढच्या वेळी तुझ्या बेसावधपणापासून तुला वाचवायला कदाचित मी नसेन तुझ्याबरोबर.'

बेसावधपणा? ओठावर आलेले शब्द रामानं गिळले. लक्ष्मण उठून काहीतरी बोलणार हे त्यानं पाहिलं आणि त्याचा हात धरून त्याला थांबवलं. *द्रष्ट्या ऋषीचं बरोबर आहे. अरण्य संपतं आहे हे माझ्या लक्षात यायला हवं होतं. आणि मी वेग कमी करायला हवा होता.* पण त्याला निश्चित ठाऊक होतं की तो बेसावध नव्हता किंवा त्याचं लक्षही दुसरीकडे गेलेलं नव्हतं. अरण्य अचानक संपलं होतं आणि तुटलेला कडा समोर आला होता. *एका क्षणी आम्ही अरण्याच्या अगदी अंतर्भागात होतो, एका यार्डावरचंही दिसू नये एवढा अंधार होता तिथे आणि दुसऱ्याच क्षणी आम्ही या कड्याच्या अगदी टोकावर उभे आहोत. कुणालाच हे जाणवलं नव्हतं.* पण ऋषीला समजलं होतं हे नक्की-त्याची चालही मंदावली होती, *मग त्यानं आम्हाला सावध का केलं नसेल?* काही न बोलता राम उठून उभा राहिला, त्यानं अंगावरची धूळ झटकली. लक्ष्मणानं एक उदास नजर त्यांच्या नव्या गुरूकडे टाकली पण तो काही बोलला मात्र नाही. रामानं वळून त्या खोल दरीकडे बघितलं. या दरीनं आज त्याच्या प्राणांवरच हल्ला केला होता.

ते सुमारे दोनशे यार्ड खोलीच्या दरीच्या अगदी तोंडावर उभे होते. दोन्ही बाजूंना नजर जाईल तेथवर दाट अरण्य होतं. जणू दरीच्या कडांना गर्दी करत पुढे

आलं असावं. त्या दाट अरण्याचा शेवट अचानकच या भुसभुशीत कपारीमध्ये होत होता. ही कपार जेमतेम एखादा यार्ड रुंद असेल नसेल.

मी या कडेवरून घसरलो यात काहीच नवल नाही. या जमिनीवर तर एखादा लडाखी बोकडही तोल सांभाळू शकणार नाही. माझ्या दोन घोड्यांच्या गाडीलाही यापेक्षा जास्त रुंदी लागते दोन्ही बाजूंना! एक पाऊल मागे घेतलं आणि त्याचं डोकं मागच्या झाडावर आपटलंच. झुडुपासारख्या त्या झाडाची वाढ चांगली रामाच्या डोक्याएवढी झालेली होती.

वारा चांगलाच जोराचा होता तरी वरून एक पान पडलं ते एखादा दगड पडावा तसं थेट खाली गेलं. गोल गोल फिरलं खरं पण एकदाही उलटं झालं नाही. एवढ्या उंचीवर मावळता सूर्य त्यांना समांतरच होता. त्याचा प्रकाश सरळ त्यांच्या तोंडावरच पडत होता. आपल्या दोन पावलांच्या मधून रामानं खाली बघितलं तेव्हा त्याला खोल खोल खाली एक ओळखीची चंदेरी सोनेरी चमक दिसली. *नदी? इथे?* ती एक लहानशीच नदी होती, शरयूच्या पात्राच्या एक दशांशही नसेल. पण या शापित भागामध्ये वाहातं पाणी असणं हेच मोठं आश्चर्याचं होतं. त्यापेक्षाही आश्चर्यकारक होतं ते म्हणजे तिथली फुलांनी बहरलेली शांत दरी. एखाद्या गोडशा गीतासारखीच दिसत होती ती. जवळजवळ...

'हे दक्षिणवन आहे?' लक्ष्मणाच्या आवाजात रामासारखंच आश्चर्य होतं.

ऋषी काहीसा अलिप्त दिसत होता. 'हे कामदेवाचं वन आहे. इथेच जायचं आहे आपल्याला.'

कामदेवाचं वन? पण ते तर एक पवित्र स्थान आहे. त्या भयानक दक्षिणवनाचं काय झालं? तेच भयानक वन – असुरही जिथे पाऊल ठेवायला घाबरतात ते भयंकर दक्षिणवन? आत्तापर्यंतच्या मार्गात तर त्याला फक्त अंजन वृक्षांचं घनदाट वन तेवढं दिसलं होतं. या पठाराच्या पलीकडच्या बाजूला जे शिसवीचं वन आहे त्याच जातीची झाडं ही – ज्यामधून चालणं कठीण – सुऱ्यांसारखे काटे असलेली आणि कवटाळू पाहणाऱ्या लांबलचक फांद्या असलेली झाडं – पण ज्या वनाच्या भयंकरपणाच्या कहाण्या ऐकत तो मोठा झाला होता तसं काहीही नाही – एकच वेगळी गोष्ट होती आणि ती म्हणजे त्या वनात एकही प्राणी नसणं. ना पक्षी, ना एखादी खार – त्या एकमेकांशी घट्ट जखडलेल्या झाडांखेरीज दुसरी जिवंत वस्तूच नाही तिथे. शिवाय आत्तापर्यंत आलेलं एकुलतं एक संकट म्हणजे हे आत्ताचं–तो कसाबसा वाचला ते– *हा सगळा प्रवास जर असाच होणार असेल तर फार काही मोठं आव्हान नाहीये.* पण त्याला माहीत होतं की हे एवढंच असणार नाही.

'चला.' ऋषी म्हणाला, 'सूर्यास्तापूर्वी आपल्याला त्या नदीजवळ पोचायचं आहे. तुम्हाला संध्यावंदना करायची आहे.'

विश्वामित्र वळला आणि त्यानं एका बाजूला पाऊल टाकलं एखादा माणूस घोड्यावरून उतरताना जसं टाकेल तसं – पण हे पाऊल त्या कड्याच्या टोकावरून पुढे टाकलेलं होतं. ऋषीला पाऊल टेकायला घट्ट जमीन मिळाली याचं रामाला आश्चर्य वाटलं. तोपर्यंत ऋषी कड्यावरून दिसेनासा झाला. पावलापावलानं तो खाली जात असताना त्याच्या पांढऱ्या जटा वाऱ्यानं भुरभुरत होत्या. राम आणि लक्ष्मणानं पुढे होत वाकून बघितलं. ऋषी त्यांच्या बरोबर खाली होता. वरून पाहताना त्याचे रुंद खांदे आणि डोकं तेवढं दिसत होतं. सुरुवातीला असं वाटलं की तो हवेवरच चालतो आहे पण मग रामाला दिसलं की त्या उभ्या कड्याच्या बाजूवर अरुंद अशा पायऱ्या खोदलेल्या आहेत. विश्वामित्र ज्या सहजतेनं त्या पायऱ्या उतरत होता त्यावरून हे उघडच होतं की त्याने यापूर्वी हा प्रवास केलेला आहे. *याचा अर्थ असा की हे खाली उतरणं आम्हालाही फारसं जड जाणार नाही.* पण हे कळल्यानं त्याला काही फार सुरक्षित वाटलं नाही. त्यानं लक्ष्मणाकडे बघितलं. तो पुढे काय करायचं या निर्णयासाठी त्याच्याचकडे बघत होता. खांदे उडवून त्यानं ऋषीच्या पावलावर पाऊल टाकलं. आपलं पाऊल नक्की हवेत पडणार याची त्याला खात्रीच वाटत होती. आपल्या वजनानं आपण सरळ खोल खाली जाऊ थेट दरीच्या तळाशी – आपल्या पडण्याचं एक भयानक दृश्यही त्याच्या नजरेसमोर उभं राहिलं, गिरक्या न घेता सरळ खाली जाणाऱ्या त्या पानाच्या आधी तो पडत होता आणि हात लांबवून ते पान पकडण्याचा प्रयत्नही करत होता असं काहीसं – पण तेवढ्यात त्याच्या पावलाला त्या अतिशय हुशारीनं कोरलेल्या पायरीचा स्पर्श झाला. आणि तो ठामपणे उभा राहिला. त्याला वाटलं होतं त्यापेक्षा ही पायरी चालायला बरीच सोपी होती हे बघून त्याला थोडं आश्चर्यच वाटलं. या सराव नसलेल्या स्थितीशी जुळवून घ्यायला त्याला काही क्षण घालवावे लागले आणि त्या क्षणांमध्ये त्याचं हृदय बंद पडण्याचे क्षणही बरेच आले. ही स्थिती म्हणजे अक्षरश: कड्याला चिकटून चालण्याची होती. पण एकदा त्यानं चालायला सुरुवात केल्यानंतर मात्र ते त्याला जमू लागलं. त्याच्यामागोमाग लक्ष्मणानं पायरीवर पाऊल ठेवताना ओढलेला श्वास त्याला ऐकू आला. काही क्षणांतच ते दोघेही दरीमध्ये उतरू लागले होते. विश्वामित्र खाली कुठवर पोचला आहे हे वाकून बघण्याचा मोह रामानं टाळला. मधूनच त्याला वाटे – मी पुन्हा पडलो तर काहीतरी करून द्रष्टा ऋषी मला वाचवेलच. त्याला मघाशी भीतीनं गोठवून टाकलं तसं न करता – त्या विचारानं तो अधिकच काळजीपूर्वक खाली उतरू लागला. हळूहळू त्याचा आत्मविश्वास वाढत गेला आणि पावलंही अचूक पडू लागली – जणू काही तो जन्मभर हेच करत आला असावा.

7

कसलाही अपघात न होता ते दरीच्या तळाशी पोचले. या वेळेपर्यंत सूर्य अगदी क्षितिजाला टेकला होता. विश्वामित्र नदीच्या तीरावर वाट बघत उभा होता. सूर्याच्या कोन साधून पडणाऱ्या प्रकाशानं नदीचा आरसा करून टाकला होता. विश्वामित्राजवळ जात असताना रामाला दोन विश्वामित्र दिसत होते. एकाचं तोंड त्याच्यापासून दुसरीकडे वळवलेलं होतं तर दुसरा त्याच्याचकडे बघत होता. पाण्यातला विश्वामित्र पांढऱ्या शुभ्र मेणाच्या पुतळ्याला आग लागावी तसा दिसत होता. वाहत्या पाण्याचं मवाळ गुणगुणणं सोडलं तर तो आरसाच वाटत होता. *इतकं ते पाणी स्थिर आणि शांत होतं. ही नदी शरयूइतकीच शुद्ध आणि स्वच्छ आहे. तिचा गंधही शरयूसारखाच आहे. हिमनदी, कमळाचं फूल आणि वनस्पतींचा सुगंध – असा सुगंध दुसऱ्या कशालाच नसतो. होय, ही नदी शरयूच आहे – नाहीतर तिची जुळी बहीण तरी, पैजेवर सांगतो.*

'या नदीचं नाव काय आणि ही कुठून येते, महादेव?' लक्ष्मणानं विचारलं.

ऋषी क्षितिजाकडे बघत राहिला. त्याची पांढरी दाढी आणि केस मावळत्या सूर्याच्या तांबड्या लाल प्रकाशात तसेच लालभडक दिसत होते. 'ही शरयूची एक शाखा आहे, राजकुमार लक्ष्मण. मीच हिला इथे वळवून आणलं – सुमारे सहाशे वर्षांपूर्वी – या दरीमध्ये जे ऋषीगण राहातात त्यांच्या निर्वाहासाठी.'

मग मागे वळत त्यानं त्या दोघांवर एक शोधक नजर टाकली. आपण पुन्हा ताठ होतो आहोत आणि चेहराही आदरयुक्त केला आहे हे रामाच्या लक्षात आलं. ते फारसं कठीण नव्हतं याच्या कितीतरी पट अंतर त्यानं यापूर्वी चालून पार केलं होतं पण आत्ता त्याचं पोट रागानं गुरगुरू लागलं होतं. या प्राण्यावर त्याचं काहीही नियंत्रण नव्हतं. ऋषीला हा आवाज ऐकायला गेला नसावा एवढीच त्याची इच्छा होती.

त्यांची तपासणी पूर्ण झाल्यावर ऋषीनं नदीकडे बोट दाखवत म्हटलं, 'प्रवासानं तुम्ही मळून गेला आहात. शरयूच्या पवित्र पाण्यामध्ये स्वत:ला स्वच्छ करा आणि अगदी मनापासून संध्यावंदन करा. त्यानंर मी तुम्हाला दोन महामंत्र देईन. बल आणि

अतिबल हे ते मंत्र आहेत. चला आणखी वेळ घालवू नका. तुमचा पूर्वज सूर्य आपलं इथलं काम आटोपून पृथ्वीच्या दुसऱ्या गोलार्धातल्या त्याच्या राज्यामध्ये जाण्यास अधीर झाला आहे.'

रामानं हात जोडून म्हटलं, *'जशी आपली आज्ञा महागुरू.'*

दोघे राजकुमार नदीमध्ये उतरले. नवल म्हणजे पाणी छान थंड आणि सुगंधी होतं. प्रवासातली धूळ धुवून टाकल्यावर रामाला अतिशय प्रसन्न आणि ताजंतवानं वाटू लागलं. आत्तापर्यंतचा प्रवास काही त्याला वाटलं होतं तेवढा कठीण नव्हता. आणि गुरू जर खरं म्हणाले असतील तर कोणत्याही क्षत्रियाला अगदी हवेसे असणारे दोन मंत्र त्याला थोड्याच वेळात मिळणार होते. *तुला म्हणायचंय तरी काय-जर ते खरंच मंत्र देणार असतील तर म्हणजे काय? अर्थात ते खरंच बोलले आहेत. ऋषी कधी खोटी वचनं देत नाहीत.* हलक्या आवाजात संध्यावंदनाचे मंत्र म्हणत त्यानं रीतीनुसार तीन वेळा आचमन केलं. आजच्या दिवसात जगाचं भरण पोषण केल्याबद्दलचे सूर्याचे आभार आणि दुसऱ्या दिवशीही त्याचं दर्शन व्हावं ही इच्छा प्रकट करणारे ते मंत्र होते. हे काम झाल्यावर काहीतरी खाण्याचा ऋषीनं विचार केलेला असावा अशीही इच्छा त्याच्या मनात होती.

नदीच्या काठावर उभं राहून विश्वामित्र संध्यावंदन करणाऱ्या त्या दोघा राजकुमारांकडे बघत होता. दोघांच्याही हालचाली अगदी एकमेकांबरोबर होत होत्या हे पाहून त्याला बरं वाटलं. लक्ष्मणाच्या हालचाली म्हणजे त्याच्या थोरल्या भावाच्या हालचालींचं हुबेहूब प्रतिबिंबच होतं. शत्रूच्या प्रदेशामध्ये जाताना पाठीवरचं सामान आणि शस्त्रं खाली काढून ठेवायची नाहीत या नियमाप्रमाणे त्यांचं सामान आणि शस्त्रं त्यांच्या पाठीवरच होती. ते सगळं इथे नदीतीरावर काढून ठेवा असं तो त्यांना सांगू शकला असता, इथे कोणत्याही शत्रूनं त्यांच्यावर हल्ला केला नसता. पण त्यांचं क्षत्रियधर्माचं प्रशिक्षण त्यांना जे करायला लावत होतं ते तसंच राहू द्यावं असा विचार त्यानं केला होता. गुरू वसिष्ठांच्या गुरुकुलामधलं शिक्षण हे त्यांच्या जगाकडे पाहण्याच्या दृष्टिकोनाचा पाया होता. लवकरच हे दोन्ही राजकुमार अशा काही घटनांमध्ये ओढले जाणार होते ज्या घटनांची त्यांना स्वप्नातही कल्पना करता आली नसती. म्हणूनच त्यांच्या लहानपणातल्या काही गोष्टी तशाच राहू देणं आवश्यक होतं.

त्याच्या मनाचा एक भाग मात्र याच्या उलट विचार करत होता. गुरू वसिष्ठांच्या ज्ञानालाही अखेर मर्यादा होत्याच. तो महान द्रष्टा ऋषी अजूनही जुन्या रीतींनाच कवटाळून बसलेला होता. पुढे समोर येणार असलेल्या आव्हानांना आणि त्यातून सुखरूप बाहेर पडण्यासाठी ते जुने मार्ग पुरेसे पडणार नव्हते. तो बचावाचे जे नवे

आणि अधिक परिणामकारक उपाय योजणार होता त्यांचा पाया म्हणून केवळ ते उपयोगी पडले असते.

त्यांची स्नानं चालली असताना तो त्यांच्याकडे बघत होता. या दोन तरुण युवकांना ज्या समस्यांना आणि आव्हानांना तोंड द्यावं लागणार आहे याचा विचार मनात आल्यावर तो थोडा उदासही झाला. आत्ता कुठे ते युवावस्थेमध्ये प्रवेश करत होते. खरं म्हणजे त्यांना आणखी काही वर्षं निष्काळजीपणानं जगण्याची मिळायला हवी होती. त्यानं स्वत: ही तारुण्याची वर्षं किती काठोकाठ उपभोगली होतीच की – तारुण्यात मिळवायच्या प्रत्येक सुखाचा शेवटचा थेंब त्यानं पिळून घेतला होता. तो राजकुमारांच्या कोवळ्या खांद्यांवर एक जड ओझं ठेवायला निघाला होता ते योग्य नव्हतं. पण त्याच्याकडे दुसरा पर्यायच नव्हता. एखाद्या द्रष्ट्या ऋषीलाही नियंत्रणात ठेवता येणार नाहीत अशा शक्ती आता समोर उभ्या होत्या. वसिष्ठाला हे कळलं होतं आणि त्याचा याला पूर्ण पाठिंबाही होता. हा काही केवळ अयोध्येच्या दोन राजकुमारांचा प्रश्न नव्हता. ही एक आणीबाणीची वेळ होती. आणि आणीबाणीच्या वेळी आणीबाणीचीच हत्यारं उपसावी लागतात. काळानंच हे ठरवलं होतं मोठमोठ्या योद्ध्यांना जे जमणार नाही ते काम दोन तरुणांनी पार पाडायचं आहे. असं काळानंच ठरवलं होतं.

राजकुमार नदीमधून बाहेर आले. संध्याप्रकाशात त्यांच्या शरीरांवरून पडणारे पाण्याचे थेंब सोनेरी मण्यांसारखे दिसत होते. बाहेर येताच कुणीही न सांगता त्यांनी आशीर्वादासाठी विश्वामित्रासमोर साष्टांग नमस्कार घातला. आणि मग त्याच्यासमोर पद्मासनामध्ये ते बसले. शिष्य जेव्हा गुरूकडून ज्ञान घेत असतो तेव्हा त्यानं कसं बसावं हे योगामध्ये सांगितलेलं आहे ते हे आसन आहे.

त्या दोघांच्या चेहऱ्यांवर उजेड प्रतिबिंबित झाला होता त्यामुळे त्यांचे चेहरे चमकत होते. त्यानं कसलीही प्रस्तावना करण्यात किंवा भाषण करण्यात वेळ घालवला नाही. त्याची ती पद्धतच नव्हती. वसिष्ठ जसा आपण देत असलेलं ज्ञान अधिक सहजपणे शिष्यांच्या बुद्धीमध्ये उतरावं म्हणून वक्तृत्वाचा उपयोग करत असे तसं विश्वामित्राचं नव्हतं. त्याचं ज्ञानच आवश्यक ते बोलेल असं त्याचं मत होतं.

'तुमचं मन अगदी रिकामं करा आणि ब्रह्मनशी एकरूप व्हा.' त्यानं आज्ञा दिली. 'जे महामंत्र मी आता तुम्हाला देणार आहे ते सर्व प्रकारच्या युद्धशास्त्राच्या ज्ञानातील सर्वात महत्त्वाचे मंत्र आहेत. हे मंत्र तुम्हाला प्राप्त झाले की तुम्हाला भूक तहान लागणार नाही. उष्णता आणि गारवा जाणवणार नाही, दमणं, झोप येणं, वेदना किंवा अस्वस्थता तुम्हाला भासणार नाही. तुम्हाला कोणत्याही शत्रूचं भय वाटणार नाही. पहाटेपूर्वीच्या असुरप्रहरी जे अनामिक प्राचीन आत्मे या भूतलावर

फिरत असतात त्यांची किंवा काही दिवसांतच तुमची ज्या असुरांशी गाठ पडणार आहे त्यांचीही तुम्हाला भीती वाटणार नाही. जोपर्यंत तुम्ही ही देणगी शहाणपणाने वापराल, या देणगीचा मान ठेवाल तोपर्यंत तुम्हाला कोणताही रोग होणार नाही किंवा वार्धक्यही तुम्हाला स्पर्श करणार नाही. तुम्ही बेसावध असताना, किंवा निद्रिस्त असताना शत्रू तुमच्यावर हल्ला करू शकणार नाही. कोणतीही शारीरिक इच्छा तुमची बुद्धी भ्रष्ट करू शकणार नाही किंवा तुम्हाला मोहाला बळी पडू देणार नाही. इंद्राच्या दरबारातल्या सर्वांत सुंदर अप्सरा किंवा वनातील अतिशय उच्च प्रतीचे कलाकार गंधर्वही तुमच्या वासना जागृत करू शकणार नाहीत. या पृथ्वीतलावर तुमची शक्ती अद्वितीय असेल. तीनही लोकांमधील कुणीही व्यक्ती तुमच्या विद्येची, तुमच्या शक्तीची आणि तुमच्या चातुर्याची बरोबरी करू शकणार नाही. युद्धभूमीवर आणि बाहेरही तुमची बरोबरी करू शकेल असा कुणीही नसेल. या महान शास्त्रीय समीकरणांचा स्वीकार करा, त्यांच्या उपयोगाचा अभ्यास करा, शहाणपणाने आणि योग्य त्याच ठिकाणी त्यांचा वापर करा आणि तुम्ही योद्ध्यांमधले योद्धा, इतर क्षत्रियांना गुरुस्थानी, तुमच्या वर्णाच्या गुरुस्थानी राहाल.'

तो क्षणभर थांबला. आपल्या अंतरनेत्रानं तो त्यांची मनं शोधत होता. हे करण्यासाठी त्याला केवळ एक दीर्घ श्वास तेवढा घ्यावा लागला. हा श्वास लक्ष केंद्रित करण्याच्या प्रक्रियेच्या उलट होता.त्याच्या भोवतीचं त्याचं निळं पांढरं ब्रह्मनचं वलय अधिक प्रकर्षानं चमकून उठलं. त्याच्या शरीरातून एक विलक्षण शक्तीचा स्रोत वाहू लागला. एकाच वेळी ती शक्ती धुंद करणारीही होती आणि उच्च स्थानी नेणारीही होती. समोर बसलेल्या दोन तरुण राजकुमारांच्या अजून बऱ्याच फिकट असलेल्या आणि तरीही शक्तिवान वलयांना चाचपून बघत तो त्या स्रोताबरोबर वाहत होता.

ते दोघे हे दान घेण्यासाठी ग्रहणशील आणि तयार होते हे बघून त्याला आनंद झाला. *गुरू वसिष्ठांनी या मुलांना चांगलं शिकवलं आहे. त्यांची शिस्त वाखाणण्यासारखी आहे. या दोघांनाही शिक्षणाची फार आवड आहे.* निर्मितीच्या पहिल्या प्रहरी ब्रह्माला जशी प्रबळ इच्छा झाली होती – पुनर्निर्मितीची इच्छा नव्हे – ज्ञानप्राप्तीची इच्छा – तशीच प्रबळ इच्छा या मुलांच्या मनात आहे. विश्वाशी एकरूप होण्याची इच्छा, तेच ब्रह्मनचं सार आहे. आणि ते या दोन मुलांच्या मध्ये भरपूर आहे.

स्वत:च्या जाणिवेच्या अगदी आत आतल्या गाभ्याचा दरवाजा उघडला गेला. त्याच्या अस्तित्वाचा हा भाग आता मानवी राहिला नव्हता, एखादा देव किंवा असुर जेवढा अमानवी असेल तेवढाच त्याच्या जाणिवेचा हा भाग अमानवी होता. हे ब्रह्मनचं द्वार होतं – एक शक्ती – जी एकाच वेळी सर्व काही असते आणि काहीही नसते. सर्व निर्मितीचा अर्क आणि तिची अनुपस्थितीही,

सर्व वस्तूंचा आत्मा आणि त्याच्या विरुद्धही... तो गुप्त दरवाजा उघडत त्यानं ते महामंत्र मोकळे केले. तिघांच्याही भोवती ब्रह्मचा लखलखीत निळा प्रकाश पसरला. संध्याकाळच्या धूसर प्रकाशामध्ये एक प्रचंड लखलखता निळा त्रिकोणच तयार झाला. प्रकाश आणि ऊर्जा यांच्या स्फोटात राजकुमार बुडून गेले. ढगांच्या विजांच्या कडकडण्याचा आवाज त्यात कुठल्या कुठे गेला असता.

हे काम झालं होतं.

या क्षणापासून हे दोन तरुण अमर्त्य झाले आहेत. ब्रह्माचा विजय असो.

कड्याच्या टोकावरून सहा डोळे हे सगळं बघत होते. दोन राजकुमार आणि त्यांचा नवा गुरू – खोल खाली नदीकिनाऱ्यावर बसलेले – पण एकाच व्यक्तीकडे ती भीतीदायक आणि सुंदर अशी ब्रह्मनची शक्ती पाहण्याची कुवत होती. ते दोन महामंत्र गुरूकडून शिष्यांकडे जाताना जो स्फोट झाला होता तेव्हा हे ब्रह्मन प्रकट झालं होतं. ज्या व्यक्तीकडे हे पाहण्याची शक्ती होती तिलाही हे नक्की काय झालं ते माहीत नसलं तरी तिला अंदाज नक्कीच करता येत होते. *ब्रह्मनची काळी जादू–भयानकवनामध्ये माझ्या भावंडांना तोंड देण्याची तयारी करून घेतोय तो ऋषी या तरुणांकडून. मूर्ख ऋषी – या निष्पाप पोरांचं तू काय करतोहेस ते तुला कळत नाहीये – माझ्या भावंडांनी यांना मारलं नाही तर तुझे हे मंत्रच त्यांना मारतील.* सर्वच राक्षसांप्रमाणे ब्रह्मन शक्तीबद्दल किंवा त्या शक्तीचा वापर करणाऱ्यांबद्दल थोडासाही आदर शूर्पणखेच्या मनात नव्हता.

मान उचलून तिनं एक किंकाळी फोडली. ती अर्ध हरिणी आणि अर्धराक्षसीच्या आवाजात होती. तिच्या डाव्या खांद्यावर नुकत्याच बऱ्या झालेल्या जखमेचा वण होता. त्या सकाळी त्या घुसखोरानं मारलेल्या बाणाची ती खूण होती. पुन्हा मान खाली घालून ती कड्याच्या टोकापर्यंत सरपटत गेली. आणि तशीच चारी पायांवर घसपटत खाली उतरू लागली. कमी कमी होत जाणाऱ्या संध्याप्रकाशात लालकाळी लव असलेली कातडी त्या कड्याच्या लोखंडाचा अंश असलेल्या दगडांमध्ये मिसळून गेली.

त्या यक्षाच्या डाव्या बाजूला जेमतेम चाळीस यार्डांवर महाराजा दशरथाच्या वज्र तुकडीचे दोन वाटाडे लपून उभे होते. त्यांनी कुतूहलानं आजूबाजूला पाहिलं. त्यांची नावं होती गिधाड आणि डोमकावळा. त्यांच्या कुलचिन्हानुसारच ही नावं होती.

'कालीमाते – हा आवाज तरी कसला होता?' त्या भयानक आवाजानं गिधाडाच्या मानेवरची लव ताठरली होती.

खांदे उडवून डोमकावळा म्हणाला, 'कोण जाणे. पण या अंधाऱ्या जागी

कालीचं नाव उगाचच घेऊ नकोस हं, भाई – काय सांगावं तिला ते ऐकू जायचं आणि यायची शोधत कुणी उगाचच माझं नाव घेतलं म्हणून...'

गिधाडानं काहीशा तुच्छतेनं फुरफूर केली खरी पण मनातून थोडी भीतीही वाटलीच त्याला. या दक्षिणवनासंबंधीच्या अशा अनेक कथा त्यानं ऐकल्या होत्या. आत्तापर्यंत त्याला आणि त्याच्या सोबत्यांना भीतीदायक असं काही दिसलं नव्हतं पण या भयानक अरण्यात अशी अनेक संकटं दबा धरून बसली असणार याबद्दल त्याला काही शंका नव्हती.

'ढोले आत्तापर्यंत पोचला असणार सेनापतीकडे.' विषय बदलावा म्हणून तो उद्गारला. डोमकावळ्याला असलं काहीतरी बोलण्याची वाईट खोड होती आणि गिधाडाला आत्ता तरी तसलं काहीच ऐकायचं नव्हतं. प्रेतावर झपाट्यानं पांढरं प्रेतवस्त्र टाकावं तेवढ्या झपाट्यानं अंधार पडत असताना तर नाहीच नाही.

'आणि काय सांगणार तो त्यांना? या जंगलामधून गाडी जाण्यासारखा रस्ता नाहीचेय म्हणून? आणि समजा असता तरी आपल्या घोडागाड्या इथून खाली कशा उतरणार? आपण तरी कसे जाणार आहोत रे खाली?'

'ऋषी आणि राजकुमार गेले की खाली उतरून सहज.' गिधाड म्हणाला.

'तेव्हा उजेड होता बाबा, काही मिनिटातच तुझ्या आईच्या गर्भाशयासारखा मिट्ट काळोख पडेल मग काय करणार आहोत आपण?'

'थांबायचं आपण पहाटेपर्यंत, या नदीच्या पलीकडे अनंग आश्रम आहे – कामदेवाच्या दरीमध्ये – ऋषी आणि राजकुमार नक्की तिथेच रात्रीचा मुक्काम करणार असतील. पहाटेपर्यंत आपण इथे थांबायचं आणि फटफटलं की उतरायचं खाली.'

डोमकावळा काहीतरी पुटपुटला. मग काही वेळ तोंडातलं तंबाखूचं पान चघळत त्यानं विचार केला आणि मग बाजूला एक पिंक टाकून त्यानं मान डोलावली.

'पहाटे तर, ठीक आहे.' नाईलाजानं या बेताला मान्यता देत तो म्हणाला, 'पहाऱ्याची पहिली पाळी तुझी, मी झोपतो थोडा वेळ.'

गिधाडानं काही वाद घातला नाही. त्याच्या सोबत्यानं त्याला रात्रभर पहारा करायला सांगितलं असतं तर त्यानं तेही मान्य केलं असतं. आज रात्री झोप मिळण्याची शक्यता त्याला वाटतच नव्हती. ती भयानक किंकाळी ऐकल्यावर तर नाहीच. ते होतं तरी काय? कोल्हा असेल का? का कोण जाणे पण त्याला असं वाटत नव्हतं एवढं खरं.

कमी होणाऱ्या प्रकाशात राजकुमार नदीपलीकडे जाण्याचा प्रयत्न करत होते. हा त्यांचा तिसरा प्रयत्न होता. पुन्हा एकदा त्यांना नाईलाजानं मागे वळावं लागलं.

उथळ आणि कमी शक्तीची असली तरी नदी दोन पुरुष खोलीची होती. ओल्याचिंब कपड्यांनिशी ते नदीबाहेर आले आणि ब्रह्मर्षीसमोर वाकून उभे राहिले.

'गुरुदेव, पलीकडे जाण्याचा एकच मार्ग आहे, पोहत जाण्याचा.' लक्ष्मणानं नदीच्या अरुंद पात्राकडे हात करत म्हटलं, 'थोडंसंच अंतर आहे पलीकडच्या किनाऱ्यापर्यंतचं.'

सूर्यास्ताच्या लाल किरणांचे फराटे उमटलेल्या पश्चिमेच्या आकाशाकडे बघत ब्रह्मर्षी स्तब्धच राहिला. 'सूर्यास्त झाला आहे, राजकुमार लक्ष्मण. सूर्याचा शेवटचा किरण पृथ्वी सोडून गेल्यानंतर वाहत्या पाण्यात उतरायला मला आवडत नाही.'

गोंधळलेल्या लक्ष्मणानं रामाकडे बघितलं. 'पण गुरुदेव, तो एकच मार्ग आहे पलीकडे जाण्याचा.'

काहीही न बोलता ब्रह्मर्षी रामाकडे वळला आणि त्याच्याकडे रोखून बघू लागला. रामाची नजर त्याच्या नजरेला भिडली आणि त्यांच्यामध्ये काहीतरी ठरलं. लक्ष्मणानं ते बघितलं, काहीतरी घडणार आहे याची त्याला अंधुकशी कल्पना आली. *गुरूंनी त्याला नदी ओलांडण्याचा दुसरा मार्ग दाखवला आहे.* हे आपल्याला कसं कळलं हे काही त्याला समजलं नाही पण आपल्याला कळलं एवढं मात्र त्याला नक्की कळलं.

काही न बोलता राम वळून कड्याच्या किनारीशी गेला. एक झाड तिथे मोडून पडलं होतं. इतक्या उंचावरून आदळत आपटत खाली आल्यानं त्याच्या फांद्यांची मोडतोड झाली होती, त्याची मुळं आणि खालच्या फांद्या सुकलेल्या होत्या, एखाद्या उलथ्या पडलेल्या कीटकासारखं ते झाड दिसत होतं. ज्या मोठ्या खडकावर ते झाड पडलं होतं त्या खडकावर रामाला चढताना बघून लक्ष्मणाच्या कपाळावर आठ्या उभ्या राहिल्या. रामानं क्षणभर त्या झाडाचं निरीक्षण केलं. ते साधारण सात-आठ यार्ड लांब आणि एखादा यार्ड रुंद होतं.

'भाई? तू काय करायचं...'

तो गप्पच झाला.

रामानं खाली वाकून झाडाचा बुंधा दोन्ही हातांनी घट्ट धरला. लक्ष्मण आश्चर्यचकित होऊन पाहत असताना त्यानं ते झाड उचलून खांद्यावर घेतलं आणि तो पुन्हा ताठ उभा राहिला.

त्यानं ते झाड हातांनी धरलं होतं. एखाद्या शेतकऱ्यानं कापलेल्या गवताची पेंढी खांद्यावर घ्यावी तसं.

उडी मारून राम त्या खडकावरून खाली आला. त्याची पावलं जमिनीवर पडली तेव्हा झालेला जमिनीचा थरथराट लक्ष्मणाला त्याच्या हाडांमध्ये जाणवला. रामाच्या सडपातळ शरीराच्या दोन्ही बाजूंनी ते झाड चांगलं काही यार्ड बाहेर आलं

होतं. त्याच्या वजनाच्या दसपट वजनाचं असावं ते झाड – आणि तेवढंच विस्तृतही – *एखादा टन वजन सहज असेल त्या झाडाचं* लक्ष्मणाच्या मनात आलं. त्याचा त्याच्या डोळ्यांवर विश्वासच बसत नव्हता.

रामानं ते मेलेलं झाड नदीजवळ नेलं. नदीच्या अगदी किनाऱ्यावरच्या काही दगडांवर त्यानं पाय रोवून तो उभा राहिला. नदीचं पाणी त्याच्या घोट्यांशी खेळत होतं. वजन उचलण्याचा खेळ करणाऱ्या खेळाडूसारखं त्यानं दोन्ही हातांनी ते झाड वर उचललं एक क्षणभर तो तसाच उभा राहिला. अंधाऱ्या होत चाललेल्या आकाशाच्या पार्श्वभूमीवर त्याची लहानशी आकृती एखाद्या मुंगीनं एखादा अशक्य असा भला थोरला उसाचा करवा वाहून न्यावा तशी दिसत होती. त्यानं तो ओंडका नदीमध्ये फेकला. दोन्ही बाजूंना पंधरा पंधरा यार्ड पाणी उडवत तो ओंडका नदीच्या पाण्यात धाडकन पडला. काही थेंब लक्ष्मणाच्या डोक्यावरही आशीर्वादासारखे पडले.

क्षणभर आपलं काम न्याहाळत राम तसाच उभा राहिला आणि मग मागे वळून ते जिथे उभे होते तिथे आला. ब्रह्मर्षीला वाकून नमस्कार करत तो म्हणाला, 'गुरुदेव.' नदीवर पूल बनलेल्या त्या ओंडक्याकडे हात करत तो म्हणाला, 'गुरुदेव, आता ओले न होता तुम्ही नदी ओलांडू शकता.'

गुरूंच्या नजरेबरोबर लक्ष्मणाची नजरही नदीकडे गेली. रामानं जिथे तो ओंडका फेकला होता – एखाद्या गवताच्या पेंढीसारखा – तिथेच घट्ट बसला होता. एक तात्पुरता पूल तयार झाला होता.

रामाच्या खांद्यावर हात ठेवत ब्रह्मर्षी म्हणाला, 'उत्तम. राजकुमार राम.'

लक्ष्मणाकडे वळून तो म्हणाला, 'तुझ्या भावामध्ये एखाद्या हत्तीसारखी ताकद कुठून आली याचं आश्चर्य वाटतंय ना राजकुमार लक्ष्मणा?' इतक्या धूसर प्रकाशातही त्याच्या डोळ्यातली मिश्कील चमक लक्ष्मणाला दिसलीच.

लक्ष्मणाचं तोंड उघडं पडलं होतं ते गपकन मिटत तो उत्तरला, 'होय, गुरुदेव.'

मान डोलावत विश्वामित्रानं सांगितलं, 'हा त्या दोन महा मंत्रांचा परिणाम आहे – बल आणि अतिबल. त्यांनी तुमची शरीरं बदलायला सुरुवात केली आहे. तुमच्या शरीरांमधली मूळची पेशींची जडणघडण बदलली जाते आहे, तुमच्या क्षम ता वाढवल्या जात आहेत आणि अनेक मार्गांनी तुमची शक्ती वाढवली जात आहे. हे आत्ताचं लहानसं शक्तिप्रदर्शन म्हणजे महामंत्रांच्या परिणामांची एक नुसती चुणूक होती. लवकरच तुम्ही दोघे एखादं मेलेलं झाड उचलून फेकण्यापेक्षा खूप अधिक शक्तीची कामं करू शकाल.'

'आम्ही दोघे?' लक्ष्मणाचा आवाज घशातच दाटला, 'मी सुद्धा, गुरुदेव?'

द्रष्टा हसला. 'अर्थातच, युवा लक्ष्मणा. महामंत्र प्रत्येक व्यक्तीवर वेगवेगळे परिणाम करतात हे खरं आहे. ते मंत्र रामाच्या मनातल्या आणि शरीरातल्या काही बाबी अधिक उजळ करतील तर तुझ्या बाबतीत ते काही गोष्टी बदलून टाकतील. पण काही बदल ते करणार यात काडीमात्र शंका नाही. आत्तासुद्धा तुला त्यांच्या त्या विलक्षण कामगिरीचा प्रत्यय यायला लागलेला आहेच. बघ बरं तुझ्या भावाकडे आणि तुझ्या स्वत:कडे.'

लक्ष्मणानं रामाकडे पाहिलं. आपण काय पाहतो आहोत ते नीट दिसायला त्याला एक क्षण वेळ लागला. जसं जवळच्या वस्तूकडे पहात असताना एकदम दूरच्या वस्तूकडे पाहू लागलो तर ती वस्तू नीट दिसायला थोडा वेळ लागतो तसं काहीसं त्याचं झालं. मग त्याला ते दिसलं.

रामाच्या बोटांची टोकं, डोळ्यांचे कोपरे, नाकडोळ्यांची छिद्रं या साऱ्यातून एक फिकटसा निळा प्रकाश चमकत होता. रामानं आपल्या उजव्या हाताकडे बघितलं आणि हातात घुसलेली त्या ओंडक्याची एक बारीकशी कपची ओढून काढून फेकून दिली. ती कपची रामाच्या तळहातामध्ये ज्या ठिकाणी थोडीशी घुसली होती त्या ठिकाणाहून अधिक चमकदार, अधिक गडद निळा प्रकाश बाहेर पडताना लक्ष्मणाला दिसला. जणू काही रामाचं रक्तच ब्रह्मनच्या शक्तीनं भारून गेलं असावं.

लक्ष्मणानं खाली स्वत:कडे पाहिलं. त्याच्या शरीराच्या बाबतीतही तेच घडत होतं. *मी ब्रह्मनच्या शक्तीनं भरून गेलो आहे. आम्ही दोघेही.* हे त्याला जाणवत होतं त्याच वेळी त्याला हेही जाणवलं की त्याच्या पेशीपेशीमध्ये बदल होत आहे. प्रत्येक श्वासागणिक आपली शक्ती वाढत असल्याचा अनुभव त्याला येऊ लागला.

'योग्य वेळी,' ब्रह्मर्षी बोलतच होता, 'महामंत्रांनी तुमची स्वरूपं पूर्णपणे पालटून टाकल्यावर मी तुम्हाला देव-अस्त्रांचं शिक्षण देईन. त्या पायरीला पोचण्यापूर्वी बल आणि अतिबल यांचं काम पूर्ण होणं आवश्यक असतं.'

लक्ष्मण प्रभावित झाला. *देव-अस्त्रं? देव आणि असुर यांच्यातल्या महायुद्धामध्ये वापरण्यात आली होती म्हणतात ही अस्त्रं - ती मला आणि रामाला मिळणार?* हात जोडत तो म्हणाला, 'गुरुदेव, खरोखरच तुमची विद्या अथांग आहे.'

हातातल्या दंडानं खूण करत ब्रह्मर्षी म्हणाला, 'चला, राजकुमारांनो, अंधार व्हायला लागला आहे. अनंग आश्रमाकडे जायला लागू.'

त्या ओंडक्यावरून त्या तिघांनी अगदी सहजपणे नदी ओलांडली. ओंडक्याच्या रुंदीवरून पावलं टाकणं सोपं होतं. लहान असताना लक्ष्मण आणि त्याचे भाऊ जेमतेम मनगटाच्या जाडीच्या फांद्यांवरून दऱ्या ओलांडण्याचा खेळ खेळलेले होते. या जाडजूड ओंडक्यावरून तर तो डोळे मिटूनही जाऊ शकला असता. ब्रह्मर्षी

आणि राम यांच्यामागोमाग त्यानं नदीच्या पलीकडच्या तीरावर उडी मारली. मागे बघत त्यानं विचारलं, 'गुरुदेव, हा ओंडका असाच ठेवायचा का?' मागे बघत ब्रह्मर्षी म्हणाला, 'काढून टाकलेला बरा.' मग क्षणभर थांबून तो म्हणाला, 'हे काम करतोस का तू, राजकुमार लक्ष्मण?'

लक्ष्मण हसला. गुरुदेवांनी असंच म्हणावं हेच तर त्याच्या मनात होतं.

शूर्पणखा कड्यावरून बघत होती. दरीच्या तळापासून जेमतेम दहा यार्डांवर कड्याला चिकटून ती उभी होती. राम तो ओंडका उचलून नदीवर टाकत होता ते बघण्यासाठी तिनं आपलं खाली उतरणं थांबवलं होतं. आता लक्ष्मणानं तोच ओंडका उचलून पलीकडया तीरावर दूर फेकून दिलेलाही तिनं बघितला. लक्ष्मणानं हात झटकले. आपली पहिलीवहिली स्पर्धा जिंकलेल्या मुलासारखा तो आनंदला होता. गुरुदेव आणि थोरला भाऊ यांच्या मागोमाग तो चालू लागला. बघता बघता तिघेही त्या फळबागेमध्ये दिसेनासे झाले.

शूर्पणखा खाली आली. या नव्या गोष्टीचा अर्थ काय असावा हा विचार ती करत होती. म्हणजे ब्रह्मर्षींनं ब्रह्मनची काहीतरी जादू या दोन्ही राजकुमारांवर केली असावी. त्यामुळेच ते अधिक शक्तिवान झाले आहेत आणि लवकर दमतही नाहीत. हे तिच्या स्वामीला ताबडतोब कळवायलाच हवं होतं. तिचा स्वामी – तिचा भाऊ.

पुन्हा रावणाच्या समोर जाण्याच्या कल्पनेनं तिनं दात आवळले. थोडा वेळ का होईना पण ती एका स्वप्नामध्ये रंगून गेली होती – आपल्या रक्षणकर्त्या रामाच्या मागोमाग जायचं आणि त्याच्या दक्षिणेकडच्या प्रवासात त्याला नुसतं बघत बसायचं. आणखी थोडा वेळ तसं करत बसणं तिला अगदी आवडलंच असतं. तो होताच तसा बघण्यासारखा – शिवाय तिला या मर्त्य तरुणाला समजूनही घ्यायचं होतं – एका हरिणीचा जीव वाचवण्यासाठी स्वत:चा जीव धोक्यात घालणारा हा मर्त्य तरुण – पण शेवटी काही म्हटलं तरी अखेरीस ती एक राक्षसी होती हे ती नाकारू शकतच नव्हती. आणि नुसती कुणी राक्षसी नव्हे तर रावणाची चुलत बहीण. शिवाय तिला एक काम देण्यात आलेलं होतं – ते तिला कितीही आवडलं नसलं तरी...

रागानं ती फुरफुरली. तो आवाज त्या संध्याप्रकाशामध्ये घुमत राहिला.

8

झाडांमधून दिसणारा कंदिलाचा उबदार प्रकाश पाहून त्यांनी आश्चर्याने डोळे विस्फारले. समोरच्या मोकळ्या जागेकडे येताना त्यांना एका मोठ्याशा झोपडीची आकृती नजरेस पडली. दोन दिव्यांच्या उजेडानं ती झोपडी, ती एक साधीशी, शाकारलेल्या छताची, माती, गवत आणि शेणानं लिंपलेली झोपडी होती. आर्यांच्या सर्वसाधारण स्थापत्याचा अतिशय प्राथमिक नमुना.

ती झोपडी आश्रमाच्या आरेखनानुसार आयताकृती आकाराची होती, दार नसलेल्या दरवाजावर साधं गवताचं छत होतं. जास्तीत जास्त पंधरा ते वीस माणसं राहू शकतील एवढीच ती मोठी होती. छताला आधार देणाऱ्या एका बांबूला दोन गायी आणि एक वासरू बांधलेलं होतं. त्यांचं ताजा कापून आणलेला दर्भ रवंथ करणं चालू होतं. पाहुणे झोपडीच्या अंगणात आले तेव्हा गुरं अर्धवट झोपेतच थोडी हंबरली. ते अंगण नुकतंच झाडलेलं होतं हे रामाच्या लक्षात आलं. झाडूच्या समांतर रेषा अंगणाच्या सपाट जमिनीवर उठलेल्या होत्या.

दरवाजामधून एक डोकं उगवलं. साधकांच्या पद्धतीनुसार त्यानं केसांचा नीटनेटका बुचडा डोक्यावर बांधला होता. एक तरुण ऋषी हसत सामोरा आला. त्याची कंबर जेवढी बारीक होती तेवढंच चेहऱ्यावरचं हास्य रुंद होतं.

शैव आहे, रामाच्या मनात आलं. दुसरा कोणताच पंथ स्वत:ची इतकी उपासमार करून घेणार नाही. शिवभक्तांची संख्या हळूहळू वाढत होती. अर्थात विष्णू आणि ब्रह्माच्या भक्तांच्या संख्येच्या जवळपासही ही संख्या नव्हती. हे खरं असलं तरी शिवभक्तीची लोकमान्यता आणि लोकप्रियता वाढीला लागली होती.

झोपडीमधून आणखीही काही ऋषी बाहेर आले. बहुतेक जण तरुण शिष्यच होते. पंचवीस वर्षं ब्रह्मचर्य राखून उपासना करण्याचं व्रत घेतलेले शिष्य. सर्वांनी द्रष्ट्या ऋषी विश्वामित्रासमोर डोकं टेकवून प्रणाम केला. शैव असोत की ब्राह्मण – ब्रह्मर्षीविषयी सर्वच देवभक्तांना आदर असे.

'आशीर्वाद द्यावा, गुरुदेव.' सर्वजण एका आवाजात उद्गारले. अनेक

वर्षांच्या रोजच्या सरावामुळे त्यांचं हे एका आवाजात बोलणं अगदी अचूक होतं. *'आदरणीय, सन्मानपूर्वक आत यावं अशी विनंती करत आहोत.'*

'आयुष्मान भव, ऋषींनो. तुमच्या प्रार्थना सफल होवोत.'

एक उंचापुरा, पांढऱ्या शुभ्र केसांचा बुचडा बांधलेला, चेहऱ्यावर भरपूर सुरकुत्या असलेला ऋषी घाईघाईनं पुढे आला आणि त्यानं द्रष्ट्यासमोर साष्टांग नमस्कार घालून त्याच्या पावलांचं अतिशय आदरानं चुंबन घेतलं.

'महादेव, तुमच्या येण्यानं आमचा हा लहानसा आश्रम हजारो पटींनी अधिक पावन झाला आहे. आम्ही तुमचं आणि तुमच्या सोबत्यांचं या अनंग आश्रमामध्ये स्वागत करतो. जो कुणी इथे प्रवेश करतो त्याचं भलं होवो.'

'पुन्हा भेटतो आहोत आपण ऋषी अध्रंग. माझे सोबती आणि मी आमच्या वतीनं मी आपल्या उदार आमंत्रणाचा स्वीकार करतो.'

दरवाजाशी जाता जाता विश्वामित्रानं गोमातेच्या पाठीला स्पर्श केला. 'मला पुन्हा एकदा क्षमा कर, मला माझी चूक समजली आहे.' मग रीतीनुसार अर्घ्याचा स्वीकार करण्यासाठी त्यानं पाय पुढे केले. स्वत: ऋषी अध्रंगांनी त्याचे पाय धुतले, इतर ऋषींनी राम आणि लक्ष्मणाचे पाय धुतले.

ब्रह्मर्षींनी गोमातेची क्षमा का मागितली असा प्रश्न रामाला पडला होता. विश्वामित्राच्या भूतकाळातली काहीतरी दंतकथा त्याला थोडी आठवत होती – गुरू वसिष्ठांची आणि त्याची पहिली भेट झाली त्या वेळची असावी – एखादी योग्य वेळ बघून गुरूंना विचारू असं त्यानं ठरवलं.

बाहेरच्यासारखीच झोपडी आतूनही अगदी साधी होती. चुन्यानं रंगवलेल्या खिडक्या नसलेल्या चार भिंती – रिकाम्या जमिनीवर काहीही सामान नाही. एका कोपऱ्यात रचून ठेवलेल्या गवताच्या चटया, बस. एक अगदी तरुण ब्रह्मचारी शिष्य रात्री झोपण्यासाठी त्या चटया पसरत होता. त्यानं वळून पाहिलं आणि ब्रह्मर्षी आणि ते दोघे राजकुमार यांना बघून एकदम स्तब्ध उभा राहिला. आश्चर्यानं एक श्वास त्याच्या तोंडातून निसटला आणि त्यानं ब्रह्मर्षींच्या पायावर इतक्या अनपेक्षितपणे लोळण घेतली की त्याचं तुळतुळीत डोकं जमिनीवर आपटलं.

'ब्रह्मर्षी, महादेव, आशीर्वाद.' ब्रह्मर्षीविषयीच्या आदरानं त्याचा घसा दाटून आला होता.

मजा वाटून राम आणि लक्ष्मणानं एकमेकाकडे पाहिलं, *'हा बघा खरा उत्सुक ब्राह्मण.'*

ताज्या शेणाचा वास सगळीकडे भरून राहिला होता आणि ताज्या गोमूत्राचा तीव्र तिखट वास घ्राणेंद्रियाचं लक्ष वेधून घेण्यासाठी त्या वासाशी स्पर्धा करत होता. गोमातेच्या पाच देणग्यांपैकी या दोन देणग्या. शेण, गोमूत्र, दूध, कातडं आणि

मांस. अर्थात शैव आश्रमामध्ये शेवटच्या दोन देणग्या सापडणार नाहीत हे रामाला माहीत होतं. हा पंथ देहदंड आणि साधेपणा अशा नियमांबद्दलच प्रसिद्ध होता. या पंथाच्या व्यक्तींच्या अतिशय बारीक, हाडांच्या सापळ्यांसारख्या शरीरांकडे बघताच हे समजून येत होतं.

एकच दिवा असल्यानं झोपडीच्या आतल्या काहीशा अंधाऱ्या भागाला डोळे सरावण्याआधीच रामाला जाणवलं की झोपडीची गोमूत्रानं नुकतीच सारवलेली जमीन ज्या शेण आणि गवताच्या मिश्रणाने बनवली आहे ते नुकतंच वाळलं आहे. त्या वासानं नाक वाकडं करण्याआधी त्यानं स्वत:लाच बजावलं – गोमूत्र आणि शेण या दोन्ही गोष्टी जंतुनाशक आहेत. खरं म्हणजे त्याला शेणाचा फारसा त्रास वाटत नसे, एकदा सुकलं की त्याचा वास काहीसा मातीसारखाच होऊन जात असे. आणि तो वास काही फारसा वाईटही नसे. ताज्या गोमूत्राचा तिखट वास मात्र त्याला कधीच सहन करता आला नव्हता.

'ऋषींच्या महामंत्रानं जर मला गोमूत्राचा वास गुलाबाच्या फुलाच्या वासासारखा करण्याची शक्ती दिली असती तर...' त्याच्या मनात आलं. *'तर मग मात्र मला इथे काहीच त्रास वाटला नसता.'*

ऋषी अध्रंगानं आश्चर्यानं झोपडीभर नजर फिरवत विचारलं, 'हा कसला वास येतोय?'

आपल्या गुरू एवढ्याच गोंधळलेल्या एका तरुण शिष्यानं उत्तर दिलं, 'इथून... एखादी स्त्री गेली असावी असा वास येतोय, गुरुजी.'

'ब्रह्मचारी तरुण स्त्रीसारखा नाही, तर हा वास – एखाद्या फुलांच्या परडीसारखा आहे.' तोही आपल्या सोबत्या एवढाच गोंधळलेला दिसत होता.

लक्ष्मणही नाकानं सूंसूं करत झोपडीभर बघत हा वास कुठून येतो आहे ते शोधत होता. एकटे विश्वामित्रच आपल्याकडे सरळ रोखून बघता आहेत हे रामाच्या लक्षात आलं. ऋषीला वास कुठून आला हे शोधण्यात काहीच रस दिसत नव्हता. इतर ऋषीही चटया उचलून इकडेतिकडे बघत वासाचा उगम शोधत होते, तोंडानं चक चक करत होते.

आपण श्वास रोखून धरला आहे हे रामाच्या लक्षात आलं. त्यानं एक दीर्घ श्वास घेतला. आपल्या आईच्या आकाशगृहासारखा सुगंध येत असल्याचं पाहून त्याला आश्चर्यच वाटलं. *'एका क्षणार्धात माझ्या मनात आलेल्या विचारामुळे मी हे करू शकलो आहे. गोमूत्राचा वास गुलाबफुलांसारखा व्हावा एवढ्याच इच्छेनं हे घडलं आहे. हे विष्णू, मला खरोखर हा वास बदलायचा नव्हता.'*

त्यानं काहीसं घाबरून ऋषीकडे पाहिलं. आता काहीतरी ऐकून घ्यावं लागणार असं साहजिकच त्याला वाटलं. *'नुसती इच्छा करून आम्ही ती गोष्ट घडवून आणू*

शकतो हे त्यानं आम्हाला आधी सांगायला हवं होतं, सावध करायला हवं होतं.' काही ज्येष्ठ ऋषींनी तर विश्वामित्राकडे बघत ब्रह्मनच्या शक्तीबद्दल कुजबुजायलाही सुरुवात केली होती.

अजाणता घडलेल्या चुकीची कबुली देण्यासाठी राम पुढे होणार तेवढ्यात एका तरुण शिष्यानं एक पूर्ण उमललेला गुलाब दाखवला. 'हा गुलाब ईशान्येच्या कोपऱ्यात होता – अगरबत्त्यांजवळ. दुम्मानं आणला असणार हा आत.'

'मी नाही आणला.' ते सगळे झोपडीत शिरले तेव्हा तिथे एकट्याच असलेल्या लहान शिष्यानं ओरडून म्हटलं. सात आठ वर्षांपक्षा जास्त वय नाहीये त्याचं, रामानं मनात म्हटलं. तो सर्वात लहान शिष्य होता यात काही शंका नव्हती. 'एकदा कधीतरी मी रातराणीचं फूल आत आणलं म्हणजे काही मी नेहमी तसंच करतो असं नाही. हं.'

ऋषी अध्रंगानं फूल घेण्यासाठी हात पुढे केला. 'एकच फूल आहे पण वास मात्र जोरदार आहे.'

सगळं माहीत असल्यासारखं त्यानं विश्वामित्राकडे बघितलं. 'पण काही बिघडलं नाही. आम्ही शैवपंथी सगळ्या सुखसोयींचा त्याग करतो – सुगंधी फुलांचाही. पण हे अचानक आलेलं फूल म्हणजे आपल्या महान अतिथींचं स्वागतच आहे असं समजू.'

'खरंच.' चेहऱ्यावरची रेषाही न हलवता विश्वामित्र उत्तरला.

पुन्हा गोमूत्राचा तिखट वास यायला लागला आहे हे रामाला जाणवलं. *'त्यांनी हा वास पुन्हा आपल्या मूळ वासावर नेला आहे. आणि आधीच्या सुगंधाचा पुरावा म्हणून ते फूलही निर्माण केलं आहे.'*

त्यानं त्या वेळी विश्वामित्राकडे बघणं टाळलं पण नंतर जमिनीवर बसून तपस्व्यांचं साधंसुधं जेवण जेवताना त्यानं सहजच वर बघितलं आणि विश्वामित्राच्या नजरेत मिश्कील चमक आहे असं वाटलं.

आपल्या विचारांवर आणि कृतींवर अधिक कडक नजर ठेवायची असं त्यानं ठरवून टाकलं. या साध्या ब्रह्मचारी तपस्व्यांपुढे आपल्या नव्या शक्तींचा तोरा मिरवणं बरोबर नाही. आधीच विश्वामित्राच्या उपस्थितीमुळे ते सारे भारावून गेले आहेत, आर्जवानं बोलताहेत. तो आणि लक्ष्मण राजकुमार आहेत हेही त्यांना कळलं आहे. शिवाय त्याला स्वतःलाच अजून स्वतःच्या नव्या शक्तींबद्दल नीटसं कळलं नव्हतं. लाकडी ओंडके उचलून फेकणं किंवा गुलाबाची फुलं निर्माण करणं वगैरे सगळं ठीकच आहे पण पण या किरकोळ जादूपेक्षा महामंत्रांमध्ये नक्कीच खूप जास्त काही असणार.

त्यानं तिरप्या नजरेनं लक्ष्मणाकडे पाहिलं. त्याच्या चेहऱ्यावरूनच त्याला

कळलं की त्याच्याही मनात तेच विचार येत असले पाहिजेत. दोघांनीही एक मूक सहमती केल्यासारखी हलकेच मान डोलावली. *'सरळ साध्या मुलांसारखेच वागू या आज रात्री.'*

ज्वारीची भाकरी आणि थोडं सैंधव एवढंच त्यांचं जेवण होतं. ऋषी अध्रंगांनी त्यांच्या सन्मानार्थ झोपडीच्या बाहेर एक शेकोटी पेटवली आणि थोडा फळांचा रसही समोर ठेवला. रामाला तो रस थोडा आंबटच लागला – बहुधा तो काढून खूप वेळ झाला असावा. पण ब्रह्मचारी ज्या रीतीनं तो रस पीत होते त्यावरून एखाद्याला वाटलं असतं – राज्यामधला सर्वात उत्तम असा सोम रसच ते पीत आहेत.

दुम्मा, तो सर्वात लहान शिष्य हातात मातीचं रिकामं भांडं घेऊन मोठ्या आशेनं मध्ये ठेवलेल्या एकुलत्या एका सुरईकडे बघतो आहे हे रामानं पाहिलं. प्रत्येकाला जेमतेम घोटभर रस मिळाला असेल. रामानं लक्ष्मणाला कोपरानं खुणवलं. काही वेळानं लक्ष्मणानं त्यांचे दोघांचेही रस त्या लहान शिष्याकडे सरकवले. होळीच्या सणाच्या वेळी राजवाड्यातला एखादा ब्राह्मण त्याचं भांगेचं दहावं पात्र ज्या चवीनं पीईल त्याचं चवीनं तो आंबट रस दुम्मा पीत होता हे बघून रामाला खूप मजा वाटली.

सूर्यास्तानंतर हवा चांगलीच थंड झाली होती. ऋषी अध्रंगानं विचारलं, 'तुम्ही शेकोटीजवळ बाहेर झोपाल की आत शेकोटीशिवाय झोपणं चालेल?'

विश्वामित्रानं बाहेर झोपणं पसंत केलं तेव्हा रामाला थोडं हायसं वाटलं. रात्रभर गोमूत्राचा वास घेत राहाण्यापेक्षा एखाद्या वादळात झोपणं त्याला अधिक आवडलं असतं.

'काल माझे हे तरुण सोबती रेशमी गाद्यागिरद्यांवर झोपले होते. आज ते दर्भाच्या चटयांवर झोपतील.' विश्वामित्रानं जमलेल्या ऋषींना सांगितलं. खूष होऊन सर्वांनी मान डोलावल्या. राम आणि लक्ष्मणाकडे काहींनी चोरट्या नजरेनं पाहूनही घेतलं. काही जण तर एवढ्या महान अतिथींच्या उपस्थितीमुळे अजूनही थोडे कावरेबावरेच झालेले होते.

'शिवाकडे जाण्याची पहिली पायरी म्हणजे साधेपणा.' ऋषी अध्रंगानं गंभीरपणे सांगितलं. 'पहिली पाच वर्षं आम्ही आमच्या ब्रह्मचाऱ्यांना एवढंच शिकवतो. बाह्य गोष्टींचा त्याग कसा करावा ज्यायोगे आपला आंतरिक विकास होईल.'

ऋषी तपाचं महत्त्व, संयम, मिताहार, प्रदीर्घ उपवासाच्या आणि चिंतनाच्या काळात महादेव शिवाचं नाम घेण्याची योग्य रीत अशा आध्यात्मिक बाबींविषयी बोलत होते. रोज संध्याकाळी ते अशी चर्चा करत बसत असावेत हे उघड होतं. त्यांच्या रोजच्या कामाच्या व चिंतनाच्या घबडग्यामध्ये हा एवढाच वेळ त्यांना

मोकळा मिळत असणार. आपले विचार ऐकायला आणि चर्चा करायला कुणी अतिथी आल्याचा आनंदही त्यांना वाटत होता. अयोध्येमध्ये गेलं वर्षभर मेजवान्या आणि राजकीय सभा, युद्ध समित्या आणि इतर अशाच शेकडो समारंभाना हजर राहिल्यानंतर अशा धार्मिक वृत्तीच्या लोकांशी बोलण्यात रामाला तर खूपच नाविन्य वाटत होतं.

या चर्चेमुळे आपल्याला गुरू वसिष्ठांच्या गुरुकुलाची इतकी आठवण यावी याचे त्याला आश्चर्यच वाटलं. *'आमच्या आयुष्यातली ती सर्वात उत्तम वर्षं होती.'* अंतर्दृष्टीच्या एका झटक्यासरशी हे त्यांच्या लक्षात आलं. *'पण हे जाणवण्यासाठी मला गुरुकुलातून दूर यावं लागलं.'* या विरोधाभासानं त्याला किंचित हसू आलं. *'आपलं ज्या लोकांवर, जागेवर प्रेम असतं ते प्रेम किती आहे हे कळण्यासाठी आपल्याला त्यांच्यापासून दूर का जावं लागतं?'*

त्याला त्याच्या सभोवतालाविषयी आत्मीयता वाटू लागली. ही जागा शरयूच्या दक्षिणेला असली तरी ती भयानक अशा दक्षिणवनासारखी वाटत नव्हती तर त्याच्या आवडीच्या उत्तर भागातल्या उपवनासारखीच वाटत होती. रात्रीच्या पक्ष्यांचं बारीकसं चिरचिरणं किंवा एखाद्या कीटकाचा आवाज सोडला तर त्याला वाटलं होतं तसं रानटी पशूंच्या आरोळ्या किंवा रातकिड्यांची किरकीरही नव्हती. वन्य फुलांच्या आणि फळांच्या सुगंधानं हवाही सुगंधित झाली होती. अंधारात थोड्याच अंतरावर – आश्रमापासून शंभर एक यार्डांच्या अंतरावर शरयूची सौम्यशी खळखळही ऐकू येत होती. नेहमीप्रमाणेच वाहत्या पाण्याच्या आवाजानं त्याला झोप येऊ लागली. ती चांगली पक्की झोप नव्हती पण तो जागाही नव्हता. पण जेव्हा ऋषी हलक्या आवाजात बोलू लागला तेव्हा मात्र एका क्षणातच तो चांगला जागा झाला.

'राजकुमार राम, आम्हाला सांगण्यासारखा एखादा विचार आहे का तुझ्या मनात?'

शेकोटीच्या लखलखत्या ज्वालांच्या प्रकाशात डोळ्यांची उघडझाप करण्याचा मोह टाळत रामानं ऋषीकडे पाहिलं. झोप लागता लागता त्याची बुबुळं मोठी झाली असावीत कारण ज्वाला पूर्वीएवढ्याच होत्या – ऋषी आवश्यक तेवढीच लाकडं वापरत असत – तरी त्या अधिक प्रकाशमान दिसत होत्या. विश्वामित्राच्या आवाजात थोडा उपहास होता का? त्याच्या मनात काय विचार चालले होते हे ऋषीला सहज कळू शकत होतं का? आत्तापर्यंत रामाची जवळ जवळ खात्री झालेली होती की त्या महामंत्रांनी तो स्वत:, लक्ष्मण आणि विश्वामित्र यांच्यामध्ये काहीतरी धागा निर्माण झाला आहे. त्यामुळेच ब्रह्मर्षीला त्यांच्या अगदी अंतर्मनातल्या भावना आणि विचार सहज कळू शकताहेत. आश्चर्याची गोष्ट म्हणजे त्याला यामध्ये

काहीच गैर वाटलं नाही. अखेरीस लपवण्यासारखं त्याच्याकडे होतंच काय? आणि नव्या गुरूंपासून तर काहीच नाही.

'महादेव मी आणि माझे भाऊ दक्षिणवनाच्या भयानक कथा ऐकतच मोठे झालो आहोत. त्या वनाला भयानकवनच म्हणतात ना-एक निषिद्ध अरण्य-असुरांचा प्रदेश-एक उजाड प्रदेश-भुताखेतांचा आणि अंधाराचा देश.'

जमलेल्या ऋषींकडे हात करत तो म्हणाला, 'हे उपवन तर त्याच उजाड भयानकवनाच्या सीमेवर आहे. त्याचा दुष्ट प्रभाव इथपर्यंत सहज पोचू शकेल. पण या आश्रमातले हे ऋषी, राक्षस किंवा इतर असुरांना फारसे घाबरलेले दिसत नाहीत. इथे ते अयोध्येच्या आणि राक्षसांना परतवणाऱ्या सेनाविभागाच्या संरक्षणाच्या बाहेर आहेत. आर्य राष्ट्रांच्या सीमांच्या बाहेर-पण त्यांना कसलाही त्रास झालेला नाही. मला हे कळतच नाही. आपल्या शेकडो पिढ्या हे मानत आल्या आहेत की दक्षिणवन हे कुणालाही आश्रय देणारं नाही. शिवाय त्यामध्ये कुणी राहूही शकत नाही. आपण उत्तरेकडे थेट नॉर्सदेशापर्यंत आणि सायबरच्या गोठलेल्या उजाड प्रदेशापर्यंत जाऊन आलेलो आहोत. कुणीही आपल्याला थांबवू शकलेलं नाही. असं असूनही आपलं वर्चस्व कधीही शरयूच्या दक्षिणेकडे स्थापन करू शकलेलो नाही. आणि तरीही, इथे आपण बसलो आहोत-या सुंदर दरीमध्ये एखाद्या पुष्पकुंजासारखी शांतता आणि सुगंध यांचा अनुभव घेत-अगदी सुरक्षित आणि कसल्याही वाईट प्रभावाची भीती नसताना-दक्षिणवनासंबंधी जी काही माहिती आहे त्याच्या अगदी विरुद्ध आहे हे सगळं. हे कसं शक्य झालं आहे?'

विश्वामित्र रामाच्या अगदी समोरच बसला होता. शेकोटीच्या गरम धुरातून त्याचा चेहरा अस्पष्टसा दिसत होता. 'चांगला प्रश्न विचारलास, राजकुमार. या गुंतागुंतीच्या कोड्याचं समाधानकारक उत्तर मिळायला हवं. आणि तसं ते तुला मिळेलच. ऋषी अध्रंगा, मला वाटतं, राजकुमार रामचंद्राच्या प्रश्नाचं योग्य उत्तर तूच देऊ शकशील. कृपा करून तुझ्या ज्ञानाचा आम्हाला फायदा करून दे.'

ऋषीनं गंभीरपणे मान डोलावली. हात जोडून मान लववून द्रष्ट्या ऋषीला नमन करून तो म्हणाला, 'माझी विद्या अयोध्येच्या या अभिमानी राजकुमारांना विशद करून सांगणं हा मी माझा मानच समजेन. महादेव. तुम्ही मला या कार्या योग्य समजता हे माझं मोठंच भाग्य आहे.'

पुढची काही मिनिटं त्यानं आपल्या दाढीवरून हात फिरवण्यात घालवली. बोलायला सुरुवात करण्याआधीचा हा त्याचा आवडता आविर्भाव असावा. ऋषीची काळीपांढरी दाढी फळांचा रस सांडून रंगली आहे हे रामाच्या लक्षात आलं पण ऋषीला ते सांगणं शिष्टाचाराला धरून झालं नसतं.

शेकोटीच्या उजेडात अध्रंगाचे काळे डोळे चमकत होते. कितीही वेळ डोळे

न मिटता त्या ज्वाळांकडे बघत राहाणं त्याला सहज जमत होतं. डोळ्याच्या बाहुल्या पांढऱ्या पडेपर्यंत तो सूर्याकडे टक लावून बघत असणार – रामाच्या मनात आलं – खऱ्याखुऱ्या तपस्व्याचं कठोर रूप आहे त्याचं. वाळवंटातला भयानक उकाडा किंवा हिवाळ्यातली हाडं फोडणारी थंडी म्हणजे एका कधी न संपणाऱ्या उसाच्या कांड्यावर केलेल्या खुणा आहेत असं समजणारा आणि त्यांचं स्वागतच करणारा असा माणूस आहे तो. शिवाय अशा किती खुणा केल्या किंवा अजून किती करायच्या आहेत याची त्याला काहीही फिकीर नाही. त्याच्या हाडांवर जे काही मांस होतं ते सारं स्नायू आणि नसा आहेत. त्याची त्वचा इतकी ताणली गेलेली आहे की त्याचे अवयव किंचित वाकडेच झालेले दिसतात. अतिशय कठीण लाकडापासून बनवलेलं धनुष्य मोठ्या कष्टानं वाकवावं तसं.

तो बोलायला लागला. त्याचा आवाज स्पष्ट आणि मृदू होता. आपल्या देवतेच्या सेवेसाठी प्रत्येक श्वास वेचावा असा विश्वास बाळगणारा ज्या सुरात बोलेल तसा तो बोलत होता. *'एखादा अनावश्यक शब्द उच्चारणं म्हणजे देवाचं नाव घेण्याची एक संधी घालवणं.'* रामाच्या मनात जो आवाज बोलत होता तो अध्रंगाचा होता. पण ऋषी स्वत: मात्र अजून गप्पच होता. त्याच संथपणे दाढीवरून हात फिरवत होता आणि मांडी घालून बसला असला तरी थोडा डुलतही होता.

अचानकपणे रामाच्या मनात अनेक धूसर प्रतिमा उमटू लागल्या. ऋषी अध्रंग एका प्रचंड अशा वटवृक्षाच्या छायेत त्याच्या शिष्यासमोर बसला आहे, त्याच वृक्षाखाली आत्ता आपण सगळे बसलो आहोत – फक्त वेळ अगदी पहाटेची आहे, सूर्योदय व्हायला आला आहे, ऋषी बराच तरुण दिसतो आहे, त्याचे केस आणि दाढी काळीभोर आहे. *'पण दाढीवरून हात फिरवण्याची त्याची लय मात्र अगदी तीच आहे. सकाळचं प्रवचन देत असताना तो नेहमीच हे करत असतो आणि रात्रीच्या वेळी तो त्याचे शिष्य आणि इतर ऋषींबरोबर बसून प्रश्नोत्तरं करत असतात तेव्हा – आणि जेव्हा त्याला एखादा विशेष कठीण असा तात्त्विक प्रश्न विचारला जातो तेव्हाही – खूप वेळ तो असा दाढीवरून हात फिरवत राहातो, सगळे ऋषी शांतपणे वाट बघत राहातात, त्यांना माहीत असतं की तो अतिशय महत्त्वाची अशी एखादी गोष्ट सांगणार आहे.'*

पूर आलेल्या नदीमध्ये जसं पाणी भरभरून वाहात असतं तशा आपल्या मेंदूमध्ये येणाऱ्या या प्रतिमांचा लोंढा पुसून काढण्याचा आटोकाट प्रयत्न राम करू लागला. मनात आलेला पहिलाच मंत्र जपायला त्यानं सुरुवात केली. तो गायत्री मंत्र होता – सर्व मंत्रांमध्ये श्रेष्ठ – सर्व पवित्र कृत्यांच्या आरंभी म्हटला जाणारा मंत्र. आणखी एक सद्सद्विवेकबुद्धी याच मंत्राचं पठण करते आहे असं त्याला

जाणवलं. जणू काही त्याच्या मंत्रपठणाचा तो प्रतिध्वनी असावा. डोळे उघडताच त्याला लक्ष्मणाचे ओठही मूकपणे हलताना दिसले. *'महामंत्रांनी आमच्यामध्ये घडवून आणलेल्या बदलांना स्वत:मध्ये सामावून घेण्यासाठी आम्ही दोघेही धडपडत आहोत. मानवापेक्षा आणखी काहीतरी वेगळं बनतो आहोत.'* त्या प्रतिमा जितक्या अचानकपणे त्याच्या मनात आल्या होत्या तितक्याच अचानक त्या मोरीतून पाणी जावं तशा वाहून गेल्याही. त्यानं सुटकेचा एक नि:श्वास सोडला.

त्याच क्षणी ऋषी अध्रंगानं मोठ्यानं बोलायला सुरुवात केली.

9

शत्रुघ्न आणि भरत वडिलांच्या महालाबाहेर अस्वस्थतेनं वाट बघत उभे होते. अनेक दासदासी, वैद्य भराभर पावलं टाकत काळजीनं आत जात येत होते. काही तासांनंतर अखेरीस हे येणं जाणं कमी होत गेलं, गुरू वसिष्ठ, कौसल्या-मा आणि राजवैद्य यांच्याखेरीज बाकी सर्व जण महाराजाच्या दालनामधून बाहेर पडले. सुसमादाईमा तीन वेळा त्यांना रात्रीच्या जेवणासाठी भोजनशाळेत न्यायला आली पण तीनही वेळा त्यांनी नकार दिला. तिच्या त्या अस्वस्थतेनं त्यांना कळून आलं की अजून कुणीच जेवलेलं नाहीये. कैकेयी-मा तेवढी जेवली आहे. रात्र बरीच झाली होती तरीही राजवाड्याच्या बाहेर अजूनही आवाज ऐकू येत होते. एकदा सुमंत्रानं येऊन त्यांना सांगितलं की हे आवाज राजवाड्याबाहेर जमलेल्या नागरिकांचे आहेत. नागरिकांना अधिकृतपणे काहीही सांगण्यात आलेलं नसलं तरी दशरथ आजारी झाल्याची बातमी सगळीकडे पसरलीच होती. होळी साजरी करणारे अनेक नागरिक उत्सव सोडून राजवाड्याच्या दरवाजापाशी जमून त्यांच्या महाराजाच्या प्रकृतीसंबंधीची बातमी ऐकण्यासाठी उभे होते.

वडिलांच्या दालनामधून राजवैद्य बाहेर आले तसे दोन्ही राजकुमार उडी मारून उठले. राजवैद्य उंचेपुरे, गोऱ्या वर्णाचे, सुरकुतलेल्या चेहऱ्याचे आणि जाडजूड पांढऱ्या भिवयांचे असे उत्तरी विभागातले होते.

'वैद्यजी? कसे आहेत ते आता?'

त्यांनी या दोन राजकुमारांकडे पाहिलं, काळजीनं त्यांच्या भिवया आक्रसल्या.

'राजकुमारांनो,' त्यांनी प्रेमळ आवाजात म्हटलं, 'मी तुम्हाला खोटी आशा दाखवणार नाही. तुमच्या वडिलांची प्रकृती अतिशय नाजूक आहे.'

अचानक चिडून शत्रुघ्नानं विचारलं, 'तुम्ही काही देऊ शकत नाही का त्यांना? कडूलिंबाचा काढा? आम्ही आयुर्वेदात शिकलो आहे की हृदयाच्या कमजोरीवरचं औषध...'

'राजकुमार शत्रुघ्न.' वैद्यांनी सौम्यपणे सांगितलं, 'तुमच्या ज्ञानाविषयी मला

कौतुकच आहे .पण असे काही रोग असतात की जे आयुर्वेदाच्या कक्षेबाहेरचे असतात. महाप्रचंड अशा आर्य वैद्यकीय ज्ञानभांडारालासुद्धा काही मर्यादा आहेत. जिथे जीवनमरणाचा प्रश्न येतो तिथे या मर्यादा स्पष्ट होतात.'

'हे तुम्ही काय बोलताहात, वैद्यजी? आमच्या वडिलांना...' भरताला वाक्य पूर्ण करवेना. 'फारसं आयुष्य उरलेलं नाही?'

सहानुभूतीनं त्याच्याकडे बघत वैद्य उद्गारले, 'हे बोलायला लागू नये असा मी प्रयत्न करत होतो पण होय ते खरं आहे. एखादा आठवडा, एखादा महिना किंवा महिन्यापेक्षा थोडा अधिक काळही - पण त्यांची वेळ संपत आली आहे हे मात्र खरं.'

रागानं शत्रुघ्नाच्या चेहऱ्यावर रक्तिमा उतरला. 'काहीतरी करण्यासारखं असेलच ना पण. गुरू वसिष्ठ काहीतरी करू शकतील. ते स्वत: सात हजार वर्षं जगलेयत. त्यांना माहीत असेल ना बाबांचं आयुष्य कसं वाढवायचं ते.'

एक सुस्कारा सोडून वैद्य म्हणाले, 'महागुरूंविषयी मी काय बोलणार? मी एवढंच म्हणू शकतो, आमचं वैद्यकीय ज्ञान यापुढे काही करू शकत नाही. आता जे काही घडेल ते घडेल. आता आमच्या हातात काही उरलेलं नाही. आज्ञा असावी, राजकुमार.'

वैद्याला जाताना बघून शत्रुघ्नाचा चेहरा रागानं आक्रसला. 'मग यांचा उपयोग तरी काय आहे? अशा वेळेला जर ते त्यांना मदत करू शकत नसले तर मग त्यांचा किंवा त्यांच्या ज्ञानाचा उपयोग काय?'

भरतानं त्याच्या खांद्याभोवती हात टाकला. 'शत्रुघ्न, शांत हो. हे काही गदायुद्ध नव्हे. रागावून बाबांना मदत होणार आहे का?'

मोठ्या प्रयासानं शत्रुघ्नानं राग आवरला. मग मान डोलवत तो म्हणाला, 'मला कळतंय रे, तू म्हणतो आहेस ते बरोबर आहे, भाई. पण मला त्याचा स्वीकारच करता येत नाहीये.' वळलेली मूठ छातीवर मारत तो म्हणाला, 'जणू काही बाबाही मर्त्य आहेत हे समजून घेणं माझ्या अंतर्मनाला नाकबूल असावं.'

'केवळ त्यांचं शरीर तरुण राजकुमारा. त्यांचा आत्मा तर अमरच आहे.'

दोघांनीही वर पाहिलं. गुरू वसिष्ठांची प्रभावशाली मूर्ती समोर उभी होती.

'प्रणाम, गुरुजी.' दोघेही एकाच वेळी हात जोडत म्हणाले.

'मला तुझा राग समजू शकतो, राजकुमार शत्रुघ्न.' ते मायेनं म्हणाले, 'मृत्यूसारख्या सर्वशक्तिमान सत्याला सामोरं जाताना आपली पहिली प्रतिक्रिया ही भीतीची असते. आणि एखाद्या निरोगी मानवाची ही प्रतिक्रिया नेहमीच रागामध्ये परावर्तित होते. पण हा राग असा बाहेर काढायचा नाही हे तुम्ही आता शिकलं

पाहिजे. त्यापेक्षा हा राग एखाद्या अधिक उपयुक्त भावनेकडे वळवा. प्रार्थना करा.'

'प्रार्थना?' शत्रुघ्नाचा स्वत:च्या कानांवर विश्वासच बसेना. 'मी विचारतो आहे याबद्दल क्षमा करा, पण आता खरोखर प्रार्थनेचा बाबांना काही उपयोग होईल? मी खूप वेळ आणि अगदी मनापासून प्रार्थना केली तर यमराज त्यांना आणखी वीस वर्षांचं आयुष्य देईल का? किंवा चाळीस वर्षांचं?'

गुरूंनी चमकून शत्रुघ्नाकडे बघितलं. ब्रह्मर्षींच्या डोळ्यामध्ये एक ठिणगी चमकलेली भरताला दिसली. 'या एकाच वेळी मी तुझ्या चुकीची क्षमा करतो आहे, तरुण शत्रुघ्ना. कारण तुझ्या मनात आत्ता जे काही चाललं आहे त्याची मला कल्पना आहे. पण यानंतर पुन्हा कधीही प्रार्थनेसारख्या एका मूलभूत आचरणाविषयी अशी शंका उपस्थित करू नकोस. जर प्रत्येक आर्य स्वत:च्या कसोटीच्या वेळी आपल्या धर्मावरचा विश्वास गमावून बसू लागला तर हे सारं राष्ट्र, नव्हे सारी आर्य राष्ट्रंच कायमची नरकात जातील. तू स्वत:ला फार शक्तिवान समजतोस का, शत्रुघ्ना? मग तुझ्या शारीरिक शक्तीबरोबरच तुझी मानसिक शक्तीही सिद्ध कर. तुझ्या भावनांवर आणि तुझ्या जिभेवरही नियंत्रण ठेव. तुझ्या रागाचं तेल अग्नीवर ओतलंस तर तो अग्नी विझणार नाही उलट अधिक बळावेल...'

शत्रुघ्नाचा राग विरघळला. गुरूंच्या शाब्दिक मारानं राग पुरता वाहून गेला. गुरूंच्या रागाच्या पट्ट्यामध्ये आपण सापडू नये म्हणून थोडं दूर सरकावं हे चांगलं असा भरताचा विचार होता पण त्यानं तो दूर सारला. उलट तो भावाची पाठराखण करण्यासाठी त्याच्याजवळ जाऊन उभा राहिला.

शत्रुघ्न शांत झाला. दोन्ही हात जोडून मान लववत तो गुरूंना म्हणाला, 'क्षमा गुरुदेव, क्षमा करा. मी पायरी सोडून बोललो.'

गुरूंनी किंचित मान हलवून त्याची क्षमायाचना स्वीकारली. 'तू प्रार्थनेविषयी विचारलंस ना शत्रुघ्ना? प्रार्थना तुझ्या वडिलांना काय मदत करू शकेल असं? ते बरे व्हावेत म्हणून मी प्रार्थना करायला सांगितलेलंच नाही. त्याची अवस्था सुधारण्यापलीकडे गेलेली आहे. आत्ता जे काही त्याच्या आयुष्यात घडतं आहे ते त्याच्या कर्माचं फळ आहे. नाही, मी तुला प्रार्थना करायला सांगितलं ते तुझ्या स्वत:साठी.'

शत्रुघ्नाचा चेहरा गोंधळलेला दिसला, 'माझ्यासाठी?'

'होय. संकटाच्या वेळी प्रार्थना आत्मा शुद्ध करते आणि समोर येणाऱ्या संकटांना तोंड देण्यासाठी तयारही करते. तुझी दु:ख देणारी नकारात्मक शक्ती प्रार्थनेच्या सकारात्मक शक्तीमध्ये परिवर्तित कर. तुझ्या वडिलांसाठी प्रार्थना करू

नकोस राजकुमारा तर तुझ्या वडिलांच्या अटळ मृत्यूचा अटळपणा शांतपणे आणि धीमेपणाने स्वीकारण्यासाठी शक्ती मिळावी म्हणून प्रार्थना कर.'

लांबलचक रिकाम्या मार्गिकेमधून गुरू निघून गेले पण त्यांचे शब्द मात्र एखाद्या गुहेमध्ये प्रतिध्वनी निनादत राहावा तसे तिथे घुमत राहिले.

भरत आणि शत्रुघ्नानं एकमेकांकडे पाहिलं. शत्रुघ्नानं मान खाली घातली. तो फारच खजील झाला होता. त्याचा खांदा दाबत भरत म्हणाला, 'चल, आपण बाबांना भेटून येऊ.'

शत्रुघ्नानं मान हलवली. 'नको, तू जा पुढे. भाई. मी, मला हे स्वीकारायला थोडा वेळ लागणार आहे.'

त्याचं जानवं त्यानं हातात घेतले आणि नामजप करताना रुद्राक्षाची जपमाळ फिरवावी तसं ते अंगठा आणि पहिलं बोट यांमध्ये फिरवला. 'मला वाटतं, मी गुरूंचा सल्ला मानावा. मी मंदिरात आहे – तुला वाटलं तर मला बोलावून घे.'

शत्रुघ्न त्या मार्गिकेमधून सावकाश चालत जात असताना भरत त्याच्याकडे बघत राहिला. *'आम्हाला प्रत्येकालाच आयुष्याशी दोन हात कसे करायचे हे आपापल्या पद्धतीनं ठरवावं लागणार आहे. आम्ही भाऊ असू पण आम्ही स्वतंत्र व्यक्तीही आहोत. वरून अगदी सारख्या दिसणाऱ्या सफरचंदाच्या दोन फोडींमध्ये कमीअधिक बिया असू शकतात. आमच्यापैकी प्रत्येकाचा पुढचा मार्ग वेगवेगळा असणार आहे. आम्हाला आपले स्वत:चे मार्ग शोधावेच लागतील मग ते कुठेही नेणारे असोत.'*

तो वळला आणि वडिलांच्या दालनात गेला. दासी अस्वस्थपणे एकमेकींशी बारीक आवाजात कुजबुजत इथेतिथे उभ्या होत्या. तो आत जाताना त्या एकदम ताठ होऊन उभ्या राहिल्या. तो दालनाच्या अगदी आतल्या भागामध्ये – वडिलांच्या शय्यागृहामध्ये पोचला. पलंगाचे पडदे बाजूला करताना तो क्षणभर थबकला. गुरू नेहमीप्रमाणेच शहाणपणाचं बोलले आहेत हे त्याला पुन्हा एकदा जाणवलं. त्याचीही पहिली प्रतिक्रिया रागाचीच होती. पण शत्रुघ्नाच्या रागापेक्षा त्याचा राग लवकर मावळला होता. आता त्याला फक्त भीती वाटत होती. खूप भीती वाटत होती.

आश्चर्याची गोष्ट म्हणजे खोलीत खूप प्रकाश होता. शेकडो पणत्या पेटवून खोलीमध्ये सगळीकडे जिथे जागा मिळेल तिथे मांडलेल्या होत्या. आजारी व्यक्तीच्या खोलीबद्दल भरताची जी कल्पना होती तिच्या अगदी उलट अशी ही खोली होती. आश्चर्यानं त्याने पापण्यांची उघडमीट केली.

'त्याला अंधाराची भीती वाटते. त्याची दृष्टी कमी होते आहे म्हणून त्याला खूप सारा प्रकाश हवासा वाटतो आहे.'

पलंगाच्या शेजारी बसलेली कौसल्या-मा त्याच्याकडे बघून हसत म्हणाली. त्याचा उडालेला गोंधळ तिला जाणवला होता. महाराजाच्या पलंगाजवळ त्याच्या उशाशी एका साध्याशा चौरंगावर ती बसली होती.तिच्या हातात महाराजांचा घाम पुसण्यासाठी एक ओलं फडकं होतं. दशरथ गाढ झोपेत असल्यासारखा दिसत होता. त्याचा चेहरा अगदी फिकट आणि तणावाखाली असल्यासारखा होता. तरीही शांत दिसत होता.

भरतानं मान डोलावली. होळीच्या मिरवणुकीसाठी नेसलेली साडीच अजून कौसल्या-माच्या अंगावर होती. सबंध दिवसात तिला साडी बदलायला वेळच मिळाला नव्हता. त्या दिवसातला प्रत्येक क्षण तिनं महाराजाच्या बिछान्याशेजारी बसून घालवणंच अधिक पसंत केलं होतं. त्याला थोडं अपराधी वाटलं-स्वत:बद्दल नव्हे स्वत:च्या आईबद्दल-द्रष्ट्याच्या मनोऱ्यामधून संतापानं ती स्वत:च्या महालाकडे निघून गेली होती. सबंध दिवसात तिनं कुणालाही तोंड दाखवलं नव्हतं. त्याला काहीशा दु:खानंच आठवलं - सुसमा-दाईमा म्हणाली होती, दुसऱ्या राणीनं भरपूर जेवण तिच्या महालामध्येच मागवून घेतलं होतं. त्याच्या वडिलांच्या ढासळलेल्या प्रकृतीचा तिच्या भुकेवर काहीही परिणाम झाला नव्हता हे उघड होतं. आणि इथे ही कौसल्या-मा. त्याला पक्कं ठाऊक होतं तिनं सबंध दिवसात एक घास खाल्ला नव्हता - नव्हे, पाण्याचा एक घोटही घेतला नव्हता.

त्यानं खाली बसून तिच्या पावलांना स्पर्श केला. 'मा, क्षमा.'

साधारणपणे मोठी माणसं अशा वेळी जसं जिभेनं चुकचुक करतात किंवा कशाला कशाला म्हणतात तसं कौसल्या-मानं काहीही केलं नाही. उलट तिनं भरताच्या खांद्याभोवती हात टाकले आणि हलकेच म्हटलं. 'क्षमा मागण्यासारखं तू काहीही केलेलं नाहीयेस, मुला.'

त्यानं वर तिच्याकडे पाहिलं. ती इतकी सौम्य, इतकी शांत दिसत होती. एकदम त्याच्या मनात आलं आपण कैकेयीच्या ऐवजी कौसल्येच्या पोटीच जन्म घ्यायला हवा होता. 'ती बाबांना हाका मारत होती, सेवकांवर ओरडत होती ते मी ऐकलं. काही मिनिटांपूर्वीच मी त्यांना मनोऱ्यावर जाताना पाहिलं होतं. त्यांना एकटं राहावंसं वाटत असतं तेव्हा ते असे जातात हे मला माहीत होतं. मीच तिला सांगितलं, ते तिथे आहेत असं. ती पायऱ्यांवरून धावत वर गेली तेव्हा माझ्या लक्षात आलं की तिच्या हातात भाला आहे. मग तिच्या डोक्यावर परिणाम झाला असावा असं वाटून मी तिच्यामागोमाग आलो.' मान हलवत तो पुढे म्हणाला, 'इतकं भयंकर असं काही ती बोलेल असं मला वाटलंच नाही.' नजर खाली झुकवून तो उद्गारला, 'तिनं तुझ्यावर आणि बाबांवर हल्ला केला हे मला खरंच वाटत नाहीये.'

पुन्हा एकवार, कौसल्येनं सुस्कारा सोडला नाही किंवा उगाच काहीतरी बोलून भरताच्या भावनांची तीव्रता कमी करण्याचा प्रयत्नही केला नाही. त्याला हे समजलं आणि मनापासून भावलंही. हे एवढं बोलणं त्याला फार जड गेलं होतं. आपली आई इथे हजर नसताना तिच्या विरुद्ध काही बोलणं हे त्याला अजूनही तिचा विश्वासघात केल्यासारखं वाटत होतं. पण तरी त्याला हे स्पष्टीकरण देण्याची फार गरज भासत होती. काय घडणार आहे याची त्याला अजिबात कल्पना नव्हती हे कौसल्या-माला पटवून देणं त्याला आवश्यक वाटलं होतं. त्याला ही कल्पना असती तर त्यानं आपल्या आईला महाराजा कुठे आहे हे कधीच सांगितलं नसतं. विशेषत: कौसल्येला वर जाताना पाहिल्यानंतर तर अजिबातच नाही.

'आपण दुसऱ्यांच्या कृतीवर नियंत्रण ठेवू शकत नाही, भरता. आपण प्रत्येक जणच आपले पर्याय निवडत असतो, आपलं कर्म निर्माण करत असतो. तुझ्या आईच्या वर्तनाची जबाबदारी तुझ्यावर येत नाही. तिच्या अपराधाचं ओझं तू स्वत:च्या खांद्यांवर घेऊ नकोस.'

त्यानं मान डोलावली. ती जे सांगते आहे ते खरं आहे आणि शहाणपणाचंही आहे हे त्याला जाणवलं होतं तरी त्याच्या हृदयातली वेदना तशीच होती. जणू काही त्यानं लाकडाची एक ढलपी गिळली असावी आणि ती आता त्याच्या फासळ्या आणि हृदय यांच्यामध्ये अडकून राहिली असावी अशी ती वेदना होती. त्याच्या हृदयाच्या प्रत्येक ठोक्यागणिक ती वेदना धडधडत होती आणि नव्या वेदना निर्माण करत होती. त्याच्या वडिलांच्या बिछान्यावरची चादर मुठीत गोळा करून त्यानं घट्ट धरली.

कौसल्येनं त्याच्या मुठीवर हात ठेवला. 'खंबीर बन, भरता. तुझ्या वडिलांना तुझी गरज आहे. कोसल देशाला तुझी गरज आहे. जोवर तू कोण आहेस आणि तुझा धर्म काय आहे हे तुझ्या लक्षात आहे तोवर सगळं ठीक होईल. त्यापलीकडचं सगळं मर्त्य मानवाच्या समजुतीपलीकडचं आहे. सगळा अपराधी भाव, पश्चात्ताप मनातून काढून टाक. तुझ्या वडिलांचा आणि तुझ्या वंशाचा मान वाढवण्याशिवाय काहीच तू केलं नाहीस. दशरथ आणि मी, आम्हा दोघांच्याही मनात तुझ्याबद्दल केवळ अभिमान आणि प्रेमाची भावनाच आहे, पुत्रा.'

या शेवटच्या शब्दानं त्याचं हृदय क्षणभर थांबलंच. हृदयातल्या त्या ढलपीनं पेट घेतला आहे, ती त्याची आतडी भाजून काढते आहे, रक्ताचं रुपांतर लाव्हा रसामध्ये होतं आहे असं त्याला वाटू लागलं.

ती मला 'पुत्रा' म्हणाली. मुलगा. माझी आई मला एखाद्या बिनमहत्त्वाच्या परक्यासारखी वागवते. कौसल्या-माला अपमानास्पद वागणूक देते आणि तरीही ती मला पुत्र म्हणते. ती मला तिचा मुलगाच मानते. हीच माझी खरी आई आहे. तीच

असणार. नाहीतर स्वत:च्या कट्टर वैरिणीच्या मुलावर एवढं प्रेम आणि माया कोण करेल? या परीक्षेच्या प्रसंगी मी हिचाच सल्ला घ्यायला हवा.

खाली वाकून त्यानं पुन्हा तिचे पाय धरले. इतके घट्ट की जणू आता तो ते कधीच सोडणार नसावा.

'मा.' त्याचा स्वर गदगदला होता. 'मा.'

आई.

तापाच्या गुंगीत दशरथ किंचितसा हलला, डोळे फडफडले पण उघडले गेले नाहीत. मग क्षणभरातच तो पुन्हा गुंगीत गेला. आता त्याचा चेहरा शांत होता, जणू काही त्याच्या सर्व यातनांच्या मध्ये कुठेतरी त्याच्या आत्म्याला थोडी शांती मिळाली असावी.

गुरू वसिष्ठ आणि सुमंत्र बंदिस्त दालनात होते. तेव्हाच मंत्री जाबाली आत घुसला. त्याचे नेहमीच नीटनेटके असणारे केस, कपडे आता विस्कटलेले, डागाळलेले होते. तो एक दोन मैल धावत आल्यासारखा धापा टाकत होता.

'महादेव, प्रधानमंत्री सुमंत्र, असं एकदम आत घुसल्याबद्दल क्षमा असावी...' आणि मग तो रडायलाच लागला, 'काळकोठड्यांमध्ये काहीतरी घडतंय, कृपा करून चला – आत्ता...'

10

‘राजकुमार, तुमच्या दक्षिणेकडच्या प्रवासामध्ये ही शेवटची अशी जागा आहे जिथे हिंसाचार नाही – अनंग आश्रम. या ठिकाणाहून तुम्ही पुढे जाल तेव्हा इथल्यासारख्या मनोवेधक गोष्टी तुम्हाला सापडणार नाहीत ही दुर्दैवाची गोष्ट आहे. दर्भाच्या चटया आणि आंबट फळांचा रस या गोष्टी तुम्हाला यानंतर राजमहालातल्या आरामासारख्या वाटणार आहेत. तुम्हा दोन तरुण राजकुमारांना येत्या काही दिवसांमध्ये कोणकोणत्या संकटांना आणि क्लेशांना सामोरं जावं लागणार आहे याचा नुसता विचार मनात आला तरी मला दु:ख होतं. विशेषत:..’ तो मध्येच थांबला. ऋषीकडे पाहत तो म्हणाला, ‘पण या गोष्टी सांगणं हे माझं काम नाहीये. शिवाच्या आशीर्वादानं तुम्ही मान्यवर ब्रह्मर्षी विश्वामित्राच्या संरक्षणामध्ये आहात. ते आता तुमचे गुरू आहेत. शिवाय सप्तर्षींमधील सर्वात ज्येष्ठ आणि सर्वात अधिक सन्मान्य अशा गुरू वसिष्ठांच्या अमाप ज्ञानाच्या साह्याने तुमचा विकास झाला आहे आणि आता तुम्हाला या काळातील त्याच सप्तर्षींमधील सर्वात तरुण आणि सर्वात बलवान अशा ब्रह्मर्षी विश्वामित्रांची शिकवण मिळत आहे. तुम्ही स्वत:ला भाग्यवान समजलं पाहिजे. तुमच्या कठीण प्रवासामध्ये त्यांचं सखोल ज्ञान तुम्हाला योग्य मार्गदर्शन करो. कारण तुम्ही निघाला आहात त्या रस्त्याने आजवर कुणीही जाऊन जिवंत परत आलेला नाही.’

अजिबात वारा नव्हता, शेकोटीजवळ चांगलीच ऊब होती तरी ऋषी अध्रंगाच्या अंगावर किंचित शिरशिरी उठली. ‘म्हणजे कुणीही मर्त्य.’

त्यानंतर तो गप्पच होता. शेकोटीच्या आगीकडे बघत दाढीवरून हात फिरवत शांत बसला होता. अपेक्षेपेक्षा थोडा अधिकच वेळ असा गेला आणि मग तो सर्वात लहान ब्रह्मचारी दुम्मा अस्वस्थपणे चुळबुळ करू लागला. मोठ्या ब्रह्मचाऱ्यांपैकी एकजण त्याच्या गुरूच्या कानात काहीतरी पुटपुटला. ऋषी अध्रंगाने डोळ्यांची उघडमीट केली, ‘माझ्या अशिष्ट वर्तनाबद्दल क्षमा करा. अशा मान्यवर अतिथींसमोर वागण्याच्या शिष्टाचाराच्या संकेताबाबत आम्ही अनंग आश्रमातले लोक अनभिज्ञ आहोत. तुम्ही मला विचारलंत की हे उपवन भयानक वनाच्या किंवा

त्याचं आधुनिक नाव वापरायचं तर दक्षिणवनाच्या सीमेवर असूनही इतकं शांत आणि स्वप्नवत कसं आहे. हे समजून घेण्यासाठी तुम्हाला प्रथम अनंग आश्रमाचा इतिहास जाणून घेतला पाहिजे. हा आश्रम ज्या उपवनामध्ये वसला आहे त्याचा इतिहास समजून घेतला पाहिजे. तुमची परवानगी असेल तर मी ती कथा तुम्हाला सांगतो. लहानशीच आहे ही कथा.'

मग किंचितसं हसून तो पुढे बोलू लागला, 'लहान म्हणजे आमच्या मानानं लहान.' त्याच्या त्या हास्याची प्रतिबिंबं शेकोटीच्या भोवती पडली. 'आणि ही कथा तुम्ही तुमचे गुरू वसिष्ठ यांच्याकडून कदाचित थोडक्यात ऐकलीही असेल. कारण हे उपवन जास्त करून काम-आश्रम म्हणून ओळखलं जातं. आणि या कथेला 'कामाची चूक' असंही म्हटलं जातं.'

लक्ष्मण आश्चर्यानं म्हणाला, 'पण कामाची चूक म्हणजे जिथे शिवाने काम देवाचा वध केला ती जागा. ते तर एक मिथ्यकथा आहे.'

'खरं आहे, राजकुमार लक्ष्मण. जसजसा काळ जातो तसतसं सत्य हे वस्तुस्थिती बनत जातं, वस्तुस्थिती इतिहास म्हणून पुन्हा लिहिली जाते, इतिहास बनतो आख्यायिका आणि शेवटी आख्यायिक मिथ्यकथा बनून राहते. पण तुम्ही भाग्यवान आहात. कारण तुम्ही त्रेतायुगामध्ये जगता आहात. त्रेतायुग म्हणजे विचाराचं युग. सत्ययुगाइतकं उत्तम नसेल पण तरीही चांगलंच कारण तुम्ही अजूनही देवांची राहाण्याची, जगण्याची, प्रेम करण्याची आणि लढण्याचीही स्थानं बघू शकता आहात. ज्या कथांना तुम्ही मिथक म्हणताहात त्या एकेकाळी तुमच्या आजच्या कृत्यांएवढ्या खऱ्याखुऱ्या जिवंत घटना होत्या. काळानुसार याही कथा स्मरणातून जातील आणि कलियुग येईल तेव्हा फक्त वांशिक स्मृती शिल्लक असतील, आणि तुमच्या कथाही स्वत:ला विचारवंत किंवा बुद्धिवादी समजणारे लोक त्यांना पुराणकथा किंवा काल्पनिक कथाच मानतील. आपण सारे जे आत्ता आणि इथे जगतो आहोत त्यांच्या दृष्टीनं या तर्कसुसंगत आणि शास्त्रीय कथाच आहेत. कारण त्या कथा आपल्या जगातले शास्त्रीय नियम अचूकपणे पाळत आहेत. फक्त आपल्या विज्ञानाचं पूर्ण ज्ञान असलं म्हणजे झालं - आपण आर्य ज्याला विद्या म्हणतो ते ज्ञान..'

तो काहीशा उदासपणे हसत शेकोटीतल्या ज्वाळांकडे बघत म्हणाला, 'पुन्हा मी विषयाला सोडून बोलतोय. या माझ्या अशा बोलण्याबद्दल मला क्षमा करा. आम्ही शैव पंथाच्या ऋषींनी त्या विनाशकारी देवाची भक्ती करण्यात आणि त्याविषयीचं चिंतन करण्यात आयुष्य वाहिलेलं असतं. कथा-विद्या, कथा सांगण्याचं शास्त्र हे आमच्या या पंथाचा एक मोठा महत्त्वाचा आणि मूल्यवान असा भाग आहे. आमची

संपत्ती अशी ही एवढीच आहे. आणि तुम्ही कथांना संपत्ती मानलं तर तर मग काय आम्ही सगळे खूप श्रीमंत माणसं आहोत. आहोत ना आपण श्रीमंत, ऋषीवर?'

'आहोत आपण श्रीमंत माणसं...' सर्वांनी एकमुखानं उत्तर दिलं. ही त्यांची नेहमीची आणि आवडीची प्रश्नोत्तरं असावीत हे उघडच होतं.

'माझ्या कथेकडे वळूया तर मग. मी आधी सांगितलं तसं आपण ज्याला अनंग आश्रम म्हणतो तो दुसरा तिसरा कोणता आश्रम नसून तुम्ही ज्याला एक काल्पनिक आश्रम म्हणत आहात तो काम-आश्रमच आहे. आम्ही त्याला अनंग आश्रम का म्हणतो याला एक कारण आहे आणि माझं सांगून होईल तेव्हा तुम्हाला ते कारण समजलेलं असेल. माझी कथा सुरू होते ती फार फार पूर्वी विश्वनिर्मितीनंतरच्या काळात. तेव्हा देव पृथ्वीवर राहात होते. ब्रह्माच्या पहिल्या दिवसाच्या सकाळीची ही कथा आहे. त्या काळाला सत्य-युग म्हटलं जायचं. कारण सगळं निष्पाप होतं, भ्रष्ट झालेलं नव्हतं. ब्रह्मचारी शिष्यांनो, ब्रह्म्याचा दिवस किती मोठा असतो तुम्हाला माहीत आहे?'

दुम्मानं, सर्वात लहान ब्रह्मचाऱ्यानं प्रथम उत्तर दिलं, 'प्रणाम, गुरुजी. ब्रह्म्याच्या प्रत्येक दिवसामध्ये आपली २,१६०,०००,००० इतकी सौर वर्षं होतात. ब्रह्म्यानं विश्व निर्माण केलं तेव्हा हा सबंध काळ या विश्वात काहीही बदल होत नाही. ब्रह्म्याच्या एका दिवसाच्या अखेरीस सारं जग आणि त्यातलं सर्व काही अग्नीच्या भक्ष्यस्थानी पडतं. ब्रह्मर्षी, देव आणि पंचमहाभूतं तेवढी यातून वाचतात. त्यानंतर अनिश्चित काळापर्यंत ब्रह्मा झोपी जातो. तो पुन्हा जागा होतो आणि पुन्हा एकदा विश्वाची निर्मिती करतो. आणि ब्रह्म्याचा नवा दिवस सुरू होतो. अशी त्याची शंभर वर्षं पूर्ण होतात तेव्हा ब्रह्म्याचं स्वत:चं अस्तित्व संपतं आणि तो, सारं विश्व, देव, सर्व ऋषी आणि बाकी सारं त्यांच्या त्यांच्या मूलद्रव्यांमध्ये सामावून जातं.'

त्या ब्रह्मचारी बालकाचा चेहरा विजयी हास्यानं फुलून गेला. त्याचे ओठ अजूनही त्या आंबट फळांच्या रसानं चमकत होते. आपल्यापेक्षा मोठ्या विद्यार्थ्यांच्या आधी आपण आपली पाठांतर करून मिळवलेली विद्या प्रदर्शित करू शकलो याचा तो आनंद होता.

'छान सांगितलंस, दुम्मा. पण मी फक्त ब्रह्माचा एक दिवस केवढा असतो तेवढंच विचारलं होतं. बाकीचं जे काही तू सांगितलंस त्याची काहीच गरज नव्हती. त्यामध्ये जो श्वास आणि शक्ती खर्च झाली ती शिवाचं नाव घेण्यात खर्च झाली असती तर अधिक चांगलं झालं असतं. त्याऐवजी उगाचच तुझ्या सहकाऱ्यांच्या मनात मत्सर निर्माण करण्याचा बालिश प्रयत्न केलास.'

दुम्माच्या चेहऱ्यावरचं हास्य नाहीसं झालं. रामाला लहानपणच्या भर

आठवण झाली. गुरू वसिष्ठांच्या गुरुकुलामध्ये तो नेहमीच त्याच्या सर्वांत थोरल्या भावाशी स्पर्धा करण्याचा प्रयत्न करत असायचा. त्या आठवणीनं त्याच्या हृदयात गतस्मृतींची बारीकशी कळ उठली. *किती छान वर्षं होती ती – आम्ही चारही भाऊ एक होतो. आमची भांडणंसुद्धा आम्हाला अधिक जवळ आणत असत.*

'तर मी सांगत होतो,' ऋषी अध्रंगाचं संथ, तोलून मापून बोलणं सुरू झालं, 'ब्रह्म्याच्या पहिल्या दिवसाच्या पहिल्या भागामध्ये या सर्व गोष्टी घडल्या. या निर्मितीचा कारभार चालवण्याचा भार देवांवर पडला नाही त्यामुळे ते त्यांची आयुष्यं निष्काळजीपणानं जगू शकले. फार थोडे मर्त्य निर्माण झाले होते आणि सर्वच असुरांनी देवांविरुद्ध युद्ध पुकारलं नव्हतं. या काळात रुद्र, ज्याला आपण आता महादेव शिव म्हणतो – जो एक साधा याचक होता – स्मशानामध्ये बसून चिंतन करण्यात आणि आत्मे, भुतंखेतं यांच्या सहवासात आनंदानं वेळ घालवत असे त्याच्या मनात दक्षाची कन्या, सुंदर सतीशी विवाह करण्याची इच्छा जागृत झाली. दक्ष हा बीजप्रसारक होता. मी बीज प्रसारक हा शब्द प्रजापती – स्वत:सारख्या व्यक्तींची निर्मिती करणारा या अर्थानं वापरतो आहे. नांगरलेल्या शेतामध्ये जो बीज पेरत असतो त्या अर्थानं नव्हे – दक्षराज हा माकडांपासून विकसित झालेल्या काही थोड्या निवडक मर्त्य मानवांपैकी एक होता. या पृथ्वीवर त्याच्यासारखेच अनेक मानव निर्माण करण्याचं कार्य त्याच्यावर सोपवण्यात आलेलं होतं. सूर्यदेवालाही हे बीज प्रसारणाचं कार्य देण्यात आलेलं होतं राजकुमारांनो, तुमचा पूर्वज – महाराजा मनू सूर्यदेवापासून निर्माण झाला – तो आर्य वंशाचा एक प्रथम प्रणेता होता, त्यानंच कायदे तयार करून सुसंस्कृत आर्यांनी कसं जगावं हे सांगितलं. तसेच हे काही मर्त्य मानव होते.'

दाढीवरून हात फिरवत तो थोडा वेळ थांबला आणि मग पुन्हा बोलू लागला. तो थांबला होता तेव्हा जी शांतता होती ती म्हणजे त्याच्या कथेमध्ये सर्वजण किती गुंतले होते याचा पुरावाच होती. 'मग तरुण रुद्र – महादेव शिवही एके काळी तरुण होता बरं – दक्ष प्रजापतीच्या कन्येच्या सतीच्या प्रेमात पडला. तिच्याशी विवाह करण्याची त्याची इच्छा होती. त्या सुंदर आणि गुणवान सतीलाही या तरुण याचकाशी विवाह करण्याची इच्छा होतीच. सुरुवातीला रुद्राच्या अतिमानवी सोबत्यांविषयी आणि त्यांच्या लीलांविषयी तिच्या मनात थोडी शंका होती पण एकदा विवाह झाल्यावर त्याच्या ब्रह्मचर्याश्रमातल्या सवयी ती सहज घालवू शकेल अशी तिला खात्री होती.'

त्याच्या चेहऱ्यावर अगदी किंचितसं हसू उमटलं. 'आपल्या स्त्रीसुलभ अस्त्रांनी आपण रुद्राला बदलू शकू असं समजणारी ती काही पहिली स्त्री नव्हती.'

ऋषीच्या या बोलण्यावर दुम्मानं दात पडकं तोंड पसरून हास्य केलं. रामाला

त्याच्या तोंडातल्या पडलेल्या दातांची खिंडारं स्पष्ट दिसली. त्या हास्याला हसूनच प्रतिसाद देणं मात्र रामाने रोखलं.

'प्रजापती दक्षाला आपल्या मुलीचं त्या रानटी, भटक्या याचकावर प्रेम असणं अगदी आवडलं नाही. त्याची मुलगी रेशमी कपडे, सोनंचांदी हिरेमोती यांच्यामध्ये वाढली होती. बेघर, गबाळ्या, पिंजारलेल्या केसांच्या याचकाशी विवाह करण्याच्या आपल्या मुलीच्या इच्छेनं तो पार हडबडून गेला होता. हा याचक यमराजासारखा बैलावर बसून फिरतो, गळ्याभोवती सर्प बाळगतो, झिंगण्यासाठी विषप्राशन करतो. मानवी कवट्यांची माळ गळ्यात घालून वाघाच्या ओल्या कातड्याची लंगोटी लावून हा जगभर फिरत असतो – दक्षराजा आपली प्रजापती ही जबाबदारी फार गांभीर्यानं पार पाडत असे. आपल्या मुलीनं या विचित्र दरिद्री याचकापेक्षा अधिक उत्तम कुलशीलाच्या पुरुषाशी विवाह करावा अशी त्याची इच्छा होती.

'त्यानं रुद्राला नकार दिला आणि कन्येची इच्छा फेटाळून लावली. पण सतीचं रुद्राविषयीचं प्रेम चांगलंच प्रखर होतं. वडिलांच्या विरोधाला न जुमानता तिनं स्वत: निवडलेल्या पुरुषाशी विवाह केला. एकदा रुद्र त्याचा जावई झाल्यानंतर दक्षाला देवांच्या रीतीनुसार त्याला सर्व कौटुंबिक सोहोळ्यांमध्ये सहभागी करून घेणं भागच पडलं. पण दक्ष हा अतिशय अभिमानी आणि हट्टी असा होता. त्याला हेही माहीत होतं की वरून कितीही विचित्र दिसत असला तरी रुद्र हा अतिशय स्वाभिमानी आहे. दक्षाला वाटलं आपण आपल्या नव्या जावयाचा सर्वांसमक्ष अपमान केला तर रुद्राचा एवढा मोठा अपमान होईल की तो सतीला सोडून पुन्हा आपल्या ब्रह्मचारी आयुष्यात परत जाईल.

'म्हणून, आपल्या नव्या जावयाचा अपमान करण्यासाठी दक्षानं एका मोठ्या यज्ञाचं आयोजन केलं. सती हजर राहील याची काळजी घेतली पण जाणून बुजून रुद्राला मात्र आमंत्रण केलं नाही. आपल्या वडिलांनी काय केलं आहे हे सतीच्या लगेचच लक्षात आलं. कारण जमलेली सर्व मंडळी रुद्राच्या अनुपस्थितीवर टीका करू लागली.

'पण दक्षाचं कारस्थान त्याच्यावरच उलटलं. एखादा चुकीचा मारला गेलेला बाण वाऱ्याच्या झोतानं परत यावा तसं.वडिलांनी केलेल्या अपमानामुळे रुद्रापेक्षाही सतीच अधिक अपमानित झाली. आपल्या पतीचा अपमान केल्याबद्दल वडिलांना दूषणं देत तिनं अग्नीदेवाला तिचा स्वीकार करण्याचं आवाहन करत त्याच यज्ञकुंडामध्ये उडी घेतली. तिच्या कुटुंबातल्या कुणीही तिला अडवण्याआधी त्या पवित्र अग्नीमध्ये जळून ती खाक झाली. तिचं नाव हे स्वत:चे प्राण त्यागण्याच्या क्रियेचं समानार्थी शब्द बनलं. आजही विधवा स्त्री पतीमागोमाग परलोकात जाणं पसंत करते. ती जेव्हा स्वेच्छेनं पतीच्या चितेमध्ये प्रवेश करते तेव्हा तिला 'सती' म्हटलं जातं.

'महाराजा दक्ष आपल्या कृतीच्या या परिणामानं फार व्याकुळ झाला. पण आता फार उशीर झाला होता. सतीच्या आत्मदहनाची वार्ता रुद्रापर्यंत पोचली. सुरुवातीला हा काळ्या वर्णाचा देव ज्या अग्नीनं त्याच्या पत्नीला स्वाहा केलं होतं त्या अग्नीएवढाच संतापला. पण आपल्या प्रिय सतीच्या वडिलांचं रक्त आपण सांडू शकत नाही हे लक्षात आल्यावर तो फार दुःखी झाला. तिच्या मृत्यूचा सूड घेता येत नाही आणि हिंसेनं आपलं दुःख शमनही करता येत नाही म्हणून त्यानं आयुष्यामधूनच निवृत्त होण्याचा निर्णय घेतला. देव असल्यामुळे आणि अमर असल्यामुळे तो आत्महत्या करू शकत नव्हता. त्या ऐवजी तो एका वटवृक्षाखाली बसला आणि त्यानं त्याच्या त्या प्रखर तपश्चर्येला सुरुवात केली. त्या तपश्चर्येची आठवण म्हणून आपण आज काही योगासनं करून तशीच तपश्चर्या करण्याचा लहानसा क्षीण प्रयत्न करत असतो.'

ऋषी अर्धांगानं हात वर करून वरच्या झाडामधील जाळ्यांकडे बोट दाखवलं. 'हाच तो प्राचीन वृक्ष – ज्याच्या खाली आज आपण बसलो आहोत. आपले महादेव शिव यांच्या वळलेल्या जटांसारख्याच या वृक्षाच्या पारंब्याही वळलेल्या असतात. आपली प्रिय पत्नी मरण पावल्यामुळे शिवाला जे असह्य दुःख झालं त्याची आठवण आपल्याला या पारंब्या करून देत असतात.'

दुम्मानं काही न बोलता उसासा सोडलेला रामानं पाहिला. तो बालक ब्रह्मचारी कथेमध्ये पूर्णपणे रंगून गेला होता. त्या मुलाकडून दृष्टी दुसरीकडे वळवत असताना त्याच्या डोळ्यांच्या अगदी कोपऱ्यातून त्याला काहीतरी दिसलं. त्या मधल्या मोकळ्या जागेच्या दुसऱ्या टोकाकडे त्यानं नजर फेकली. तिथपर्यंत जाता जाता शेकोटीचा प्रकाश कमी कमी होत अंधुकपणे उपवनाच्या गडद अंधारात मिसळून नाहीसा झाला होता. ते, ते काहीतरी पुन्हा दिसलं. दोन अगदी लहानसे लालबुंद ठिपके – क्षणभरच दिसलेले. *कुणाला डोळ्यांमध्ये प्रकाशाचं प्रतिबिंब पडावं तसे.* एखादा ससाबिसाच असणार. नाही, पण ससा तर जमिनीच्या जवळच असतो, हे ठिपके बरेच वर आणि बरेच मोठेही होते. हरिणी असावी मग एखादी – त्यानं पुन्हा ऋषीच्या कथेवर लक्ष केंद्रित केलं.

'आता, तुम्हाला सर्वांना माहीतच आहे, शिव जेव्हा तपस्या करायला बसतो तेव्हा जगाचा अंत झाला तरी त्याला ते कळत नाही. त्याचप्रमाणे त्याचं दुःख इतकं प्रचंड होतं की त्याला आजूबाजूला काय घडतं आहे याचं भानच राहिलं नाही. युगं सरली. ब्रह्माच्या पहिल्या दिवसाची दुपार व्हायला आली. संस्कृती निर्माण झाल्या आणि नष्टही झाल्या. मोठमोठी साम्राज्यं स्थापन झाली आणि धुळीलाही मिळाली. असुर आणि देव यांच्यातलं कधी न संपणारं तुंबळ युद्ध सुरूच होतं. पवित्र गंगेच्या प्रवाहाप्रमाणे युगामागून युगं वाहत जात होती.

'सूर्यदेव स्वत:च निर्बल होऊन लालबुंद झाले असते, ग्रहतारे धुळीत सामावून गेले असते तरी महादेव शिवाची समाधी भंग पावली नसती. त्याची समभाविमुद्रा भंग करण्याचं धैर्य प्रत्यक्ष देवांनाही होत नव्हतं. या स्थितीमध्ये डोळे अर्धवट उघडे असतात पण ती व्यक्ती बाह्य जगातील कोणतीही गोष्ट तिच्या शारीरिक नेत्रांनी पाहात नसते. शिवानं अस्तित्वाची परम अवस्था प्राप्त करून घेतली होती. या जगामध्ये आपल्या शरीराचं अस्तित्व राखण्याएवढंच चैतन्य शिल्लक ठेवणं आणि तरीही ब्रह्मनशी परिपूर्ण एकत्व मिळवणं ही ती अवस्था आहे. तो कर्माच्याही पलीकडे पोचला होता, ऐहिक जग त्यानं कधीच मागे सोडलं होतं.

'पण एके दिवशी, या ऐहिक जगात अशी एक गोष्ट घडली की ज्यामुळे त्याला या पुनर्जन्म आणि कर्माच्या जगामध्ये परत यावं लागलं. शिव जिथे तपस्येला बसला होता त्या वनाच्या जवळच ताटका नावाची एक शक्तिवान यक्षिणी त्या वनातील रहिवाशांना त्रास देऊ लागली.'

'क्षमा गुरुदेव, मी मध्येच बोलतो त्याबद्दल...'

ऋषी थांबला. लक्ष्मणाकडे बघत तो उद्गारला, 'आज्ञा आहे शिष्या – तुझ्या मनात असेल ते बोल.' त्यानं लक्ष्मणालाही शिष्य म्हणूनच संबोधिलं होतं. इथे आश्रमात कुणीही राजकुमार किंवा महाराजा नव्हतं.

'प्रणाम, गुरुजी.' लक्ष्मणानं हात जोडले त्याच्या आश्रमात कोणत्याही गुरूला वंदन करण्याची ही पारंपरिक रीत होती. 'तुम्ही म्हणालात, एक शक्तिवान यक्षिणी त्रास देत होती. यक्षिणी म्हणजे स्त्री–यक्ष – होय ना? पण यक्ष ही जात तर मानवांशी आणि देवांशीही सुस्वभावी, मैत्रीपूर्ण रीतीनं वागते.' थोड्या संकोचानं खांदे उडवत तो पुढे म्हणाला, 'अर्थात, हे आम्ही गुरू वसिष्ठांच्या गुरुकुलामध्ये शिकलो आहोत. आत्ता खरोखर यक्ष अस्तित्वात आहेत की नाही हेही मला माहीत नाही. माझी आई – सुमित्रा–मा सांगायची की न झोपणाऱ्या खोडकर मुलांना भीती दाखवण्यासाठी यक्ष निर्माण केले गेले.'

शिष्यांमधून काहीजण आश्चर्याने खुदुखुदू हसले. रामही हसला. शैवांनाही विनोदबुद्धी असते म्हणायची.

ऋषी अध्रंगानं दाढी कुरवाळली. 'तू म्हणतो आहेस ते सगळंच चुकीचं नाहीये, राजकुमार लक्ष्मण. एके काळी असुरांच्या अनेक जातींप्रमाणेच यक्षही चांगले प्रेमळ होते, देवांशी आणि मानवांशीही मित्रत्वानं वागायचे. काही हजार वर्षांपूर्वीपासून मात्र ते कट्टर शत्रू झाले आहेत. पण हे कसं घडलं ते सांगायला मात्र अनेक रात्री लागतील.'

थोडंसं घुटमळत त्यानं विश्वामित्राकडे पाहिलं. 'थोडक्यात तुझ्या प्रश्नाचं उत्तर द्यायचं तर लंकेच्या काळ्या राजानंच यक्षांना मर्त्यांविरुद्ध भडकवलं. ताटकेला असं

इतकं दहशत बसवू शकणारं वागण्यासही दुसऱ्या कुणी नाही तर त्यानंच गुप्तपणे प्रोत्साहन दिलं आहे. पण ती आणखी एक वेगळी कथा आहे. योग्य वेळी महान ब्रह्मर्षी ती कथा तुम्हाला सांगतील याची मला खात्री आहे.'

या उल्लेखाला विश्वामित्रानं किंचित मान लववून होकार दिला.

ऋषी अध्रंगानं एक दीर्घ श्वास सोडला. त्याच्या ओठांमधून निघालेल्या श्वासाची ताबडतोबच वाफ झाली. संध्याकाळ आणखी किती थंड झाली आहे हेच जणू ती वाफ दर्शवत होती. 'पुन्हा आपल्या कथेकडे वळायचं तर – 'ही यक्षिणी म्हणजे पृथ्वीवर आलेलं एक अरिष्टच होती. तिनं जो धुमाकूळ घातला होता त्यामुळे तिच्या आसपासचे अनेक प्रदेश बाधित आणि शापित झाले होते. शब्दश: सांगायचं तर – भयानक-वन. ज्याला आपण अलीकडे दक्षिण वन म्हणू लागलो आहोत ते.'

आपल्या छातीमध्ये एक गारठा पसरतो आहे असा रामाला भास झाला. बाहेरच्या थंडीशी आणि विझत आलेल्या शेकोटीशी त्या गारठ्याचा काहीही संबंध नव्हता.

11

राजवाड्याचं प्रांगण शांत आणि अंधारं असलं तरी पहारेकऱ्यांच्या तुकड्या मात्र सगळीकडे होत्या. बहिरी ससाण्याच्या नजरेनं प्रत्येक चौरस यार्डावर लक्ष ठेवून होत्या. दरवाजाबाहेर बराच मोठा जमाव जमलेला होता. अनेक नागरिक जमिनीवर मांडी घालून बसले होते. काहीजण दीपज्योतींची प्रार्थना करत होते. सगळेजण अगदी हलक्या आवाजात बोलत होते. गुरू आणि प्रधान मंत्री यांचे ओळखीचे चेहरे इकडे येताना बघून सगळ्यांच्या मनात आशेची लहर उमटली. काहीजण उठून त्यांच्याकडे येऊ लागले. सर्वांना महाराजांच्या प्रकृतीची माहिती हवी होती.

'ते अजून तसेच आहेत.' सुमंत्र म्हणाला. 'तुमच्या प्रार्थनांची गरज आहे त्यांना.'

निराश होऊन सगळे मागे वळले.

सुमंत्र आणि गुरू राजवाड्यातून बाहेर पडले. त्यांच्याबरोबर पी एफ सैनिकांची एक संपूर्ण तुकडी होती. सैन्याधिकारी दृष्टि कुमार थोडीशी विश्रांती घेऊन पुन्हा कामावर हजर झाला होता. त्यानं कोणताही धोका पत्करायचा नाही असं ठरवलं होतं. ते चालत दोन मैलांवर असलेल्या कारागृहाकडे गेले. शहराच्या ईशान्य बाजूच्या सातव्या तटभिंतीला खेटून कारागृह होतं. तुरुंगाच्या तटबंदीच्या बाहेरच्या भागाकडे उघडणाऱ्या अनेक फाटकांना लोखंडी जाळ्या होत्या आणि चौक्या, पहारे बसवले होते. ह्या दारांमुळे तुरुंग आणि अंधारकोठड्या मुख्य शहरापासून अगदी वेगळ्या झाल्या होत्या.

तरीही कारागृहावर प्रचंड पहारा होता. अयोध्येमध्ये गुप्तहेर पकडले जाण्याची वेळ अनेक दशकांनंतर आलेली होती. क्षत्रियांच्या आजच्या पिढीलाही असा काही विश्वासघात होऊ शकतो याची कल्पनाच नव्हती. सैनिकांच्या तुकड्यांनी आपण होऊन शहराच्या कारागृहावर पहारा देण्याची तयारी दर्शवली होती. राजवाड्यामधून परवानगी मिळाली असती तर या कारस्थानी लोकांकडून काय काय माहिती वदवून घेण्यात आली आहे हे जाणून घेण्यासाठी नागरिकांनी इथेही गर्दी केली असती.

तिन्ही व्यक्तींची ओळख पटवून पहारेकऱ्यांनी त्यांना काही प्रश्न न विचारता

आत जाऊ दिलं. प्रांगणातही कडक पहारा होता. इथून निसटणं अशक्यच होतं. तिघेही अनेक दरवाजांमधून अखेरीस कारागृहाच्या मुख्य इमारतीमध्ये पोचले. त्यांना रिकाम्या कोठड्यांच्या रांगाच्या रांगा लागल्या. त्या कोठड्यांमध्ये गवताच्या पेंढ्या आणि कैद्यांसाठीची मलमूत्र विसर्जनाची भांडी भरून ठेवण्यात आलेली होती. मनातल्या शंका दूर सारून सुमंत्रानं सर्व भुरट्या कैद्यांना सोडून देण्याची आज्ञा दुपारीच दिलेली होती. राम स्वत: हजर नसताना त्याच्या भावी राज्याभिषेकाच्या निमित्ताने असे कैदी सोडून देणं त्याला थोडं चमत्कारिक वाटलं होतं. पण अशी परंपरा होती आणि आर्य समाजामध्ये परंपरा म्हणजेच सर्व काही होतं.

कारागृहाचा प्रमुख त्यांची वाट बघत अंधारकोठड्यांकडे जाणाऱ्या जिन्याजवळ उभाच होता. त्याच्या पेशाला शोभेल अशी त्याची धष्टपुष्ट शरीरयष्टी होती. 'स्वामी,' तो म्हणाला, 'पुढे जाऊ नये अशी विनंती करतो मी तुम्हाला. खाली त्या अंधारकोठड्यांमध्ये काहीतरी फार वाईट असं आहे.'

'ते वाईट शोधून काढून त्याला इथून हाकलून देणं हेच तर आमचं काम आहे.' गुरू वसिष्ठ शांतपणे उत्तरले, 'आम्हाला जाऊ दे, भल्या माणसा.'

त्यानं एकदा गुरूकडे बघितलं आणि एकदा सुमंत्राकडे.

सुमंत्रानं ठामपणे पण आवाज न वाढवता म्हटलं, 'महाराजांच्याखातर आम्हाला जाऊ दे.'

अधिकाऱ्यानं हळू मान हलवली, त्याचा चेहरा पांढरा फटक पडला होता. जिन्याकडे जाणाऱ्या दरवाजाच्या कुलुपात किल्ली सरकवताना त्याचा हात थरथरत होता. कुलूप अजिबात आवाज न करता उघडलं आणि अधिकाऱ्यानं लोखंडी गज बसवलेलं ते दार ढकलून उघडलं. गुरूंच्या मागोमाग सुमंत्र आत गेला. मागे वळून पाहिलं तर त्याला मंत्री जाबाली अजूनही तिथेच उभा असलेला दिसला. त्याचं शरीर पुन्हा थरथर कापू लागलं होतं. त्यानं दरवाजाचे गज घट्ट पकडले, त्याची दातखीळही बसली होती.

'मी नाही पुढे येऊ शकत,' तो म्हणाला, 'या प्रमुखाला माझ्याएवढीच माहिती आहे. मी त्यांना फक्त प्रश्न विचारत होतो तेव्हाच... तेव्हाच त्यांनी रूप बदललं.'

गुरू वसिष्ठ सौम्यपणे म्हणाले, 'तू घरी जा, जाबाली. चांगला गरम काढा करून पी आणि चांगलं जाड पांघरूण घे. तुला फार मोठा धक्का बसला आहे. आम्ही याचं काय करायचं ते बघतो. उद्या, दिवस उजाडल्यानंतर आपण पुन्हा बोलू.'

जाबालीनं मान झुकवली तर डोकं चुकून गजांवरच आपटलं. 'आभारी आहे, गुरुदेव. तुम्ही सुरक्षित परत यावं म्हणून प्रार्थना करीन मी.'

दुसरं दार सरळ जिन्याच्या तोंडाशीच उघडत होतं. खाली उतरायला सुरुवात करताना सुमंत्रानं मागे वळून बघितलं. जन्मठेपेची शिक्षा झालेल्या माणसासारखा जाबाली गज घट्ट धरून उभा होता किंवा जन्मभरासाठी तुरुंगात जाणाऱ्या आपल्या जिवलग मित्राकडे बघणारा माणूस कसा व्याकूळपणे बघेल तसा बघत होता. ते गज मात्र एक चमत्कारिक दृश्य निर्माण करत होते. कैद्यांना ते आत ठेवत होते की बाहेरच्यांना आत येण्याची मनाई करत होते? सांगणं कठीण होतं.

जिना एका वेळी एकाच माणसाला जाता येईल एवढा अरुंद होता. कारागृहाच्या अधिकाऱ्यांपैकी जो सर्वांत उंच होता तो हातात एक पणती घेऊन पुढे चालत होता. छत इतकं खाली होतं की त्या सर्वांना डोकी खाली घालूनच चालावं लागत होतं आणि तरीही सुमंत्राला आपल्या डोक्याच्या मागे दगड घासताहेत हे जाणवतच होतं. आर्यांच्या सैनिकी वास्तूरचनेचं हे एक सामान्य सुरक्षा वैशिष्ट्य होते. गुन्हेगारांनी भरलेल्या तुरुंगामध्ये बंड झालं तरी एकटा पहारेकरीही सबंध अंधारकोठडीवर नियंत्रण ठेवू शकत असे. डोकं खाली घालून हात छातीवर बांधलेले असताना वर चढत जात युद्ध करणं कुणालाही अशक्यच होतं. पण आत्ताच्या परिस्थितीमध्ये हे अधिकच अस्वस्थ करणारं ठरत होतं. आपण जणू एखाद्या दु:स्वप्नामध्ये उतरत आहोत असं काहीसं...

एखाद्या लहानशा युगासारख्या भासणाऱ्या काळानंतर ते अंधार कोठड्यांच्या स्तरावर पोचले. जिन्यावर आणखी एक दरवाजा होता, बचावाची आणखी एक फळी.

अधिकाऱ्यानं या दरवाजाचं कुलूप काढलं आणि तो थांबला. मागे वळून त्यानं गुरू आणि सुमंत्राकडे नजर टाकली. त्याच्या हातातल्या थरथरत्या प्रकाशाच्या पणतीचा प्रकाश त्याच्या चेहऱ्यावर खालच्या बाजूने पडला होता त्यामुळे तो थोडा भेसूरच दिसत होता.

'या स्तरावरून मी पहारेकऱ्यांना हलवलं आहे. पहिले दोघे मरण पावल्यावर आणखी सैनिकांचे प्राण धोक्यात घालणं मला योग्य वाटलं नाही. शिवाय ते कैदी... म्हणजे ते जे काय आहे ते... पळून जाण्याचा प्रयत्न करतच नाहीये...'

सुमंत्रानं कपाळाला आठ्या घातल्या. *ते जे काय असेल ते.* त्या सकाळी अकरा लोकांना गुप्तहेर म्हणून अटक करण्यात आली होती. हे ते काय आहे ते असं हा म्हणतो आहे म्हणजे काय? आणि *ते पळून जाण्याचा प्रयत्न करत नाहीये* म्हणजे काय? एखाद्या कैद्याबाबत आणखी कोणती समस्या असू शकते?

त्या अरुंद जुन्याच्या भागामधून अधिकारी त्यांना पुढे नेऊ लागला म्हणून सुमंत्रानं आपल्या मनातले प्रश्न आवरते घेतले. पुढचा रस्ता थोडा जास्त रुंद होता. पण म्हणजे एका वेळी दोन माणसं खांद्याला खांदा भिडवून चालू शकतील एवढाच – आणि

इथलं छत सात फुटांपेक्षा थोडंसंच कमी होतं. तुरुंगाधिकाऱ्याच्या प्रचंड देहामुळे हा मार्ग जवळजवळ पूर्ण भरून गेला होता. हळू हळू खाली उतरत जाणाऱ्या त्या रस्त्यावर तो त्यांना घेऊन चालला होता. कधीच संपाणार नाही असं वाटायला लावणाऱ्या जिन्याच्या पायऱ्या जशा लांब लांब असतात तसाच हा रस्ता होता.

या अंधारकोठड्या किती खाली आहेत हे आठवण्याचा प्रयत्न सुमंत्र करत होता. रस्त्यापासून सुमारे पन्नास यार्ड खाली – असं काहीसं त्याला आठवत होतं. वास्तुतज्ज्ञांना नदीच्या पात्राखालून जाण्यासाठी खूपच खोल खणत जावं लागलं होतं. तरीही छत काही ठिकाणी गळतच होतं. शतकानुशतकं असं सतत गळत असल्यानं बहुतेक सर्व भिंतींवर शेवाळाचा एक थर चढलेला होता. सगळीकडे ओलसर दमट वास पसरलेला होता. ठराविक अंतरावर पेटवलेल्या लहान मशाली छतावरूनन गळणाऱ्या पाण्यानं फरफरत होत्या. क्षणभर सुमंत्र आपण इथे कशासाठी आलो आहोत हे विसरला आणि हे सगळं छत कोसळून नदी घोंगावत आत घुसणार नाही ना याच्या काळजीत बुडून गेला.

हळूहळू रस्ता थोडा आणखी रुंद झाला आणि त्यांना थोडं अधिक आरामानं चालता येऊ लागलं. गळणं ही थांबलं. भिंती जवळ जवळ कोरड्या दिसू लागल्या. दगडावर उगवणाऱ्या घाणेरड्या शेवाळाची बोटं तेवढी दगडांच्या मधून मधून शिल्लक होती.

अखेरीस ते एकदाचे एका गज असलेल्या दरवाजाशी येऊन पोचले. दरवाजा उघडा होता. मंत्री जाबालीचे कपडे ज्या रंगानं खराब झालेले होते त्याच रंगाचे ठिपके दरवाजाच्या आतल्या भागावर उडालेले दिसत होते. जमिनीवरही रक्त सांडलेलं होतं. एखादं रक्तबंबाळ प्रेत तिथून ओढत नेलं गेलं असावं असे ते फराटे होते.

अधिकारी थांबला आणि त्यांच्याकडे वळला. त्याचा चेहरा पांढरा फटक पडला होता. 'माझा दुसरा माणूस कसाबसा सरपटत इथवर येऊ शकला. किल्ली कुलुपात मोडली हे दिसतंच आहे तुम्हाला–त्यामुळे हा दरवाजा उघडा ठेवण्यावाचून काही गत्यंतरच नव्हतं.' समोर बोट दाखवत तो पुढे म्हणाला, 'पण तो, तिथला दरवाजा मात्र कडीकुलूप घालून बंद केलेला आहे. अर्थात – ते तिथे जे काही आहे त्यानं मनात आणलं तर त्या बंद दरवाजाचा काही उपयोग होणार नाही. मला नाही वाटत, त्याला कुलूप किल्ल्या अडवू शकतील असं...'

'आम्ही तुझे आभारी आहोत. अधिकारी, आता तू तुझ्या जागी जाऊ शकतोस. इथून पुढे आमचे आम्ही जाऊ.'

अधिकाऱ्यानं काही न बोलता गुरूंकडे पाहिलं. मग मान डोलावत तो उत्तरला, 'जशी तुमची इच्छा, स्वामी. त्या नरकात पुन्हा प्रवेश करण्यापासून स्वतःला वाचवण्याची मला परवानगी दिलीत याबद्दल विष्णू तुमचं भलं करो.'

ते आलेल्या रस्त्यानं परत जाण्यासाठी तो त्यांना ओलांडून मागे सरकला. जाताजाता त्यानं हातातला किल्ल्यांचा जुडगा सुमंत्राच्या हातात ठेवला. 'शेवटचा दरवाजा या किल्लीनं उघडेल. तुम्ही परत याल तेव्हा मी जिन्याच्या वरच्या टोकाशी तुमची वाट पाहत उभा असेन.' ही शक्यता कमीच आहे असं त्याला वाटत असावं असा त्याचा आवाज होता. 'तुम्हाला काही मदत लागली तर...'

'आमच्यावर इथे काही संकट आलं तर तू आम्हाला मदत करू शकशील असं वाटतंय का तुला?' समोरच्या अंधरकोठडीकडे बोट दाखवत गुरूंनी सौम्य आवाजात विचारलं.

अधिकाऱ्यानं सावकाश मान हलवली. 'मला नाही वाटत तसं, पण तरीही...'

'गरज लागली तर आम्ही बोलावून घेऊ तुला. आता तू जाऊ शकतोस, वीरा. जा तू.'

सुमंत्र पुढे झाला 'एक क्षण. सगळे अकराच्या अकरा कैदी इथेच एकत्र आहेत का?'

'होय, प्रधान मंत्री. पण मोजताना तुम्हाला कदाचित अडचण येईल.' असं गूढ उत्तर देऊन अधिकारी मागे वळला आणि दिसेनासाही झाला.

गुरू वसिष्ठांचा हात खांद्यावर पडला तसा सुमंत्र दचकला. 'धीर धर, सुमंत्रा, आत जाण्यापूर्वी एक गोष्ट लक्षात ठेव. या विश्वामध्ये सर्व नैसर्गिक आणि अलौकिक शक्तींचं मूळ हे ब्रह्मनच्या शक्तीमध्ये असतं. ज्यांना दुष्कृत्यं करायची असतात अगदी त्यांनाही याच ब्रह्मनच्या शक्तीप्रवाहाचा पण दुरुपयोग करावा लागतो. म्हणूनच ते कधीही आपल्यासारख्या ब्रह्मनच्या शक्तीच्या चांगल्या बाजूसाठी काम करणाऱ्या व्यक्तींची बरोबरी करू शकत नाहीत. या युद्धामध्ये नेहमीच चांगल्याचा विजय होतो आणि वाईटाचा पराभव.'

सुमंत्रानं मान डोलवली. त्याचा घसा दाटून आला होता त्यामुळे त्याच्या तोंडून शब्द फुटणं कठीणच होतं.

'आता, ते दार उघड, या अंधारकोठडीमध्ये जे काही आहे त्याला आपण सामोरं जाऊ.' गुरू उद्गारले.

अंधारकोठडीचा दरवाजाचं कुलूप उघडण्यासाठी सुमंत्र पुढे झाला. ती भली मोठी किल्ली त्या तेवढ्याच भल्या मोठ्या कुलुपात फिरवताना त्याचा हात थरथरत होता.

तेलपाणी केलेल्या बिजागरींवर तो दरवाजा सावकाश उघडला. एखाद्या अतिप्रचंड कीटकाचा दाताळ जबडा उघडला तर तो जेवढा आकर्षक वाटेल तेवढाच आतला काळाभोर भाग आकर्षक वाटत होता.

गुरूंनी आपला दंड उचलला आणि एक मंत्र पुटपुटत दोन वेळा दंड जमिनीवर आपटला. एक लहानसा धुराचा ढग दंडाच्या वरच्या टोकामधून बाहेर पडला आणि एक मंद पण आश्चर्याची गोष्ट म्हणजे अतिशय परिणामकारक असा निळा प्रकाश बाहेर पडू लागला. मशालीसारखा तो दंड समोर धरत गुरूंनी अंधारकोठडीत पाऊल ठेवलं.

एक दीर्घ श्वास घेऊन प्रधान मंत्री सुमंत्रही त्यांच्या मागोमाग गेला.

12

त्या लहानशा नदीच्या प्रवाहाच्या खळखळण्यासारखाच ऋषीचा आवाज शांत होता. सुटकेचा श्वास सोडत राम त्या कथेकडे वळला. त्याच्या मनाच्या तळाशी अनेक विचार, भावना आणि अस्वस्थता गोळा होऊन दंगा करत होते ते सर्व बाजूला टाकण्यासाठी तो त्या कथेमध्ये स्वत:ला गुंतवून टाकू बघत होता. आजचा दिवस खूपच गडबडीचा आणि कठीण असा गेला होता. असं नुसतं इथे बसून काहीतरी ऐकणं खूपच चांगलं वाटत होतं.

'ताटकेनं मांडलेला उच्छाद इतका भयंकर होता की तिच्या त्या हल्ल्यांमुळे तिथली भूमीच कायमची दूषित होऊन गेली. काही काळाने तर ज्या ठिकाणी स्वत: महादेव रुद्र ध्यान लावून बसला होता ती राईसुद्धा तिनं करपवून टाकली असती. स्वत: रुद्र इथे या ठिकाणी होता म्हणूनच हा भाग वाचला. एकदा तर या उपवनाच्या पूर्वेला जी चेरीच्या झाडांची राई आहे तेथवर ती आली होती. आणि-'

शांत पण ठाम आवाजात विश्वामित्राने त्याचं बोलणं तोडलं, ताटकेची कथा मी त्यांना पुन्हा कधीतरी सांगेन. ऋषी अध्रंग, कृपा करून या आश्रमाला अनंग-आश्रम हे नाव कसं पडलं ते सांग.'

ब्रह्मर्षीकडे बघून मान तुकवत अध्रंग म्हणाला, 'क्षमा, महादेव. माझी कथा सोडून आता मी इथे तिथे न भरकटण्याचा प्रयत्न करेन.'

पुन्हा थोडा वेळ दाढीवरून हात फिरवून मग आपली लय पकडून तो बोलू लागला, 'तर मी काय सांगत होतो - ताटकेचे अत्याचार इतके वाढले की त्यांच्याकडे दुर्लक्ष करणं आता देवांना शक्य नव्हतं. एक दिवस असा उजाडला की पृथ्वीवर एकच आक्रोश उसळला, मर्त्य मानव देवांना विनंती करू लागले की काहीही करा पण तिच्या या भीतीच्या राज्याचा अंत करा. देवांनी नारदाला ताटकेचे अत्याचार पाहण्यासाठी पाठवलं. नारद म्हणजे सप्तर्षीमधील सर्वात वयोवृद्ध आणि सर्वात महान असा द्रष्टा ऋषी. फारच भयंकर वृत्तांत सांगत तो ताबडतोब परत आला. देवांनी त्याचं म्हणणं ऐकलं आणि एकमतानं ठरवलं की ताटकेला आवर घातलाच पाहिजे.

‘पण कुणीही काहीही कृती करण्याआधीच लंकेचा राजा, स्वत: रावण प्रचंड असुरसैन्य घेऊन देवांवर चालून आला. अनेक युद्धांनतर आणि लहान मोठ्या लढायांनंतर असुरांचं खूपच नुकसान झालं होतं. त्यांच्या वेगवेगळ्या जमाती प्रथमच रावणाच्या झेंड्याखाली एकत्र येऊन लढत होत्या. त्यानं जमवलेलं हे असुर सैन्य जेवढं मोठं होतं तेवढीच त्याची महत्त्वाकांक्षाही जबर होती. त्यानं प्रत्यक्ष देवांच्या शहरांवरच हल्ला केला. अमरावती आणि वैकुंठ या चमकत्या शहरांना त्यानं वेढा घातला. या शक्तिमान विभागांचं संरक्षण करणं प्रत्यक्ष देवांचा राजा इंद्र आणि देवांच्या सेनेचे सेनापती कार्तिकेय आणि गणेश यांनाही कठीण जाऊ लागलं. पृथ्वीवर जाऊन ताटकेचे असह्य अत्याचार थांबवण्यासाठी त्यांना एका दिवसाचीही फुरसत मिळेनाशी झाली.’

आपल्या बोलण्याचा परिणाम पाहण्यासाठी ऋषी क्षणभर थांबला, ‘एक सोडून.’

लहानगा दुम्मा एकदम बोलला, ‘रुद्र अथवा शिव.’

‘होय, छोट्या ब्रह्मचाऱ्या. रुद्राला शिव असंही म्हणतात. एकट्या शिवाकडेच त्या भयानक यक्षिणीला तोंड देण्याची शक्ती होती. कारण त्यानं सागरामधून निघालेलं विष चाखलं होतं आणि त्यातून तो वाचलाही होता.असं करताना त्यानं अनात्माचं भ्रष्ट रूप पाहिलं होतं, अनुभवलं होतं. अन् – आत्मा म्हणजे ब्रह्मनच्या विरुद्ध असलेली शक्ती. आत्म्याच्या प्रकाशाच्या अनुपस्थितीमध्ये जो काळाकभिन्न अंध:कार असतो तो त्यानं अनुभवला होता. शिव स्वत:ची विनाशक शक्ती दुष्ट गोष्टींचा नाश करण्यासाठी वापरू शकत होता. त्यायोगे त्या दुष्ट गोष्टी पवित्र होऊन त्यांचं पुनरुज्जीवन करणं ब्रह्म्याला शक्य व्हावं. त्यानं त्याचा तिसरा नेत्र उघडण्याचा अवकाश की ताटका तिच्या आत्ताच्या रूपामध्ये जिवंतच राहू शकणार नव्हती.’

‘जय जय शिव शंकर,’ जमलेले सर्व ब्रह्मचारी एका सुरात म्हणाले. एकदम उठलेल्या त्या आवाजानं लक्ष्मण दचकलाच. पण रामाला तो आवाज येणार हे आधीच जाणवलं होतं. ऋषीच्या कथेएवढाच तो त्या उपवनातल्या अस्तित्वामध्येही गुंतलेला होता. लक्ष्मणाला अजून ते कसं जाणवलं नाही याचं त्याला आश्चर्य वाटत होतं. बल आणि अतिबल हे महामंत्र प्रत्येक व्यक्तीवर वेगवेगळा परिणाम करतात हे उघडच होतं. हे असं का असावं याचा उलगडा करणारी एक बारीकशी लहर त्याच्या मनात उठली पण ती पकडून तिचं निरीक्षण करून त्याला ती नीट कळेपर्यंत नाहीशीही झाली.

‘तरीही, तुम्हाला आठवतच असेल – शिव आपल्या चिंतनामध्ये इतका गढून गेलेला होता, शिवाय ब्रह्म्याच्या उरलेल्या सर्व दिवसांचा अंत होईपर्यंत, सर्व

अस्तित्वाचाच अंत होईपर्यंत तपस्या करत राहाण्याचा त्याचा निश्चयही होता. असं त्याचं स्वयं-अनुशासन होतं. म्हणून मग त्याला त्याच्या या तपस्येमधून बाहेर काढण्यासाठी एक दूत पाठवावा असं देवांनी ठरवलं. नारद मुनींनी हे काम करायला नकार दिला. कारण मात्र काही सांगितलं नाही. देवांनी मग सौंदर्यवती पार्वतीला पाठवलं. शिवाची मृत पत्नी सती हिचाच तो अवतार होता. आपल्या प्रिय पतीशी पुन्हा मीलन व्हावं म्हणून सतीनं पुन्हा जन्म घेतला होता. या वेळी मात्र आपल्या पतीचा आदर करतील असेच आई आणि वडील तिनं निवडले होते. ज्याचं नाव कायमचंच त्या लज्जास्पद घटनेशी जोडलं गेलं होतं असे दक्षासारखे वडील नव्हे. पार्वती या आपल्या नव्या अवतारामध्ये सती आपली हजारो वर्षं उलटतील इतका काल जिथे तिचा पती तपस्या करत बसला होता त्या उपवनामध्ये थांबली होती. त्याची आवडती फुलं गोळा करत आणि त्यांचे गजरे आपल्या केसांमध्ये घालत-त्याच्या योगिक समाधीमधून त्याला जागृत करण्यासाठी जे काही करता येईल ते सर्व करत ती तिथे राहात होती. पण तिचा हा मोहक सहवासही त्याची समभावना मुद्रा खंडित करू शकला नव्हता. मग मात्र देवांनी शिवाला जागृत करण्यासाठी कामदेवाला पाठवण्याचं ठरवलं.'

ऋषी अध्रंग थांबला. समोरच्या वर्तुळातून तो लहानग्या दुम्माला शोधत होता. 'दुम्मा, कामदेव हा कोणत्या मानवी भावनेचा देव आहे हे तू आम्हाला सांगू शकशील का?'

'प्रणाम, गुरुदेव.' त्या छोट्यानं शांतपणे बोलण्याचा प्रयत्न करत म्हटलं. 'काम म्हणजे कोणत्याही चांगल्या गोष्टीची इच्छा. मग ते प्रेम असेल, नवनिर्मितीची इच्छा असेल किंवा साधी पृथ्वीवर सर्व चांगलं असण्याची इच्छा असेल.'

या उत्तरावर संतुष्ट होऊन ऋषीनं मान डोलावली. 'छान सांगितलंस. आणि तरीही, इतर सर्व इच्छांबरोबरच लैंगिक सुखाच्या इच्छेचाही स्वामी असल्यानं कामदेव हा काहीसा चेष्टेखोरही होता. त्यानं जेव्हा आपल्या पतीच्या प्रेमाच्या जागृतीच्या अपेक्षेनं पार्वती इतक्या सुंदर रीतीनं सजलेली बघितली तेव्हा आपल्याला एका दगडात दोन पक्षी मारता येतील असं त्याला वाटलं. शिवाच्या मनामध्ये पार्वतीविषयी प्रेमभावना जागृत केली तर त्या दोन प्रेमी जीवांचं मीलनही होईल आणि त्याचं कार्यही साधेल. हा विचार मनात ठेवून जिथे शिव तपस्या करायला बसला होता त्याच वृक्षाजवळ नृत्य करायला आणि खेळायला सुरुवात केली.'

ऋषी थांबला. त्यानं जमलेल्या सर्वांना आपण आत्ता ज्या जागी बसलो आहोत त्याच जागी हे सर्व घडलं याची जाणीव व्हावी म्हणून सभोवती हात फिरवला.

सर्वजण इकडेतिकडे पाहू लागले त्या प्राचीन काळाकडे मनाच्या नजरेनं बघू लागले. काहीजण उपवनाच्या अतिशय अंधाऱ्या भागाकडे नजर रोखून त्या घटना

आणि तो काळ मन:चक्षूंसमोर आणण्याचा प्रयत्न करू लागले. *आता कुणाला तरी ते अस्तित्व जाणवेलच. निदान लक्ष्मणाला तरी.* पण त्यांच्यापैकी एकालाही रामाला दिसलेली ती आकृती दिसली नाही. राखेतल्या दोन लालबुंद कोळशांसारखे ते दोन डोळे अजूनही तसेच चमकत होते. 'फक्त मीच पाहणं आणि तिथे माझ्यासाठी थांबलेल्या जीवाचं परिपत्य करणं हे माझ्याच नियतीमध्ये आहे.' रामाच्या मनात आलं.

बाकीचे सर्वजण ऋषीकडे परत वळले होते. ऋषीनं पुन्हा आपली कथा सांगायला सुरुवात केली होती.

'कामदेवाच्या सुरुवातीच्या खोड्यांकडे शिवाचं लक्षच गेलं नाही. मग हा इच्छांचा देव थोडा अधिक धीट झाला. त्यानं आपलं धनुष्य सज्ज केलं. उसाच्या कांडाचं धनुष्य केलं, मधमाशांची जिवंत दोरी बनवली एक बाण लाल गुलाबाच्या मध्यभागात बुडवला आणि तो थेट शिवाच्या हृदयाचा नेम धरून सोडला. या गोड शस्त्रानं अखेरीस शिव जागा झाला. पण आपल्या सहचरीच्या वियोगाच्या सखोल चिंतनामधून जागा झाल्यानं त्याला कामदेवाचा संताप आला. त्याला वाटलं की हा आपल्यासाठी नव्या सहचरीची योजना करण्याचा प्रयत्न करत आहे. शिवानं एक क्षणभर थांबून पार्वतीकडे निरखून पाहिलं असतं तर त्याला कळून चुकलं असतं की कामदेव त्याचं आणि त्याच्या प्रियसखीचं, सतीचं पुनर्मीलन घडवून आणण्याचाच प्रयत्न करत आहे. पण सहनशील अशी शिवाची ख्याती कधीच नव्हती. त्यानं आपला तिसरा नेत्र उघडला आणि कामदेवाला भस्म केलं.'

लहानगा दुम्माचं शरीर थरथरलं. त्यानं घाबरून सगळीकडे नजर फिरवली. जणू काही शिव आत्ता इथे प्रकट होणार आहे आणि आपणा सर्वांना भस्म करून टाकणार आहे असं त्याला वाटत असावं.

'कामदेवाचं शरीर नष्ट झालं. अन-अंग. ज्याला शरीर नाही तो. या शब्दावरूनच आपल्या आश्रमाचं नाव पडलं आहे - अनंग आश्रम. क़ामदेवाची पत्नी रती पतीच्या वियोगानं छाती पिटत, केस उपटत आणि आक्रोश करत ब्रह्म्याकडे धावली. ब्रह्मा - सर्व लहान मोठ्या प्राण्यांचा निर्माता - त्यानं रतीला वचन दिलं की जेव्हा शिव आणि पार्वती यांचा विवाह होईल तेव्हा कामदेवाला पुन्हा त्याचं शरीर प्राप्त होईल. आता शिवाला जागृत करण्याचं काम पार्वतीवर आलं. तिला हे काम केवळ आपल्या सहचराला पुन्हा प्राप्त करून घेण्यासाठी करायचं नव्हतं तर कामदेवाला त्याचं शरीर पुन्हा मिळावं म्हणूनही करायचं होतं. शिवाय यक्षिणी ताटकेला पराजित करायचं होतंच. आता तर यश मिळवायचंच म्हणून पार्वतीनं कठीण तपस्या सुरू केली. उग्र तपश्चर्येचा प्रणेता शिवानं स्वत: घालून दिलेल्या नियमांनुसारच तिनं ही कठोर तपस्या सुरू केली. हे दहा नियम म्हणजे अर्थातच आपल्या या आश्रमातील जीवनाचा पाया आहेत.'

ऋषी अध्रंगानं विश्वामित्राकडे बघितलं. शिवाचे ते दहा कडक नियम पुन्हा एकदा सविस्तर सांगण्याचा त्याला मोह होतो आहे हे रामाच्या लक्षात आलं. पण ऋषीनं कथाच सांगायला सुरुवात केल्यावर त्याचा जीव भांड्यात पडला.

'मग पार्वतीनं स्वत:वर लादून घेतलेल्या या उग्र नियमांचं पालन करताना हजारो वर्षं उलटली. पार्वतीचं सौंदर्य जवळ जवळ नष्टच झालं. अशा तपस्येमुळे तिच्या शरीराबरोबरच तिचं धैर्यही सुकून गेलं. तरीही तिच्या प्रियकराला जागं करण्याचं काम ती करतच राहिली. शिवानं मात्र तिच्या या उपासनेची काहीच दखल घेतली नाही.

'अखेरीस, जेव्हा पार्वती आता सुकून सुकून जात नाहीशीच होईल असं वाटू लागलं तेव्हा एक देखणा तरुण तापस तिच्याजवळ आला आणि ती हे एवढं उग्र तप का करते आहे हे विचारू लागला. तिनं तिच्या या खडतर तपस्येचं कारण सांगितलं तेव्हा तो मोठ्यानं हसला आणि म्हणाला, 'इतक्या सुंदर स्त्रीचं प्रेम प्राप्त करून घेण्याची त्या भयानक आणि विचित्र शिवाची लायकी तरी आहे का?' त्या तरुण तापसानं पार्वतीच्या मनात त्याच्याबद्दल इच्छा उत्पन्न व्हावी असा प्रयत्न सुरू केला. शिवाला कधीही जमणार नाही इतका चांगला पती मी होईन असं तो तिला वचनही देऊ लागला. त्याच्या कोडकौतुकानं आपण उत्तेजित होतो आहे हे पाहून पार्वतीला धक्काच बसला. या देखण्या अनोळखी पुरुषाबद्दल तिच्या मनात प्रचंड आकर्षण निर्माण झालं. स्वत:च्या या बेईमानीबद्दल तिला स्वत:चीच घृणा वाटू लागली. आणि मग या पुरुषाच्या मोहाला बळी पडण्याऐवजी आणखी एकदा आत्महत्या करण्याचा मार्ग तिनं निवडला. आपल्या आधीच्या अवतारामध्ये सतीच्या रूपामध्ये तिनं जसा अग्निप्रवेश केला होता तसाच या वेळीही करण्याचा तिनं निर्णय घेतला. पण ती तसं करणार त्याच वेळी त्या तरुण पुरुषाच्या जागी स्वत: शिव प्रकट झाला. तपस्येतून जाग आल्यानंतर पार्वतीची थोडी चेष्टा करावी म्हणून त्यानं हे रूप धारण केलं होतं शिवाय या उपवनामध्ये पार्वतीनंही त्याला खूपच वेळ चिडवलं होतं, त्याच्या प्रेमभावनेला आवाहन केलं होतं म्हणून त्यानं हे केलं होतं. ती दोघं मग तांडव नृत्य करू लागली. आपल्या तांत्रिक कामप्रेरणेने त्यांनी समस्त विश्वाला चैतन्य दिलं. त्यांच्या मीलनाच्या क्षणी जी अपरंपार ऊर्जा निर्माण झाली तिचा उपयोग करून ब्रह्म्यानं कामदेवाला त्याचं शरीर परत दिलं.'

छोट्या दुम्मानं संतुष्ट होऊन एक दीर्घ श्वास सोडला. त्याला हुश्श झालं याची गंमत वाटून त्याच्या सहाध्यायांनी एकमेकांकडे बघत हसूनही घेतलं. ऋषी अध्रंगानं कौतुकानं मान डोलावली आणि कथा पुढे सुरू केली.

'कैलास पर्वताच्या माथ्यावर अनेक युगं शिव आणि पार्वती त्यांच्या प्रणयात बुडून गेली. त्यांनी कैलास पर्वतावरच घर केलं होतं. अखेरीस आपण हे काय करून

बसलो असं वाटून देव हताश होऊ लागले. कारण ताटकेचा वध करण्यासाठी शिव पार्वतीच्या बाहुपाशातून कधीही बाहेर येईल असं त्यांना वाटतच नव्हतं. पण पार्वतीला त्यांच्यावरच्या संकटाची कल्पना होती. तिनं एका पुत्राला जन्म दिला – तो कार्तिकेय. ताटकेच्या त्रासाला आळा घालण्यासाठी गेला तो कार्तिकेय. नंतर, आपल्याला सर्वांनाच माहीत आहे की शिवपार्वतीला आणखी एक उत्तम पुत्र प्राप्त झाला – सर्वशक्तिमान गणेश. ज्याच्या वडिलांनीच त्याचं शिर उडवलं आणि मग हत्तीच्या पिल्लाच्या शिरावर भागवावं लागलं.'

'पण ती कथा आणखी वेगळी आहे ती पुन्हा केव्हातरी ऐकू.' विश्वामित्र घाईघाईनं म्हणाला. 'ऋषी अध्रंग, मी तुमचा आभारी आहे. कामदेवाच्या चुकीची कथा मी यापूर्वी इतक्या स्पष्टपणे आणि अचूक अशी ऐकली नव्हती. खरोखरच आपल्या कथा-विद्येचा असा लाभ मिळणं हे आमच्या फार मोठ्या भाग्याचं लक्षणच आहे.'

राम आणि लक्ष्मणानंही आभार आणि कृतज्ञता व्यक्त केल्यावर विश्वामित्रानं संभाषणाचा रोख दुसऱ्या दिवशी सकाळच्या त्यांच्या प्रस्थानाकडे वळवला. 'नदीमधून खाली जाण्यासाठी आम्हाला एक तराफा लागेल. बाल्सा लाकडाचे तराफे बनवण्यामध्ये तुमचा आश्रम अतिशय तरबेज आहे हे मी ऐकलेलं आहे. तुमचे ब्रह्मचारी माझ्या तरुण शिष्यांना तराफा कसा बनवायचा हे आज रात्री शिकवू शकतील का? आम्ही अगदी पहाटेच निघणार आहोत.'

'त्यापेक्षा उत्तम,' ऋषी अध्रंग उद्‌गारला, 'माझे ब्रह्मचारी अगदी आनंदानं तसा एक तराफा तुमच्यासाठी बनवतील. अर्थात, तुमच्या शिष्यांना ते हे काम कसं करतात ते बघायला येता येईलच आणि शिकताही येईल. याच कामासाठी आम्ही बाल्सा लाकडाचे ओंडके कापून तयारच ठेवत असतो. आणि ते ओंडके तासा-दोन तासामध्ये एकमेकांना बांधण्याची आम्हाला सवय आहे. माझ्या पोरांना तर त्यांच्या नेहमीच्या कामांमधून ही मोकळीक मिळाल्याचा आनंदच होईल. मी करून घेतो ते.'

ब्रह्मचाऱ्यांमध्ये जी एक उत्साहाची लहर पसरली त्यावरून हे उघडच होतं की शिष्यांना गुरूचं म्हणणं अगदी मान्य होतं.

'तुमचा पाहुणचार आणि आतिथ्यशीलता याबद्दल आम्ही तुमचे ऋणी आहोत. ऋषीजी.' विश्वामित्र म्हणाला.

लक्ष्मण उद्‌गारला, 'महादेव, मी ऋषींना एक शेवटचा प्रश्न विचारू शकतो का?'

मान डोलवत विश्वामित्र उत्तरला, 'जरूर विचार, राजकुमार.'

'तुम्ही इतकी छान कथा सांगितलीत ती मुख्यत: शिव आणि त्याची उग्र

तपस्या यांविषयीच होती. कामदेवाचा यामध्ये फारसा सहभाग नव्हता. मग या जागेचं नाव कामदेवावरून का पडलं?'

ऋषी अध्रंग हसला. त्यानं वळून आपल्या शिष्यांकडे पाहिलं. त्या सर्वांच्या चेहऱ्यावरही हास्य होतं.

लक्ष्मणानंही सर्वांकडे पाहिलं. तो गोंधळून गेला. 'माझं काही चुकलं का?'

'अजिबात नाही, शिष्या.' अध्रंग उत्तरला, 'जेव्हा कधी ही कथा सांगितली जाते ना तेव्हा तेव्हा श्रोते हाच प्रश्न विचारतात. कोण उत्तर देईल याचं आज?'

ऋषींचा प्रश्न पूर्ण होण्याच्या आतच दुम्माचा हात वर गेला हे रामाच्या लक्षात आलं आणि त्याला खूप मजा वाटली. अध्रंग त्या चिमुरड्याकडे बघून हसत म्हणाला, 'आजची रात्र तुझीच रात्र दिसते आहे बोलण्याची – दुम्मा पोरा – ठीक आहे आता आपल्या पाहुण्यांसाठी ही शेवटची सेवा पूर्ण कर.'

दुम्मा घाईघाईनं बोलू लागला. गावाकडच्या जत्रेमध्ये कसरती दाखवणाऱ्या मुलांचे जसे पायात पाय अडकत राहातात तसे त्याचे शब्द एकमेकांमध्ये अडकत होते. त्याला त्याचं उत्तर तोंडपाठ होतं हे स्पष्टच दिसत होतं. 'ही कथा फक्त महादेव शिव आणि देवी पार्वतीविषयी नाहीये. तर त्यांच्या मनातल्या एकमेकांविषयीच्या अपार प्रेमासंबंधीची आहे. असं प्रेम जे काळ किंवा कर्म कुणीच नष्ट करू शकलं नाही. या कारणानंच देवांनी कामदेवाला – प्रेमाच्या देवाला इथे पाठवलं – शिवाचं सखोल चिंतन भंग करण्याचा प्रयत्न करण्यासाठी – म्हणून या जागेचं नाव केवळ कामदेवावरून पडलेलं नाही तर शिव आणि पार्वतीच्या अथांग प्रेमावरूनही पडलेलं आहे. कामाची चूक – कामाचं उपवन – हे तीनही लोकांमधील प्रेमिकांनी एकांतात भेटण्याचं सर्वात पवित्र असं स्थळ आहे.'

श्वास घेण्यासाठी तो क्षणभर थांबला. आपल्या शिक्षकाकडे एक नजर टाकून तो अचानक पुढे बोलू लागला, 'आणि महान अतिथी, एके दिवशी तुम्हालाही तुमचं खरं प्रेम सापडेल तेव्हा तुम्ही इथेच यावं आणि या अतिशय मनोरम जागेत तुमच्या प्रेमाचं बंधन पक्कं करावं.'

ऋषी अध्रंगाच्या चेहऱ्यावरचं ते गोड हास्य नाहीसं झालं आणि तो वैतागून उद्गारला, 'तुला किती वेळा सांगितलंय मी, दुम्मा – हा आपल्या कथा-विद्येचा भाग नाहीये. हा शेवटचा भाग पुन्हा कधीही तुझ्या तोंडून येता कामा नये- कळलं?'

लहानग्या दुम्माचा चेहरा पडला. 'पण गुरुजी, त्यांनी सांगितलं की तुम्ही मत बदललंय आणि मी आपल्या माननीय पाहुण्यांना आपल्या आश्रमाच्या कथेचा हा रंजक भाग अगदी नक्की सांगायचाय.'

ऋषी अध्रंगाचा चेहरा लाल झाला. 'कुणी सांगितलं हे? दाखव मला कोण ते–'

दुम्मानं इकडेतिकडे बघितलं. सारेजण अतिशय निरागस चेहरे करून जणू काही हे जे काही घडलं आहे त्याची त्यांना काहीच कल्पना नसावी असे तिथेच उभे होते. त्यानं पायांची चाळवाचाळव केली आणि मग मान खाली घालून तो गप्प उभा राहिला. त्याचा पोरसवदा चेहरा आक्रसून गेला.

'कदाचित मलाच त्यांच्या बोलण्याचा अर्थ नीट कळला नसेल, गुरुजी. मला क्षमा करा. पुन्हा असं नाही होणार.'

ऋषी अध्रंगानं आपल्या सर्व शिष्यांचे चेहरे नीट निरखले.

'काय बघताहात? चला, तराफा बांधण्याचं सगळं साहित्य घेऊन या. तुम्ही ऐकलंत ना ब्रह्मर्षी काय म्हणाले ते? पहाटेपूर्वी तराफा तयार व्हायला हवा. चला, कामाला लागा – शैवांनो, ओम नमः शिवाय.

सर्वांनी एकमुखानं म्हटलं, 'ओम नमः शिवाय' आणि सगळे आपापल्या कामाला धावले.

दुम्मा बिचारा एकटाच उभा राहून आणखी काही बोलणी बसण्याची वाट बघत होता हे अध्रंगाला दिसलं. 'तूसुद्धा, दुम्मा, पळ आणि मदत कर बघू काहीतरी.'

सुटका झाल्याच्या आनंदानं दुम्मा आपल्या सहकाऱ्यांकडे धावत सुटला. हा लहानगा शिष्य दाखवतोय तितका पश्चात्ताप काही त्याला झाला नाहीये, नक्कीच, अशी रामाला खात्रीच वाटली.

ऋषी अध्रंग कपाळाला आठ्या घालत राजकुमार आणि विश्वामित्र यांच्याकडे वळला. विश्वामित्र जवळच्या फणसाच्या झाडाच्या शेंड्यावर कुठेतरी नजर लावून उभा होता. त्याला आपला अपमान झाल्यासारखं वाटत होतं की त्या शिष्याच्या बोलण्यानं गंमत वाटली होती हे रामाला काही उलगडलं नाही.

'क्षमा करा, ब्रह्मर्षी.' अध्रंग काहीसा चिडलेलाच दिसत होता. 'मी त्याला कितीतरी वेळा सांगितलं आहे की ती उरलेली कथा पुन्हा अशी पसरवणं आपल्या फायद्याचं नाही.'

'पुन्हा, ऋषीदेव?' आपला चेहरा शक्य तेवढा सरळ आणि गंभीर ठेवण्याचा प्रयत्न करत राम उद्गारला. थोडे कष्टच पडले त्याला हे करताना.

ऋषी अध्रंगानं एक निःश्वास सोडला, 'अगदी अलीकडे पर्यंत जेमतेम शंभरेक वर्षांपूर्वीपर्यंत ही जागा म्हणजे प्रेमिकांचं एक प्रसिद्ध असं भेटीचं स्थळ होतं. त्याचं असं होतं... म्हणजे... असं बघा – प्रेमिकांमध्ये अशी समजूत होती की त्यांनी – त्यांनी जर आपलं प्रेम इथे – या पवित्र उपवनामध्ये सफल केलं तर त्यांच्यामधलं प्रेमबंधन शिव पार्वतीच्या प्रेमासारखं चिरंतन होईल.' अतिशय संकोचानं घसा

एकदा खाकरून तो पुढे म्हणाला, 'आमच्या पंथाला ते सारं फारच अवघड झालं - तुम्हाला लक्षात आलंच असेल ते...'

'होय तर...' विश्वामित्र म्हणाला. अजून त्याची नजर त्याच दूरवरच्या बिंदूवर होती, 'होय, कळतं आहे आम्हाला ते. फार म्हणजे फारच अवघड झालं असणार ते. शंकाच नाही...'

उदासपणे मान हलवत अध्रंग म्हणाला, 'रात्रभर ती जोडपी चोरट्यासारखी यायची इथे, वागणं वाटेल तसं, कसेही वागायचे ते - आम्ही बऱ्याच वेळा आमच्या कथाविद्येमध्ये गुंग असायचो - आणि मग आमचे काही तरुण शिष्य त्यांच्या ब्रह्मचर्याच्या अभ्यासापासून विचलित व्हायचे - राज्यातली अर्धी प्रेमी जोडपी अशी आसपास खेळ करत असताना ब्रह्मचर्य सांभाळणं अतिशय कठीणच होऊन जाणार ना?' पुन्हा मान हलवत त्यानं एक नि:श्वास सोडला, 'आता आम्हाला असे अनुभव येत नाहीत याबद्दल शिवाचे आभारच मानायला हवेत.'

'होय, शिवाचे खरोखरच आभार.' ब्रह्मर्षी अजूनही त्याच फणसाच्या झाडाकडे निरखून बघत होता पण आत्ता मात्र तो काहीसा अधिकच एकाग्रतेनं बघतो आहे असं अचानक रामाला वाटलं. राम आणि लक्ष्मणानं आपले जोरात बाहेर फुटू पाहणारे हास्याचे फवारे ऋषीपासून लपवण्यासाठी माना फिरवल्या.

ऋषी अध्रंगानं पुन्हा मान हलवली. 'मी तुम्हाला एक गोष्ट सांगू शकेन, मित्रांनो. मी आता एकशे वीस वर्षांचा आहे. आणि जवळ जवळ या सर्व काळात हा आश्रम हेच माझं घर बनलं आहे. शिवाची सेवा एवढंच माझं काम आहे. पण या सर्व वर्षांमध्ये या उत्तेजित झालेल्या निर्लज्ज प्रेमिकांच्या वागण्यामध्ये एक गोष्ट काही बदललेली नाही. काय सांगू, एकदा तर मी असा पहाटे आमच्या धार्मिक विधीसाठी फळं शोधत या उपवनात फिरत होतो...'

'क्षमा करा ऋषीजी.' विश्वामित्रानं घाईनं त्याला मध्येच थांबवलं. 'पण माझ्या या सहप्रवाशांनीही तुमच्या ब्रह्मचाऱ्यांना तराफा बनवण्यात मदत करावी असं मला वाटतं. ते आमच्या प्रवासासाठीच बनवताहेत तो तराफा. आणि आम्हाला उद्या पहाटे लवकर निघावं लागणार असल्यानं मलाही ही रात्र संपण्यापूर्वी आजच्या होळी पौर्णिमेची काही धार्मिक कृत्यं करणं आवश्यक आहे.'

'होय होय.' ऋषी अध्रंग उत्तरला. जवळून जाणाऱ्या एका शिष्याला त्यानं थांबवलं. 'शंभू, आपण तराफे कसे बनवतो ते पाहण्याची आपल्या पाहुण्यांना इच्छा आहे. त्यांना बरोबर घेऊन जा आणि त्यांच्याशी आदरपूर्वक वाग. ब्रह्मर्षी, आमच्या आश्रमाच्या उत्तरेच्या कुंपणाजवळ आमचं मंदिर आहे तिथे मी घेऊन जातो तुम्हाला. तुमच्या प्रार्थनेसाठी तीच सगळ्यात योग्य जागा आहे.'

शंभूच्या मागोमाग मधल्या रिकाम्या जागेच्या पलीकडच्या टोकाला जाता

जाता रामलक्ष्मणानं एकमेकांना कोपरानं ढोसलं. 'ब्रह्मर्षी हसू दाबत होते की माझ्या कल्पनाशक्तीचा खेळ होता तो?' लक्ष्मणानं विचारलं.

'मला वाटतं सात राष्ट्रांमध्ये आजवर कुणी ऐकला नसेल एवढा मोठा हसण्याचा गडगडाट ते दाबण्याचा आटोकाट प्रयत्न करत होते.' रामानं उत्तर दिलं.

दोघेही हसले आणि ब्रह्मचाऱ्यांचा एक गट नव्यानं कापलेल्या बाल्सा लाकडाच्या ओंडक्यांजवळ लहानशा शेकोटीवर ठेवलेल्या भांड्यातलं डांबर उकळण्याची वाट बघत बसला होता तिथे गेले. त्यांचं तराफे बांधण्यासाठी वेली आणि फांद्यांच्या दोऱ्या हातानं वळणं सुरू होतं. राम लक्ष्मण त्यांच्याजवळ येताच सर्वांनी वर बघितलं आणि सगळेजण एकदम आदरानं माना लववत उठून उभे राहिले.

'आपलं स्वागत आहे, अयोध्येच्या राजकुमारांनो. तुमच्या इथे येण्यानं आम्ही धन्य झालो आहोत.'

रामलक्ष्मण आश्चर्यानं इकडेतिकडे बघू लागले. 'मला वाटलं होतं, दीक्षा घेताना सर्व शैव पंथीय सर्व ऐहिक पदव्यांचा आणि ऐहिक मानमरातबांचा त्याग करतात.' राम उद्गारला.

ब्रह्मचारी संकोचून एकमेकांकडे बघत हसू लागले. 'ते खरंच आहे, राजकुमार. पण आम्ही तुमचं राजेपण कसं विसरू?'

रामानं त्या ब्रह्मचाऱ्याजवळ जाऊन त्याचा हात पकडत म्हटलं, 'तुझं नाव काय आहे, मित्रा?'

आश्चर्यचकित झालेल्या ब्रह्मचाऱ्यानं उत्तर दिलं, 'शंकर, स्वामी.'

'शंकर, माझा दंड बघ.'

'राजकुमार?'

'बघ ना, माझा दंड चाचपून बघ, दाबून बघ, हवा तर एखादा चिमटाही काढ.'

शंकरनं आजूबाजूला, आपल्या सहकाऱ्यांकडे बघितलं. राम आपली काहीतरी खोडी काढत तर नसेल ना असं त्याच्या मनात आलं. अखेरीस त्यानं वळून रामाकडे आणि त्याच्या हाताकडे बघितलं आणि मग किंचित घाबरतच त्याच्या हाताला स्पर्श केला.

मान डोलावत राम म्हणाला, 'घाबरू नकोस, दाबून बघ.'

शंकरनं रामाचा दंड दाबला.

'तुझ्या हातात आणि माझ्या हातात काही फरक जाणवला तुला?'

शंकरनं नकारार्थी मान हलवली.

'कळलं ना तुला? मीही तुझ्यासारखाच हाडामांसाचा आहे. तुझ्यासारखाच

एक युवक – तुझ्यासारखा – तुम्हा सर्वांसारखाच मर्त्य, मग कृपा करून इतर मर्त्य युवकाशी वागाल तसेच माझ्याशीही वागा. एक राजकुमार म्हणून नाही किंवा स्वामी किंवा देव म्हणूनही नाही. केवळ एक युवक. कळलं का?'

'माझ्याबाबतीतही तेच हं-' लक्ष्मण म्हणाला, 'आता जो कुणी मला राजकुमार किंवा स्वामी म्हणेल त्याला एक जोरदार फटका खावा लागेल. कळलं?'

'कळलं.' सगळे एका आवाजात ओरडले. सगळ्यांच्या चेहऱ्यावर आश्चर्य होतं तसाच आनंदही होता.

मान डोलावत राम म्हणाला, 'चला तर मग, आम्हालाही दाखवा तुम्ही तुमचे प्रसिद्ध तराफे कसे बनवता ते.'

दुम्मा येऊन राजकुमारांशेजारी मांडी घालून बसला. 'मी दाखवतो, राजकुमार राम.' आणि मग जीभ चावत तो म्हणाला, 'नाही नाही बंधू राम.'

'हां आत्ता कसं?' राम उद्गारला, 'पण मला वाटलं होतं, बंधू दुम्मा, की तू तराफे बांधण्यापेक्षा गंमतीजमतीच्या गोष्टी सांगण्यात अधिक कुशल आहेस. तुझ्या गुरूंना चांगलंच दचकवलंस हं तू मघाशी. मला तर वाटतं ते अजून त्या धक्क्यातून सावरले नाहीयेत.'

दुम्मा मजेत हसला. आपलं काहीतरी चुकल्याचा तो खोटा आविर्भाव आता त्याच्या चेहऱ्यावरून पार पुसला गेला होता. पुढे वाकून गुरूंना चुकूनही काही ऐकू जाऊ नये म्हणून अगदी हलक्या आवाजात तो म्हणाला, 'तुला हवं तर मी आणखी अशा कितीतरी गोष्टी सांगू शकेन तुला. या कामदेवाच्या उपवनाविषयीच्या. आणि इथे काय काय घडायचं त्याच्या.'

'सांभाळा, बंधूनो.' शंकर नावाच्या त्या ब्रह्मचाऱ्यानं हाक मारून सांगितलं, 'दुम्माच्या गोष्टी ऐकल्यात ना तर लाजेनं तुमचे कान लाल होतील बरं. त्याच्या गोड चेहऱ्यावर जाऊ नका. अशा बाबतींमध्ये चांगला अव्वल पोरगा आहे तो.'

रामानं लक्ष्मणाकडे पहिलं. 'ठीक आहे, मला वाटतं माझ्या भावाला आणि मलाही चालेल आमचे कान थोडे लालसर झाले तर, जांभळे नाहीत हं लक्षात घे, थोडेसेच गुलाबी – थोडे लाल झाले तरी चालतील.'

दुम्मा हसला. 'मग तयार व्हा बंधूनो. मग मी तुमच्याच एका पूर्वजाच्या गोष्टीपासून सुरुवात करतो. एका शिवरात्रीच्या वेळी तो आपल्या नववधूला घेऊन या कामदेवाच्या उपवनात कसा शिरला ते सांगतो. ती एक अंधारी रात्र होती आणि तुमचा तो पूर्वज अगदी रंगात आलेला होता...'

13

ते दालन चांगलं प्रशस्त होतं – दहा यार्ड रुंदी आणि पंधरा यार्ड लांबीचं सहज असेल. पण काही क्षणांनंतर सुमंत्राचे डोळे गुरूंच्या हातातल्या दंडामधून निघणाऱ्या निळसर उजेडाला सरावले तेव्हा त्याला दिसलं की इथे आणखी एक पायरी आहे. आणि तिच्यापलीकडे सावल्यांमधून अस्पष्ट अशी दिसणारी आणखीही एक पायरी आहे. पूर्वी कधी काळी त्यानं या अंधारकोठडीला भेट दिली होती त्यावेळी पाहिलेल्या या तीन पायऱ्या लांबीच्या बाजूनं एकाखाली एक अशा आहेत हे त्याला आठवलं. ते सबंध दालन सुमारे पंचेचाळीस यार्ड लांब आणि दहा यार्ड रुंद असं होतं. दर पंधरा यार्डांवर ते दोन पूर्ण यार्ड खाली उतरत असे. गुन्हेगार जेवढा अट्टल तेवढा तो आणखी खालच्या पातळीवर ठेवला जाई. सर्वात खालची पातळी बहुतेक वेळा झिरपणाऱ्या पाण्यानं भरलेलीच असे. आणि हे पाणी थंड असे विशेषत: हिवाळ्यात तर अधिकच जेव्हा शरयूच्या पाण्याचं तपमान गोठण्याच्या जवळ पोचलेलं असे.

पहिल्या पातळीवर भिंतींना अडकवलेल्या बेड्या आणि साखळदंड त्याला दंडाच्या निळसर प्रकाशात दिसत होते. त्या सगळ्या बेड्या रिकाम्या होत्या. कुणीही नव्हतं तिथे.

गुरू सावकाश चालत पहिल्या पातळीच्या शेवटापर्यंत गेले आणि दगडात कोरलेल्या पायऱ्यांवरून त्यांनी खाली जायला सुरुवात केली. पायऱ्यांच्या वरच्या टोकाशी सुमंत्र क्षणभर थबकला. खाली पसरलेल्या अंधारात काही दिसतं आहे का हे पाहण्याचा विफल प्रयत्न त्यानं केला, पण पुढची पातळीही अशीच रिकामी आहे याखेरीज त्याला आणखी काहीही दिसलं नाही. पण सगळीकडे गडद डाग आणि फराटे मात्र दिसत होते. बेड्यांमध्ये अडकलेलं काहीतरीही त्याला दिसलं. हात आहेत वाटतं एवढं मनात येतं आहे तोच त्याला कळून चुकलं की ते फक्त पंजे होते – कापलेले पंजे.

हे जाणवतं आहे तेवढ्यात त्याला तो वास आलाच. ते दुसऱ्या दरवाजातून आत आले तेव्हाच त्याला अंधारकोठडीचा जो एक घाण वास असतो तो त्याला जाणवलाच होता. बुरशी, कुजणं, जुना दगड, माती आणि दुर्दैवी गुन्हेगारांच्या

अनेक पिढ्यांचे शारीरिक स्राव यांचा मिश्र वास होता तो. पण हा वास काही वेगळाच, नवा होता. आजवर त्यानं या वासाचा अनुभव कधीही घेतला नव्हता. हा वास गहन अरण्याचा होता, पशूंच्या केसाळ कातडीचा आणि घामाचा होता, कातडं आणि रक्त, राख आणि तूप असा संमिश्र होता. असा वास येणारी एकही वस्तू त्याला आठवत नव्हती. आणि तरीही या वासानं त्याची अशी आतडी ढवळून निघाली की त्यांचं पाणी पाणी झालं.

मी जाबालीबरोबर वरच थांबायला हवं होतं. देवा विष्णू, मी का आलो इथे? किती मूर्ख आहे मी–आता दिवसाचा उजेड नाहीच दिसणार मला कधी.

'शांत व्हा, प्रधान - मंत्री. नकारात्मक विचारांना मनात थारा देऊ नका. हं माझा हात धरा.'

गुरूंचा हात सुमंत्रापर्यंत पोचला. त्यानं काही न कळता त्या हाताकडे बघितलं. आणि क्षणभरानंतर तो खाली उतरू लागला. एक... दोन... तीन... सहा. दुसरी पातळी. गुरूंच्या हाताला स्पर्श करत त्यानं त्यांचे आभार मानले.

'येतो मी, गुरुदेव - कृपया आपण पुढे निघा.'

वसिष्ठ वळून तिसऱ्या आणि शेवटच्या पातळीकडे जाऊ लागले. अर्ध्या रस्त्यातच ते अचानक थांबले. सुमंत्रालाही थांबावं लागलं. गुरूंनी हातातला दंड जेवढा वर नेता येईल तेवढा वर उचलला आणि हात वाकवला. प्रकाश अधिक तीव्र झाला. जवळ जवळ पांढरा शुभ्र झाला म्हणता येईल.

सुमंत्र गुरूंच्या मस्तकापलीकडे, खांद्यांपलीकडे बघण्याचा प्रयत्न करत होता. तेवढ्यात अंधारकोठडीचं दार धाडकन बंद झालं. देवळातल्या घंटेचा आवाज जसा घुमत राहातो तसा तो आवाज घुमत राहिला. त्यानं वळून अंधारातच वर अंधारकोठडीच्या दाराकडे बघितलं. पायऱ्यांच्या वरच्या बाजूला ते दार अगदी पुसटसं दिसत होतं. फक्त त्याचे गज गुरूंच्या हातातल्या दंडाच्या उजेडात काहीसे चमकत होते. पण पलीकडून येणारे आवाज मात्र नक्कीच ओळखीचे होते. *तो दरवाजा कड्याकुलुपं घालून बंद करण्यात येत होता.*

तो वर जायला निघणार तेवढ्यात गुरूंच्या आवाजानं त्याला थांबवलं. 'आता त्या दरवाजाला किल्ल्यांचा काही उपयोग राहिला नाही, सुमंत्रा. ज्या शक्तीनं तो दरवाजा बंद करून घेतला आहे त्या शक्तीची अशी इच्छा आहे की आपण आपलं काम पूर्ण होईपर्यंत इथेच थांबावं.'

पाठमोऱ्या गुरूंच्या मस्तकाकडे बघत सुमंत्र मागे वळला. तो त्यांच्यापेक्षा तीन पायऱ्या वर होता. या उंचीवरून त्याला तिसऱ्या पातळीवरचं थोडं फार दिसू शकत होतं. अनेक वर्षांपासून झिरपत आलेलं पाणी तळाशी साठलेलं होतं. ते आता घाणीनं भरलेलं डबकं झालं होतं. त्यामध्ये कसलातरी गडद रंग मिसळला

होता. त्याला एवढंच दिसत होतं. ते काळं पाणी. दुसरं काहीही नाही. आणि कुणी व्यक्तीही नाही. त्याला जो घाण वास आला होता तो त्या डबक्यातून येत होता. त्यामध्ये काहीतरी होतं तिथून येत होता.

त्याच्या मनातले विचार वाचल्यासारखा त्या घाणेरड्या वासाच्या काळ्या पाण्यामधून एक आवाज उमटला.

ये, ब्राह्मणा ये, माझ्याकडे ये आणि मी तुझ्यासाठी आणि तुझ्या मर्त्य सोबत्यासाठी काय काय योजलंय ते बघ.

एखादी मशाल विझावी तशा काही ठिणग्या उडाल्या आणि गुरूंच्या हातातल्या दंडाचा प्रकाश विझून गेला. आता सगळीकडे दाट अंधार होता.

कामदेवाच्या उपवनामध्ये त्या हरिणीची मृदू केसांची त्वचा सोनेरी वर्ख चढवलेल्या मूर्तीसारखी चमकत होती. अगदी जवळ जवळ वाढणाऱ्या झाडांमधून शूर्पणखा नाजूक पावलं टाकत सावकाश पुढे जात होती. त्या दिवशी सकाळी झालेली तिची जखम आता पूर्ण भरली होती. तिनं आत्ता स्वीकारलेल्या एका पाला खाणाऱ्या रानहरिणीच्या कोमल भूमिकेमध्ये ती पार बुडून गेली होती. तिनं जमिनीवर नाक घासलं जणू ती जमिनीवर काही भक्ष्य शोधत असावी किंवा आपल्या सोबत्यांना शोधत असावी. मधूनच ती थांबून मान वर करून मानवी कानांना ऐकू येणार नाहीत असे आवाज ऐकल्यासारखं करायची आणि मग किंचित थरथरून त्या मोकळ्या जागेपासून दूर पुढे जायची.

हळूहळू आश्रमातील दिव्यांचा प्रकाश कमी कमी होत गेला.तराफ्याचं काम करणारे ब्रह्मचारी शिवाची भजनं म्हणत होते त्याचा आवाजही आता वाऱ्यावरची एक गुणगुण एवढाच शिल्लक राहिला होता. मानवी अस्तित्वाची एक चाहूल बस. तिच्या पावलांखालची उपवनाची जमीन संध्याकाळी पाऊस पडून गेल्यासारखी मऊ भुसभुशीत लागत होती. त्या नुकत्याच ओल्या झालेल्या जमिनीचा, एकूणच झाडाझुडपांचा आणि उपवनातल्या फळांचा नाकात जाणारा वास तिला छान वाटत होता. पानांची पखरण असलेली जमीन चालायला छान आणि थंड वाटत होती. तिला खायलाही काही चांगलेचुंगले घास मिळाले.

उपवनात शिरण्याआधी ती पुन्हा हरीण बनली होती. आपल्या आजूबाजूच्या परिसरामध्ये सामावून जाण्यासाठी आपली कातडी अधिक गडद करावी असं एकदा तिच्या मनात येऊन गेलं होतं. पण आपली सोनेरी चमकदार त्वचा अशी रंगहीन-घाणेरडी तपकिरी करणं तिच्या सौंदर्यदृष्टीला पटलं नव्हतं. ती अचानक रामासमोर आली आणि त्यानं तिला या अशा अनाकर्षक स्वरूपामध्ये बघितलं तर? तो ओळखणारसुद्धा नाही तिला मग. तिला हेही जाणवलं की ती जर तिच्या

खऱ्याखुऱ्या म्हणजे राक्षसीच्या रूपामध्ये त्याच्यासमोर आली तरी तो तिला ओळखणार नाहीच. पण तो विचार तिनं ताबडतोब मनातून झटकून टाकला. तिला हवं असेल त्याच स्वरूपामध्ये राम तिला पाहणार होता. तिचा प्राण वाचवल्याबद्दल तिनं एवढं तरी करायलाच हवं होतं.

उपवनामधून हळूहळू सावधगिरीनं ती पुढे गेली. कथाविद्या संपल्यावर ती त्या मोकळ्या जागेपासून दूर गेली होती. राम उठून इतर शैवांजवळ जाताच तिनं मनातल्या मनात त्याला 'शुभ रात्री' असं म्हटलंही होतं. त्याची सडपातळ आकृती दूर जाताना बघून तिनं एक उसासा सोडला होता.

शेकोटीशेजारी कथा सांगण्याचा कार्यक्रम सुरू असताना अनेक वेळा तिला पकडलं जाण्याची भीती वाटली होती. काही म्हटलं तरी त्या ब्रह्मर्षीजवळची जादूची शक्ती मोठी बलवान होती. एखादी राक्षसी इतकी जवळ आली असेल तर त्याला ते जाणवणारच होतं. पण तिचं पालटलेलं हे रूप नेहमीच परिणामकारक ठरलं होतं. या रूपामध्ये, ती एक हरिणीच होती. एखाद्या ब्रह्मर्षीलाही तिचं खरं रूप दिसणं अशक्य होतं.

तरीही तिनं जो प्रचंड धोका पत्करला होता त्या धोक्याच्या कल्पनेनंच तिच्या शरीरावर गोड शहारे उठले होते. पण घडलं काहीच नव्हतं. विश्वामित्राचं लक्ष तर तिच्याकडे गेलंच नव्हतं पण राम एवढ्या जागरूकपणे सबंध संध्याकाळभर सगळीकडे नजर ठेवून असतानाही त्याला तिचं अस्तित्व जाणवलं नव्हतं. हे नक्कीच निराशाजनक होतं. मधूनच तिला वाटायचं त्यानं आपल्याला बघितलं तर बरं होईल. कदाचित या मर्त्यांना सोडून तिला भेटायला या उपवनामध्ये येईल. काही म्हटलं तरी हे कामदेवाचं उपवन होतं आणि ही होळीची पौर्णिमा होती. पूर्णचंद्राची एक सुंदर रात्र – प्रेमीजनांच्या एकांत भेटीसाठीची सर्वात आवडती रात्र. तो जर आला असता तर तिनं एका अतिशय सुंदर स्त्रीचं रूप धारण केलं असतं – इंद्राच्या अप्सरेहून सुंदर – आणि मग तिचा जीव वाचवल्याबद्दल तिनं त्याचे आभार मानले असते. तिनं सारी रात्रच त्याचे आभार मानण्यात घालवली असती.

पण ही अपेक्षा जरा जास्तच होत होती.

आता, त्या मोकळ्या जागेपासून अनेक मैल दूर गेल्यावर पुन्हा एकदा तिच्या अंगावर शहारा उठला. स्वतःच्या कल्पनेच्या राज्यात रंगून जाऊन ती निरुद्देश्य भटकत राहिली होती. कुठे जात आहोत याचं तिला भानच राहिलं नव्हतं. त्या उपवनाच्या अगदी आतल्या भागामध्ये ती येऊन पोचली होती. इथे वृक्ष अगदी दाटीनं वाढले होते. चांदणंही कसंबसं जमिनीपर्यंत पोचू शकत होतं. आपल्याच कल्पनाविश्वात दंग होऊन चाललेली असताना समोरचे वृक्ष दूर झाले आणि ती एका लहानशा मोकळ्या जागेमध्ये येऊन पोचली. इथल्या एका वृक्षावर वीज कोसळली

असावी आणि त्या आगीनं आजूबाजूचे काही वृक्षही जळून गेले असावेत आणि तेव्हा ही मोकळी जागा तयार झाली असावी असं स्पष्ट दिसत होतं.

जळकं लाकूड आणि जळका पालापाचोळा यांचा वास अजूनही सगळीकडे भरून राहिला होता. त्या मोकळ्या जागेतून ती पुढे जाऊ लागली तेव्हा चंद्रप्रकाश चंदेरी सूर्यप्रकाशासारखा तेजस्वी होता. तिच्या खुरांनी उसळलेली धूळ त्या चांदण्यात चमकत होती. ती स्वत:च्या विचारांमध्ये इतकी गुंगली होती की तिच्यापासून काहीच यार्डांवर घडणारी विलक्षण गोष्ट तिच्या लक्षातच आली नाही.

झाडं गदगदा हलत होती, वाकत होती, एकमेकांपासून दूर जात होती. ज्या वृक्षावर वीज पडून तो जळून खाक झाला होता तो वृक्ष या सगळ्या वादळाच्या मध्यभागी होता. एखाद्या तलावामध्ये पाण्याच्या पृष्ठभागाच्या खालीच न दिसणारे मासे पाण्यावर लहरी उठवत पोहत असतात तशी या झाडाची साल वरखाली होत होती. वारा अजिबात नसलेल्या या उपवनात वारा जोरात वाहू लागला. लहान लहान वादळं उठवत पालापाचोळा, धूळमाती एकत्र करून गरागरा फिरवत कितीतरी यार्ड वर उचलू लागला.

त्या जळक्या झाडाच्या वरच एक ढगांचा समूह निर्माण झाला, त्या समूहाच्या अंतर्भागामधून विजेच्या लहान लहान काड्या चमकत त्या जळक्या झाडावर पडू लागल्या. या विजांच्या खेळापाठोपाठ जेव्हा एक मोठा गडगडाट झाला तेव्हा कुठे शूर्पणखेचं लक्ष तिकडे गेलं.

या अगदी अनैसर्गिक अशा वादळाकडे ती एकटक बघत असतानाच तिच्या नाकपुड्या विस्फारल्या आणि तिचं हृदय जोरात धडधडू लागलं. त्या वादळी ढगाच्या केंद्रामध्ये एक लालबुंद डोळा निर्माण होऊ लागला तसं तिनं हलकेच मागे सरकण्याचा प्रयत्न करणं सुरू केलं. तिच्या त्या घाईमध्ये तिचे मागचे पाय झाडांच्या मुळांना अडखळत होते, मागचा भाग दुसऱ्या झाडाच्या खोडावर आपटत होता. आता तिच्या अंगावर उठलेला शहारा जबरदस्त होता. तिच्या नाकपुड्या विस्फारलेल्याच होत्या. एखाद्या पशूनं नाक वर करून आपली शिकार करायला आलेल्या श्वापदाचा वास घ्यावा तसं तिनं आपलं नाक वर उचललं.

त्या वृक्षाचं खोड आपोआपच उपटलं जाऊ लागलं. त्या उपटलं जाण्याचा कण्हण्यासारखा आवाज तिच्या शरीराचा थरकाप उडवू लागला. धुळीची लहान लहान वादळं अधिकाधिक मोठी, अधिकाधिक शक्तिवान होऊ लागली. अधिक उंच उठू लागली. वरून झुकलेल्या फळांच्या वृक्षांमध्ये गोलाकार मार्ग निर्माण करू लागली. लालभडक ठिणग्यांचा एक फवारा उडला, विजेचे काही लोळ उमटले आणि ते जळलेलं झाड जमिनीपासून वेगळं झालं. त्याच्या खोल गेलेल्या पण आता मृत असलेल्या मुळांना अजून काही मातीची ढेकळं चिकटलेली होती. सावकाश

त्या झाडाचा आकार बदलू लागला. त्याची उंची वाढू लागली आणि रुंदी कमी होऊ लागली. त्याच वेळी शुर्पणखेचंही रूप बदलून ती पुन्हा स्वत:च्या मूळ राक्षसीच्या रूपात जाऊ लागली. तिनं या बदलाला विरोध करण्याचा खूप प्रयत्न केला, तिला स्वत:च्या विश्वामध्ये परतण्याची अजिबात इच्छा नव्हती. *मला अजून थोडा वेळ असंच राहू दे* ती मनातल्या मनात विनवू लागली. निराशेनं तिचे डोळे गोल गरगरीत झाले. एकदाच त्याला भेटण्यासाठी... एकदाच...

झाडाचं ते खोड आता एखाद्या नैसर्गिक खोडासारखं राहिलं नव्हतं तर त्याचा आकार किळसवाणा बनला होता. पृथ्वीमातेच्या संपन्न उदरातून नैसर्गिकरीत्या जन्मू शकेल असं काही ते नव्हतंच.

तो प्राणी जवळजवळ नऊ फूट उंचीचा होता, शिवाय त्याच्या मस्तकांची उंची आणखी दोनचार फूट सहजच असेल. नवलाची गोष्ट म्हणजे या प्राण्याचं शरीर अगदी प्रमाणबद्ध होतं. – एखाद्या मानवप्राण्यासारखं. हा एखादा शारीरिक व्यायामामध्ये खूप वेळ घालवणारा असा आर्य क्षत्रिय असू शकला असता, ते एक अतिशय बांधेसूद असं पुरुषी शरीर होतं. त्याचे स्नायू घोटीव होते. गडद रंगाच्या मधासारखा त्याचा वर्ण होता. चंद्रप्रकाश न पोचणाऱ्या त्या उपवनामध्ये तो काळाच दिसत होता. पण नीट निरखून पाहिलं तर त्याच्या अंतरातील एक सोनेरी चमक सहज दिसू शकली असती. उत्तम प्रकृती आणि नियमबद्ध वर्तन यांचा तो एक उत्तम नमुनाच होता. या उत्कृष्ट शरीरयष्टीवर फारसे कपडे नव्हते. योद्धे वापरत तसा पौरुष झाकण्यापुरता एक चामडी लंगोट तेवढा त्यानं घातला होता. त्याच्या छाती, खांदे आणि मांड्यांवर धातूचे पट्टे होते. या पट्ट्यांची मांडणी काहीशी गोंधळवून टाकणारी वाटली असती पण निरखून पाहिलं तर समजून येत होतं की या पट्ट्यांचा उपयोग शस्त्रं अडकवण्यासाठी केला जातो आहे. शरीर झाकण्यासाठी नव्हे. आणि होतीच शस्त्रं त्यांमध्ये. सहज बाराचौदा असावीत. प्रत्येक शस्त्र म्हणजे एका अनोळखी वेगळ्या आरेखनाचा नमुना होता. काही शस्त्रं उघडच पशूंशी लढण्यासाठी होती मानवांशी लढण्यासाठी नव्हे आणि बाकीची मर्त्य शरीरांवर भयानक जखमा करू शकतील अशी होती. आणखीही काही होती ज्यांचा उपयोग काय असावा हे कळत नव्हतं. शूर्पणखेला माहीत होतं की ही शस्त्रं तीनही प्राण्यांवर वापरण्यासाठी आहेत – असुर, मर्त्य आणि देव. या प्राण्याला होते ते फक्त शत्रू त्याला नैसर्गिक सहकारी असे कुणी नव्हतेच.

या प्रभावशाली शरीराच्या वर एक जाडजूड गर्दन होती. सर्वसाधारण प्रौढ आर्य व्यक्तीच्या मानेच्या तिप्पट सहज असेल. त्या मानेवरच्या नसा अणि स्नायू तटतटून उठलेले होते. त्या मानेला किती वजन सांभाळायचं असतं याचं ते

द्योतकच होतं. आणि तरीही ही विलक्षण आकाराची मान तिच्याखालच्या अतिशय प्रमाणबद्ध शरीराला शोभेलशी अगदी प्रमाणशीर अशीच होती.

लंकेचा राजा रावण याची दहा मस्तकं तोलून धरण्यासाठी अशीच मान आवश्यक होती.

सर्वसाधारण मानवी पुरुषमस्तकापेक्षा ही मस्तकं सुमारे अर्ध्या आकाराची होती. चेहऱ्यावरचे सर्व अवयव अगदी जागच्याजागी होते. ही सर्व मस्तकं शेजारी शेजारी होती. चार मस्तकं या प्राण्याच्या उजव्या खांद्याच्या बाहेर, त्यानं हात लांब केला तर त्याचं कोपर जिथे असेल तेवढ्या अंतरावर होती. आणखी पाच मस्तकं डाव्या खांद्यापलीकडे जात होती. उजव्या बाजूसारख्याच अंतरावर तीही होती. प्रत्येक मस्तक आधीच्या मस्तकामधून निर्माण होत होतं, मानेपाशी आणि कानापाशीही जोडलं गेलेलं होतं. त्यांच्यामध्ये बारकीशीही फट नव्हती. केवळ दोन्ही टोकांना असलेल्या मस्तकांना त्यांच्या उघड्या बाजूशी पूर्ण कान होते. ऐकण्याचं कार्य करणारे एवढेच दोन अवयव त्या प्राण्याला होते.

नऊ लहान मस्तकांच्या या रांगेच्या मध्यभागी, त्या मजबूत मानेच्या बरोबर वर या प्राण्याचं मूळ मस्तक होतं. हे मस्तक सर्वसाधारण मस्तकापेक्षा आकारानं मोठं होतं. जणू काही त्याच्या जोडीच्या मस्तकांचं लहान असणं भरून काढायचं असावं तसं काहीसं. सर्वसाधारण पुरुषाच्या मस्तकापेक्षा हे मस्तक चांगलं दुपटीनं मोठं तर होतंच पण आश्चर्याची बाब म्हणजे दिसायलाही चांगलं होतं. मानवी मोजपट्टीनं पाहिलं तर ते देखणं आहे असं म्हणता आलं नसतं कदाचित पण त्या चेहऱ्यामध्ये एक पुरुषी आकर्षकता होती हे नक्की. हा एक शक्तिवान पुरुष आहे असं त्याचा चेहराच सांगत होता. प्रचंड शक्तींना सहजगत्या वाकवणारा, हलवणारा आणि सांभाळणाराही.त्याला अपयश माहीत नव्हतं आणि त्याची काही शक्यताही नव्हती असं अगदी उद्दामपणे सांगणारा असा तो चेहरा होता.

त्या दहाही मस्तकांचे चेहरे परस्परांहून साफ वेगळे होते, एकाचंही दुसऱ्याशी साम्य नव्हतं. मधलं मस्तकच या विलक्षण गटावर स्वामित्व गाजवणारं आहे हेही उघड दिसत होतं. बाकीची मस्तकं आपल्या शक्तिवान मस्तक बंधूकडे ज्या रीतीनं भीतीच्या आणि द्वेषाच्या नजरा टाकत होती त्यावरून हे स्पष्ट होत होतं. मधलं मस्तक कमालीच्या तुच्छतेनं जगाकडे आणि दोन्ही बाजूच्या त्याच्या सहकारी मस्तकांकडे बघत होतं.

शूर्पणखेनं वर आपल्या चुलत भावाकडे, रावणाकडे बघितलं आणि तिच्या हृदयाचं पाणी पाणी झालं. भीतीचा एक हुंदका देत तिनं नकळतच मूत्रविसर्जन केलं. ती गरम आणि दुर्गंधीयुक्त स्राव खालच्या पानांनी भरलेल्या जमिनीवर पडला.

ताबडतोब ती लहानशी मोकळी जागा त्या दुर्गंधीनं भरून गेली. उपटल्या गेलेल्या झाडामधून आता दहा मस्तकांची ती आकृती पूर्ण प्रकट झाली होती. तिनं आपल्या दहाही नाकांनी तो वास घेतला आणि तुच्छतेनं नाक मुरडलं.

भगिनी–मला बघून तुला फारसा आनंद झालेला दिसत नाहीये.

14

दहा तोंडांच्या त्या पुरुषानं हरिणीच्या दिशेनं एक पाऊल टाकलं.

भगिनी, इतके दिवस तू या घाणेरड्या रूपामध्ये राहिली आहेस की तू एखाद्या हरिणीसारखीच वागायला आणि विचार करायलाही लागली आहेस. चल, आता तुझ्या नेहमीच्या रूपामध्ये ये.

मूत्राचा शेवटचा थेंब तिच्या शरीरातून बाहेर ओघळला तशी शूर्पणखा शहारली पण राहिली मात्र त्याच पशूरूपामध्ये.

माझी अवज्ञा करते आहेस? मर्त्य व्यक्तींशी आलेल्या तुझ्या संपर्कामुळे तू बिघडली आहेस हे मला स्पष्ट दिसतं आहे. किती वेळा मी तुला याबद्दल धोक्याची सूचना दिली होती, मूर्ख मुली? तुला आज्ञा केली होती त्याप्रमाणे तू आधी मला हे सारं का सांगितलं नाहीस?

– मी जखमी झाले होते, ती उत्तरली. एकच भाषा तिला येत होती – एक प्रकारचं मानसिक संपर्कसाधन – त्याच्या साह्यानंच ती तिच्या भावाशी बोलत होती. – काही मर्त्यांनी माझ्यावर हल्ला केला – मी याच रूपात होते आणि सावध नव्हते.

तिनं आपला झपाट्यानं बरा होत जाणारा वण त्याला दाखवला.

ओरखडा आहे तो फक्त. तुला मर्त्यांशी युद्ध करताना मी पाहिलं आहे – विचारही न करता तू दहाबारा जणांना सहज फाडू शकतेस. काल-नेमी जेव्हा त्याच्या कार्यात अपयशी ठरला तेव्हा आपल्या बेताप्रमाणे तू का वागली नाहीस?

– तुला तेही माहीत आहे? तिला आश्चर्याबरोबर अपराधीही वाटलं. घडलेली सारी हकीकत त्याच्या कानावर घालण्याचं काम तिचं होतं. आणि तरीही, कसं कोण जाणे, जे काही चाललं होतं ते सगळं त्याला कळलेलंच होतं. – मी... मी... फार गोंधळून गेले होते. फार मर्त्य आजूबाजूला होते. त्यांनी दारं लावून घेतली. शहरात जायला मार्गच नव्हता.'

खाली ओठंगलेल्या फांद्यांना स्पर्श होऊ नये म्हणून मान वाकवून दहा तोंडाचा तो प्राणी काही पावलं चालून थोडा बाजूला गेला. त्याची मस्तकं वेगवेगळ्या

भावना दर्शवत एकमेकांशी वाद घालत होती. प्रत्येकाचं वेगळं मत होतं, वेगळा विचार होता, वेगळ्या कल्पना, वेगळे आदेश होते. बहुतेक सर्वजण शूर्पणखेला ठार मारण्याचा सल्ला देत होते. मर्त्यांशी संपर्क आल्यानं ती डागाळली होती. कशी कोण जाणे पण माणसाळली होती. ही तिची चूक म्हणजे जणू राजद्रोहच होता. तिचा नाशच केला गेला पाहिजे. इथून पळून जावं असं तिला वाटत होतं पण त्याच वेळी हेही माहीत होतं की या दहा तोंड्याच्या रागापासून लपता येईल अशी एकही जागा त्रैलोक्यात नाही. ती तशीच पाय रोवून उभी राहिली. कोंडीत सापडलेल्या प्राण्याच्या, पाय फाकवून उभं राहाण्याच्या पवित्र्यात.

रावण तिला सामोरा होत मागे वळला तेव्हा त्याचं प्रमुख मस्तक हसत होतं. *तू घसरलीयस, प्रिय भगिनी. पण पडली नाहीयेस. अजूनही तुझं कर्तव्य तू पार पाडू शकशील असा एक मार्ग दिसतो आहे मला.* क्षणभराचं थांबणं – दहा वाद घालणाऱ्या तोंडांवर शंका, संशयाचं जाळं – *माझ्या चाकरीत राहायचं मनात आहे ना तुझ्या?*

– अर्थातच, स्वामी. माझी बांधिलकी फक्त तुमच्याशीच आहे हे तुम्ही जाणता.

अनेक चेहऱ्यांवर हसू प्रकटलं. उरलेल्या चेहऱ्यांवरच्या आठ्या तशाच होत्या. *उत्तम. मला ठाऊक होतं तू योग्य तेच करशील. या मऊ चामडीच्या सौम्य वर्तनाच्या प्राण्यांना भुलणारी तू आपल्यातली पहिली नाहीयेस. त्यांच्यामध्ये एक, काहीतरी – काय बरं म्हणशील त्याला तू, एक आकर्षण? आकर्षण असतं.*

– औदार्य, तिच्या मनात झळकलं – पण मग स्वत:ला सावरत ती म्हणाली – म्हणजे, तुमच्यासारखं औदार्य नाही – स्वामी – एक काहीतरी अपरिपक्व पाशवी असा डौल – तो काहीसा आकर्षक असतो खरा – म्हणजे असुरांसारखा नाही – अगदी आदिम असा–

मधलं मस्तक तिच्याकडे बारकाईनं बघत होतं. बाकीची मस्तकं एकमेकांशी बोलत होती किंवा इकडेतिकडे बघत होती. त्यांना हे संभाषण अगदी आवडलं नव्हतं.

होय, असं असं... आणखी एक मोठा अवकाश – पण या वेळी सगळी मस्तकं गप्प होती. प्रमुख मस्तकाच्या तोंडून बाहेर पडणाऱ्या शब्दांचा विचार करत होती. *तुला ते आवडायला लागले आहेत. एवढ्या थोड्या वेळात–विचार करण्यासारखं आहे हे.*

– सगळे नाही, स्वामी.एकच फक्त. त्या भयानक शस्त्रांकडून एखादी भयंकर शिक्षा मिळणार नाही अशा शब्दांमध्ये स्वत:च्या मनातली घालमेल व्यक्त करण्याचा ती प्रयत्न करू लागली. – तो – तो माझ्याशी चांगला वागला – त्याच्या जवळपास राहाणं मला आवडतं.

पुन्हा एकदा दहाही मस्तकांचं गप्प राहाणं. एक फसवा मोकळेपणा – जवळ जवळ दुर्लक्षच.

असं असेल तर मग चालू दे तुझं. जा या मर्त्याच्या मागे – जेवढं जवळ जाता येईल त्याच्या तेवढी जा. तुझी इच्छा पूर्ण कर.

– बंधू? ती आश्चर्यानं उद्गारली. ती इतकी चमकली होती की त्याला स्वामी म्हणणं विसरूनच गेली. – याला तुझा काही आक्षेप नाहीये?

त्यानं एक पिळदार हात तुच्छतेनं हलवला. दोन्ही टोकांच्या मस्तकांचे कान हलले.

या वेडाचा शेवट शारीरिक संबंधात केला नाहीस तरच ठीक. मी तुला परवानगी देईपर्यंत तरी नाही. कळतं आहे ना मी काय सांगतो आहे ते? ही अट पक्की आहे. त्याच्या मागे जा – त्याचं निरीक्षण कर पण त्याच्याशी थेट संबंध नाही. आणि या वेळी मी कसलीही चूक खपवून घेणार नाही. कळलंय सगळं नीट?

– होय, स्वामी. तिचा पवित्रा आता उत्साहानं उडी घ्यायला तयार असलेल्या हरिणीचा झाला होता. ती जागच्या जागी उड्या मारत होती आणि अपेक्षेनं तिच्या अंगावर शहारे उठत होते. मी वचन देते–मी पुन्हा तुमची निराशा करणार नाही. मी गुपचूप पाठलाग करायचा आहे, त्याचं निरीक्षण करायचं आहे आणि तुम्हाला सगळा अहवाल द्यायचा आहे.

आणि मी जेव्हा तुला पुढे जाण्याचा आदेश देईन तेव्हा एकही प्रश्न न विचारता मी सांगेन तसंच झालं पाहिजे. मग मी दिलेली आज्ञा तुला कितीही आवडली नाही तरी.माझ्याजवळ फुकट घालवायला वेळ नाही. आत्तासुद्धा–एका महत्त्वाच्या कामासाठी मला जायचं आहे. समजलं? मी हे फक्त एकदाच सांगेन. मी आज्ञा दिली की तू तिची अंमलबजावणी केली पाहिजेस.

– अगदी नीट कळलं आहे मला. बंधू, तुझे आभार मानते मी. अगदी मनापासून आभार. आणि वचन देते, या वेळी...

पण तो वळलाही होता. त्याचं काम संपलं होतं. दहा मस्तकं पुन्हा एकमेकांशी काहीतरी बोलायला लागली होती. पण वेगळ्या विषयांवर – वेगळ्या कामांबद्दल. ज्या ठिकाणाहून तो वृक्ष उन्मळला होता ती जागा अजून तांब्यासारखी लालबुंद होती. तो तिकडे गेला. पुन्हा वादळी वारे वाहू लागले, विजा चमकू लागल्या, क्षणार्धात तो पुन्हा त्या झाडाच्या खोडाच्या रूपामध्ये गेला. ते झाड पुन्हा आपल्या जागी उभं राहिलं. मातीखालच्या आपल्या जागा शोधताना मुळांचं कण्हणं थोडा वेळ ऐकू येत राहिलं.

रात्र पुन्हा एकदा काळीभोर आणि शांत झाली, शूर्पणखा पुन्हा एकदा उपवनात एकटी राहिली.

'रावणा, समोर ये.'

गुरूंचा आवाज शांत होता पण सर्वात खालच्या त्या अंधारकोठडीतल्या गाढ शांततेमध्ये दगडी मनोऱ्यामध्ये घंटा वाजावी आणि घुमत राहावी तसा घुमला.

मला बघण्याची इच्छा आहे तुझी? ठीक आहे.

त्या गर्तेच्या काळ्याभोर अंधारात एक लालबुंद ज्वाला चमकू लागली. त्या काळ्या पाण्यामध्ये. ते काळं पाणीच लाल दिसू लागेपर्यंत ती ज्वाला मोठी होत राहिली. मग त्या पाण्यामधून ती वर आली आणि मधल्या अवकाशात तरंगत राहिली. अंधारकोठडीचं छत चांगलंच उंच होतं-वीस एक यार्ड असेल. ती ज्वाळा या मधल्या अंतरात जळत होती. तिनं फक्त छतच नव्हे तर सारी कोठडीच उजळून टाकली.

गर्तेमधलं पाणी ढवळून निघू लागलं. ते उकळलं, खवळलं, त्याचा वेग वाढू लागला. तसंच गरगरा फिरत पाणी वेड्यासारखं वर चढलं. त्या भडक लालसर प्रकाशात ते काळं पाणी रक्ताच्या फवाऱ्यासारखं दिसत होतं. अचानक तो फवारा छतापर्यंत गेला आणि एकदम लाखो तुकड्यांमध्ये फुटला. अंधारकोठडीभर ते पाणी पसरलं. सुमंत्र आणि गुरू यांच्या अंगावरही ते पाणी फवारलं गेलं. प्रवाही माणकांच्या तुकड्यांसारखे ते थेंब त्यांच्या तोंडांवर, अंगांवर फेकले गेले. त्याच्या घाण वासानं किळसून जाऊन आणि भयंकर घाबरून जाऊन सुमंत्र एकदम किंचाळला. त्याला मळमळू लागलं. *जाबालीचे कपडे असेच मळले होते.*

गर्तेमधल्या पाण्यामधून एक आकृती वर आली.

सुमंत्राचे डोळे भयानं विस्फारले गेले आणि तोंडातून फुटणारी किंकाळी दाबण्यासाठी त्यानं आपला हात तोंडावर दाबला. आपण काय बघतो आहोत ते समजून घेण्यासाठी त्याची बुद्धी धडपडत होती. शरीरशास्त्राचं मानवी तर्कशास्त्र इथे निरुपयोगी ठरत होतं. एकदा एका राक्षसानं बलात्कार केलेल्या स्त्रीचं अपत्य बघण्याचं दुर्दैव त्याच्या नशिबी आलं होतं. ते गुरगुरणारं, ओरबडणारं मूल त्या पाळण्यात पडून हसत होतं, आपल्या मरत्या आईच्या रक्तानं त्याचं तोंड भरलं होतं. पण ते मूलही या समोरच्या आकृतीएवढं भयानक नव्हतं.

ज्या अकरा गुप्तहेरांना पकडून या अंधारकोठडीत डांबण्यात आलं होतं त्यांनी हा समोरचा प्राणी बनला होता. कोणत्या तरी काळ्या जादूनं कसं कोणास ठाऊक पण त्या दुर्दैवी प्राण्यांना फाडून काढलं होतं आणि त्यांच्या अवयवांनी हा... हा... समोरचा अत्यंत तिरस्करणीय प्राणी निर्माण करण्यात आला होता.

ते शरीर एकाच माणसाचं होतं. पण त्याच्या नैसर्गिक हातांखाली आणखी एक जोडी हात चिकटवण्यात आले होते. बाकीचं शरीर तसं पाहिलं तर सामान्य होतं - तुम्ही त्या उघड्यावाघड्या शरीरावरच्या भयानक जखमांकडे दुर्लक्ष करू शकलात तर-

सर्वात भयानक भाग होता तो म्हणजे त्या प्राण्याची डोकी. सगळी अकराही डोकी. कसं कोण जाणे पण लंकेच्या काळ्या राजानं सगळ्या डोक्यांचे कान एकत्र चिकटवले होते. त्या दुर्दैवी गुप्तहेरांची डोकी एका लांबलचक ओळीत लागली होती. त्या मेलेल्या माणसाच्या मानेवर ती डोकी बसवलेली होती. ते अगदी हिडीस दृश्य होतं. त्या दृश्याच्या धक्क्यानं आणि वाटलेल्या अविश्वासामुळेच सुमंत्राला गरगरायला लागलं होतं. जाबाली आणि तो अधिकारी इतके का घाबरलेले होते हे त्याला आत्ता कळून येत होतं. त्यांनीही हेच बघितलं असणार – हे हे जे काही आहे ते – हे त्यांच्या डोळ्यांसमोरच तयार करण्यात आलं असणार. त्या गुप्तहेरांची शरीरं अशी फाडली जाणं आणि मग ती त्यांच्या स्वामीच्या आकृतीसारखी जोडली जाणं – आणि ही किळसवाणी आकृती तयार होणं.

त्या अकराही मस्तकांनी डोळे उघडले आणि सुमंत्र आणि गुरू वसिष्ठ यांच्याकडे चेष्टेनं पाहिलं.

हे माझं मांसाचं शिल्प आवडलं का तुम्हाला?

'बीभत्स.' गुरूंचा आवाज कठोर आणि तरीही शांत होता. 'तू तुझ्याच अनुयायांना ठार मारलंस आणि त्यांच्या शरीरांचा हा असा अपमान केलास.'

ठार मारलं? अपमान केला? या सगळ्या मर्त्य संकल्पना आहेत, ब्राह्मणा. असुरांच्या जगामध्ये त्यांना काहीच किंमत नाही.

'असुरांनासुद्धा निसर्गाचे नियम पाळावेच लागतात. ब्रह्मनच्या शक्तीचा असा दुरुपयोग झाला तर देव त्याकडे दुर्लक्ष करणार नाहीत, रावणा. तुझा हा अतिरेक सहन करण्यापलीकडे जातो आहे.'

देव! भेटलो आहे मी त्यांना युद्धभूमीवर आणि मीच जिंकलो आहे. आता लाजेनं तोंडं लपवून फिरताहेत ते. नाही, ब्राह्मणा – हे युद्ध मी आणि – ज्यांना वाचवण्याचा प्रयत्न तू करतो आहेस त्या या कमजोर मर्त्यांमध्ये आहे – मर्त्य मांस नष्ट करणं – किंवा भ्रष्ट करणं किती सोपं असतं ते तू पाहतोच आहेस.

'तुला जे हवं ते कर, राक्षसा. तुझा कधीच विजय होणार नाही. तुझा हा अपराध म्हणजे तुझ्या अंताची सुरुवात आहे. तुझ्या प्रत्येक दुष्ट कृत्यानं तू तुझा शेवट अधिक जवळ आणतो आहेस.'

आता फारच धीटपणे बोलायला लागलास की, म्हाताऱ्या. पण तुझ्या मर्त्य शहरांचा मी नायनाट करीन आणि तुम्हा दोन पायांच्या क्षुद्र प्राण्यांना ज्याचा एवढा अभिमान आहे ती संस्कृती नष्ट करीन तेव्हा तुला हे बोलणं सुचणार नाही. या वेळेला मी जिंकणार आहे. आणि तुम्ही हरणार आहात. मी तुम्हाला इतकं खोल जमिनीत गाडेन की तुम्ही परत वर उठूच शकणार नाही. द्रष्ट्या ऋषींचे दिवस संपले बरं आता. मर्त्यांचे दिवसही संपत आले आहेत. आता माझे दिवस सुरू होताहेत.

गुरुजी गरजले. त्यांचा आवाज त्या भल्या मोठ्या कोठडीत घुमला. 'जास्त बोलू नकोस माझ्याशी, रावणा. तुझ्या या फोल वल्गना ऐकण्यात किंवा ही क्षुद्र जादू बघण्यात मला काडीचाही रस नाही. ताबडतोब इथून चालता हो. नाहीतर मी तुला तुझ्या योग्य त्या जागेत - त्या भयानक वेदनांच्या भट्टीत फेकून देईन. चल, पाताळात जा. नरकाच्या सर्वांत खालच्या पातळीवर जा. आणि या वेळी एक हजार वर्षांची तपश्चर्याही तुला ब्रह्म्याचं किंवा शिवाचंही वरदान मिळवून देऊ शकणार नाही हे लक्षात ठेव. देवांना आता तुझं खरं स्वरूप कळून चुकलं आहे. पिसाळलेल्या कुत्र्याला हाकलतात तसं मी तुला हाकलण्याआधी इथून चालता हो.'

तोंड सांभाळून बोल, म्हाताऱ्या. करायला जमणार नाही अशा धमक्या देऊ नकोस. मला धमक्या देण्याचे तुझे दिवस संपले आता. आता माझा सूर्य उगवतो आहे - पश्चिमेच्या लालबुंद रक्ताच्या रंगाच्या आकाशात - मला पुन्हा नरकाच्या सर्वांत खालच्या पातळीला ढकलू पाहातो आहेस? तू बघच, या पृथ्वीवरच्या या मर्त्य पातळीलाच मी कसं पाताळ बनवतो ते - तू गेल्या सात हजार वर्षांमध्ये जे काही घडवलं आहेस ते थोडक्या मर्त्य वर्षांमध्ये मी कसं धुळीला मिळवतो ते बघच, बघ आणि रड - ब्राह्मणा. मी अयोध्येवर ताबा घ्यायला येईन तेव्हा तुला तेवढंच करता येणार आहे.

'तुझ्या या धमक्यांना मी अजिबात घाबरत नाही, राक्षसा. तुझ्या मारेकऱ्याला तर उघडं पाडून हाकलूनही दिलं आहे. तुझे गुप्तहेर मुळापासून नष्ट करण्यात आले आहेत. लवकरच आम्ही एक प्रचंड हल्ला तुझ्या सेनेच्या मध्यभागावर करणार आहोत. तुझी ही मोठमोठी स्वप्नं तेवढीच राहाणार आहेत - स्वप्नंच राहाणार आहेत. तुझी विकृत पावलं अयोध्येच्या अभिमानी मार्गांवर कधीही पडणार नाहीत.'

तो प्राणी मोठ्यानं हसला. या हास्याची सुरुवात झाली ती मधल्या मस्तकाच्या बारीकशा लकेरीनं पण लगेचच ती लकेर बाकीच्या डोक्यांपर्यंत पोचली. सगळी डोकी एकाच वेळी हसू लागली. प्रत्येकाचा आवाज आणि हसण्याची पद्धत वेगवेगळी होती. ते आवाज अंधारकोठडीमध्ये दगडी भिंतींवर आदळत घुमू लागले. त्या भूमिगत तुरुंगाचे सगळे रस्ते, वाटा, जिने त्या आवाजानं भरून गेले. जिन्याच्या अगदी वरच्या टोकाला तुरुंगाचा अधिकारी घामानं थबथबत, हे दोघे सुखरूप परत यावेत यासाठी प्रार्थना करत उभा होता तेथवर हा आवाज पोचत होता.

मूर्ख ब्राह्मणा, तुला काय वाटतं - हे विजय होते? मरत्या खेचराच्या पाठीवर बसलेल्या पिसवांचे चावे असावेत तसे होते ते - नुसतं तुमचं लक्ष वेधून घेण्यासाठी केलेली कृत्यं - तुला काय वाटतं तुम्ही माझ्या सगळ्या गुप्तहेरांना शोधून काढून ठार मारलं आहे? खुद्द राजवाड्यातही माझे कान आणि डोळे आहेत. तुमच्या या क्षुद्र आर्य साम्राज्यात मोठमोठे शक्तिवान लोक माझे अनुयायी आहेत. माझे सगळे

गुप्तहेर मुळापासून उपटून काढायचे असतील तर तुला या मर्त्य संस्कृतीच्या रोगी शरीरामधून हृदय आणि फुफ्फुसंही कापून काढावी लागतील. आणि हे करण्याचं धैर्य असेल तुझ्याजवळ तरीही तुझ्या मर्त्य राष्ट्रांमध्ये एक यादवी युद्ध सुरू होईल. माझा काका काल–नेमी अजून जिवंत आहे, धडधाकट आहे आणि आत्ता माझ्या शेजारी उभा आहे. तुझ्या त्या फुटकळ मंत्रांचा त्याच्यावर काहीही परिणाम झालेला नाही. आता अयोध्येचं म्हणशील तर...

आताचा हास्यकल्लोळ अधिक वेळ चालला. आपल्याला या आवाजानं वेड लागेल असं सुमंत्राला वाटू लागलं.

मी पोचलो सुद्धा अयोध्येमध्ये...

तो भयानक प्राणी उठून उभा राहिला. त्याची सर्वच्या सर्व अकरा तोंडं वेड्यासारखी हसत होती. छताजवळची लाल ज्वाळा अधिकच उग्रपणे जळत आता शुभ्र दिसू लागली.

गुरू वसिष्ठांनी डोळ्यांवर हात धरत वर त्या प्रकाशाकडे पाहिलं. ते ओरडून म्हणाले, 'सुमंत्रा, इथून निघून जा. पळ, लगेच.'

सुमंत्राला दुसऱ्यांदा हे सांगावं लागलं नाही. झटकन वळून तो त्या ओल्या घसरड्या जिन्यावरून वर गेला. दुसऱ्या पातळीला पोचल्यावर त्यानं मागे वळून बघण्याची उर्मी दाबली.

'जा, सुमंत्रा जा.'

त्या प्राण्याचं हसणं आता खूपच वाढलं होतं, शिवाय अकरा डोक्यांचे अकरा आवाज आणि हसण्याच्या अकरा तऱ्हा यामुळे ते हसणं अकरा हजार प्रकारचं असावं असं झालं होतं. जणू लंकेच्या राजाच्या राक्षसी अस्तित्वानं आकर्षित होऊन जवळ फिरणारे सारे आत्मे त्या अंधारकोठडीत गोळा झाले असावेत. ते हसणं सुमंत्राच्या कानात घुसलं, त्याच्या मेंदूला जाळत गेलं. त्या हसण्याच्या तीव्रतेनं आपण स्तंभित होऊ असं त्याला वाटू लागलं.

तो अगदी वरच्या पातळीला पोचला, मग दरवाजापाशी गेला, पण दरवाजा कुलूपबंद होता – बाहेरच्या बाजूनं.

खालून गुरूंचा आवाज उमटला. मोठयानं हसणाऱ्या त्या आत्म्यांच्या वर आवाज चढवत ते एक मंत्र म्हणू लागले. निळ्या प्रकाशाच्या एका लाटेनं तुरुंगाचा दरवाजा खाडकन उघडला. दरवाजाच्या बिजागऱ्या तुटून दूर फेकल्या गेल्या आणि दरवाजाच्या फळ्या कोलांट्या घेत तुकडे होऊन पडल्या. देवांचे आभार मानत सुमंत्र धावतच त्या मार्गाने जिन्याकडे गेला. आणि मग वर वर वर चढत गेला. त्याचे पाय आपोआपच पुढेमागे जात होते. कधी त्याचे खांदे घासले जात होते तर कधी त्याचं डोकं तर कधी हात. त्याची त्वचा सोलवटली जात होती, एखादं नख

तुटत होतं, रक्त येत होतं पण तो त्या अरुंद जिन्यावरून वर वर चढतच राहिला. शेवटपर्यंत तो हसण्याचा आणि मंत्रांचा आवाज त्याच्या मागोमाग येतच होता. अखेरीस एकदाचा तो तुरुंगाच्या वरच्या इमारतीमध्ये, मशालीच्या उजेडात येऊन पोचला तो सरळ तुरुंगाधिकाऱ्याच्या कवेतच.

'विष्णूची कृपा.' सुमंत्राला घट्ट पकडत अधिकारी उद्‌गारला.

प्रधान मंत्र्यांनी मागे वळून पाहिलं. 'गुरुदेव?' द्रष्टा ऋषी त्याच्या मागे नव्हता. त्याला ख़ालच्या कोठडीतून उकळण्याचे आवाज ऐकू आले. त्या राक्षसी हास्यापुढे गुरूंचा आवाज जेमतेमच ऐकू येत होता. पण ऐकू येत मात्र निश्चित होता.

एका प्रचंड मोठ्या आवाजानं तो तुरुंग पायापासून हादरला. आवेशानं जळणाऱ्या दोन ज्वाला-एक निळी आणि एक लाल अशा ज्वाला दोन सर्पांचं युद्ध चालू असावं अशा रीतीनं एकमेकीला विळखे घालून त्या जिन्यानं वर येत होत्या.

एक मोठी किंकाळी फोडत अधिकारी मागच्या मागे फेकला गेला. संतापलेल्या नागाच्या फूत्कारासारख्या धक्क्यानं सुमंत्रही मागे कोलमडला. आणि मग जेवढ्या अचानकपणे हा स्फोट झाला होता तेवढ्याच अचानकपणे तो शांतही झाला. मागे शांततेशिवाय काहीही उरलं नाही.

15

ब्रह्मचाऱ्यांनी नदीजवळ तराफा आणला तेव्हा टेकडीपाठच्या पूर्वेकडच्या आकाशातला उजाळा अजून फिकट गुलाबीसरच होता. राम आणि लक्ष्मण सर्वात पुढे होते. शैवांच्या पावलाशी पाऊल जुळवून चालताना त्यांच्या काम करतानाच्या गाण्यामध्ये आपला सूर मिसळत होते. राजकुमारांच्या सन्मानाप्रीत्यर्थ ब्रह्मचाऱ्यांनी आपल्या नेहमीच्या 'ओम नम: शिवाय' या पठणाच्या जागी 'दश नाम सत्य है'चा गजर सुरू केला होता. दशरथाचं नाव म्हणजेच सत्य अशा अर्थाचं हे पठण होतं. किंवा *खऱ्या राजाचं, दशरथाचं कल्याण असो* असाही त्याचा अर्थ काढता आला असता.

आश्रमापासून नदीकाठचं अंतर फारसं नव्हतं. पण ब्रह्मचाऱ्यांचा उत्साह आणि जोम बघून रामाला अचानक आपल्या गुरुकुलामधल्या दिवसांची आठवण झाली. गुरुकुलामध्ये त्याचे भाऊ आणि इतर शिष्य यांच्यामध्ये एक घट्ट नातं तयार झालेलं होतं मग तो शिष्य कोणत्याही जातीचा, कोणत्याही वर्णाचा, गोत्राचा-गरीब-श्रीमंत, उच्च कुलीन किंवा सामान्य कुलात जन्मलेला का असेना. आत्ता सुद्धा, या कोणत्याही मित्रासाठी त्यानं आपल्या जिवाची बाजी लावली असती. पण होते कुठे आता हे सारे मित्र? सगळे राज्यभर पसरले होते काही तर सात राष्ट्रांमध्ये विखुरले होते.

उपवनामधून बाहेर येऊन नदीच्या वाळूच्या तीरावर पाय ठेवताच रामानं सर्वांना थांबण्याचा आदेश दिला. रेतीवर करकरत चालणाऱ्या पावलांच्या आठ अनवाणी जोड्या एकदम थांबल्या. मग त्याच्या आदेशानुसार त्यांनी तराफा खाली ठेवला. आठही जण एकच व्यक्ती असल्यासारखे काम करत होते. तराफा काहीही आवाज न करता गाळानं निसरड्या झालेल्या तीरावर विसावला.

ब्रह्मर्षी विश्वामित्र ऋषी अध्रंग आणि इतर ज्येष्ठ ऋषींसोबत मागोमाग येतच होते. रीतीप्रमाणे नेहमीचे आशीर्वाद आणि निरोप घेऊन देऊन झाले. राम आणि लक्ष्मणानं पहाटे ते सगळे नदीवर स्नानासाठी गेले असतानाच इतर ब्रह्मचाऱ्यांचा निरोप घेतला होता.

कंबरभर थंडगार पाण्यात उभं राहून आचमन करून गायत्री मंत्र म्हणताना रामाला सतत जाणवत राहिलं होतं की आपल्याकडे कुणीतरी बघतं आहे. तो दुम्मा होता. त्याला स्वत:च्या प्रार्थनेपेक्षा या युवराजाकडे बघत राहाण्यामध्ये जास्त रस वाटत होता.

'मी सूर्यदेव नाहीये, दुम्मा.' मंत्र म्हणून झाल्यावर रामानं हलकेच दुम्माला सांगितलं. 'तुझ्यासारखाच एखाद्या विनोदाला हसायला आवडणारा एक शिष्य आहे मी. हे पक्कं लक्षात ठेव. सर्व माणसांचा आदर कर पण कुणाचीही पूजा करू नकोस. पूजा फक्त देवांची करायची.'

त्या छोटुकल्या ब्रह्मचाऱ्यानं आत ओढून घेतलेला श्वास आणि पुटपुटत म्हटलेलं वाक्य रामाला ऐकू आलं होतं. 'त्याच्या डोक्याला पाठीमागे डोळे आहेत – मी म्हटलं नव्हतं? अयोध्येच्या राजपुत्राकडे वेगळीच शक्ती असते.'

त्याच्या तोंडावर हसू उमटलं. इथे आणखी थोडा वेळ आपल्याला दोघांना थांबता आलं तर किती बरं होईल – त्याच्या मनात आलं. *आणि त्यापेक्षाही मजा येईल – जर भरत आणि शत्रुघ्नालाही इथे बोलावून घेता आलं तर* – जेव्हा ते गुरुकुलामध्ये होते तेव्हा मात्र त्यांना कधी एकदा आपण क्षत्रिय धर्म पाळायला सुरुवात करू – जिवावर उदार होऊन शत्रूशी, असुरांशी युद्ध करू असं झालं होतं हे आठवून त्याला क्षणभर वाईटही वाटलं. आणि आता – त्याच्या आयुष्यातलं सर्वात मोठं धाडस करायला निघाला असताना त्याला गुरुकुलातले दिवस आठवायला लागले होते.

गुरू वसिष्ठ म्हणाले होते तेच बरोबर होतं – *जे स्वत:जवळ नसतं त्याची इच्छा करणं हेच मर्त्य हृदयाचं चिरंतन काम असतं.*

आता लक्ष्मणानं आणि त्यानं तराफ्याच्या गाठी पुन्हा एकवार तपासल्या – तेही ज्येष्ठ ब्रह्मचार्यांनी आग्रहच धरला म्हणून – त्यांना आपल्या कारागिरीबद्दल अभिमान होता – आणि ते ब्रह्मर्षी तराफ्यावर चढण्याची वाट बघू लागले. तेव्हाच त्याला पुन्हा एकदा कुणीतरी आपल्याकडे बघतं आहे असा भास झाला. त्यानं सहजच मागे वळून बघितलं. दुम्माकडे बघून स्मित करायला तो तयार होता. पण मागे कुणीच नव्हतं. केवळ रिकामं उपवन – त्यातले नीटनेटके समांतर लावलेले फळांचे वृक्ष आणि पहाटेच्या अर्धवट उजेडात त्यांच्या पसरलेल्या लांब लांब सावल्या.

त्यानं आजूबाजूला पाहिलं. दुम्मा दूर एका झाडावर होता आणि फळं तोडून खाली इतर ब्रह्मचाऱ्यांकडे टाकत होता.

राम पुन्हा उपवनाकडे वळला. याच दिशेनं कुणीतरी आपल्याकडे बघत आहे याची अगदी स्पष्ट जाणीव त्याला झालेली होती. आत्तासुद्धा त्याला जाणवत होतं की उपवनाच्या अगदी आतल्या भागामधून कोणतं तरी अस्तित्व त्याच्याकडे टक

लावून बघत आहे. त्यानं डोळे मिटून घेतले आणि जिथे त्याची दृष्टी पोचू शकत नव्हती तिथवर जाण्यासाठी त्याचं मन मोकळं सोडलं. फळांच्या वृक्षांच्या खोडांमागे, द्राक्षवेलींच्या खाली - टपोऱ्या हिरव्या गार द्राक्षांचे घोस वेलींवरून खाली ओथंबले होते, तोडायला झालेली द्राक्षं - तिथे, आंब्याच्या झाडांमध्ये - दाट पानांमध्ये - अजून लहानच होत्या कैऱ्या, पिकायला अजून दोनतीन महिने तरी लागणार आहेत - कैऱ्यांची आंबट गोड चव त्याच्या जिभेवर अजून होती - तोंडाला पाणी आणत होती - पुढे एका लहानशा मोकळ्या जागेत - कलिंगडाच्या शेतात - हिरवी कलिंगडं दिवसागणिक भरत असलेली - टोमॅटोचा एक वाफा - सूर्यप्रकाशानं फळं पिकावी म्हणून उघडाच ठेवलेला - एका झुडुपाच्या मागे-

'भाई?'

त्यानं डोळे उघडले. वाढत्या सूर्यप्रकाशाला नजर सरावेपर्यंत थोडे उघडमीट केले. उपवनातही अंधार होता. लक्ष्मण त्याच्याकडे रोखून बघत होता. 'तू ठीक आहेस ना?'

त्यानं झटकन मान हलवत म्हटलं, 'होय लक्ष्मणा, मी अगदी ठीक आहे. एक शेवटचा मंत्र म्हणत होतो.'

लक्ष्मण हसत म्हणाला, 'शैवांबरोबर राहिल्यानं तूही फारच सात्विक झाला आहेस हं. राक्षसांना मारण्यासाठी बाणांऐवजी मंत्रांचा वापर केला नाहीस म्हणजे मिळवली.'

रामही हसतच उत्तरला, 'खरं तर मी त्यांच्यावर झाडंच उपटून फेकण्याचा विचार करत होतो.'

लक्ष्मणानं भिवया उंचावल्या. 'त्याच्याबद्दल बोलायचं तर मी तुला काल रात्रीपासून विचारायचं बघत होतो - अजून काही जाणवलंय तुला? काही वेगळं?'

खांदे उडवत राम उत्तरला, 'तसं काही विशेष नाही. फक्त चांगलं, अधिक शक्तिवान, अधिक निरोगी असं वाटतंय. पण मला वाटलं की कालची रात्रभर या ब्रह्मचाऱ्यांबरोबर मजेत वेळ गेला म्हणून असं वाटतंय.'

लक्ष्मण हसत म्हणाला, 'मजा आली नाही? एखादा आठवडा राहाता आलं असतं तर छान झालं असतं. शेवटी होळी खेळायला मिळालीच नाहीये ना आपल्याला-'

'कदाचित राक्षसांना ठार केल्यावर आणि ब्रह्मर्षींचा यज्ञ पूर्ण झाल्यावर मग आपण थोडी वाकडी वाट करू आणि मिथिलेला जाऊ.'

कपाळाला आठ्या घालत लक्ष्मणानं विचारलं, 'मिथिलेला कशाला?'

'म्हणजे तू तुझ्या सुंदर उर्मिलेच्या चेहऱ्याला थोडा रंग लावू शकशील.'

विचारात गढल्यासारखं करत रामानं पुस्ती जोडली, 'आणि फक्त तिच्या चेहऱ्यालाच नाही...'

लक्ष्मणानं त्याच्या खांद्यावर एक गुद्दा मारला – रामानंही उलट एक गुद्दा मारला. लक्ष्मण एक मोठा आवाज करत तराफ्यावरून खाली नदीतीराच्या चिखलात पडला. आजूबाजूला उभ्या असलेल्या ब्रह्मचाऱ्यांच्या अंगावर चिखल उडाला आणि त्यांची पांढरी शुभ्र धोतरं चिखलानं भरून गेली. शंभूच्या तर तोंडावरही चिखल उडाला. त्यानं एका बोटानं तो चिखल थोडा बाजूला केला आणि ते बोट तोंडात घालून चाखलं.

रामानं स्वत:च्या चेहऱ्यावरचा चिखल आणि पाणी हसतच पुसलं. 'तिच्याबद्दल एवढं वाटायची गरज नाहीये हं धाकट्या. तुला हवं असेल तर मी ब्रह्मर्षींना सांगतो तिच्या वडिलांशी बोलायला – तुझ्याविषयी. जनक काकांना जावई म्हणून तू अगदी पसंत पडशील, मला खात्री आहे.'

'गप्प बस हं.' लक्ष्मणानं दरडावून सांगितलं.

'ठीक आहे ठीक आहे – शांती.' हात पुढे करत राम उद्गारला.

क्षणभर विचार करून लक्ष्मणानंही हात पुढे केला. खरं म्हणजे त्याला आणखी एखाद्या खोडीची भीतीच वाटत होती. रामानं त्याला थोडं जास्तच जोरानं वर खेचलं. तो सटकन बाहेर पडून तराफ्याच्या दुसऱ्या टोकाला गेला. त्याचा दुसरा हात पकडत रामानं त्याला धरून ठेवलं. 'बघ, तू ना त्या मुलीच्या प्रेमात पारच बुडून गेलायस.'

लक्ष्मण हसून त्याच्याकडे बघत म्हणाला, 'तू तिच्या बहिणीच्या – सीतेच्या प्रेमात पडलायस तेवढा नाही नक्की.'

राम काहीतरी उत्तर देणार तेवढ्यात विश्वामित्राचा आवाज त्यांच्या मस्तीमध्ये उमटला. 'तुमचं खेळणं संपलं असेल, राजकुमारानो, तर निघायचा विचार करू या का? तुम्हाला आठवत असेल तर एकमेकांना या चिखलात ढकलण्यापेक्षा दुसरीही काही कामं आहेत आपल्याला.'

एकदम गंभीर होत दोघांनीही उत्तर दिलं, 'होय गुरुजी.'

त्यांनी तीन यार्ड लांबीचे बाल्सा लाकडाचे दंड उचलले. ब्रह्मचाऱ्यांनी ते त्यांच्यासाठी कोरून काढले होते. ब्रह्मचाऱ्यांनी वाकून तराफा ढकलायला सुरुवात केली. क्षणभर तराफा अडकल्यासारखा झाला आणि मग एकदम नदीतीरापासून मोकळा झाला, नदीच्या पाण्यावर तरंगू लागला. ब्रह्मचाऱ्यांच्या ढकलण्यामुळे त्यानं थोडा वेळ हेलकावेही खाल्ले. राम आणि लक्ष्मणानं हातातले दंड पाण्यात घातले ते सहजच तळाशी जाऊन पोचले. तराफा नदीच्या मध्यभागी न्यायला हवा होता पण रामाचा पहिलाच धक्का थोडा जास्तच जोराचा होता त्यामुळे तराफा

पूर्ण पूर्व पश्चिम असा फिरला. धडपडत लक्ष्मण तराफ्यावर मागे कोसळू लागला, त्याचा दंड पाण्यातून सगळाच्या सगळा बाहेर आला तो पाण्याचे थेंब उडवतच. पण ऋषीच्या मजबूत हातांनी त्याला धरून ठेवलं.

'क्षमा.' आपला रिकामा हात क्षमायाचनेसाठी उंचावत राम उद्गारला. लक्ष्मणानं त्याच्याकडे एक धोक्याची सूचना देणारा कटाक्ष टाकला आणि आपला दंड पुन्हा पाण्यात घातला. तराफ्याची फिरती हालचाल थांबवण्यासाठी रामानं आपला दंड वापरला आणि हळूहळू त्या संथ प्रवाहामध्ये त्यांचा तराफा वाहू लागला.

ऋषी अध्रंग आणि इतर ऋषींनी हात वर करून त्यांचा निरोप घेतला आणि त्यांचं कार्य शिवाच्या कृपेनं यशस्वी होवो अशा शुभेच्छाही दिल्या. तराफा सावकाश प्रवाहाच्या दिशेनं जाऊ लागला. तराफ्याचे नुकतेच कापलेले ओंडके पाण्यात नुकतेच भिजून करकर आवाज करत होते. ब्रह्मचारी शिष्य त्यांच्याबरोबरीनं नदीतीरावर धावत ओरडून त्यांना उत्तेजन देत होते. एक लहानशी आकृती उपवनातून तीरासारखी धावत आली. तीरावरच्या शिष्यांना हातानंच दूर ढकलत ती आकृती अगदी नदीच्या काठावर येऊन उभी राहिली. तिथल्या मऊ चिखलामुळे ती खाली नदीत पडण्याची शक्यता होती. तिनं छातीशी काहीतरी वस्तू घट्ट धरली होती.

'राजकुमार राम, राजकुमार लक्ष्मण. मी तुमच्यासाठी फळं आणलीयेत, तुम्हाला प्रवासात खायला...'

रामलक्ष्मणानं एकमेकांकडे हसतच पाहिलं. तराफा आणि नदीतीर यांच्याम धल्या काही यार्डांच्या अंतरावरून रामानं ओरडून म्हटलं, 'तू अगदी शहाणा ब्रह्मचारी आहेस बघ, दुम्मा. ताकद मिळवायची असेल तर योद्ध्यांनी खायलाच हवं. एकएक फळ फेक इकडे – आणि लक्ष दे – तू पडू नकोस हं नदीत.'

'पकडायला तयार राहा मग.' दुम्मानं ओरडून सांगितलं. तराफ्याबरोबर धावताना त्याला दम लागला होता. नदीचा प्रवाह हळूहळू वेग धरत होता. त्यानं फेकलेलं पहिलं फळ होतं एक पिकलेली लहानशी पपई. ती सरळ रामाच्या डोक्यावरून पलीकडे जाऊन खडकावर आपटून फुटली. त्या आवाजानं दचकून जागी झालेली एक पाणकोंबडी रागानं चिवचिवाट करत एकदम वर उडाली.

राम हसतच होता तेव्हाच त्या छोट्या ब्रह्मचाऱ्यानं फेकलेलं सीताफळ त्याच्या मानेवरच थपकन बसलं आणि त्याच्या बिया गरासकट रामाच्या छातीवर ओघळल्या. हे पाहून लक्ष्मणाला हसू आवरेनासं झालं पण छोट्या ब्रह्मचाऱ्याला मात्र कमालीची भीती वाटू लागली.

'क्षमा करा, राजकुमार राम, क्षमा करा.'

राम हसत उद्गारला, 'ठीक आहे रे, पण आता आणखी सीताफळ फेकू नकोस.'

त्या पोरानं फेकलेलं तिसरं फळ मात्र अचूकपणे रामाच्या पसरलेल्या पंजात बसलं. हातातल्या दंडानं वल्हवत असताना फळ झेलताना त्याचा तोल अजिबात चुकला नाही. उरलेली फळंही त्यानं एका हातानंच झेलली. नदीतीराच्या उत्तरेकडचे खडक आणि दक्षिणेकडचा गाळ चुकवत प्रवाहाच्या मध्यभागी तराफा ठेवत त्यानं एका हातानं तराफा वल्हवत दुसऱ्यानं फळं झेलण्याचं हे काम केलं. तराफ्याचा वेग वाढण्याच्या आधी दुम्मानं त्याच्याकडे तीन संत्री, दोन नासपती, एक सफरचंद आणि तीन लहान कैऱ्या इतकी फळं झटाझट फेकली.

'बघ, बघ लक्ष दे.' राम ओरडला.

अगदी शेवटच्या क्षणी दुम्माला त्याच्या रस्त्यामध्ये आडवा पडलेला ओंडका दिसला. त्यानं चपळाईनं त्यावरून उडी घेतली खरी पण पुढचं चिखलाचं डबकं त्याला चुकवता आलं नाही. पडण्याच्या त्या धक्क्यानं त्याचं धोतर साफ सुटलं आणि तो पूर्ण नागवा झाला.

त्यानं गळ्यातलं जानवं घट्ट धरलं जणू काही त्यामुळे त्याचा नागवेपणा झाकला जाणार होता. तीराच्या थोड्या वरच्या भागात पळत येणारे ब्रह्मचारी त्याला बघून हसत सुटले. बिचारा दुम्मा एका हातानं आपली लाज झाकत दुसऱ्या हातानं धोतर सोडवत होता.

राम आणि लक्ष्मणही हसू लागले. विश्वामित्राच्या चेहऱ्यावरूनही हास्याची एक बारीकशी लहर खेळून गेल्याचा रामाला भास झाला. दुम्माचं धोतर सुटलं पण पाण्याच्या प्रवाहाबरोबर वाहात चाललेलं बघून दुम्मा वैतागला. त्यानं ते पकडण्याचा आटोकाट प्रयत्न केला पण ते तराफ्याशी स्पर्धा करत वाहात गेलंच. ते हाती लागत नाही हे पाहून दुम्मानं ब्रह्मचाऱ्याला शोभणार नाहीत अशा शिव्याही हासडल्या. त्या ऐकून त्याच्या सहकारी ब्रह्मचाऱ्यांना पुन्हा एकदा हसण्याची जोरदार उकळी फुटली. तराफा आता वळणावरून पुढे जाणार हे बघितल्याबरोबर आपलं बाल्यावस्थेतलं पौरुष झाकण्याचं विसरून त्यानं रामाकडे बघत जोरानं हात हलवला,

'परत जाताना पुन्हा इथे या. स्वामी राम. मी तुमच्यासाठी खूप फळं काढून ठेवीन, खूपशी सीताफळं.'

त्यानं एक पाऊल मागे घेतलं आणि त्याचा तोल गेला. नागव्या ढुंगणानिशी तो नदीतीरावरच्या चिखलात धपकन बसलाच. लक्ष्मण खुदखुदला आणि त्यांच्या तराफ्यानं ते वळण घेतलं. हेच त्यांना झालेलं त्या लहानशा ब्रह्मचाऱ्याचं शेवटचं दर्शन.

मान हलवत राम उद्गारला, 'हे शैव म्हणजे...'

त्यानं पाण्यातून दंड बाहेर काढला आणि ऋषीकडे पाहिलं. विश्वामित्र दोन्ही पाय लांब करून उभा होता. त्यानं हात छातीवर बांधले होते आणि नदीच्या

प्रवाहाला थोडा तिरका असा तो उभा होता. त्याचे डोळे उघडे होते पण आत्ता ते ज्या जगात होते त्याच्या पलीकडे तो काहीतरी बघत असावा असं वाटत होतं. नव्या दिवसाच्या वाढत्या प्रकाशात त्याची आकृती फारच उठून दिसत होती. एखाद्या कोरीव पुतळ्यासारख्या त्याच्या कमावलेल्या शरीरावर नदीवर ओठंगलेल्या फांद्यांच्या प्रकाशाचे कवडसे पडत होते. एका पक्ष्याच्या ओरडण्यानं त्याचं चित्त विचलित झालं. त्यानं रामाच्याही पलीकडे नजर टाकत पुन्हा नदीकडे बघितलं.

'बघ बघ.' लक्ष्मणानं हाकारलं, 'चिनी कुलंग.'

नदीशेजारच्या एका दलदलीच्या भागाजवळून ते जात होते. दलदलीचं ते डबकं लाल चोचीच्या पांढऱ्या शुभ्र सारस पक्ष्यांनी भरलं होतं. ते पक्षी अगदी गर्दी गर्दी करून एकमेकांना ढकलत पाण्यामध्ये भक्ष्य शोधत होते.

'बुरमख.' राम म्हणाला. खूप वर्षापूर्वी एका प्रवासामध्ये त्याच्या आईच्या तोंडून त्यानं हे नाव ऐकलं होतं.

'तेच ते.' लक्ष्मणानं उत्तर दिलं, 'सिंधू नदीच्या पश्चिमेला त्यांना कारे कारे म्हणतात, वर उत्तरेकडे तुन्ही म्हणतात आणि कौसल्या माच्या देशात बुरमख म्हणतात. पण पिताजी आणि गुरू वसिष्ठ नेहमी त्यांना चिनी कुलंग म्हणतात. कारण हे पक्षी दर वर्षी उत्तर चीनमधून दक्षिणेकडे आपल्या देशाकडे येतात – तिथे भयंकर थंडी असते ना म्हणून.'

विश्वामित्र म्हणाला, 'सायबरच्या गोठलेल्या टुंड्रा प्रदेशामधून येतात, अचूक सांगायचं तर, तिथले रुसी लोक त्यांना सफेद क्रेन किंवा सायबर क्रेन असं म्हणतात. बहुतेक वेळा ते गुजरात किंवा मारवाडमधल्या उष्ण हवेकडे जाणं पसंत करतात पण काही पक्ष्यांना त्या लांबलचक उड्डाणाचा थकवा येतो आणि मग ते इथेच राहातात. आता काही दिवसातच ते त्यांच्या मायदेशाला परत जातील.'

लक्ष्मणानं हाताची ओंजळ करून तोंडाशी नेली आणि एक कर्णकटू आवाज काढला. हजारो लालबुंद चोची हा आवाज कुठून आला ते बघण्यासाठी वर उचलल्या गेल्या. पण एकही पक्षी उडाला मात्र नाही.

त्या पक्ष्यांच्या निर्भयतेवर खूष होऊन रामानं मान डोलावली. *त्यांना भय कसं ते माहीतच नाहीये. शिवाच्या रानामध्ये ते निवांत राहाताहेत.*

स्वत: केलेल्या नकलेवर खूष होऊन हसत लक्ष्मणानं विचारलं, 'कशी वाटली नक्कल भाई?'

हसू दाबण्याचा प्रयत्न करत रामानं उत्तर दिलं, 'फार छान. पण हे तर झिल्लीचं नराला बोलावणं होतं. चिनी कुलंगाचा नैसर्गिक आवाज नव्हता. पण त्यांना राग नसेल आला, मला खात्री आहे.'

लक्ष्मणाचा चेहरा पडला. 'झिल्लीची मादीला साद?'

'होय. आत्ता या क्षणी त्या हिमसारसांना आश्चर्य वाटत असणार की दलदलीतले सारस इतके उंच कधीपासून व्हायला लागले आणि तराफे वल्हवत नदीमधून कसे काय जायला लागले.'

'जा, पकड तुझे तू मासे – तुझ्या लहानशा चोचीने,' लक्ष्मण चिडून बोलला आणि मग हळूच त्यानं विश्वामित्राकडे नजर टाकली. द्रष्टा ऋषी चिंतनात मग्न होता. मग काही वेळ तराफा वल्हवताना कुणीच काही बोललं नाही.

नदीच्या प्रवाहाचा वेग सौम्यसा होता. त्यांचा वेग संथ पण निश्चित असा राहात होता. थोड्या वेळानं नदी आणखी रुंदावली. आता तराफा सतत नीट प्रवाहात राहावा म्हणून वल्हवत ठेवण्याची फारशी गरज उरली नाही. मग ते खाली बसले पण त्यांचे दंड त्यांच्या हाताशीच होते. आता बाजूनं मागे जाणारा प्रदेश बघण्याशिवाय त्यांना दुसरं काही काम नव्हतं. त्यांच्या उजव्या बाजूला टेकडीचा राखाडी–काळसर चेहरा एकसारखा मागे सरकत होता. त्यावरचे खनिजांचे लाल फराटे स्पष्ट दिसत होते. पहिल्या काही योजनांपर्यंत ती टेकडी उगवत्या सूर्याचा प्रकाश अडवत होती. थंड वारे आणि नदीवरून उडणारे पाण्याचे शिंतोडे यामुळे सर्वांना अगदी प्रसन्न आणि तरतरीत वाटत होतं. त्यांच्या उजव्या बाजूला कामदेवाच्या उपवनातील फळझाडांच्या राया अर्ध्या तासाच्या आतच मागे पडल्या होत्या. त्यानंतर सुरू झाला होता तो सुपीक पाणथळ प्रदेश. त्यानंतर एका मागोमाग एक अशी वनं लागली. या वनांमध्ये अनेक प्राणी राहात होते. ते झाडांआडून किंवा नदीच्या तीरावरून निर्भयपणे त्यांच्याकडे बघत होते. त्यांच्या वागण्यामध्ये भीतीचा लवलेशही नव्हता.

जसजसे नवनवे वृक्ष दिसत होते, पक्षी–प्राणी दिसत होते तसे राम आणि लक्ष्मण त्यांची नावं घेत होते. देशाच्या वेगवेगळ्या भागांमध्ये त्यांना असलेली वेगवेगळी टोपणनावं सांगत त्यांवर वाद घालत होते. एखाद्या वेळेला त्यांना तो पक्षी किंवा झाड ओळखता आलं नाही आणि ते गप्प झाले तर ऋषी त्यांना ते नाव सांगत होता. अनेक भाषांमधली त्या विशिष्ट वृक्षाची किंवा पक्ष्याची अनेक नावं भराभर सांगत होता.

अशी अनेक योजनं मागे पडल्यावर रामाच्या लक्षात आलं की आपल्याला एवढ्या वेळामध्ये एकही शिकारी प्राणी दिसलेला नाही. किंवा अरण्यामध्ये शिकार करण्यासाठी कुप्रसिद्ध असलेल्या शिकारी प्राण्यांच्या भयानक आरोळ्याही ऐकू आलेल्या नाहीत. *हे शाकाहारी प्राणी इतके निर्भय आणि धीट आहेत यात काहीच आश्चर्य नाही. नैसर्गिकरीत्या ते ज्यांचं भक्ष्य आहेत ते पशूही जवळपास नाहीत. शिवाचं संरक्षक छत्र थेट इथवर पसरलेलं दिसतं आहे.*

हा सारा वेळ ऋषी उभाच होता. एखाद्या नौकेचा प्रमुख अधिकारी जसा आपल्या नौकेच्या नाळेवर उभा राहातो तसा उभा राहून जमिनीच्या खुणा बघत

होता. *किंवा धोकादायक खडक* झाडं पक्षी पशू ओळखण्याचा खेळ खेळून थकलेले राजकुमार गप्प झाले तसा तोही गप्प झाला. मग फक्त नदीच्या पाण्याचा आणि तीरावरच्या अरण्यातल्या जीवनाचा आवाज तेवढा शिल्लक राहिला.

सूर्य उगवला आणि नदीच्या बरोबर मध्यावर आला. दिवसाची उष्णता वाढू लागली. पहाटेचा गारवा पार नाहीसा झाला. पाण्यात हात घातल्यावर तेही अधिक उष्ण झालं आहे हे त्यांना जाणवू लागलं. प्रवाहाचा वेगही वाढला होता. नदीचा खळखळाट, किनाऱ्यावरच्या पशुपक्ष्यांचं ओरडणं आणि त्या साऱ्या दृश्याचा एक शांतपणा यामुळे ते काहीसे गुंगू लागले.

अखेरीस आजूबाजूचं दृश्य बदलू लागलं. पहिल्यांदा नाहीशी झाली ती अरण्यं – त्यांच्याजागी एक विचित्र असा प्रदेश दिसू लागला, धड दलदल नाही आणि धड अरण्यही नाही. इथले वृक्ष पुरी वाढ न झाल्यासारखे दिसत होते, नष्ट झाल्यासारखे दिसत नव्हते. त्यांची खोडं वाढ खुंटल्यासारखी होती, फांद्यापानं सुकलेली होती फुलं फळं तर नव्हतीच. जमीन खाजण होती पण तिचा रंग काहीसा चमत्कारिक तपकिरी होता. त्यात ना वेत होते ना शेवाळ होतं ना वेली होत्या. त्यांचा तराफा वेगानं पुढे जात असताना हे वाढ खुंटलेलं पाणथळ वनही मागे पडलं. पुढचा प्रदेश एका विलक्षण जांभळट काळसर गवतानं भरलेला होता. मघाची वाढ खुंटलेली झाडं इथे त्या गवताच्या वर निघण्याचा प्रयत्न करत होती. या भागातून येणारी दुर्गंधी असह्य होती, शेतामध्ये शेणखत घातलं की जसा वास येतो त्या वासाची रामाला आठवण झाली. पण हा वास त्या वासापेक्षा खूपच अधिक वाईट होता. आणखी काही योजनं मागे गेल्यावर ही दुर्गंधीची शेतंही मागे पडली आणि एक नवाच अध्याय सुरू झाला.

आता नदीतट दगडांनी भरून गेला. भरपूर प्रमाणात लोखंड असलेले मोठमोठे टोकेरी लोहित दगड नदीच्या दोन्ही बाजूंना होते. काही दगड तर इतके उंच होते की त्यांच्या पलीकडे असलेलं अरण्यही दिसेनासं झालं होतं.

अरण्य खूपच घनदाट होतं. त्यामध्ये शिरणं अशक्य होतं. सौम्य, आनंदी, सुगंधी अशा कामदेवाच्या उपवनाच्या अगदी उलट हे वन होतं. यातले वृक्ष खूप उंच होते. त्यांचे वेडेवाकडे, वळवळणारे आकार एकमेकांच्या अंगावर शिकारी पशूंप्रमाणे हल्ले करताहेत असं वाटत होतं. त्यांच्या मुळांशी वाढणाऱ्या झाडाझुडपांमध्ये खोलवर लपलेले अदृश्य प्राणी आपल्या चमकत्या काळ्या डोळ्यांनी त्यांच्याकडे पाहत होते. पूर्वी एकदा पाहिलेल्या, पारध्याच्या सापळ्यात अडकलेल्या पक्ष्याची रामाला आठवण झाली. त्या प्रचंड काळ्या अस्वलानं रामाकडे अशाच अगाध काळ्या नजरेनं बघितलं होतं.

ते अरण्य बघण्यात तो इतका गुंतून गेला की टेकडी संपलेली त्याला कळलंच

नाही. एका क्षणी ती तिथे त्यांच्या डाव्या बाजूला होती, त्यांच्यावर वाकलेली, सरत्या सकाळच्या सूर्यप्रकाशाची टोपी घातलेली आणि दुसऱ्याच क्षणी ती नव्हतीच. वेगानं मागे पडत होती. रामानं मागे वळून पाहिलं तेव्हा त्या झाडांच्या एकमेकात गुंतलेल्या फांद्यांमधून ती झपाट्यानं अदृश्य होताना त्याला दिसली. एका वळणानंतर ती दिसेनाशी झाली. सर्वसामान्य मर्त्य जगाशी त्यांचा असलेला शेवटचा संबंधही संपून गेला.

नदीचा वेग मंदावत चालला होता. पाण्याखालच्या झाडावेलींमुळे, पाण्यात पडलेल्या कुजलेल्या ओंडक्यांमुळे आणि शेवाळानं भरलेल्या घाणीमुळे प्रवाह थबकत थबकत चालला होता. पाण्याच्या पृष्ठभागावर असंख्य प्रकारचे हजारो किडे वळवळत होते. नैसर्गिक रीत्या धारदार असलेले ते खडक दोन्ही बाजूंनी नदीवर ओठंगले होते. नदीचं पात्र अधिकाधिक अरुंद होऊ लागलं. तसे ते खडक पुढे वाकून तराफ्याला पकडू पाहताहेत असं भासू लागलं. संतापलेल्या हत्तींसारखं त्यांचं स्वरूप वाटत होतं. त्यांच्या भोवती वाढत असलेल्या शिकारी पशूंच्या आरोळ्या वाढत होत्या. गर्जना, किंकाळ्या, ओरडणं, चिडलेले आवाज आणि क्रूर आवाज. चिडलेल्या ओरडण्यांना प्रत्युत्तर देणारे आवाज दु:खाचे होते की रागाचे होते हे सांगणं कठीण होतं.

कुठेतरी एक लांडगा दु:खी आवाजात ओरडत होता. त्याचा तो आवाज एका संपूर्णपणे वेगळ्या जातीच्या पशूंच्या कळपाच्या आवाजात बुडून गेला. त्याच्या त्या एकाकी हाकेला उत्तर देण्याऐवजी ते त्याला घाबरवत आहेत असं वाटत होतं. एक घाबरलेला पशू किंचाळत सुटण्याची व्यर्थ धडपड करत असावा असे आवाज येत होते. त्याची शिकार करणाऱ्या पशूनं त्याला पकडल्यावर हळूहळू त्याचं ओरडणं कमी कमी होत गेलं शेवटी फक्त विव्हळण्याचा आणि त्याचे फाडून तुकडे केल्याचा ओला आवाज तेवढा येत राहिला. इतरही काही अनोळखी आवाज होते. आपल्या सोबत्यांना शोधत असल्यासारखे किंवा त्यांना काही प्रश्न विचारत असल्यासारखे ते आवाज होते.

आकाश साफच दिसेनासं झालं होतं. अंगावर येत असाव्या अशा दिसणाऱ्या फांद्यांच्या कमानींच्या फटींमधून जेवढे तुकडे दिसतील तेवढेच. त्यांच्याभोवती एक विचित्र असा संधिप्रकाश पसरला होता – पण तो रात्रीसारखा गडद अंधार नव्हता – इथे–तिथे हिरवट–पिवळसर तुकडे जमिनीवर आणि झाडांच्या खोडांवर चमकताना दिसत होते.

दातखीळ बसेल असा कर्कश्य आवाज करत तराफा नदीच्या किनाऱ्यावर चढला. रामानं वल्हवणं ताबडतोब थांबवलं. पण लक्ष्मणाला किंचित वेळ लागला. तराफ्याच्या वेगानं तो तसाच अर्धा यार्ड पुढे गेला. तराफ्याची खालची

बाजू कोणत्याशा मऊ दबल्या जाणाऱ्या वस्तूवरून घासत जात असल्याचं रामाला जाणवलं. आणि पोट ढवळून काढणारा एक भयानक दुर्गंध वर उसळला. कोणत्याशा अनोळखी प्राण्याचं पाण्यानं सुजलेलं शरीर होतं ते.

लक्ष्मण मान वळवून, घसा खाकरत चांगला तीन चार वेळा पाण्यात थुंकला. ओकण्याची मोठी उबळ रामानं कशीबशी दाबली. विश्वामित्रानं वाकून आपला दंड उचलला. ज्या ठिकाणी तो दंड पकडला जातो त्या ठिकाणी द्रष्ट्या ऋषीनं काही रंगीत धागे गुंडाळले आहेत हे रामाला प्रथमच दिसलं. ते धागे लाल, पोपटी हिरवे आणि पिवळ्या रंगाचे होते. ते धागे घट्ट गुंडाळून त्यांची एक मूठ बनवलेली होती. ऋषीनं दंड उचलून अरण्याच्या दिशेला धरला. अरण्याच्या अर्धवट उजेडात ते धागे चमकत होते. अरण्यातले आवाज हलके हलके बंद पडले जणू काही हे लोक इथे येऊन पोचले आहेत ही बातमी पोचली असावी आणि आता पुढे ते काय करतात हे कुणी बघत असावं.

त्या स्तब्धतेमध्ये द्रष्टा ऋषी हलक्या आवाजात उद्‌गारला, 'राजकुमारांनो, भयानक वनात तुमचं स्वागत आहे.' नव्या पशुपक्ष्यांची नावं सांगताना त्याचा आवाज जसा शांत होता तसाच आत्ताही होता.

16

'रामा!'

दशरथाच्या खरखरत्या आवाजातली भीती लपत नव्हती. महाराजा त्याच्या बिछान्यात उठून बसला. त्याच्या अंगावरून घामाच्या धारा वाहत होत्या. कुणाला तरी धरण्यासाठी त्याचे हात पुढे झाले होते. *'रामा, सांभाळून रे – भयानक वन म्हणजे...'*

त्याच्याजवळ पहिली पोचली ती कौसल्या. अर्थात तीच त्याच्या सर्वात जवळ होती. दशरथाची पहिली हाक येताच भरतही ताबडतोब जागा झाला होता. पण तो दालनाच्या बाहेरच्या बैठकीच्या भागामध्ये आडवा झाला होता आणि तिथे त्याला थोडी डुलकीही लागली होती. कौसल्या–माबरोबर महाराजाच्या बिछान्याजवळ पोचेतो डोळे उघडमीट करत तो पूर्ण जागा झाला होता.

'रामा!'

दशरथाचा चेहरा वेडावाकडा झाला. त्यावर संपूर्ण निराशा आणि असहाय्यता पसरली होती. त्यानं मुठी घट्ट आवळून अगदी अशक्तपणे त्या स्वत:च्या मांडीवर आपटल्या. त्याचं सारं शरीर थरथरलं आणि रडतच तो पुढे वाकला. त्याचे अश्रू झेलण्यासाठी कौसल्येनं एक रुमाल पुढे केला. ते अश्रू खूप गरम असलेले बघून तिला धक्काच बसला. महाराजाचा ताप अजून उतरला नव्हता.

त्याच्या खांद्यावरून हात फिरवत ती म्हणाली, 'स्वप्न पडलं तुला – एक वाईट स्वप्न.'

त्याचे पिवळट डोळे तिच्याकडे वळले. 'वाईट स्वप्न?'

'होय, पिताजी.' भरत दशरथाच्या पायागती बसून त्याचे तळपाय चोळत होता. 'तापामुळे पडलेलं एक स्वप्न, बस.'

दशरथानं खाली स्वत:कडे बघितलं. मग आजूबाजूला बघितलं. जणू काही आपण कुठे आहोत याची तो खात्री करून घेत होता. 'स्वप्न.' पुन्हा एकदा हे म्हणून त्यानं तळहात डोळ्यांवर दाबले.

महाराजाच्या आवाजानं जाग्या झालेल्या दासी महालाच्या दाराशी गोळा

झाल्या. कौसल्येनं त्यांच्यापैकी एकीला फळांचा ताजा रस आणि काही फळं आणायला पाठवलं. महाराजाला काही खावंप्यावंसं वाटलं तर असावं. आणि बाकीच्या सर्वांना जायला सांगितलं. दालन पुन्हा शांत झालं.पण काही क्षणांनंतर भरताला दुरून आनंदाच्या आरोळ्या ऐकू आल्या. राजवाड्याच्या बाहेर जमलेल्या नागरिकांपर्यंत महाराजा सावध झाल्याची बातमी पोचली होती.

'एक स्वप्न.' दशरथ तिसऱ्यांदा म्हणाला. भरत अजूनही त्याचे तळपाय चोळत होता. त्यानं वर त्याच्याकडे बघितलं. त्यानं हात पुढे करून आपल्या पुत्राच्या मस्तकाला स्पर्श केला. जणू काही हा तरी खरा आहे ना – स्वप्न तर नाही ना हेच तो बघत होता.

'भरत, माझा पुत्र.' तो सावकाश उद्गारला.

'होय, पिताजी, मी इथेच आहे.'

दशरथानं वर कौसल्येकडे पाहिलं. त्याच्या नजरेत आशेचा एक किरण चमकला. 'ते स्वप्नच तर होतं. राम आणि लक्ष्मण अजून राजवाड्यातच आहेत – होळी खेळताहेत. ते गेलेच नव्हते कधी भयानक वनात. असुरांशी युद्ध करायला गेलेले नाहीयेत ते. इथेच आहेत ते – अगदी सुरक्षित. झोपले असतील बहुतेक.'

कौसल्येचं शरीर ताठरलेलं भरतानं पाहिलं. तो जिथे बसला होता तिथून त्याला तिचा चेहरा दिसणं शक्य नव्हतं. पण तिच्या हृदयातलं दु:ख त्याला जाणवलं. हा प्रश्न त्याला विचारला गेला असता तर त्यानं काय उत्तर दिलं असतं कुणास ठाऊक. आपल्या वडिलांना कटु सत्य सांगण्याऐवजी त्यानं असत्य सांगणं अधिक योग्य ठरवलं असतं? महाराजाला वात झाला होता आणि तो अतिशय अस्वस्थ झालेला होता हे उघडच होतं.

कौसल्या हलकेच म्हणाली, 'नाही, स्वामी. ते खरोखरच दक्षिणवनात गेले आहेत. असुरांशी युद्ध करण्यासाठी.ब्रह्मर्षी विश्वामित्रांच्या संरक्षणाखाली आहेत ते. त्यांच्याकडे उत्तम शस्त्रंही आहेत. लवकरच ते घरी येतील. अगदी सुरक्षितपणे.'

दशरथानं मोठ्यानं ओरडून हात चेहऱ्याशी नेला. एखादा प्रहार चुकवण्यासाठी न्यावा तसा. त्याला दु:खानं कळवळताना बघून भरताचे डोळे ओले झाले. वडिलांना अशा स्थितीत पाहणं त्याला कठीण जात होतं.

'पिताजी,' तो म्हणाला, 'राम हा आपल्या राज्यातला सर्वात उत्तम धनुर्धर आहे. शत्रुघ्न किंवा माझ्यापेक्षाही तो अधिक कुशल आहे. तो अगदी सुरक्षित परत येईल. मला माहीत आहे येईलच तो.'

दशरथाचं रडणं थांबलं. त्यानं तोंडावरून हात दूर केले पण ते छातीशी धरत आपल्या पुत्राकडे बघत तो पुटपुटला, 'हो हो, तो सर्वात श्रेष्ठ आहे.'

कौसल्येनं क्षणभर दशरथाकडे पाहिलं. दासी डाळिंबाचा रस आणि कापलेली

फळं घेऊन आली. कौसल्येनं तिला ते सर्व बिछान्याशेजारी ठेवून जायला सांगितलं. महाराजाकडे काळजीनं बघत ती मागे मागे सरकत निघून गेली.

क्षणभरानंतर भरताकडे वळत कौसल्या म्हणाली, 'पुत्रा, तुझ्या वडिलांना थोडा वेळ एकांतात राहू दे. तू तुझ्या महालात जाऊन थोडी विश्रांती का घेत नाहीस? सकाळ होताच परत ये.'

'आणि तू, मा?'

'मी आणखी थोडा वेळ थांबते इथे त्याला काही लागलं तर...'

भरताला काहीतरी म्हणायचं होतं, थांबायचं होतं वडिलांची सेवा करायची होती, त्यांना परत निरोगी बनवता आलं तर पाहायचं होतं पण त्याच्या लक्षात आलं की कौसल्या–माला थोडा वेळ त्याच्या वडिलांबरोबर एकटंच राहायचं होतं. तिचा हक्कच होता तो आणि अधिकारही. त्यानं मान डोलावली, खाली वाकून तिचा चरणस्पर्श केला.

तिनं मोठ्या प्रेमानं त्याच्या मस्तकाला स्पर्श करत म्हटलं, 'आयुष्मान भव, पुत्रा.'

तिचा आशीर्वाद घेऊन तो दालनाबाहेर पडला.

भरत ऐकण्याच्या सीमेबाहेर गेलेला बघून ती पुढे वाकत म्हणाली, 'दशा?'

तो समोरच्या भिंतीकडे बघत होता पण पाहत काहीच नव्हता.

'दशा, काय होतं आहे तुला? काय स्वप्न पडलं तुला आत्ता? एवढा त्रास का झाला तुला त्या स्वप्नामुळे?'

तो सावकाश तिच्याकडे वळला. अजूनही त्याला काहीच दिसत नव्हतं.

तिनं हात पुढे करून त्याच्या गालाला स्पर्श केला, 'माझ्याकडे बघ, दशा. मी आहे, कौसल्या.'

त्यानं तिच्याकडे पाहिलं. जाग आल्यानंतर प्रथमच त्यानं लक्ष एकाग्र केलं. 'प्रिये कौसल्ये.' पुन्हा त्याचे डोळे पाण्यानं भरून आले.

'सांग बरं मला. सांगितलंस की लवकर विसरशील. सांग काय स्वप्न पडलं तुला?'

त्यानं काही वेळ तिच्याकडे रोखून पाहिलं. मग त्याची दृष्टी दासीनं आणून ठेवलेल्या फळांच्या तबकाकडे गेली. त्याची नजर कुठे आहे हे पाहून तिनं वळून रसाचं पात्र त्याच्या हातात ठेवलं. त्यानं एखादा घोट घेतला असेल नसेल. तो काही बोलण्याची वाट बघत ती शांत बसली होती.

'सत्यकाम.' अखेरीस तो उद्गारला.

तिनं त्याच्याकडे बघितलं.

'सत्यकामाचा शाप.'

तिनं आपलं स्मरण धुंडाळलं. कोण हा सत्यकाम? गेल्या असुरयुद्धात दशरथ लढला होता का त्याच्याशी? असुर होता का तो? कुणी उपटसुंभ? सिंहासनावर हक्क सांगणारा एखादा? एखादा विश्वासघातकी सरदार? पण तिला हे नाव ऐकल्याचंही आठवेना.

'कोण होता तो?' तिनं हलकेच विचारलं.

हे रसाचं पात्र माझ्या हातात कसं आलं अशा आश्चर्यानं त्यानं त्या पात्राकडे पाहिलं. त्यानं ते तिच्या हातात दिलं. तिनं ते काळजीपूर्वक बाजूला ठेवून दिलं. थोड्या वेळानं बघू. मग कदाचित मनावरचा भार हलका झाला की त्याला काहीतरी खायला लावणार होती ती. आत्ता तरी त्याला बोलण्याची निकड वाटत असावी असं दिसत होतं. हे घाणेरडं स्वप्न किंवा ही स्मृती किंवा दोन्हीचं मिश्रण. मनातून काढून टाकायचं होतं त्याला.

'मला शिकारीचा नाद होता.' त्यानं सुरुवात केली. 'तुला भेटण्याआधीची गोष्ट आहे ही. मी तेव्हा तरुण होतो, ताकदवान होतो आणि मूर्खही होतो. जगात सर्वात प्रिय काय होतं तर ते म्हणजे शिकार करणं. स्त्रिया सोडून.'

आपण कुणाशी बोलतो आहोत हे लक्षात येऊन तो थोडा थबकला.

हसतच तिनं मान हलवली. 'मी पण स्त्रीच आहे. तुझं माझ्यावर प्रेम आहे, हे अगदी खरं.'

तो किंचितसं हसला. पण ते हास्य त्याच्या ओठांनाही फारसं रुंदावू शकलं नाही. क्षणभरानंतर त्यानं पुन्हा बोलायला सुरुवात केली. आता तो घाईघाईनं बोलत होता जणू काही त्याला एकदाचं हे सगळं सांगून मोकळं व्हायचं होतं. 'एकदा मी खूप खोल अरण्यात पोचलो शिकार करत. निलगिरी हरणाच्या मागावर होतो. भला मोठा होता तो हरीण. सबंध दिवसभर मी त्याचा पाठलागच करत होतो. संध्याकाळ व्हायला आली होती. दिवस मावळायलाच आला होता म्हण ना. मी खूप दमलो होतो आणि हरीण सापडत नाही म्हणून चिडलोही होतो. माझे सोबती मला शोधत होते. मला त्यांच्या हाका अस्पष्टशा ऐकू येत होत्या – खूप दूर होते ते, त्यात एक राजकन्याही होती – मला वाटतं – सुंदर होती, मला शिकार घेऊनच परतायचं होतं रिकाम्या हातानं नव्हे.'

ती ऐकत होती. हे सर्व सांगण्यात तो किती गुंगला आहे हे तिला दिसत होतं. जणू काही ही साधी गोष्ट नव्हती. अधिक काहीतरी होतं. त्याचे हात, चेहरा, सारं शरीर हलत होतं दचकत होतं – मधून मधून तो आचके देत होता जणू त्याचं शरीरही या सांगण्यामध्ये सहभागी होऊ पाहत होतं. ही घटना त्याच्या दृष्टीनं महत्त्वाची होती नक्की, खूपच महत्त्वाची. यापूर्वी कधीही तिनं त्याला याबद्दल बोलताना ऐकलं नव्हतं.

'मला वाटलं हरवला तो हरीण आणि त्याच क्षणी मला पुढे काही अंतरावर एक आवाज ऐकू आला. मी काळजीपूर्वक झुडुपांमधून पुढे गेलो. खूप गर्द झाडी होती तिथे – वाघ असायचे ना तिथे – मी अगदी उत्कंठित होतो – माझ्या धनुष्याला बाणही चढवलेलाच होता. मी नुसता श्वास सोडला असता तरी तो बाण धनुष्यातून सुटला असता इतका मी तो ताणून धरला होता. पुढेच एक पाणवठा होता. मला पाण्याचा वास येत होता. आणि तिथे पाणी प्यायला येणाऱ्या पशूंचाही वास येत होताच. अनेक जातींचे पशू. मला एक पशू पाणी पीत असल्याचा आवाज आला. सपट सपट असा येतो ना पशू पाणी पिताना तसा, एखादा भला मोठा तहानेलाा हरीण लांब जिभेनं पाणी पिताना येईल तसा–'

त्यानं एक मूठ वळली, उजवा हात मागे खेचला आणि डावा हात वर करत म्हणाला, 'मी तो कुठे आणि कसा उभा आहे हे बरोबर जोखलं – एका करवंदाच्या जाळीमागे होता तो. आणि बाण सोडला...'

त्याचे दोन्ही हात खाली आले, डोकं खाली लवलं. त्यानं डोकं वर केलं तेव्हा परत एकदा त्याच्या डोळ्यात पाणी होतं. हे दिसलं. 'मी त्या पाणवठ्याजवळ गेलो. माझा बाण अचूक बसला आहे हे मला माहीत होतं. मला तो तिथे दिसला. त्याचं मडकं त्याच्याशेजारीच फुटून पडलं होतं. बाण त्याच्या गळ्यात रुतला होता. भयंकर जखम होती ती. बाण घट्ट पकडून तो श्वास घेण्याची धडपड करत होता. जगण्याची धडपड करत होता. जीवन, जे मी हिरावून घेतलं होतं. मला एक बक्षीस हवं होतं म्हणून – एका राजकुमारीसाठी...'

तो थांबला. आपलेही डोळे भरून वाहाताहेत हे कौसल्येला जाणवलं. हे सारं सांगताना त्याला किती कष्ट पडताहेत हे तिला कळत होतं. आजवर तो कुणाशीही याविषयी बोलला नसावा असा तिचा कयास होता. ही बाब त्यानं आज अनेक वर्षं स्वतःच्या मनात कोंडून ठेवली होती आणि तिथे ती जखम कुजत चरत गेली होती. आजपर्यंत – आज ती उफाळून बाहेर आली होती – चुकीनं सोडलेला बाण आपल्या निशाणाच्या शोधात फिरावा तशी.

'तो मला काहीतरी सांगू पाहत होता. मी त्याची क्षमा मागण्याचा प्रयत्न करत होतो. त्याला बोलणं शक्यच नव्हतं. त्यानं त्या फुटलेल्या मडक्याकडे बोट दाखवलं. त्याचा प्राण जाईपर्यंत मी त्याला मांडीवर घेऊन बसलो होतो. चांगला धष्टपुष्ट, देखणा तरुण होता तो. अगदी तारुण्याच्या भरात – माझ्यासारखा.'

'तो गेल्यानंतर तो मला काय सांगायचा काय दाखवायचा प्रयत्न करत होता याचा मी विचार करू लागलो. तो बोट दाखवत होता त्या लहानशा रस्त्यानं मी चालत गेलो. एक लहानशी पाऊलवाट होती ती. रोज तो याच वाटेनं जात येत असावा. पाऊलवाटेच्या शेवटी एक लहानसं खोपट होतं. झोपडीसुद्धा म्हणता

येणार नाही इतकं लहानसं. त्या खोपटाच्या आतमध्ये एक म्हातारं जोडपं बसलं होतं. आजारी, अशक्त – दोघंही अंध होती.'

दशरथानं डोळ्यांवरून हात फिरवला. तो कोरडाच खाली आला. पण त्यानं डोळे घट्ट मिटले जणू तो डोळे पिळून काढून आणखी अश्रू वाहाण्याचा प्रयत्न करत असावा. आणखी अश्रू का येत नाहीयेत याचं आश्चर्यही त्याच्या चेहऱ्यावर होतं. त्यानं मान हलवली – चाळीस वर्षांपूर्वी त्याच्या बाणानं मृत्यू पावलेल्या त्या तरुण माणसाचं दु:ख तो अजून करत होता.

'मी सांगितलं त्यांना माझ्या हातून काय घडलं आहे ते – मी हेही सांगायचा प्रयत्न केला की मी अयोध्येचा राजकुमार आहे, राज्याचा वारस आहे, पैसा माझ्या दृष्टीनं महत्त्वाचा नाहीये. त्यांचं आयुष्यभर पालनपोषण मी स्वत: करीन हेही सांगितलं. पण त्यांनी मला शाप दिला.'

सापानं दंश केलेलं लहान मूल जसं झटक्याने मागे सरेल तशी ती मागे सरली. तिची प्रतिक्रिया समजून दशरथानं मान डोलावली.

'होय–शाप. ती दोघं म्हणाली. त्यांचं आयुष्य आता फार राहिलेलंच नाहीये. इतका चांगला पुत्र असल्यानंच ती इतके दिवस जिवंत राहिली होती. ती दोघं गेल्यानंतर तो विवाह करेल आणि त्यांचा वंश पुढे चालू राहील एवढीच त्यांची इच्छा होती. आता तोच गेल्यानंतर त्यांना तरी जगून काय करायचं होतं? माझ्या पैशांचा त्यांना काय उपयोग होणार होता? त्यांना त्यांचा मुलगाच परत हवा होता.'

दशरथानं शरमेनं मान खाली घालत म्हटलं, 'मी भयंकर घाबरलो आणि तिथून निघालो. त्यांचा शाप माझ्या कानात घुमत होता. मी माझे शिकारी सोबती बरोबर घेतले, त्या खोपटात परत गेलो. त्या म्हाताऱ्या जोडप्याला राजवाड्यात घेऊन जायचं असं मी ठरवलं होतं. माझ्या वडिलांना अजराजांना पुढे काय करायचं हे मी विचारणार होतो.'

त्यानं कमालीच्या हताश नजरेनं वर छताकडे पाहिलं. 'मी जेव्हा तिथे पोचलो तेव्हा ती दोघंही मरण पावलेली होती. त्यांनी आत्महत्या केली होती. विषारी मुळी खाऊन.'

कौसल्येनं त्याच्या हातावर हात ठेवला. त्यानं तो घट्ट धरला. त्या स्पर्शामधून त्याला थोडी सांत्वना मिळत होती.

मग खांदे उडवत तो उद्गारला, 'बस, संपली गोष्ट.'

मान हलवत ती म्हणाली, 'नाही, इथे नाही संपत ही गोष्ट. तो शाप. त्यामुळेच तुला ते वाईट स्वप्न पडलं, होय ना? काय शाप होता तो, दशा?'

त्यानं तिच्याकडे रोखून पाहिलं. एक विचित्र शांती त्याच्या चेहऱ्यावर पसरली

होती. जणू काही ती कहाणी सांगून टाकल्यावर अंगातला ताप जसा रोग जाळून काढतो तशा त्याच्या मनातल्या सर्व भीती, सर्व शंका जळून गेल्या होत्या.

'ती दोघं म्हणाली होती – त्यांचा मुलगा जसा त्यांना सोडून गेला तसाच माझा मुलगाही एक दिवस मला सोडून जाईल.'

कौसल्येचा हात तोंडावर गेला.

'मी जेव्हा त्यांच्यासारखाच म्हातारा, आजारी झालेलो असेन तेव्हा हे घडेल. जेव्हा मला त्याची सर्वात जास्त गरज असेल. मी जशी सत्यकामाची हत्या केली तशीच त्याचीही हत्या होईल. त्याला ही स्वत:च्या शत्रूचा चेहरा दिसणार नाही किंवा तो शत्रूला ओळखणारही नाही.'

कौसल्या बिछान्याशेजारून उठून उभी राहिली. 'नाही नाही.'

हताश होऊन दशरथानं हात पसरले. 'मला स्वप्न पडलं ते राम भयानक वनात असल्याचं. तो एकटाच होता तिथे. लक्ष्मणाची, ब्रह्मर्षींची आणि त्याची चुकामूक झाली होती. तेव्हाच असुरांनी पाठीमागून त्याच्यावर हल्ला केला. पाठीमागून, वरून, सगळीकडून. सगळ्या बाजूंनी त्याला घेरलं होतं आणि फाडून टाकलं होतं – अगदी तुकडे तुकडे केले होते त्याचे.'

'नाही, दशा – हे रामाच्या भविष्यात लिहिलेलं नाहीये. राम अगदी सुखरूपपणे आपल्याकडे परत येईल. जिवंत.'

मान खाली घालून दशरथ पुटपुटला, 'तुझं म्हणणं खरं ठरो अशी मी प्रार्थना करतो.' मग तिच्याकडे विनवणीच्या दृष्टीनं बघत तो म्हणाला, 'पण तुझं म्हणणं जर खरं ठरलं तर मग सत्यकामाच्या शापाचं काय? माझ्या कर्माचं काय?'

मंथरेनं विड्यांनी भरलेली थाळी कैकेयीच्या पुढे ठेवली. नागवेलीच्या पानांचे मसाल्यांनी भरलेले ते लहान त्रिकोण बघून कैकेयी किंचाळली, 'पानं? मला खूप आवडतात पानं.'

सगळ्यात मोठं, जाडंजुडं पान तिनं उचललं आणि तोंडात कोंबलं. तिच्या ओठांच्या कोपऱ्यातून पानाचा चिकट गोड रस तिच्या साडीवर ओघळला.

तिनं साडीच्या त्याच टोकानं तो निष्काळजीपणानं पुसला. तो डाग आणखी पसरला.

'उम्म, फारच छान पान आहे हे मंथरे. काय आहे काय त्यात?'

मंथरा हसली. तिनं जर कैकेयीला त्यात काय आहे हे सांगितलं तर दुसरी राणी तोंडातलं सगळं बाहेर थुंकून टाकेल. तिनं गूढपणे उत्तर दिलं, 'तुला आवडतं ते सगळं. आणि माझं असं काही तरी खास.'

होय, माझ्या लाडक्या मुली, एका लहान ब्राह्मण मुलाचं रक्त. माझ्या शेवटच्या

यज्ञाच्या वेळी स्वत: लंकेच्या राजानं, आपल्या स्वामीनं पवित्र केलेलं. आता अधिक छान लागतं आहे का?

तिनंही एक पान उचललं. सर्वात लहान. मुद्दाम तिच्यासाठी बनवण्यात आलेलं. जिवंत राहाण्यासाठी जेवढं आवश्यक असेल त्यापेक्षा कणभरही जास्त खाणं तिला मान्य नव्हतं हे तिच्या हडकुळ्या हातापायांवरून सिद्ध होतंच होतं. ती ते लहानसं पान खाताना कैकेयी तिच्याकडे आश्चर्यानं पाहत राहिली.

'मंथरे? तू आणि पान खातेयस? काय विशेष आहे का आज? काहीतरी खास असणार नाहीतर तू पान खाल्लं नसतंस.'

पान पूर्ण खाऊन होईपर्यंत मंथरा गप्प राहिली. खरं म्हणजे तिला पानाचा रस थुंकून टाकायचा होता. पण पान थुंकलं असतं तर त्यातलं ते पवित्र केलेलं रक्तही पडून गेलं असतं. तिनं जबरदस्तीनं ते सगळं गिळलं – रसासकट. मग तिनं कैकेयीला उत्तर दिलं, 'आजचा दिवस आपल्यासाठी फारच चांगला गेलेला आहे, माझ्या राणी. आणि रात्र तर त्याहूनही चांगली.'

अंधारकोठडीतला तमाशा तिला आत्ताच तिच्या अनुयायांकडून कळला होता. अगदी परिपूर्ण दिवसाची ती परिपूर्ण रात्रच ठरली होती.

कैकेयीला मंथरेच्या बोलण्याचा खरा अर्थ कळला नाही. 'होय, तू म्हणालीस तसा गेला खरा दिवस. तू सांगितलं होतंस तशीच वागले मी. दशरथ आणि कौसल्येला रंगे हाथ पकडलं आणि चांगलं सुनावलं देखील. आणि तू म्हणायला सांगितलं होतंस तेही बोलले – भरतच राजा व्हायला हवा अयोध्येचा – राम नाही असं.' पानानं रंगलेले दात दाखवत ती हसत म्हणाली, 'कौसल्येचा चेहरा बघायला हवा होतास तू. तिला वाटलं मी भोसकणारच आहे तिला.' पानाच्या रसाचा फवारा उडवत ती म्हणाली, 'केलंच म्हणा मी तसं जवळ जवळ.'

'पुढच्या वेळी थोडा अधिक संयम ठेवायला हवा हं.' मंथरेनं सुचवलं. 'कोणाच्याही विरुद्ध अशी शारीरिक हिंसा करायची नाही. महाराजाला भावनिकदृष्ट्या धमकावणं किती फायद्याचं ठरलं ते बघितलंस ना तू? भाला फेकण्यापेक्षा जास्त परिणामकारक ठरलं की नाही ते? लगेच नमला बघ तो. आणि यामध्ये तुला कुणीही दोषही देऊ शकणार नाही – शेवटी नवराबायकोचं भांडणच तर होतं ते असंच म्हणतील ना सगळे जण? तुझ्या मुलाला डावलल्याबद्दलचा तुझा अगदी साहजिक असलेला राग तू व्यक्त करत होतीस एवढंच.'

'होय.' कैकेयीनं मान डोलावली. 'पण दशरथ खरोखरचा मेला नसू दे. नाही, मला राग आला होता त्याचा हे खरं पण तो मरून जाणं म्हणजे...'

उधळलेल्या घोड्यावर चाबूक फटकारावा तशा आवाजात मंथरा म्हणाली,

'तो मेला तर त्याचा वारस ताबडतोबच राजा होईल. आणि त्याचा वारस भरत हाच असणार आहे.'

भरताचं नाव ऐकताच कैकेयीचा चेहरा उजळला. 'होय. मला कळतंय ते. पण हे घडणार तरी कसं? म्हणजे, मला असं म्हणायचंय – आत्ता या क्षणी रामच युवराज मानला गेलेला आहे आणि आपला निर्णय न बदलताच दशरथ मरण पावला तर...'

'दशा अजून जिवंत राहील काही काळ – निर्णय बदलेपर्यंत तरी नक्कीच.' तुच्छतेनं ओठ वाकडे करत मंथरा हसली. 'आणि रामाचं रक्तबंबाळ, छिन्नविच्छिन्न शरीर बघेपर्यंत तरी नक्कीच.'

कैकेयीचे डोळे विस्फारले गेले. 'राम? मृत? पण कसा? तू असं तर म्हणत नाहीयेस ना की आपण...' मग एकदम तिच्या डोक्यात प्रकाश पडला. 'हं हं. भयानक-वन, असुर ठार करतील त्याला, हो ना?' कपाळाला आठ्या घालत ती उद्‌गारली, 'पण तो वाचला तर काय? मग तर तो महा नायकच होईल. लोकही भरतापेक्षा त्यालाच जास्त पाठिंबा देतील.आणि राजसभाही.'

'लोक आणि राजसभा दोघेही त्यांच्या महाराजालाच पाठिंबा देतील. आणि मी मघाशी सांगितलं ना – महाराजा त्याचा निर्णय बदलून भरतालाच त्याचा वारस म्हणून जाहीर करेल. आजपासून दोन आठवड्यांच्या आत.'

कैकेयीनं मंथरेकडे प्रश्नार्थक नजरेनं पाहत आणखी एक मोठं पान उचललं. मंथरेनं खूण केली. मंथरेच्या शब्दांचा विचार करत कैकेयीनं पान चावायला सुरुवात केली.

मग तोंडभर झालेला पानाचा रस आवरत ती म्हणाली, 'पण हे तू इतक्या खात्रीनं कसं सांगू शकतेस? म्हणजे – मला म्हणायंचय, दशरथ आपला निर्णय बदलेल आणि भरताला आपला वारस घोषित करेल हे तू इतकं ठामपणे कसं सांगू शकतेस?'

पुढे वाकत मंथरा म्हणाली, 'कारण आपण त्याला असं करायला भाग पाडणार आहोत.'

पान चावणं थांबवत कैकेयीनं विचारलं, 'कसं?'

मंथरेनं तिला कसं ते सांगितलं.

कैकेयीला ठसकाच लागला. तिला खोकल्याची एक मोठी उबळ आली. पानाचा रस आणि चोथा आणि अनेक गोष्टींचे कण बाहेर उडाले. किळस येऊन नाक वाकडं करत मंथरा तिच्याकडे बघत राहिली. पण तिला माहीत होतं की कैकेयीच्या अशा कमजोरींमुळेच तिच्यावर सत्ता गाजवणं तिला सोपं जात होतं.

अखेरीस कैकेयी बोलण्याच्या परिस्थितीत आली. 'मंथरे,' ती घोगऱ्या आवाजात म्हणाली, 'तू फारच बुद्धिवान आहेस, ही वेळ योग्य आहे असं वाटतंय ना तुला?'

'अगदी आत्ताच नाही पण लगेच – लवकरच.' मंथरा उत्तरली.

17

दोन्ही हातांमध्ये दंड धरून विश्वामित्रानं हात उंचावत तराफ्यावरून नदीकाठावर उडी घेतली. सापांच्या वारुळात अचानक काहीतरी पडलं तर साप जसे चवताळून उठतील तसा पालापाचोळा आणि धूळ वर उसळली.

राम आणि लक्ष्मणानं त्याचाच कित्ता गिरवत दोघांनीही एकदमच उडी मारली. ज्या क्षणाला त्यांची पावलं तराफ्यावरून उचलली जाणार होती त्याच क्षणाला करकरत तराफा किंचितसा डळमळला. अर्ध्या उडीत रामानं स्वत:ला सावरलं आणि तो नीटपणे जमिनीवर पोचला. पण लक्ष्मणाचा मात्र तोल गेला आणि एका पायावरच टेकत तो पुढे धडपडला. स्वत:च्या वाकलेल्या गुडघ्यावर त्याची हनुवटी आपटणार एवढ्यात रामानं त्याला सावरलं. स्वत:ला सावरून, तराफ्याकडे एक संशयाची नजर टाकत लक्ष्मण नीट उभा राहिला. रामानं वळून द्रष्ट्या ऋषीकडे पाहिलं. तो नैऋत्येकडे टक लावून बघत उभा होता. त्याच्याभोवती धुळीचे कण गरगरत होते. सूर्याचा एकुलता एक किरण कसाबसा त्या दाट वनामधून खाली उतरला होता. त्याच्या प्रकाशात ते कण चमचमत होते.

'आपलं अस्तित्व इथे जाणवलं आहे. लवकरच तिला आपल्या येण्याची बातमी कळेल. सुरुवातीला ती स्वत: येणार नाही. तिचे अनुयायी पाठवेल. ते आपल्याशी सामना करायला पुरे आहेत असा तिचा समज असेल. जेव्हा त्यांचा पराभव होईल तेव्हा मात्र ती याकडे गंभीरपणे लक्ष देईल. तरीही ती येण्याची वाट बघत बसण्यापेक्षा आपणच तिच्याकडे जाणं योग्य होईल. तिची शक्ती मध्यरात्रीच्या सुमाराला वाढते. आणि माध्यान्हीच्या वेळी सर्वात कमी असते. त्या वेळी सूर्य बरोबर माथ्यावर येतो तेव्हा. त्या वेळी तुम्ही आक्रमण करायला हवं. आणि ताटकेच्या अत्याचारांमधून पृथ्वीला सोडवायला हवं – कायमचं.'

लक्ष्मण काही बोलणार त्याआधीच रामाला त्याच्या मनातलं आश्चर्य जाणवलं होतं. 'ताटका? परंतु महादेव – काल रात्रीच तर कार्तिकेयानं ताटकेचा कसा वध केला ती कथा ऋषी अध्रंगांनी सांगितली आहे ना?'

विश्वामित्रानं लक्ष्मणाकडे पाहिलं. 'त्यानं जी कथा सांगितली ती कामदेवाच्या

उपवनाच्या इतिहासाची होती, राजकुमार लक्ष्मण. कामदेव आणि पार्वती देवी यांनी दोघांनी मिळून महादेव शिवाच्या दुःखपूर्ण तपस्येचा भंग केला आणि त्या दुष्ट यक्षीला ठार मारण्यासाठी त्याला एका पुत्राला जन्म द्यायला लावला. तो पुत्र म्हणजे कार्तिकेय. ताटकेचा वध करण्यासाठीच त्याचा जन्म झाला आणि त्यानं ते कार्य उत्तम रीतीनं पारही पाडलं.'

लक्ष्मण आणखीच गोंधळला, 'पण जर ताटकेचा वध झालेला आहे तर...'

विश्वामित्रानं हात वर करत गप्प राहाण्याची खूण केली. आणि क्षणभर कान देऊन ऐकलं. रामानं आपली ज्ञानेंद्रियं द्रष्ट्याच्या स्तराला जुळवून घेतली. सामान्य मानवाच्या श्रवणशक्तीच्या पातळीच्या थोडीशी खालची पातळी. ऋषीला जे ऐकू येत होतं ते त्यालाही ऐकू येऊ लागलं. दूरवर कुठेतरी एखाद्या प्रचंड ऐरणीवर तेवढ्याच प्रचंड घणाचे घाव घातल्यासारखे आवाज येत होते. पण हा आवाज अनेक योजनं दूर होता. आणि मोठा होत जाण्याऐवजी लहान होत चालला होता. ज्या कोणत्या गोष्टीमुळे हा आवाज येत होता ती गोष्ट त्यांच्यापासून दूर चालली होती हे निश्चित. मग कुठे द्रष्टा लक्ष्मणाच्या प्रश्नाकडे वळला.

'ताटका मेलेली आहे. कार्तिकेयानं तिचा वध केला. पण तुला माहीतच आहे, कोणत्याही वस्तूचा संपूर्ण नाश होत नाही. केवळ तिचं स्वरूप बदलतं. म्हणून जेव्हा ती मरण पावली तेव्हा तिनं केवळ ही मर्त्य पातळी सोडली आणि तिला दुसऱ्या पातळीवर पाठवण्यात आलं. जिथे ती आता राहाते आहे. ही जागा कुठे असेल, राजकुमार राम?'

'पाताळामध्ये.' राम उत्तरला, 'नरकात. तीनही लोकांमधलं सर्वात खालच्या पातळीवरचं जग.'

द्रष्ट्यानं आजूबाजूला हात फिरवत म्हटलं, 'बघा, हाच नरक.'

रामलक्ष्मणानं गोंधळून जाऊन आजूबाजूला बघितलं.

'पण, महादेव, आपण अजून पृथ्वीवरच आहोत. होय ना? मग नरक इथे कसा असेल?' ज्या दिशेनं ते आले होते त्या दिशेला हात करत लक्ष्मणानं विचारलं. 'हे तर अगदी आपलं जग आहे. पृथ्वीवरचं मर्त्य जग.'

द्रष्ट्यानं मान डोलावली. 'हीच तर असुरांच्या राजाची रावणाची जादू आहे, बाळा. ऐक.' हातातल्या दंडावर रेलून उभं राहात तो सांगू लागला, 'देवांनी त्याला पाताळात, नरकाच्या सर्वात खालच्या पातळीवर हाकलून दिल्यानंतर त्या भयानक रावणानं अनेक हजार वर्षं घोर तपस्या केली. इतकी घोर आणि कठीण की देवांनाही त्याला काही वर देणं भाग पडलं. त्या वरांपैकी एक वर होता तो म्हणजे त्याला ब्रह्मनची शक्ती प्राप्त होणं. सप्तर्षींची जी शक्ती आहे त्याच्या तोडीची ही शक्ती होती. ब्रह्मानं

माझ्यासारख्या सप्तर्षींना नेमून त्रैलोक्याचा कारभार नीट चालावा म्हणून ही शक्ती दिलेली आहे.'

'पण रावणानं त्याला मिळालेल्या या शक्तीचा गैरवापर केला. त्यानं वाईट हेतूंनी अतिशय वाईट रानटी यज्ञ केले, बळी दिले, त्याच्या या प्रयत्नांचा एक परिणाम म्हणजे त्या वेळी समुद्रात बुडलेल्या लंकेच्या बरोबर वर पृथ्वी आणि पाताळ यांच्यामधल्या आवरणाला एक भोक पडलं. म्हणूनच तर त्यानं आपली राजधानी म्हणून लंकेची निवड केली. खरं म्हणजे लंका हा एक वैराण दुष्काळी प्रदेश नाहीये तर तो एक मृत असा प्रचंड ज्वालामुखी आहे. देव त्याचा वापर महासागराखाली असलेल्या पाताळाचा मार्ग बंद करण्यासाठी करत असत. रावणाच्या जादूनं लंकेचं बेट वर आणलं, ज्वालामुखी जागृत केला आणि त्या ज्वालामुखीच्या वितळलेल्या लाव्हा रसानं त्यानं आपला किल्ला बांधला. त्या ज्वालामुखीच्या केंद्रबिंदूमधून पाताळाकडे रस्ता जातो. या रस्त्यानं तो सतत असुरांचं सैन्य उभारत असतो. थेट नरकामधूनच तो हे असुर मिळवतो. आजवर कधीच नसेल एवढं मोठं असुर सैन्य त्याच्याजवळ आहे.'

ओठ घट्ट मिटून द्रष्टा पुढे म्हणाला, 'जोपर्यंत तो मार्ग खुला आहे तोपर्यंत आर्य राष्ट्रांवर आक्रमण करण्यासाठी रावणाला पुरेसं सैन्य मिळतच राहाणार आहे.'

हातातल्या दंडाच्या फिरत्या मुठीवर द्रष्ट्याची मूठ घट्ट झालेली रामाला दिसली म्हणण्यापेक्षा जाणवली असं म्हणायला हवं. सूर्यप्रकाशामध्ये गरगरणारे धुळीचे कण जास्तच जोरानं गरगरू लागले. जोराच्या वाऱ्यानं धुळीची लहान लहान वादळं उठतात तसे. पण त्या अनैसर्गिक रीत्या शांत असलेल्या अरण्यामधे अजिबात वारा नव्हता.

गोंधळून जाऊन लक्ष्मणानं मान हलवली. 'हे फारच धक्कादायक आहे, महादेव. मी विचारतो याची क्षमा असावी, पण या सर्वाचा ताटकेशी आणि भयानक-वनाशी काय संबंध? लंका इथून शेकडो योजनं दूर आहे.' मग स्वत:ची चूक सुधारत त्यानं पुस्ती जोडली, 'किंवा निदान असायला हवी-भूगोलाच्या दृष्टीनं पाहिलं तर...'

विश्वामित्राच्या अंतरात धगधगत असलेला संताप रामाला जाणवत होता पण तरीही त्यानं शांतपणे उत्तर दिलं, 'तू जे बोलतो आहेस ते सत्यच आहे, राजकुमार लक्ष्मण. पण या दोन स्वतंत्र प्रदेशांमध्ये असलेल्या आवरणाला छिद्रं पाडण्याची शक्ती रावणाच्या फसवून मिळवलेल्या ब्रह्मन शक्तीमध्ये आता आली आहे. त्यानं असंच एक छिद्र इथेही पाडलं आहे - आणि ताटकेला आणि तिच्या वाट चुकलेल्या पुत्रांना इथे या सुंदर प्रदेशात पूर्ण अधिकार देऊन मोकळं सोडलं आहे.'

लक्ष्मणानं इकडेतिकडे पाहिलं. आवंढा गिळत असल्यानं त्याचा गळा वरखाली होत होता. 'सुंदर प्रदेश? महादेव? हे शापित अरण्य?'

विश्वामित्र हातातल्या दंडावर रेलला, 'हे जे शापित अरण्य तुला दिसतं आहे ना ते एके काळी दोन जुळ्या महान शहरांचं स्थान होतं. त्यांची नावं होती मलद आणि करुश.'

'मलद-करुश?' लक्ष्मण उद्गारला, 'घाण आणि अपवित्रता?'

'होय. ही नावं पडली कारण याच ठिकाणी राजा इंद्राचं ब्रह्महत्येचं भयंकर पाप देवांनी गंगेच्या शुद्ध आणि पवित्र पाण्यानं धुवून काढलं होतं. त्याच्या पापाची घाण आणि अपवित्रता पृथ्वीवर ज्या ठिकाणी पडली त्या दोन्ही स्थानांचं नाव त्यानं ठेवलं मलद आणि करुश. त्या दोन्ही स्थानांनी त्याची अपवित्रता स्वीकारली म्हणून त्यानं अखंड सुपीकतेचा आणि संपन्नतेचा वर दिला. कालांतरानं ती दोन्ही शहरं मर्त्य इतिहासामध्ये सर्वात जास्त संपन्न झाली, त्यांच्या शेतजमिनीच्या सुपीकतेनं त्यांची कोठारं भरून गेली. पण मग रावणानं ताटकेला आणि तिच्या खुनी मुलांना पाताळातून वर आणलं आणि मुक्त संचार करण्यासाठी त्यांना हा प्रदेश देऊन टाकला.

'हे करण्यामागे लंकेच्या राजाचा हेतू फार हुशारीचा होता. एके काळी, राजा इंद्रानं आपली पापं धुण्यासाठी या जागेचा वापर करण्याच्याही आधी महान ऋषी अगस्त्यानं इथे आपलं घर आणि आश्रम बांधला होता. इथेच अगस्त्यानं ताटकेला शाप देऊन ती आता जशी आहे तशा स्वरूपाच्या कुरूप यक्षीमध्ये तिचं रुपांतर केलं होतं. याच प्रदेशात ताटकेला मोकळं सोडल्यावर रावणाला तिच्यावर नियंत्रण ठेवणं सोपं जाणार होतं. कारण हा प्रदेश सोडून ती स्वत:च्या बळावर पृथ्वीमध्ये प्रवेश करू शकत नव्हती. हाच तिचा शाप आहे - या भयानक वनाला झपाटून राहाणं कायमचं - ही पूर्वी मलद-करुशची पवित्र भूमी होती. हे आता तुम्हाला कळलंच आहे -'

त्यांच्या मागे वाहाणाऱ्या त्या गलिच्छ प्रवाहाकडे बोट दाखवत ऋषी म्हणाला, 'देवराज इंद्रानं आपली पापं धुवून काढल्यावर गंगेचं पवित्र पाणी जमिनीवर पडलं त्यातलं उरलेलं पाणी हे असं आहे.'

त्या घाणेरड्या, गाळानं भरलेल्या प्रवाहाकडे बघत लक्ष्मणानं आश्चर्यानं विचारलं, 'गंगेचं पाणी? हे घाणेरडं गटार? पाताळगंगेसारखं दिसतंय खरं म्हणजे.'

'खरं बोललास, राजकुमारा. म्हणूनच तर या प्रवाहाला पाताळगंगा नाव पडलं आहे. याच ठिकाणी पवित्र गंगा पाताळाच्या प्रदेशात प्रवेश करते. हाच घाणेरडा रोगी प्रवाह एके काळी गंगेसारखा स्वच्छ, शुद्ध आणि पवित्र होता. ताटकेच्या अपवित्र अस्तित्वानं हा प्रवाह घाण झाला आहे.'

द्रष्ट्यानं हातातला दंड उचलून तो नैऋत्येकडे रोखत म्हटलं, 'माझा आश्रम त्या दिशेला आहे. माझे सहकारी ऋषी तिथे मी लवकर परत येण्याची वाट बघत थांबले आहेत. हे शापित अरण्य आपण पूर्ववत शुद्ध केलं आणि त्याचं मूळ महत्त्व त्याला प्राप्त करून दिलं की मग ही जागा पुन्हा एकदा पाताळाकडून परत मिळवलेली अशी पृथ्वीवरची जागा होईल. इंद्राच्या वरानं ही भूमी जशी सुफल संपन्न झाली होती तशीच पुन्हा एकदा होईल.' या आधीही द्रष्ट्याची नजर याच दिशेवर खिळलेली होती.

लक्ष्मणानं एक प्रश्न विचारला पण त्याचा सूर असा होता की द्रष्टा काय उत्तर देणार हे त्याला आधीच माहीत असावं. 'हे पवित्र आणि महत्त्वाचं कार्य आपण कशा रीतीनं पार पाडणार आहोत, गुरुदेव? भयानक वनाला पुन्हा एकदा पृथ्वीचा एक भाग बनवण्यासाठी आपल्याला काय करावं लागेल?'

द्रष्ट्यानं निर्विकार चेहऱ्यानं एकदा त्याच्याकडे पाहिलं आणि मग रामाकडे वळून तो म्हणाला, 'ताटकेचा वध अर्थातच. त्यासाठीच तर आपण इथे आलो आहोत.'

यावर लक्ष्मण काही प्रतिक्रिया देणार त्याआधीच ऋषी ताठरला. गप्प राहाण्याची खूण करत त्यानं आजूबाजूला निरखून पाहिलं. ऋषीला जे काही दिसत होतं ऐकू येत होतं ते सारं नव्यानं मिळालेल्या शक्तींमुळे रामालाही दिसत आणि ऐकू येत होतं.

मग लक्षपूर्वक काहीतरी ऐकत धनुष्याला बाण जोडत राम हलक्या आवाजात लक्ष्मणाला म्हणाला, 'ते येताहेत.'

बाण सोडण्याच्या पवित्र्यात लक्ष्मण एका गुडघ्यावर बसला आणि त्याच स्थितीमध्ये धनुष्याला बाण जोडत म्हणाला, 'ताटका आणि तिचे मुलगे?'

'ते जर सगळे एकाच वेळी आक्रमण करणार असतील,' ऋषी गंभीरपणे म्हणाला, 'तर हे युद्ध काही क्षणांतच संपेल – असं किंवा तसं.'

खूप वर एकमेकांत गुंतलेल्या वेलींमधून फिकटशा दिसणाऱ्या आकाशाच्या तुकड्यांकडे बघत तो म्हणाला, 'काही तासांमध्येच माध्यान्ह होईल. सूर्य जेव्हा सर्वात वरच्या बिंदूशी असेल तेव्हा ताटकेला सामोरं जाणं आपल्या फायद्याचं ठरेल. आपण थांबूया तोवर..'

मान वाकडी करून तो ऐकत राहिला.

'मधल्या काळात आपल्याला ताटकेच्या बगलबच्चांना तोंड द्यावं लागेल.'

'हे कोणते प्राणी आहेत, महादेव? राक्षस? यक्ष? पिशाच्च? दैत्य?' लक्ष्मणानं ओठांवरून जीभ फिरवत विचारलं. त्याची नजर भिरभिरत होती आणि बाण ताणलेला होता.

'तू नावं घेतलीस त्या असुरांपैकी कुणीच नाही, लक्ष्मणा. तिच्या प्रदेशाचं रक्षण करण्यासाठी रावणाकडे मदत मागणं अभिमानी ताटकेला कधीच आवडणार नाही. किंवा कदाचित तिला अशीही भीती वाटली असेल की लंकेचा राजा इथे मोठी सेना ठेवून देईल आणि तिचा अधिकार हिरावून घेण्याचा प्रयत्न करेल. म्हणून मग तिनं स्वत:चं सैन्य निर्माण केलं आहे.'

'निर्माण केलं आहे?'

'या अरण्यातल्या प्राण्यांचा संकर तिच्या स्वत:च्या मुलांशी घडवून आणून तिनं हे केलं आहे. हे प्राणी पूर्ण राक्षस नाहीत की पूर्ण प्राणी नाहीत किंवा मानवही नाहीत. पण तीनही प्रजातींमधले गुण मात्र त्यांच्यामध्ये उतरलेले आहेत. हे संकरित भयानक प्राणी निर्माण करण्याची सुरुवात तिनं बऱ्याच काळापूर्वीच केली. नुकताच रावणानं तिला आदेश दिला आहे की शक्य तेवढ्या लवकर या प्राण्यांची संख्या तिनं वाढवावी. कोसलदेशाच्या सीमेवर, शरयूच्या उत्तरेला आणि इतर सीमावर्ती राज्यांमधल्या शेतकऱ्यांना घाबरवण्यासाठी तो या प्राण्यांना पाठवणार आहे. एका आठवड्याच्या आतच, तो ही लुटालूट माजवण्यास सुरुवात करण्याचे आदेश देणार आहे.म्हणजेच, आपण अगदी योग्य वेळी त्याचे बेत हाणून पाडण्यासाठी इथे पोचलो आहोत.'

'हे प्राणी नक्की दिसतात तरी कसे, गुरुदेव?' लक्ष्मणानं विचारलं, 'त्यांनी आक्रमण केल्यानंतर त्यांना ओळखायचं कसं?'

अगदी दाट वाढलेल्या झाडांच्या अंधाऱ्या सावल्यांवरून नजर न काढताही रामाला गुरूंच्या चेहऱ्यावरचं उग्र हास्य जाणवलं.

'तू ओळखशील त्यांना, राजकुमार. त्यांच्या काहीशा ओळखीच्या वाटणाऱ्या आकारांना फसू नकोस. किंवा त्यांच्या बोलण्यालाही फसू नकोस कारण काही प्राणी अर्धे मानव आहेत आणि मानवी गुणांचे काही अंश अजून त्यांच्यामध्ये शिल्लक आहेत. हे प्राणी म्हणजे निसर्ग आणि निर्मिती यांचं एक अतिशय घृणास्पद असं विद्रूप आहे. कुमार्गाला लागलेली ब्रह्मनची शक्ती आणि काळी तांत्रिक जादू यांच्या संकरानं निर्माण केलेली ही खेचरं आहेत. त्या सर्वांचा नाश करा. एकदा का ते नष्ट झाले की मग आपण आपल्या मुख्य कामाला सुरुवात करू शकू. ताटकेला आणि तिच्या मुलांना ठार मारू शकू. त्यानंतरच मी माझ्या आश्रमामध्ये जाऊन माझा यज्ञ वेळेत पुरा करू शकेन.'

दाट पानांमधून जोरात वारा फिरावा तसा आवाज येऊ लागला. हळूहळू त्याचा आवाज आणि वेग वाढत गेला. पण त्यांचे केस किंवा कपडे थोडेसुद्धा हलले नाहीत. तो वाढत जाणारा आवाज एखाद्या अतिप्रचंड प्राण्याच्या कण्हण्यासारखा होता. तो ऐकून त्यांच्या हातांवर रोमांच उभे राहिले. रामाच्या शरीरावरचं प्रत्येक

छिद्र वेड्यासारखं खाजायला लागलं. जणू काही हवाच विषारी झाली असावी. त्यानं धनुष्यावरचे आपले हात उचलले नाहीत.

राम लक्ष्मणाच्या कानात कुजबुजला, 'अस्वल झाडाच्या खोडावर पाठ घासतं.'

ताबडतोब लक्ष्मणानं रामाच्या पाठीला पाठ लावली. आता ते दोघे दोन योद्ध्यांच्या अभिजात पवित्र्यामध्ये उभे होते त्यामुळे त्यांचे बाण चारही दिशांना जाऊ शकत होते.

ज्या ठिकाणी सूर्याचा तो किरण जमिनीवर टेकला होता अगदी त्याच ठिकाणी द्रष्ट्यानं आपल्या दंडानं एक वर्तुळ काढलं. धूळ आणि पाचोळा दंडाच्या स्पर्शानं चिडून गरगरा फिरू लागला. चिडलेल्या नागासारखा तो वरवर चढत एका पारदर्शक सोनेरी स्तंभासारखा झाला आणि दिसेनासाही झाला. द्रष्टा त्या मंत्रित वर्तुळामध्ये उभा राहिला. ते मंडल त्याला कोणत्याही प्रकारच्या हल्ल्यापासून-शारीरिक किंवा जादूच्या-वाचवणार होतं. शिवाय एखाद्या अभंग अदृश्य भिंतीप्रमाणे सर्व हल्लेखोरांना त्याच्यापासून दूर ठेवणार होतं. सप्तर्षी हे अविनाशी मानले जात असत, सर्व शक्तिमान ब्रह्मानं या देवदूतांना कायमचं संरक्षण दिलेलं होतं. त्यामध्ये शिरण्याचा प्रयत्न करणाऱ्या मूर्खांना, 'या माणसावर आक्रमण करण्याची तुमची लायकी नाही' या गोष्टीची आठवण करून देण्यासाठीच केवळ ते मंडल होतं. राम आणि लक्ष्मण यांच्या सुरक्षिततेसाठी द्रष्ट्यानं कोणतंही मंडल आखलेलं नाही हे रामाच्या लक्षात आल्यावाचून राहिलं नाही. त्यांची स्वत:ची त्यांनाच काळजी घ्यावी लागणार होती.

'महादेव.' लक्ष्मणाचा आवाज स्थिर होता पण त्यामध्ये उत्कंठाही होतीच. 'एक शेवटचा प्रश्न विचारण्याची परवानगी असेल तर – या भयानक वनामध्ये असे संकरित किती प्राणी असतील?'

क्षणभर विचार करून ऋषी उत्तरला, 'आत्तापर्यंत,' त्याचा स्वर जाणीवपूर्वक सहज होता, 'ताटकेला काही शेकडा प्राणी निर्माण करणं जमलं होतं. कदाचित पाचशे असतील. त्याहून जास्त नक्कीच नाहीत.'

त्यानंतर पसरलेल्या गाढ शांततेमध्ये तो कण्हण्याचा आवाज मोठा मोठा होत गेला. दोन्ही राजकुमारांच्या भोवतीची हवा त्यानं भरून गेली. श्वास घेण्यापुरतीही हवा शिल्लक राहिली नाही. आता, तो आवाज वाऱ्याचा नव्हता तर पावसाचा होता. पत्र्याच्या छतावर एकदम पावसाची भली मोठी सर कोसळावी तसा होता.

रक्ताचा पाऊस. रामाच्या मनात आलं. आणि मग त्यांच्याभोवतीचं अरण्य उसळून उठलं.

18

बेजूचे सैनिक त्याच्या आदेशाची वाट बघत होते. रथ आणि घोडे नीट दोन रांगा करून उभे होते. वेगानं खाली उतरल्यामुळे घोड्यांच्या शरीरावरच्या घामाच्या वाफा निघत होत्या. हा असा रस्ता आहे हे याआधी बेजूला माहीतच नव्हतं पण भेडियानं कसा कोण जाणे, तो शोधून काढला होता. भेडिया नेहमीच रस्ता शोधून काढत असे. आता अयोध्येला परतलो की भेडियाला आपला वारस म्हणून जाहीर करूनच टाकायचं बेजूनं ठरवलं. आता हे काम करायलाच हवं होतं.

भेडियाचा एकच दुर्गुण – म्हणजे तुम्ही त्याला दुर्गुण मानलं असतं तर – तो म्हणजे त्याची त्याच्या पत्नीबद्दलची असोशी. अर्थात, ती खूप सुंदर होती, पण मुद्दा तो नव्हताच. सोमरसाची आवड, जुगार आणि कर्जबाजारीपणा याबरोबरच स्त्री हाही योद्ध्याच्या आयुष्यातला एक मोठाच घातक भाग असतो. त्या मऊ वक्षांच्या आणि रंगवलेल्या ओठांच्या मोहात सापडून वाहावत गेलेले अनेक मोठे मोठे पुरुष त्यानं पाहिलेले होते. भेडियाची पत्नीही अशीच एक अगदी साधीसुधी बाई असेल – इतरांसारखीच तिची अपेक्षाही प्रेम आणि लक्ष देणं एवढीच असू शकेल. पण आपण तिच्या मिठीत आणि इतर पाशामध्ये जास्त गुरफटत जात नाहीयोत आणि आपण क्षत्रिय आहोत हे विसरूनच जात नाही आहोत ना यावर भेडियानं लक्ष देणं गरजेचंच होतं. आपण क्षत्रिय आहोत, महाराजाचं, जमातीचं आणि वर्णाचं संरक्षण करताना प्राण द्यावे लागले तरी देण्याची शपथ आपण घेतली आहे हे विसरून चालणार नाही.

बेजूनं एक सुस्कारा सोडला. जसजसं त्याचं वय वाढत होतं तसतशा त्याला काळजी करायला जास्त गोष्टी सापडत होत्या. हा वयाचाच परिणाम आहे हे त्याला माहीत होतं. आपला वारसा पुरेसा नाही ही भीती वयामुळेच निर्माण होते. गेल्या असुरयुद्धामध्ये त्यानं शर्थीची लढाई केली होती. त्यानं केलेल्या लढाया मोजायला हाताची आणि पायाचीही बोटं कमी पडली असती. तरीही त्याच्या शरीरावर फारसे जखमांचे वण नव्हते – त्याच्या उजव्या छातीपासून खांद्यापर्यंत जाणारा पांढरा गोलाकार वण सोडला तर – शिवाय त्याचे सगळे अवयवही व्यवस्थित होते.

त्याची पत्नी चांगली होती, त्याचं नाव मोठं, हेवा करण्यासारखं होतं. शहराच्या चांगल्या वस्तीमध्ये एक छानसं घर होतं आणि अगदी आज तो मरण पावला तरी त्याची एक तरी पिढी सुखात जगू शकेल एवढी संपत्तीही होती. त्याच्या सैनिकी पेशामध्ये त्यानं स्तुती आणि मानसन्मान यांच्यापेक्षाही अधिक काहीतरी कमावलं होतं – ऋषी ज्याला यश म्हणतात ते यश त्यानं कमावलं होतं. एक उज्ज्वल नाव. समस्या अशी होती ही हे सगळं तो कुणासाठी मागे ठेवणार होता? ते उज्ज्वल नाव पुढे चालवणारं कुणीच नव्हतं.

आणि आता तर शकुनचं अपत्यप्राप्तीचं वयही उलटून गेलं होतं. आदल्या रात्रीच तिनं ही बातमी त्याला सांगितली होती, होळीच्या आदल्या रात्री. क्रीडांगणावर दुष्ट आत्म्यांच्या प्रतिमा जळत असताना ते दृश्य बघायला उभं असताना तिनं त्याला तिचं मासिक चक्र बंद झाल्याचं सांगितलं होतं होतं. आणि त्याबरोबरच समोरच्या मेण आणि कापडानं बनवलेल्या प्रतिमांसारखीच त्यांची वारस मिळण्याची अखेरची आशाही जळून गेली होती.

'बेजू.' भेडियाचा आवाज त्याच्या विचारांना कापत त्याच्या कानात शिरला. 'हत्ती येताहेत. त्यांना त्यांचं नेहमीचं अंतर ठेवू दे की जवळ यायला सांगू?'

ओठाचा चंबू करत बेजूनं विचार केला. 'तुला काय वाटतं, भेडिया? हे अरण्य किती दाट आहे, बघ. घोडे तरी आत जाऊ शकतील त्यात, तुला काय वाटतं? आपले रथ तर सोडूनच दे. चालत आत शिरायची तर कल्पनाही मला नकोशी वाटतेय.'

त्याच्याकडे आश्चर्यानं बघत भेडिया म्हणाला, 'तुम्ही मला विचारताहात? सेनापती?'

'तुझं सैनिकी मत. आज ना उद्या हे निर्णय घेणं तुला सुरू करावंच लागेल. कुठे अडखळलास तर तुला सावरायला मी आहे तोवरच काही निर्णय घे बरं.'

भेडियानं त्याच्याकडे संशयाच्या नजरेनं बघितलं, *तू डोकंबिकं आपटून तर नाही ना घेतलंस कुठे?* हे मनात आलं असलं तरी तो मोठ्यानं म्हणाला, 'ठीक आहे, तुम्हाला जर माझं प्रामाणिक मत हवं असेल तर – मला वाटतं आपण हत्तींना पुढे आणावं आणि या दाट अरण्यामध्ये जाण्याचा रस्ता तयार करण्यासाठी त्यांचा वापर करावा. हा एकच मार्ग आहे आत शिरण्याचा – नाहीतर मग चालतच जावं लागेल.' घसा खाकरून तो उद्गारला, 'किंवा रांगत. आपण जर आपल्याच बळावर आत घुसण्याचा प्रयत्न केला तर बहुधा तसंच करावं लागेल.'

असा हजरजबाबी, हुशार आणि प्रामाणिक मुलगा किंवा मुलगी मला का होऊ नये? एक वारस मागणं देवांकडे हे फार होतं का? 'उत्तम. भेडिया. कैकेय दास्य उठावाच्या वेळी चरक वनामध्ये आपण हीच युक्ती वापरली होती, होय ना?'

'अगदी बरोबर, सेनापती. फक्त...' त्या तरुण अधिकाऱ्यानं कपाळाला आठ्या घालत, आपल्यावर सोपवलेल्या कामाचा अधिक विचार करत म्हटलं. 'आपण आपले एकदोन रथही पुढे पाठवू शकू. गेल्या वर्षी मूर प्रतिनिधींनी त्यांच्या पद्धतीच्या तलवारी दिल्या आहेत ना आपल्याला त्या पाठवू रथांबरोबर, ती झाडं काही फारशी मजबूत दिसत नाहीयेत. मला वाटतं आपले हत्ती सहज पाडू शकतील त्यांना चौपटच्या खेळातल्या सोंगट्यांसारखे.'

'छान छान – पण मग तीन रथ पाठव. एका रांगेनं जायचं त्यांनी. दे आदेश.'

'होय सेनापती, बेजू.' भेडिया स्वत:वरच खूष झाल्यासारखा दिसत होता. त्यानं घोडा वळवला पण परत मागे फिरत त्यानं विचारलं, 'बेजू?'

'जा, जा चटकन कर हे. आज पहाटेपासून आपल्या वाटाड्यांना राजकुमार दिसलेले सुद्धा नाहीयेत. काय सांगावं आत्तापर्यंत ते लंकेचा अर्धा रस्ता पार करून गेलेले असतील.'

'मला एवढंच म्हणायचं होतं – तुमच्या हाताखाली गेली चार वर्षं काम करण्यात मोठा आनंद मिळाला आहे. तुम्ही सर्वात उत्तम आहात, सेनापती.' असं स्तुतीपर बोलताना भेडिया संकोचलेला दिसत होता पण त्याच्या आवाजातला प्रामाणिकपणा मात्र निखळ होता.

बेजूनं एक हुंकार टाकला. 'तुझ्या जिभेवर मधच आहे रे बाबा – मोहोळातही एवढा सापडायचा नाही. आता जातोस की आदेशाचा अवमान केल्याबद्दल फटक्यांची शिक्षा देऊ?'

पण धुळीच्या ढगातून भेडिया हत्तींजवळ जात असताना तो पुटपुटला, 'तुला मार्गदर्शन करणंही तेवढंच उत्तम होतं, पुत्रा.'

कड्याच्या बाजूनं जाणारी ही पायवाट सापडली म्हणजे आपण खरोखरच भाग्यवान आहोत, बेजूच्या मनात आलं. बहुधा अजराजाच्या वेळेपासून वापरात नसलेली वाट. कारण ही जातेच मुळी एकाच ठिकाणी, भयानक वनात – त्यांना ही वाट सापडली नसती तर राजकुमार आणि द्रष्टा तराफ्यावरून नदीच्या प्रवाहाबरोबर गेले ते त्यांना सापडलेच नसते. वाटाड्यांनी त्यांचं काम चोख बजावलं होतं. आदल्या रात्री तराफा बांधला जात असतानाच त्यांना दिसला होता त्यामुळे बेजूला द्रष्ट्याचा बेत काय आहे याचा आडाखा बांधून त्याप्रमाणे तयारी करायला वेळ मिळाला होता.

पण त्याला एक काळजी होतीच. नदी या अरण्यात जास्त दूर जात नसली तर? तो जिथे बसला होता तिथून काही शेकडे यार्डांवर तर नदी म्हणजे एक अगदी बारीकसा ओहोळ झाला होता. कसाबसा त्या दाट झाडीमध्ये शिरत होता. इतर ठिकाणी माग काढणं जेवढं सोपं होतं तेवढं या दक्षिणवनामध्ये माग काढणं

कदाचित सोपं ठरणार नव्हतं. आधीच त्याचे सैनिक या भयानक वनात शिरण्याच्या कल्पनेनंच अस्वस्थ झालेले होते. आता आणखी मोठं आव्हान त्याला नको होतं.

आता त्याचे विचार पुन्हा त्याच्या पत्नीला अपत्य दत्तक घेण्यासाठी कसं राजी करता येईल याकडे वळतच होते. गेली कित्येक वर्षं ती याला विरोध करत आली होती. तेवढ्यात एक मोठा आवाज होऊन वनाच्या अगदी सीमेजवळचा रथ ठिकऱ्या ठिकऱ्या होऊन नाहीसाच झाला.

सुरुवातीला लक्ष्मणाला वाटलं की जमीनच हलते आहे आणि तिच्यामधून राडारोडा वर उडतो आहे. त्यानं भूकंपाच्या अशा कथा ऐकल्या होत्या यापूर्वी. पण जेव्हा मातीचं एक भलं थोरलं ढेकूळ वाटलेली वस्तू अंगावरची माती झटकून सामोरी आली तेव्हा तिथे लांब लांब पिवळे पंजे, ठिपक्यांची कातडी आणि दाईमाच्या भीतीकथांमध्ये खपून जाईल असा चेहरा दिसू लागला.

'शिवा!' असं ओरडत केवळ अंतर्जाणीवेनं त्यानं बाण सोडलाच.

बाण त्या प्राण्याच्या चेहऱ्यावर लागला, त्याच्या गालाच्या नाजूक हाडांचा चुरा चुरा झाला, आणि तो लक्ष्मणाच्या पायापासून काही इंचांवरच कोसळला.

तडफडत कधीही न ऐकलेल्या आवाजात तो प्राणी किंचाळत होता. तो आवाज ना पक्ष्याचा होता ना पशूचा. आणखी एका बाणानं लक्ष्मण त्याला गप्प करणार तेवढ्यात आणखी तीन अशाच आकृती अरण्याच्या भूमीमधून वर त्याच्या अंगावर धावून आल्या. त्यांचे पंजे उगारलेले होते आणि पसरलेल्या जबड्यांमधून लाल टपकत असलेले तीक्ष्ण सुळे दिसत होते. डोळ्याचं पातं लवतं न लवतं तेवढ्यात विचारापेक्षा अधिक वेगानं त्यानं तीन बाण सोडले. त्या बाणांनी दोन प्राणी जमिनीवर कोसळले आणि तिसऱ्याचं डोकं छाटलं गेलं. तो मरता प्राणी त्याच्या डाव्या खांद्यावरून पलीकडे जाऊन पडला. त्याला येताना बघून लक्ष्मण झटकन खाली झुकला. त्याच्या अंदाजाप्रमाणे तो प्राणी रामापासून जेमतेम हाताच्या अंतरावर जाऊन पडला. त्याच्या धाडकन पडण्याचा आवाज येण्याआधीच त्यानं धनुष्याला दुसरा बाण जोडलाही होता.

दळणाचं जातं जसं सुरू झालं की न थांबता गरगरतच राहातं तसा तो एकाम ागोमाग बाण सोडत राहिला. त्यानं किती प्राणी मारले हे त्याला सुद्धा मोजता आलं नसतं. त्याच्या मागे राम तर मिथिलेच्या सैनिकांची एक सबंध रांग बाण सोडत असावी इतक्या वेगानं बाण सोडत होता. रामाच्या अंगावरच्या चिलखतामधूनही त्याला रामाच्या पाठीचे स्नायू एका तालावर हलताना जाणवत होते.

पुढची काही मिनिटं – हात मागे करून भात्यामधून बाण काढणं – तो धनुष्याला जोडणं आणि तो सोडणं एवढंच आयुष्य होतं. नेम धरणं दुय्यम ठरलं

होतं. आक्रमण इतकं प्रचंड संख्येचं होतं की तो ठार आंधळा असता तरी त्याचा बाण लागलाच असता. इतक्या जवळून आक्रमण करण्याचा हाच तर सर्वात मोठा तोटा होता. रामाला आणि त्याला बाण जोडायला आणि सोडायला फारसा वेळच मिळत नव्हता. पण त्यामुळेच त्या प्राण्यांना बाण चुकवण्यासाठीही वेळ मिळत नव्हता हेही तेवढंच खरं. लवकरच त्याच्या भोवतीची जमीन या प्राण्यांच्या प्रेतांनी भरून गेली. नव्या आक्रमणाला हा एक आयताच अडथळा ठरू लागला. काही प्राणी नीटपणे चाल करून येण्याआधीच त्यानं त्यांची डोकी उडवायला आणि पंख कापायला सुरुवात केली. अस्वलाचा चेहरा असलेलं एक माकड त्याच्या अंगावर उडी मारण्याच्या बेतातच होतं तेव्हाच त्यानं त्याच्या डोळ्यामध्ये एक बाण मारला. एक भयानक किंकाळी फोडून तो प्राणी मागच्या मागे कोसळला.

युद्धाच्या त्या धामधुमीतही त्याला ती किळसवाणी सेना दिसत होती. अनेक जातींचं आणि प्रजातींचं मिश्रण असलेले ते प्राणी होते. डोमकावळ्याची चोच असलेले चित्ते. सापाच्या फणा आणि शेपट्या असलेले लांडगे. हत्तीच्या धडाला जोडलेलं लहान मानवी बाळाचं डोकं आणि हात. हिरवं रक्त ओघळणारे, अंगावर केस नसलेले प्राणी आणि बाणांनी फोडलेल्या त्यांच्या छात्यांच्या आत उगवलेले केस – गाढवाचा पुठ्ठा आणि अणकुचीदार सुळे असलेली आंधळी रानमांजरं – यादी न संपणारी होती. ही कत्तल सुरू राहिली तसा त्याच्या शरीरावर तिचा दुर्गंध चढत गेला. त्याचा चेहरा, हात रक्तमांसानं भरून गेले. त्याच्या उजव्या खांद्यावरून अनेक वाफाळती आतडी लोंबू लागली.

सारं विश्व त्याच्या नजरेच्या टप्प्यापुरतं मर्यादित झालं. त्याच्या प्राणघातक धनुष्याच्या वर्तुळाएवढंच. त्याच्या मस्तकामध्ये धडधडणाऱ्या रक्ताच्या तालाला त्याच्या धनुष्याचा टणत्कार साथ देत होता. पशूंच्या विष्ठेचा आणि अमानवी रक्तामांसाचा त्याच्या नाकपुड्यांअध्ये भरून राहिलेला सुगंध त्याला आवडू लागला.

युद्धाचा चढत जाणारा जोश, त्वेष ही भावना लक्ष्मणानं यापूर्वी कधीच अनुभवली नव्हती पण हे जे काही नवं जाणवतं आहे ते केवळ आपल्याला एकट्यालाच जाणवतं आहे असं नाही हे मात्र त्याला आतल्या उर्मीनं कळलं. त्यानं ती लाट स्वत:वरून वाहू दिली, तिच्याबरोबर भीती, शंका, धास्ती, निर्णयाविषयीची काळजी या साऱ्या युद्धपूर्व भावनाही वाहून जाऊ दिल्या. आपलं धनुष्य आणि त्याची दोरी यांच्याशी तो जणू एकरूप झाला. सोडलेला प्रत्येक बाण एक रोखलेलं बोट झाला. तो छात्या फाडत होता, गळे चिरत होता, हृदयं फोडत होता, डोकी उडवत होता. कत्तलीचा सोमरस तो प्याला होता. हिंसक मृत्यूचा धुंद सुगंध पिऊन घेत होता, त्याच्याच कृत्यामुळे उडालेल्या जिवंत रक्ताची लोखंडी चव चाखत

होता. युद्धाच्या तुंबळ गर्दीमध्ये इतका काळ क्षत्रिय योद्धे जे शिकत आले होते ते कळून आल्यामुळे तो हसत होता. ते सत्य होतं – एका मर्यादेनंतर सगळे पुरुष पशूच असतात. त्यांना दोन हात आहेत की दहा याला काहीच महत्त्व उरत नाही. संस्कृती हे एक मायाजाल ठरतं. रक्ताला हवं असतं केवळ रक्त. जीवनाला हवा असतो मृत्यू. बाणाचा जन्म मृत्यू देण्यासाठीच झालेला असतो, कुणाचा मृत्यू याची त्याला काहीच फिकीर नसते.

अखेर त्यानं धनुष्य खाली केलं ते समोर कुणी शत्रू शिल्लक नव्हता म्हणून. आता मारण्यासाठी कुणी उरलंच नव्हतं.

तो उभा राहिला. त्याच्या डोक्यात रक्त चढलं होतं. त्याचं हृदय अजून धडधडत होतं. स्वतःच्याच आंबट स्रावांनी त्याची जीभ चिकट झाली होती. भिवयीवरून लोंबणारा एक रक्ताचा थेंब त्यानं पुसून टाकला. अरण्य कमालीचं शांत झालं होतं. ऋषी त्याच्यामागे स्वतःच्या मंडलात उभा होता. त्याला धक्काही लागलेला नव्हता, तो नेहमीसारखांच शांत होता. जेव्हा मागे वळून त्यानं रामाकडे बघितलं तेव्हा मात्र त्याला जो मोठा धक्का बसला तो फार खरा होता.

त्या रथाच्या चाकांच्या तुकड्यांपैकी एक तुकडा बेजूच्या छातीवर लागला. सुदैवानं चाक लाकडी होतं आणि त्याचं चिलखत मिश्र धातूचं होतं. पण तरीही त्या धक्क्यानं तो जवळ जवळ कोलमडलाच.

अरे शनि देवा – हे आहे तरी काय? त्याचा कांबोजी घोडा भर युद्धामध्येही कधी बिथरत नसे तो एकदम दचकून उधळला. बेजूनं त्याच्या संरक्षक देवतेचा, शनीमंत्राचा जप त्याच्या कानात केल्यावर कुठे तो शांत झाला.

इतर घोडेही असेच भेदरून जाऊन अस्वस्थ झाले होते. कमीत कमी तीन तरी सैनिक त्यांच्या लगामावरची पकड सुटल्यानं मृतावस्थेत किंवा खूप जखमी होऊन. जमिनीवर पडले होते. एका घोडयाचे रथाच्या समोरच्या चिलखती आवरणाच्या वारामुळे दोन तुकडे झाले होते. चिलखताचा एक तुकडा त्याच्या मानेत घुसला होता. त्याचे डोळे भयंकर भीतीनं वर लागले होते. रथाचं काहीही शिल्लक राहिलं नव्हतं. एखादं लाकडी खेळणं हत्तीच्या पायाखाली आलं तर ते जसं सपाट आणि तुकडे होऊन पडेल तसं त्या रथाचं झालं होतं.

ही अशी शक्ती कुणाजवळ असू शकते? बेजू आपल्या सैनिकांमधून दौडत पुढे गेला. सर्व सैनिक कमालीचे घाबरले गोंधळले होते खरे पण ते या हल्ल्याच्या अनपेक्षितपणामुळे, स्वतःच्या मृत्यूच्या कल्पनेनं नव्हे. क्षत्रियाच्या कर्तव्याचा शेवट नेहमीच मृत्यूमध्ये होत असतो पण तो मृत्यू कसा येतो यावरच हा सन्मान आहे की अपमान आहे हे ठरत असतं. आज नुसताच गोंधळ उडाला होता. रथ

कसा नष्ट झाला हे सांगणारी कोणतीही खूण तिथे नव्हती.

एका घोडेस्वारानं त्या अंधाऱ्या, हिरवट राखाडी रंगाच्या अरण्याच्या वर उलट्या वाटीसारख्या पसरलेल्या निळ्या भोर आकाशाकडे बोट केलं. 'तिथून आलं काहीतरी.' घोड्याला शांत करण्यासाठी थोपटत तो म्हणाला, 'एखाद्या आक्रमण यंत्रासारखं होतं ते.'

आक्रमण यंत्र? बेजूला मोठमोठ्या गोफणी माहीत होत्या. त्यांच्यामधून प्रचंड आकाराचे दगड दूरवरच्या तटांवर फेकता येत असत. तसं यंत्र रथ नक्कीच नष्ट करू शकेल. पण या अरण्यामधल्या राक्षसांकडे तसं यंत्र असेल आणि ते त्यांनी वापरलं असेल तर मग त्यांनी फेकलेला दगड कुठे आहे? फक्त रथाच्या ठिकऱ्या, दोन्ही घोडे आणि रथामधले दोन्ही योद्धे यांचा दुर्दैवी अंत झाल्याचं दाखवणारे काही हाडामांसाचे तुकडे एवढंच तिथे विखुरलेलं होतं. या साऱ्यावर धुळीचा एक जाड थरही होता.

या आक्रमणस्थळाजवळ येताच त्याच्या नाकामध्ये एक दुर्गंधी शिरली. केवढी दुर्गंधी ही – प्राण्यांच्या विष्ठेचं खत करण्यासाठी केलेल्या खड्ड्याला येतो तसा तो वास होता. पण अशी विष्ठा असलेला एकही प्राणी त्याला माहीत नव्हता. त्याच्या कपाळावर आठ्या उमटल्या. प्रथम त्याला जी धूळ वाटली होती ती फारच गडद रंगाची आणि चिकट दिसत होती. त्याच्या घोड्याच्या टापांखाली तर लोहयुक्त अशी सुळसुळीत माती होती.

आणि मग एकदम त्याला कळून आलं. अनोळखी प्राणीमात्रांशी आणि त्याहूनही अनोळखी अशा मानवांशी अनेक वर्षं युद्ध केल्यामुळे त्याच्या मनात संभाव्य धोक्याची घंटा वाजवणारी एक निश्चित भावना निर्माण झालेली होती. त्या भावनेच्या आधारानं तो ओरडला,

'पळा पळा, एकमेकांपासून दूर व्हा – आत्ता, ताबडतोब.' आपल्या या रथावर काय आपटलं असावं हे त्याला कळून चुकलं. त्यानं आपला घोडा घाईनं मागे फिरवत त्यानं आपल्या सर्व सैनिकांना आदेश दिला.

कसलाही प्रश्न न विचारता किंवा न घुटमळता सर्व सैनिक वेगवेगळे झाले. पण त्या लहानशा वाटेच्या दोन्ही बाजूंना उगवलेल्या दाट गचपणामुळे त्यांना झटकन बाजूला जाता येईना. त्या वाटेवरही गवत होतं अनेक लहान मोठे खड्डे आणि दगड होते. सरळ रथ मागे वळवणं आणि तीन यार्ड उंचीच्या काटेरी झुडुपांमधून ते रथ वेगानं पुढे नेणं अशक्यच होतं. तरीही त्यांना जेवढं शक्य होतं तेवढं त्यांनी केलं. बेजू सैनिकांच्या आणि रथांच्या रांगेच्या शेवटाकडे दौडत जाताना भेडियाला हाका मारत होता. हत्ती आहेत तरी कुठे? हत्ती असले तर ते या अरण्यात घुसून पुढे जाऊ

शकतील. आणि तिथे ते कदाचित या संकटांपासून सुरक्षित राहू शकतील. पुन्हा असा हल्ला होणार हे तर नक्कीच होतं.

तो रांगेच्या शेवटापाशी पोचत असतानाच त्याला तो आवाज ऐकू आला. प्रथम तो आवाज त्याच्या लक्षात आला नव्हता कारण तो नेहमी अरण्यात येतात तशा आवाजांमध्ये मिसळून गेला होता. काय ऐकायचं आहे हेही तेव्हा त्याला माहीत नव्हतं. आता त्याला ते कळून आलं. तो आवाज दूर होता म्हणून थोडा मंदही होता. ते संकट जसं जसं जवळ येऊ लागलं तसतसा तो मोठा मोठा होऊ लागला. तो पुन्हा मागे वळला पण आता गप्प राहून. त्यानं त्याच्या सैनिकांना सांगितलं होतं की आताचा हल्ला आकाशातून होईल पण आता त्याला कळून चुकलं की या इशाऱ्याचा काहीही उपयोग होणार नव्हता. वृक्षांच्या डोक्यावरून जे शस्त्र सोसाटत आलं ते धाडकन जमिनीवर पडण्याआधी त्याला एक क्षणभरच दिसलं. ते शस्त्र एका घोड्याच्या पाठीवर आणि दुसऱ्याच्या समोर पडलं. तिसऱ्या घोडेस्वाराला एक निसटता फटका बसला पण त्या फटक्यानं चांगला पाच यार्ड दूर फेकला गेला. ते जे काही होतं ते प्रचंड आकाराचं होतं. दहा यार्डांचा व्यास असावा त्याचा – आणि जमिनीवर ते पडल्यानंतर आलेला आवाज खरोखरच एखाद्या भल्या मोठ्या हत्तीनं जमिनीवर पाय आपटावा तसा होता. एकच फरक होता – हा कुणी हत्ती नव्हता – तो होता प्राण्यांच्या खताचा एक मोठा थोरला ढीग – घट्ट वळलेला गोळा आणि शंभर यार्ड उंचीच्या झाडांच्या शेंड्यांवरून अचूक नेम धरून फेकलेला.

पण हा गोळा फेकला कुणी?

पण आता विचार करायला वेळच नव्हता. आणखी एक मंत्र म्हणत त्यानं आपल्या घोड्याला पुन्हा टाच मारली. स्वत:च्याच घोड्याखाली सापडलेल्या घोडेस्वाराला मदत करण्यासाठी तो तिथे धावला. घोड्याचं डोकं साफ कापलं गेलं होतं, त्यामधून दाट रक्ताचे फवारे उडत होते. सगळ्यावर काळसर तपकिरी रंगाच्या खताचा थर चढलेला होता. मधून मधून त्या खतामधला चिकट द्रावही वाहात होता. झटकन घोड्यावरून खाली उडी मारत त्यानं घोड्याचं धड दूर करण्याचा प्रयत्न केला. शिरावेगळं झालेलं ते धड अजूनही मरणयातनांनी आचके देत होतं. कमालीची दुर्गंधी पसरली होती. तोंड बाजूला करून आलेली ओकारी थांबवताना त्याला भयंकर कष्ट पडत होते. घोडेस्वाराचा पाय मोडला होता असं तो सांगत होता, बेजू त्याच्यावर वाकून त्याला ओढून बाजूला करण्याचा प्रयत्न करत होता, तेवढ्यात आणखी पाचसहा घोडेस्वार घोड्यावरून उतरून त्याला मदत करायला आलेच. आणि त्याच वेळी त्याला पुन्हा तो आवाज ऐकू आला.

आवाजाच्या दिशेनं बघत त्यानं मान वर केली. पुसटसा शीळ घातल्यासारखा आवाज होता तो.एखादी गांधील माशी झटकन एखाद्याच्या कानाजवळून गेली तर जसा आवाज येईल तसा तो आवाज होता. पण या वेळी तो खूपच मोठा होता.

वर आकाशाकडे बघत तो उभा राहिला आणि त्याचे हातपाय गारठलेच.

ज्या मोकळ्या जागेमध्ये ही वज्रसेना होती त्या जागेवर नेम धरून ती किळसवाणी शस्त्रं येत होती. त्यानं ती मोजली – एक दोन तीन चार पाच – आणि मग थोड्या वेळानं सहावं.

मरणार आपण सगळे आज इथे. असुरांच्या खताखाली – तुकडे तुकडे होऊन...

19

'रामा?'

गोंधळून गेलेला लक्ष्मण आपल्या भावाकडे बघतच राहिला. राम अजूनही त्याच धनुर्धराच्या पवित्र्यामध्ये होता – एका गुडघ्यावर बसून हातात धनुष्य घेतलेलं आणि बाण जोडून ताणलेली प्रत्यंचाही. अजूनही त्याची पाठ लक्ष्मणाकडे होती. तरीही त्याला जाणवत होतं की इथे काहीतरी चुकतं आहे, काहीतरी खूपच चुकलं आहे.

हे सगळं खरोखर त्यानंच केलं आहे?

हा विचार लक्ष्मणाच्या मनात आला तो मत्सरापोटी नव्हे. त्याचा थोरला भाऊ आणि तो यांच्यामध्ये असा हेवादावा कधीच नव्हता. निदान भरत किंवा अगदी शत्रुघ्नाबरोबर धावण्याच्या किंवा इतर कोणत्याही स्पर्धेत भाग घेतल्यावर जशी ईर्ष्या वाटे तशी ईर्ष्या रामाविषयी कधीच वाटली नव्हती. असायची ती केवळ एक त्याच्यासारखं वागण्याची इच्छा. राम जे करेल तेच करण्याची इच्छा. किंवा त्याची आई म्हणायची तसं – त्याला रामच व्हायचं असे. पण तो रामाचा भाऊ होण्यावर समाधान मानी म्हणूनच रामानं हा काय प्रलय मांडला आहे हे बघितल्यावर त्याच्या मनात एवढंच आलं – *हे मी केलं असतं तर.*

लक्ष्मणानं आपल्या बाजूला लावलेला प्रेतांचा ढीग तीन थरांचा आणि दहा लांबीचा असावा. एकूण तीस एक प्रेतं असतील. उठून उभा राहिला तेव्हा त्याला खूप अभिमान वाटला होता, रक्तपिपासेनं त्याचं हृदय अजून धडधडतच होतं, एक हाती आपण किती शत्रू मारले ते बघितल्यावर त्याला छानच वाटलं होतं. तीस पशूसमान आक्रमक. बहुतेक तेवढ्याच सेकंदांमध्ये, केवळ एक धनुष्य – मागे सरकायलाही जागा नसताना – शिवाय त्याला एकही जखम झाली नव्हती. एखादा प्राणी मरून पडता पडता त्याच्या शरीराला झोंबला असेल तेव्हा उमटलेला एखाददुसरा ओरखडा – बस.

निदान त्याला असं वाटत तरी होतं.

रामासमोरचा ढीग सातआठ थरांचा होता आणि वीस यार्ड तरी रुंदीचा असेल.

तो प्रेतांचा ढीग एखाद्या लहानशा टेकडीसारखा दिसत होता. एखाद्या राक्षसानं आपली पुढची अनेक जेवणं भरून ठेवली असावीत असं वाटत होतं. राजाचे शिकारी जसे एखाद्या विशेष मेजवानीसाठी हरणं, बोकड आणि इतर प्राण्यांची शिकार करून राजवाड्याच्या स्वयंपाकघरासमोर रचून ठेवायचे तसं दिसत होतं.

एकूण एकशेवीस तरी असतील. कदाचित दीडशेही असू शकतील.

याचा अर्थ असा होता की लक्ष्मणाच्या एका बाणासरशी रामाचे पाच बाण सुटत होते.

पण हे अशक्यच आहे. मी किती पटापट बाण सोडत होतो. माझा हात आणि प्रत्यंचा तर अंधुकच दिसत होती. याहून वेगानं कुणीही कसा बाण सोडू शकेल? आणि तेही पाचपट अधिक वेगानं?

लक्ष्मणानं रामाच्या दिशेनं एक पाऊल टाकलं. त्याच्या नजरेच्या अर्धगोलाकार कक्षेमध्ये येताच रामाचं धनुष्य त्याच्या दिशेनं गरकन वळलं. धनुष्याला लावलेला बाण थेट त्याच्या गळ्यावर रोखलेला होता. *फुलचुखीच्या पंखांसारखी हालचाल आहे याची. इतक्या वेगानं कुणीच हालचाल करू शकत नाही.*

रामासमोरच्या प्रेतांच्या ढिगापेक्षाही त्याच्या चेहऱ्यावरचा भाव अधिक धक्कादायक होता. तो स्वत: ज्या रक्तमांसाच्या चिखलानं भरला होता त्याच चिखलानं रामाचं शरीरही भरलं होतं. प्राण्यांचं रक्त आणि इतर शारीरिक स्राव. हे टाळता येण्यासारखं नव्हतंच. पण त्या चेहऱ्यामध्ये याहूनही पुष्कळ अधिक काही तरी होतं. क्षणभर लक्ष्मणाला दिसले ते त्या रक्तानं भरलेल्या चेहऱ्यावरचे डोळे – ते डोळे अरण्यातल्या अंधुक प्रकाशामध्ये एका विलक्षण प्रकाशानं चमकत होते.

ते डोळे रामाच्या डोळ्यांसारखे दिसत नव्हते. ते मानवीसुद्धा दिसत नव्हते. लक्ष्मणाचे डोळे थरारले. आपल्याला अजून युद्धाचा मद चढलेला आहे की इतक्या विक्षिप्त आणि विलक्षण संकरित रूपांचे नमुने पाहून आपली कल्पनाशक्ती मोकाट सुटली आहे हे त्याला कळेनासं झालं. रामाचे डोळे निळ्या प्रकाशानं चमकत होते. आणि त्या विशिष्ट गडद निळ्या प्रकाशामध्ये सोनेरी कण तरंगत होते. दुधाळ निळ्या अवकाशात लहान लहान तारे चमकत असावे असं ते दृश्य होतं. आपल्या भावाकडे निरखून पाहत असताना त्याच्या हेही लक्षात आलं की ते तारे जिवंत असावेत आणि एका निश्चित उद्देशानं आणि मार्गानं ते जात असावेत असं वाटत होतं. हे असं काहीही त्यानं आजवर कधीही पाहिलेलं नव्हतं. अचानक, तो प्रेतांचा ढीग, रामाच्या कौशल्याचं अद्वितीयपण हे सारं तो विसरूनच गेला. त्याला काळजी होती ती फक्त रामाची.आणि रामामध्ये काहीतरी चुकतं आहे हेही त्याला जाणवत होतं. भावाच्या दिशेनं एक पाऊल पुढे टाकणार तेवढ्यात त्या भयाण शांततेमध्ये द्रष्ट्याचा आवाज उमटला.

'आहेस तिथेच थांब, लक्ष्मणा. या साऱ्या राक्षसांना त्यानं जसं मारलं तसंच तुलाही मारायला तो कमी करणार नाही.'

राम? आणि मला मारणार? अशक्य. पण हे शक्य आहे हे त्याला जाणवत होतं. त्याच्या भावाच्या डोळ्यात कसलाही आपलेपणा नव्हता, त्याला ओळखल्याची साधी खूणही नव्हती. मग त्याची काळजी वाटणं तर दूरच. शिवाय तो बाणही अजून त्याच्या गळ्याचा नेम धरून होता – त्याच्या प्रत्येक हालचालीचा मागोवा घेत होता – मग ती हालचाल कितीही लहान असो – जणू काही त्याची मुख्य नसच त्या बाणाच्या टोकाशी जोडलेली असावी.

'रामा?' त्यानं हलकेच हाक मारली. 'तुझं धनुष्य बाजूला ठेव. मला तपासायचं आहे तुला – तुला जखम झाली असावी असं वाटतंय मला.'

रामाकडून काही उत्तर आलं नाही. त्याचे डोळे तसेच रोखलेले होते, त्यांची उघडझापही होत नव्हती. त्यामधला निळा प्रकाश आता तर अधिकच प्रखर झाला होता. त्यामधले सोनेरी कण त्यांच्या त्या अनोळखी मार्गानं भ्रमण करतच होते – अवकाशामधले दैवी मासे – एखादा पुतळा रामापेक्षा अधिक जागृत असता.

'तो तुला उत्तर देणार नाही, लक्ष्मणा.' द्रष्ट्याचा आवाज पुन्हा उमटला. 'तो बल आणि अतिबल यांच्या युद्धामध्ये गुंतला आहे. तू जेव्हा युद्ध करत होतास तेव्हा तुलाही ते थोडंफार जाणवलेलं आहे. अटीतटीच्या वेळी महामंत्र तुमचा कब्जा घेतात आणि तुम्हाला एका परिपूर्ण अशा युद्धयंत्रामध्ये परिवर्तित करतात. राम आत्ता असा एक परिपूर्ण युद्धयंत्र बनला आहे. ही संकटाची वेळ खरीखुरी टळली की मग तो या अवस्थेमधून बाहेर येईल. त्यानं तुझ्यावर बाण सोडला नाही याचं कारण म्हणजे त्याला तुझ्यामधली ब्रह्मनची शक्ती आणि तुझा मूलभूत चांगलेपणा जाणवला.'

पण तो एक मानव आहे, एक पुरुष, एक युवक म्हणू हवंतर – पण तो काही एक यंत्र नाही. हे अनैसर्गिक आहे. लक्ष्मण मोठ्यानं म्हणाला, 'पण मग मीही त्याच अवस्थेत का नाहीये? मी तर विचार करू शकतो आहे, इकडे तिकडे मोकळा फिरतो आहे आणि तो मात्र एखाद्या धनुर्धराच्या पुतळ्यासारखा एका जागी बसलेलाच आहे? तेही माझ्यावर नेम धरून? जणू काही मीही ताटकेचीच एक भयाण निर्मिती आहे?'

एक उसासा सोडत द्रष्टा उद्गारला, 'प्रत्येक व्यक्तीवर महामंत्रांचे परिणाम वेगवेगळे होतात. रामावर त्यांचा परिणाम हा अधिक स्वरूपात झाला आहे. घाबरू नकोस, तरुण राजकुमारा. एकदा का हे संकट टळलं की तो अगदी पूर्वीसारखा, तुला माहीत असलेला राम होईल.'

लक्ष्मणानं आजूबाजूला पाहिलं. समोरच्या प्रेतांच्या ढिगांकडे पाहिलं. 'पण

संपलं ना युद्ध आता? त्यांनी हल्ला केला आणि आम्ही त्यांना ठार केलं. शिल्लक आहेत कुठे आता कोणी?'

विश्वामित्रानं मान हलवली. 'राजकुमार, दुर्दैवानं तू चूक करतो आहेस. ताटकेच्या सैन्यातले हे सर्वात कमजोर आणि सर्वात कमी परिणामकारक असे सैनिक होते. तुमची दुर्बलस्थानं आणि बलस्थानं शोधण्यासाठी तिनं त्यांना आधी पाठवलं. कोणत्याही नव्या शत्रूचा सामना करण्याआधीचं हे जुनंच तंत्र आहे. पुढची फळी ही अधिक निष्णात योद्ध्यांची असेल. त्यांना ठार मारणं इतकं सोपं नसेल. शिवाय ते तुम्हाला कल्पनाही करता येणार नाही अशा पद्धतीनं आक्रमण करतील. तू स्वत:च बघ. हे लोक पूर्ण वाढ झालेले नाहीयेत. अजून ती पिल्लंच आहेत. – त्यांच्या विचित्र रूपांमध्येही–'

लक्ष्मणानं निरखून पाहिलं आणि त्याला द्रष्ट्याच्या बोलण्यातला खरेपणा जाणवला. त्या लोकांचे विलक्षण आकार आणि चमत्कारिक संकरित रूपांमुळे त्याला हे याआधी जाणवलं नव्हतं. आता नीट निरखून पाहिल्यावर त्याला जाणवलं की हे लहान वयातले प्राणी आहेत. त्यांचे रंग, त्यांचे अजून नीट तयार न झालेले पंजे, सुळे आणि शिंगं बघून त्याला द्रष्ट्याचं म्हणणं पटलं.

काळजीपूर्वक आजूबाजूला बघताना तो म्हणाला, 'पण तुम्ही तर म्हणाला होतात, चारपाचशे असतील हे प्राणी, आम्ही जवळ जवळ दोनएकशेंना ठार केलंय. म्हणजे त्यांच्या संख्येच्या निम्मे असंच म्हणायला हवं...'

थोड्या वेळापूर्वी उभा असलेला द्रष्टा आता त्याच्या मंडलामध्ये बसला होता. हातातल्या दंडाचा आधार घेत तो पुन्हा उठून उभा राहिला. 'शत्रूच्या संख्येवर त्याचं खरं बळ अवलंबून ठेवायचं नसतं. राजकुमार. ज्या प्राण्यांना तुम्ही ठार केलंत ते त्या कळपातले सर्वात दुर्बळ आणि अपरिपक्व प्राणी होते. शिवाय ताटकेच्या सर्व प्रयोगांमधले ते कमी दर्जाच्या प्रयोगाची निर्मिती होते. आता पुढच्या लाटेमध्ये जे तुमच्यावर चालून येतील ते आजवर तुम्ही सामना केलेल्या किंवा ऐकलेल्या कोणत्याही शत्रूपेक्षा वेगळे आणि अधिक शक्तिवान असतील. ते अधिक हिंस्र, अधिक मोठ्या प्राण्यांच्या संकरातून निर्माण झालेले असतील. हत्ती आणि बहिरी ससाणा, सिंह आणि गेंडा, शार्क मासा आणि ससाणा, चित्ता आणि विंचू, पिरान्हा मासा आणि वाघ, गिधाड आणि पाणघोडा – शिवाय हा एकच संकर नसेल – एका संकरित प्राण्याचा दुसऱ्या संकरित प्राण्याशी घडवून आणलेला संकर आणि त्यामधून निर्माण झालेले इतर प्राणी – असे अनेक पदरी संकर – तृतीय–चतुर्थ अगदी पंचम पदरीसुद्धा – हे अभियांत्रिक प्रयोग इतके गुंतागुंतीचे आणि मोडतोड केलेले आहेत की ताटकेला स्वत:लाच या नव्या जातींच्या प्राण्यांच्या शक्तीची

क्षमतेची पूर्ण कल्पना आलेली नाही म्हणून ती त्यांना पिंजऱ्यांमध्ये बंद करून ठेवते. आत्ता या क्षणी, आपण हे बोलत असताना ती त्यांना मोकळं करत असेल.'

लक्ष्मणानं आवंढा गिळला. 'परंतु, महादेव, आमच्या भात्यांमध्ये तर तेवढे बाणही नाहीयेत. इतक्या मोठ्या संख्येनं येणाऱ्या शत्रूला आम्ही कसं तोंड देणार?'

विश्वामित्रानं उतावीळपणे हात हलवला. 'बाण? अशा सामान्य गोष्टींची चिंता करू नकोस, राजकुमारा लक्ष्मणा. तुमचे भाते कधीही रिकामे होणार नाहीत याची मी अगोदरच व्यवस्था केलेली आहे. निसर्गाचे नियम ज्या ठिकाणी आधीच विस्कळीत झालेले आहेत अशा ठिकाणी असण्याचा हाच तर फायदा आहे. या विस्कळितपणामुळे रावणाला त्याची घाणेरडी जादू करता येते हे खरं आहे पण त्याच मुळे ब्रह्मन शक्तीचा प्रवाह नियंत्रित करता येतो हेही तेवढंच खरं आहे. मी अशा एका मंत्राचा वापर केला आहे की ज्यामुळे तुम्ही ज्या वेगानं बाण सोडाल त्यापेक्षा अधिक वेगानं तुमचे भाते बाणांनी भरून जातील.'

द्रष्टा डोळे मिटून एक क्षणभर गप्प राहिला. तो लक्ष देऊन काहीतरी ऐकत होता. लक्ष्मणाला मात्र काहीच ऐकू येत नव्हतं. रामाचे डोळे क्षणभर बाजूला वळलेले त्याला दिसले. जणू काही त्या दिशेनं काहीतरी येत असावं. लक्ष्मणानंही त्या दिशेला बघितलं पण त्याला काहीच दिसलं नाही. सर्व दिशांना अरण्य अनेक योजनं पसरलेलं होतं. त्यामध्ये कसलंही जिवंतपणाचं लक्षण नव्हतं. ना एखादा कीटक ना एखादा पक्षी. त्याच्या श्रवण शक्तीच्या अगदी बाहेरच्या सीमेवर त्याला काहीतरी ऐकू आल्यासारखं वाटलं. अगदी पुसटसा आवाज – खूप वरच्या स्तरामधला स्वर असावा तसा – त्याला आवाज म्हणण्यापेक्षा कसलीशी हालचाल म्हणणंच योग्य ठरेल.

रामाचं धनुष्य लक्ष्मणाकडून बाजूला सरकलं. आता त्याचा नेम नैऋत्येकडे होता. *मला जे नुसतं जाणवतं आहे ते त्याला नीट ऐकू येतं आहे.* रामाच्या डोळ्यांमधले सोनेरी कण आता अधिक वेगानं फिरू लागले. त्याचे डोळे अधिक निळे झाले, अधिक चमकदार झाले. त्या दाट अरण्याच्या अंधारामध्ये दोन अतिशक्तिवान असे दोन शोधदीपक सोडावे तसे. त्याचे ओठ विलग झाले. लक्ष्मणानं आजवर कधीही न बघितलेल्या, रामाला न शोभणाऱ्या एका संतापी आविर्भावानं त्याचे रक्तानं भरलेले दात विचकलेले होते. आपल्या भावाच्या जागी हा कोणता अनोळखी प्राणी आला आहे असा प्रश्न लक्ष्मणाला पडला.

द्रष्ट्यानं डोळे उघडले आणि मोठ्यानं ओरडत हात दोन्ही बाजूंना पसरले. विश्वामित्राचे डोळेही आता अतिशय दाट निळ्या रंगाचे झाले होते आणि प्रखरपणे

चमकत होते - अगदी रामासारखे - असं लक्ष्मणाला दिसलं. आणि त्यातले सोनेरी फिरते कणही अगदी तसेच होते. ते सोनेरी कण हवेमध्ये वर चढत गेले. ऋषीच्या मंडलाभोवतीच्या सूर्यप्रकाशामध्ये ते कण वर वर चढत थेट वृक्षांच्याही वर आकाशापर्यंत पोचले. कानठळ्या बसवणाऱ्या आवाजात ऋषी एक मंत्र म्हणू लागला. अरण्यातली शांतता भंग होऊ लागली.

।। अंध तम प्रविश्यंति ये अविद्यां उपास्ते ।।
।। तथो भूया ईव ते तमो या यु विद्यायाम रत: ।।

मोठ्या स्वरात अरण्यामध्ये घुसत जाताना मंत्राचा शेवटचा शब्द विरला असेल नसेल तेवढ्यात लक्ष्मणाला जमीन हादरवणारा आवाज ऐकू आला. दुसरी फळी येत होती.

धनुष्य सरसावून, बाण जोडून तो गुडघ्यावर बसला. आणि त्यानं समोरच्या युद्धावर लक्ष केंद्रित केलं.

मरणाच्या दारी असलेल्या माणसांच्या किंकाळ्यांनी त्यांच्या जखमी घोड्यांचं ओरडणं झाकळून टाकलं होतं. जवळजवळ. समोरून येणाऱ्या क्षेपणास्त्रांखाली सैनिक आणि घोडे तुकडे तुकडे होऊन कोसळताना बेजू बघत होता. त्यांचा रक्तामांसाचा चिखल झाला होता. रथ मोडून पडले होते. एका रथाच्या मागच्या भागावर आघात झाल्यामुळे तो उलटला होता आणि त्याचे घोडे आकाशात फेकले गेले. त्यांचे लगाम आणि पट्टे पातळ सुतासारखे तुटले आणि ते किंचाळतच खाली हजारो टोकदार काट्यांवर पडले. तडफडत, पायांची हालचाल करत ते किंचाळतच राहिले. त्यांची कातडी फाटून लाल मांस बाहेर आलं. त्यात घुसलेले काटे थरथरत होते. सगळीकडे त्या घाणेरड्या खताची भयानक दुर्गंधी पसरली होती. अशा अमानवी घाणीचा वास बेजूनं साऱ्या आयुष्यात कधीही अनुभवला नव्हता.

त्याची तलवार त्याच्या हातात होती. त्यानं ती कधी उपसली हे त्यालाही कळलं नव्हतं. असहाय्य संतापानं त्यानं ती तलवार दूर फेकलीच होती. आकाशातून येणाऱ्या अशा क्षेपणास्त्रांशी तलवारीनं कसं लढता येणार? अगदी कोसलाचं पोलादही त्यांच्यापुढे निरुपयोगी ठरलं असतं. 'शनेश्वरा देवा-' आपल्या इष्ट दैवताला त्यानं मनोमन हाक घातली. शनिदेव हा रथांचा, वाहनांचा, नौकांचा आणि गाड्यांचा रक्षणकर्ता देव मानला जातो. आकाशात जो ग्रह दिसतो - ज्याच्याभोवती अशा असंख्य उद्ध्वस्त जगांची धूळ फिरत असते त्याच्या नावावरून ग्रीकांनी या देवाला 'सॅटर्न' हे नाव दिलं आहे. *शक्तिमान शनिदेवा, या आक्रमणाला तोंड देण्याची मला फक्त एकदा संधी दे. तुझ्या मनात असेल तर मला मरण दिलंस तरी*

चालेल पण ते मरण क्षत्रियाचं असू दे. हे असं बचाव न करता कत्तल झाल्यासारखं नको.

त्याच्या प्रार्थनेला उत्तरच म्हणून की काय त्याच्या कानावर एक नवीनच आवाज पडला. त्या आवाजाबरोबर जमीनही थरथरली. हा आवाज हत्तींच्या चालण्याचा होता.

त्यानं मागे वळून पाहिलं. हत्तींच्या पथकापुढे भेडिया वेगानं दौडत येत होता. त्या तरुण अधिकाऱ्याचा चेहरा रागानं लाल झाला होता. त्यांच्या अभिमानी वज्र तुकडीचा नि:पात बघून त्याचा राग अनावर झाला होता. त्याच्या मागोमाग हत्तींच्या तुकडीचा प्रमुख माहूत कधी नव्हे त्या वेगानं हत्तींना पळवत होता.

आता आपल्याला एक संधी आहे. शनिदेवा, तुझे आभार.

बेजूनं पुन्हा आपल्या घोड्यावर मांड टाकली आणि तलवार उंचावली. समोरच्या दाट अरण्याकडे तिचं टोक रोखत, आजूबाजूच्या गोंधळावर आवाज चढवत तो मोठ्यानं ओरडला,

'हत्ती, अरण्याकडे.'

पहिला हत्ती जमीन हादरवत त्याच्या घोड्याशेजारून पुढे गेला. त्याचे डोळे गरगरत होते. सोंड जोरात हलत होती. आपल्या सहकारी हत्तींना तो थेट दाट झाडीकडे नेत होता. त्यानं पहिल्या झाडाला दिलेली धडक आणि क्षेपणास्त्रांचा नवा हल्ला हे एकाच वेळी घडलं. कोणा दुर्दैवी रथस्वाराच्या ढालीचा धारदार तुकडा बेजूच्या कानाजवळून भिरभिरत गेला. त्यानं बेजूच्या कानाच्या पाळ्याला लहानशी जखमही झाली. त्या जखमेतून वाहाणाऱ्या रक्ताची त्याला जाणीवही झाली नाही. त्याला फक्त हत्तींचा हल्ला दिसत होता.

यानं काम होऊ दे, शनिदेवा – हत्तींना पलीकडे जाता येऊ दे. अशा रीतीनं मरणं मला आवडणार नाही पण मागे फिरून माझं कर्तव्य पूर्ण न करता इथून जाण्यापेक्षा मी इथेच या आक्रमणानं मरून जाणं मान्य करीन.

पहिल्या हत्तीनं पहिल्याच झाडाला एक जोरदार धक्का दिला. एखादी बारीकशी काडी मोडावी किंवा एखादा कणा तुटावा तसा आवाज झाला. अगदी सहजपणे ते झाड उन्मळून पडलं. त्याला जुडलेली अनेक झाडंही त्याच्याबरोबरच खाली आली. धुळीचा आणि पालापाचोळ्याचा एक लोट उठला आणि त्या ढगानं हत्तीला वेढून घेतलं. क्षेपणास्त्रं येतच होती. अधिकाधिक प्राण जात होते, अवयव तुटत होते. धूळ खाली बसण्याची वाट न बघता बेजूनं पुन्हा तलवार उंचावत हाक दिली, या वेळी तो त्याच्या घोडेस्वारांना आणि रथस्वारांना हाकारत होता.

अरण्यात. माझ्याबरोबर... अरण्यात...

हत्तीच्या मागोमाग तो त्य धुळीच्या ढगात शिरला – भयानक वनातच.

या वेळी ते सावकाश आले. अरण्याच्या जमिनीवर एखादा जिवंत हलता फडफडता गालिचा सरपटत येत असावा तसे ते दिसत होते. त्यांचे टोकदार पंजे त्या सडक्या मऊ जमिनीत शिरून तिला किती सहजपणे घट्ट पकडत होते हे लक्ष्मणाला दिसत होतं. पहिल्या लाटेमध्ये त्यांची भावंडं जशी जमिनीखालून सरपटत आली होती तसेच हेही येऊ शकतील हे उघडच होतं. जमिनीखाली शिरून मग पुन्हा वर एकदम एका स्फोटासरशी जमिनीवर यायचं. पण या वेळी ते उघडपणे येत होते. अरण्याच्या जमिनीवरून सरपटत एखाद्या घाणेरड्या रोगाच्या जंतूंसारखे येत होते. द्रष्टा योग्य तेच बोलला होता. यांच्या तुलनेनं आधी आलेली फळी ही बालकच होती. लहान तान्ही मुलं – हा शत्रू त्यांच्यापेक्षा खूपच मोठ्या आकाराचा होता. काहीजण तर जमिनीपासून तीन चार यार्ड उंचीचे होते. सोंडा असलेली त्यांची राखाडी रंगाची डोकी त्यांचं मूळ हत्तींमध्ये असल्याचं दर्शवत होती. त्यांच्यापैकी आकारानं लहान असलेले प्राणीही सशक्तपणे सरकत होते. त्यांचं वर्तन अधिक परिपक्व आणि अधिक आत्मविश्वासपूर्ण होतं. त्यानं बाणांची एक फैरच्या फैर सोडली तरी त्याच्या बाणांचं त्यांना काहीही भय वाटत असलेलं दिसत नव्हतं. काहींनी नुसते दात विचकले पण ते पुढे येतच राहिले. वीझल आणि मगर यांच्या संकरामधून उत्पन्न झालेल्या एका प्राण्याचे दोन्ही डोळे त्यानं फोडले तरी तो प्राणी आपली काटेरी शेपटी फलकावत शांतपणे त्याच्या दिशेनं पुढे पुढे सरपटतच राहिला. त्याच्या डोळ्यांच्या खोबणीत घुसलेल्या बाणांच्या बाजूनं पिवळा पुवासारखा स्राव वाहू लागला. त्यानं दोनतीन आणखीही बाण रिचवले. पण तो त्याच्या आंधळ्या नशीबाचा भाग होता, त्यात त्याचं कौशल्य असं काही नव्हतं. पण केसाळ आणि कवच असलेल्या किळसवाण्या प्राण्यांची ती लाट पुढे पुढे येतच राहिली. यार्डामागून यार्ड येत राहिली.

त्यानं क्षणभर थांबून मागे वळून रामाकडे पाहिलं. त्याचा भाऊ शांतपणानं बाण सोडत होता. हा शांतपणा वरवरचा होता. प्रत्येक बाण नीट नेम धरूनच सोडला जात होता. त्याच्या लक्ष्याची सर्वात मर्मभेदक जागा त्याचा बाण बरोबर शोधत होता. त्यामुळे ते जखमी प्राणी पोटं वर करून किंचाळत तडफडत राहात होते. किंवा मग जागच्या जागीच मरून पडत होते. प्रत्येक बाण एक मृत्यू घडवतच होता. राम ज्या संथपणानं बाण सोडत होता ते बघण्यासारखं होतं. जणू काही समोरून येणारे प्राणी भुशाच्या प्रतिमाच असाव्यात. आणि तो आपल्या नेमबाजीचा सराव करत असावा. त्याच्या अचूक नेमामुळे त्यांची संख्या कमी होत असल्याचा त्याच्यावर काही परिणाम होत नसावा असं दिसत होतं.

लक्ष्मणानं द्रष्ट्याकडे नजर टाकली. ब्रह्मर्षी कसलीतरी वाट पहात

असल्यासारखा मूक होता. समोरून येणाऱ्या प्राण्यांच्या वर कुठेतरी त्याची दृष्टी खिळलेली होती.

ते हळूहळू थांबले. विचित्र संकरित प्राण्यांची ती रांगच्या रांग राजकुमार आणि द्रष्टा यांच्यापासून सुमारे दहा यार्डांवर थांबली. त्यांनी त्यांच्याभोवती एक पूर्ण वर्तुळ तयार केलं. त्यांच्या सोंडा, तोंडं, चेहरे, जबडे यांच्यामधून लहान रेकण्याचे, कण्हण्याचे आणि डरकाळण्याचे आवाज येत होते. त्यांची थुंकी खाली पाचोळ्यावर गळत होती.

अचानक लक्ष्मणाच्या लक्षात आलं की आधी मारलेल्या पशूंची प्रेतं दिसेनाशी झाली आहेत. हे कधी आणि कसं घडलं? एका प्राण्यानं एका मांजरासारख्या प्राण्याचं प्रेत तोंडानं उचलून डोक्यावरून मागे फेकलेलं त्याला दिसलं. ते प्रेत त्या असंख्य संकरित प्राण्यांकडून मागे मागे जात त्यांच्या मागे कुठेतरी फेकलं गेलं असावं. पुढच्या आक्रमणासाठी ते वर्तुळ मोकळं करत असावेत.काही क्षणांतच दोघे राजकुमार आणि द्रष्टा यांच्याभोवतीची जागा साफ रिकामी झाली. शंभर दीडशे प्रेतांची विल्हेवाट काही क्षणांतच लावण्यात आली होती. आता ते तयार होते.

लक्ष्मणानं धनुष्य टाकून तलवार हातात घेतली होती. अंधुक प्रकाशात तलवारीचं पातं चमकत होतं. द्रष्टा आणि त्याचा भाऊ या दोघांच्याही निळ्या तेजाचं प्रतिबिंब त्या पात्यावर दिसत होतं. त्या आरशासारख्या स्वच्छ पात्यावर एक प्रतिबिंब दिसताच त्यानं चटकन वर पाहिलं. वरून एखादा हल्ला होतो आहे की काय? पण त्या ऐवजी त्याला त्याच्याचकडे रोखून बघणारे दोन निळे डोळे दिसले. ते डोळे त्याचेच होते. त्याच्या दोन सहकाऱ्यांसारखेच आता त्याचेही डोळे चमकदार निळे झाले होते. रक्तपिपासा आणि संताप या दोन्ही भावना त्याच्या मनामध्ये उफाळून आल्या. द्रष्ट्यानं एक नवा मंत्र म्हणायला सुरुवात करताच त्यानं हातातली तलवार उंचावली.

।। असुर्या: नम: ते लोका अंध्येन तमसावृत्येन ।।
।। तां अस्थेय प्रेत्यभिग्शांति येकेचात्माहना: जना: ।।

विश्वामित्राचा मंत्रघोष सूर्यप्रकाशात चमकत राहाणाऱ्या एखाद्या धुळीच्या कणांच्या ढगासारखा क्षणभर अंतराळात तरंगत राहिला. जसजसे त्याचे प्रतिध्वनी कमी होत गेले पशूंच्या त्या सैन्यानं त्या दोन राजकुमारांवर आक्रमण केलं.

झाडं दिसत होती तशीच कुजलेली होती. हल्ला करणाऱ्या हत्तींच्या धडका बसताच ती फुटक्या मडक्यासारखी कोसळली. बिनीच्या भल्या थोरल्या हत्तीनं आनंदानं सोंड

उंचावत एक चीत्कार केला. आणि एका मागोमाग एक झाडं पाडायला सुरुवात केली. अरण्यात एक चांगला रुंद असा रस्ता तयार होऊ लागला. त्या सकाळी कड्याच्या टोकावरून खाली उतरताना जेवढा अरुंद रस्ता त्यांना वापरावा लागला होता त्यापेक्षा हा रस्ता कितीतरी मोठा होता.

शेवटच्या हत्तीच्या मागोमाग बेजू घोड्यावरून येत होता. पडणाऱ्या झाडांपासून आपलं संरक्षण करण्यासाठी तो हत्तीच्या रुंद शरीराचा व्यवस्थित उपयोग करून घेत होता. पण त्याच्या पायाखाली सापडणार नाही याची काळजीही घेत होता. भेडिया उलटा वळून काहीतरी बोलण्यासाठी त्याच्याकडे येताना बघून त्यानं वेग थोडा कमी केला. त्या तरुण क्षत्रियाचा चेहरा अजून रागानं लाल झालेलाच होता. आपले इतके शूर सैनिक आणि घोडे मातीच्या बाहुल्यांसारखे नष्ट झाल्याचा धक्का आणि राग अजून त्याच्या मनात पेटत होता.

आणि कशासाठी? फुकट. त्यांना तलवार उपसायला किंवा बाण चढवायलाही वेळ मिळाला नाही. एकाही शत्रूला न मारताच त्यांना मृत्यू पत्करावा लागला. हे केवढं लज्जास्पद आहे – लज्जास्पद...

'किती आहेत?' बेजूचा किनरा आवाज त्याच्या स्वत:च्या कानांनाही अनोळखी वाटत होता. अरण्यामधला तो विशिष्ट कुबट वास त्याचा आवाज बदलून टाकत होता, त्याची ज्ञानेंद्रियं बधिरली होती. आकाशातून झालेल्या त्या हल्ल्यामधून किती वज्र वाचले हे तो विचारत होता.

भेडिया दहा वर्षांनी मोठा झाल्यासारखा दिसत होता. 'साठ घोडे, आठ चाकं आणि पंधरा हत्ती. एक हत्तीण तर अरण्यात शिरण्याआधीच त्या क्षेपणास्त्राला बळी पडली.'

बेजूनं रागानं मान डोलावली. ते अरण्यात शिरताक्षणी तो दुर्गंधीयुक्त हल्ला थांबला होता. हल्लेखोरांना – त्या भ्याड, आपल्या बिळात लपून बसून हल्ला करणाऱ्यांना चांगलंच ठाऊक होतं की अरण्यातल्या उंच वृक्षांमुळे त्यांच्या क्षेपणास्त्रांचा काही उपयोग होणार नाही. पण तो हल्ला थांबल्यावर त्याला हायसं झालं होतं आणि अरण्यात शिरल्याचा आनंद झाला होता ते मात्र हे आकडे ऐकताच बसलेल्या धक्क्यानं नष्ट झाला.

'म्हणजे आपले अर्ध्याहून अधिक घोडे आणि चाकं नष्ट झालीयेत.' त्याचा आवाज रागानं थरथरत होता. 'कुणाला तरी हे भरून द्यावं लागणार आहे. साले भेकड–बिळात लपून बसलेयत.' त्याची आरोळी हत्तींच्या चीत्कारांपेक्षा आणि मोडणाऱ्या झाडांच्या आवाजापेक्षाही मोठी होती. 'असे समोर या – तुमची तोंडं दाखवा – भेकड कुठले, हिंमत असेल तर असे समोरासमोर लढायला या.'

काही उत्तर आलं नाही. भेडियानं तोंडावरचा घाम पुसताना रक्ताचा एक डागही पुसला. 'पुढे काय? आपले हत्ती तर चांगलं काम करताहेत. पण त्यांना हा वेग फार काळ तसाच ठेवता येणार नाही.'

राग आवरत बेजूनं कमालीच्या शांतपणे पुढच्या कृतीचा विचार केला. 'नदी शोधायला पुढे माणसं पाठव. आपण नदीच्या कडेनं पुढे जात राजकुमारांपर्यंत आणि ऋषीपर्यंत पोचू.' भेडियाचा हात धरत तो म्हणाला, 'आणि नीट ऐक. हे घाणेरडं अरण्य तोडून टाकताना या हत्तींच्या मस्तकांच्या चिंध्या झाल्या तरी हरकत नाही. राजकुमार सापडेपर्यंत आपण थांबणार नाही. किंवा हे जे हलकट आपल्यावर हा घाण मारा करताहेत ते सापडेपर्यंत. कळलं?'

'अगदी नीट.'

वळून तो पुढे जात असताना बेजू त्याच्याकडे बघत राहिला. *मला वाटतं, राक्षस सापडले की राजकुमारही सापडतील. आणि त्यांना लवकरच शोधायला हवं. ते जे काही होतं - ते घाणीचे जड गोळे आमच्या अंगावर फेकणारं यंत्र - ते काही साधंसुधं यंत्र नव्हतं. ते गोळे हातानं दाबून वळलेले होते - त्यांच्यावर ठसे होते की बोटांचे आणि पंजांचे - शिवाय ते जर केंद्रस्थानी दहा यार्ड रुंदीचे असतील तर ते एकामागोमाग एक असे सहज अक्षता फेकल्यासारखे फेकणारा प्राणी केवढा मोठा असेल? तो असुर तरी कोणत्या प्रकारचा असेल?*

या कोड्याचं उत्तर लवकरच आपल्याला मिळणार आहे याची एक तीव्र जाणीव त्याच्या मनात होती.

20

‘अयोध्या अनश्य.’

ही युद्ध गर्जना अनेक प्रकारच्या पशूंच्या रागाच्या किंकाळ्यांच्याही वर चढत अरण्यात घुमत घुमत गेली. ती गर्जना रामाच्या तोंडून उमटली होती आणि अतिमानवी शक्तीनं घुमत राहिली होती.

रामाच्या घनगंभीर आवाजानंतर त्याचा आवाज काहीसा कर्कश आणि घोगरा उमटला असला तरी युद्ध करतानाच लक्ष्मणानंही त्या गर्जनेला प्रतिसाद दिला. ‘अयोध्या अनश्य.’

अजिंक्य अयोध्या.

त्यांच्यामागे ऋषीचं मंत्रपठण सुरूच होतं. एकामागून एक श्लोक तो म्हणत होता. त्या मंत्रांनी त्यांच्या आसपासची हवा सुद्धा बदलते आहे असं वाटत होतं. त्या हवेतल्या श्वासोच्छ्वासाने त्यांच्या छातीत स्वच्छ शुद्ध ऊर्जा भरली जाते आहे, भयानक वनामधली दूषित हवेऐवजी आकाशामधून खाली खेचून आणलेली ती हवा. हातातली तलवार नुसती आपल्या कौशल्यामुळे किंवा प्रशिक्षणामुळे चालत नसून काही वेगळ्याच शक्तीनं चालवली जाते आहे असं युद्ध करत असताना लक्ष्मणाला जाणवत होतं. आणि तीच शक्ती आपल्या भोवती गोळा होते आहे वाढते आहे हेही जाणवत होतं. तो ज्यांच्याशी युद्ध करत होता त्या संकरित प्राण्यांच्या चेहऱ्यांवर आणि त्यांच्या अमानवी डोळ्यांमध्ये आपल्या डोळ्यातल्या निळ्या तेजाचं प्रतिबिंब पडलेलं त्याला दिसत होतं. सुरुवातीला त्यांना या प्रकाशाची भीती वाटलेली दिसली नाही पण जशी युद्धाची तीव्रता वाढू लागली तसतसे ते प्राणी अधिक सावध होऊ लागले आहेत असंही दिसू लागलं. त्याच्या नजरेच्या टप्प्याच्या बाहेर जाण्याचा प्रयत्न ते करू लागले, मागच्या बाजूने, वरून, खालून हल्ला करण्याचा प्रयत्न करू लागले. समोरासमोर हल्ला करण्याचं धैर्य फारच थोड्यांमध्ये होतं.

शेतकऱ्यानं उभं पीक कापताना सपासप विळा चालवावा तसा तो तलवार चालवत ते रक्तानं भरलेलं पीक कापत होतं. एका मागोमाग एका पशूला तो कापून

काढत असताना हातपाय, अवयव, इंद्रियं केसाळ कातडी, पंजे, नखं असे अनेक अनोळखी पदार्थ इकडेतिकडे उडत होते. किती जणांना आपण मारलं हे त्याला आठवतही नव्हतं. मेलेल्या प्राण्यांची प्रेतं त्यांचे सहकारी मागे फेकत होते. प्रत्येक नवं प्रेत पडलं की रागानं आरोळ्या मारत होते, संकरित जमात त्याच्या बचावाच्या फळीमधून घुसण्याचा मार्ग शोधत त्याच्याभोवती गर्दी करू लागली. थोडीशीही चूक त्याला खाली पाडायला पुरेशी ठरली असती. एखाद्याच धारदार पंजाचा, चोचीचा किंवा विषारी टोकदार शेपटीचा फटका किंवा साळिंदर - सिंहानं सोडलेले काटे असा एखादा वार त्याला ठार करू शकला असता. पण त्यानं येणारे असे सर्व हल्ले परतवले, कापले, तुकडे केले - कसलीही दयामाया न दाखवता किंवा क्षणभरही न विचलित होता. द्रष्ट्यानं म्हटल्याप्रमाणे तो एक युद्धयंत्र झाला होता. बल आणि अतिबल या महामंत्रांच्या शक्तीनं लढणारं एक युद्धयंत्र. त्याला कुणीही मारू शकत नव्हतं - निदान त्या भयंकर संतापाच्या भरामध्ये त्याला तसं वाटत तरी होतं.

नाग-वटवाघूळ संकरातून जन्मलेल्या एका प्राण्यानं एका झाडावरून खाली झेप घेऊन त्याच्यावर हल्ला केला त्याच क्षणी तो एकाच वेळी रानमांजर-डुक्कर संकरित प्राणी आणि अस्वल-काळवीट यांच्या संकरातून निर्माण झालेला प्राणी अशा दोघांशी युद्ध करत होता तेव्हाच, त्याला वाटलं तेवढा तो अजिंक्य नाही हे त्याला पहिल्यांदाच जाणवलं. नागाचे सुळे चुकवण्यासाठी तो खाली वाकला, तो प्राणी स्वत:च्या वेगाच्या भरात पुढे निघून गेला, त्याचं विष जमिनीवर सांडून वाया गेल्याच्या रागानं तो किंचाळत होता. पण पाठीवर एक असह्य वेदना उठली आणि त्याला काहीशा उशीरानं कळलं की त्या प्राण्याचे वटवाघूळ पंजे त्याच्या पाठीला घासून गेले होते. त्या खरचटण्यामधून रक्त वाहातं आहे हे त्याला जाणवलं. तरीही ही एक साधीशीच जखम होती. त्यानं त्या वेदनेकडे दुर्लक्ष केलं आणि आणखी त्वेषानं युद्ध करायला सुरुवात केली.

‘अयोध्या अनश्य.’

तेवढ्यात मगरीच्या तोंडाच्या एका पाणघोड्याला त्याच्यावर हल्ला करण्याची घाई झाली आणि त्यानं अक्षरश: त्याच्या पुढच्या संकरित जमावाला तुडवत पुढे धाव घेतली. अस्वल-काळवीटाच्या पाठीमध्ये त्याचं तलवारीसारखं तोंड घुसलं ते थेट त्याच्या पोटातूनच बाहेर पडलं. त्या जबड्यानं लक्ष्मणाचा तलवारीचा हात पकडला तेव्हा लक्ष्मण दचकलाच. एक लांबलचक क्षणभर त्यानं त्या पाणघोडामगरीशी झटापट केली. मरत असलेलं ते अस्वलकाळवीट त्या दोघांच्या मध्ये दाबलं जात होतं. पण तेवढ्यात रानमांजरडुकरानं आपल्या करवती शिंगानं त्याच्या पोटावरच हल्ला केला तो काही इंचांनीच चुकला खरा पण त्याच्या कमरेवर थोडीशी जखम झालीच आणि मगरपाणघोड्यानं आपली आघाडी पुढे दमटली.

त्या प्राण्यानं लक्ष्मणाच्या मनगटावर आपला जबडा करकचून दाबला. त्याच्या मनगटाचं हाड कडकडत मोडलं आणि दोन बोटं तुटून पडली. त्याच्या मोडलेल्या हातातून तलवार गळून पडली, तुटलेल्या नसांमधून रक्ताचा प्रवाह त्याच्या चेहऱ्यावर उडू लागला, त्याला क्षणभर काही दिसेनासं झालं.

पुढच्याच क्षणी सारे संकरित प्राणी त्याला चावत, ओरबाडत, कापत फाडत त्याच्यावर धावले. काहीतरी थंडगार असं आपल्या पाठीमध्ये घुसून आपल्या फासळ्या मोडत आहे, फुफ्फुसांमध्ये घुसत आहे असं त्याला जाणवलं. त्याच्या तोंडांतून रक्ताचा प्रचंड प्रवाह वाहू लागला तेवढ्यात आणखी एका प्राण्याचा असाच एक बोथट अवयव त्याच्या डोक्यावर आदळला आणि त्याची कवटी उघडली गेली. ते सगळे प्राणी त्याच्या शरीराचे त्यांना स्वत:ला आवडणारे भाग खाऊ लागले. त्याचे अवयव फाडू लागले. त्याची ताज्या रक्ताची वाफाळलेली इंद्रियं गिळताना आनंदानं चीत्कार करू लागले.

म्हणजे तो काही अवध्य नव्हता तर.

मोडलेल्या झाडांच्या गर्दीतून, रक्तबंबाळ मस्तकाच्या हत्तीच्या पुढे बेजूचा घोडा येताच त्याला खाली नदीचा चमकता प्रवाह दिसला. त्यावर सडका कचरा आणि शेवाळ इतकं साठलेलं होतं की हीच ती नदी असं ओळखणं कठीणच होतं. पण प्रवाहाच्या दोन्ही तीरांवरची झाडी प्रवाहापासून पाच यार्डांवर थांबलेली होती. दाट अरण्यामधून एक स्पष्ट पायवाट तयार झालेली होती. त्यामुळे त्याला प्रवाहाबरोबर पुढे सगळं दिसू शकत होतं. थेट अरण्याच्या आतपर्यंत. हात उंचावून त्यानं वज्रसेनेला थांबवलं. आता हत्तींना आघाडीला ठेवण्याची काहीच गरज नव्हती. आता यापुढे तो स्वत: नेतृत्व करेल.

तो आदेश देणार एवढ्यात त्याला युद्धाचे आवाज ऐकू आले. आजवर त्यानं इतक्या तुंबळ लढायांमध्ये भाग घेतला होता की हे आवाज कसले आहेत हे त्याला लगेच कळलं. ते आवाज जिवंत प्राणी जिवंत राहाण्यासाठी करत असलेल्या निकराच्या लढाईचे होते. शक्य असेल त्या सर्व मार्गांनी शत्रूचा नाश करायचा एवढंच ध्येय असलेले प्राणी. शृंगाराचे स्वर तेवढे या आवाजापेक्षा अधिक उत्तेजक असतात. काळ्या पहाडी अस्वलांसारखा हवेचा वास हुंगताना त्याला रक्ताचा खारट वासही आला. आणि त्यानं आपली तलवार त्या दिशेला रोखत आपल्या आता संख्येनं कमी झालेल्या पण निश्चयानं ठाम असलेल्या सैन्याला आदेश दिला, 'लवकर, आपल्या तलवारींची गरज आहे तिथे.'

या वेळी त्याच्या घोड्याला कोणत्याच मंत्राची गरज भासली नाही. ती आपली आपणच त्या आवाजाच्या आणि वासाच्या दिशेनं दौडू लागली. रक्ताचा

वास तिच्या नाकपुड्यांमध्ये शिरताच त्या फुलल्या. युद्धाच्या जागेपाशी पोचताच त्यानं अरण्याच्या धूसर प्रकाशामध्ये निरखून पाहिलं. युद्धच होतं ते, शंकाच नाही. पण कोणत्या प्रकारच्या प्राण्यांमध्ये चाललं होतं ते काही त्याला समजत नव्हतं. आजवर त्यानं ऐकलेल्या अनेक प्राण्यांच्या आवाजाची सरमिसळ असावी असे ते आवाज होते. अरे देवा, राजकुमार युद्ध तरी कुणाशी करताहेत?

काही क्षणांत त्याला स्वत:लाच ते उत्तर मिळालं. प्रवाहाच्या पलीकडल्या तीरावर त्यानं आजवर कधीही न पाहिलेलं असं विचित्र युद्ध सुरू होतं.

विचित्र प्राण्यांच्या प्रचंड जमावासमोर राजकुमार राम एकटा उभा होता. त्याच्यावर हल्ला करण्याच्या घाईत ते प्राणी इतके गर्दी करून होते की बेजूला ते वेगवेगळे सांगता आले नसते. तेवढ्यात त्याच्या लक्षात आलं आपल्या प्रथम दिसलेलं दृश्य हे अरण्यातल्या अंधुक प्रकाशामुळे तसं दिसलं नव्हतं तर हे प्राणी सामान्य हिंस्र पशू नव्हते. त्यांचे संकरित आकार बघताना बेजूचा चेहरा किळसेनं वेडावाकडा झाला – आणि या प्राण्यांशी त्याचा राजकुमार लढत होता.

परंतु सर्वांत विलक्षण प्राणी होता तो स्वत: राजकुमार राम. राजकुमार एकटा होता, चिलखत शिरस्त्राणाशिवाय होता, आणि एका हातात तलवार आणि दुसऱ्यात मूठभर बाण एवढीच शस्त्रं त्याच्याजवळ होती. त्याच्यासमोर सुमारे शंभर-एक ते घाणेरडे प्राणी होते. त्यांच्यापैकी प्रत्येक प्राणी एका सबंध सशस्त्र चिलखती पलटणीच्या छातीत धडकी भरायला पुरेसा होता. आणि राम मात्र त्याच्यामागे सबंध सैन्य खडं असावं आणि समोर एक अभेद्य आवरण असावं अशा थाटात लढत होता. त्याची तलवार इतक्या वेगानं चालत होती की पोलादाऐवजी तो निळा अग्नीच फिरवत असावा असं वाटत होतं. ज्या कुणाला त्याच्या तलवारीचं पातं स्पर्श करत होतं तो प्राणी मरून पडत होता. त्याच्या डाव्या मुठीतले बाणही तलवारीएवढेच परिणामकारक होते. चाल करून येणाऱ्या पशूंच्या अंगावर सपासप वार करत प्रेतांचे ढीग लावत होते. शत्रूंनी प्रचंड संख्येनं सगळ्या बाजूंनी वेढला गेलेला राजकुमार भर समुद्रामधून जमिनीवर चालत असल्यासारखी सहजगत्या वाट काढत जाणाऱ्या माणसासारखा दिसत होता.

त्याच्या मागे द्रष्टा विश्वामित्र एका डोळे दिपवून टाकणाऱ्या निळ्या तेजाच्या स्तंभामध्ये उभा होता. बेजूची नजर जाईल तेवढ्या उंचापर्यंत तो स्तंभ गेलेला होता. वृक्षांच्या शेंड्यांवर कुठेतरी तो स्तंभ दिसेनासा झाला होता. सूर्यप्रकाशामध्ये तैलस्फटिकात पकडलेल्या माशीसारखे सोनेरी कण त्याच्याभोवती फिरत होते. एखादा सेनापती जेवढ्या आवेशानं युद्धघोषणा करत असेल तशा आवेशानं तो मंत्रपठण करत होता. द्रष्ट्याच्या एका बाजूला तरसांनी खाल्लेल्या प्राण्याच्या शरीरासारखं काहीतरी पडलं होतं. अजून वाफा येणाऱ्या त्या तुकड्यांमध्ये

सूर्यवंशाचं चिन्ह असलेला बाजूबंद पडलेला बेजूला दिसला आणि ते प्रेत दुसऱ्या कुणाचंही नसून राजकुमार लक्ष्मणाचं आहे हे जाणवून बेजूला भयंकर मोठा धक्का बसला. इतके तुकडे झाल्यावर कुणी जिवंत राहाणं शक्यच नाही. नाही का? त्यानं शपथ घेऊन स्वीकारलेल्या कर्तव्यामधला अर्धा भाग तर अपयशीच ठरला होता. एक राजकुमार मरण पावला होता. त्याचं रक्षण करण्यासाठी तो वेळेवर पोचू शकला नव्हता हा त्याचाच दोष होता.

भेडिया त्याच्या शेजारीच उभा राहून प्रवाहापलीकडच्या विलक्षण दृश्याकडे आ वासून बघत होता. अविश्वासानं त्या तरुण क्षत्रियाचे डोळे विस्फारले होते - अविश्वासानं, भयानं आणि - आणखी काहीतरी होतं त्या नजरेत, आदर - बेजूच्या लक्षात आलं. भेडियाची नजर राजकुमार रामावर खिळलेली पाहून बेजूच्या लक्षात आलंच. *त्यानं आजवर कुणालाही असं लढताना पाहिलेलंच नाहीये. आणि मीसुद्धा नाही. कोणाही मानवानं असं युद्ध पाहिलेलं नाही.* आता त्याला राजकुमाराचे डोळे दिसत होते. ऋषीभोवती फिरत असलेल्या सोनेरी कणांसारखेच सोनेरी कण असलेला निळा अग्नी त्या डोळ्यांमध्ये धगधगत होता. *ब्रह्मन शक्ती ही - द्रष्ट्यानं आपल्या राजकुमारांचं हे काय केलं आहे?*

त्याला हे सगळं समजून घेण्याची किंवा त्याचा अर्थ लावण्याची काहीच गरज नव्हती. त्याच्या लढाऊ मनाला फक्त दोनच गोष्टी समजत होत्या. कुणाशी लढायचं आहे आणि कसं. कोणतीही गोष्ट समजून घेतल्यानं तलवारीची धार वाढत नसते किंवा बाणाचा वेग वाढत नसतो. बेजूनं घोडा वळवून झाडांच्या रेषेपर्यंत नेला आणि मग पुन्हा वळवून वेग वाढवून त्यानं प्रवाहाच्या दुसऱ्या बाजूला उडी घेतली. प्रवाहाची रुंदी, तराफा हे सारं त्यानं सहज पार केलं शिवाय दोनचार यार्ड जास्तीचेच मिळाले त्याला. त्याचे सैनिक त्याच्या मागोमाग येताहेत की नाही हे पाहण्याची गरजच नव्हती. त्याच्यामागोमाग भेडियानं आपला घोडा वळवलाच होता. उरलेले रथ आणि हत्ती तो उथळसा प्रवाह ओलांडून येऊ शकत होते. त्यानं तलवार उंचावली आणि घोडा पुढे पळवला. तोंडानं तो त्याच्या दैवताला - शनिदेवाला आवाहन करत होता.

'*जय श्री शनिश्वरा.*' अशी आरोळी ठोकत तो युद्धामध्ये घुसला.

।। तस्मिन त्वयि वीर्यम इत्यापिडन ।।
।। सर्वा: दाहेयम यादिनान्ध: पृथिव्यामितिहि ।।

ब्रह्मनच्या आवरणामध्ये उभ्या असलेल्या विश्वामित्राला बाहेर चाललेल्या घनघोर युद्धाची पुसटशीच जाणीव होत होती इतकी ब्रह्मनची शक्ती प्रभावी होती. एकदा ती

शक्ती जागृत झाली की मग त्या शक्तीचा उपयोग करणारा ऐहिक जगापासून दूर होत असे. कारण ब्रह्मन हे काळ आणि अवकाश यांच्याही पलीकडे असे. आजवर जे काही होतं, आहे किंवा असेल त्या सर्वांच्या पलीकडेच असे. ऋषीने मंत्रपठणाला सुरुवात वेदांतामधील मंत्रांपासून केली होती. ते त्याचे स्वत: निर्मिलेले श्लोक होते. ते पवित्र मंत्र एका विशिष्ट छंदामध्ये आणि लयीमध्ये लिहिलेले असत, ज्यामुळे सर्व विश्वाचं पालन करणाऱ्या ब्रह्मनची शक्ती एका मार्गानं पाठवणं शक्य होत असे. विश्वामित्र उपनिषदांमधील मंत्र म्हणून ही शक्ती प्रचंड संख्येनं आक्रमण करणाऱ्या शत्रूशी युद्ध करणाऱ्या राजकुमारांपर्यंत पोचवत होता. ते ही शक्ती युद्धामध्ये वापरू शकणार होते. त्यांना ब्रह्मन शक्ती पूर्णपणे मिळणं, आणि त्या शक्तीचा स्वीकार करण्यासाठी त्यांचे आत्मे अधिक बलवान होणं आवश्यक होतं. एखाद्या नदीमध्ये पूर आला की त्या पाण्याला सामावून घेण्यासाठी ती जशी रुंदावते तसंच काहीसं हे होतं.

आणि तरीही विश्वामित्राच्या अमर अशा दैवी आत्म्याचा काही भाग जाणत होता की या युद्धामध्ये असं काही तरी घडलं आहे की ज्या ठिकाणी त्यानं लक्ष घालणं फार आवश्यक आहे. काहीतरी फार महत्त्वाचं – काहीतरी वाईट.

मोठ्या कष्टानं त्यानं त्या शक्तीच्या वाहात्या प्रवाहाला तसंच वाहातं ठेवून मनाचा एक लहानसा भाग त्यामधून वेगळा केला. डावा डोळा उघडण्यासाठी आवश्यक तेवढीच जाणीव जागृत करून त्यानं आजूबाजूला काय घडत आहे त्यावर नजर टाकली.

राजकुमार राम ब्रह्मनच्या शक्तीनं तेजाळून निघाला होता. बल आणि अतिबल या महामंत्रांच्या प्रचंड विद्येनं त्याचे हात आणि त्याची शस्त्रं चालत होती. त्याचा परिणाम दिसतच होता. टोळधाडीसारखे त्याच्याभोवती भिरभिरणाऱ्या त्या प्राण्यांपैकी एकालाही रामाच्या केसालाही धक्का लावता आला नव्हता. गव्हाचं उभं पीक कापावं तसा मांसाच्या त्या शेतामधून तो त्यांना कापून काढत होता. आणि आता त्याला अयोध्येच्या क्षत्रियांची कुमक मिळाली होती. राज मार्ग सोडून वळताना त्यांना सामोरी आलेली, आता संख्येनं थोडी कमी झालेली हीच ती वज्रसेना. या युद्धाचा निकाल काय लागणार याबद्दल संशय कधीच नव्हता पण आता हे युद्ध लवकरच संपेल हेही निश्चित झालं होतं. ताटकेची निर्मिती असलेले ते भयानक संकरित प्राणी हळूहळू एक एक पाऊल मागे सरकू लागले होते. रामाच्या परिपूर्ण आघातांना तोंड देणं त्यांना अशक्यच झालं होतं शिवाय आता त्याच्या मदतीला आलेले त्याच्या अयोध्येचे धाडसी घोडेस्वार, रथस्वार आणि हत्ती यांना सामोरं जाणंही त्यांना जमत नव्हतं. लवकरच हे युद्ध संपणार होतं. मग राम आपला

खरा शत्रू शोधून त्याच्याशी युद्ध करू शकणार होता - स्वत: ताटका. त्याच्या चिंतनमग्न मंत्रपठणामध्येही ऋषीच्या गंभीर चेहऱ्यावर किंचितसं हास्य उमटलं.

मग त्याचा डावा डोळा वळला आणि त्याला जमिनीवर पडलेली ती आकृती दिसली. ज्या मंडलामध्ये तो उभा होता त्याच्या इतकी जवळ ती आकृती पडलेली होती की प्रथम असेल कुणी संकरित प्राणी म्हणून त्यानं तिच्याकडे दुर्लक्षच केलं होतं. पण आता त्याला दिसून आलं की ती आकृती अतिशय पाशवी पद्धतीनं जखमी झालेल्या मानवाची होती. खाटकाच्या दुकानातल्या हाडामांसाच्या ढिगासारखी दिसणारी ती आकृती मानवी वाटतच नव्हती. आणि तरीही ती ताटकेच्या संकरित भयानक प्राण्यांपैकी कुणाची नव्हती हेही स्पष्ट दिसत होतं. ते तुकडे तुकडे झालेलं शरीर राजकुमार लक्ष्मणाचं होतं.

बेजूनं यापूर्वी युद्धाची नशा अनुभवली होती. पण हे काही वेगळंच होतं. रामाशेजारी उभं राहून लढत असताना त्याला राजकुमारामधून उत्पन्न होणारी प्रचंड ऊर्जा जाणवत होती. त्या भयानक प्राण्यांमध्ये त्याची तलवार पवनचक्कीसारखी फिरत होती. आपल्या तलवारीच्या पल्ल्यात आलेल्या काही डोळ्यांमध्ये किंवा पोटांमध्ये आपली तलवार खुपसण्यापेक्षा अधिक असं काम बेजूला उरलंच नव्हतं. लढत असतानाच रामाकडे नजर टाकण्याएवढी उसंत त्याला मिळत होती - अनादि काळापासून मानवाला हिंसायंत्राविषयी उत्सुकता वाटत आलेली आहेच ना - जे त्याला दिसत होतं ते एकाच वेळी त्याच्या मनात आदर उत्पन्न करत होतं आणि त्याला हुडहुडीही भरवत होतं. रामाच्या चेहऱ्यावर एक हसरा आनंदी मुखवटाच चढला होता. *त्याला हे आवडतं आहे, ही कत्तल करणं त्याला खूप आवडतं आहे.*

त्याच्या लक्षात आलं की आत्तापर्यंत राजकुमार अगदी पद्धतशीरपणे समोर आलेल्या प्राण्याला मारत होता - आता तसं करत नाहीये - आता तो समोरच्या शत्रूला जास्तीत जास्त वेदना ज्या ठिकाणी होतील त्या ठिकाणाचा नेम धरून प्रहार करतो आहे. रामानं दोन प्राण्यांना एका पाठोपाठ एक मारलेलं बेजूनं बघितलं. त्यानं त्या दोघांनाही भयंकर जखमा केल्या आणि त्यांना तसंच तळमळत, तडफडत ठेवून तो पुढच्या शत्रूकडे गेलासुद्धा. बेजूनं त्या दोघांनाही ठार केलं. एकानं तर त्याच्या वारानं हे दुःख संपावं म्हणून आपलं फिकट पोट उघडं केलं तेव्हा बेजूसुद्धा चरकलाच. *तो शुद्धीत नाहीये. हा माझ्याशेजारी लढणारा राजकुमार राम नाहीच. ही ऋषीची निर्मिती आहे. ब्रह्मन जादूनं पछाडलेली निर्मिती.*

त्यांच्याभोवती तुंबळ युद्ध चालूच होतं. त्याचे घोडेस्वार आणि रथस्वार लढाईत घुसले होते आणि समोरासमोर युद्ध करता येईल असा शत्रू भेटल्यामुळे खूष झाले होते. भाले, गदा फिरत हाडं मोडत होत्या, शरीरं फाडत होत्या हे बेजूला दिसत होतं. वज्र

सैनिकाच्या प्रहारानं प्रत्येक भयाण प्राणी पडताच 'जय शनेश्वर'चा गजर होत होता. त्यांच्या विचित्र शरीरांमुळे त्याचे सैनिक काही काळ चक्रावून गेले होते. त्याचा फायदा घेत. त्या प्राण्यांनीही काही प्राण घेतलेच.

संख्याबळच पाहायचं तर ते प्राणी मानवांपेक्षा कितीतरी पटींनी अधिक होते. पण रामानं अथकपणे चालवलेल्या कत्तलीमुळे हा फरक भराभर कमी होत होता. सुरुवातीला अशक्य वाटलेली परिस्थिती आता जिंकण्याजोगी लढाई वाटू लागली. शिवाय आता हत्तीही युद्धामध्ये उतरले होते. त्या संकरित प्राण्यांमध्ये आपले आता संकरित झालेले भाईबंद बघून सुरुवातीला ते थोडे बिचकले होते पण त्यांच्या माहुतांनी आवश्यक ते मंत्र म्हणून त्यांना ताळ्यावर आणलं होतं. आणि आता ते युद्धामध्ये उतरले होते. दोन शत्रूंच्या मध्ये थोडी उसंत मिळताच बेजूनं मागे वळून पाहिलं. बिनीचा हत्ती पायाखाली असंख्य प्राणी तुडवत सोंडेमध्ये एक खास बनवलेलं हत्यार घेऊन युद्धात शिरला होता. विजेच्या आकाराचं ते धातूचं शस्त्र होतं. अगदी त्यांच्या निशाणावर असलेल्या वज्रासारखं ते बनवलेलं होतं. कुठेही न अडकता किंवा चिकटून न बसता ते शस्त्र आपलं काम करत होतं. जिथे बघावं तिथे ते विचित्र असुर प्राणी कापले जात होते. आता हा दणका उडवणारा राम एकटा नव्हता.

आपला पराभव निश्चित आहे हे जाणवल्यामुळेच की काय त्या प्राण्यांनी पाठ दाखवायला सुरुवात केली होती. एक एक पाऊल मागे घेत अरण्याच्या किनारीपाशी ते पोचत होते आणि तिथेही मारले जात होते. काही जण अधिक चपळ होते ते नाचतच मागे येऊन आपल्या मागे येणाऱ्या सैनिकांना एकेकट्याच्या पाठलागावर आणत होते. पण वज्र घोडेस्वारांनी किंवा रथस्वारांनी त्यांना पकडल्यानंतर चिडून किंचाळत होते. *ते माघार घेताहेत. संपलं युद्ध.* आता बेजू अधिकच जोमानं लढत होता. केसाळ कातडी आणि पंजे यांची भिंत त्याच्यासमोर कोसळत होती. त्याच्याशेजारी राम निर्दयपणे कत्तल करतच होता – पळ काढणाऱ्या दुर्दैवी प्राण्यांचा पाठलाग करत, त्यांना अपंग बनवत, अतिशय यातनामय मरण सावकाश येताना ते प्राणी भयंकर आवाजांमध्ये किंचाळत होते.

बेजू रामाच्या पाठोपाठ चालला होता. जमेल तेवढ्यांना ठार करत होता. आता जास्त प्राणी मागे वळू लागले होते. एका रांगेमध्ये ती एकमतानं घेतली जाणारी माघारच होती. शत्रू रणभूमी सोडून पळताना पाहिल्यावर त्याच्या सैनिकांनी विजयघोष करायला सुरुवात केली. मनात सुटकेचा निःश्वास सोडत त्यानं क्षणभर आपल्या तलवारीला विश्रांती दिली. हे अशा प्रकारचं युद्ध त्याला नकोसं वाटे. तो आपल्या सैनिकांना पुन्हा नदीतीरावर एकत्र येण्याचा आदेश देणारच होता – त्यांच्यापैकी अनेक जण अरण्यात बरेच आत घुसले होते – तेवढ्यात त्याला एक घुमणारा आवाज ऐकू आला.

पुढच्याच क्षणी, त्याला जाणवलं की जमीन एका प्रचंड आघातानं थरारते आहे. तो आघात इतका शक्तिवान होता की बेजू तोल जाऊन खाली कुणा संकरित प्राण्याच्या रक्तामांसाच्या चिखलातच पडला. शिवाय त्या प्रेताच्या धारदार कण्यावर त्याचा तलवारीचा हात थोडा कापलाही गेला. पण त्या वेदनेची त्याला जाणीवच झाली नाही. त्याचं सारं लक्ष आकाशामध्ये दिसू लागलेल्या सावलीवर खिळलेलं होतं.

हे शनिदेवा, सर्व शत्रूंपासून आमचं रक्षण कर. आता तू कोणत्या प्रकारच्या असुराला पाठवलं आहेस आमच्यावर?

त्याच्या शेजारी उभ्या असलेल्या रामानं – त्या हिंसा यंत्र – रामचंद्रानं मान वर करून त्या पुढे येणाऱ्या प्राण्याकडे रागानं पाहिलं.

'ताटका!' राजकुमार आनंदानं ओरडला, *'ताटका – अखेरीस तुला समोर यावंच लागलं.'*

21

जिथे पडला होता तिथे तसाच पडून बेजू अवाक होऊन समोरचं दृश्य पाहत होता. त्याच्या अंगाखालची जमीन हादरत होती. एकदा इकडे आणि एकदा तिकडे अशी झुकत होती. प्रत्येक आघातासरशी अरण्याच्या जमिनीमध्ये बारीक बारीक भेगा पडत होत्या आणि कोळ्याच्या जाळ्यासारख्या वाढत पसरत जात होत्या हे त्याला जाणवत होतं. तो एका प्रेताच्या रक्तामांसाच्या चिखलात पडला आहे, त्याचा तलवार चालवणारा हात त्या चुकीनं झालेल्या प्रहारानं रक्तबंबाळ झाला आहे हे सारं तो विसरूनच गेला. तिथे तसं पडून आकाशात दिसणाऱ्या त्या पिशाच्चाकडे बघत राहाणं एवढंच त्याला त्या क्षणी करता येत होतं.

त्यानं यक्षी राक्षसी ताटकेविषयीच्या अनेक दंतकथा ऐकल्या होत्या. भयानक-वनात प्रवेश करण्याचा मूर्खपणा करणाऱ्या लोकांच्या नशिबात काय भयानक असतं याबद्दलची कुजबूजही त्यानं ऐकलेली होती. पण त्या राक्षसीला प्रत्यक्ष बघणारा आणि त्यानंतर तिचं वर्णन करायला जिवंत राहिलेला असा एकही माणूस त्याला कधी भेटलेला नव्हता. बेजूच्या स्वत:च्या मनात अशी एक शंका होती की ताटका ही कुणी वेड लागलेली अशी दस्यू स्त्री असावी. वनामध्ये ज्या अनेक मानवभक्ष्यी ठग जमाती आहेत त्यांच्यापैकी एखाद्या जमातीची - वाटसरूंना भुलवून नेणारी. महामार्गावरून जाणाऱ्या वाटसरूंना लुटणाऱ्या टोळ्या असतात ना - वर देवी कालीचाच असा आदेश आहे असं सांगणाऱ्या टोळ्या असतात त्यांच्यासारखीच ही एखादी टोळी. त्याच्या डोळ्यासमोर वन्य जमातीमधली काळ्या वर्णाची एक स्त्री उभी राहात असे - पानांचा आखूड परकर नेसलेली, शरीरावर अनेक ठिकाणी टोचून त्यामध्ये हाडांचे कोरीव दागिने घातलेली, हातात एक खिळे मारलेला मजबूत दंडुका घेतलेली, गळ्यामधून खाली लोंबत्या छातीवर उतरलेला तान्ह्या बाळांच्या कवट्यांचा हार अशी स्त्री तिच्या अनाकलनीय रानटी भाषेमध्ये शिव्याशाप देते आहे, तिचे किडलेले दात म्हणजे राक्षसी सुळे असावेत असं वाटणं अगदी सहज शक्य होतं - असं काहीसं ताटकेचं चित्र त्याच्या नजरेसमोर होतं.

पण आत्ता त्याच्या समोरून त्यांच्या अंगावर चाल करून येणारं पिशाच्च

कोणत्याही वन्य जमातीमधलं नव्हतं. की महामार्गावर वाटसरूंना लुटणाऱ्या मानवभक्ष्यी ठग जमातीचंही नव्हतं. ती होती तरी कोण? तिचं वर्णन करू शकतील असे शब्दच मानवी भाषेमध्ये नव्हते. राक्षस हा शब्द सुद्धा हास्यास्पदच ठरला असता. प्रचंड, अतिप्रचंड, अगडबंब, पर्वतासमान, हे शब्द लगेच मनात आले असते. नक्कीच हे त्याच्या नजरेसमोरचं पिशाच्च म्हणजे असुरांची काहीतरी जादूगिरी असली पाहिजे. माया. छायाप्रकाशाची किमया. त्याचे डोळे जे बघत होते ते सोडून दुसरं काहीही.

पण ते नाकारताही येणार नव्हतं. त्या भयानक वनामध्ये स्वत:साठी रस्ता बनवत येत असलेला तो प्राणी अगदी खराखुरा होता. कमरेपर्यंतचं तिचं धड वनातल्या झाडांच्या शेंड्यांच्याही वर पोचलेलं होतं. ती झाडं कमीत कमी शंभर यार्ड उंचीची होती. सबंध वनाच्या वर ती होती. वनाच्या दाट झाडीतून कसाबसा खाली उतरणारा सूर्यप्रकाश तिच्या त्या प्रचंड शरीरानं साफ झाकून टाकला होता. सूर्य अगदी डोक्यावर होता. जेव्हा तिचं डोकं त्याच्यासमोरून पुढे गेलं तेव्हा विझवलेल्या मशालीसारखा सूर्यही साफ विझल्यासारखा झाला. तिची सावली काळीभोर आणि अनाकलनीय अशी पसरलेली होती. भर दुपारच्या प्रकाशातही ती सावली वनाच्या जमिनीवरून सरकत आली ती सगळीकडे संध्याकाळच्या मिणमिण उजेडासारखा प्रकाश पसरतच. अजून ती अनेक मैल दूर होती हे त्याच्या लक्षात आलं. गव्हाच्या शेतामधून नंदीबैल मुसंडी मारत जावा तशी ती लांबलांब ढांगा टाकत येत होती. ते दाट अरण्य तिच्यासमोर गव्हाच्या लोंब्यांसारखं विभागत होतं. तिच्या पावलांखाली रस्तेच्या रस्ते तुटून जात होते. तिच्या चालण्यानं मागे उडालेल्या धुळीचे ढग सर्व दिशांना अनेक योजनांपर्यंत सहज दिसत असतील.

खरं म्हणजे ती आजवर राज-मार्गावरून दिसली कशी नाही हेच एक आश्चर्य आहे, बेजूच्या मनात आलं. राज-मार्गावरून किंवा शरयूच्या उत्तरेकडच्या कोणत्याही ठिकाणाहून...

अरण्यातून ती चालत येत असताना बेजू तिच्याकडे बघत होता आणि अचानक त्याला जाणवलं, अरे आपण किती मूर्ख आहोत - हे अरण्य आजवर असं तुडवलं गेलेलं नव्हतं याचाच अर्थ ती यापूर्वी इथे कधीही आलेली नाहीये. ती जर इथे आली असती तर या अरण्याच्या चिंध्या झाल्या असत्या.

त्यांच्याभोवतीची लढाई आता थांबली होती. उरलेसुरले प्राणी अरण्यात पळून गेले होते आणि त्याचे सैनिक त्यांच्यावर चालून येत असलेल्या या नव्या संकटाकडे डोळे फाडून बघत होते.

भेडियानं उत्तेजित आवाजात त्याला हाक मारत म्हटलं, 'ते कोणतंही यंत्र नव्हतं - ती स्वत: होती.'

तो कशाबद्दल बोलतो आहे हे क्षणभर बेजूला कळलंच नाही. मग त्याच्या लक्षात आलं – तो अरण्याच्या सीमेवरच त्यांच्यावर येऊन आदळलेल्या त्या भल्या मोठ्या शेणाच्या गोळ्यांबद्दल बोलत होता. काही न बोलता त्यानं ते मान्य केलं. मनात आलं असतं तर ही राक्षसी टेकाडंच्या टेकाडं त्यांच्यावर सहज फेकू शकली असती – एखाददुसरा लहानसा डोंगरही – होय, तिच्या त्या भल्या मोठ्या हातांनी वळलेले ते गोळे तिनंच फेकले असणार.

त्यांच्याकडे वाकून बघत ताटका थांबली. तिच्या येण्यानं उठलेला धुळीचा ढग सूर्यप्रकाशात चमकत तिच्या डोक्याभोवती एखाद्या वलयासारखा फिरत होता. तिच्या बरोबर वर असलेल्या सूर्यामुळे तिचा चेहरा आणि शरीर अंधुक दिसत होतं. बेजूनं कितीही डोळे बारीक करून तिच्याकडे निरखून पाहण्याचा प्रयत्न केला तरी तिचा चेहरा काही त्याला स्पष्टपणे दिसला नाही. ताटका आपले एखाद्या लहानशा खोलीएवढे अगडबंब पंजे पुढे करत खाली वाकली. बेजूला त्या क्षणी तरी दुसरी कोणतीच उपमा सुचली नाही – त्याला वाटलं, ती त्यालाच उचलणार आहे आणि एक क्षणभर त्याचं हृदय बंदच पडलं. पण ती झाडांच्या शेंड्यांशी थांबली आणि तिनं ती झाडं बाजूला करायला सुरुवात केली – माकड आपल्या सोबत्याच्या डोक्यातल्या उवा शोधताना जसे त्याचे केस दूर करतं तसं काहीसं ती करत होती. ती काळजीपूर्वक झाडं बाजूला करत काहीतरी शोधत होती. तिला हवं होतं ते सापडताच तिनं खूपशी झाडं एकदम बाजूला केली. बेजू आणि त्याच्या सैनिकांवरची झाडं दूर होताच त्यांच्यावर एकदम झळझळीत सूर्यप्रकाश पडला. त्या यक्षीचं स्वरूप पाहून वज्र सैनिकांचे घोडे एकदम बावरून किंचाळू लागले. हत्तींची काय प्रतिक्रिया असेल? त्याच्या मनात आलं.

तो सगळा गोंधळ बघून ताटकेनं एक हुंकार टाकला तो समाधानाचा असावा असा बेजूनं तर्क केला. *किंवा भुकेचा – कदाचित ती आपल्याकडे चवदार खाणं म्हणून बघत असेल.* झाडांचा एक गुच्छ हातात धरून तिनं तो अगदी सहजगत्या उपटला आणि गवताच्या काड्या फेकाव्या तसा तो दूर फेकून दिला.

उपटलेल्या झाडांच्या मुळांमध्ये एक हत्ती सापडला होता. झाडूच्या काड्यांमध्ये एखादा किडा सापडावा तसा तो जमिनीवरून उचलला जाताच आपले जाडजूड पाय हलवत किंचाळू लागला. त्या मूठभर झाडांच्या बरोबरच तोही फेकला गेला तसं त्याचं किंचाळणं कमी कमी होत ऐकू येईनासं झालं. अनेक मैलांवर जाऊन तो जमिनीवर पडला. एका झाडाच्या मुळांमध्ये दोन घोडे जमिनीवर आपटले, त्यांचे स्वार खूप जोरात दूर फेकले गेले. एखादा रथ उलटला तेव्हा त्याच्या खाली सापडून रथामधला योद्धा मरण पावला. एक हत्ती भयंकर भेदरून जाऊन जो पळत सुटला तो थेट नदीकडेच गेला.

अचानक त्या दाट अरण्यातला अंधुक असलेला प्रकाश वाढला. आता बेजू आणि त्याचे सैनिक एका नव्यानं तयार झालेल्या, शंभर एक यार्डांचा व्यास असलेल्या मोकळ्या जागेत उभे होते.यक्षीनं खाली वाकून बघितलं. तिचं समाधान झाल्यासारखं दिसत होतं. आता सगळे मर्त्य तिला स्पष्ट दिसत होते. – मुंग्यांसारखे क्षुद्र आणि तिच्या त्या प्रचंड स्वरूपापुढे आणि शक्तीपुढे तेवढेच दुबळे.

तिच्या अजून अस्पष्टच असलेल्या चेहऱ्यावरचे दात चमकत होते. ती खाली वाकली. *संपलं सगळं – हरलो आपण* धडपडत उठून उभं राहाताना बेजूच्या मनात आलं. अशा प्राण्यावर हल्ला करताना तो त्याच्या सैनिकांना काय सांगणार होता? आता त्याची एकच प्रार्थना होती की त्याला लढता लढता मरण यावं. तो कसाबसा ताठ उभा राहिला. त्याच्या जखमी हातामध्ये त्याची तलवार होती. त्या महाभयंकर यक्षीकडे वर बघताना त्याला अतिशय असहाय्य वाटत होतं.

ताटकेनं तिनं नव्यानं तयार केलेल्या त्या मोकळ्या जागेमध्ये एक पाऊल टाकलं. ते एका हत्तीपासून काही यार्डांवरच पडलं. त्या पावलाचा जमिनीवरचा आघात इतका मोठा होता की बेजूचे दात एकमेकांवर आपटले. हत्ती उंच फेकला गेला आणि किंचाळतच एका कुशीवर आदळला. पण हत्ती आणि माहूत लगेचच उठून उभे राहिले. त्यांना फारसं लागलेलं दिसत नव्हतं. ते सुन्न झाले होते एवढंच. घोडे किंचाळत होते, पुढचे पाय उचलून फुरफुरत होते. भीतीनं त्यांचे डोळे पांढरे झाले होते. उरलेले वज्र–क्षत्रिय आ वासून वर यक्षीकडे बघत उभे होते.

यक्षी पुन्हा खाली वाकली. आता मात्र आपले दिवस भरले अशी बेजूची खात्रीच पटली. या आसुरी पर्वतापासून स्वत:चा आणि आपल्या सैनिकांचा बचाव करण्याचं एकही साधन त्याच्याजवळ नव्हतं. त्यानं दात घट्ट आवळले, कोणत्याही धक्क्यानं आपण पुन्हा मागे पडू नये म्हणून दोन्ही पाय लांबवून ते घट्ट रोवून तो मरणाला तयार होऊन ताठ उभा राहिला.

यक्षीनं इकडून तिकडे डोकं हलवत पाहिलं. ती काहीतरी शोधत असावी, *किंवा कुणाला तरी...*

'रामा...' ती उद्गारली. तिचे जाड ओठ विलग झाले. दोनचार हत्ती आणि वर थोडा मसालाही सहज मावेल एवढा तिचा जबडा होता. तेवढ्या संकटामध्येही बेजूच्या मनात आलं.

शंभरएक यार्डांपेक्षाही अधिक उंचीवरून आलेला असला तरी तिचा जोरदार श्वास बेजूपर्यंत सहज पोचला. तिनं निर्माण केलेल्या त्या विद्रूप संकरित प्राण्यांच्या दुर्गंधीपेक्षाही हा वास अधिक घाण असणार म्हणून बेजूनं मनाची तयारी केली.

पण त्या राक्षसीचा श्वास जसा त्याच्या चेहऱ्यावरून वाहात गेला तसा त्याला आश्चर्याचा मोठाच धक्का बसला. *किती अनुपम सुगंध आहे हा.* यक्षीच्या

श्वासामध्ये अनेक सुगंधी वस्तूंचा वास मिश्रित होता. *ओला चारा, आणि पुदिना. आणि कदाचित पिवळ्या फुलांचाही* – या सगळ्या वेगवेगळ्या सुगंधांपेक्षा वेगळा असा एक सुगंध त्याला जाणवू लागला. त्याला त्याचं वर्णन करता आलं नसतं पण त्याला तो गंध चांगलाच माहीत होता. *'तिला गंध आहे तो स्त्रीत्वाचा. – स्त्रीचा'* त्याच्या पत्नीसारखा–त्याची पत्नी आणि ही ताडमाड उंचीची राक्षसी यांचं नातं जोडण्याचा विचारही खुळचट पणाचा होता तरीही...

ताटका खाली वाकली. मोकळ्या जागेवर तिचा चेहरा पसरला गेला. ती खाली खाली वाकू लागली तसतसा जमिनीवरून परावर्तित होणाऱ्या सूर्यप्रकाशामुळे तिचा चेहरा अधिक स्पष्ट दिसू लागला. जमिनीपासून काहीच यार्डांवर ती उकिडवी बसली. आता तिचा चेहरा तिनं मोकळ्या केलेल्या त्या जागेच्या एवढाच रुंद होता.

'कालीच्या लाल जीभे शपथ...' रक्तानं सरसरीत झालेली तलवारीची मूठ हातामध्ये पकडत बेजू पुटपुटला.

पण तिचा फक्त गंधच प्रभावी नव्हता. यक्षी स्वत:च प्रभावशाली होती. एवढा प्रचंड आकार असूनही, तिच्याविषयीच्या इतक्या कथा प्रचलित असूनही, त्याच्या सत्तेचाळीस वर्षांच्या आयुष्यात त्यानं असुरांविषयी खूप काही ऐकलं होतं तरीही बेजूला त्याच्या डोळ्यांनी दिसत असलेलं दृश्य नाकारणं शक्य नव्हतं.

यक्षी कुरूप नव्हती आणि बेढबही नव्हती. उलट ती....

'अतिसुंदर...' तो मोठ्यानं पुटपुटला. जणू काही हे सत्य मोठ्यानं म्हटल्यामुळे ते स्वीकारायला मदत होणार होती. *अतुलनीय सुंदर.* इतकी सुंदर की तिच्यावर खिळलेली नजर काढून ती आजूबाजूला फिरवण्यासाठी त्याला बरेच कष्ट घ्यावे लगले. त्याचे सैनिकही त्याच्यासारखेच गोंधळून गेलेले होते. त्यांची शस्त्रं युद्धाच्या तयारीनं वर उचललेली होती, त्यांच्यापैकी प्रत्येक जण असुरांशी लढताना प्राणही देण्यास तयार होता – मग ते कितीही निरुपयोगी ठरणारं असो किंवा अशक्य असो. पण ते या अनपेक्षित घटनेला मात्र नक्कीच तयार नव्हते. *एखादी दुष्ट राक्षसी इंद्राच्या अप्सरेसारखी सुंदर कशी असू शकते?*

त्यांचा आणखी गोंधळ उडण्याचं कारण म्हणजे ती कोणताही हल्ला करण्याच्या तयारीत दिसत नव्हती. ना आक्रमक पवित्रा ना आक्रमक हालचाल. एवढंच नव्हे तर ती शक्य तेवढ्या काळजीपूर्वकच हालचाल करत होती हेही बेजूच्या लक्षात आल्याशिवाय राहिलं नाही. तिनं मनात आणलं असतं तर एका पावलाखाली ती त्या सर्वांना किड्यामुंगीसारखी चिरडून टाकू शकली असती. त्यांच्या शरीरांचा चुरा चुरा झाला असता. पण तिनं जेव्हा ही मोकळी जागा तयार करण्यासाठी झाडं मुळापासून उपटली होती तेव्हाही या सैन्याला प्रत्यक्ष असा काही त्रास होणार नाही

याची काळजी घेतली होती. ज्या काही घटना घडल्या होत्या ते सर्व अपघात होते. *शेवटी तिचा आकार एवढा मोठा आहे यात तिचा काय दोष?*

हा विचार मनात येताच त्याला या सगळ्यामधली हास्यास्पदता जाणवली. *मी एका असुराच्या कृतीचं समर्थन करतो आहे.*

पण यक्षीच्या अतिशय सुघड अशा चेहऱ्यासारखं आणि शरीरासारखं सत्यही तेवढंच स्पष्ट होतं. ही काही कुणी बालकांच्या रक्तानं लाल झालेल्या सुळ्यांची आणि वेड्यावाकड्या नखांची, मानवी कातडीचे कपडे घातलेली राक्षसी नव्हती. खरं सांगायचं तर यक्षीच्या अंगावर कसलेच कपडे नव्हते. मस्तकावरचा मोगऱ्याचा मुकुट सोडला तर तिचं प्रचंड शरीर संपूर्ण नग्न होतं. तिच्या चमकदार लाल केसांवरचा तो मुकुट इतका सुगंधी होता की ती फुलं अगदी ताजीच असणार. या अखेरच्या तपशीलानं तर बेजू अगदीच गोंधळून गेला. बेजूची पत्नीही केसांमध्ये मोगऱ्याची फुलं घालत असे. विशेषत: तो आज खास मन:स्थितीमध्ये आहे असं तिला माहिती असलं की. यामुळेच ती यक्षी दुसरी तिसरी कुणी नसून एक प्रचंड आकाराची सुंदर स्त्री आहे असंच वाटत होतं.

'रामा.' ती पुन्हा म्हणाली. या वेळी तिचा आवाज हलका होता. फुलांच्या ताटव्याच्या सुगंधासारखा तिचा श्वास दरवळत राहिला. महाराजा दशरथाच्या राजसभेतल्या गायिकेसारखा तिचा आवाज कोमल आणि गोड होता. तिचे चमकणारे हिरवे गार डोळे बदामाच्या आकाराच्या दोन तळ्यांसारखे होते. नीटस आकाराचं नाक, टोकदार कान, हंसासारखी मान आणि अतिशय निर्दोष असं शरीर – तीनशे यार्ड उंच आणि चाळीसपन्नास यार्ड रुंदीच्या स्त्रीविषयी हे बोलणं बरोबर असेल तर असंही म्हणता आलं असतं – महाराजा दशरथाची कोणतीही उपपत्नी तिला बघून मत्सरानं हिरवीपिवळी झाली असती. बेजूनं तिच्या शरीराच्या खालच्या भागाकडे नजर वळवली आणि ते सौंदर्य आणि परिपूर्णता बघून निर्माण झालेली स्वत:च्या शरीरातली उत्तेजना जाणवून त्याला धक्काच बसला. देवांना आकर्षित करण्यासाठी निर्माण झालेल्या गंधर्वांना तर हे शरीर बघून हेव्यानं रडूच फुटलं असतं. त्यानं आपल्या सैनिकांकडे नजर टाकली. अनेकांनी आपले भाले तलवारी खाली केलेल्या बघून त्याला आश्चर्य वाटलं नाही. *पण त्यांची उत्तेजनेची पातळी वेगानं वाढत होती.* मनातले विचार दूर करण्यासाठी त्यानं मान हलवली. आणि स्वत:च्या वाढत्या उत्तेजनेवर विश्वास न बसून त्यानं नजर दूर वळवली. *हे अशक्य आहे. इथे कसलीतरी जादू होते आहे हे नक्की. हे... हा प्राणी... ताटका कसा असू शकतो?*

राम हळूहळू जागृतावस्थेत आला. महामंत्रांची शक्ती प्रथम एखाद्या हिमप्रपाता सारखी होती ती एक जोरानं वाहाणारा प्रवाह झाली, मग शांतपणे वाहाणारा प्रवाह

झाली आणि अखेरीस त्या शक्तीनं रामावरची आपली पकड सोडली आणि राम पूर्वस्थितीला आला.

पुन्हा पहिल्यासारखा सावध होऊन स्वच्छ सूर्यप्रकाशात त्यानं डोळ्यांची उघडझाप केली. आपण आपल्या मंत्रांच्या अवस्थेमधून बाहेर कसे आलो ते त्याला लगेच आठवलं.

ताटका.

ती महाकाय यक्षी त्याच्या कितीतरी वर होती. एका भल्या मोठ्या पण प्रमाणबद्ध अशा स्त्रीमूर्तीसारखी. तो तयारीतच होता. तलवार हातात घेऊन आणि आपल्या संवेदनांवर विश्वास न ठेवण्याच्या तयारीत – ही माया आहे हे जाणून – पण ताटकेचं सौंदर्य अपूर्व होतं. त्या सौंदर्यामुळे तो क्षणभर गोंधळला आणि त्याच्या मनात शंकेनं प्रवेश केला.

ही व्यक्ती दुष्ट राक्षसी असूच शकत नाही, नाही का?

'ताटका.' त्यानं वर त्या यक्षीकडे बघत हलकेच हाक मारली.

त्याच्या ओठांवर आपलं नाव ऐकू ती हसली. तिचं ते हास्य ही एक विलक्षणच गोष्ट होती. निरागस, अवखळ, तिचं अस्तित्व त्यानं मान्य केल्याचा आनंद. हे सारं त्या हास्यात होतं. तिचा आकार सोडला तर ती इतर कोणत्याही स्त्रीसारखीच होती. फक्त तिचे कान, तिच्या त्वचेचा एक वेगळाच फिकटपणा, तिच्या केसांचा लालभडक रंग आणि चेहऱ्यावरचे वांगाचे ठिपके यामुळे ती कोणत्याही आर्य स्त्रीपेक्षा वेगळी दिसत होती. शिवात तिचं संपूर्ण नग्न असणं हेही एक कारण होतंच.

सावध, रामा, ही कोण आहे हे लक्षात घे.

'ताटका,' तो पुन्हा म्हणाला. 'अखेरीस आपली समोरासमोर भेट झालीच तर – कुख्यात राक्षसी.'

हास्य डळमळलं. 'राक्षसी? तुला मी अशी दिसते का, माझ्या राजकुमारा?'

'रामा!' ब्रह्मर्षींचा खणखणीत रागावलेला आवाज मोकळ्या जागेत घणाणला. 'ताटकेच्या या खोट्या हुशारीला फसू नकोस. मायेनं ती तुला फसवू बघते आहेस. हे असुर अशी माया पसरवण्यात हुशार असतात. तिच्या सौंदर्याकडे, स्त्रीत्वाकडे दुर्लक्ष कर आणि मी तुझ्यावर जे काम सोपवलं आहे ते पूर्ण कर. त्या राक्षसीचा ताबडतोब वध कर.'

मोकळ्या जागेतले सगळे डोळे ऋषीकडे वळले. विश्वामित्र अजूनही त्या मंडलामध्ये उभा होता, पण ब्रह्मनचा स्तंभ मात्र नाहीसा झाला होता. द्रष्ट्यानं हातातला दंड उंचावून राक्षसीकडे रोखत म्हटलं, 'आता अधिक वेळ घालवू नकोस, राजकुमारा. मी तुला काय सांगितलं होतं ते आठव. सूर्य बरोबर डोक्यावर

असतो तेव्हा तिची शक्ती सर्वात कमी झालेली असते. म्हणूनच तर तुला गुंतवून ठेवण्यासाठी आणि वेळ घालवण्यासाठी तिनं हे आकर्षक रूप धारण केलं आहे. तुझ्या धर्माला जाग आणि ताबडतोब तिचा वध कर.'

रामानं पुन्हा एकवार ताटकेकडे पाहिलं. आणि मग ब्रह्मर्षींकडे बघत तो म्हणाला, 'परंतु, गुरुदेव. ती तर असुरापेक्षा एखाद्या स्त्रीसारखी जास्त दिसतेय. क्षत्रिय सन्मानाच्या कल्पनेनुसार मी स्त्रीचा वध करू शकत नाही.'

ऋषींनं संतापानं दंड गदगदा हलवत म्हटलं, 'जे दिसतं आहे त्याला फसू नकोस, रामा. या यक्षीनं हजारो गुन्हे केले आहेत. देवांनी स्वत: तिला पुन्हा पुन्हा नष्ट केलं आहे. कामदेवाच्या उपवनाची कथा आठव. महादेव शिवाला त्याच्या लक्ष वर्षांच्या कठोर तपस्येमधून बाहेर आणण्यासाठी देवांनी किती युगं श्रम केले ते आठव. ते सगळं या प्राण्याला नष्ट करण्यासाठीच होतं. रावणाच्या आसुरी शक्तीनं जिवंत झाल्यावर तुला भुलवण्यासाठी तिनं हे रूप पालटलं आहे. तिच्या गोड गोड बोलण्याला फसू नकोस किंवा तिच्या स्त्रीसुलभ सौंदर्याला बळी पडू नकोस. तुझं शस्त्र उचल आणि ठार कर तिला.'

ताटकेच्या चेहऱ्यावर केसांची एक गोड बट उतरली. तिचा उजवा डोळा आणि उजवा गाल यांच्यावर ती क्षणभर थबकली. ताटकेचं सौंदर्य अधिकच उजळलं. 'मला ठार मारशील का रे, माझ्या राजकुमारा? मी तर एक साधी स्त्री आहे.'

रामानं आजूबाजूला बघितलं. आता तो पुरताच गोंधळला होता.

'रामा, तिच्या अतिप्रचंड आकाराला घाबरू नकोस. तिच्या अंगात हजार हत्तींचं बळ असलं तरी तुझ्यापुढे आणि बल-अतिबल या महामंत्रांनी तुला दिलेल्या शक्तीपुढे तिचं काहीही चालणार नाही.'

रामानं एकदा त्या यक्षीकडे आणि मग ऋषीकडे पाहिलं. कुणाचं खरं मानावं हे आता त्याला कळेनासंच झालं. 'गुरुदेव,' तो उद्गारला, 'कृपा करा, मी विनंती करतो तुम्हाला, एका स्त्रीचा वध करून मला अधर्म करायला भाग पाडू नका. तुम्ही म्हणालात ते सर्व मी केलं आहे. आणि पुढेही करीन. पण आपली ही आज्ञा पाळणं मला शक्य नाही.'

विश्वामित्रानं रागानं दंड जमिनीवर आपटला. जिथे तो आपटला तिथल्या जमिनीवर मोठमोठ्या भेगा पडल्या. विजा चमकल्या, गडगडाटही झाला. आधीच यक्षीच्या अस्तित्वानं घाबरलेले हत्ती आणि घोडे भेदरून थयथयाट करू लागले. किंचाळू लागले.

'राजकुमार राम, धर्म म्हणजे चांगल्या गोष्टींसाठी केलेलं कर्तव्य. चारही वर्णांच्या भल्यासाठी. मानवजातीच्या कल्याणासाठी तुला हे कर्तव्य करावंच लागेल. आपल्या प्रजेचं हित ज्यामध्ये असेल ते काम राजाला करावंच लागतं.

मग ते काम कितीही नकोसं वाटणारं किंवा अधर्मी वाटत असलं तरी, कारण तोच त्याचा धर्म आहे. मी काय सांगतो आहे ते नीट ऐक. देवराज इंद्रासारख्या महान देवाला विरोचनाच्या कन्येचा वध करावा लागला होता. कारण ती या पृथ्वीचा, जिथे आपण राहातो त्या ग्रहाचाच विनाश करायला निघाली होती. रक्षणकर्ता विष्णूने भृगूपत्नी आणि काव्याची माता हिचा वध केला होता कारण तिनं इंद्राचा वध करण्याचा कट केला होता. प्राचीन काळी, तुझ्यासारख्या क्षत्रिय राजांनी आणि राजकुमारांनीही स्त्रीहत्येचं हे पाप केलं आहे. त्यांच्याही मनात तुझ्यासारखाच संदेह होता, तेही तुझ्यासारखेच चाचरले होते. स्त्रीचा वध करणारा तू पहिला योद्धा नाहीस आणि शेवटचाही नाहीस. हे व्हायलाच हवं. तुझ्या करुणेला आवर घाल, मनातले संशय काढून टाक, धनुष्य उचल आणि सूर्य डोक्यावर आहे तोवरच ताटकेचा वध कर. ताबडतोब तिचा वध कर, रामा.'

ताटका उठून उभी राहिली. पुन्हा एकदा सूर्य झाकला गेला. दया वाटावी एवढ्या शांतपणे ती रामाच्या निर्णयाची वाट पाहत होती. *ती जर मोठमोठे सुळे आणि पंजे असलेली अक्राळविक्राळ राक्षसी असती, माझं हृदय खेचून काढत असती तर मी इतका गांगरलो असतो का?* आणि तरीही त्याचा हात उचलला जात नव्हताच.

विश्वामित्र पुन्हा बोलू लागला. आता त्याचा आवाज काहीसा सौम्य आणि रामाविषयी वाटणाऱ्या सहानुभूतीनं भरलेला होता. 'रामा, माझं ऐक, मुला. तुझं दुःख मला कळतं आहे. अशी उच्च तत्त्वं पाळणारा तू खरोखर महान आहेस. पण हे काम झालंच पाहिजे. आणि तेही आत्ताच.' ऋषी क्षणभर थांबला आणि मग म्हणाला, 'तुझ्यासाठी किंवा तुझ्या प्रजेसाठी नसेल तर निदान तुझ्या भावासाठी तरी हे कर.'

आठ्या घालत रामानं विचारलं, 'माझा भाऊ?'

ऋषीनं हातातल्या दंडानं जवळच्या जमिनीवर निर्देश केला. 'स्वतःच्या डोळ्यांनी बघ आणि अश्रू ढाळ, अयोध्येच्या शूर राजकुमारा. तो बघ, तुझा धैर्यवान भाऊ पडला आहे. - सुमित्रा-पुत्र लक्ष्मण. फुटलेली हाडं आणि तुकडे झालेलं मांस यांचा ढीगच झाला आहे त्याचा. याच ताटकेनं घेतलेला बळी आहे तो. त्याच्या त्या मृत शरीराकडे बघ आणि मग मला सांग-अजून तुला असंच वाटतं आहे की ही राक्षसी नसून एक सुंदर स्त्री आहे?'

त्याच्याकडे बघणाऱ्या क्षत्रियांना पापणी लववण्याचीही उसंत न देता राम प्रचंड वेगानं त्या प्रेताजवळ जाऊन पोचला. त्यानं वाकून त्याच्या भावाचं जेवढं शरीर - हाडं-मास-रक्त शिल्लक होतं ते सारं कवेत गोळा करण्याचा प्रयत्न केला. 'माझा भाऊ - माझा सैनिक सहकारी.' तिथे शिल्लक असं काहीच नव्हतं - ना

एखादं संपूर्ण प्रेत ना एखादा पांढराशुभ्र हाडांचा सांगाडा – महामंत्रांनी अतिशय वेगानं आपली शक्ती त्याच्या शरीरामध्ये आणि बुद्धीमध्ये उतरवायला सुरुवात केली तरीही त्याला स्वत:च्या दुसऱ्या ओळखीची काहीतरी आठवण होतीच. होत्या – बल आणि अतिबल यांच्या प्रभावाखाली नसलेला रामचंद्र. त्या रामाने या क्षणामध्ये अनेक आठवणी आणल्या – आठवणी, प्रतिमा, भावना, जाणिवा, अर्धवट आठवलेले काही शब्द – त्या वेळी महत्त्वाचे न वाटलेले असे काही शब्द, जे आता प्रार्थनेपेक्षाही महत्त्वाचे वाटत असलेले शब्द – बरोबर वाढतानाची वर्षं – खरचटलेले गुडघे, दुखावलेली हृदयं, युद्धविद्येचं आणि मर्त्य विद्येचंही घेतलेलं शिक्षण, मारायला आणि प्रेम करायलाही शिकणं, कुटुंबाचं महत्त्व, कर्तव्याची गरज, धर्माचा अर्थ, कर्माचं चक्र हे सारं काळ्याभोर ढगातून निघालेल्या विजेच्या लोळासारखं त्याला आठवलं. कानठळ्या बसवणारा एक गडगडाट त्यामागोमाग उमटला. काळाचं चक्र – कुणासाठीही – देव असो दानव असो की मानव – न थांबणारं ते समय चक्र स्वत:च्या फेऱ्याच्या एका अति लहान अशा कणानं पुढे सरकलं. त्यानं आपल्या भावाच्या अवशेषांचा तो ढीग उचलून छातीशी धरत आकाशाकडे पाहून टाहो फोडला,

'लक्ष्मणा.'

त्याच्या दु:खानं भयानक–वन ढवळून निघालं.

एखाद्या हृदयशून्य देवासमोर त्याच्या दु:खी भक्तानं काहीतरी विलक्षण गोष्टीचं समर्पण करावं तसं त्यानं आपल्या भावाचं तुटलेलं फुटलेलं शरीर हातांवर घेतलं आणि तो चालत ऋषीसमोर आला. गुडघ्यावर बसत त्यानं अतिशय काळजीपूर्वक ते शरीर जमिनीवर ठेवलं – जणू काही आईच आपलं झोपलेलं लहान बाळ खाली ठेवत असावी. मग त्यानं खाली वाकून कपाळ जमिनीला टेकवलं. पाट्यावर मसाला वाटावा तसा त्याच्या तापलेल्या त्वचेवर धूळमाती घासली गेली. त्यानं चेहरा वर उचलला तेव्हा त्याच्या कपाळावर त्या पछाडलेल्या अरण्याच्या मातीचं गंध लागलं होतं – शैवाच्या कपाळावर भस्माचा टिळा असतो तसं.

कमालीच्या अनपेक्षितपणे त्याचा संताप परत आला. ती अनपेक्षितता भीतीदायक होती तेवढीच उत्तेजकही होती. रामाच्या नसानसातून केवळ भावना उसळून वाहू लागली. जणू त्याचा संशय, त्याचा अपराधी भाव सारं वाहून नेण्यासाठी आलेला पूरच. त्यानं मूठ वळली – ती कोणतंही कसलंही शस्त्र शोधत होती. त्याच्या नाकपुड्या विस्फारल्या गेल्या. श्वास जोरानं चालू लागला, कसलाही अडथळा न येता श्वास आणि रक्त थेट मेंदूपर्यंत पोचावं म्हणून त्यानं टक्कर घ्यायला तयार असलेल्या बैलासारखं मस्तक खाली झुकवलं…

रामामध्ये घडत असलेला बदल बघून वज्र सैनिकही एक पाऊल मागेच

सरकले. पुन्हा एकवार तो ब्रह्मनची व्यक्ती झाला होता. दैवी शक्तीच्या महान नदीची एक उपनदी.

'महादेव.' तो बोलू लागला, *'दैवी शास्त्रांच्या ज्ञानामध्ये आपण सर्वश्रेष्ठ आहात. ब्रह्मानं स्वत: तुम्हाला जीवन, मरण, पुनर्जन्म आणि पुनरुत्थान करणाऱ्या सर्व मंत्रांची विद्या दिली आहे. कोणतंही काम तुमच्या शक्तीबाहेर नाही. मी तुम्हाला विनंती करतो, माझ्या भावाला जिवंत जगामध्ये परत आणा.'* त्याचा आवाज विलक्षण अनोळखी झाला होता.

विश्वामित्रानं हातातल्या दंडावरचा हात आणखी वर नेला. दंडाच्या माथ्यावरची मूठ आता त्याच्या हातामध्ये होती. 'जीवनमृत्यूचा समतोल बदलणाऱ्या प्रत्येक मंत्राची एक किंमत असते. मृत्यूदेव यम हा हिशेब अतिशय चोखपणे ठेवत असतो. त्याचा तराजू सतत समतोलच राहायला हवा. त्यामध्ये कुणालाच सूट मिळत नाही. राजकुमार लक्ष्मणाला पूर्ववत करण्यासाठी मी त्याच्याकडे विनंती करावी असं तुला वाटत असेल तर त्याच्या प्राणांच्या बदल्यात तुला आणखी एक प्राण त्याला मिळवून द्यावा लागेल.'

रामाचे डोळे निळे सोनेरी असे चमकले. भर दुपारच्या उन्हातही त्या डोळ्यांचा प्रकाश लखलखत होता. *'आवश्यक असेल तर मी स्वत:चे प्राणही द्यायला तयार आहे.'*

'तेवढं पुरेसं होणार नाही. पुनरुत्थानाचं मूल्य खूप असतं. एका मर्त्य आत्म्यानं यमराजाचं समाधान होणार नाही.'

'मग मी बारा आत्मे देऊ करतो – शंभर – हजार – तुम्ही नुसती किंमत सांगा, ऋषीवर, मी ती द्यायला तयार आहे. त्रैलोक्यात कुणी आजवर बघितलं नसेल एवढं रक्त वाहावायला मी तयार आहे.'

'आता माझं ऐक. या जगातले सर्व मर्त्य आत्मेही ती किंमत चुकवू शकणार नाहीत. परशुरामाने ज्याप्रमाणे तीन वेळा ही पृथ्वी नि:क्षत्रिय केली त्याप्रमाणे तू हे सारं जग सर्व मानवांच्या हत्येन रिकामं केलंस तरी तुझ्या भावाच्या प्राणांची किंमत पूर्ण होणार नाही. मृत्युदेवता फक्त एकाच प्राणाचा स्वीकार करेल.'

'त्या दुर्दैवी जिवाचं नाव सांगा – तो आजचा सूर्यास्त पाहयला जिवंत असणार नाही.'

'नाही. सूर्यास्त म्हणजे फार उशीर होईल. यमराज त्याच्या लाल डोळ्यांच्या बैलावर बसून पाताळाच्या अर्ध्या रस्त्यापर्यंत पोचला आहे. वाघाच्या कातडीच्या त्याच्या पोतडीत तुझ्या भावाचा आत्मा भरलेला आहे. एकदा का त्यानं लक्ष्मणाला नरकाच्या कोणत्यातरी एका पातळीवर नेऊन ठेवलं की मग त्याला परत आणणं

अशक्य होईल. कोणतीही किंमत दिली तरी ते शक्य होणार नाही. यमानं परतून यावं यासाठी ही देवाण घेवाण ताबडतोबच व्हायला हवी. अगदी एका क्षणातच.'

'तुम्ही म्हणता तसंच होईल. ऋषीवर. आता जो माझ्या भावाच्या आत्म्याची किंमत चुकवणार आहे त्या बळीचं नाव सांगा.'

विश्वामित्रानं हात उंचावला. 'ते गुपित नाही. ती तिथे तुझ्या मागेच उभी आहे. तुझ्या भावाच्या मृत्यूला जबाबदार असलेली. त्या याक्षी ताटकेला ठार कर आणि मी तुझ्या भावाचे प्राण यमदेवाकडून परत विकत घेईन. आत्ता लगेच ते कर. कारण सूर्य अजून डोक्यावरच आहे. नाहीतर हा क्षण जाऊ दिलास तर तुझ्या भावाच्या चितेसाठी अरण्यात चंदनाची लाकडं गोळा करण्यासाठी निघावं लागेल.'

रामानं द्रष्ट्याकडे निरखून पाहिलं. सावकाश मान पुन्हा लववत तो पुटपुटला, *'मग तसंच होवो. मंत्रपठणाला सुरुवात करा ऋषीवर. मी माझं काम पूर्ण करतो.'*

तो उठून उभा राहिला. आणि मागे वळला. लक्ष्मण जिथे पडला होता त्या जागी जाऊन तो उभा राहिला आणि त्यानं भावाचं धनुष्य उचललं. भात्यामधून एक बाण काढून तो धनुष्याला जोडला.

मग धनुष्य उचलून मोकळ्या जागेच्या वर दिसणाऱ्या त्या प्रचंड आकृतीवर त्यानं नेम धरला.

22

ताटका मोठ्यानं ओरडत उठून उभी राहिली. 'ऋषीवर, तुम्ही द्रष्टे लोक फार काळ माझ्या दु:खाचं मूळ बनून राहिले आहात. आज मी तुला आणि तुझ्या मर्त्य सोबत्यांचा नाश करून टाकते. लंकेच्या राजाच्या सामर्थ्याला आणि संतापाला तुमच्यासारखे लोक कधीच तोंड देऊ शकणार नाहीत. रावणाचा विजय असो.'

विश्वामित्राला चिरडून टाकण्यासाठी ताटकेनं पाऊल उचललं. तो निर्विकार चेहऱ्यानं तसाच उभा होता. यक्षीकडे लक्ष न देता त्याचं मंत्रपठण सुरूच होतं.

रामानं बाण सोडला.

तो बारीक लाकडी बाण आकाशात उंच गेला, क्षणभर भर दुपारच्या उन्हात तो दिसेनासाच झाला. ती प्रचंड आकाराची यक्षी एकदम रागानं ओरडली आणि तिनं डास मारावा तशी स्वत:लाच एक थप्पड मारली.

यक्षीच्या गोऱ्या अंगावर, डाव्या वक्षस्थळाच्या थोडं वर टाचणीच्या टोकाएवढी खूण उमटलेली बेजूला दिसली – एक बारीकसा लाल ठिपका. तिनं आपल्या अंगठ्यानं आणि पहिल्या बोटानं तो बाण खेचून काढला. तिच्या अवाढव्य आकारापुढे तो बाण एखाद्या काडीसारखा दिसत होता. मोठ्या माणसाच्या हातात एखादा अगदी बारीकसा तुकडा असावा तसा तो बाण नीटसा दिसतही नव्हता. ताटकेनं तो दूर फेकून दिला.

'मूर्ख मर्त्या, तुझ्या शस्त्रांनी तू मला जखमी करू शकशील असं खरोखर वाटतंय तुला? मी ताटका आहे. हजार हत्तींचं बळ आहे माझ्या अंगी. मला गज-गामिनी म्हणतात ते काही उगाच नव्हे. मी चालते हत्तीसारखी म्हणून.'

'एका हत्तीला मारता येतं तसंच हजार हत्तींनाही मारता येतंच.' धनुष्याला दुसरा बाण जोडत राम उद्गारला, *'तू हजार हत्तींच्या वेगानं पळून जाण्याचा प्रयत्न करू शकतेस पण तेही तुला वाचवू शकणार नाही. राक्षसी.'*

तिच्या चेहऱ्यावर जणू एक खूणगाठ पटल्याचा भाव उमटला. तिच्यासमोर उभा असलेला हा लहानसा मानव हा आता स्त्रीहत्येच्या पापाला घाबरणारा अयोध्येचा पापभीरू राजकुमार राहिलेला नाही, हा कुणीतरी दुसराच आहे. आणि त्याच्याशी वाद घालता येणार नाहीये.

'ठीक आहे.' असं म्हणून तिनं हात पसरले. रामानं आपलं धनुष्यही वर केलं. तिनं आपले हात शक्य तेवढे लांब पसरले - *सारी अयोध्या मावेल त्या दोन हातांमध्ये...* बेजूच्या मनात आलं. - आणि तेवढ्याच जोरानं दोन्ही तळहात एकमेकांवर आपटले. त्यानं ऐकलेल्या सर्वांत मोठ्या गडगडाटापेक्षाही हा आवाज कितीतरी मोठा होता. त्या टाळीमधून निघालेल्या वाऱ्याच्या झोतानं तो आणि त्याचे काही सैनिक मागच्या मागे कोलमडले आणि उरलेले वर फेकले गेले. ते झाडांवर, हत्तींवर आदळून खाली आपटले. घोडे थरथरले आणि खाली पडले. आपला तोल सांभाळण्याचा प्रयत्न करत हत्ती एका पायावरून दुसऱ्या पायावर असे सरकत राहिले.

अगदी त्याच क्षणी रामानं आपला दुसरा बाण सोडला. हा बाण अगदी सरळ जाऊन तिच्या डाव्या तळहाताच्या अंगठ्याखालच्या शुक्राच्या उंचवट्यामध्ये घुसला. ताटकेला ते जाणवलं की नाही कोण जाणे. आपल्या पुढच्या खेळीसाठी ती खाली वाकलीही होती. पण अचानक ती मोठ्यानं किंचाळली. आता तिचा आवाज कर्कश होता, त्यांच्यावर मोहिनी टाकण्यासाठी मुद्दाम काढलेला गोड स्वर नव्हता. डावा हात उचलून तिनं त्याच्याकडे नीट निरखून बघितलं. तळहातात घुसलेला बाण तिनं उपटून काढला, क्षणभर त्याचं निरीक्षण केलं आणि मग तो बाजूला फेकून दिला. बाण जिथे लागला होता ती जागा तिनं थोडी चोळली आणि मग ती पुन्हा मोकळ्या जागेकडे वळली.

रामानं तिसरा बाण सोडला. तो तिच्या उजव्या मनगटावर लागला. मनगटाच्या थोडा वर-बेजूनं पाहिलं. या वेळी राक्षसीनं त्याच्याकडे साफ दुर्लक्षच केलं आणि ती तशीच पुढे वाकत राहिली. तिनं एखाद्या किड्याला उचलावं तसं हाताच्या दोन बोटांमध्ये एक हत्ती पकडून उचलला आणि तो स्वत:च्या तोंडाजवळ नेला.

एकाच चाव्यामध्ये तिनं त्याचे दोन तुकडे केले. आणि त्याचा पुढचा रक्तबंबाळ झालेला भाग जमिनीवर पडू दिला. उरलेला भाग तिनं नेम धरून दुसऱ्या हत्तीवर फेकला. त्याचा मृत भाऊ इतक्या जोरानं त्याच्या अंगावर कोसळला की त्याचा फरा मोडला. तसा तो हत्तीही असहाय्यपणे मोठ्यानं किंचाळला जमिनीवर कोसळला. बिनीच्या हत्तीनं भयंकर संतापून पुढचे दोन्ही पाय वर उचलले. त्याचे डोळे पांढरे झाले होते आणि त्याचे चीत्कार संतापाचे होते. *हे एक युद्ध असं आहे जे तू जिंकू शकणार नाहीयेस, मित्रा.* बेजू दु:खानं मनात म्हणाला. *हजार हत्तीही तिचा सामना करून जिवंत राहू शकणार नाहीत.* तरीही त्यानं युद्ध करण्यासाठी तलवार गच्च पकडलीच.

यक्षीनं पाऊल उचललं. मोकळ्या जागेत दंगा उसळला. भेदरून जाऊन घोडे सैरावैरा धावत होते. *आता त्यांना यक्षीच्या वैराची कल्पना आली आहे.* त्याला ही तो

वास आलाच – आंबट–घाणेरडा वास – आधीच्या सुगंधापेक्षा अगदी वेगळा – हा यक्षीचा खरा अंगगंध होता, आधी सर्वांना मोहवण्यासाठी घेतलेल्या रूपाचा गंध काही खरा नव्हता.

निःशब्दपणे पण प्रचंड संतापाने ताटकेनं आपलं पाऊल तीन वज्र घोडेस्वारांवर दाबलं. त्याच क्षणी रामानं आपला चौथा बाण त्याच पायावर मारला. हा तर तिला जाणवलेलाही आलेला दिसला नाही. पण एकदम बेजूच्या लक्षात आलं – रामाचा पहिला बाण ज्या जागी लागला होता त्या जागी काहीतरी विलक्षण घडतं आहे. यक्षीच्या डाव्या वक्षस्थळावर जिथे तो बाण लागला होता तिथे सुईच्या टोकानं व्हावी तेवढीच जखम होती आणि एकच रक्ताचा ठिपका. जो याआधी नीटसा दिसतही नव्हता. त्या ठिकाणी आता यक्षीच्या अंगठ्याएवढा रक्ताचा ठिपका दिसू लागला होता. त्या ठिपक्यामधून धुराची एक बारीकशी सुरळी वर उठू लागली होती. बेजूच्या नजरेदेखतच तिथली त्वचा एकदम आक्रसली गेली आणि जखमेपासून वेगळी झाली.

कुठली जखम? एखाद्या कुसळाने झालेली जखमसुद्धा याहून मोठी असेल.

आणि तरीही बेजूच्या डोळ्यादेखतच त्याला तो गडद ठिपका मोठा होताना दिसत होता. सूर्यप्रकाशापासून आडोसा म्हणून आपला हात कपाळावर धरत बेजू बघतच राहिला. तो ठिपका मोठा मोठा होत, बाहेरच्या बाजूला वाढत होता. त्याला दिसलेली धुराची रेष हा काही छायाप्रकाशाचा खेळ नव्हता – ती जखम पेटून जळू लागली होती.

यक्षीनं कपाळाला आठ्या घातल्या. वज्र क्षत्रिय आणि त्यांचे हत्तीघोडे यांना जमीनदोस्त करण्याच्या तिच्या कामात अडचण येऊ लागली होती. तिनं मान खाली करून आपल्या डाव्या वक्षस्थळाकडे बघितलं. आता ती जखम तिच्या तळहाताएवढी झाली होती आणि झपाट्यानं वाढतही होती. काचेचा तुकडा आणि सूर्यकिरण यांच्या संयोगानं एखादा कागदाचा तुकडा जळू लागला तर त्याच्या कडा जशा सुरकुतत जातात तशा त्या जखमेच्या सुरकुतत चाललेल्या कडांमधून धूर येत होता.

तिनं बोटांच्या टोकांनी जखमेला हळुवार स्पर्श केला आणि ती किंचाळलीच त्या आगीनं तिची बोटंही भाजली होती. मग तिच्या डाव्या हातामधूनही धुराची एक रेषा उमटू लागली. तिनं हात उघडला आणि त्याच्याकडे निरखून पाहिलं. रामाचा दुसरा बाण तिथे लागला होता. ती जखमही काळवंडत पसरत चालली होती.

अचानक काय घडतं आहे हे बेजूच्या ध्यानात आलं. त्यानं मान वळवत यक्षीच्या उजव्या मनगटाकडे नजर टाकली. तिथे रामाचा पुढचा बाण लागला होता.

मग डावं पाऊल आणि मग उजवं - जिथे रामानं आत्ताच त्याचा पाचवा बाण मारला होता. प्रत्येक जखम अगदी तशीच जळत होती.

जळतं क्षेपणास्त्र गवताच्या झोपडीवर पडावं तसं होतं आहे हे - त्वचा आणि मांस गवतासारखं जळतं आहे. हे कसं घडलं असेल?

त्यानं पुन्हा रामाकडे पाहिलं आणि लगेचच त्याला त्याच्या प्रश्नाचं उत्तर मिळालं.

राजकुमार सहावा बाण सोडण्याच्या तयारीत होता. या वेळी तो काय काय करतो आहे ते बेजू अगदी लक्षपूर्वक बघत होता. बाण धनुष्यावर चढवण्याआधी राम तो अगदी हलकेच स्वत:च्या पोटावर टोचत होता. हलकेच टोचत असला तरी त्या बाणामुळे रक्त निघत होतं.

राजकुमाराच्या सपाट पोटावर रक्ताचा थेंब उमटताना बघून बेजूचे डोळे विस्फारले गेले. मग त्याला राजकुमाराच्या हातांवर, पायांवर आणि छातीवर तसेच रक्ताचे ठिपके उमटलेले दिसले.

प्रत्येक बाण तो स्वत:च्या रक्तात बुडवून मगच सोडतो आहे. त्यामुळे ते बाण यक्षीला अशा जखमा कसे करू शकतात हे काही बेजूला उलगडलं नाही पण हे काहीतरी आधी ऐकलेल्या त्या महामंत्रांचं काम असावं हे मात्र त्याच्या मनात आलं. राजकुमाराचं स्वत:चं रक्त ब्रह्मनच्या शक्तीनं भरून गेलेलं असावं आणि ते रक्त प्रत्येक बाणाच्या टोकावर लावून तो नुसते बाण सोडत नसावा तर ब्रह्मनची ती दैवी शक्तीही यक्षीवर सोडत असावा.

ताटकेच्या किंचाळीमुळे त्याचं लक्ष पुन्हा तिच्याकडे वळलं.

बेजूनं वर तिच्याकडे पाहिलं. आता तिच्या पाचही जखमा जोरात जळत होत्या. त्या आगीच्या टोकाशी सहज ओळखता येणारा ब्रह्मनचा निळा रंग होता. ती आग अक्षरश: तिचं मांस जाळून टाकत होती. तिच्या छातीवरची आग आता चांगलीच मोठी ज्वाला बनली होती. तिची छाती साफ उघडी झाली होती. तिच्या फासळ्या, हृदय स्पष्ट दिसत होतं. अतिशय भीतीनं स्वत:चा जळता डावा हात तिनं किंचाळतच उचलला तेव्हा बेजूला दिसलं - आगीनं तिचा हात संपूर्ण खाल्ला होता, तळहातामधून पलीकडचं आकाश आणि सूर्यप्रकाश दिसत होता. विश्वास बसू नये असं दृश्य होतं ते.

रामाचं रक्त - बल आणि अतिबल यांच्या ब्रह्मनच्या शक्तीनं संपृक्त झालेलं रामाचं रक्त यक्षीला जिवंतपणीच खाऊन टाकतं आहे. सूर्यदेव, रामाच्या वंशाचा पहिला पूर्वज अजून आकाशात डोक्यावर आहे. त्याच्या शक्तीच्या शिखरावर आहे. राजकुमाराला मर्त्य आणि अमर्त्य अशा दोन्ही शक्तींचा लाभ झाला आहे.

रामानं सहावा बाण सोडला. या वेळी तो यक्षीच्या पोटातच शिरला. तो लहानसा क्षुद्र मानव काय करतो आहे हे आता तिच्या चांगलंच लक्षात आलं होतं. किंचाळतच तिनं तो बाण उपटून काढला पण ती लहानशी जखम जळायला सुरुवातही झाली होती. उतरत्या जमिनीवर पाणी जसं वेगानं वाहात जातं तसं तिचं रक्त वाहू लागलं. रामानं सातवा आणि शेवटचा बाण हातात घेतला.

स्वत:च्या कपाळाला त्यानं टोचून घेऊन त्यानं तो बाण राक्षसीच्या दोन डोळ्यांच्या मध्यभागी मारत म्हटलं, *'आता मर, ताटके.'*

आठवेल तेवढ्या सर्व देवांची प्रार्थना करायला बेजूनं सुरुवात केली. यक्षीनं कानठळ्या बसाव्यात एवढी मोठी किंचाळी फोडली आणि दगडावर कोसळणाऱ्या धबधब्यासारखा आवाज करत ती संपूर्ण पेटली. आगीच्या किनारी निळ्या होत्या. ती धपकन गुडघ्यांवर बसली, त्या धक्क्यानं जमीन अशी हादरली की बेजूच्या शरीरातली सगळी हाडं आणि तोंडातले सगळे दात खडखडले.

बेजूला खात्री होती की ती पुढे पडेल आणि त्या सगळ्यांचा चुरा होऊन जाईल. त्याच्या हृदयाचा एक ठोका चुकलाच. पण ती कण्हत होती, तिच्या चेहऱ्यातून वितळणाऱ्या मेणबत्तीसारखं रक्त मांस वितळून गळत होतं. धुळीचा एक मोठा थोरला लोट उडवत ती बाजूला कलंडली. एका क्षणानंतर सगळं अरण्य तिच्या भोवताली जळू लागलं. किती योग्य चिता होती ती.

23

लक्ष्मणानं डोळे उघडले आणि वरच्या चकचकीत भर दुपारच्या उन्हाकडे बघून डोळ्यांची उघडझाप केली. त्याच्याखालची जमीन मधून मधून थरथरत होती. त्याच्या कानावर एक घोंगावणारा आवाज पडत होता. सूर्याच्या स्थानावरून त्यानं ताडलं की दुपार टळत आली असावी. तो सावकाश उठून बसला. काहीतरी दुखेल अशी त्याची कल्पना होती म्हणून त्यानं आधीच चेहरा वाकडा केला. त्याच्या बरोबर समोर ढालीचा आतला भाग असावा असा एक धातूचा गोलाकार होता.

आपण एका रथामध्ये आहोत हे त्याच्या लक्षात आलं. रथचालकाचे पादत्राणं घातलेले पाय त्याच्या डोक्याच्या मागे होते. त्या पायांवर अनेक जखमा, सुकलेलं रक्त आणि वण होते. रथाचे लगाम घट्ट धरलेल्या त्या खरबरीत हातांवरूनही रक्त वाहात होतं. दोन घोड्यांच्या रथाच्या त्या तालावरून लक्ष्मणानं ओळखलं की ते राजमार्गापेक्षा खडबडीत अशा एखाद्या रस्त्यावरून जात आहेत. पण हा रस्ता अगदी शहराबाहेरचाही नाहीये.

त्यानं उठून बसण्याचा प्रयत्न केला पण त्याचा तोल गेला. तो रथाच्या मागच्या उघड्या बाजूकडे कोलमडला. रथाखालून तपकिरी जमीन वेगानं मागे सरकत होती. एका मजबूत हातानं त्याचा खांदा पकडून त्याला सावरलं. त्यानं वळून पाहिलं तो हात चेहऱ्यावर अनेक युद्धांचे वण असलेल्या मध्यमवयीन योद्ध्याचा होता. त्यांनी पहाटे राजमार्ग सोडून शरयूच्या दक्षिणेला असलेल्या टेकडीचा रस्ता धरला तेव्हा त्यांना सामोरा आलेला हाच तो वज्र सेनापती होता.

'बेजू-काका,' तो आश्चर्यानं उद्गारला, 'मी तुमच्या रथामध्ये काय करतो आहे?'

काहीच उत्तर न देता बेजू नुसता त्याच्यकडे बघत राहिला. रथाच्या आवाजामुळे त्याला आपला प्रश्न ऐकू गेला नसेल असं त्याला वाटलं. कदाचित एखाद्या तात्पुरत्या जखमेमुळे त्याला ऐकू येईनासं झालं असेल. तो एखाद्या तुंबळ युद्धामध्ये सापडल्यासारखा दिसतही होताच.

अखेरीस त्या केस पांढरे होऊ लागलेल्या योद्ध्यानं पापणी हलवली आणि

पुन्हा रस्त्याकडे नजर वळवत म्हटलं, 'तुला पुढे घेऊन जायला मला ऋषीनं सांगितलं आहे. तो आणि तुझा भाऊ मागून पायी येताहेत.'

लक्ष्मणानं इकडेतिकडे पाहिलं. ते एका विरळ अरण्यातील काहीशा खडबडीत रस्त्यावरून ते चालले आहेत हे त्याच्या लक्षात आलं. आणखी दोन बरीच तोडमोड झालेले रथ त्यांच्यामागोमाग येत होते. एक रथ तर अगदी धोकादायक पद्धतीनं डुगडुगत होता. त्यांच्यामागोमाग सुमारे दहाबारा घोडे एका रांगेत येत होते. त्यांच्या पायांनी उडणाऱ्या धुळीच्या ढगामधून दोनतीन हत्तींच्या सोंडाही उंचावलेल्या दिसल्या असं त्याला वाटलं.

त्यानं सेनापतीकडे वळत आश्चर्यानं विचारलं, 'तुमचे वज्र? एवढेच शिल्लक राहिले?'

बेजूचे दातओठ गच्च आवळले. 'होय.'

'तू मला रथातून का नेतो आहेस? राम आणि गुरुदेवांनी मला उठवून चालू का दिलं नाही? माझी जागा त्यांच्याबरोबर आहे. इथे रथामध्ये नाही.'

बेजूनं त्याच्याकडे खालपासून वरपर्यंत काळजीपूर्वक पाहिलं, जणू तो त्याची तपासणीच करत असावा. 'तू तर... जखमी झाला होतास युद्धात... बेशुद्ध, चालणं शक्य नव्हतं तुला - ऋषीच्या आश्रमामध्ये तुला घेऊन जाण्याचा आदेश दिला आहे मला.' मग काही वेळानं आठवल्यासारखा तो म्हणाला, 'राजकुमार.'

'मला अगदी छान वाटतं आहे.' काहीसं चिडून लक्ष्मणानं बोलायला सुरुवात केली. 'मी सहज चालू शकलो असतो. रथ थांबव-मला इथे उतरू दे. माझा भाऊ आणि गुरू विश्वामित्र इथे येऊन पोचेपर्यंत मी रस्त्याच्या कडेला त्यांची वाट पाहत उभा राहातो. आणि मग त्यांच्याबरोबरच पुढची वाट चालेन.'

रथाचा वेग कमी न करता सेनापती पुढे जात राहिला. 'क्षमा कर, राजकुमार, पण मला माझा आदेश पाळलाच पाहिजे. तो आदेश अगदी स्पष्ट आहे. सिद्ध-आश्रमामध्ये पोचल्यानंतरच तुला खाली उतरू देण्याची मला परवानगी आहे.'

लक्ष्मणानं कपाळाला आठ्या घातल्या. 'पण आपण एवढ्यात सिद्ध-आश्रम ात जाऊ शकतच नाही. अजून आम्हाला त्या यक्षीचा ताटकेचा आणि तिच्या पुत्रांचा - मारीच आणि सुबाहु यांचा वध करायचा आहे.'

दुपारच्या त्या उष्णतेतही त्याच्या हृदयात एकदम एक थंड लहर पसरली. 'मला काय झालं आहे, सेनापती? मी जखमी झालो होतो ना?' त्यानं स्वत:चं अंग चाचपून बघितलं. 'पण कुठे जखम झाली होती मला? मला तर अगदी निरोगी आणि छान वाटतं आहे. युद्धाला अगदी तयार - आणि - भूक लागलीये मला - खूप खूप भूक लागलीये-'

बेजूनं त्याच्याकडे कुतूहलानं पाहिलं. रस्त्यावरच्या एका वळणावरून एका

करवंदाच्या जाळीजवळून रथ नेत तो म्हणाला, ‘आश्रमातले ऋषी तुला हवं ते देतील – मला खात्री आहे, राजकुमार. लवकरच पोचू आपण. ऋषी म्हणाले होते सात आठ योजनं अंतरावर आहे आश्रम. आपण अर्धं अंतर तर कापलंच आहे.’

लक्ष्मणानं रथाच्या पुढच्या भागावर मूठ आपटली. ‘मला हे समजतच नाहीये. मी इतका वेळ बेशुद्ध का होतो? मी बेशुद्ध झाल्यावर काय घडलं? सांगा मला सेनापती–सांगा मला.’

क्षत्रियानं त्याची नजर चुकवत म्हटलं, ‘मला एवढंच माहीत आहे, राजकुमार, की जेव्हा मी आणि माझे वज्र एकदाचे तुम्हा तिघांजवळ पोचलो तेव्हा तुम्ही भयानक–वनात पोचलेले होतात आणि ताटका आणि तिच्या अनुयायांशी मोठं युद्धही केलं होतंत. आम्हीही तुमच्याबरोबर लढू लागलो आणि शेवटी तुझ्या भावाच्या प्रचंड शौर्यामुळे ताटका मरण पावली आणि भयानक–वन जळून गेलं. तू वळून पाहिलंस तर तुला अजून ते जळताना दिसेल.’

सूर्यप्रकाशापासून डोळ्यांना आडोसा करत लक्ष्मणानं सेनापतीनं दाखवलेल्या दिशेला पाहिलं. दूरवर–काही योजनं अंतरावर धुराचा लोळ उठताना त्याला दिसला. त्यांच्या रथाच्या पाठीमागे उठणाऱ्या धुळीमुळे त्याला तो धूर याआधी दिसला नव्हता. ‘जय शिव शंकर!’ तो उद्गारला. त्याचा स्वतःच्या डोळ्यांवर विश्वासच बसत नव्हता. ‘म्हणजे आम्ही जिंकलो तर. त्या सर्वांशी युद्ध केलं आम्ही आणि जिंकलो. तू काय म्हणालास? रामानं त्या यक्षीला ठार केलेलं तू बघितलंस?’

नजर वळवत बेजू म्हणाला, ‘होय, मी बघितलं.’

‘कहाण्यांमध्ये सांगतात तेवढी ती खरोखरच भयंकर होती का रे? एक खूप उंच, रक्तपिपासू, लोभी राक्षसी – हजार हत्तींचं बळ असलेली?’

बेजूनं चेहरा वळवलेलाच ठेवत उत्तर दिलं, ‘मी आजवर एवढा प्रचंड प्राणी बघितला नव्हता किंवा ऐकलाही नव्हता.’

‘आणि तू म्हणतो आहेस की माझ्या भावानं तिला लोळवलं? त्यानं हे केलं तरी कसं, सेनापती? मला सांग बरं सगळं नीट.’ मूठ आपल्याच हातावर आपटत लक्ष्मण म्हणाला, ‘मी शुद्धीत असायला हवं होतं रे त्या वेळी – अगदी त्याच वेळी मी बेशुद्ध असावं ना–रामाला एकट्यालाच सगळं करावं लागलं.’

त्यानं क्षमायाचनेच्या दृष्टीनं सेनापतीकडे पाहिलं. ‘पण मला खात्री आहे, तू आणि तुझे वज्र सैनिक त्याच्याबरोबरीनं लढला असाल. तुझे कितीतरी सैनिक कमी झाले आहेत त्यावरून मी हे निश्चित म्हणू शकतो.’

‘होय.’ बेजूनं तुटक उत्तर दिलं. ‘राजकुमार, मला वाटतं, तू आता थोडी विश्रांती घ्यावीस आणि मला रस्त्यावर लक्ष केंद्रित करू द्यावंस. म्हणजे आपण

सुरक्षितपणे आश्रमात पोचू. तिथे पोचल्यावर तुझा भाऊ आणि ऋषी तुझ्या सर्व प्रश्नांना उत्तरं देतील याची मला खात्री आहे.'

'होय होय, खरं आहे.' लक्ष्मण म्हणाला. त्याला टाळ्या वाजवत गावं, नाचावंसं वाटत होतं. पण सेनापतीची उघड दिसणारी उदास मन:स्थिती त्याला हे करू देत नव्हती. त्याला सेनापतीच्या दु:खाबद्दल आत्मीयता वाटत होती. 'दक्षिण वनामध्ये तुझे काही चांगले सैनिक मारले गेले असतील ना?'

क्षणभर बेजू काहीच बोलला नाही. बोलला तेव्हा त्याचा आवाज घोगरा झाला होता, 'सगळेच चांगले सैनिक. काही इतरांपेक्षा अधिक चांगले.'

लक्ष्मणानं वाईट वाटून मान हलवत म्हटलं, 'आपण अयोध्येमध्ये परतलो की मी माझ्या वडिलांना सांगेल, तुम्ही किती शौर्यानं लढलात ते. तुझ्या पडलेल्या सैनिकांच्या स्मृतीप्रीत्यर्थ ते नक्कीच एक शिला उभारतील.' छातीवर हाताची घडी घालत त्यानं एक उसासा सोडला. रथाच्या तालामध्ये त्याचं शरीर हलत होतं. 'कदाचित तिथे भयानक-वनाच्या भूमीवर माझंही शरीर पडलेलं असतं - मेलेलं...'

बेजू एकदम घोड्यांवरचं नियंत्रण सुटण्याएवढा का दचकला आणि आपल्याकडे डोळे विस्फारून का बघतो आहे ते त्याला कळलं नाही.

युद्धाचा थकवा असणार, त्याच्या मनात आलं. *त्याला सावरायला वेळ लागेल, दुसरं काही नाही.*

त्यानंतर थोड्याच वेळात ते आश्रमात जाऊन पोचले. पश्चिमेच्या आकाशात सूर्य अजून बराच वर होता. आश्रम बराचसा अनंग आश्रमासारखा होता. वेगळेपण होतं ते एवढंच - इथले ऋषी शिवाऐवजी ब्रह्म्याचे भक्त होते. हा आश्रम नुकताच उभारल्यासारखाही दिसत होता. म्हणजे तुलनेनं - अनंग आश्रम हजारो वर्षांचा जुना होता तर हा आश्रम जेमतेम काही शेकडो वर्षांचाच होता.

राम येईपर्यंत अन्नपाणी घेणं तर लक्ष्मणानं नाकारलंच पण तोपर्यंत त्यानं आश्रमामध्ये सावलीत बसायला किंवा अर्घ्य स्वीकारायलाही नकार दिला. तो रस्त्याच्या कडेला एका उंचवट्यावर रामाची वाट बघत बसून राहिला. त्याला मनातून वाटत होतं, एक रथ घ्यावा आणि मागे जाऊन आपला भाऊ आणि गुरूंना घेऊन यावं. वेळ अतिशय सावकाश जात होता. पण आधी कितीतरी कडकडून लागलेली भूक असली तरी तो उष्मा आणि अन्नपाण्याविना थांबून राहाणं त्याला फारसं कठीण जात नव्हतं हे मात्र खरं. उलट त्याला अगदी सावध आणि ताजंतवानं वाटत होतं. आपण बेशुद्ध असलेल्या काळाची ही देणगी आहे असं त्याला वाटत राहिलं.

वज्र क्षत्रिय त्यांच्या हत्तींची, घोड्यांची काळजी घेण्यात गुंतले. खरे पण का कोण जाणे, ते काहीशा संकोचानं त्याला टाळताहेत असं त्याला वाटू लागलं. अर्थात लक्ष्मणाला त्याबद्दल काही वाटलं नाही, गप्पा मारण्यासारखी त्याचीही मन:स्थिती नव्हतीच. तो बेशुद्ध पडण्याआधी काय काय घडलं ते आठवण्याचा त्याला प्रयत्न करायचा होता. त्या संकरित प्राण्यांशी युद्ध करत होतो एवढं त्याला आठवत होतं. स्वत:च्या डोळ्यांमधला निळा प्रकाश त्याला आठवत होता, युद्धामधला रामाचा अशक्य वाटणारा वेग, त्याची शक्ती आणि कौशल्यही आठवत होतं.

सूर्यास्ताला तासभर अवकाश होता तेव्हा त्याला ब्रह्मर्षींचे पांढरे शुभ्र उडणारे केस आणि रामाचे काळे भोर केस दिसले. दोघांचीही चालण्याची गती धावण्याच्या गतीसारखी वेगवान होती. रामाच्या शरीरावर कसलीही जखम किंवा वण नाही हे पाहून लक्ष्मणाचं हृदय धडधडलं. त्या संकरित प्राण्यांशी लढताना त्याच्या शरीरावर रक्तामांसाची घाण उडली असणारच ती सुद्धा धुवून गेल्यासारखी दिसत होती.

रामाचं शरीर घामाच्या पातळ थरानं चमकत होतं. लक्ष्मणाला त्याच्या भावाच्या डोळ्यांमध्ये जे दिसलं ते इतक्या दुरूनही दिसण्यासारखंच होतं. ते काहीतरी रामासारखं नव्हतं. युद्धामधला तो रक्तपिपासू राम आठवून त्याला जरासं अस्वस्थ वाटलं. तो उत्तेजित होऊन हात हलवत धावतच पुढे गेला. त्याला बघताच रामाच्या चेहऱ्यावरचा कठोर भाव नाहीसा झाला आणि त्याचं नेहमीचं तोंड भरून हसणं उमटलं. तोही अर्ध्या वाटेत त्याला भेटण्यासाठी पुढे धावला. दोघांनी एकमेकांना घट्ट मिठी मारली. लक्ष्मणानं आपल्या भावाचं घामानं भरलेलं शरीर घट्ट धरलं.

'भाई,' डोळ्यातले अश्रू आवरत तो पुटपुटला, 'तुला परत भेटल्यावर बरं वाटलं मला.'

रामानं त्याच्या मिठीतून स्वत:ला सोडवत त्याच्याकडे बघत म्हटलं, 'मलासुद्धा छान वाटतंय तुला बघून, धाकट्या. तुला पुन्हा भेटताना फारच छान वाटतंय.' त्याचा आवाज काही निराळाच येत होता. जणू काही तोही आपले अश्रू आवरत असावा.

ब्रह्मर्षी पुढे आले तसा लक्ष्मण त्यांच्याकडे वळला. दोन्ही हात जोडून खाली वाकून आदरपूर्वक त्यांना वंदन करताना तो म्हणाला, 'प्रणाम, गुरुदेव. यक्षी आणि तिच्या मुलांशी युद्ध करताना मी बेशुद्ध पडलो याबद्दल क्षमा करावी.'

द्रष्ट्यानं लक्ष्मणाच्या मस्तकावर हात ठेवत म्हटलं, 'क्षमा मागण्याची काही गरज नाहीये, राजकुमार. तू खूप शौर्यानं लढलास, तुझं काम पार पाडलंस. प्रत्येक युद्धामध्ये आपल्याला एक एक काम दिलं गेलेलं असतं आणि कितीतरी वेळा आपण आपल्या पद्धतीनं ब्रह्मनची योजना पूर्ण करत असतो.'

डोकं उचलत लक्ष्मण म्हणाला, ‘आता तुमच्या यज्ञामध्ये तुमची सेवा करण्याची वाट बघतो आहे मी, महागुरू. कधी सुरू होणार आहे यज्ञ?’

संध्याकाळच्या आकाशात खाली उतरणाऱ्या सूर्याकडे बघत ऋषी म्हणाला, ‘आजच संध्याकाळी, लक्ष्मणा. तुला आणि तुझ्या भावाला पुढच्या सात रात्री झोप मिळणार नाही अशी मला भीती वाटतेय. तुम्हाला पहाऱ्यावर राहावं लागेल. या आधीच्या पूजांना आणि यज्ञवेदींना राक्षसांनी अपवित्र केलं होतं तसं या वेळी त्यांना करता येणार नाहीत याची खबरदारी घेणं ही तुमची जबाबदारी आहे. हा साधासुधा यज्ञ नाहीये. हा एक महायज्ञ आहे आणि तो कोणतीही अडचण न येता पूर्ण झाला पाहिजे.’

‘आम्ही निश्चितपणे हे पार पाडू.’ लक्ष्मणानं उत्तर दिलं.

द्रष्ट्यानं वळून त्याच्याकडे पाहिलं. ‘नक्कीच पार पाडाल मला खात्री आहे. तुम्ही तुमचं कर्तव्य अगदी पुरेपूर पार पाडालच.’ त्यानं मायेनं म्हटलं.

लक्ष्मणाच्या मागे उभ्या असलेल्या रामाकडे बघत तो पुढे म्हणाला, ‘मारीच आणि सुबाहु येतील तेव्हा तुम्ही त्यांना पुरून उराल याची मला खात्री आहे.

‘आणि आता मी जातो आणि शुद्ध होऊन यज्ञाच्या तयारीला लागतो. तू आणि तुझ्या भावानंही तसंच करावं. गंगा आणि शरयूच्या पवित्र संगमावर तुम्ही तुमचं संध्यावंदन आणि आचमन करा. कारण या पवित्र स्थानवर उभारलेला असा हा सिद्ध-आश्रम आहे जिथे एके काळी ऋषी वामन राहिले होते. वामन हे विष्णूचा अवतार होते हे तुम्हाला माहीतच आहे. राक्षसराज बळीकडून पृथ्वी परत मिळवण्यासाठी विष्णूनं वामनावतार घेतला होता.’

हसतच तो पुढे म्हणाला, ‘पण ती कथा पुन्हा केव्हातरी सांगेन. आपला यज्ञ पूर्ण झाल्यावर आपण अयोध्येकडे परत निघालो असू तेव्हा रस्त्यामध्ये कदाचित सांगेन. आता वेळ थोडा आहे आणि कामं मात्र खूपच राहिली आहेत.’

ऋषी आश्रमाकडे चालू लागला. आश्रमातले ऋषी आश्रमाच्या दाराशीच अर्घ्य आणि पुष्पमाला घेऊन रीतसर स्वागत करण्यासाठी उभे होते.

लक्ष्मण रामाकडे वळून म्हणाला, ‘ते मारीच आणि सुबाहु म्हणाले का? पण मला तर वाटत होतं की भयानक वनात तू ताटकेला मारलंस तेव्हा त्यांचाही आपण वध केला आहे?’

रामाची नजर दूरवर लागली होती, ‘ते पळाले.’

‘हो?’ लक्ष्मणाला आणखी काही विचारायचं ऐकायचं होतं, ‘ताटकेशी युद्ध झालं तेव्हा, भाई, मी बेशुद्ध झाल्यानंतर - मी बेशुद्ध झालो तरी कसा? मला एवढंच आठवतंय...’

त्याच्या खांद्यावर हात ठेवत, त्याला गप्प करत राम उद्गारला, 'लक्ष्मणा, माझ्या भावा, आपल्याला पुष्कळ कामं आहेत. थोड्या वेळातच अंधार होईल आणि आपण अजून आपलं संध्यावंदन पूर्ण केलेलं नाहीये. चल, नंतर बोलू.'

'ठीक आहे.' लक्ष्मण उत्तरला, 'नंतर बोलू.'

दोघेही आश्रमाकडे चालू लागले.

24

पहिले सहा दिवस आणि सहा रात्री काहीच घडलं नाही. दिवसरात्र यज्ञ सुरू राहिला कोणतंही विघ्न न येता. पाचव्या दिवसाच्या दुपारी आश्रमातल्या ऋषी आणि शिष्यांच्या चेहऱ्यावरच्या भावांवरून लक्ष्मणाला कळून चुकलं की सगळं काही अगदी नीट चाललं आहे. सगळे शकुन शुभच आहेत हे तर त्यालाही जाणवत होतं. आता तो थोडा सैलावला.

सहाव्या आणि शेवटच्या दिवशी रामानं त्याला उठवतानाच सूचना दिली, 'आज अधिक सावध राहा.'

त्या दिवसभरात काही घडलं नाही.

त्या दिवशी, संध्याकाळ व्हायला लागली तेव्हा वातावरणामध्ये बदल होत असलेला लक्ष्मणाला जाणवला. त्याच्या मानेवरचे केस ताठरले. एका कावळ्याचा कर्कश तक्रारखोर आवाज चिमण्यांच्या किलबिलीला आणि कीटकांच्या किरकिरीला झाकून टाकू लागला. संध्याकाळ जशी वाढू लागली तसं त्याला जाणवलं की लांडगे किंवा वाघसिंह यापेक्षाही जास्त भयंकर गोष्टी आजूबाजूला फिरताहेत.

ते आकाशातून आले. अचानक – कोणताही आधार नसताना उडत आले. पहिला राक्षस आला तो इतका पांढरा शुभ्र होता की तो जन्मत:च पांढऱ्या कातडीचा आहे हे कळायला त्याला थोडा वेळच लागला. त्याच्या रंगहीन पांढऱ्या डोळ्यांमध्ये इतका तिरस्कार भरलेला होता की त्याच्या हातातल्या धारदार गदेपेक्षा तो तिरस्कारच अधिक भीतीदायक वाटत होता.

त्याला माझा एवढा तिरस्कार का वाटतो आहे?

जेव्हा त्याला आठवलं तेव्हा स्वत:च्या मूर्खपणाचं हसूच आलं. *आम्ही त्याच्या आईला ठार केलं आहे ना. हा मारीच आहे.* रामानं त्याला हलकेच सांगितलं. महामंत्रांच्या प्रभावामुळे त्या दोघांनी एका शब्दविरहित, आवाज विरहित भाषेमध्ये एकमेकांशी बोलायला सुरुवात केली होती. त्याच भाषेत राम बोलत होता.

दुसरा पहिल्याच्या अगदी विरुद्ध होता. काळा, बुटका आणि जाडजूड.

त्याच्या हातात जसं शस्त्र होतं तसं शस्त्र लक्ष्मणानं यापूर्वी कधीच पाहिलेलं नव्हतं. त्याची मूठ आणि बरचसं मनगट झाकणारा - धातूचा एक पोकळ गोलक होता. 'हा सुबाहु' रामानं सांगितलं.

पुढे येताना सुबाहुनं हातातलं शस्त्र गोफणीसारखं फिरवलं. धातूचा तो गोळा अनेक स्तरांमध्ये उघडला गेला, प्रत्येक स्तर धारदार किनारीचा होता. त्या स्तरांच्या मधून बारीक सळयांवर बसवलेले काटे बाहेर आले. हे सगळं एका लयीमध्ये गोल गोल फिरत होतं. त्याच्याकडे बघणारा मंत्रमुग्ध होऊन त्या चक्राकडे बघतच राहत होता, त्या अस्त्राच्या मरणांतिक सौंदर्यावरून कशीबशी नजर काढून लक्ष्मणानं स्वत:च्या अस्त्रांकडे लक्ष केंद्रित केलं.

यज्ञ सुरू करण्याआधीच ब्रह्मर्षींनी त्या दोघांना त्यांची शस्त्रं दिली होती. तो एक साधा पण अर्थपूर्ण समारंभ झाला होता. आश्रमवासीयांबरोबर वज्र क्षत्रियही त्या समारंभाला हजर होते.

'भयानक वनातील युद्धामधील तुमच्या शौर्याचा सन्मान करण्यासाठी, भीतीदायक ठरलेलं दक्षिण वन स्वच्छ करून पवित्र अग्नीच्या साह्याने ते पवित्र करण्याच्या कामासाठी, यक्षी ताटकेचा वध करून साऱ्या जगाला तिच्या भयापासून मुक्त करण्याच्या कामासाठी, मी तुम्हाला, राजकुमार राम आणि राजकुमार लक्ष्मण, तुम्हाला मी देवांची दैवी अस्त्रं देत आहे. हे जे मंत्र मी थेट तुमच्या मनांमध्ये पाठवणार आहे त्यांच्यामुळे तुम्ही शेकडो महान अस्त्रांपैकी कोणत्याही अस्त्राला पाचारण करू शकाल. त्यांचं नाव असं असलं तरी ती सामान्य शस्त्रं नाहीत. या अस्त्रांपैकी प्रत्येक अस्त्र हे प्रत्यक्षात एक दैवी अस्तित्व आहे. स्वर्ग-लोकामधील एक देवता. या मंत्रांमुळे त्यांना तुमच्या इच्छेनुसार तुमची सेवा करणं भाग पडेल. कोणताही मंत्र उच्चारा, त्या मंत्राशी संबंधित असलेलं उज्ज्वल अस्तित्व ताबडतोब तुमची आज्ञा पाळण्यासाठी हजर होईल. भयानक-वनामध्ये मिळवलेल्या विजयाचं पारितोषिक म्हणून या दैवी शस्त्रांचा स्वीकार करा.'

लक्ष्मणाला थोडं अपराधी वाटलं होतं. दक्षिणवनातल्या युद्धामध्ये जास्त वेळ तो बेशुद्धच होता. मग हे पारितोषिक घेण्याचा त्याला काय अधिकार होता? पण जेव्हा त्यानं हे ब्रह्मर्षींकडे बोलून दाखवलं तेव्हा राम मध्ये पडला आणि म्हणाला की असं पारितोषिक नाकारू नये. समारंभाचा विचका होऊ नये म्हणून केवळ त्यानं ते पारितोषिक स्वीकारलं होतं खरं पण आता गुरूंनी आपल्याला ही अस्त्रं दिल्याचा त्याला आनंदच वाटत होता. राक्षस आकाशातून खाली झेप घेत आले. कोणत्या तरी विलक्षण शक्तीच्या आधारे ते हवेत तरंगतच आले. तेव्हा तो पुढे झाला. काय करायला हवं हे त्याला माहीत होतं. त्या दोघांनाही एकाच अस्त्रानं - मानव-अस्त्रानं

खाली पाडण्याचा त्याचा बेत होता. त्याचा पूर्वज मनुस्मृतीचा लेखक मनू याच्याच शक्तीनं राक्षसांचा पाडाव करणं हे ह्यात एक विरोधाभासी औचित्य होतं.

पण समोर येणाऱ्या राक्षसांवर त्यानं ते अस्त्र सोडताच राम त्याच्यासमोर त्याला पाठीशी घालत उभा राहिला. लक्ष्मणानं चिडून शेवटच्या क्षणी ते अस्त्र दुसरीकडे वळवलं. त्या अस्त्रानं मारीचाला जाता जाता एक लहानसा फटका मारला आणि ते निघून गेलं.

असं असलं तरी ते अस्त्र शक्तिवान होतं. त्यानं आक्रमण करणाऱ्या राक्षसाला बेचकीतून मारलेल्या दगडासारखं मागे परतवलं. राक्षस शंभर योजनांवर असलेल्या महासागरामध्ये जाऊन पडला. त्याचा खांदा तुटला असला तरी तो अजून जिवंत होता. लक्ष्मणाला हे कळलं कारण क्षणार्धात ते अस्त्र त्याच्याकडे परत आलं आणि आपण काय केलं आहे हे त्यानं लक्ष्मणाला सांगितलं.

लक्ष्मण ओरडून रामाला बाजूला व्हायला सांगणार तेवढ्यात रामानं एक अस्त्र सोडलं. एक-दुसरं, तिसरं-तीन अस्त्रं त्यानं अतिशय वेगानं सोडली. लक्ष्मण अविश्वासाच्या नजरेनं बघतच राहिला. अग्नी, वायू आणि इंद्र या तीनही अस्त्रांनी एकाच वेळी सुबाहुवर आघात केला. त्यांचं ते एकत्रित आक्रमण बघण्यासारखं होतं. राक्षस जिवंतपणीच अग्नीच्या भक्ष्यस्थानी पडला. आणि त्याचे चार तुकडे चार दिशांना फेकले गेले. अग्नी, वायू आणि वीज या तीन अस्त्रांनी त्याची राख करून टाकली.

जेवढ्या अचानकपणे आक्रमण सुरू झालं होतं तेवढ्याच अचानकपणे ते संपूनही गेलं. इतक्या लवकर युद्ध संपलं हे लक्ष्मणाला खरंच वाटेना. त्यांच्या भोवती उभे असलेले वज्र क्षत्रियही इकडेतिकडे पाहू लागले. त्यांच्या तलवारी, गदा स्वच्छच राहिल्या होत्या. बाण भात्यांमध्येच राहिले होते. काहीतरी पुटपुटत ते राजकुमारांकडे बघत होते.

दुसऱ्या दिवशी पहाटे यज्ञ संपला. लक्ष्मणानं रामाकडे वळून विचारलं, 'तू माझ्या बाणाच्या मध्ये का आलास, भाई? मनूच्या अस्त्रानं मी त्या दोघांचाही नाश केला असता. पण तू मध्ये आलास आणि मारीच सुटला.'

रामानं नजर वळवत म्हटलं, 'त्याला खूपच मोठ्या जखमा झाल्या आहेत आणि तो खूप दूरवर महासागरात पडला आहे. तो नाही जगणार.'

'पण तू असं केलंसच का?'

त्याच्याकडे बघत राम म्हणाला, 'मला पुन्हा एकदा तुला गमवायचं नव्हतं.'

लक्ष्मणाच्या मनात राग उमटला, 'मी एकदा बेशुद्ध पडलो म्हणजे मी अगदी असहाय्य आहे असं नाही. मला तुझ्या संरक्षणाची काही गरज नाहीये, बंधुराज.'

मान डोलावत राम उत्तरला, 'मला त्या वेळी जे योग्य वाटलं ते मी केलं. तुझा अपमान झाला असेल तर मी तुझी क्षमा मागतो, लक्ष्मणा. पुन्हा असं होणार नाही.'

लक्ष्मणाचा राग शांत झाला. राम जे काही सांगत होता त्याहून अधिक काहीतरी होतं हे त्याला कळून चुकलं.

'राजकुमारांनो.'

विश्वामित्राच्या चेहऱ्यावर एक नवेच तेज होते. यज्ञ सुरू असताना त्याच्यामध्ये लक्षणीय फरक पडत गेला होता. आता तो पन्नास वर्षांनी – किंवा त्याच्या वयाचा विचारच करायचा म्हटलं तर पाचशेही असतील – तरुण झाल्यासारखा वागत बोलत होता. यज्ञाचा प्रसाद त्यानं स्वतःच्या हातांनी राजकुमारांना भरवला. यज्ञामधील पवित्र फळं स्वीकारताना लक्ष्मणानं मनातले सार विकल्प शंका दूर सारल्या आणि रीतीनुसार आभारही मानले.

'राजकुमारांनो, तुमची सेवा संपूर्ण झाली आहे.' ब्रह्मर्षींचा चेहरा हसरा होता. 'तुम्ही यशस्वीपणे आणि फार मोठा त्याग करून तुमचा धर्म पाळला आहे.' लक्ष्मणाकडे नजर टाकत तो पुढे म्हणाला, 'लवकरच आपण अयोध्येला परतू. तिथे तुम्ही तुमच्या महान वंशाचे राजकुमार या नात्यानं तुमचं नेहमीचं आयुष्य जगायला सुरुवात कराल. तुमच्या या पहिल्याच आध्यात्मिक कार्यामध्ये तुम्ही किती चांगल्या रीतीने वागला आहात हे बघून तुमच्या पित्याला तुमचा अभिमान वाटेल. भयानक-वनातील भयाचा तुम्ही निःपात केला आहे हे बघून तुमची प्रजाही तुमच्यावर प्रसन्न होईल. आता त्या भयंकर वनामध्ये जाण्यास कोणाही आर्याला भीती वाटणार नाही. एकदोन पिढ्यांमध्ये त्या वनांमध्ये अयोध्या आणि मिथिलेसारखी मोठी नगरं वसतील. माझ्या तरुण शिष्यांनो, हे तुमच्यामुळे शक्य झाले. मला तुमचा अभिमान वाटतो.'

ऋषीनं वज्र सेनपतीला जवळ बोलावलं. सेनापती प्रसाद घेण्यासाठी रांगेत उभा होता.

'वज्र सेनापती बेजूनं आग्रह धरला आहे की तो आपल्याबरोबर आपल्या प्रवासामध्ये येईल. त्याचे आदेश पाळले जाणं महत्त्वाचं आहे त्यामुळे मी त्याला तशी परवानगी दिली आहे.' ऋषीच्या औदार्याचा स्वीकार बेजूनं मान लववून आणि नमस्कार करून केला.

'त्याचा सहकारी भेडिया हा राजधानीमध्ये जाऊन महाराजा दशरथाला ही उत्तम वार्ता देईल. म्हणजे तुम्ही जेव्हा घरी परताल तेव्हा तुमचं, अयोध्येच्या दोन विजयी राजकुमारांचं जोरदार स्वागत करायला सर्व प्रजाजन तयार असतील.'

त्यानं बेजूला प्रसाद देत असलेल्या त्याच्या ऋषींकडे बोट दाखवत म्हटलं,

'क्षत्रिया, सिद्ध–आश्रमाच्या रहिवाशांच्या वतीनं राजकुमारांसाठी केलेल्या तुझ्या सेवेबद्दल मी तुझे आभार मानतो. आमच्या मागून येऊ नकोस अशी माझी आज्ञा होती ती तू पाळली नाहीस तरी भयानक वनामधील तुझा त्याग तुझ्या चुकीला क्षमा करण्यायोग्य आहे.'

बेजू काहीतरी बोलणार होता पण त्यानं तेवढ्यात विचार बदलला आणि प्रसाद घेताना मान लववली. 'आपण दयाळू आहात, महादेव. तुम्ही आणि राजकुमार आजच प्रवासाला निघणार का?'

'होय, मित्रा. पण आपण सरळ अयोध्येला जाणार नाही. आपण आधी मि थिलेला जाणार आहोत.'

बेजूनं डोळ्यांची उघडझाप केली. 'पण आपल्याला चांगला दोन दिवसांचा फेरा पडेल. राजकुमार रामचंद्र याचा यौवराज्याभिषेक त्याच्या सोळाव्या नामकरण दिनी होणार आहे. त्याला जेमतेम आठ दिवस बाकी आहेत.'

'तो बरोबर यौवराज्याभिषेकाच्या वेळेत पोचेल. पण हा फेरा टाळता येण्यासारखा नाही. मिथिलेमध्ये माझं फार महत्त्वाचं काम आहे. आणि मला राजकुमार माझ्याबरोबर हवे आहेत. अखेरीस ते अजून माझ्याशी शपथेनं बांधील आहेत हे विसरू नकोस. मी स्वत: त्यांना त्यांच्या वडिलांच्या, महाराजाच्या स्वाधीन करेपर्यंत ते तसेच बांधील राहातील.'

काही वेळ सेनापती स्वत:च्याच विचारांशी झगडत होता मग एक नि:श्वास टाकत तो म्हणाला, 'तुम्ही म्हणाल तसं – महादेव. तुमची परवानगी असेल तर मी माझ्या सहकाऱ्याला ही बातमी आणि इतर हकीकत घेऊन अयोध्येला रवाना करतो. आज्ञा असावी.'

त्यानं ब्रह्मर्षीला आणि मग राजकुमारांना वाकून प्रणाम केला.

'तुझ्या सेवेबद्दल तुझे अनेक आभार, सेनापती.' राम औपचारिकपणे म्हणाला. एका बाजूला विनम्रपणे उभ्या असलेल्या भेडियाकडे बघून तो म्हणाला. 'तुझा प्रवास चांगला होवो.'

नमस्कार करत भेडियानं त्यांचे आभार मानले आणि तो आणि बेजू दोघेही जवळच उभ्या असलेल्या रथांकडे गेले. बेजूनं त्या तरुण माणसाच्या खांद्याभोवती हात टाकत बाकीच्या सर्व सूचना दिल्या.

'रामा,' लक्ष्मणानं विचारलं, 'बेजूचाचा माझ्याकडे इतक्या विलक्षण नजरेनं का बघत होता? मला काय चार कान फुटले आहेत का? मला कळतच नाहीये. आपण लहान होतो तेव्हा तो आपल्याशी किती छान वागायचा.'

'बदलतात लोक.' रामानं तुटक उत्तर दिलं.

लक्ष्मणाला आणखीही वाद घालायचा होता पण राम द्रष्ट्याशी बोलायला लागलाही होता.

'गुरुदेव, माझ्या विचारण्याची क्षमा करा पण असं कोणतं काम आहे की तुम्हाला मिथिलेला जाणं भाग पडावं?' रामानं विचारलं.

ब्रह्मर्षीनं मान डोलावली. आता यज्ञ पूर्ण झाल्यामुळे तो सुखावला होता, निर्धास्त झाला होता. 'एका विवाहाला हजर राहायचं आहे.'

'विवाह? कोणाचा विवाह, गुरुदेव?'

विश्वामित्र सूचक हसत उद्गारला, 'तुझा.'

अति-समाप्तम

चंद्रमा (आजही) एक कठोर स्वामिनीच आहे

1

हल्ला होण्याच्या क्षणभरच आधी भेडियाला ते जाणवलं. टेकडीच्या बाजूनं वर चढत जाणाऱ्या मातीच्या वाटेवर तो आणि त्याचे सैनिक चढत होते. आणखी काही योजनं आणि ते शरयूची दरी जिथून दिसते त्या सपाट भागात पोचले असते – अयोध्या नजरेच्या टप्प्यातच होती मग तिथून. ती वाट अरुंद होती, तिच्या बाजूची झुडुपंही खूप वाढलेली होती. त्याचा चेहरा आणि हात त्या झुडुपांना खरचटल्यामुळे ओरखड्यांनी भरून गेले होते. तरीही कमी कमी होणारा प्रकाश आणि हा अरुंद रस्ता यांच्यामध्ये जेवढ्या जमेल तेवढ्या वेगानं तो घोडा हाकत होता. त्याला अयोध्येला पोचून आपली बातमी सांगायची घाई झाली होती. *राजकुमार सुरक्षित आहेत, त्यांचं कार्य यशस्वीपणे पार पडलं आहे.* त्यानं आणलेली ही बातमी ऐकून सारी अयोध्या आनंदानं भरून जाणार होती. महाराजाला तर परमानंदच होईल. मग भेडिया आपल्या घरी आपल्या नववधूकडे जाणार होता. त्यानंतर मगच त्यांची अर्धवट राहिलेली सुहाग रात्र पुन्हा सुरू होणार होती. तो त्या सुहागरात्रीचाच विचार करत होता त्याच वेळी त्याला थोड्या अंतरावरच्या खडकावर काही हालचाल दिसली.

वाट वळणावळणांनी वर चढत जाणारी होती. कड्याच्या आकारानुसार तिची वळणं येत होती. एका वळणावर, एक मोठा लोहिताश्म खडक वाटेवर वाकलेला असा होता. त्या खडकाच्या माथ्यावरून हा हल्ला आला.

सुरुवातीला हे कुणी हरणच असावं असं भेडियाला वाटलं. त्याला ठिपक्यांची केसाळ कातडी आणि मोठे मोठे हरिणासारखे डोळेच दिसले होते. मग तो प्राणी ताठ उभा झाला, जवळ जवळ पूर्ण झालेल्या चंद्राच्या प्रकाशामध्ये त्याची आकृती दिसत होती. त्याला त्या प्राण्याची कातडी थरथरताना दिसली आणि क्षणार्धात ती काही वेगळीच दिसू लागली.

'राक्षस.' तो ओरडला. 'सावधान. वर शत्रू आहे. वर – खडकावर.'

त्याच्या सैनिकांनी ताबडतोब प्रतिसाद दिला. तो ओरडताच त्यांनी वाट सोडली आणि पांगायला आणि त्यानं दाखवलेल्या खडकाभोवती वेढा घालायलाही

सुरुवात केली. आता त्यांची शस्त्रं तयारीत त्यांच्या हातांमध्ये होती. त्या प्राण्यानं काही हालचाल करण्याआधी वाटेवरच थांबलेला भेडिया हातात भाला घेऊन तयारच होता.

रागानं ओरडत त्या राक्षसीनं खडकावरून खाली उडी घेतली. भेडियानं भाला फेकला. तो हवा कापत थेट राक्षसीच्या छातीच्या दिशेनं गेला. पण शेवटच्या क्षणी राक्षसीनं वळून तो चुकवला. खालच्या झाडाझुडुपांमध्ये कोसळून ती दिसेनाशी झाली.

'वेढा घाला आणि नाश करा.' भेडियानं आदेश दिला. 'आणखी शत्रूंसाठी तयारीत राहा.'

त्यानं दुसऱ्या भाल्याला हात घातला. अतिशय कौशल्यानं तो तोलत त्यानं घोडा पुढे नेला. ती एक राक्षसीच होती याबद्दल त्याला खात्री होती त्यानं ते कुरूप, शिंगं असलेलं डोकं, फटी असलेले दात आणि स्त्रीच्या वक्षाचे उंचवटे हे अगदी स्पष्ट बघितलं होतं. पण त्याला प्रथम ती हरीण का वाटली असावी? जाऊ दे. आत्ता तिला शोधून काढणं आणि ताबडतोब ठार करणं हे जास्त महत्त्वाचं होतं. आणि ती एकटीच आहे याची खात्री करून घेणं हेही.

भयानक-वनामधल्या तुंबळ युद्धामधून वाचून पळालेली ती एक राक्षसी असावी. आज दुपारी त्यानं सिद्ध आश्रम सोडला तेव्हाही दक्षिण वन जळतच होतं. त्या आगीच्या झळांपासून वाचण्यासाठी त्याला आणि त्याच्या सैनिकांना एक लांबचा फेरा घ्यावा लागला होता. हा प्राणी नक्कीच ती लढाई आणि ती आग या दोहोंमधून प्राण बचावून पळाला असावा. आता कमालीची गोंधळून पण आपल्या सोबत्यांच्या वधाचा सूड घ्यायला तयार झाली असावी. त्या तिच्या सोबत्यांकडे पाठवूनच देतो आता तिला.

पुढच्या गवताळ भागामधून पशूचे आणि मानवाचे असे दोन ओरडण्याचे मिश्र आवाज त्याच्या कानावर आदळले. त्याच्या आदेशानुसार दोन रथ उजवीकडे वळून त्या झाडाझुडपांमध्ये घुसताना त्यानं पाहिले होते. ते त्याचे सर्वात उत्तम असे चौघे अधिकारी होते. माणसांच्या ओरडण्याचे आवाज भयानक रीतीनं एकदम बंद झाले. पहिला विजय राक्षसीचा झाल्याचं त्याच्या लक्षात आलं.

'जय शनिदेवा!' अशी आरोळी देत तो त्या झुडुपांमध्ये घुसला. त्या काटेरी झाडाझुडुपांमध्ये तो घोडा घुसत आत गेला. तोही चिकटणाऱ्या वेली आणि फांद्या दूर करत होता.

रथांजवळ येताच तो थांबला. ते सगळे मरण पावले होते. फक्त रथचालक आणि धनुर्धारीच नव्हेत तर घोडेसुद्धा.

शिव्या घालत त्यानं घोडा मागं घेतला आणि आपल्या सैनिकांना पुन्हा एकत्र

होण्याचा आदेश दिला. या परिस्थितीमध्ये त्यानं निवडलेला मार्ग चुकीचा होता हे त्याच्या उशीराच लक्षात आलं. राक्षसांची एक मोठी थोरली तुकडी असती तर त्याचा हा डाव यशस्वी झाला असता. पण एकच राक्षस असल्यानं तिला त्या झुडुपांमध्ये लपणं सोपं गेलं होतं. त्या लपण्याच्या जागेवरून तिनं त्याच्या माणसांवर हल्ला केला होता, स्वत: पळ काढला होता त्याचबरोबर इतर सैनिकांना अडवलंही होतं.

'माझ्याकडे! वज्रांनो, माझ्याकडे या.'

त्याला ती वाट सापडली. घोडा गोल गोल फिरवत तो त्याच्या माणसांना किंवा त्या राक्षसीला शोधण्याचा प्रयत्न करू लागला. त्याच्या सभोवताली, सारा झाडझाडोरा किंचाळ्यांनी, भीतीच्या आरोळ्यांनी आणि वेदनांच्या कळवळण्यानं भरून गेला. एकच राक्षसी एवढा धुमाकूळ घालू शकेल? इतक्या वेगानं ती कशी इकडून तिकडे जाऊ शकली? दिसत तर लहानशी होती – जेमतेम सात फूट उंची असेल तिची आणि सडपातळ, चपळ शरीराची – पण तेवढ्यात त्याला चंद्रप्रकाशात चमकलेले तिचे वासलेले सुळे आठवले – एका दगडावरून दुसऱ्यावर ती उड्या मारत जाताना त्याला दिसले होते ते – होय आणि ते पंजेसुद्धा.

ती कुठे आहे ते शोधत तो चटकन मागे वळला. झाडाझुडपांमध्ये आत घुसताच त्याला त्याची माणसं दिसली – घोड्यावरून खाली पडलेली, गळे कापलेली, पोटं फाडलेली – घोड्यांचीही तीच स्थिती – त्याच्या सगळ्या बाजूंनी एकाच वेळी भीतीचं ओरडणं चालूच होतं.

'माझ्याकडे, वज्रांनो–' आता संतापला होता. एका असुरानं आपल्याला असं फसवावं या विचारानं तो भयंकर खवळला होता. पण ते पांगतील आणि दूर जातील हे तिला कसं कळलं? वज्रांचे सैनिकी डावपेच एखाद्या राक्षसीला कसे कळले? ते तर नक्कीच अशक्य होतं.

झुडुपांमधून तो एकदाचा रस्त्यावर आला आणि थांबलाच.

ती रस्त्याच्या मध्यभागी उभी होती – त्याची वाट बघत. त्या चांदण्यामध्ये तिच्या दातानखांमधून गळणारं रक्त दाट आणि काळसर दिसत होतं. नदीमध्ये मासा पकडण्यासाठी अस्वल ज्या स्थितीमध्ये बसतं त्याच स्थितीमध्ये ती दबा धरून बसली होती.

त्याच्या सैनिकांचे आवाज आता थांबले होते. ते सगळे मरण पावले आहेत हे त्याला कळून चुकलं.

वार नेमका व्हावा म्हणून त्यानं भाला नीट नेम धरून हातात घेतला. पहिली चाल तिनं करावी याची तो वाट बघत होता. या वेळी तो आपला नेम चुकू देणार नव्हता. वज्र क्षत्रियाचा नेम दोन वेळा कधीच चुकत नाही.

पण तरी तो चुकलाच.

आणि ती नाही चुकली.

शूर्पणखेनं स्वत:चं शरीर चाटून साफ केलं. मर्त्य रक्ताची चव खारट आणि आंबट होती. किळसेनं तिनं ते रक्त थुंकून टाकलं. फार पूर्वीच्र तिनं रक्ताच्या चवीची आवड काढून टाकली होती. पण गळे कापताना आणि पोटं फाडताना थोडं तरी रक्त गिळलं जाणारच. मर्त्यांना मारण्यामधला हा भाग तिला अजिबात आवडत नसे. त्यांची ती घाणेरडी खारट चव...

त्या सगळ्या छुप्या हल्ल्याला थोडासाच वेळ लागला होता. तिला वाटलं होतं त्यापेक्षा ते फारच सोपं ठरलं होतं. वज्र क्षत्रियांची अजिबात तयारी नव्हती अशा हल्ल्यासाठी – आणि त्यांचा प्रमुख तर तिच्या अर्ध–हरीण अर्ध मानव अशा पहिल्याच स्वरूपानं पार गोंधळून गेला होता. तिला जशी अपेक्षा होती अगदी तसाच तो वागला होता. ती लढली होती ना वज्र क्षत्रियांशी यापूर्वी – स्वत:चे डाव फार जगावेगळे आहेत असं समजतात ते – खऱ्याखुऱ्या अनुभवी असुराच्या दृष्टीनं आर्यांशी लढण्यामध्ये अनपेक्षित असं काहीच नसे. ही पांगून वेढा घालण्याची रीतही तिनं तीनशे वर्षांपूर्वीच बघितली होती. आणि आज जो निकाल लागला होता तोच निकाल त्या वेळीही लागला होता.

ती पुन्हा त्या खडकावर चढली. त्या लोहिताश्मावर तिची नखं खरखरत गेली. चंद्रप्रकाशात तिची रक्तानं भरलेली ओली केसाळ कातडी चमकत होती. थोडा वेळ इथंच बसून ती चंद्रप्रकाशाची मजा लुटणार होती. तिचा भाऊ बहुतेक आज रात्री पुन्हा तिच्याशी संपर्क साधेल. – तिला दिलेल्या आदेशाचं तिनं पालन केलं आहे ना हे बघण्यासाठी.

रामापासून विलग होऊन थोडेच तास उलटले आहेत पण तिला त्याचा विरह जाणवू लागला आहे आत्ताच – काल ती नदीच्या काठाकाठानं त्याचा पाठलाग करत थेट भयानक वनापर्यंत गेली होती. युद्ध चालू असताना तिनं माकडाचं रूप धारण केलं होतं आणि ती एका झाडावर चढून बसली होती. कुणालाही दिसणार नाही इतक्या उंचावर पण सगळं नीट बघता येईल इतक्या खाली.

तिच्या भाईबंदांची तो कत्तल करत असताना त्याला बघणं तिला फार उत्तेजक वाटलं होतं. एक मर्त्य मानव तिच्या इतक्या भावा बहिणींना तोंड देतो एवढंच नव्हे तर त्यांना सहजपणे ठारही करतो हे पाहणं फारच रोमांचक होतं. त्याच्याकडे बघताना ती त्याच्याकडे पूर्वीपेक्षाही अधिक आकर्षित झाली होती.

तिनं एक बेत ठरवला होता. आज उशीरा तिच्या भावानं तिच्याशी संपर्क साधला की ती त्याच्याशी बोलणार होती. आता रामाचा वध करणं अशक्य

आहे याची रावणाला खात्री पटवून द्यायची. आता रामाच्या जवळ जाणं त्या काल-नेमीलाही शक्य होणार नव्हतं. महामंत्रांची शक्ती, ऋषीचं मार्गदर्शन आणि आता त्याला मिळालेली देवास्त्रं यांच्यामुळे राम आता अजिंक्य झाला होता.

पण एखादी स्त्री त्याच्याजवळ जाऊ शकणार होती. तिच्या अर्ध-मर्त्य वंशामुळे शूर्पणखा मर्त्य स्त्रीचं रूप धारण करू शकत होती. इतकं हुबेहूब की प्रत्यक्ष ब्रह्मर्षीही तिला ओळखू शकले नसते. त्याचमुळे तर ती भयानक वनापर्यंत त्यांच्या मागोमाग जाऊ शकली होती. आणि त्याही पूर्वी, कुणालाही न कळता तिनं अनंग-आश्रमामध्ये त्यांचं नीट निरीक्षण केलं होतंच की.

होय. जिथे एखादा हत्यारा हरेल तिथे एखादी स्त्री जिंकू शकेल. एखादी तरुण सुंदर आर्य स्त्री - संकटात सापडलेली - मिथिलेला जाताना रस्त्यामध्ये ती त्यांना सामोरी आली तर - उद्या पहाटेच ते प्रवासाला निघणार आहेत हे तिला माहीत होतंच. ती झपाट्यानं त्यांच्या पुढे जाईल - आज रात्री जशी या वज्र सैनिकांच्या पुढे गेली होती तशी - आणि तेवढ्याच परिणामकारक रीतीनं त्यांच्यावरही हल्ला चढवेल. अनपेक्षितता आणि धक्का यांच्याऐवजी रूप बदलणं आणि फसवणं यांचा वापर करेल.

शूर्पणखा हसली. चंद्रप्रकाशात तिचे दात झळाळले. होय हा उत्तम बेत होता. आता फक्त रावणाला हे पटवलं पाहिजे. तिचं हास्य विरून गेलं. ते काम काही सोपं नव्हतं. पण कसंही करून ती ते करणारच होती. काहीही करून तिला रामाच्या अगदी जवळ जायचं होतं, त्याच्या गुळगुळीत तरुण शरीराला स्पर्श करायचा होता. पुन्हा एकदा तिच्या छातीशी त्याचं हृदय धडधडताना अनुभवायचं होतं.

मग एका क्षणानंतर तिला तेच हृदय फाडून काढायचं असलं तरी.

अखेरीस ती एक राक्षसी होती. आणि तिच्या जमातीमध्ये ठार करणं आणि संभोग करणं या दोन्ही गोष्टींमध्ये फारच थोडं अंतर होतं.

खरं सांगायचं तर, तिला दुसऱ्या गोष्टीपेक्षा पहिल्या गोष्टीतच अधिक आनंद मिळत असे.

मान उचलून चंद्राकडे पाहत तिनं एक मोठी आरोळी मारली. नुकत्याच मिळालेल्या विजयानं आणि थोड्याच वेळात मिळणार असलेल्या आणखी एका विजयामुळे ती अतिशय आनंदली होती. त्या संथ रात्री तिची ती आरोळी अनेक योजनं दूरपर्यंत वाहात गेली. रावण आला की त्याला आपला बेत सांगू म्हणून ती त्याची वाट बघत बसून राहिली.

2

सुमित्रा–मा सर्वात शेवटी पोचली. ती याआधी कधीच शिक्क्याच्या दालनामध्ये आलेली नव्हती. त्यामुळे दोन वेळा रस्ता चुकली होती. उशीर झाल्याबद्दल पुटपुटत क्षमा मागत ती घाईघाईनं दालनात शिरली. आणि कौसल्या आणि भरत यांच्यामधल्या आसनावर बसली. शत्रुघ्न फक्त उभा होता. मध्यरात्रीची वेळ होती आणि ते सर्वजण महालामध्ये होते तरी त्याची कुऱ्हाड त्याच्या कमरेला बांधलेली होती. कपाळाला आठ्या घालून तिनं त्याच्याकडे बघत आपली नाराजी दर्शवली. त्याच्या वडिलांच्या छताखाली त्यानं शस्त्र घेऊन वावरावं हे तिला अगदी पसंत नव्हतं. त्यानं खांदे उडवले. एक सुस्कारा सोडत तिनं वळून कौसल्येकडे बघितलं.

'गुरुजींनी आपल्याला इथे का बोलावलं आहे?' तिनं हळू आवाजात विचारलं.

कौसल्येनं मान हलवली. 'मलाही माहीत नाहीये. सुमंत्रानं मला एवढंच सांगितलं की गुरूंना आपल्याशी कोणत्याशा महत्त्वाच्या विषयासंबंधी चर्चा करायची आहे.'

सुमित्रेनं आजूबाजूला नजर टाकली. त्या चौघांखेरीज दालनात दुसरं कुणीही नव्हतं. शिक्क्याचं दालन हा राज्यकारभाराच्या विभागाचा एक भाग होता. राज्याचे महत्त्वाचे कागदपत्र इथे जपून ठेवलेले असत. दिवसा या चौरंगांजवळ बसून लेखनिक त्यांची कामं करत असत. राज्याचे कायदे लिहून काढत असत, जाहीरनामे लिहीत असत, महाराजाकडे पाठवण्याचे विनंतीअर्ज तयार करत असत. अर्थात, प्रत्यक्ष विनंती करण्याचं काम प्रधान मंत्री सुमंत्राचंच असे पण तो महाराजाशी चर्चा करूनच हे करत असे. सुमित्रेला राज्यकारभारामध्ये काहीही रस नव्हता. तिच्या दृष्टीने हे दालन म्हणजे अनेक चौरंगांशी कागदांचे गठ्ठे असलेलं, लेखन सामग्री आणि कागद असलेलं एक कुबट वास येणारं भलं मोठं दालन होतं.

'मग ते आहेत तरी कुठे?' तिनं विचारलं, 'गुरुजी आणि सुमंत्र?'

कौसल्या काही उत्तर देणार तेवढ्यात पुन्हा एकवार दरवाजे उघडले गेले आणि गुरू वसिष्ठ आत आले. त्यांच्या मागोमाग प्रधान–मंत्री सुमंत्रही होता. गुरू

नेहमीप्रमाणे त्यांच्या पांढऱ्या शुभ्र वेषात होते. त्यांच्या गळ्यात एक रुद्राक्षमाला होती पण हातात त्यांचा नेहमीचा दंड मात्र नव्हता. रात्रीच्या या प्रहरीसुद्धा गुरूंचा वेष इतका स्वच्छ आणि ताजातवाना कसा असा प्रश्न सुमित्रेच्या मनात चमकून गेला. या सभेसाठी त्यांनी काही कपडे नक्कीच बदलले नसणार.

सुमंत्रानं दरवाजे बंद करेपर्यंत वसिष्ठ थांबले, मग झटकन एक मंत्र म्हणत त्यांनी हवेत हात फिरवला. आपल्या कानांमध्ये दडे बसताहेत असं काहीसं सुमित्रेला वाटलं. जणू काही ती खूप मोठा घंटानाद ऐकत असावी आणि अचानक तो आवाज बंद व्हावा तसं – शत्रुघ्न आणि भरतानंही आपल्या कानांमध्ये बोटं घातलेली आणि ती हलवलेली तिला दिसलं. त्यांनाही बहुधा तोच अनुभव आला असावा.

'एक प्रतिबंधक मंत्र.' गुरूंनी थोडक्यात सांगितलं, 'आपलं बोलणं कुणालाही ऐकू जाऊ नये म्हणून.'

कौसल्येनं दचकून विचारलं, 'राजवाड्यामध्येही गुप्तहेर असतील असं वाटतंय का तुम्हाला, गुरुदेव?'

वसिष्ठांनी कौसल्येकडे गंभीरपणे बघितलं. मशालींच्या प्रकाशातही सुमित्रेला गुरूंच्या चेहऱ्यावर उमटलेल्या नव्या रेषा स्पष्ट दिसल्या. तिनं त्यांना अखेरचं बघितलं तेव्हापासून ते अनेक वर्षांनी वृद्ध झाल्यासारखे दिसत होते. *पण ती तर आज दुपारचीच गोष्ट आहे–राम लक्ष्मणांना निरोप दिला तेव्हाची.* राम आणि लक्ष्मणाच्या आठवणींनं तिचा घसा दाटून आला. जी काही चर्चा चालली होती तिच्याकडे लक्ष केंद्रित करत तिनं आवंढा गिळला.

'केवळ गुप्तहेरच नव्हेत, प्रथम राणी. विश्वाघातकीसुद्धा.' त्यांनी वळून जमलेल्या प्रत्येकाकडे बघितलं. त्यांची गरुडासारखी नजर तिच्यावर खिळली तेव्हा सुमित्रेनं अस्वस्थ हालचाल केली. 'त्यासाठीच मी आज रात्री तुम्हाला इथे बोलावलं आहे. तुम्हाला सावधगिरीची सूचना द्यायला.'

'हे कोण विश्वासघातकी आहेत?' शत्रुघ्नाचा आवाज हलका असला तरी रागाचाच होता. 'आम्हाला दाखवा ते गुरुजी. आम्ही कापणीला आलेल्या गव्हाच्या पिकासारखे कापून काढतो त्यांना.'

गुरूंनी मायेनं शत्रुघ्नाकडे बघत मान डोलावली. 'कृती करण्याची तुझी घाई मी समजू शकतो, राजकुमार शत्रुघ्न. पण या विश्वासघातक्यांचा सामना करणं तुला वाटतंय तेवढं सोपं नाही.'

'का?' भरतानं विचारलं, 'अखेरीस तेही मर्त्यच आहेत ना? आपण तेरा गुप्तहेरांना पकडून शहराच्या अंधारकोठडीत डांबलं आहे. आपण या लोकांनाही शोधून त्यांनाही असं डांबून का टाकू शकणार नाही?'

गुरू वसिष्ठांनी हात उंचावला. 'धीर धर, भरता. प्रथम माझं बोलणं ऐकून

घ्या. त्याच अंधारकोठडीमध्ये मला आत्ताच एक फार विलक्षण, अस्वस्थ करणारा अनुभव आला आहे. म्हणूनच मी या अशा अवेळी तुमच्याशी बोलायला आलो आहे.'

गुरूंचे शब्द ऐकताना प्रधान-मंत्री सुमंत्राच्या अंगावर उठलेले शहारे सुमित्रेच्या नजरेतून सुटले नाहीत. 'अंधारकोठडीत काय घडलं, गुरुजी?' तिनं सौम्यपणे विचारलं. 'आम्ही अनेक प्रकारच्या अफवा ऐकल्या. त्या साऱ्या कैद्यांचा विरघळून एक दुधासारखा द्राव बदला आणि जमिनीच्या एका फटीतून ओघळून गेला, हे खरे का?'

थकून जाऊन गुरूंनी एक मोठा नि:श्वास टाकला, 'राणी सुमित्रा, सत्य कदाचित तुला सहन होणार नाही खास करून आजच्या दिवसासारख्या तणावाच्या दिवसाच्या अखेरीस. महाराज शुद्धीत आला आहे असं ऐकलं मी.'

'होय.' कौसल्येनं उत्तर दिलं.

'पण अजून तो पूर्णपणे शुद्धीत आलेला नाही?'

एक क्षणभर थांबून कौसल्येनं उत्तर दिलं, 'तो अस्वस्थ झाला आहे. कदाचित हे त्याच्या ढासळलेल्या प्रकृतीमुळे असेल. त्याला विचित्र स्वप्नं पडताहेत.

गुरूंनी गंभीरपणे मान हलवली. 'आपली चर्चा झाली की मी त्याला भेटायला जाईन. पण तुम्ही सर्वांनी मला वचन द्यायला हवं की आत्ता आपण इथे जे काही बोलणार आहोत त्यातला एक शब्दही दुसऱ्या कुणाच्याही कानावर जाणार नाही.'

काहीच न कळून सर्वांनी एकमेकाकडे पाहिलं.

'गुरुजी, आपण माझ्या वडिलांच्या पाठीमागे असे कट कसे करू शकतो?' भरताने आदरपूर्वक विचारले.

'कट?' गुरुजी किंचित हसले. 'हा कट नाहीये, बाळ भरत, कट तर आपले शत्रू करताहेत - इथे आपण बोलत असतानाही त्यांचं कारस्थान सुरूच आहे. पण तुझ्या मनाला शांतता मिळावी म्हणून सांगतो, तुला आठवण करून देतो की तुझ्या वडिलांच्या आजारपणामुळे राज्याची सर्व जबाबदारी प्रधान मंत्री सुमंत्र, प्रथम राणी कौसल्या आणि तू यांच्यावर आहे.'

'माझ्यावर?' भरतानं अविश्वासानं विचारलं.

'होय, दशरथ-पुत्रा. तुझा भाऊ राम सुरक्षितपणे परत येईपर्यंत तूच युवराज आहेस.' क्षणभर थांबून गुरू पुढे म्हणाले, 'मला त्याविषयी अधिक काही बोलायचं नाही. पण मी काय म्हणतो आहे ते तुला कळतं आहे याची मला खात्री आहे.'

'अंधारकोठडीत तुम्हाला काय कळलं, गुरुजी?' कौसल्येचा आवाज संथ असला तरी त्यात काळजी भरली होती. 'त्या गुप्तहेरांकडून तुम्हाला काहीतरी

कळलं म्हणूनच तुम्ही आम्हाला सगळ्यांना इथे बोलावलं आहे, होय ना? काय कळलं तुम्हाला?'

गुरू वसिष्ठांनी आपली वृद्ध नजर तिच्याकडे वळवली. 'वयाच्या मानाने तू फार शहाणी आहेस, कौसल्ये. देवांनी तुला एक उत्तम विश्लेषण करणारी बुद्धी दिली आहे. महाराजानंतर तूच कोसलावर अधिकार चालवलास तर ते कोसलाचं भाग्यच ठरेल.

या अनपेक्षित स्तुतीनं कौसल्या बावरून गेली. तिच्या डोळ्यांची उघडझाप झाली. 'मी व्यवहारचातुर्य वापरते फक्त, गुरुजी.'

'आणि ते शहाणपणानं वापरतेस.' आता गुरू एकदम मुद्याचं बोलू लागले,

'तुझं अगदी बरोबर आहे. मला अंधारकोठडीमध्ये जे कळलं त्यानं मला धोक्याची सूचना मिळाली आहे. मला असं वाटत होतं की या आणीबाणीच्या परिस्थितीचं पुरेपूर आकलन मला झालं आहे. पण मला सांगायला वाईट वाटतं की मला तिचा फक्त काही भागच समजला आहे. ब्रह्मर्षी विश्वामित्रांना आणि मला वाटत होतं त्यापेक्षाही कीड खूपच खोलवर गेलेली आहे. लंकेच्या राजाच्या नख्या या महान आर्य राष्ट्राच्या शरीरामध्ये खूप खोलवर घुसलेल्या आहेत. याची आम्हाला कल्पना आली नव्हती.'

भरत शत्रुघ्नानं एकमेकांकडे पाहिलं.

शत्रुघ्न अस्वस्थपणे पावलांची चाळवाचाळव करत म्हणाला, 'क्षमा असावी, गुरुजी, तुम्ही काय म्हणता आहात ते मला कळत नाहीये.'

'मला फक्त एवढंच म्हणायचं आहे की आपल्याला संशय होता त्यापेक्षा रावणाचा प्रभाव खूपच अधिक आहे. राजसभेमध्येच केवळ त्यानं हेर पेरले नाहीयेत तर त्याचा प्रभाव अयोध्येच्या राजसिंहासनावरही पडलेला आहे.'

मोठा श्वास घेत सुमित्रा उठून उभी राहिली, 'अशक्य! त्याचा अर्थ असा होईल...'

'असा होईल की राजकुटुंबापैकी कुणीतरी गुप्तपणे रावणाला वश झालेलं आहे.' कौसल्या सावकाश म्हणाली. तिनं हात लांब करून सुमित्रेचा हात घट्ट पकडला आणि तिला पुन्हा खाली बसवलं. 'हे खरं असू शकेल का, गुरुजी? अशी गोष्ट खरोखर घडू शकेल का?'

भरत आणि शत्रुघ्न दोघेही गोंधळलेले आणि रागावलेले दिसत होते. या सर्व चर्चेमध्ये शत्रुघ्नाचा हात त्याच्या कुऱ्हाडीवरून निघाला नव्हता. आता त्यानं तो हात असहाय्यपणे वर उचलला.

'पण याचा अर्थ असा होईल की – आमच्यापैकी कुणीतरी विश्वासघातकी आहे.' शत्रुघ्नानं आजूबाजूला बघत म्हटलं, 'हे कसं शक्य आहे?'

हात पसरत गुरू वसिष्ठ उद्गारले, ‘आणि तरीही हे असंच आहे. अंधार कोठडीतल्या माझ्या अनुभवानंतर माझी खात्रीच पटली आहे. राजकुटुंबातलं कुणीतरी आर्य राष्ट्रांचा विश्वासघात करत आहे. ती व्यक्ती असुरराजाला पाठिंबा देत आहे, आपल्या सर्वांचा नायनाट करण्यासाठी कट रचत आहे.आणि मर्त्य जग जिंकण्याच्या रावणाच्या बेतांना मदत करत आहे.’

सुमित्रेचे हात तिच्या छातीवर गेले. तिचं हृदय इतक्या जोरानं धडधडत होतं की गुरूंच्या बोलण्यानंतर पसरलेल्या भयंकर शांततेमध्ये तो आवाज सर्वांना सहज ऐकू जाईल असं तिला वाटू लागलं.

तिनं दालनभर नजर टाकली. ‘पण आपल्यापैकी कुणीतरी असं कसं...’ ती मध्येच थांबली. तिला काहीतरी उमगलं होतं, ‘ही व्यक्ती आपल्यापैकी कुणी नाहीये. आपल्यापैकी कुणीच असं काही करणार नाही. म्हणूनच तर तुम्ही आम्हाला आज रात्री इथे बोलावलंत. आम्हाला विश्वासात घ्यायला आणि धोक्याची सूचना द्यायला... याचा अर्थ असा की ही व्यक्ती म्हणजे...’

‘कैकेयी-मा.’ भरत उद्गारला. त्याचा चेहरा निर्विकार मुखवटा बनला होता. ‘ती एकटीच उरली आहे. आणि सिंहासनाविरुद्ध कट करण्याचं कारणही तिच्या एकटीकडेच आहे. माझ्या वडिलांच्या नंतर रामाचा हक्क डावलून तिला मला महाराजा बनवायचं आहे.’

त्यानं हवेत मूठ झरकन फिरवली अन् म्हटलं, ‘आणि तिचा हा हेतू पूर्ण व्हायच्च्याऐवजी मी मेलो तरी चालेल. ती माझी आई आहे - आणि मी तिचा नेहमीच आदर करीन पण या बाबतीमध्ये मी तिला मदत करणार नाही. राम अयोध्येचा राजा होईल नाहीतर अयोध्या राजाविना राहील. माझ्या गुरूंच्या समक्ष मी ही शपथ घेतो आहे.’

गुरू वसिष्ठ शांतपणे उद्गारले, ‘भरत बाळा, किती चांगलं बोलला आहेस तू. पण तुम्ही सर्वजणांनी हे निष्कर्ष फारच घाईनं काढले आहेत. मला भीती वाटते की या राज्याला आणि सर्व मानवजातीला जो धोका आहे तो राजकुटुंबातल्या कुणाही सदस्याकडून उत्पन्न होणार नाहीये. धोका खुद्द महाराजा दशरथापासूनच आहे.’

3

याआधी जटायूचे पंख इतके कधीच दुखले नव्हते. पण, त्या गिधाडानं याआधी एवढा लांबचा प्रवासही कधी केला नव्हता. आणि तोही मध्ये विश्रांती न घेता. इतकं दूरवर न थांबता न खातापिता प्रवास केल्याबद्दल असुरांच्या राजाकडून मेजवानीच घ्यायला हवी.

पावसानं भरलेल्या त्या जड ढगांमधून तो पक्षी बरोबर खाली आला. त्याच्या शरीरामध्ये असलेल्या दिशादर्शकामुळे त्याला जाणवलं होतं की आपलं जाण्याचं स्थान जवळ आलं आहे. समुद्रावरच्या स्वच्छ आकाशामध्ये ते गिधाड पोचलं तेव्हा त्यानं आनंदानं एक किंकाळी मारली. नेहमीप्रमाणेच त्याची अंत:प्रेरणा बरोबर ठरल्याचा तो आनंद होता.

लंका बरोबर खाली होती.

आपल्या जड शरीराने खाली उतरताना त्याला वाऱ्याच्या प्रवाहांची मदत घ्यावी लागत असे. तशा गिरक्या घेत ते खाली येत असताना त्याच्या तीक्ष्ण नजरेला जे दिसलं त्यावर त्याचा विश्वासच बसेना. त्या दृश्यामुळे त्याची भयंकर भडकलेली भूकही कुठल्या कुठे पळून गेली.

लंकेच्या किनाऱ्यावर लढाऊ नौकांचा मोठा ताफा उभा होता.

जटायूनं पाचएकशे वर्षं पृथ्वीवरच्या वातावरणामध्ये फेऱ्या घालण्यात घालवली होती. त्यानं असंख्य लढाया आणि युद्धं पाहिली होती. पण एवढा मोठा ताफा त्यानं यापूर्वी कधीच पाहिला नव्हता.

नांगर टाकलेल्या या नौकांची रांग समुद्रामध्ये खूप लांबवर गेली होती. अतिशय हुशारीनं विणलेल्या शिड्यांनी या साऱ्या नौका एकमेकींना बांधण्यात आल्या होत्या. जणू काही पार क्षितिजापर्यंत आणि त्याच्याही पलीकडे ही रांग निघाली असावी. जटायूच्या अंदाजानं दहा हजार तरी असाव्यात या नौका. कदाचित खूप जास्तही असतील – मानवप्राणी शंभर हजारला काय बरं म्हणतात? – हं लाख – लाखापेक्षाही जास्तच असतील.

लाखापेक्षाही अधिक असू शकतील – कोट्यवधी. एका नजरेत सारा ताफा

बघणंही अशक्य होतं – अगदी योजनभर बघू शकणाऱ्या पक्ष्याला सुद्धा त्या रांगेचा शेवट बघणं अशक्य होतं. प्रत्येक नौका शेकडो असुरांना नेऊ शकणारी अशी होती. वेगवेगळ्या जातीच्या प्राण्यांसाठी. वेगवेगळ्या आकाराच्या नौका बांधण्यात आल्या होत्या म्हणून तर इतक्या वेगवेगळ्या आकाराच्या आणि बांधणीच्या नौका त्या ताफ्यामध्ये होत्या.

. त्या ताफ्यावरून उडत जात असताना जटायूला त्या ताफ्याच्या प्रचंड आकारापेक्षाही अविश्वसनीय अशी एक गोष्ट दिसली.

या नौका भरलेल्या होत्या. त्याला इतक्या उंचावरूनही ते अमानवी आकार दिसत होते. राक्षस, यक्ष, पिशाच्च, नाग, उरग, गंधर्व आणि इतर सर्व असुर प्रजाती त्या असंख्य नौकांमध्ये भरलेले होते, हाती शस्त्रं घेऊन लढायला तयार.

जटायू आता त्या बेटापासून काही शेकडो यार्ड अंतरावर आकाशात होता. लंकेच्या काळ्याभोर आकाशात घिरट्या घालत होता. जमिनीवर उतरण्याची सगळी घाई तो विसरूनच गेला होता. त्या द्वीपराज्याचे किनारेही उरलेल्या नौकांवर चढण्याची वाट बघणाऱ्या असुर सैन्यानं भरून गेले होते. बहुतेक नौका आता भरून झाल्या होत्या. ताफा निघण्याच्या तयारीत होता. वाऱ्याची दिशा बदलताच त्या गर्दीचा आवाज गिधाडापर्यंत पोचला. समुद्रामध्ये भयंकर वादळ उठावं तसा तो आवाज होता. आणि ती दुर्गंधी – ती वर्णन करताच येणार नाही अशी भयानक दुर्गंधी.

ही अतिप्रचंड सेना कुठे निघाली होती हे ओळखणं काही कठीण नव्हतं.

आजवर कधीही एवढी मोठी सेना एकत्र झाली नव्हती. त्या सेनेच्या. त्या प्रचंड गोंधळात आणि दुर्गंधीमध्ये स्वत:चा आवाज आणि दुर्गधीमय श्वास मिळवत जटायूनं त्या जागेचं नाव मोठ्यानं उच्चारलं,

'अयोध्या.'

त्याचा आवाज म्हणजे एक कर्णकटू किंकाळीच होती. त्या वादळी रात्रीच्या अंधाराला चिरत ती किंकाळी गेली.

जणू काही तिला उत्तर म्हणून, अगदी त्याच क्षणी, आकाशात जमलेल्या ढगांनी गडगडाटाला सुरुवात केली आणि आपलं पावसाचं ओझं हलकं करायलाही सुरुवात केली. क्षणार्धात, समुद्रावर खारट पाण्याचा वर्षाव सुरू झाला. जवळजवळ पूर्ण असलेल्या चंद्राच्या प्रकाशात ते पाणी लालसर दिसत होतं.

अयोध्येवर स्वारी करायला निघालेल्या असुर सेनेच्या वर्षावाला ही अगदी योग्य अशी उपमा होती – आणि रावणाच्या आक्रमणामुळे सांडणार असलेल्या मर्त्य रक्ताच्या समुद्रालाही.

जटायूनं आनंदानं आणखी एक किंकाळी फोडली आणि तो सावकाश, गिरक्या घेत त्याच्या स्वामीच्या साम्राज्यामध्ये विजयी प्रवेश करू लागला.